ഗ്രീൻ ബുക്സ്

നീലക്കുറിഞ്ഞി വീണ്ടും പൂക്കും

എൻ.എം. മുഹമ്മദലി

എഴുത്തുകാരൻ, ഭിഷഗ്വരൻ.
കൊടുങ്ങല്ലൂരിലെ അഴീക്കോട് 1952 നവംബർ 13ന് ജനിച്ചു.
തിരുവനന്തപുരം മെഡിക്കൽ കോളേജിൽ നിന്നും
എം. ബി. ബി. എസ് പാസ്സായി. റാഞ്ചിയിലെ ആൾ ഇന്ത്യാ
ഇൻസ്റ്റിറ്റ്യൂട്ട് സൈക്യാട്രിയിൽ നിന്നു മനോരോഗചികിത്സയിൽ
ബിരുദാനന്തര ബിരുദം നേടി. സർക്കാർ സർവ്വീസിൽ നിന്നു
വിരമിച്ചതിനുശേഷം സ്വകാര്യ ആശുപത്രിയിൽ
കൺസൽറ്റന്റായി ജോലി ചെയ്യുന്നു. നിരവധി നോവലുകളും
കഥകളും ശാസ്ത്രപുസ്തകങ്ങളും രചിച്ചിട്ടുണ്ട്.
വിജ്ഞാനസാഹിത്യത്തിനുള്ള അബുദാബി-ശക്തി അവാർഡ് ലഭിച്ചു.

നോവൽ

നീലക്കുറിഞ്ഞി വീണ്ടും പൂക്കും

എൻ.എം. മുഹമ്മദലി

ഗ്രീൻ ബുക്സ്

green books private limited
little road, ayyanthole, thrissur- 680 003
ph: 0487-2361038
website: www.greenbooksindia.com
e-mail: info@greenbooksindia.com

(malayalam)
neelakkurinji veendum pookkum
(novel)
by
n.m. muhammadali

first published april 2014

cover design : rajesh chalode

branches:
thrissur 0487-2422515
palakkad 0491-2546162
kannur 0497-2763038

isbn : 978-81-8423-314-8

GBPL/561/2014

ഭാഗം ഒന്ന്

യാത്ര

നീലക്കുറിഞ്ഞി പൂത്തു

പശ്ചിമഘട്ട പർവ്വതനിരകളിൽ നീലക്കുറിഞ്ഞി പൂത്തു.

പത്രത്തിന്റെ ഉൾപ്പേജിൽ ഒളിച്ചിരുന്ന ചെറിയ വാർത്ത.

ഡോക്ടർ നിസാർ അഹമ്മദ് ചിന്തിച്ചു.

പന്ത്രണ്ട് വയസ്സായപ്പോഴാകുമ്പോഴാണ് കുറിഞ്ഞിപ്പെൺകൊടികൾ പുഷ്പിണികളാകുന്നത്.

താല്പര്യത്തോടെ വാർത്ത വായിച്ചു:

പന്ത്രണ്ട് വർഷത്തിലൊരിക്കലേ കുറിഞ്ഞി പൂക്കാറുള്ളൂ. കുറിഞ്ഞിക്ക് വംശനാശം സംഭവിച്ചുകൊണ്ടിരിക്കുന്ന സാഹചര്യത്തിൽ അവശേഷിച്ച കുറിഞ്ഞിപ്പുൽമേടുകൾ എത്രയുണ്ടെന്ന് തിട്ടപ്പെടുത്തുവാൻ പ്രകൃതിസ്നേഹികളുടെ ഒരു സംഘം കുറിഞ്ഞി സംരക്ഷണസമിതിയുടെ നേതൃത്വത്തിൽ പശ്ചിമഘട്ടമലകളിൽ പദയാത്ര നടത്തുന്നു.

പദയാത്ര കൊടൈക്കനാലിൽ നിന്നാരംഭിച്ച് മൂന്നാറിൽ അവസാനിക്കും. നാലു ദിവസം നീണ്ടുനിൽക്കുന്ന പദയാത്രയിൽ പങ്കെടുക്കാൻ താല്പര്യമുള്ള പ്രകൃതിസ്നേഹികൾ സെപ്തംബർ 15ന് രാവിലെ എട്ടുമണിക്ക് കൊടൈക്കനാൽ ബോട്ട്ക്ലബ്ബ് പരിസരത്ത് എത്തണം. യാത്രയ്ക്ക് വരുന്നവർ കമ്പിളിവസ്ത്രങ്ങളും രാത്രി ഉറങ്ങാനുള്ള കരിമ്പടം മുതലായ ശയനസാമഗ്രികളും കരുതണമെന്ന് കുറിഞ്ഞി സംരക്ഷസമിതി സെക്രട്ടറി കനകരാജ് അറിയിച്ചു.

വായിച്ചു കഴിഞ്ഞപ്പോൾ അത് വാർത്തയല്ലെന്നും ഒരറിയിപ്പാണെന്നും ഡോക്ടർ നിസാർ അഹമ്മദിനു തോന്നി.

പ്രകൃതിസ്നേഹികളോടൊപ്പം ചേർന്ന് പദയാത്രയിൽ പങ്കെടുത്താലെന്താ? തനിക്ക് പങ്കെടുക്കാമോ? പങ്കെടുക്കാൻ താല്പര്യമുള്ള പ്രകൃതിസ്നേഹികളെയല്ലേ ക്ഷണിച്ചിരിക്കുന്നത്. പ്രകൃതിസ്നേഹിയാണെന്ന് തെളിയിക്കുന്ന സാക്ഷ്യപത്രം ഹാജരാക്കേണ്ടിവരില്ലല്ലോ.

കഴിഞ്ഞ പ്രാവശ്യം കുറിഞ്ഞി പൂത്തപ്പോഴും പോകാൻ ആഗ്രഹിച്ചതാണ്. പന്ത്രണ്ട് വർഷങ്ങൾക്കുമുമ്പ്! അന്ന് ചിന്നക്കനാൽ റൂറൽ ഡിസ്പെൻസറിയിൽ ജോലി ചെയ്യുകയായിരുന്നല്ലോ.

ചിന്നക്കനാലിൽ നിന്ന് സൂര്യനെല്ലിവരെ പോയിട്ട് ഒരു വലിയ മല കയറിയിറങ്ങിയാൽ നോക്കെത്താത്ത ദൂരത്തോളം പരന്നുകിടക്കുന്ന കുറിഞ്ഞിപ്പുൽമേടുകളിൽ എത്താമായിരുന്നു. ഒന്നോ രണ്ടോ ദിവസത്തെ നടത്തം മതിയായിരുന്നു.

ചിന്നക്കനാലിലെ പ്രകൃതിസ്നേഹികളായ റോബനും ശ്രീജിത്തും വിളിച്ചു. അന്ന് പോകാൻ കഴിഞ്ഞില്ല. ഒരു ഡോക്ടർ മാത്രമുള്ള ഡിസ്പെൻസറിയാണ്. പകരം ആരെയെങ്കിലും കൊണ്ടുവന്ന് ചുമതല യേൽപ്പിച്ചിട്ടേ ലീവെടുക്കാനും സ്ഥലംവിടാനും പാടുള്ളൂ. ഇടുക്കി ഡി.എം.ഓയുടെയും ആരോഗ്യവകുപ്പ് ഡയറക്ടറുടെയും കർശന നിർദ്ദേശം.

മലനിരകളിൽ ഒറ്റപ്പെട്ടുപോയവരുടെ ഏക ആശ്രയമായിരുന്നു മുനിസാമിയുടെ ചായപ്പീടികയോട് ചേർന്നുള്ള ഓലപ്പുരയിൽ സർക്കാർ നടത്തുന്ന ഏകഡോക്ടർ ആശുപത്രി. റൂറൽ ഡിസ്പെൻസറി.

ഹൈറേഞ്ചിലെ ചിന്നക്കനാൽ റൂറൽ ഡിസ്പെൻസറിയിലേക്കുള്ള ഡോക്ടർ നിസാർ അഹമ്മദിന്റെ സ്ഥലം മാറ്റം ഒരു പകപോക്കലാ യിരുന്നല്ലോ. ഡോക്ടർമാർ ഗ്രാമപ്രദേശങ്ങളിൽ ജോലിചെയ്യാൻ മടിക്കുന്നു എന്ന് അടച്ചാക്ഷേപിച്ച് പൊതുയോഗത്തിൽ പ്രസംഗിച്ച ആരോഗ്യമന്ത്രിക്ക് മറുപടിയായി പത്രാധിപർക്ക് കത്തെഴുതി: “ഒരു ഗ്രാമത്തിലെ പ്രൈമറി ഹെൽത്ത് സെന്ററിൽ ജോലിചെയ്യുന്ന ഡോക്ട റാണ് ഈ കത്തെഴുതുന്നത്. എന്നെപ്പോലെ അനേകം ഡോക്ടർമാർ ഗ്രാമങ്ങളിൽ ജോലി ചെയ്യുന്നുണ്ട്. ഗ്രാമങ്ങളിലേക്ക് പോകാൻ മടിക്കുന്ന വർക്ക് പട്ടണങ്ങളിൽ നിയമനം നൽകുന്നത് മന്ത്രിയുടെ പാർട്ടിക്കാരുടെ ശുപാർശപ്രകാരം തന്നെയാണ്...”

കുളക്കട പഞ്ചായത്ത് പ്രസിഡന്റ് നാരായണപിള്ള മന്ത്രിയുടെ പാർട്ടിക്കാരൻ തന്നെയായിരുന്നു. ഡോക്ടർ നിസാറിനെ സ്ഥലം മാറ്റരു തെന്ന പഞ്ചായത്തിന്റെ പ്രമേയവുമായി പ്രസിഡന്റ് മന്ത്രിയെക്കണ്ടു. പത്രത്തിൽ പേരുവെച്ച് കത്തെഴുതിയതിന് മാപ്പെഴുതിക്കൊടുത്താൽ സ്ഥലംമാറ്റ ഉത്തരവ് റദ്ദ് ചെയ്യാമെന്നായി മന്ത്രി. മാപ്പ് പറയാൻ താൻ കുറ്റമൊന്നും ചെയ്തിട്ടില്ലല്ലോ.

അങ്ങനെയാണ് ഡോക്ടർ നിസാർ അഹമ്മദ് ചിന്നക്കനാലിലെ ഒറ്റഡോക്ടർ ഡിസ്പെൻസറിയിൽ എത്തിയത്. ജയിലിലടച്ചതുപോലെ ആയി. എവിടെയും പോകാൻ നിവർത്തിയില്ല. പകരം ആളെ കണ്ടെത്തി ചുമതല ഏല്പിച്ചിട്ടേ പോകാവൂ.

അവിടെ രണ്ടുമൂന്നുകൊല്ലക്കാലം തങ്ങിയതിന് ഒരു ഗുണമുണ്ടായി. ഉർവ്വശീശാപം ഉപകാരമാവുമല്ലോ. ദേശാടനക്കിളികൾ വൻമരത്തിൽ കൂടുകൂട്ടിയതുപോലെ, അകലങ്ങളിൽ നിന്നെത്തിയവർ സഹ്യന്റെ മാറിട ത്തിൽ അഭയം പ്രാപിച്ചപ്പോൾ രൂപംകൊണ്ട ഗ്രാമത്തിന്റെ ഓർമ്മകൾ

വാൻഗോഗ് ചിത്രങ്ങൾ പോലെ നിസാറിന്റെ മനസ്സിൽ ഇപ്പോഴും തങ്ങി നിൽക്കുന്നു...

പകരത്തിനാളെക്കിട്ടിയാലേ പർവ്വതസാനുവിലെ ഗ്രാമത്തിന്റെ ഏകാശ്രയമായ ആശുപത്രിയിൽ നിന്ന് ലീവെടുത്ത് എവിടെയെങ്കിലും പോകാൻ കഴിയൂ എന്ന നിർദ്ദേശത്തിൽ അപാകമൊന്നും നിസാർ കണ്ടില്ല. പകരം വെയ്ക്കാൻ ഒരു ഡോക്ടറെ കിട്ടാത്തതുകൊണ്ടാണ് കഴിഞ്ഞ പ്രാവശ്യം നീലക്കുറിഞ്ഞി പൂത്തപ്പോൾ കാണാൻ പോകാതിരുന്നത്.

ഇനി പന്ത്രണ്ടുകൊല്ലം കഴിയണം കുറിഞ്ഞി വീണ്ടും പുഷ്പിക്കാൻ. അപ്പോൾ കുറിഞ്ഞിപ്പുൽമേടുകൾ ഉണ്ടാകുമോ? വംശനാശത്തിന്റെ വക്കത്തെത്തി നിൽക്കുകയല്ലേ.

പൂക്കാൻ കുറിഞ്ഞി ഉണ്ടെങ്കിൽത്തന്നെ കാണാൻ താനുണ്ടാകുമോ? ശ്രീചിത്രയിലെ കാർഡിയോവാസ്കുലാർ സർജൻ ഡോക്ടർ പത്മനാഭൻ ആൻജിയോഗ്രാം കണ്ടിട്ട് പറഞ്ഞത് ഇനോപ്പറബിൾ ഡിഫ്യൂസ് ലീഷൻ എന്നാണ്. ഹൃദയധമനികളുടെ ആരംഭം മുതൽ അവസാനം വരെ കേട് ബാധിച്ചിരിക്കുന്നു. ബൈപ്പാസ് ഓപറേഷൻ സാദ്ധ്യമല്ല. മരുന്നുകൾ കഴിക്കുക. പുകവലി ഉപേക്ഷിക്കുക. ജീവിതരീതി മാറ്റുക. ചെയിഞ്ച് ദ ലൈഫ് സ്റ്റൈൽ. നിത്യവും ഒരു മണിക്കൂർ നടക്കുക. തടി കുറയ്ക്കുക. അങ്ങനെയൊക്കെ ചെയ്താൽ കുറെക്കാലം ജീവിക്കാം.

എങ്ങനെ ജീവിച്ചാലും കുറിഞ്ഞി അടുത്ത പ്രാവശ്യം പൂവിടുമ്പോൾ താനുണ്ടാകുമോ? എന്തിനിങ്ങനെ മരണം കാത്ത് കഴിയുന്നു? മരിക്കുന്നത് വരെ ആനന്ദത്തോടെ ജീവിക്കുക. ജീവിക്കുന്നത് തന്നെ ആനന്ദമാണ്. പക്ഷേ മരണം കാത്ത് ജീവിക്കുന്നത് ആനന്ദകരമല്ല.

ഇപ്പോൾ താൻ പൂർണ്ണ സ്വതന്ത്രനാണ്. പെൻഷനാകുന്നതിനു മുമ്പ് തന്നെ ജോലിയിൽ നിന്നു പിരിഞ്ഞുപോന്നു. ഭാര്യയും മകളും കൂടെയില്ല. ഇലകൊഴിഞ്ഞ മരം പോലെ ആയി. ഏകാകിയാണ്. ആരോടും ചോദിക്കാനില്ല. കുറിഞ്ഞിപ്പുൽമേടുകൾ കാണാൻ പോകുന്ന പദയാത്രസംഘത്തിൽ ചേരുക തന്നെ. ഡോക്ടർ നിസാർ അഹമ്മദ് തീരുമാനമെടുത്തു.

രാത്രി എട്ടു മണിക്കെത്തുന്ന കൊല്ലം മധുര പാസഞ്ചറിൽ പോയാൽ വെളുപ്പിന് ആറു മണിക്ക് മധുരയിലെത്തും. അവിടന്ന് രണ്ട് മണിക്കൂർ ബസ്സിൽ യാത്ര ചെയ്താൽ കൊടൈക്കനാൽ.

മെന്റൽ ഹെൽത്ത് സെന്ററിലെ ആർ.എം.ഓ. ഡോക്ടർ ബാലകൃഷ്ണനാണ് വഴി പറഞ്ഞു കൊടുത്തത്. ഡോക്ടർ അവിടത്തെ ഒരു റിസോർട്ടിൽ ടൈംഷെയർ എടുത്തിട്ടുണ്ട്. സീസണിൽ രണ്ടാഴ്ച്ചക്കാലം രണ്ട് ബെഡ്റൂം ഫ്ളാറ്റ് സ്വന്തമായിരിക്കും. സീസണിൽ മാത്രം. മാർച്ച് മുതൽ ഓഗസ്റ്റ് വരെ. എപ്പോഴാണ് സുഖവാസത്തിനെത്തുന്നതെന്ന് ഒരു മാസം മുമ്പ് എഴുതി അറിയിക്കണം. സുഖവാസത്തിന് പോകാത്ത

വർഷം രണ്ടാഴ്ച ആർക്കെങ്കിലും വാടകയ്ക്ക് കൊടുത്ത് പണം വാങ്ങാം. ഷെയറെടുത്ത ആളുടെ മരണം വരെ ഈ സൗകര്യം ഉണ്ടായിരിക്കും. അതാണ് ടൈംഷെയർ.

നാലഞ്ച് കൊല്ലം മുമ്പ് റിസോർട്ടിന്റെ പ്രൊമോട്ടർമാർ നിസാറിനെയും സമീപിച്ചിരുന്നു. പണം കൊടുത്തില്ല. കൊടൈക്കനാലിൽ പുതിയ റിസോർട്ട് പണിയുന്നത് പ്രകൃതിവിരുദ്ധനടപടിയാണ്. അതിൽ പങ്കാളിയാകാൻ പാടില്ല. അവർ റിസോർട്ടിന്റെ മേന്മമകളെക്കുറിച്ച് സംസാരിക്കാൻ തുടങ്ങിയപ്പോൾ അവരോട് തട്ടിക്കയറി.

"നിങ്ങളെന്നെ പഠിപ്പിക്കണ്ട."

ഡോക്ടർ ബാലകൃഷ്ണനെ ഫോണിൽ വിളിച്ച് കൊടൈക്കനാലിൽ പോകാനുള്ള യാത്രാമാർഗ്ഗം ചോദിച്ചപ്പോൾ അന്ന് ടൈം ഷെയർ എടുക്കാതിരുന്നത് അബദ്ധമായിപ്പോയെന്ന് തോന്നുന്നുണ്ടായിരിക്കും എന്നായിരുന്നു ആദ്യത്തെ പ്രതികരണം. നിസാർ എടുത്തടിച്ചതുപോലെ മറുപടി പറഞ്ഞു: "ഇല്ല. ഒരിക്കലുമില്ല. തരാതരം പോലെ അഭിപ്രായം മാറ്റുന്ന ആളല്ല ഞാൻ. കൊടൈക്കനാലിൽ പോകുന്നത് കുറിഞ്ഞിപ്പൂൽമേടുകൾ കാണാൻ പോകുന്ന പദയാത്രസംഘത്തിൽ ചേരാനാണ്."

"റിയലി? ഇറ്റ്സ് വെരി സ്ട്രെയിഞ്ച്!"

നിസാർ പറഞ്ഞത് ഡോക്ടർ ബാലകൃഷ്ണന് വിശ്വസിക്കാനായില്ല. ഇരുപത്തിനാലു മണിക്കൂറും പ്രൈവറ്റ്പ്രാക്റ്റീസ് ചെയ്ത് പണമുണ്ടാക്കാനുള്ള ചിന്തയിൽ മുഴുകിക്കഴിയുന്ന ഒരാൾക്ക് കുറിഞ്ഞി പൂത്തത് കാണാൻ പോകുന്നെന്ന് പറഞ്ഞാൽ വിശ്വസിക്കാൻ കഴിയില്ല.

നിസാർ ചിന്തിച്ചു. താനിതുവരെ കൊടൈക്കനാൽ കണ്ടിട്ടില്ല. പദയാത്ര തുടങ്ങുന്നതിന്റെ തലേന്ന് എത്തിയാൽ കൊടൈക്കനാൽ കാണലുമാകും. അടഞ്ഞു തുടങ്ങിയ ഹൃദയധമനികൾ കൂടുതൽ അടയുമായിരിക്കും. അല്ലെങ്കിൽ തുറക്കുമായിരിക്കും. എന്തും സംഭവിക്കട്ടെ.

പദയാത്രാസംഘത്തിൽ ചേരുക തന്നെ.

അന്ധയും ബധിരയുമായ പിംഗളകേശിനി

ബസ്സിൽ നിന്നിറങ്ങിയപ്പോൾ ഇളം വെയിൽ തൂവൽസ്പർശത്താൽ നിസാറിനെ തൊട്ടുവിളിച്ചു. "കൊടൈക്കനാലിൽ എത്തിയിരിക്കുന്നു." നിസാർ തന്നത്താൻ പറഞ്ഞു.

ചില നഗരങ്ങൾ മനുഷ്യന്റെ ആത്മാവിന്റെ അംശങ്ങളാണ്. മക്ക, മദീന, കാശി, മഥുര, ഗയ... അവിടെയെല്ലാം താൻ എത്തിയിട്ടുണ്ട്. മുതിർന്നപ്പോൾ മുതൽ കേട്ടു തുടങ്ങിയ കൊടൈക്കനാലിൽ എത്താൻ എന്തുകൊണ്ടിത്ര വൈകി?

കൊടൈക്കനാൽ, ഊട്ടി, മൂന്നാർ... സഹ്യന്റെ തരുണികൾ.

സഫിയ എത്രയോ തവണ പറഞ്ഞിട്ടുണ്ട്. നമുക്കൊന്ന് കൊടൈക്കനാലിൽ പോകാം. അന്നൊക്കെ തനിക്ക് തിരക്കായിരുന്നു. ആദ്യം ഡോക്ടർമാരെ സംഘടിപ്പിക്കുന്ന തിരക്ക്. മരുന്നു കമ്പനികളുടെ ചൂഷണം അവസാനിപ്പിക്കണം. അപ്പോഴാണ് പാർട്ടി ജില്ലാസെക്രട്ടറി കേളപ്പേട്ടൻ ഒന്നു കാണണമെന്ന് ഫോണിൽ വിളിച്ച് പറഞ്ഞത്. ഡോക്ടർമാരുടെ സംഘടനാനേതാവായ ഡോക്ടർ നിസാർ അഹമ്മദ് പാർട്ടിയിലെ രഹസ്യമെമ്പറാണെന്ന് കേളപ്പേട്ടനറിഞ്ഞത് കൊല്ലം ജില്ലയിൽ നിന്ന് മെമ്പർഷിപ്പ് ട്രാൻസ്ഫർ ചെയ്തുകൊണ്ടുള്ള സംസ്ഥാനക്കമ്മിറ്റിയുടെ അറിയിപ്പ് കിട്ടിയപ്പോഴാണ്. കേളപ്പേട്ടൻ അറുത്തു മുറിച്ചു പറഞ്ഞു. പാർട്ടിമെമ്പറായ സഖാവ് ഡോക്ടർ നിസാർ അഹമ്മദ് ഡോക്ടർമാരെ മാത്രം സംഘടിപ്പിച്ചാൽ പോര. എന്താണ് താൻ ചെയ്യേണ്ടത് എന്ന ചോദ്യം മനസ്സിൽത്തന്നെ വെച്ച് നിസാർ ഒന്നും മിണ്ടാതെ നിന്നു.

"എല്ലാ ആപ്പീസർമാരെയും സംഘടിപ്പിക്കണം. ജനങ്ങളുമായി ബന്ധമില്ലാതെ ദന്തഗോപുരങ്ങളിൽ കഴിയുന്ന അവരെ അവകാശബോധമുള്ളവരാക്കണം."

പിന്നെ നിസാറിന് ഊണും ഉറക്കവുമില്ലാതായി. ഓഫീസർമാരെ സംഘടിപ്പിച്ച് ശക്തരാക്കി സമരം ചെയ്യിക്കണം. പാർട്ടിസെക്രട്ടറി പറഞ്ഞതുപോലെ ആദ്യം അവർക്ക് അവകാശബോധം ഉണ്ടാക്കണം.

ശമ്പളപരിഷ്കരണം. ബോണസ്സ്. പെൻഷൻ ആനുകൂല്യങ്ങൾ. എല്ലാം വർദ്ധിപ്പിക്കണം. ജോലിഭാരം കുറയ്ക്കണം. സേവനവേതന വ്യവസ്ഥകൾ പരിഷ്കരിക്കണം. അവകാശബോധം ഉണ്ടാകുമ്പോൾ സംഘടനാബോധം ബലപ്പെടും. സംഘടനാബോധത്തിൽ നിന്നും സാമൂഹികബോധം വളരും. സാമൂഹികബോധം രാഷ്ട്രീയാവബോധത്തിലേക്ക് പുഷ്കലമാവും...

അവകാശബോധം, സംഘടനാബോധം, സാമൂഹികബോധം, രാഷ്ട്രീയാവബോധം...

ദിവംഗതനായ ഏതോ മഹാകവിയുടെ കവിത ഉരുവിടുന്നതുപോലെ ഡോക്ടർ നിസാർ രാവും പകലും ഉരുവിട്ടു നടന്നു. പഠിക്കുന്ന കാലത്ത് കഥകളെഴുതിയിരുന്ന നിസാറിന് തന്റെ ആത്മാവിഷ്കാരം രചനയിലൂടെയല്ല സംഘടനാപ്രവർത്തനങ്ങളിലൂടെയാണെന്ന തിരിച്ചറിവുണ്ടായി. ഡാൺ ഓഫ് ഇൻസൈറ്റ്! എൻലൈറ്റൻമെന്റ്. പിന്നെ ഊണും ഉറക്കവുമില്ലാതെ സംഘടനാപ്രവർത്തനത്തിനിറങ്ങിനടന്നു. ഒടുവിൽ...

എല്ലാം അവസാനിപ്പിച്ച് ഡോക്ടർ നിസാർ തിരിഞ്ഞു നോക്കി. അതൊക്കെ തെറ്റായിരുന്നുവെന്ന് ഇതുവരെയും തോന്നിയിട്ടില്ല. പക്ഷേ കുടുംബത്തെ ശ്രദ്ധിക്കാതിരുന്നത്...

"നമുക്കിന്നൊരു സിനിമയ്ക്ക് പോകാം."

ഒരു ദിവസം സഫിയ പറഞ്ഞപ്പോൾ അരിശം വന്നു.

"സിനിമയ്ക്കോ? കൊള്ളാം. ഇന്നെനിക്ക് കമ്മിറ്റിയുണ്ട്."

സഫിയയുടെ കണ്ണുകൾ നിറഞ്ഞു. ഉമ്മയുടെ കണ്ണുനീർ കണ്ടപ്പോൾ മകൾ റസിയ നിസാറിനെ കുറ്റപ്പെടുത്തി.

"ഈ ഉപ്പാക്ക് എന്നും കമ്മിറ്റിയാണ്."

നമുക്കൊന്ന് കൊടൈക്കനാലിൽ പോകാമെന്ന് സഫിയ എത്രയോ പ്രാവശ്യം പറഞ്ഞു. അപ്പോഴൊക്കെ തീപ്പൊരി പാറുന്ന രൂക്ഷമായ നോട്ടം കൊണ്ട് അവളുടെ ആഗ്രഹത്തെ കരിച്ചു.

"റൂം വേണോ സാർ? മലയാളി ഹോട്ടലുണ്ട്."

നിസാർ അദ്ഭുതപ്പെട്ടു. അയാൾക്കെങ്ങനെ മനസ്സിലായി താൻ മലയാളിയാണെന്ന്? തൊഴിൽ പരിചയം തന്നെ. പരിചയമില്ലാത്ത നഗരത്തിൽ ഇടം തേടി അലയുന്നതിനേക്കാൾ നല്ലത് ഇയ്യാളുടെ കൂടെ പോകുന്നതായിരിക്കുമെന്ന് തോന്നി.

"കുറഞ്ഞ റെന്റിനുള്ള റൂം വേണം."

"എണ്ണൂറു മുതൽ മേലോട്ടുണ്ട്. ലേക്കിനടുത്ത് വേണമെങ്കിൽ കൂടുതലാവും. മിനിമം തൗസന്റ് ഫൈവ് ഹൺഡ്രഡാവും. ചെക്കൗട്ട് റ്റൈമുണ്ട്. ഉച്ചയ്ക്ക് പന്ത്രണ്ട് മണി. ഡോർമിറ്ററി മതിയെങ്കിൽ റ്റ്വാന്റിഫോർ അവേഴ്സിന്..."

"ഡോർമിറ്ററി വേണ്ട. മുറി തന്നെ വേണം. ഇടത്തരം."

"സാറ് വരണം."

"ഇപ്പഴ് എട്ടു മണി കഴിഞ്ഞു. നാല് മണിക്കൂറിന് ഒരു ദിവസത്തെ റെന്റ് കൊടുക്കേണ്ടിവരില്ലേ?"

"ഇപ്പം പീക്ക് സീസണല്ലാത്തതുകൊണ്ട് നമുക്ക് അഡ്ജസ്റ്റ് ചെയ്യിക്കാം. എത്ര ദിനം തങ്ങും സാർ?"

"നാളെ രാവിടെ പോകും."

"ശരി. സാറ് വരണം. ലേക്കിനടുത്ത് വേണോ?"

"വേണ്ട."

ഇടനിലക്കാരന്റെ പിന്നാലെ നടക്കുന്നതിനിടയിൽ നിസാർ ചിന്തിച്ചു. ഇനി ആർക്കും വേണ്ടി സമ്പാദിക്കേണ്ടതില്ല. എന്നാലും അനാവശ്യമായ ചെലവുകൾ ഒഴിവാക്കണമെന്ന് നിർബ്ബന്ധമാണ്. ലളിതജീവിതമാണ് മാന്യത. ലാളിത്യം വെടിഞ്ഞ പാർട്ടി വിട്ടെങ്കിലും താൻ ഒരു കമ്യൂണിസ്റ്റാണ്.

ബസ്സ്റ്റാന്റിൽ നിന്ന് കുത്തനെയുള്ള ഇറക്കമിറങ്ങി കുറെ നടന്നപ്പോൾ ഇംഗ്ലീഷിലും മലയാളത്തിലും എഴുതിയ ബോർഡ് കണ്ടു.

ഹോട്ടൽ കൈരളി.

താമസക്കാരൻ മലയാളി ആയതുകൊണ്ട് ചെക്കൗട്ട് സമയം കണക്കാക്കാതെ ഇരുപത്തിനാല് മണിക്കൂറിന് വാടക തന്നാൽ മതിയെന്ന് റിസ്പ്ഷനിൽ നിന്നിരുന്ന ഹോട്ടലുടമ സമ്മതിച്ചു.

കുടുസ്സുമുറിക്കകത്ത് ബെഞ്ച് വലുതായ കട്ടിൽ. നിന്നുതിരിയാൻ മാത്രം ഇടമുണ്ട്. ഈർപ്പം കിനിയുന്ന തറ. തളം കെട്ടി നിന്നിരുന്ന വായുവിന് കെട്ട മണം. കതകിന്റെ എതിർവശത്തുള്ള ജന്നൽ തുറന്നപ്പോൾ കണ്ടത് വലിയൊരു പർവ്വതത്തിന്റെ ചരുവ്. മലഞ്ചെരുവിൽ തകരം മേഞ്ഞ മൺകുടിലുകളുടെ നിരകൾ. കൊടൈക്കനാലിലെ ചേരിപ്രദേശമാവും. ചേരിയില്ലാത്ത നഗരമില്ലല്ലോ. കുടിലുകളുടെ മുമ്പിൽ കുട്ടികൾ നിരന്നിരുന്ന് മലവിസർജ്ജനം ചെയ്യുന്നു.

കുറച്ചു കൂടി മെച്ചപ്പെട്ട ഹോട്ടലിൽ മുറിയെടുക്കാമായിരുന്നെന്ന് തോന്നിപ്പോയി. ഉടനെ മറിച്ച് ചിന്തിച്ചു. ഒരു ദിവസത്തേക്കല്ലേ? അതും രാത്രി മാത്രം. പകൽ മുഴുവൻ നഗരം കാണാൻ നടക്കണം. എന്തിനു വെറുതെ അധികം പണം ചെലവാക്കണം?

കാപ്പികുടി കഴിഞ്ഞ് പുറത്തേക്കിറങ്ങുമ്പോൾ പഴ്സിന്റെ കള്ളിയിൽ സോർബിട്രേറ്റ് ഗുളിക ഉണ്ടോ എന്ന് നോക്കി ഉറപ്പ് വരുത്തി. അന്ധയും ബധിരയുമായ പിംഗളകേശിനി എപ്പോഴും തന്നോടൊപ്പമുണ്ടല്ലോ. ഹൃദയപിണ്ഡത്തിൻമേൽ അവൾ കൈവയ്ക്കുമ്പോൾ തടുക്കാനുള്ള ആയുധമാണ് സോർബിട്രേറ്റ്. നെഞ്ചുവേദന തോന്നുമ്പോൾ പകുതി പൊട്ടിച്ച് നാക്കിനടിയിൽ വെയ്ക്കണം.

ഹൃദ്രോഗം മൂലമുണ്ടാകുന്ന നെഞ്ച് വേദനയുടെ പേര് നിസാറിന് ഇഷ്ടമായിരുന്നു. *"ആൻജൈന പെക്റ്റോറിസ്."*

ആ പദം കേൾക്കുമ്പോൾ തലമുടി ബോബ്ചെയ്ത, ഫ്രോക്ക്ധരിച്ച, മനസ്സിനെ കൊളുത്തിവലിക്കുന്ന ശരീരവടിവുകളുള്ള, തുടുത്തകവിളത്ത് മുഖക്കുരുക്കളുള്ള, ഇരുനിറക്കാരിയായ ആഞ്ജലീന ഡോറിസിനെയാണ് നിസാറിന് ഓർമ്മ വരിക. മെഡിസിൻ ക്ലാസിൽ പൈസാറ് തൂവൽ സ്പർശത്തേക്കാൾ മൃദുവായ സ്വരത്തിൽ ആൻജൈന പെക്റ്റോറിസ് എന്നു പറയുന്നത് കേട്ടപ്പോൾ സത്യത്തിൽ ആഞ്ജലീന ഡോറിസിന്റെ പേരു പറയുകയാണെന്ന് നിസാറിനു തോന്നി. ക്ലാസ് കഴിഞ്ഞപ്പോൾ അക്കാര്യം ആഞ്ജലീനയോട് പറഞ്ഞു. അതൊരു അഭിനന്ദനമായാണ് അവളെടുത്തത്. അവൾ തുള്ളിത്തുളുമ്പിക്കൊണ്ടാണ് മറുപടി പറഞ്ഞത്.

"താങ്ക് യൂ നിസാർ. താങ്ക്യൂ."

അപ്പോൾ നിസാറിന് ഒരു കുസൃതി തോന്നി. ആഞ്ജീലനയോട് ശബ്ദം താഴ്ത്തി പറഞ്ഞു.

"ഐ ലവ് *ആൻജൈന.*"

ആഞ്ജലീനയുടെ മുഖം ചുമന്നു തുടുത്തു. അവൾ കേട്ടത് ആഞ്ജലീന എന്നായിരിക്കണം.

"റിയലി?"

"റിയലി."

നിസാർ തന്നെ പ്രണയിക്കുന്നുവെന്ന് ആഞ്ജലീന ധരിച്ചു വശായി. എന്തിനായിരുന്നു നാല് കൊല്ലക്കാലം നീണ്ടു നിന്ന ആ കപടനാടകം? അവളുടെ തുറന്ന മനസ്സും ആരെയും കൂസാത്ത പ്രകൃതവും ആകർഷകമായി തോന്നിയിരുന്നെങ്കിലും വടിവൊത്ത അവളുടെ ശരീരത്തിൽ മാത്രമായിരുന്നു തന്റെ നോട്ടം. ജീവിതസഖിയായി അവളെ ഒരിക്കലും കണ്ടിരുന്നില്ല. പഠനം കഴിഞ്ഞ് പിരിയുന്നതുവരെ ആൻജെന എന്നു തന്നെയാണ് അവളെ വിളിച്ചിരുന്നത്. തന്നെ അങ്ങനെ വിളിക്കരുതെന്ന് ആഞ്ജലീന ഒരിക്കലും നിസാറിനോട് പറഞ്ഞുമില്ല.

യഥാർത്ഥ ആൻജെന ഇപ്പോൾ തന്നെ ബലാത്ക്കാരമായി പ്രേമിക്കുന്നു എന്ന ഭയാനക സത്യം ഒരു നെരിപ്പോടായി നിസാറിന്റെ മനസ്സിൽ എരിഞ്ഞുകൊണ്ടിരിക്കുന്നു.

ഒരു ദിവസം വൈകുന്നേരമാണ് ആദ്യമായി അവളുടെ സാന്നിദ്ധ്യം അനുഭവപ്പെട്ടത്. പതിവ് നടത്തത്തിന് ഇറങ്ങിയതായിരുന്നു. മരുതംകുഴി പാലത്തിലെത്തിയപ്പോൾ തോന്നി കുന്നിൻ മുകളിൽ നഗരത്തിലെ വി.വി.ഐ.പികൾ താമസിക്കുന്ന പി.ടി.പി. നഗറിലേക്ക് നടന്നാലെന്തെന്ന്. കുത്തനെയുള്ള കയറ്റം കയറുമ്പോൾ പതിവില്ലാത്ത വിധം നെഞ്ചിലൊരു ഭാരം തോന്നി. മനസ്സിലൂടെ ഒരു കൊള്ളിയാൻ മിന്നി. ആൻജെനയാണോ? തുടക്കം അങ്ങനെയാണ്. നെഞ്ചിലൊരു ഭാരം കയറ്റിവെച്ചതുപോലെ തോന്നും. പിന്നീടാണ് വേദനയായി ആളിപ്പടരാൻ തുടങ്ങുക.

പരീക്ഷിച്ചു നോക്കാനായി കുത്തനെയുള്ള കയറ്റം വേഗത്തിൽ കയറാൻ തുടങ്ങി. അപ്പോൾ വ്യക്തമായി അനുഭവപ്പെട്ടു... ഹൃദയ പിണ്ഡത്തിൽ മൃത്യുദേവതയുടെ തലോടൽ!

മുകളിലെത്തിയപ്പോൾ സംശയമില്ലായിരുന്നു. അവൾ തന്നെ; യഥാർത്ഥ ആൻജെന. ആദ്യം തമാശയാണ് തോന്നിയത്. സഫിയ തന്റെ ജീവിതത്തിൽനിന്നു നടന്നു നീങ്ങിയതറിഞ്ഞപ്പോൾ ആൻജെന തന്റെ ജീവിതത്തിലേക്ക് ഒരു അഗ്നിനാളമായി കടന്നുവന്നിരിക്കുന്നു.

ഡോക്ടർ നിസാർ അപ്പോൾ തന്നെ തീരുമാനമെടുത്തു. "ശ്രീചിത്രയിൽ പരിശോധിപ്പിക്കണം." അവിടത്തെ മെഡിക്കൽ കാർഡിയോളജി ചീഫ് മെഡിക്കൽ കോളേജിൽ തന്റെ സഹപാഠിയായിരുന്ന മാത്യു തോമസാണ്. നിസാറിന്റെ വിവരണം കേട്ടുകഴിഞ്ഞപ്പോൾ ഡോക്ടർ മാത്യു തോമസ് ഒന്ന് ഇരുത്തി മൂളിയിട്ട് തോളത്ത് തട്ടി.

"പേടിക്കണ്ട. ബ്ലോക്കുണ്ടെങ്കിൽ ബൈപ്പാസ് സർജറി ചെയ്യിക്കാം. നമ്മുടെ ജൂനിയർ ബാച്ചിലുണ്ടായിരുന്ന മഹാദേവനാണ് കാർഡിയോ വാസ്കുലാർസർജറിയുടെ ചീഫ്. ആർട്ടറി ഗ്രാഫ്റ്റിങ്ങിൽ നല്ല എക്സ്പെർട്ടാണ്. ആദ്യം നമുക്ക് എക്കോ ചെയ്തു നോക്കാം. പിന്നെ ടി.എം.ടി. അത് കഴിഞ്ഞ് വേണമെങ്കിൽ ആൻജിയോഗ്രാം. ബൈ ദ ബൈ... ഞാനീയിടെ നിസാറിന്റെ എക്സ് ഗേൾ ഫ്രണ്ട് ആഞ്ജലീന ഡോറിസിനെ കണ്ടു. ഡൽഹിയിൽ വെച്ച് നടന്ന കാർഡിയോളജി ഇന്റർനാഷണൽ കോൺഫറൻസിനു പോയപ്പോൾ. ആഞ്ജലീന ഇപ്പോൾ എസ്കോർട്ട് ഹോസ്പിറ്റലിലെ കാർഡിയോളജി ചീഫാണ്. നിസാറിനെപ്പറ്റി ചോദിച്ചു."

ഡോക്ടർ മാത്യൂ തോമസ് എന്തെങ്കിലും അർത്ഥം വെച്ചാണോ പറഞ്ഞത്? നിസാർ മനസ്സിൽ ചോദിച്ചു. പഠിക്കുന്ന കാലത്ത് പുസ്തകപ്പുഴുവായിരുന്ന മാത്യൂ തോമസിനെ അവഗണിക്കുകയായിരുന്നു പതിവ്. എടുപ്പ് പണിയുന്നവൻ തള്ളിക്കളഞ്ഞ കല്ല് മൂലക്കല്ലായി മാറിയിരിക്കുന്നു...

ആഞ്ജലീന നിസാറിന്റെ കാമുകിയാണെന്ന് മെഡിക്കൽ കോളേജ് ക്യാമ്പസ് മുഴുവൻ അറിയുകയും പറയുകയും ചെയ്തിരുന്നതാണ്. വർഷങ്ങൾക്കുശേഷം ആഞ്ജലീനയെ കണ്ടു. അപ്പോൾ അവർ പൂർവ്വകാമുകനെക്കുറിച്ചു ചോദിച്ചു. അക്കാര്യം തന്നെക്കണ്ടപ്പോൾ അയാളോർമ്മിച്ചു. അത്രമാത്രം. സ്വന്തം മനസ്സിലെ ചുഴികളും മലരികളും എന്തിന് മറ്റുള്ളവരിൽ ആരോപിക്കുന്നു? അതൊരു ഫ്രോയിഡിയൻ പ്രൊജക്ഷനാണ്. അതു വേണ്ട. നിസാർ സ്വയം ശാസിച്ചു.

ആൻജിയോഗ്രാം ചെയ്തുകഴിഞ്ഞപ്പോൾ മാത്യു തോമസിന്റെ മുഖം മ്ലാനമായത് ശ്രദ്ധിച്ചു. നിസാറിന്റെ ഉള്ളിൽ ഒരു അശനിപാതമുണ്ടായി. വിറയാർന്ന സ്വരത്തിൽ നിസാർ ചോദിച്ചു: "എന്താ ബ്ലോക്കുണ്ടോ?"

"ബ്ലോക്കുണ്ട്... അതല്ല പ്രശ്നം. ഡിഫ്യൂസ് ലീഷനാണ്. ഇനോപ്പറബിളാണെന്ന് എനിക്കു തോന്നുന്നു."

ഡിഫ്യൂസ് ലീഷൻ. ഹൃദയധമനിയുടെ തുടക്കം മുതൽ ഒടുക്കം വരെയുള്ള കേട്. ബൈപ്പാസ് ഓപ്പറേഷൻ ചെയ്ത് പരിഹരിക്കാൻ പറ്റാത്ത പ്രശ്നം. ഇത് ഒരു അന്തിമവിധിയാണ്...

ഈ വിധിക്കെതിരെ അപ്പീൽ പോകാൻ മേൽക്കോടതിയില്ല. കടൽപ്പാലത്തിന്റെ അറ്റത്ത് എത്തിയിരിക്കുന്നു. നിസാറിന്റെ ഉള്ള് പിടച്ചുവെങ്കിലും പുറത്ത് കാണാതിരിക്കാൻ വെറുതെ ചിരിച്ചു.

"ഇറ്റ്സ് ആൾ റൈറ്റ് മാത്യൂ."

"നിസാറ് വിഷമിക്കാതിരി. മഹാദേവൻ ആൻജിയോഗ്രാമിന്റെ സിഡി പ്ലേ ചെയ്ത് കണ്ടിട്ട് അയാൾ തീരുമാനിക്കട്ടെ."

കാർഡിയോ വാസ്കുലാൻ സർജറി ചീഫായ ഡോക്ടർ മഹാദേവൻ ആൻജിയോഗ്രാമിന്റെ സിഡി കമ്പ്യൂട്ടറിലിട്ട് പ്ലേ ചെയ്തു കണ്ടപ്പോൾ

അറിയാതെ നിഷേധഭാവത്തിൽ തലകുലുക്കിപ്പോയി. "സോറി... നോ സ്പെയിസ് ഫോർ എ ഗ്രാഫ്റ്റ്."

മറ്റൊരു ധമനി വെച്ചുപിടിപ്പിക്കാനുള്ള ഇടമില്ല. തന്റെ ഹൃദയധമനിയുടെ തുടക്കം മുതൽ ഒടുക്കം വരെ കേടായിരിക്കുന്നു. അവസാന വിധിയും വന്നു. ഇനി മരണം കാത്ത് കഴിയണം...

മുന്നിൽ കുത്തനെയുള്ള കയറ്റമാണ്. മടിക്കാതെ, ഭയപ്പെടാതെ കയറുക തന്നെ. പർവ്വതങ്ങളിൽ നിന്ന് പർവ്വതങ്ങളിലേക്ക് നാളെ തുടങ്ങുന്ന പദയാത്രയ്ക്കൊരു മുന്നൊരുക്കമാകട്ടെ. അവൾ ഹൃദയ പിണ്ഡത്തിൽ കൈവെച്ചു തുടങ്ങി. ആഞ്ജൈന. തുടങ്ങട്ടെ അവളുടെ താണ്ഡവനടനം. വകവെയ്ക്കുകയില്ല. മുകളിലെത്തിയിട്ടേ നിൽക്കൂ. കയറ്റവും ഇറക്കവും ഉള്ള വഴികളിലൂടെ നിത്യവും നടക്കാറുള്ളതാണ്. അത് നാട്ടിലാണ്. അയ്യായിരം അടി താഴെ. ഉയരങ്ങളിൽ പ്രാണവായു കുറവാണ്. ആൻജൈന വേഗം അനുഭവപ്പെടാൻ തുടങ്ങും. അവൾ ഗാഢമായി പുൽകുകയും ചെയ്യും.

നിസാറിനെ ഒരു സംശയം ഒഴിയായി പിടികൂടി. പദയാത്ര പൂർത്തിയാക്കാനാവുമോ? വഴിയിൽ വെച്ച് ഹാർട്ടറ്റാക്കുണ്ടായാൽ വൈദ്യ സഹായം ഇല്ലാതെ... ആരുടെയും ഇടപെടലില്ലാതെ പിംഗളകേശിനി തന്നെ കൂട്ടിക്കൊണ്ടുപോകും. പോകട്ടെ.

സഹയാത്രികർ ബുദ്ധിമുട്ടും. അവർ പ്രകൃതിസ്നേഹികളല്ലേ. പ്രശ്നമായി തോന്നില്ല.

അവർക്ക് കൈനഷ്ടം വരാതിരിക്കാനുള്ള മുൻകരുതലുണ്ട്. ജഡം ആംബുലൻസിൽ മെഡിക്കൽ കോളേജിലെത്തിക്കാനാവശ്യമായ തുക കരുതിയിട്ടുണ്ട്.

മൃതശരീരം മെഡിക്കൽ കോളേജിനു മുൻകൂറായി ദാനം ചെയ്തു കഴിഞ്ഞല്ലോ.

ഡോക്ടർ നിസാർ അഹമ്മദ് പ്രതിജ്ഞയെടുക്കുന്നതു പോലെ പറഞ്ഞു: എന്തായാലും തിരിച്ചു പോകില്ല.

നടന്ന് മലമുകളിലെത്തിയപ്പോൾ നെഞ്ചിനകത്ത് ഉരുക്കിയ ഈയം പ്രവഹിക്കുന്നതിന് സമാനമായ വേദന അനുഭവപ്പെട്ടു. അത് നെഞ്ചിന്റെ ഇടതുഭാഗത്തുനിന്നും തോൾവഴി ഇടതുകൈയിലേക്ക് പ്രവഹിച്ചപ്പോൾ ശരിക്കും ഭയപ്പെട്ടു. വീണുപോകുമോ?

നടത്തം നിറുത്തി മുമ്പിൽ കണ്ട കലുങ്കിൻമേലിരുന്നു. പഴ്സ് തുറന്ന് സോർബിട്രേറ്റ് ഗുളികയെടുത്ത് പതിവിൽ നിന്ന് വ്യത്യസ്തമായി ഒരെണ്ണം മുഴുവനായിത്തന്നെ നാക്കിനടിയിൽ വെച്ചു. അപ്പോൾ മൃത്യുദേവത ഹൃദയപിണ്ഡത്തിൽ മുറുക്കിയ പിടി അയക്കാൻ തുടങ്ങി. വേദനയുടെ വേലിയിറക്കമായി.

ഭൂതകാലത്തിന്റെ അടയാളം

നിസാർ ചിന്തിച്ചു നോക്കി. ആറുമാസം മുമ്പ് താനിങ്ങനെയൊരു അവസ്ഥയിൽ എത്തുമെന്ന് ചിന്തിച്ചിട്ടുണ്ടോ? ഒരിക്കലുമില്ല. സ്വന്തം ശരീരത്തെ സ്പർശിക്കുന്നതു വരെയും രോഗങ്ങളും മരണവുമെല്ലാം അകലങ്ങളിലെ മിന്നൽ പിണരുകളാണ് എല്ലാവർക്കും. ദുരന്തങ്ങളുടെ കാര്യവും അങ്ങനെത്തന്നെ.

സഫിയ ഇങ്ങനെയൊരു തെറ്റ് ചെയ്യുമെന്ന് അതിനെക്കുറിച്ചറിയുന്നത് വരെയും ചിന്തിച്ചിരുന്നില്ലല്ലോ. നീലാകാശത്തെളിമയിൽ നിന്നുള്ള ഇടിമിന്നൽ പോലെ ആയിരുന്നല്ലോ ആ അറിവ്. എ ബോൾട്ട് ഫ്രം ദി ബ്ലൂ! അതിന്റെ ഓർമ്മകളാണിപ്പോൾ തന്നെ വേട്ടയാടുന്നത്.

മറ്റുള്ളവരുടെ അനുഭവങ്ങളെല്ലാം രസമുള്ള കഥകളാണ്. നിറമുള്ള നുണകൾ...

സ്വന്തം അനുഭവങ്ങൾ മാത്രമേ യാഥാർത്ഥ്യം ആകുന്നുള്ളൂ.

നിസാർ അദ്ഭുതത്തോടെ ഓർത്തു. എന്തുകൊണ്ടാണ് ആൻജൈന യുടെ നെഞ്ചുവേദന ഉണ്ടാകുമ്പോഴെല്ലാം സഫിയ ചെയ്ത തെറ്റിനെ ക്കുറിച്ച് ഓർമ്മവരുന്നത്? രണ്ടിനും മരണത്തിന്റെ മുഖങ്ങളുള്ളതു കൊണ്ടായിരിക്കാം. അന്നൊക്കെ താൻ മരണത്തെക്കുറിച്ച് ചിന്തിച്ചിരു ന്നല്ലോ.

ആത്മഹത്യയുടെ അഗാധഗർത്തത്തിന്റെ വക്കിലെത്തി നിന്നതായി രുന്നു. പിന്നെ ജീവിതത്തിന്റെ നിരപ്പിലേക്ക് തന്നെ തിരിച്ചു നടന്നു.

ഒരാൾ ചെയ്ത തെറ്റിനെന്തിന് മറ്റൊരാൾ ജീവനൊടുക്കുന്നു? അത് ഒരു തിരിച്ചറിവായിരുന്നു...

തിരിച്ചു വരവും.

നെഞ്ചുവേദന വിട്ടുമാറിയപ്പോൾ എഴുന്നേറ്റ് നടന്നു. ഇനി ഇറക്ക മാണ്. താഴെ, അകലത്തിൽ, തണുത്ത കാറ്റിന്റെ തലോടലിൽ പുളകം കൊണ്ട് കിടക്കുന്ന വലിയ തടാകം. കൊടൈക്കനാൽ തടാകം.

ഇറക്കം ഇറങ്ങിച്ചെന്നത് തടാകത്തിന്റെ അരഞ്ഞാണം പോലെ തടാകത്തെ ചുറ്റിക്കിടക്കുന്ന റോഡിലാണ്. ബോട്ട് ക്ലബ്ബും പരിസരവും ഉറക്കമുണർന്നിട്ടില്ല. കളിവഞ്ചികൾ കൊച്ചോളങ്ങളുമൊത്ത് തുള്ളി ക്കളിക്കുന്നു. റോഡരികിലുള്ള കുതിരലായത്തിൽ നിന്നും ഒരാൾ ഉറക്കെ വിളിച്ചു ചോദിച്ചു.

“ഹാഴ്സ് റൈഡ് വേണമാ സാർ? വൺ റൗണ്ട് ഫിഫ്റ്റി റൂപ്പീസ് വൺലി.”

നിസാറിന് ആഗ്രഹമുണ്ടായിരുന്നു കുതിരപ്പുറത്ത് കയറാൻ. കുതിരസവാരി എങ്ങനെയിരിക്കും? വേണ്ട, കുതിരസവാരി ഇപ്പോൾ

വേണ്ട. ആദ്യം തടാകത്തിനു ചുറ്റും നടക്കാം. ഉന്നതങ്ങളിലെ സമനിരപ്പായ സ്ഥലത്ത് വേഗത്തിൽ നടന്നാൽ നെഞ്ചുവേദന അനുഭവപ്പെടുമോ എന്ന് പരീക്ഷിക്കാം. പിന്നെയാകാം ഹോഴ്സ് റൈഡ തടാകക്കരയിലെ റോഡ് മനുഷ്യജീവിതം പോലെ വളഞ്ഞുപുളഞ്ഞാണ് പോകുന്നത്. ഒരു വളവിൽ നിന്ന് കാണാമറയത്തുള്ള മറ്റൊരു വളവിലേക്ക്. കുറച്ചുനേരം നടന്നപ്പോൾ പിന്നിൽ കുതിരക്കുളമ്പടി കേട്ടു. തിരിഞ്ഞു നോക്കിയപ്പോൾ കണ്ട കാഴ്ച മനസ്സിനെ ചൂണ്ടയിൽ കൊളുത്തിവലിച്ചു. ആരോ പിടിച്ചു നിർത്തിയതുപോലെ നിസാർ നിന്നുപോയി.

ഇറുകിപ്പിടിച്ച ജീൻസും ടീഷർട്ടും ധരിച്ച് കുതിരപ്പുറത്തിരുന്ന് തുള്ളിത്തുളുമ്പുന്ന മാദകത്തിടമ്പ്. അവളുടെ അഴിച്ചിട്ട തലമുടി കാറ്റിൽ പറക്കുന്നു. നഗ്നമായ കാതുകളും കഴുത്തും തുടുത്ത കവിളുകളും ടീഷർട്ടിനുള്ളിൽ തിങ്ങി നിറഞ്ഞ മുലകളും കുതിരയുടെ കുതിപ്പുകൾക്കൊത്ത് തുള്ളുന്നു. അതിരാവിലെ തടാകക്കരയിൽ കണ്ട ഏകാകിയായ പഥികനെ അവൾ കൗതുകത്തോടെ നോക്കുന്നു. അവളുടെ നോട്ടവുമായി നിസാറിന്റെ നോട്ടം ഇടഞ്ഞപ്പോൾ നിസാർ അറിയാതെ വലതുകൈ ഉയർത്തിവീശി. രണ്ട് കൈകളിലായി പിടിച്ചിരുന്ന കടിഞ്ഞാൺ ഇടതു കൈയിലാക്കി അവൾ വലതുകൈ വീശി. കുതിര നിസാറിനെ കടന്നു പോയി. കുതിരക്കാരൻ കുതിരയുടെ പിന്നാലെ ഓടുന്ന ദയനീയമായ കാഴ്ച കണ്ടപ്പോൾ നിസാറിന്റെ ആഹ്ലാദം ചോർന്നു പോയി. മാദക സുന്ദരിക്ക് വിനോദസവാരി. കുതിരക്കാരന് ജീവിതം മുന്നോട്ടു കൊണ്ടു പോകാനുള്ള നെട്ടോട്ടം. ചങ്കിൽ കുത്തി നോവിക്കുന്ന വൈരുദ്ധ്യം.

ഒരു വളവ് കഴിഞ്ഞപ്പോൾ ഭൂമിയിലെ നക്ഷത്രങ്ങൾ കുടിപാർക്കുന്ന മണിമന്ദിരങ്ങൾ കണ്ടുതുടങ്ങി. അവ നിരന്നു നിന്ന് തന്നെ പരിഹസിക്കുന്നതു പോലെ നിസാറിനു തോന്നി.

ബോളിവുഡിലെയും കോടമ്പാക്കത്തെയും നക്ഷത്രങ്ങളുടെ മാളികകൾക്കൊപ്പം കോളിവുഡിലെ ഒരു സൂപ്പർതാരത്തിന്റെ മണിമാളികയും കണ്ടു. താരഭവനങ്ങളുടെ കവാടങ്ങൾ ക്ഷേത്രകവാടങ്ങൾ പോലെ കൊത്തുപണികൾ കൊണ്ട് അലങ്കരിച്ചിരിക്കുന്നു. സ്വർണ്ണലിപികളിലാണ് നക്ഷത്രപ്പേരുകൾ. കണ്ടാൽ പേടിതോന്നുന്ന തോക്കുധാരികളായ കാവൽക്കാർ. നിസാർ ധൈര്യമവലംബിച്ച് ഒരു കാവൽക്കാരനോട് നക്ഷത്രം ബംഗ്ലാവിലുണ്ടോ എന്ന് ചോദിച്ചു. കാഴ്ചയിൽ ഭയങ്കരനാണെങ്കിലും അയാളുടെ വാക്കുകൾ മൃദുലങ്ങളായിരുന്നു. അയാൾ വളരെ സൗമ്യതയോടെയാണ് പറഞ്ഞത്.

“ഇല്ലെ സാർ. അവാറ് സീസണിലെ മട്ടും വറുവാറ്.”

ഏറിയാൽ മൂന്നുമാസം നീണ്ടു നിൽക്കുന്ന സീസണിൽ ഒന്നോ രണ്ടോ ആഴ്ചമാത്രം താമസിക്കാനായി മണിമന്ദിരങ്ങൾ പണിതുയർത്തി കാവൽക്കാരെ ഏർപ്പെടുത്തിയിരിക്കുന്നു. മറ്റൊരു വളവ് കഴിഞ്ഞപ്പോൾ

കണ്ടത് ഉന്നതരായ ഉദ്യോഗസ്ഥൻമാരുടെ ബംഗ്ലാവുകളാണ്. കംട്രോളർ ആന്റ് ഓഡിറ്റർ ജനറൽ ഓഫ് ഇന്ത്യ. ചീഫ് ജസ്റ്റിസ്...

ഏറ്റവും അവസാനത്തേതായി റിസർവ്വ് ബാങ്ക് ഗവർണ്ണറുടെ ബംഗ്ലാവ്. അത് കണ്ടപ്പോൾ രൂപയുടെ മൂല്യം കുറയ്ക്കാൻ ഇന്ത്യാഗവണ്മെന്റ് തീരുമാനമെടുത്തതിനെതിരെ പതിന്നാല് ജില്ലകളിലും ഗസറ്റഡ് ഓഫീസർമാരുടെ യോഗം വിളിച്ചുകൂട്ടി രൂപയുടെ മൂല്യശോഷണത്തിന്റെ അനന്തരഫലങ്ങളെക്കുറിച്ച് പ്രസംഗിച്ചു നടന്നത് നിസാറിന് ഓർമ്മ വന്നു. പാർട്ടിക്ലാസിൽ പഠിപ്പിച്ചത് തന്റെ സ്വതസ്സിദ്ധമായ ശൈലിയിൽ അവതരിപ്പിക്കുക മാത്രമാണ് നിസാർ ചെയ്തത്. എങ്കിലും അവതരണം കേട്ടവരെല്ലാം അഭിനന്ദിച്ചു: വളരെ നന്നായി.

കമ്മിറ്റി എടുക്കുന്ന തീരുമാനങ്ങൾ വിശദീകരിക്കാൻ ജനറൽ സെക്രട്ടറിയായിരുന്ന ഡോക്ടർ നിസാർ അഹമ്മദ് തന്നെ വരണമെന്ന് എല്ലാ ജില്ലാക്കമ്മിറ്റികളും വാശി പിടിച്ചിരുന്നത് തന്റെ സരസമായ സംഭാഷണം കേൾക്കാനാണെന്ന് നിസാറിനറിയാമായിരുന്നു. അതുകൊണ്ട് വലിയദോഷമുണ്ടായി. മറ്റു ഭാരവാഹികൾക്ക് നിസാറിനോട് അസൂയയായി. വൈസ്പ്രസിഡന്റ് ഡോക്ടർ ബാലഗോപാലിന് ജനറൽ സെക്രട്ടറി നിസാറിനെ അരച്ചു കലക്കി കുടിക്കാനുള്ള ത്വരയായിരുന്നു. ജനറൽ സെക്രട്ടറി മറ്റുള്ളവരെ അവഗണിക്കുന്നു, ഒരു സ്വേച്ഛാധിപതിയായി പെരുമാറുന്നു...

ഫ്രാക്ഷൻ യോഗങ്ങളിൽ പതിവായി പരാതി പറയുമായിരുന്നു. അനന്തരഫലമോ? കുടുംബം പോലും നോക്കാതെ രാപകലില്ലാതെ സംഘടനാപ്രവർത്തനം നടത്തിയ നിസാറിനെ തഴഞ്ഞ് ഡോക്ടർ ബാലഗോപാലിനെ പബ്ലിക്ക് സർവ്വീസ് കമ്മീഷൻ മെമ്പറാക്കി. സർവ്വീസ് സംഘടനാരംഗത്ത് പാർട്ടിക്കുവേണ്ടി പ്രവർത്തിക്കുന്ന ഒരാൾക്ക് മോഹിക്കാവുന്ന ഏറ്റവും ഉയർന്ന സ്ഥാനമാണ് പി. എസ്. സി. മെമ്പർ. പി. ബിയിലും മറ്റും വളരെ സ്വാധീനമുണ്ടെങ്കിലേ രാജ്യസഭാ മെമ്പറാകാൻ മോഹിക്കാവൂ.

ബംഗ്ലാവുകൾക്കപ്പുറത്ത് സമ്മർ റിസോർട്ടുകളുടെ നിര. പത്തും പതിനഞ്ചും നിലകളുള്ള കെട്ടിടങ്ങൾക്ക് പച്ചച്ചായമാണ് പൂശിയിരിക്കുന്നത്. റിസോർട്ട് ഉടമകൾ പ്രകൃതിസ്നേഹികളാണെന്ന് തെളിയിക്കാനാണ് കെട്ടിടങ്ങൾക്കെല്ലാം പച്ചച്ചായം പൂശിയത്. നിസാർ ഓർത്തു. അന്ന് പ്രൊമോട്ടർ സമീപിച്ചപ്പോൾ കാൽലക്ഷംരൂപ കൊടുത്തിരുന്നെങ്കിൽ താനും ഈ റിസോർട്ടിന്റെ അവകാശികളിലൊരാളാകുമായിരുന്നു.

റിസോർട്ടുകൾ കഴിഞ്ഞപ്പോൾ കുറച്ചിട വിജനത. ഓർമ്മ പുതുക്കാനെന്നോണം നിബിഡവനത്തിന്റെ ഒരു ചീന്ത്. ഒരു വളവ് തിരിഞ്ഞപ്പോൾ ഇന്ദ്രജാലക്കാരൻ ആകാശത്തുനിന്ന് ഇറക്കിവെച്ചതുപോലൊരു

താമരയുടെ ആകൃതിയിലുള്ള ഭീമാകാരമായ രമ്യഹർമ്മ്യം. അകത്തേക്ക് പോകാനും പുറത്തേക്ക് വരാനും കൊത്തുപണികളുള്ള പ്രത്യേകം കവാടങ്ങൾ. വിശാലമായ അങ്കണത്തിൽ പുൽത്തകിടിയുടെ മരതക ക്കമ്പളം വിരിച്ചതിനു നടുവിൽ ജലധാര. എന്താണിത്? ലോകത്തെങ്ങും ആശ്രമങ്ങളുള്ള ആൾദൈവത്തിന്റെ ധ്യാനകേന്ദ്രം.

തടാകം ചുറ്റി നടന്ന് ബോട്ട് ക്ലബ്ബിനടുത്തെത്തിയപ്പോൾ നഗരം പൂർണ്ണമായി ഉണർന്നു കഴി ഞ്ഞിരുന്നു. ഇനി എങ്ങോട്ട് പോകണം എന്നാലോചിച്ചുകൊണ്ട് നിന്നപ്പോഴാണ് ഭൂതകാലത്തിന്റെ മായാത്ത അടയാളം പോലെ ഒരു കഷണം ചോലവനം കൊടൈക്കനാലിലുണ്ടെന്ന് ഒരു ഇംഗ്ലീഷ് പത്രത്തിന്റെ വാരാന്ത്യപ്പതിപ്പിൽ വായിച്ച കാര്യം ഓർമ്മ വന്നത്. ബോംബെഷോലൈ എന്നാണതിന്റെ പേര്.

വിദേശികളായ യൂക്കാലിയും പൈനും കൊടൈക്കനാൽ മുഴുവൻ കൈയേറിക്കഴിഞ്ഞു. എങ്കിലും പളനിമലയുടെ ഭൂതകാലത്തെ ഓർമ്മി പ്പിച്ചുകൊണ്ട് ഒരു തുണ്ട് ചോലവനം ശേഷിച്ചതാണ് ബോംബെഷോലൈ. തട്ടുകടക്കാരനോട് ബോംബെഷോലൈയിലേക്കുള്ള വഴി ചോദിച്ചു. അയാൾ വിശദമായി വഴി പറഞ്ഞു തന്നു: “ലെഫ്റ്റിലെ തിരിഞ്ഞു പോങ്കെ. അങ്കെ ബ്രയാന്റ് പാർക്കിരുക്ക്. അത്ക്കപ്പുറം താൻ ഷോലൈ. റൈറ്റിലെ പോനാൽ അപ്പർ ഷോലൈ റോഡ്. നൂരെ പോയി ലോവർ ഷോലൈ റോഡ് വഴി തിരുമ്പി വരലാം. വൺ അവർ നടത്തം. ഗൗർ ഇരുക്ക്ങ്കെ. കാട്ടിപ്പോത്ത്. ഒണ്ണുമേ ചെയ്യാത്. ആനാലും പാത്ത് പോങ്കെ.”

ബ്രയാന്റ് പാർക്ക് കഴിഞ്ഞപ്പോൾ വലത്തോട്ട് തിരിഞ്ഞു. വൻമര ങ്ങൾ തീർത്ത ഒരു വലിയ പർണ്ണശാല പോലെയുണ്ട് ബോംബെ ഷോലൈ. കുറച്ച് ദൂരം ചെന്നപ്പോൾ വല്ലാത്ത ദുർഗ്ഗന്ധം അനുഭവപ്പെട്ടു. തലയിലെ രോമം കൊഴിഞ്ഞതുപോലെ കാട് വെളുത്തിരിക്കുന്നു. നഗരമാലിന്യങ്ങൾ കുന്നുകൂടിക്കിടക്കുന്നു. അതിന്റെ ദുർഗ്ഗന്ധമാണ് അനുഭവപ്പെട്ടത്. വഴി പറഞ്ഞു തന്ന ആൾ സൂചിപ്പിച്ച കാട്ടുപോത്തിനെ എവിടെയും കണ്ടില്ല. ലോവർ ഷോലൈ റോഡുവഴി നടന്ന് തിരിച്ച് ബോട്ട് ക്ലബ്ബിനടുത്തെത്തിയപ്പോൾ ഉച്ചയായി. ഉച്ചവെയിലിനും കുളിർമ്മ തന്നെ.

നാലു ചുറ്റും പനയോല കൊണ്ട് മറച്ച് ഹോട്ടലാക്കിയ തട്ടുകടയിൽ നിന്നും ഊണു കഴിച്ചു. സീസൺ കഴിഞ്ഞതുകൊണ്ടാണ് ആളുകൾ കുറവായതെന്ന് ഹോട്ടലുടമ പറഞ്ഞു. സീസണിൽ ഇവിടന്ന് ഊണ് കഴിക്കാൻ ആളുകൾ ക്യൂ നിൽക്കുമത്രേ. ഹോട്ടൽ പുറമേയ്ക്ക് കാണുന്നത് പോലെ മോശമല്ലായിരുന്നു. ഊണ് നന്നായിരുന്നു. സ്വാദുള്ള വെജിറ്റേറിയൻ ശാപ്പാട്.

ഊണു കഴിഞ്ഞ ഉടനെ നിസാർ ഹോട്ടൽ മുറിയിൽ പോയി കമ്പിളികൊണ്ട് മുടിപ്പുതച്ച് കിടന്നു. അധികം താമസിയാതെ സുഷുപ്തിയിലേക്ക് വഴുതിയിറങ്ങി.

അതിർത്തിയിലെ ഇലന്തമരം

ഉച്ചയുറക്കത്തിൽ നിന്നുണർന്നപ്പോൾ മണി മൂന്ന്. പുറത്തിറങ്ങി നോക്കിയപ്പോൾ അഞ്ച് മണി ആയതുപോലെ തോന്നി. പുറത്തേക്കിറങ്ങിയപ്പോൾ ഹോട്ടൽക്കാരന്റെ മുന്നറിയിപ്പ്: "കോട മൂടിക്കഴിഞ്ഞാൽ തണുപ്പ് കൂടും. സ്വെറ്റർ ഇടുന്നതാണ് നല്ലത്."

മുറിയിൽ തിരിച്ചുപോയി സ്വെറ്റർ എടുത്തിട്ട് നടത്തം ആരംഭിച്ചു. ഇത്തവണ കൂടുതൽ വേഗത്തിൽ കുത്തനെയുള്ള കയറ്റം കയറി. സോർബിട്രേറ്റ് നാക്കിനടിയിൽ വെക്കേണ്ടി വന്നെങ്കിലും കലുങ്കിൽ ഇരിക്കേണ്ടിവന്നില്ല. മനുഷ്യന്റെ ജീവിതാസക്തിക്കുമുമ്പിൽ കീഴടങ്ങാത്ത രോഗമില്ല. ഡോക്ടർ നിസാർ ഇക്കാര്യം തന്റെ അടുക്കൽ ചികിത്സയ്ക്ക് വരുന്ന എല്ലാ രോഗികളോടും പറയാറുണ്ട്.

കയറ്റം കയറി മുകളിലെത്തിയപ്പോൾ തടാകതീരത്തേക്കിറങ്ങാതെ കോക്കേഴ്സ് വാക്ക് എന്ന് കൈചൂണ്ടിപ്പലക കാണിച്ച ദിക്കിലേക്ക് നടന്നു. അല്പദൂരം നടന്നപ്പോൾ ചെന്നെത്തിയത് കീഴ്ക്കാം തൂക്കായ മഹാമേരുവിന്റെ പാർശ്വത്തിലെ പാറയിൽ മനുഷ്യൻ കൊത്തിയുണ്ടാക്കിയ ഇടുങ്ങിയ നടപ്പാതയുടെ തുടക്കത്തിലാണ്. വൻമതിൽപോലെ ചെങ്കുത്തായി നിൽക്കുന്ന പാറയുടെ പള്ളയിൽ കോക്കർ സായിപ്പ് വെട്ടിയുണ്ടാക്കിച്ച നടപ്പാതയാണ് കോക്കേഴ്സ് വാക്ക്. അരയോളം പൊക്കമുള്ള ഇരുമ്പുതൂണുകൾ അടുപ്പിച്ച് നിറുത്തി ചങ്ങല കൊണ്ട് ബന്ധിച്ചുണ്ടാക്കിയ കൈവരിയുള്ളതുകൊണ്ട് അഗാധമായ കൊക്കയിലേക്ക് വീണുപോകാതെ പിടിച്ചു നടക്കാം.

കൈവരി പിടിച്ചു നടക്കുമ്പോൾ കോക്കേഴ്സ് വാക്ക് ആത്മഹത്യ ചെയ്യാൻ അനുയോജ്യമായ സ്ഥാനമാണെന്ന് നിസാറിനു തോന്നി. മരണത്തിനും ജീവിതത്തിനും ഇടയ്ക്കുള്ള അതിർത്തിയായി നിൽക്കുന്ന കൈവരിക്ക് കുറച്ചുകൂടി പൊക്കം വേണ്ടിയിരുന്നു. ചിലപ്പോൾ മരണക്കയത്തിലേക്ക് ചാടാൻ തടസ്സമായി നിൽക്കുന്ന കൈവരി ജീവിതത്തിലേക്ക് തിരിച്ചു നടക്കാൻ പ്രേരിപ്പിച്ചേക്കാം. താൻ അങ്ങനെയാണല്ലോ ജീവിതത്തിലേയ്ക്ക് തിരിച്ചു പോന്നത്. നിതാന്തമായ നിദ്രയിലേക്ക് നയിക്കുന്ന ഗുളിക പല കടകളിലും ചോദിച്ചിട്ട് കിട്ടിയില്ല. സ്റ്റോക്കില്ലായിരുന്നു. താല്ക്കാലികമായ അഭാവം. മരുന്നുകമ്പനി മാർജിൻ കൂട്ടിക്കൊടുക്കാത്തതിൽ പ്രതിഷേധിച്ച് വിതരണക്കാർ മരുന്നെടുക്കാത്തതു കൊണ്ടായിരുന്നു കിട്ടാതെ വന്നത്. അല്ലായിരുന്നെങ്കിൽ...

ഇടത്തോട്ട് നോക്കുമ്പോൾ കാഴ്ചയ്ക്കെത്താൻ കഴിയാത്ത ഉത്തുംഗത. വലത്ത് നോക്കെത്താത്ത അത്യഗാധത. ചക്രവാളം വരെയും നോട്ടമെത്തുന്നു. താഴെ എന്തെന്ന് കാണാനാവുന്നില്ല.

ഒരു മൈതാനത്ത് ആളുകൾ തടിച്ചുകൂടി നിൽക്കുന്നതുപോലെ ഗിരിശൃംഗങ്ങൾ. ഗിരിശൃംഗങ്ങളെ സാക്ഷിനിറുത്തിക്കൊണ്ട് കൊക്കയിലേക്ക് എടുത്തു ചാടിയാൽ...

തന്റെ ഉള്ളിലിരുന്ന് ഒരാൾ പറയുന്നതുപോലെ നിസാറിനു തോന്നി. മുന്നോട്ടു നടക്കൂ. ഇപ്പോൾ ജീവിതം മുമ്പിലുണ്ട്.
ദുഃഖങ്ങളുണ്ടെങ്കിലും ജീവിക്കുന്നത് ആനന്ദമാണ്.

ആൻജെനയും പിംഗളകേശിനിയും കൂടെയുണ്ടെങ്കിലും ആനന്ദത്തോടെ ജിവിക്കാം. സഹ്യനിലെ പദയാത്ര കഴിഞ്ഞാലുടനെ മറ്റൊരു യാത്ര തുടങ്ങണം. ഒരു ദീർഘയാത്ര. റാഞ്ചി ആൾ ഇന്ത്യാ ഇൻസ്റ്റിറ്റ്യൂട്ടിൽ സൈക്യാട്രി പഠിക്കുമ്പോൾ മനസ്സിൽ തോന്നിയതാണ് ഇന്ത്യയുടെ വടക്കുകിഴക്കൻ പ്രദേശങ്ങളിൽ സഞ്ചിച്ച് അകലങ്ങളിലെ മനുഷ്യരെ കാണാൻ പോകണമെന്ന്. എന്നിട്ട് *അകലങ്ങളിലെ മനുഷ്യർ* എന്ന പേരിൽത്തന്നെ യാത്രാവിവരണം എഴുതണമെന്ന്. ഇതു വരെ കഴിഞ്ഞില്ല. ഈ പദയാത്ര കഴിഞ്ഞാലുടനെ ആ ദീർഘയാത്ര തുടങ്ങണം.

കൈവരിയിൽ പിടിച്ചു ചക്രവാളസീമയിലേക്ക് നോക്കി നിന്നപ്പോൾ നിസാറിനെ പതിവുള്ള അസുഖം പിടികൂടി. അക്രോഫോബിയ. ഫിയർ ഓഫ് ഹൈറ്റ്സ്. ഉയരത്തിൽ നിൽക്കുമ്പോഴുള്ള ആതുരമായ ഭയം. വീണുപോകാതിരിക്കാൻ കൈവരിയിൽ പിടിച്ചുനിന്നുകൊണ്ട് നിസാർ കണ്ണടച്ചു. ഇടയ്ക്കിടെ കാണാറുള്ള പറക്കുന്ന സ്വപ്നത്തെക്കുറിച്ചോർത്തു. പറക്കുന്നത് നല്ല രസമുള്ള കാര്യമാണ്. താൻ പറക്കുകയാണെന്ന് നിസാറിന് തോന്നി. വൻമലകൾ തലകൾ മാത്രം പുറത്താക്കി മേഘപ്പുതപ്പ് പുതച്ച് കിടന്നുറങ്ങുകയാണ്.

ഏതോ പെണ്ണിന്റെ അരയിൽ നിന്നും അഴിഞ്ഞുവീണ വെള്ളിയരഞ്ഞാണം പോലെ ഒരു നദി മലനിരകൾക്കിടയിൽക്കൂടി തിളക്കത്തോടെ സർപ്പത്തെപ്പോലെ വളഞ്ഞുപുളഞ്ഞൊഴുകുന്നു. അകലെ ചക്രവാളസീമയിൽ ഒരു വൻവൃക്ഷം നിൽക്കുന്നു. അത് തന്നെയല്ലേ സിദറത്തുൽ മുന്തഹാ? അതിർത്തിയിലെ ഇലന്തമരം. ആയുസ്സിന്റെ വൃക്ഷമാണ്. സ്വർഗ്ഗത്തിനും ഭൂമിക്കും ഇടയ്ക്കുള്ള അതിർത്തിയിലെ ഇലന്തമരത്തിന്റെ ഒരില ഭൂമിയിലെ ഒരു മനുഷ്യന്റെ ജീവനാണ്. ഒരില കൊഴിഞ്ഞാൽ ഒരു പ്രാണൻ നഷ്ടപ്പെടും.

കുട്ടിക്കാലത്ത് ഖുർആൻ ഓതാൻ പോയിരുന്ന ഓത്തുപള്ളിയിലെ കുഞ്ഞീൻ മൊല്ലാക്കയുടെ ശബ്ദം നിസാർ വ്യക്തമായി കേട്ടു.

“സിദറത്തുൽ മുന്തഹാ. അർത്ഥം പറയെടാ.”

പത്തിരുപത് ചെറുകണ്ഠങ്ങളിൽനിന്നും പ്രവഹിച്ച നേർത്ത ശബ്ദങ്ങൾ കൂടിച്ചേർന്ന് ഒരു വലിയ ശബ്ദപ്രവാഹമായി.

“അതിർത്തിയിലെ ഇലന്തമരം.”

"അതെന്തിന്റെ മരമാണ്?"

"മനുഷ്യരുടെ റൂഹിന്റെ മരം."

"മനുഷ്യരുടെ റൂഹ് എവിടെയാണ്?"

"അതിർത്തിയിലെ ഇലന്തമരത്തിന്റെ ഇലകളിൽ."

"മലക്ക് വന്നട്ട് ഒരു റൂഹിനെ പിടിക്കുമ്പോൾ എന്തുണ്ടാകും?"

"ഒരില കൊഴിയും."

"ഞമ്മടെ മുത്തുനബി റസൂലുല്ലാഹി സല്ലല്ലാഹു അലൈവസല്ലം തിരുമേനി അതിർത്തിയിലെ ഇലന്തമരത്തിനടുത്ത് ആര് നിക്കണതാണ് കണ്ടത്?"

"റബ്ബിൽ ആലമീനായ തമ്പുരാന്റെ മലക്ക് ജിബിരീലിനെ കണ്ടു."

തലകറക്കം നിന്നപ്പോൾ നിസാർ കണ്ണു തുറന്ന് നടത്തം തുടർന്നു. മഹാമേരുവിന് അരഞ്ഞാണമായി വെട്ടിയുണ്ടാക്കിയ നടപ്പാത പടിഞ്ഞാറെ അറ്റത്ത് തടാകത്തിലേക്ക് പോകുന്ന റോഡിൽ ചേർന്നു. നിസാർ വീണ്ടും തടാകക്കരയിലെത്തി.

കുതിരസവാരി ചെയ്യണമെന്നുണ്ടായിരുന്നു. പക്ഷേ കുതിരക്കാരനെ കണ്ടില്ല. ബോട്ട് ക്ലബ്ബിനടുത്ത് സൈക്കിൾ വാടകയ്ക്ക് കൊടുക്കുന്നുണ്ടായിരുന്നു. തടാകത്തിനു ചുറ്റും സൈക്കിൾ സവാരി ചെയ്യാം. ഒരുപാടു കാലമായല്ലോ സൈക്കിൾ ചവിട്ടിയിട്ട്. നാട്ടിൽ സൈക്കിൾ ചവിട്ടാൻ പറ്റില്ല. ഡോക്ടർ സൈക്കിൾ ചവിട്ടുകയോ എന്ന ചോദ്യവുമായി പരിചയമുള്ളവരെല്ലാം ആക്രമിക്കാൻ വരും. നിരപ്പിലാണെങ്കിൽ സൈക്കിൾ സവാരിക്ക് നടത്തത്തേക്കാൾ ആയാസം കുറവാണ്. തടാകതീരത്തെ റോഡിന് കയറ്റിറക്കങ്ങളില്ലാത്തതുകൊണ്ട് സൈക്കിൾ ചവിട്ടിയപ്പോൾ നെഞ്ചുവേദന തീരെ അനുഭവപ്പെട്ടില്ല. സൈക്കിൾ സവാരി കഴിഞ്ഞപ്പോൾ മണി അഞ്ചര. ഇരുട്ടുന്നതുവരെ തടാക തീരത്തെ ബഞ്ചിലിരിക്കാമെന്ന് കരുതി. ഇരുന്ന് അല്പം കഴിയുന്നതിനു മുമ്പ് തടാകത്തിന്റെ മറുകരയിൽ നിന്ന് മൂടൽമഞ്ഞ് ദൈവപുത്രനെ അനുകരിച്ചുകൊണ്ട് വെള്ളത്തിനു മീതെ നടന്നുവരുന്നത് കണ്ടു.

ആ കാഴ്ച കണ്ടുനിൽക്കേ പെട്ടെന്ന് എല്ലായിടത്തും കോട നിറഞ്ഞു. ഒരടിക്കപ്പുറം മുന്നിലുള്ളതൊന്നും കാണാൻ കഴിയാത്തത്ര കനത്ത മൂടൽമഞ്ഞ്. ഹോട്ടൽക്കാരൻ പറഞ്ഞത് ശരിയാണ്. തണുപ്പ് മജ്ജവരെ എത്തുന്നു. സ്വെറ്റർ എടുത്തില്ലായിരുന്നെങ്കിൽ...

നിസാർ മൂടൽമഞ്ഞിലൂടെ നഗരമദ്ധ്യത്തെ ലക്ഷ്യം വെച്ച് കയറ്റം കയറാൻ തുടങ്ങി. നഗരം ഒരു ശ്മശാനം പോലെ വിജനമായി. ഇരുട്ട് വലിയൊരു കമ്പളമായി നഗരത്തെ മൂടി. കടകൾ തുറന്നിരുന്നെങ്കിലും ഉടമകളൊഴികെ മറ്റാരുമില്ല. റോഡിലും ആരുമില്ല. മൂടൽമഞ്ഞ് വന്നതോടെ എല്ലാവരും എത്ര പെട്ടെന്നാണ് താവളങ്ങളിലേക്ക്

പിൻവാങ്ങിയത്. തെരുവു വിളക്കുകൾ മൂടൽ മഞ്ഞിന്റെ ആക്രമണത്തിൽ വിളറി വെളുത്തു.

മുക്കവലയിലെത്തിയപ്പോൾ പഞ്ചാബിധാബ മാടിവിളിച്ചു. പഞ്ചാബി ധാബയിലെ തന്തൂരി ചിക്കനും തന്തൂരി റോഡിയും ഹൃദ്യമാണ്. റാഞ്ചിയിൽ പഠിക്കുമ്പോൾ പതിവായി പഞ്ചാബി ധാബയിൽ പോകുമായിരുന്നു. ധാബയിൽ മദ്യവും കിട്ടും. മദ്യം ഹൃദ്രോഗികൾക്ക് നല്ലതല്ലേ എന്ന് ചോദിച്ചപ്പോൾ ഡോക്ടർ മാത്യു തോമസ് പറഞ്ഞു: "അതെല്ലാം മദ്യലോപിയുടെ ക്യാമ്പെയിനാണ്. അമേരിക്കയിലെ ഫുഡ് ആന്റ് ന്യൂട്രിഷൻ റിസർച്ചിന് അവർ ശരിക്കും പണം കൊടുത്തിട്ടാണ് റിസർച്ച് ഡേറ്റ തയ്യാറാക്കിച്ചത്. എന്നാലും നിസാറിനു വേണമെങ്കിൽ ഒന്നോ ഒന്നരയോ പെഗ്ഗ് ഇടയ്ക്കൊക്കെ കുടിക്കാം. കുഴപ്പമൊന്നുമില്ല. രണ്ടിൽ കൂടരുത്."

നിസാർ നിത്യവും മദ്യം കഴിക്കാറില്ല. വല്ലപ്പോഴുമൊരിക്കൽ അദമ്യമായ ആഗ്രഹം തോന്നും. ക്രേവിംഗ്. അപ്പോൾ മാത്രം ഒന്നര അല്ലെങ്കിൽ രണ്ട്... സഫിയ ഒരിക്കലും എതിരു പറഞ്ഞിട്ടില്ല. കുറച്ചാണെങ്കിൽ രസമാണെന്നും അധികമായാൽ തന്റെ പതംവരുമെന്നുമാണ് സഫിയ പറയാറ്.

തന്തൂരി ചിക്കനും ചപ്പാത്തിക്കും പറഞ്ഞത് കുറിച്ചെടുത്തിട്ട് വെയിറ്റർ കാത്തു നിൽക്കുകയാണ്. ഒരു എയിറ്റ് പി. എം. എന്നുകൂടി പറഞ്ഞപ്പോൾ വെയിറ്റർ തലകുലുക്കി സ്ഥലം വിട്ടു. നിസാർ മദ്യം ഒറ്റവലിക്ക് കുടിക്കുകയാണ് പതിവ്. ഒന്നു കഴിഞ്ഞപ്പോൾ ഒന്നു കൂടി പറഞ്ഞു. അതും കഴിഞ്ഞപ്പോൾ ബസ് എന്നു പറഞ്ഞു.

മദ്യലഹരിയിൽ തന്തൂരിക്കോഴിയേയും കാത്തിരിക്കുമ്പോൾ രാവിലെ കണ്ട കുതിരസവാരിക്കാരി അതികായനായ ഒരു സർദാർജിയുടെ കൂടെ ധാബയിലേക്ക് വരുന്നത് കണ്ടു. സുന്ദരി കുതിരപ്പുറത്തിരിക്കുമ്പോൾ മാത്രമല്ല നടക്കുമ്പോഴും മുലകളും നിതംബവും തുള്ളിത്തുളുമ്പുന്നുണ്ടായിരുന്നു. അവർ രണ്ടുപേരും കൂടി ഒരു മൂലയിൽ പോയി സ്ഥാനം പിടിച്ചു. അവർ ഭാര്യാഭർത്താക്കൻമാർ ആയിരിക്കും. കൊടൈക്കനാലിൽ മദനോത്സവം ഘോഷിക്കാൻ വന്നതായിരിക്കും. അപ്പോഴാണ് നിസാറിന് പെട്ടെന്ന് തോന്നിയത്. താൻ ഏകാകിയായി ജീവിക്കാൻ തുടങ്ങിയിട്ട് അനേകം വർഷങ്ങളായല്ലോ എന്ന്. ഒരു പെണ്ണിന്റെ സാമീപ്യം അനുഭവിക്കാതെ എങ്ങനെ ഇത്രയുംകാലം ജീവിച്ചു?

ആഞ്ജലീനാ, നീയെവിടെയാണിപ്പോൾ? അവൾ വിവാഹിതയല്ലെന്നാണ് കേട്ടത്. എന്തുകൊണ്ടായിരിക്കും അവൾ അവിവാഹിതയായി കഴിയുന്നത്? താൻ കാണിച്ച വഞ്ചനയിൽ മനം നൊന്തിട്ടോ?

ആഞ്ജലീനയ്ക്ക് വേണ്ടി സഫിയ തന്നോട് പകരം വീട്ടിയതാണോ? റഷീദുമായുള്ള ബന്ധത്തിനു സഫിയയല്ല മുൻകൈയെടുത്തതെന്ന് അവൾ പറഞ്ഞത് സത്യമാണോ? എല്ലാം അവളെക്കൊണ്ട് തുറന്നു പറയിച്ചതാണല്ലോ.

“അവനെ കണ്ടപ്പോൾ നിനക്ക് അവനോട് ഇഷ്ടം തോന്നിയിരുന്നോ?”

“ആദ്യമൊന്നും തോന്നിയില്ല.”

“അവൻ നിന്നെ ആഗ്രഹിച്ചിരുന്നോ? നീ എപ്പോഴെങ്കിലും അക്കാര്യം അവനോട് ചോദിച്ചിട്ടുണ്ടോ?”

“ഉണ്ട്.”

“എന്താണ് ചോദിച്ചത്?”

“എന്നോട് എപ്പോൾ മുതലാണ് ഇഷ്ടം തോന്നിത്തുടങ്ങിയതെന്ന്.”

“അപ്പോൾ അവൻ എന്തു പറഞ്ഞു?”

“ആദ്യം കണ്ടപ്പോൾ മുതൽ താല്പര്യം തോന്നിയെന്ന്.”

“നിനക്ക് വല്ല സൂചനയും കിട്ടിയിരുന്നോ?”

“എന്നെ എപ്പോഴും ശ്രദ്ധിക്കുന്നുണ്ടെന്ന് എനിക്ക് തോന്നിയിരുന്നു.”

“എവിടം മുതലാണ് നിങ്ങളുടെ പരസ്പരമുള്ള ഇഷ്ടം പ്രകടിപ്പിച്ചു തുടങ്ങിയത്?”

സഫിയ അക്കഥയും വിവരിച്ചു.

സഫിയ വനിതാസംഘടനയിൽ പ്രവർത്തിക്കാൻ തുടങ്ങിയ കാലമായിരുന്നു. നിസാർ തന്നെയാണ് വനിതാസംഘടനയിൽ പ്രവർത്തിക്കാൻ സഫിയയെ നിർബ്ബന്ധിച്ചത്. നിസാറിനൊരു ലക്ഷ്യമുണ്ടായിരുന്നു. പല പാർട്ടിനേതാക്കളും സ്വന്തം ഭാര്യയെയും മക്കളെയും പാർട്ടിയോട് അടുപ്പിക്കാൻ യാതൊരു ശ്രമവും നടത്താതിരിക്കുമ്പോൾ താനിതാ തന്റെ ഭാര്യയെ, അതും ജൻമികുടുംബത്തിൽ ജനിച്ചു വളർന്ന ഒരു വനിതയെ പാർട്ടിയുടെ മഹിളാസംഘടനയിൽ ചേർത്തിരിക്കുന്നു എന്ന് പറയാൻ കഴിയണം. പാർട്ടി തന്നെ വിലയിരുത്തുമ്പോൾ അക്കാര്യം പരിഗണിക്കാതിരിക്കാൻ കഴിയില്ല...

ഒരു ദിവസം ഉച്ചയ്ക്കു ശേഷം വനിതാക്കമ്മിറ്റി കൂടാൻ പാർട്ടിയുടെ പൊറ്റമ്മൽ ലോക്കൽ കമ്മിറ്റി ഓഫീസിൽ സഫിയ എത്തി. രണ്ട് വനിതാ സഖാക്കളേ എത്തിയിരുന്നുള്ളൂ. സഹായത്തിനായി യുവജനസംഘടനയുടെ പ്രതിനിധിയായി റഷീദ് അവിടെയുണ്ടായിരുന്നു. സഫിയ കയറി വരുന്നത് കണ്ടപ്പോൾ റഷീദ് പറഞ്ഞു: “ഞാൻ നിങ്ങക്ക് ഓരോ ചായ വാങ്ങിക്കൊണ്ടരാം.”

അല്പനേരം കഴിഞ്ഞ് റഷീദ് ചായയുമായി വന്നു. മൂന്നുപേർക്കും ഉള്ള ചായ മേശപ്പുറത്ത് വെച്ചിട്ട് റഷീദ് സഫിയ ഇരുന്നതിന്റെ നേരെ എതിരെ ഇരുന്നു. ആർക്കും അസ്വാഭാവികമായി ഒന്നും തോന്നിയില്ല. സഫിയ അയൽക്കാരൻ കൂടിയായ റഷീദിനോട് ചോദിച്ചു: “റഷീദിനു ചായ വേണ്ടേ?”

"ഞാൻ കുടിച്ചു."

സഫിയ ചായ കുടിക്കുന്നതിനിടയിൽ മേശയുടെ അടിയിൽക്കൂടി റഷീദ് കാലു കൊണ്ട് സഫിയയുടെ കാലുകളെ സ്പർശിച്ചു. അതിനെക്കുറിച്ച് സഫിയ പറഞ്ഞ വാക്കുകൾ ചെവിയിൽ മുഴങ്ങുന്നതായി നിസാറിനു തോന്നി.

"നിസാർക്കാ... അപ്പോൾ എന്റെ ശരീരത്തിൽക്കൂടി ഒരു കറന്റ് പായുന്നതുപോലെ എനിക്ക് തോന്നി. ഒന്നും മിണ്ടാനാകാതെ ഞാൻ സ്തംഭിച്ചിരുന്നുപോയി."

അപ്പോൾ അതായിരുന്നു അവന്റെ തുടക്കം!

റഷീദ് സഫിയയെ ഉപേക്ഷിച്ചെന്നാണ് കേട്ടത്. അവനിപ്പോൾ ഗൾഫിലാണെന്നും സഫിയയെ അന്വേഷിക്കാറില്ലെന്നും അറിഞ്ഞു. എന്തായാലും തന്റെ മകൾ അവളുടെ ഉമ്മയുടെ കൂടെപ്പോയെങ്കിലും രക്ഷപ്പെട്ടല്ലോ. അവൾ പഠിച്ച് ഒരു ജോലി സമ്പാദിച്ചു. മകളുടെ പഠിത്തം കഴിഞ്ഞ് ജോലിയില്ലാതെ നിൽക്കുന്ന കാര്യം പാർട്ടിസെക്രട്ടറിയോടു പറഞ്ഞപ്പോൾ വ്യവസായ മന്ത്രിയോടുപറയാമെന്ന് സമ്മതിച്ചു. അങ്ങനെയാണ് റിപ്രോഗ്രാഫിക്ക് സെന്ററിൽ ഓഫീസ് അസിസ്റ്റന്റിന്റെ ജോലി റസിയയ്ക്ക് കിട്ടിയത്. ജോലി കിട്ടിയ ഉടനെ തന്നെ അവളുടെ വിവാഹവും നടത്തിക്കൊടുത്തു. അവളുടെ കൂടെ പഠിച്ചിരുന്ന സജീവുമായി അവൾ സ്നേഹത്തിലായിരുന്നു. താൻ ഒരു വീഴ്ചയും വരുത്തിയിട്ടില്ല. അവർ കൂടെ ജീവിക്കാൻ തയ്യാറാകാതിരുന്നത് അവരുടെ കാര്യം...നിസാർ ചിന്തിച്ചു നോക്കി. സഫിയയെ തന്റെ ജീവിതത്തിലേക്ക് തന്നെ തിരിച്ചു വിളിക്കണോ? അതോ ആഞ്ജലീനയോടു മാപ്പ് പറഞ്ഞ് പുതിയൊരു ജീവിതം തുടങ്ങിയാലോ?

പലവട്ടം ആലോചിച്ചതാണ്.

ഒന്നു ഡെൽഹിവരെ പോയാലെന്താ? അവൾ എസ്കോർട്ട് ഹോസ്പിറ്റലിലെ ചീഫ് കാർഡിയോളജിസ്റ്റാണല്ലോ. ഇപ്പോൾ തനിക്ക് അവളെ കാണാനുള്ള കാരണമുണ്ട്...

താനൊരു ഹൃദ്രോഗിയാണ്. ബൈപാസ്സ് ഓപറേഷൻ സാദ്ധ്യമല്ലെന്നാണ് ആൻജിയോഗ്രാം ചെയ്ത ഡോക്ടർ മഹാദേവൻ പറഞ്ഞത്. എസ്കോർട്ട് ഹോസ്പിറ്റലിൽ പോയി ആഞ്ജലീനയെ അഭയം പ്രാപിച്ചാലോ?

സഫിയ ഇപ്പോൾ തന്റെ അടുക്കൽ വന്ന് "എനിക്ക് തെറ്റുപറ്റി, ക്ഷമിക്കണം എന്നു പറഞ്ഞാൽ..."

മദ്യത്തിന്റെ ലഹരിയിൽ നിസാറിന്റെ ചിന്തകൾ മഴപ്പാറ്റകളെപ്പോലെ തലങ്ങും വിലങ്ങും ചിതറിപ്പറക്കാൻ തുടങ്ങി...

പ്രകൃതിസ്നേഹികൾ

രാവിലെ എട്ടു മണിക്ക് ഡോക്ടർ നിസാർ മുറി ഒഴിഞ്ഞുകൊടുത്തു. ഹോട്ടൽക്കാരന്റെ മുഖത്ത് നൈരാശ്യം നിഴലിച്ചു. "കൊടൈക്കനാലിൽ വരുന്നവര് രണ്ടും മൂന്നും ദെവസമൊക്കെ തങ്ങാറുണ്ട്."

"ഞാൻ സത്യത്തിൽ കൊടൈക്കനാൽ കാണാൻ വന്നതല്ല. കുറിഞ്ഞിസംരക്ഷണസമിതിയുടെ പദയാത്രയിൽ ചേരാൻ വന്നതാണ്. ഇന്ന് രാവിലെ എട്ടു മണിക്ക് ബോട്ട് ക്ലബ്ബിനടുത്തെത്താനാണ് പറഞ്ഞിരിക്കുന്നത്."

"ശരി. ശരി. ഞാൻ പറഞ്ഞെന്നേയുള്ളൂ. എങ്ങോട്ടാണ് പദയാത്ര പോകുന്നത്?"

"കൊടൈക്കനാലിൽ നിന്ന് മൂന്നാറിലേക്ക്."

"മൂന്നാറിലെത്താൻ എത്ര ദെവസമെടുക്കും?"

"മൂന്നു ദിവസം."

"ഈ പദയാത്രേം പടയോട്ടോം ഒക്കെ നടത്തീട്ടെന്താ കാര്യം? പത്തും പതിനഞ്ചും നെല കെട്ടിടങ്ങളാണ് ഉയരുന്നത്. മലകൾ ഇടിച്ചുകൊണ്ടേയിരിക്കുന്നു..."

പ്രകൃതിസ്നേഹികളുടെ പ്രവർത്തനങ്ങൾ നിഷ്ഫലങ്ങളാകുന്നതിലെ നൈരാശ്യം പ്രകടിപ്പിച്ചതായിരിക്കുമെന്ന് നിനച്ച് നിസാർ ഒന്നും പറഞ്ഞില്ല. റോഡിലേക്കിറങ്ങിയപ്പോൾ തണുപ്പ് അസ്ഥിക്കുള്ളിലെ മജ്ജയിൽ സ്പർശിച്ചു. തണുപ്പ് കൂടുതലായയതുകൊണ്ടോ തലേ ദിവസം രണ്ടു പ്രാവശ്യം കയറിയതുകൊണ്ടോ രാവിലെ കയറ്റം കയറിയപ്പോൾ നെഞ്ചുവേദന തലേദിവസം കടുത്തതുപോലെ കടുത്തില്ല.

ബോട്ട്ക്ലബ്ബിനടുത്ത് തടാകക്കരയിലെ ബെഞ്ചിൽ വെളുത്ത് മെലിഞ്ഞ ഒരു ചെറുപ്പക്കാരൻ ഇരിക്കുന്നുണ്ടായിരുന്നു. അരികിൽ വെച്ചിരുന്ന ട്രെക്കിംഗ് കിറ്റ് കണ്ടപ്പോൾ പദയാത്രയിൽ പങ്കെടുക്കാൻ വന്ന ആളായിരിക്കുമെന്ന് നിസാർ ഊഹിച്ചു. ബെഞ്ചിന്റെ മറ്റേത്തലക്കൽ ഇരുന്നിട്ട് ചെറുപ്പക്കാരനെ നോക്കി. അയാൾ ചിരിച്ചു. നിസാറും പുഞ്ചിരിച്ചു.

കാക്കി നിക്കറും വെള്ള ബനിയനും ധരിച്ച കുള്ളനായ കറുമ്പൻ തടാകതീരത്ത് മണികൾ തിന്ന് ഉപേക്ഷിക്കപ്പെട്ട ചോളത്തണ്ടുകളും ചപ്പും ചവറും പെറുക്കി അവിടവിടെയായി കൂട്ടിയിട്ടുകൊണ്ട് സാവധാനം മുന്നോട്ടു നീങ്ങുന്നുണ്ടായിരുന്നു. അയാൾക്ക് പിന്നാലെ മയിൽ പീലിവിടർത്തിയതുപോലെയുള്ള ചൂലുകൊണ്ട് തടാകതീരത്തുള്ള ചവറുകൾ തൂത്തുകൂട്ടിക്കൊണ്ട് തമിഴത്തിയും മുന്നേറിക്കൊണ്ടിരുന്നു. നെറ്റിയിൽ കുങ്കുമപ്പൊട്ടു തൊട്ട് നീല സാരിയും വെള്ള ബ്ലൗസും ധരിച്ച്

മാദകത്വമുള്ള അവരുടെ കറുപ്പിന്റെ ചന്തം കണ്ണുകൾ നിറയെ കണ്ടോളൂ എന്ന് പറയുന്നതുപോലെ തോന്നി. റേഡിയോയിലെ വയലും വീടും പരിപാടിയിൽ പതിവായി കേൾക്കാറുള്ള നാടൻപാട്ട് ഓർമ്മ വന്നു.

"ചന്ദനപ്പൊട്ടിന്റെ പെണ്ണേ, വട്ടം കുറഞ്ഞാലും

ചന്തത്തിനൊട്ടും കുറവില്ല പെണ്ണേ, ചന്തത്തിപ്പൂമയിലേ"

നിന്നെക്കിടത്താനായി ചന്ദനക്കട്ടിലുണ്ട് പെണ്ണേ...

"പദയാത്രയിൽ പങ്കെടുക്കാൻ എത്തിയതാണോ?" ചെറുപ്പക്കാരൻ നിസാറിനോട് ചോദിച്ചു.

"അതെ. നിങ്ങളോ?"

"ഞാനും അതിനാണ് വന്നത്."

"വേറെ ആരെയും കാണുന്നില്ലല്ലോ."

"എത്തും. ഒമ്പത് മണിയാവുമ്പളക്ക് എല്ലാരുമെത്തും."

സ്വയം പരിചയപ്പെടുകയും തന്റെ വിവരങ്ങൾ ചോദിച്ചറിയുകയും ചെയ്ത ചെറുപ്പക്കാരൻ തന്നേക്കാൾ സമർത്ഥനാണെന്ന് നിസാറിനു തോന്നി. എന്റെ പിന്നാലെ വരുന്നവൻ എന്നേക്കാൾ വലിയവൻ...

നിതിൻ മണ്ണുത്തി വെറ്ററിനറിക്കോളേജിലെ അവസാനവർഷ വിദ്യാർത്ഥിയാണ്. മൂന്നു കൊല്ലം മുമ്പ് കുറിഞ്ഞിസംരക്ഷണസമിതി നടത്തിയ പദയാത്രയിൽ അയാൾ പങ്കെടുത്തിരുന്നു. അന്ന് കുറിഞ്ഞിയുടെ വളർച്ച എത്രത്തോളമായെന്ന് അറിയാനായിരുന്നു കൊടൈക്കനാലിൽ നിന്നും മൂന്നാറിലേക്ക് പദയാത്ര നടത്തിയത്. അയാളുടെ യാത്രാവിവരണത്തെ പ്രോത്സാഹിപ്പിക്കാൻ നിസാർ

താല്പര്യത്തോടെ കേൾക്കുകയും ഇടയ്ക്കിടയ്ക്ക് ചില ചോദ്യങ്ങൾ ചോദിക്കുകയും ചെയ്തുകൊണ്ടിരുന്നു. അന്ന് അയാൾ കൊടൈക്കനാലിൽ എത്തിയപ്പോൾ വൈകിപ്പോയി. സംഘം ഉച്ചയോടെ പുറപ്പെട്ടു കഴിഞ്ഞിരുന്നു. രാത്രി കൂടായി എന്ന സ്ഥലത്ത് തമ്പടിക്കുമെന്നാണ് മൊബൈലിൽ വിളിച്ചു ചോദിച്ചപ്പോൾ പറഞ്ഞത്.

-ഞാൻ മുമ്പും പിമ്പും ആലോചിക്കാതെ കൊടൈക്കനാലിൽ നിന്നു നടത്തം തുടങ്ങി.

ഇരുട്ടിനു കട്ടികൂടിയപ്പോഴാണ് മനുഷ്യൻ മൃഗങ്ങളേക്കാൾ കഴിവു കുറഞ്ഞവരാണെന്നു നിതിന് മനസ്സിലായത്. മൃഗങ്ങൾക്ക് ഇരുട്ടിലും കാണാം. കാട്ടിലെ റോഡിലൂടെ മുന്നോട്ട് നീങ്ങാനാകാതെ വിഷമിച്ചു നിൽക്കുമ്പോൾ തടി കയറ്റിയ ലോറി വന്നു. കൈകാണിച്ചപ്പോൾ ലോറി നിറുത്തി. കൂടായിയിൽ പോകണമെന്ന് പറഞ്ഞപ്പോൾ കയറിക്കൊള്ളാൻ ഡ്രൈവർ പറഞ്ഞു. ലോറി അരമണിക്കൂർ ഓടിയപ്പോൾ താഴെയുള്ള നിരപ്പിൽ പന്തത്തിന്റെ വെളിച്ചം കണ്ടു. പദയാത്രക്കാരായിരിക്കുമെന്ന്

കരുതി ലോറി നിറുത്തിച്ച് ഇറങ്ങി. അടുത്തുചെന്നപ്പോഴാണറിഞ്ഞത് കാളകളെയുംകൊണ്ട് കാലിച്ചന്തയ്ക്ക് പോകുന്നവരാണെന്ന്.

പദയാത്രാസംഘത്തെ മൊബൈലിൽ വിളിക്കാൻ നോക്കുമ്പോൾ റെയിഞ്ചില്ല. വീണ്ടും കൂടായി ലക്ഷ്യം വെച്ച് ഇരുട്ടിൽ നടപ്പ് തുടങ്ങി. രാത്രിക്ക് മുമ്പ് കൂടായി ഗ്രാമത്തിൽ എത്താൻ കഴിയാതെ വഴിയിലൊരിടത്ത് തമ്പടിച്ചിരുന്ന പദയാത്രാ സംഘത്തോടൊപ്പം ചേർന്നപ്പോൾ രാത്രി മണി രണ്ട് കഴിഞ്ഞിരുന്നു.

ചെറുപ്പക്കാരന്റെ വിവരണത്തിൽ നിസാറിന് ഒട്ടും അവിശ്വസനീയത തോന്നിയില്ല. അയാളുടെ പ്രായത്തിൽ താനും ഇത്തരം സാഹസികതകൾ ചെയ്തിരുന്നു. മെഡിക്കൽ കോളേജിൽ പഠിക്കുന്ന കാലത്ത് സൈക്കിളിൽ കന്യാകുമാരിയിലും ശാസ്താംകോട്ട കായൽതീരത്തേക്കും പൊൻമുടിയിലേക്കും പോകാറുണ്ടായിരുന്നല്ലോ.

നഗരം ഉറക്കത്തിൽനിന്നുണർന്ന് കണ്ണു ചിമ്മിത്തുടങ്ങി.

നഗരത്തിന്റെ ഉച്ചിയിൽ നിന്നുള്ള റോഡിലൂടെ ബുൾഗാനിൻ താടിയുള്ള പൊക്കം കുറഞ്ഞ് വെളുത്ത ഒരു പുരുഷനും കാഴ്ചയിൽ വിപരീതങ്ങളെന്ന് തോന്നിക്കുന്ന രണ്ടു സ്ത്രീകളും തടാകക്കരയെ ലക്ഷ്യംവെച്ച് ഇറങ്ങിവരുന്നത് നിസാറിന്റെ ശ്രദ്ധയിൽ പെട്ടു. പുരുഷൻ നീല നിറത്തിലുള്ള പാന്റും വെള്ള സ്ലാക്ക് ഷർട്ടുമാണ് ധരിച്ചിരിക്കുന്നത്. സ്ത്രീകൾ രണ്ടുപേരും ജീൻസും ഇളം പച്ച നിറത്തിലുള്ള ടോപ്പുമാണ്. വേഷം ഒരുപോലെ ആയിട്ടും രണ്ടുപേരും കാഴ്ചയിൽ വിപരീതങ്ങളായി തോന്നി. സ്ത്രീകളിൽ ഒരാളെക്കണ്ടപ്പോൾ നിസാറിന് ആഞ്ജലീനയെ ഓർമ്മ വന്നു. മുടി ബോബ് ചെയ്തിട്ടില്ലെന്നേയുള്ളൂ. ആഞ്ജലീനയുടെ മാദകത്വം തുളുമ്പുന്ന തുടുത്ത് വടിവൊത്ത അതേ ശരീരപ്രകൃതി. ഇരുണ്ട നിറം. വട്ടമുഖം. കവിളുകളിൽ മുഖക്കുരുക്കളുടെ അടയാളങ്ങൾ പോലുമുണ്ട്. പൂർണ്ണമായി വിരിഞ്ഞ ഒരു പൂവിനെ ഓർമ്മിപ്പിച്ചു. അപര നീണ്ടു മെലിഞ്ഞ് വെളുത്തിട്ട്. പൂർണ്ണമായി വിടരാത്ത ഒരു പൂവ്. മുഖം ആകർഷണീയമാണെങ്കിലും ശരീരപ്രകൃതിയിൽ ഒട്ടും ആകർഷണീയത ഇല്ലായിരുന്നു.

അവർ മൂന്നുപേരും പദയാത്രയിൽ പങ്കെടുക്കാൻ വരുന്നവരാണെന്ന നിസാറിന്റെ ഊഹം ശരിയായിരുന്നു. നിതിൻ ഉത്സാഹത്തോടെ പറഞ്ഞു.

"കനകരാജ് സാറാണ് വരുന്നത്. സാറാണ് കുറിഞ്ഞി പ്രൊട്ടക്ഷൻ കൗൺസിലിന്റെ ചെയർമാൻ."

കനകരാജിന്റെ കൂടെ വരുന്ന സ്ത്രീകളെക്കുറിച്ചും നിതിൻ പറയുമെന്ന് നിസാർ പ്രതീക്ഷിച്ചു. പറയാത്തതുകൊണ്ട് നിസാർ അവരെക്കുറിച്ച് ചോദിച്ചു. നിതിൻ ചെറിയ വിവരണം നൽകി.

“തടിച്ച ലേഡി ഗിരിജച്ചേച്ചി. അവരൊരു സോഷ്യൽ വർക്കറാണ്. നീണ്ടു മെലിഞ്ഞ ഫെയർ ലേഡി സുനിതയാണ്. അവര് യൂണിവേഴ്സിറ്റിയിലെ റിസർച്ച് സ്കോളറാണ്. രണ്ടുപേരും എല്ലാ എക്സ്പെഡിഷനിലും പങ്കെടുക്കാറുണ്ട്. കഴിഞ്ഞ തവണത്തെ പദയാത്രയിലുമുണ്ടായിരുന്നു.”

യുവാവിന്റെ സ്വരത്തിന് അവരോടുള്ള ബഹുമാനത്തിന്റെ സാന്ദ്രതയുണ്ടായിരുന്നു. അടുത്തെത്തിയപ്പോൾ ഗിരിജ കഴിഞ്ഞ തവണത്തെ ഓർമ്മ പുതുക്കിപ്പറഞ്ഞു: “ഇത്തവണ നിതിൻ നേരത്തേ എത്തി. അല്ലേ?”

“ഒരബദ്ധമല്ലേ പറ്റാവു ചേച്ചീ. ഞാൻ ഇന്നലെ രാത്രി തന്നെ എത്തി. ഇത് ഡോക്ടർ നിസാർ അഹമ്മദ്. സൈക്യാട്രിസ്റ്റാണ്. നമ്മടെ പദയാത്രയിൽ ചേരാൻ വന്നതാണ്.”

സൈക്യാട്രിസ്റ്റ് എന്നു കേട്ടപ്പോൾ ഗിരിജയുടെ കണ്ണുകൾ വിടർന്നു. മുഖം കൂടുതൽ പ്രസന്നമായി. കനകരാജ് മുന്നോട്ട് വന്ന് നിസാറിന്റെ കൈപിടിച്ചു കുലുക്കി.

“ഹാർട്ടി ആന്റ് വാം വെൽക്കം. ഈ മൂവ്മെന്റിലേക്ക് ഡോക്ടറെപ്പോലുള്ളവർ വരണം. എന്നാലേ സൊസൈറ്റിയിൽ അവേർനസ്സുണ്ടാകൂ.”

പദയാത്രാസംഘം തന്നെ ഉൾപ്പെടുത്തുമോ എന്ന് മനസ്സിനെ അലട്ടിക്കൊണ്ടിരുന്ന ആശങ്ക അകന്നു. പ്രസ്ഥാനത്തിന്റെ ഭാഗമാകാൻ വന്നതല്ലെന്നും തന്റെ ഏകാകിതയിൽ നിന്നും രക്ഷപ്പെടാനാണ് പദയാത്രയിൽ പങ്കെടുക്കാൻ തീരുമാനിച്ചതെന്നും ഉള്ള സത്യം തുറന്നു പറയാൻ ഒരുങ്ങിയതാണ്. പിന്നെ അങ്ങനെയൊന്നും പറയേണ്ടെന്ന് തീരുമാനിച്ചു. പദയാത്രാസംഘത്തിന് അതൊരു അപ്രിയസത്യമായിരിക്കും. അപ്രിയസത്യങ്ങൾ പറയേണ്ട അനിവാര്യതയുള്ളപ്പോൾ മാത്രം പറഞ്ഞാൽ മതിയല്ലോ.

നീണ്ടു മെലിഞ്ഞ് അകത്തോട്ട് വളഞ്ഞ ശരീരത്തെ കണങ്കാൽ വരെ ഇറങ്ങിക്കിടക്കുന്ന ചാക്ക്പോലുള്ള തുണിയുടെ ജൂബ്ബയും പൈജാമയും കൊണ്ട് മൂടിയ ഒരു രൂപം അകലെ നിന്നും വരുന്നത് കണ്ടു. മുടി നീട്ടിവളർത്തിയതുകൊണ്ട് ഒറ്റ നോട്ടത്തിൽ യേശുക്രിസ്തുവിനെപ്പോലെ തോന്നിച്ച ആൾ വരുന്നതു കണ്ടപ്പോൾ സുനിത സന്തോഷം പ്രകടിപ്പിച്ചു.

“സെയ്തുമുനി സാറ് വരുന്നുണ്ട്.”

സെയ്തുമുനി എന്ന പേരു കേട്ടപ്പോൾ അത് തനിക്ക് പരിചയമുള്ള പേരാണല്ലോ എന്ന് നിസാർ അദ്ഭുതത്തോടെ ഓർത്തു.

കനകരാജ് കൈകൾ പൊക്കിവീശി മലമുകളിൽ നിന്ന് താഴോട്ട് വന്നുകൊണ്ടിരുന്ന യേശുരൂപത്തെ അഭിവാദ്യം ചെയ്തുകൊണ്ടാണ് സെയ്തുമുനിയെക്കുറിച്ച് നിസാറിനോട് പറഞ്ഞത്.

"എ റിയൽ നേച്ചർ ലവർ. പത്രത്തിൽ വാർത്ത വന്ന അന്നുതന്നെ പദയാത്രയിൽ പങ്കെടുക്കാൻ വരുന്നുണ്ടെന്ന് പറയാനായി എന്നെ വിളിച്ചിരുന്നു."

യേശുരൂപം പാതിവഴിയെത്തിയപ്പോൾത്തന്നെ നിസാർ ആളിനെ തിരിച്ചറിഞ്ഞു. എൻ. ജി. ഓ. ക്വാർട്ടേഴ്സിൽ താമസിക്കുന്ന കാലത്ത് നന്ദാവനം എൽ. പി. സ്കൂളിൽ വിദ്യാർത്ഥിയായിരുന്ന നിസാർ എന്ന ബാലന് പരിചയമുണ്ടായിരുന്ന സെയ്തുമുനിസാറ് തന്നെയാണ് ആൾ. എൻ.ജി.ഓ. ക്വാർട്ടേഴ്സ് വെൽഫേർ അസോസിയേഷൻ പ്രസിഡന്റായിരുന്ന സെയ്തുമുനിയുടെ ചിത്രം പൊടി തട്ടിയെടുക്കാൻ ശ്രമിക്കുന്നതിനിടയിൽ പാതി നരച്ച് നീണ്ട താടിയും തലമുടിയുമുള്ള ആൾ അടുത്തെത്തി. സെയ്തുമുനിയെ എല്ലാവരെയും അഭിവാദ്യം ചെയ്തു.

"നമസ്തേ. നമസ്തേ. എല്ലാവർക്കും വെരിഗുഡ്മോണിംഗ്."

നിസാർ സെയ്തുമുനിയുടെ മുമ്പിലേക്ക് ചെന്നു. സെയ്തുമുനി നിസാറിനെ സൂക്ഷിച്ചു നോക്കി. സെയ്തുമുനിയുടെ മുഖത്തൊരു വെള്ളാമ്പൽ വിരിഞ്ഞു.

"അല്ല, ഇതാര്! നിസാറല്ലേ? ഡോക്ടർ നിസാർ അഹമ്മദ്. എ പ്ലസന്റ് സർപ്രൈസ്."

നിസാർ സെയ്തുമുനിക്ക് കൈകൊടുക്കാനായി അടുത്തപ്പോൾ സെ്തുമുനി നിസാറിനെ പിടിച്ച് മാറോടണച്ചു. നിസാറിന്റെ കണ്ണുകൾ നിറഞ്ഞുപോയി.

നിസാർ തന്റെ ബാല്യകാലത്ത് പരിചയമുണ്ടായിരുന്ന സെയ്തു മുനിയെ കുറിച്ച് വ്യക്തമായി ഓർത്തു. എൻ. ജി. ഓ. ക്വാർട്ടേഴ്സിലെ ഒരു കാര്യവും സെയ്തുമുനിസാറില്ലാതെ നടക്കുകയില്ലായിരുന്നു. ആർട്ട്സ് ആന്റ് സ്പോർട്ട്സ് ക്ലബ്ബ്, വെൽഫെയർ അസോസിയേഷൻ, വാർഷികാഘോഷക്കമ്മിറ്റി...

എല്ലാത്തിന്റെയും ജീവാത്മാവും പരമാത്മാവും സെയ്തുമുനി തന്നെ. ക്വാർട്ടേഴ്സിനു പുറത്തുള്ളവർക്കും സെയ്തുമുനിയെ വേണം. നെഹ്രു സ്മാരക വായനാശാല, ഫ്രണ്ട്സ് ആർട്ട്സ് ആന്റ് സ്പോർട്ട്സ് ക്ലബ്ബ്...

എല്ലാത്തിന്റെയും പ്രസിഡന്റ് സെയ്തുമുനി. ഒരിക്കൽ എൻ.ജി.ഓ. ക്വാർട്ടേഴ്സ് വെൽഫെയർ അസോസിയേഷന്റെ വാർഷികത്തിന് വേളൂർ കൃഷ്ണൻ കുട്ടിയുടെ *റിട്ടയേഡായി* എന്ന ഹാസ്യനാടകം അവതരിപ്പി ക്കാൻ ബാലനടനെ കിട്ടാതെ സെയ്തുമുനി വിഷമിച്ചപ്പോൾ അഞ്ചാം ക്ലാസുകാരനായ നിസാറാണ് അഭിനയിക്കാമെന്നു പറഞ്ഞ് സധൈര്യം മുന്നോട്ടു വന്നത്. സംവിധായകനും പ്രധാന നടനും സെയ്തുമുനിസാറ് തന്നെ ആയിരുന്നു.

നാടകാഭിനയത്തിന്റെ ബാലപാഠങ്ങൾ നിസാറിനെ പഠിപ്പിച്ചത് സെയ്തുമുനിസാറായിരുന്നു. അതിനുശേഷം സ്കൂളിലും കോളേജിലും നിസാർ സ്ഥിരം നടനായി മാറി.

അന്നത്തെ നാടകത്തിന്റെ റിഹേഴ്സലിനിടയിലാണ് നിസാർ സെയ്തുമുനിയുടെ പേരിന്റെ രഹസ്യം ചോദിച്ചത്. ഒരു കുട്ടിയായ നിസാറിന്റെ ചോദ്യം സെയ്തുമുനി അവഗണിച്ചില്ല.

"സെയ്ത് മുഹമ്മദ് എന്നായിരുന്നു പേര്. ഒരു മാറ്റം വേണമെന്ന് തോന്നിയപ്പോൾ മുഹമ്മദ് മാറ്റി മുനിയാക്കി. അത്രേയുള്ളൂ." രേഖകളിൽ വരാനായി ഗസറ്റിൽ പരസ്യം ചെയ്തു. ഇപ്പോൾ സെയ്തു മുഹമ്മദ് ഇല്ല. സെയ്തുമുനിയേ ഉള്ളൂ.

സെയ്തുമുനിയുടെ വിവാഹം വലിയ വാർത്തയായത് നിസാർ ഓർത്തു. അന്ന് നിസാർ മെഡിക്കൽ കോളേജിലെ മൂന്നാം വർഷ വിദ്യാർത്ഥിയായിരുന്നു. അബലാമന്ദിരത്തിൽ നിന്ന് ഒരു അനാഥയെ ജാതിയും മതവും നോക്കാതെ വിവാഹം ചെയ്യുമെന്ന് സെയ്തുമുനി പരസ്യമായി പ്രഖ്യാപിച്ചു. അപ്പോൾ മന്ദിരം സൂപ്രണ്ട് ഒരു പെൺകുട്ടിയെ നിർദ്ദേശിച്ചു.

കുട്ടിക്ക് സമ്മതമാണെങ്കിൽ താൻ വിവാഹം ചെയ്യാൻ തയ്യാറാണെന്ന് സെയ്തുമുനി മറുപടിയും നൽകി. വിവാഹത്തിന് വി. ജെ. റ്റി. ഹാൾ നിറയെ ആളായിരുന്നു. നിസാറും പോയിരുന്നു വിവാഹം കാണാൻ. വരനും വധുവും ഓരോ ചെറിയ മാലയും കൈയിലേന്തിക്കൊണ്ട് സ്റ്റേജിലിരിക്കുന്നു. സ്വാതന്ത്ര്യസമരസേനാനി ഗാന്ധിവേലുപ്പിള്ള സ്റ്റേജിലേക്ക് കയറി സദസ്സിനോടായി ഉറക്കെ പറഞ്ഞു:

"വരന്റെ പേര് സെയ്തുമുനി. വധുവിന്റെ പേര് ശാരദ. രണ്ടു പേരുടെയും വിവാഹം രജിസ്റ്റർ കച്ചേരിയിൽവെച്ച് രജിസ്റ്റർ ചെയ്തു. ഇനി സദസ്സിനെ സാക്ഷിയാക്കി ഹാരാർപ്പണം നടത്തും. അതോടെ അവർ ദമ്പതികളാകും."

ശാരദ അനാഥയാണെങ്കിലും സുന്ദരിയായിരുന്നു. ഗാന്ധിവേലുപ്പിള്ള യുടെ നിർദ്ദേശപ്രകാരം സെയ്തുമുനിയും ശാരദയും പരസ്പരം ഹാരാർ പ്പണം നടത്തി ദമ്പതികളായി. അപ്പോൾ ഗാന്ധിവേലുപ്പിള്ള വീണ്ടും സദസ്സിനോടായി പറഞ്ഞു:

"വിവാഹച്ചടങ്ങിൽ പങ്കെടുത്തതിന് എല്ലാവർക്കും നന്ദി. നവദമ്പതി കൾക്ക് ആശംസകളർപ്പിക്കാൻ ആരെങ്കിലുമുണ്ടെങ്കിൽ സ്റ്റേജിലേക്ക് വരാം. ചുരുക്കം വാക്കുകളിൽ വേണം ആശംസ..."

ക്വാർട്ടേഴ്സിലുള്ളവർ മിക്കവാറും പേർ ആശംസ അർപ്പിച്ചു. പലരും ജീവിതത്തിലാദ്യമായി സ്റ്റേജിൽ കയറി മൈക്കിനു മുമ്പിൽ നിന്ന് സംസാരിക്കുന്നവരായിരുന്നു. വാക്കുകൾ കിട്ടാതെ വിഷമിച്ചവരെ ഗാന്ധി വേലുപ്പിള്ള നാടകത്തിലെ പ്രോംപ്റ്ററെ പോലെ പ്രോംപ്റ്റ് ചെയ്ത് സഹായിച്ചു.

വിവാഹത്തിനുശേഷം സെയ്തുമുനിയെ ഒരിക്കലും തനിച്ചു കണ്ടിട്ടില്ല. എപ്പോഴും ശാരദ കൂടെയുണ്ടാകും. പഠനം കഴിഞ്ഞ ഉടനെ നിസാറിന് മഞ്ചേരി ആശുപത്രിയിലാണ് നിയമനം കിട്ടിയത്. അതിനു ശേഷം സെയ്തുമുനി സാറിനെയും ശാരദയേയും കണ്ടിട്ടില്ല. ഇടയ്ക്ക് വീട്ടിൽ വരുമ്പോൾ ഉമ്മയോ ബാപ്പയോ പറഞ്ഞാണ് സെയ്തുമുനി സാറിന്റെ കാര്യങ്ങൾ അറിഞ്ഞിരുന്നത്.

ഒരിക്കൽ വീട്ടിൽ വന്നപ്പോൾ ബാപ്പ പരിഹാസത്തോടെ സെയ്തു മുനിസാറിന്റെ കാര്യം പറഞ്ഞു: "അയാൾടെ മോന് പേരിട്ടതെന്താ ണെന്നോ? സോക്രട്ടീസ്ന്ന്. പിരാന്തെന്നല്ലാതെന്ത് പറയാൻ. സ്കൂളീ പ്പോവുമ്പൊ ആ കുട്ടിയെ മറ്റുള്ള കുട്ടികള് കളിയാക്കൂലേ?"

നിസാറിന്റെ ബാപ്പ മാറ്റങ്ങളെ എതിർക്കുന്ന ആളല്ലായിരുന്നു. പക്ഷേ മാറ്റത്തിന്റെ പേരിൽ സ്വന്തം സംസ്കാരത്തെ തള്ളിപ്പറഞ്ഞ് കോപ്രായ ങ്ങൾ കാണിക്കുന്നത് ഇഷ്ടപ്പെടുന്നില്ല.

കനകരാജ് സെയ്തുമുനിയെ നിസാറിന് പരിചയപ്പെടുത്തുകയാണ്. സെയ്തുമുനിയെക്കുറിച്ചു പറയുമ്പോൾ കനകരാജിന് അനേകം നാവു കളാണെന്ന് നിസാറിനു തോന്നി.

"സാറ് നമ്മുടെ എല്ലാ ക്യാമ്പെയിനും പങ്കെടുക്കാറുണ്ട്. ഒരു മാസം നീണ്ടുനിന്ന വെസ്റ്റേൺ ഗാട്ട് സർവ്വേയിലും ഉണ്ടായിരുന്നു. സാറ് സിനിമാരംഗത്തും സജീവമാണ്. അറുപതാം വയസ്സിലാണ് പൂന ഫിലിം ഇൻസ്റ്റിറ്റ്യൂട്ടിൽ ചേർന്ന് ഫിലിം അപ്രീസിയേഷൻ കോഴ്സിനു പഠിച്ച് ഡിപ്ലോമയെടുത്തത്. ഇപ്പോൾ സെൻസർബോഡ് മെമ്പറാണ്. ഇന്ത്യ യിലെവിടെവെച്ച് ഫിലിം ഫെസ്റ്റിവൽ നടത്തിയാലും സാറ് ഡെലിഗേറ്റായി പങ്കെടുക്കും. ഫിലിം സൊസൈറ്റിക്കാര് സാറിനെക്കുറിച്ചൊരു ഷോർട്ട് ഡോക്യുമെന്ററി ചെയ്തിട്ടുണ്ട്."

സെയ്തുമുനി പ്രശംസ ഇഷ്ടപ്പെടുന്ന ആളല്ല. കനകരാജ് പറഞ്ഞു തീരുന്നതിനുമുമ്പ് സെയ്തുമുനി ഇടപെട്ടു.

"ഡോക്ടർ നിസാറിനോട് ഇതൊന്നും പറയണ്ട കനകരാജ്. നിസാറിന് എന്നെ അറിയാം."

അകലെ നിന്നും രണ്ടുപേർ ബാഗ് തൂക്കിപ്പിടിച്ച് വരുന്നതു കണ്ട പ്പോൾ നിതിൻ പറഞ്ഞു: "നമ്മുടെ സംഘത്തിലെ ബേഡ് വാച്ചേഴ്സ് എത്തി."

ഒരാളുടെ കഴുത്തിൽ ക്യാമറയും അപരന്റെ കഴുത്തിൽ ബൈനോ ക്കുലറും തൂക്കിയിട്ടുകൊണ്ടാണ് വരവ്. നിതിൻ അവരെ നിസാറിന് പരിചയപ്പെടുത്തി.

"ക്യാമറക്കാരൻ രവികുമാർ. ഫോറസ്റ്റ് ചീഫ് കൺസർവേറ്റർ ഓഫീ സിലെ ക്ലർക്കാണ്. ബൈനോക്കുലർ കഴുത്തിൽ തൂക്കിയ നന്ദസൂനു സ്റ്റാറ്റിസ്റ്റിക്സ് വകുപ്പിലെ ഉദ്യോഗസ്ഥനാണ്."

അടുത്തെത്തിയപ്പോൾ രവികുമാർ എല്ലാവരോടുമായി പറഞ്ഞു.

"ഇസ്രായീൽ സാറ് പിന്നാലെ വരുന്നുണ്ട്."

"പ്രോഫറ്റ് വന്നാലുടനെ നമുക്ക് പ്രൊസഷൻ തുടങ്ങാം."

പ്രോഫറ്റെന്ന് കനകരാജ് പറഞ്ഞത് രവികുമാർ പറഞ്ഞ ഇസ്രായീൽ എന്നാളുടെ വിളിപ്പേരായിരിക്കുമെന്ന് നിസാർ ഊഹിച്ചു.

പ്രൊസഷനെ കുറിച്ച് കനകരാജ് പറയുന്നതു കേട്ടപ്പോൾ നിസാർ അദ്ഭുതപ്പെട്ടു. പദയാത്രയെന്നല്ലേ പറഞ്ഞത്. നിതിനോട് രഹസ്യമായി സംശയം ചോദിച്ചു. നിതിൻ വിശദമാക്കി: "പദയാത്ര പുറപ്പെടുന്നതിനു മുമ്പ് തടാകത്തിനു ചുറ്റും നമ്മൾ പ്രകടനം നടത്തി പദയാത്രയെക്കുറിച്ച് വിളംബരം ചെയ്യും."

കനകരാജ് ബാഗ് തുറന്ന് വെള്ളത്തുണി മടക്കിയത് പുറത്തെടുത്ത് ഗിരിജയെ ഏല്പിച്ചു.

"നിങ്ങൾ രണ്ടുപേരും കൂടി ബാനർ പിടക്കണം."

വെള്ളത്തുണിയിൽ പച്ച ഇംഗ്ലീഷ് അക്ഷരങ്ങൾ: "SAVE KURINJI SAVE HUMANITY"

ഒരു അസംബന്ധ നാടകം കാണുന്നതു പോലെ തോന്നി നിസാറിന്. മലമുകളിൽ നിന്ന് ഒരു ഭീമാകാരൻ താഴോട്ടിറങ്ങുന്നത് കണ്ടപ്പോൾ സെയ്തുമുനി ഉറക്കെ വിളംബരം ചെയ്തു.

"പ്രോഫറ്റ് എത്തി."

പറ്റെ വെട്ടിയ കുറ്റിത്തലമുടി. വയറിന്റെ മദ്ധ്യം വരെ നീണ്ടുകിടക്കുന്ന അർദ്ധനരയുള്ള സമൃദ്ധമായ താടി. മണ്ണിന്റെ നിറമുള്ള ചാക്ക് തുണികൊണ്ട് തീർത്ത ജൂബ്ബ മുട്ടിനും കണങ്കാലിനു മദ്ധ്യേവരെ നീണ്ടു കിടക്കുന്നു. കറുത്ത പാന്റും കാലിലെ ഹവായി ചപ്പലും ജുബ്ബയുടെ അടിയിലൂടെ എത്തിനോക്കുന്നു. നടക്കുമ്പോൾ വശങ്ങളിലേക്ക് പതുക്കെ ആടുന്നുണ്ടായിരുന്നു. തോളിലിട്ടിരിക്കുന്നത് കമ്പിളിയാണോ ചാക്കാണോ എന്ന് തിരിച്ചറിയുന്നില്ല. പ്രോഫറ്റ് എന്നു വിളിക്കുന്ന ഇസ്രായീൽ ആണ് വരുന്നതെന്ന് നിതിൻ പറഞ്ഞപ്പോൾ വെട്ടുകിളികളും കാട്ടുതേനും ഭക്ഷിച്ച് അവൻ മരുഭൂമിയിൽ സഞ്ചരിച്ചു എന്ന് സ്നാപക യോഹന്നാനെക്കുറിച്ച് ബൈബിളിൽ പറഞ്ഞതാണ് നിസാറിന് ഓർമ്മ വന്നത്. കനകരാജ് നിസാറിനെ പ്രോഫറ്റിനു പരിചയപ്പെടുത്തി.

"നമ്മുടെ ക്യാമ്പെയിനിൽ ചേരാൻ വന്ന സൈക്യാട്രിസ്റ്റാണ്. ഡോക്ടർ നിസാർ അഹമ്മദ്."

ഇടി മുഴങ്ങുന്നതുപോലുള്ള ചിരിയായിരുന്നു ആദ്യത്തെ പ്രതികരണം. തുടർന്ന് അദ്ഭുതത്തോടെയുള്ള ചോദ്യവും.

"ഹ ഹ ഹ ഹ നീങ്ക സൈക്യാട്രിസ്റ്റാ? ഒങ്കളുടയ ട്രീറ്റ്മെന്റ് താൻ വേണും. എല്ലോർക്കും പൈത്യമാക്കും. ആൾ ആർ മാഡ്. മാഡ് വിത്ത് ഗ്രീഡ്."

കനകരാജ് ഇസ്രായീലിനെ നിസാറിന് പരിചയപ്പെടുത്തിയത് മിസ്റ്റർ പ്രോഫറ്റ് ഓഫ് നാചുറലിസം എന്നു പറഞ്ഞാണ്.

സുനിതയും ഗിരിജയുംകൂടി നിവർത്തിപ്പിടിച്ച ബാനറിനു പിന്നിൽ ഏഴുപേർ വരിയായി നിന്നു. ഏറ്റവും മുമ്പിൽ ഇസ്രായീൽ. പിന്നെ കനകരാജ്. അതിനു പിന്നിൽ നിൽക്കാൻ സെയ്തുമുനി നിസാറിനെ നിർബ്ബന്ധിച്ചെങ്കിലും നിസാർ സെയ്തുമുനിയുടെ പിന്നിലാണ് നിന്നത്. ഏഴു പേരുടെ ജാഥ അണിനിരന്ന് നിൽക്കുന്നത് ബോട്ട്ക്ലബ്ബ് പരിസരത്തുണ്ടായിരുന്നവർ കൗതുകത്തോടെ നോക്കി നിന്നു. ഇസ്രായീലിന്റെ കണ്ഠത്തിൽ നിന്നും വീണ്ടും ഇടി മുഴങ്ങി.

"സേവ് കുറിഞ്ഞി സേവ് ഹ്യൂമാനിറ്റി."

എല്ലാവരും ദുർബ്ബലമായ ശബ്ദത്തിലാണ് ഏറ്റു വിളിച്ചത്. ഇസ്രായീൽ വീണ്ടും ഉച്ചത്തിൽ മുദ്രാവാക്യം വിളിച്ചു.

"ഡൗൺ വിത്ത് ഇക്കോളജിക്കൽ ഇംപീരിയലിസം."

"ഡൗൺ വിത്ത് റിസോർട്ട് മാഫിയ."

ജാഥ മുന്നോട്ടു നീങ്ങിത്തുടങ്ങിയപ്പോൾ എല്ലാവരും കുറച്ചുകൂടി ഉറക്കെ മുദ്രാവാക്യം വിളിക്കാൻ തുടങ്ങി. ആരും കാണുന്നില്ലെന്നായപ്പോഴാണ് ഉറക്കെ മുദ്രാവാക്യം വിളിക്കാനുള്ള നാണം മാറിയത്. പഴയതുപോലെ ഉച്ചത്തിൽ മുദ്രാവാക്യം മുഴക്കാൻ നിസാറിനു കഴിഞ്ഞില്ല. ഇതുകൊണ്ട് എന്തു ഫലം എന്ന ചിന്തയാണ് ശബ്ദമുയർത്തുന്നതിൽ നിന്നും തന്നെ വിലക്കുന്നതെന്ന് നിസാറിന് മനസ്സിലായി. ഈ അസംബന്ധനാടകം കൊണ്ടെന്തെങ്കിലും ഫലമുണ്ടാകുമോ എന്ന് ആരോ മനസ്സിലിരുന്ന് നിരന്തരം ചോദിച്ചുകൊണ്ടിരുന്നു.

കുറച്ചുദൂരം പിന്നിട്ടപ്പോൾ മുദ്രാവാക്യം വിളി നിന്നു. മൗനജാഥയായായാണ് മുന്നോട്ടു നീങ്ങിയത്. മൗനജാഥയ്ക്കിടയിൽ സെയ്തുമുനി ഇസ്രായീലിനെക്കുറിച്ച് നിസാറിനോട് പറഞ്ഞു.

തമിഴ്നാട് സർക്കാരിന്റെ വനം വകുപ്പിലായിരുന്നു ജോലി. വ്യവസായാവശ്യത്തിനുവേണ്ടി ടാനിൻ ഉല്പാദിപ്പിക്കാനായി വനങ്ങളിൽ പൈൻമരങ്ങൾ വെച്ചുപിടിപ്പിക്കുന്ന പദ്ധതിയെ പരസ്യമായി എതിർത്ത് പ്രചാരണം തുടങ്ങിയപ്പോൾ ചീഫ് കൺസർവേറ്റർ വിശദീകരണം ചോദിച്ചു. എഴുതി തയാറാക്കിയ വിശദീകരണം നേരിട്ടു കൊടുക്കാൻ ചെന്നപ്പോൾ ചീഫ് കൺസർവേറ്റർ നിങ്ങളെന്തിനാണ് ഇരിക്കുന്ന കൊമ്പ് മുറിക്കുന്നതെന്ന് ചോദിച്ചു. ഇരിക്കുന്ന കൊമ്പ് മുറിക്കുന്ന പണി ചെയ്യുന്നത് താനല്ല വനനശീകരണം നടത്തുന്ന ഫോറസ്റ്റ് ഡിപാർട്ടുമെന്റും ഗവൺമെന്റുമാണെന്ന് ഇസ്രായീൽ മറുപടി പറഞ്ഞു. തർക്കുത്തരം പറഞ്ഞത് ചീഫ് കൺസർവേറ്റർക്കിഷ്ടപ്പെട്ടില്ല.

"ഷട്ടപ്പ് യുവർ സ്റ്റുപ്പിഡ് മൗത്ത് ആന്റ് ഗെറ്റൗട്ട്."

മുൻകോപിയായ ഇസ്രായീൽ ചീഫ് കൺസർവേറ്ററുടെ മുഖത്ത് ആഞ്ഞടിച്ചു. ചീഫ് കൺസർവേറ്റർ കൺട്രോൾ റൂമിൽ വിളിച്ച് പോലീസിനെ വരുത്തി ഇസ്രായീലിനെ ഏൽപ്പിച്ചു. രേഖാമൂലം പരാതിയും കൊടുത്തു. ക്രിമിനൽ കേസായി. ഇസ്രായീലിന് ശിക്ഷയും കിട്ടി. മൂന്നുകൊല്ലം തടവ്. അങ്ങനെയാണ് സർക്കാർ ജോലി നഷ്ടപ്പെട്ടത്. ഇപ്പോൾ ഫുൾടൈം പരിസ്ഥിതിസംരക്ഷണപ്രവർത്തനമാണ്.

സമ്മർ റിസോർട്ടുകൾക്കെതിരെയുള്ള സമരം നയിക്കാനാണ് കൊടൈക്കനാലിലെത്തിയത്. ഇവിടെയങ്ങ് സ്ഥിരതാമസമാക്കി. തേയിലത്തോട്ടം തൊഴിലാളികളുടെ പാടിയിലെ തകരം മേഞ്ഞ കുടിലിൽ വാടകയ്ക്കാണ് ഇസ്രായീലും ഭാര്യയും ഒരു മകനുമടങ്ങുന്ന കുടുംബം താമസിക്കുന്നത്. ഉവജീവനത്തിനായി ഒരു ബേക്കറി നടത്തുന്നുണ്ട്. അത് വിശേഷപ്പെട്ട രീതിയിലാണ് നടത്തുന്നത്. തവിട് കളയാത്ത ഗോതമ്പിന്റെ പൊടികൊണ്ടാണ് റൊട്ടിയുണ്ടാക്കുന്നത്. കൊക്കൊക്കോളയും പെപ്സിയും മിനറൽ വാട്ടറും കുത്തകക്കമ്പനികളുടെ ഉല്പന്നങ്ങളും വിൽക്കുകയില്ല. അതിൽ കുറച്ചുള്ള ലാഭം മതി.

റിസോർട്ട് ഉടമകൾ ഏർപ്പെടുത്തിയ ക്വട്ടേഷൻസംഘം രണ്ടു പ്രാവശ്യം ഇസ്രായീലിന്റെ ബേക്കറി നിലം പരിശാക്കി. പ്രകൃതി സ്നേഹികൾ സഹായിച്ചതുകൊണ്ടാണ് വീണ്ടും തുടങ്ങാൻ സാധിച്ചത്. കലർപ്പില്ലാത്ത ഗോതമ്പുമാവ് കൊണ്ടുണ്ടാക്കിയതും ആരോഗ്യത്തിന് ഹാനികരമായ രാസവസ്തുക്കൾ ചേർക്കാത്തതുമായ റൊട്ടിയും കുക്കികളുമൊക്കെ കിട്ടുമെന്നുള്ളത് കൊണ്ട് നല്ല ചെലവാണ്. പക്ഷേ ക്വട്ടേഷൻ സംഘം വീണ്ടും ആക്രമിച്ച് നശിപ്പിക്കുന്നത് എന്നാണെന്നറിഞ്ഞുകൂടാ.

വിവരണം കൊടൈക്കനാലിലെ റിസോർട്ടുകൾക്കെതിരെ ഇസ്രായീൽ നടത്തിയ സമരങ്ങളെ കുറിച്ചായി. റിസോർട്ടുകളുടെ പണി തടയാനുള്ള ഇസ്രായീലിന്റെ ശ്രമങ്ങളെല്ലാം പരാജയപ്പെട്ടു.

"ഇവിടത്തെ ആളുകളെ സംഘടിപ്പിച്ച് തടയാൻ നോക്കി ആദ്യം. അത് പരാജയപ്പെട്ടപ്പോൾ കോടതിയിൽ കേസ് ഫയൽ ചെയ്തു."

നാല് നിലയിൽ കൂടുതൽ ഉയരമുള്ള കെട്ടിടങ്ങൾ പണിയുന്നത് വനത്തിലെ ആവാസവ്യവസ്ഥയ്ക്ക് പ്രതികൂലമാണെന്നായിരുന്നു ഇസ്രയീലിന്റെ പരാതി. ആദ്യം കോടതി പണി സ്റ്റേ ചെയ്തെങ്കിലും പിന്നീട് സ്റ്റേ നീക്കി. കേസ് തള്ളി. കോടതി നിയോഗിച്ച വിദഗ്ദ്ധസമിതിയുടെ റിപ്പോർട്ട് പ്രകാരമാണ് ഇസ്രായീലിന്റെ റിട്ട് ഹർജി തള്ളിയത്.

പണിപൂർത്തിയായപ്പോൾ റിസോർട്ടുകളിൽ നിന്ന് മലിനജലം ഒഴുക്കുന്നതിനെതിരെ സമരം. റിസോർട്ടുകൾ മലിനജലം തടാകത്തിലേക്ക് വിടുന്നതിനെതിരെയുള്ള കേസ് സുപ്രീം കോടതിയിലാണിപ്പോൾ. ഹൈക്കോടതിയിൽ നിന്ന് അനുകൂലവിധി വന്നെങ്കിലും ഫലമുണ്ടായില്ല. റിസോർട്ട്മാഫിയ സുപ്രീം കോടതിയിൽ സ്പെഷ്യൽ ലീവ് പെറ്റിഷൻ

വഴി അപ്പീൽ കൊടുത്തു. ഇസ്രായീൽ മുൻസിപ്പാലിറ്റിയുടെയും കണ്ണിലെ കരടാണ്. മുൻസിപ്പാലിറ്റിയുടെ സ്വീവേജ്ഫാം കൊടൈക്കനാൽ തടാകത്തിന് അഞ്ച് കിലോമീറ്റർ അകലെ ആയിരിക്കണമെന്നാണ് ഇസ്രായീലിന്റെ വാദം. അതിനർത്ഥം മലമുകളിൽ സ്വീവേജ്ഫാം പാടില്ല. സമതലത്തിൽ എവിടെയെങ്കിലും ആൾപ്പാർപ്പില്ലാത്തിടത്ത് വേണം. വിസർജ്ജ്യങ്ങൾ വലിയ കുഴൽവഴി അങ്ങോട്ട് കൊണ്ടുപോകണം.

ഇസ്രായീലിന്റെ വാദങ്ങൾ സെയ്തുമുനി സ്വന്തമായി ഏറ്റെടുത്തു. “തടാകത്തിലെ ജലം മലിനമായാൽ നദികളിലെ ജലം മലിനമാകും. നദി മലിനമായാൽ മനുഷ്യൻ മരിക്കുക മാത്രമല്ല തലമുറകളെത്തന്നെ ബാധിക്കും. സാധാരണ സംഭവിക്കാറുള്ള തരത്തിലുള്ള മരണമായിരിക്കില്ല. ഇഞ്ചിഞ്ചായി മരിക്കുക എന്ന് കേട്ടിട്ടില്ലേ?”

“...നദികൾ ഭൂമിയുടെ രക്തധമനികളാണ്. മണ്ണ് ഭൂമിയുടെ മാംസമാണ്. പാറകൾ ഭൂമിയുടെ അസ്ഥികളും.”

സെയ്തുമുനി രക്തധമനികളെക്കുറിച്ച് പറഞ്ഞപ്പോൾ തന്റെ ഹൃദയധമനികൾക്ക് കേടുപറ്റിയ കാര്യം നിസാർ ഓർമ്മിച്ചു. തടാകത്തിനു ചുറ്റും നടക്കുമ്പോൾ നെഞ്ചുവേദന തീരെ അനുഭവപ്പെടാതിരുന്നത് നിസാറിനെ അദ്ഭുതപ്പെടുത്തി. സെയ്തുമുനി നിറുത്തില്ലാതെ തുടരുകയാണ്.

‘‘ജനങ്ങളുടെ രക്ഷയെ കരുതിയാണ് പ്രകൃതിസ്നേഹികൾ ഇതൊക്കെ ആവശ്യപ്പെടുന്നത്. മുൻസിപ്പാലിറ്റിക്കും റിസോർട്ടുടമകൾക്കും ജനങ്ങളുടെ ആരോഗ്യം പ്രശ്നമല്ല.”

“ഇസ്രായീലിന്റെ കേസ് ഇപ്പോൾ ഏത് സ്റ്റേജിലാണ്?”

“സ്വീവേജ് ഫാമിനെതിരെയുള്ള കേസ് ഹൈക്കോടതിയിലാണ്. തമിഴ്നാട് സർക്കാരിനെതിരെയും കേന്ദ്രഗവൺമെന്റിനെതിരെയും ഇസ്രായീൽ കേസ് കൊടുത്തിട്ടുണ്ട്. വനഭൂമിയിൽ പൈൻമരങ്ങൾ നടുന്നത് നിരോധിക്കണമെന്നാണ് ആവശ്യം. മജിസ്ട്രേറ്റ് കോടതിമുതൽ സുപ്രീം കോടതിവരെ ഇസ്രായീൽ കൊടുത്ത കേസുകൾ നടക്കുന്നുണ്ട്. സുപ്രീംകോടതിയിലുള്ളതൊഴികെ എല്ലാ കേസുകളും പ്രോഫറ്റ് തന്നത്താനാണ് വാദിക്കുന്നത്. കേസ് നടത്താൻ ആളുകൾ സംഭാവന കൊടുക്കുന്നുണ്ട്. എല്ലാ കൊല്ലവും വരവ് ചെലവ് കണക്കുകൾ പത്രങ്ങളിൽ സ്വന്തം ചെലവിൽ പ്രസിദ്ധപ്പെടുത്തും.

സെയ്തുമുനിയുടെ വാക്കുകൾ പരിസ്ഥിതിപ്രവാചകനോടുള്ള ആരാധനാസാന്ദ്രമായി.

സിനിമാതാരങ്ങളുടെ മണിമന്ദിരങ്ങൾക്കുമുമ്പിലെത്തിയപ്പോൾ പ്രവാചകന്റെ മുഴങ്ങുന്ന ശബ്ദം മേഘനാഥമായി. പ്രോഫറ്റ് തമിഴിനെ വിട്ട് ഇംഗ്ലീഷിലാണ് പറഞ്ഞത്.

“നോക്കൂ ഈ സിനിമാതാരങ്ങൾ പല തരത്തിലുള്ള ദ്രോഹമാണ് സമൂഹത്തോട് ചെയ്യുന്നത്. ജനങ്ങൾക്ക് മാനസികോല്ലാസം നൽകുന്നെന്ന്

പറഞ്ഞ് പാവങ്ങൾ ചോര നീരാക്കിക്കിട്ടിയ കൂലിയിൽ നിന്നാണ് ഇവൻമാർ തട്ടിയെടുക്കുന്നത്. പാവങ്ങൾ അതറിയുന്നില്ല. പോരാത്തതിന് ഇവരിൽ പലരും വൻതോതിൽ നികുതിവെട്ടിപ്പും നടത്തുന്നുണ്ട്. അതും ജനങ്ങളുടെ പണമാണ്. ഇവർ ചെയ്യുന്ന രണ്ടാമത്തെ ദ്രോഹം പ്രകൃതി യോടാണ്. ഈ കൊടൈക്കനാലിൽ സുഖവാസകേന്ദ്രങ്ങൾ പണിയുന്നത് പ്രകൃതിവിരുദ്ധ നടപടിയാണ്. ഇവർ പ്രകൃതിയെ വ്യഭിചരിക്കുകയാണ്. വ്യഭിചരിക്കുന്നു എന്നല്ല പറയേണ്ടത്. വ്യഭിചാരം ഉഭയസമ്മതപ്രകാര മുള്ള നടപടിയാണ്. ഇവർ പ്രകൃതിയെ റേപ് ചെയ്യുകയാണ്. സാക്ഷാൽ ബലാൽസംഗം. ഇരയുടെ കൊലയിൽ എത്തുന്ന ബലാൽസംഗം. ഇവരുടെ സുഖവാസവസതികളാണ് കുത്തക കമ്പനികൾക്ക് റിസോർട്ടുകൾ പണിയാൻ പ്രചോദനമായത്. ഇവർക്ക് അതിലൊക്കെ ഷെയറുമുണ്ട്. ഇവരുടെ മൂന്നാമത്തെ ദ്രോഹം നമ്മുടെ സംസ്കാര ത്തോടാണ്. സിനിമ നമ്മുടെ സംസ്കാരത്തെ പോഷിപ്പിക്കേണ്ട നല്ലൊരു മാധ്യമമാണ്. പക്ഷേ അതിനെയും ഇവർ വ്യഭിചരിക്കുന്നു. കലയുടെ പേരിൽ പടച്ചുവിടുന്ന കമേർഷ്യൽ സിനിമകൾ നമ്മുടെ സംസ്കാര ത്തിലെ പുഴുക്കുത്തുകളാണ്. അതിലൂടെയാണ് ഇവർ ജനങ്ങളുടെ പ്രിയ താരങ്ങളാകുന്നത്. ഇപ്പോ ഇവരൊക്കെ വെറും നായകനും നായികയു മല്ല. സൂപ്പർ താരങ്ങളാണ്. സൂപ്പർഹിറ്റ് പടങ്ങളും സൂപ്പർ താരങ്ങളും. എല്ലാരും രാഷ്ട്രീയക്കാരുടെ കുറ്റം മാത്രമേ കാണുന്നുള്ളൂ. ഇവരുടെ കുറ്റങ്ങൾ ആരും കാണുന്നില്ല. കണ്ടാലും കണ്ടില്ലെന്ന് നടിക്കുന്നു. കാരണം മീഡിയ ഇഷ്ടതാരങ്ങളുടെ ക്രൈംസിൽ പങ്കുചേർന്ന് കാശു ണ്ടാക്കുകയാണ്."

നടന്നുകൊണ്ടുള്ള പ്രസംഗം നിസാർ ആദ്യമായി കേൾക്കുകയായി രുന്നു. സെയ്തുമുനിയുടെ വാക്കുകളിൽ പ്രോഫറ്റിനോടുള്ള ആരാധനാ ഭാവം തുളുമ്പിനിന്നിരുന്നത് എന്തുകൊണ്ടാണെന്ന് നിസാറിന് ബോധ്യ പ്പെട്ടു. പ്രോഫറ്റ് പറയുന്നകാര്യങ്ങൾ താൻ പറയാൻ ആഗ്രഹിച്ചിരുന്നവ തന്നെ. റിസോർട്ടിനടുത്ത് കുറെ ആളുകൾ കൂട്ടംകൂടി നിൽക്കുന്നത് കണ്ടപ്പോൾ പ്രോഫറ്റ് നടന്നുകൊണ്ടുള്ള പ്രസംഗം നിറുത്തി. ശബ്ദം താഴ്ത്തിയായി സംസാരം. മുന്നറിയിപ്പിന്റെ സ്വരം...

"അവരെല്ലാം റിസോർട്ട്കാരുടെ ഗുണ്ടകളാണ്. അവർ പ്രകോപന മുണ്ടാക്കാൻ നോക്കും. നമ്മൾ പ്രതികരിക്കരുത്. കണ്ടില്ല കേട്ടില്ലെന്ന് നടിച്ച് മുദ്രാവാക്യം വിളിച്ചുകൊണ്ട് മുന്നോട്ട് നീങ്ങിയാൽ മതി. ഇടപെടേണ്ടിവരികയാണെങ്കിൽ ഞാൻ തനിയെ ഇടപെട്ടുകൊള്ളാം. നിങ്ങൾ വരിതെറ്റാതെ മുമ്പോട്ട് തന്നെ നീങ്ങിയാൽ മതി."

അത്രയും പറഞ്ഞുകഴിഞ്ഞപ്പോൾ ഇസ്രായീൽ ഉച്ചത്തിൽ മുദ്രാവാക്യം വിളിക്കാൻ തുടങ്ങി.

"സേവ് കുറിഞ്ഞി സേവ് ഹ്യൂമാനിറ്റി."

നിസാറിന് ആവേശമായി. ഉച്ചത്തിൽ മുദ്രാവാക്യം ഏറ്റുവിളിച്ചു.

നിസാർ എപ്പോഴും അങ്ങനെയാണ്. എതിർപ്പുണ്ടെന്ന് കണ്ടാൽ ആവേശം കയറും. എല്ലാവരും വളരെ ഉച്ചത്തിൽ ഏറ്റുവിളിച്ചു.

"സേവ് കുറിഞ്ഞി സേവ് ഹ്യുമാനിറ്റി സേവ് കുറിഞ്ഞി സേവ് ഹ്യുമാനിറ്റി"

"ഡൗൺ വിത്ത് ഇക്കോളജിക്കൽ ഇംപീരിയലിസം ഡൗൺ വിത്ത് ഇക്കോളജിക്കൽ ഇംപീരിയലിസം."

"ഡൗൺ വിത്ത് റിസോർട്ട് മാഫിയ... ഡൗൺ വിത്ത് റിസോർട്ട് മാഫിയ..."

അത് കേട്ടപ്പോൾ ക്വട്ടേഷൻ സംഘം പരിഹസിച്ച് ഉറക്കെ ചിരിക്കാനും കൂവാനും തുടങ്ങി. ഇസ്രായീൽ എന്തിനും ഒരുങ്ങി ബാനറിനു മുമ്പിൽ കയറി നടന്നു. കൈയ് ചുരുട്ടി മുകളിലേയ്ക്കെറിയുകയും ഇടിമുഴങ്ങുന്ന ശബ്ദത്തിൽ മുദ്രാവാക്യം വിളിച്ചുകൊടുക്കുകയും ചെയ്തു. ജാഥയിലുള്ളവർ ഉച്ചത്തിൽ ഏറ്റുപറഞ്ഞു. ഇസ്രായീലിന്റെ മുദ്രാവാക്യംവിളി വെല്ലുവിളിയുടെ രൂപത്തിലായപ്പോൾ ഗുണ്ടാസംഘത്തിന്റെ കൂക്കുവിളി നിന്നു. റിസോർട്ട് പരിസരം കഴിഞ്ഞപ്പോൾ ഇസ്രായീൽ മുദ്രാവാക്യം വിളി നിറുത്തി. ആൾദൈവത്തിന്റെ ധ്യാനമന്ദിരം കണ്ണിൽപ്പെട്ടപ്പോൾ ഇസ്രായീൽ ഉറക്കെ പറഞ്ഞു.

"ദിസീസ് അനതർ ഫ്രാഡ്."

ആൾദൈവത്തിന്റെ മന്ദിരം പണിയുന്നതിനെ വിലക്കണമെന്നാവശ്യപ്പെട്ടുകൊണ്ട് ഹൈക്കോടതിയിൽ റിട്ട്ഹർജി സമർപ്പിച്ചപ്പോഴുണ്ടായ അനുഭവം ഇസ്രായീൽ വിവരിച്ചു.

"നിങ്ങൾ ദൈവങ്ങൾക്കെതിരെയും യുദ്ധം ചെയ്യാൻ തുടങ്ങിയോ എന്നാണ് അഡ്മിഷൻ ബെഞ്ചിലെ ജഡ്ജി ചോദിച്ചത്. ഞാൻ ദൈവങ്ങൾക്കെതിരെ യുദ്ധം ചെയ്യുകയല്ല. കള്ളദൈവങ്ങളുടെ പ്രകൃതിവിരുദ്ധ നടപടികളെയാണ് ചോദ്യം ചെയ്യുന്നതെന്ന് പറഞ്ഞപ്പോൾ ദൈവിക പ്രഭാവമുള്ളവരെ അധിക്ഷേപിക്കാൻ ആരാണ് നിങ്ങൾക്ക് അനുവാദം തന്നതെന്നായിരുന്നു ജഡ്ജിയുടെ ചോദ്യം. റിട്ട് പെറ്റിഷൻ അഡ്മിറ്റ് ചെയ്തില്ല. റിട്ട് ഹർജിയിൽ പറഞ്ഞിട്ടുള്ള കാര്യങ്ങൾക്ക് സപ്പോർട്ടിംഗ് ആയി തെളിവുകൾ ഹാജരാക്കിയില്ലെന്നായിരുന്നു കാരണം പറഞ്ഞത്. ഡിവിഷൻ ബെഞ്ചിലും സുപ്രീം കോടതിയിലും ഇതേ അനുഭവം തന്നെ ആയിരുന്നു."

ധ്യാനമന്ദിരം പിന്നിട്ട് കുറച്ചിട നടന്നപ്പോൾ ഇടുതവശത്തേക്ക് കയറിപ്പോകുന്ന ചെങ്കൽപ്പാത ചൂണ്ടി ഇസ്രായീൽ പറഞ്ഞു.

"എന്റെ ഒരു ഫ്രണ്ടിന്റെ സബർജല്ലിത്തോട്ടം അടുത്തുണ്ട്. അവിടെപ്പോയാൽ എല്ലാവർക്കും സബർജല്ലി തിന്നാം. യാത്രയ്ക്ക് കുറച്ച് കരുതുകയും ചെയ്യാം. ഞാൻ സുഹൃത്തിന്റെ സമ്മതം വാങ്ങിയിട്ടുണ്ട്."

ഗിരിജയും സുനിതയും ബാനർ മടക്കി ബാഗിൽ വെച്ചു. പദയാത്രാസംഘം ഇടത്തോട്ട് തിരിഞ്ഞ് കയറ്റം കയറാൻ തുടങ്ങി. കുത്തനെയുള്ള

കയറ്റമായതുകൊണ്ട് നിസാറിന് നെഞ്ചുവേദന അനുഭവപ്പെട്ടെങ്കിലും ഗുളിക നാക്കിനടിയിൽ വെക്കേണ്ടി വന്നില്ല. ഇരുപത് മിനിട്ട് നടന്നപ്പോൾ സബർജല്ലി തോട്ടത്തിലെത്തി. സബർജല്ലിത്തോട്ടത്തിന് മാന്തോപ്പിന്റെ പ്രതീതി. സബർജല്ലി മരങ്ങൾക്ക് തൈമാവുകളുടെ പൊക്കമേയുള്ളൂ. മാവിന്റെ ഇലകളോളം പച്ചനിറമില്ല സബർജല്ലി ഇലകൾക്ക്. ഇലകളുടെ നീളവും നിബിഡതയും കുറവ്.

സബർജല്ലി കൈയെത്തിച്ച് പറിക്കാം. എല്ലാവരും സബർജല്ലി പറിച്ച് ശേഖരിച്ച് അവിടവിടെ പോയിരുന്ന് തിന്നാനാരംഭിച്ചു. പക്ഷിനിരീക്ഷകരായ രവികുമാറും നന്ദസൂനുവും തോട്ടത്തിൽ ചുറ്റിക്കറങ്ങി. രവികുമാർ ഒരു മരത്തിന്റെ ചില്ലയിലേക്ക് ബൈനോക്കുലറിൽ നോക്കിക്കൊണ്ട് പറഞ്ഞു:

"അതൊരു സ്പാരോ ആണെന്ന് തോന്നുന്നു. റെയർ സ്പീഷീസാണ്."

നിസാർ അങ്ങോട്ട് നോക്കിയപ്പോൾ കണ്ടത് രണ്ട് ചെറിയ കുയിലുകളെയാണ്. ബൈനോക്കുലർ നന്ദസൂനുവിന്റെ കൈയിൽ കൊടുത്തു. നന്ദസൂനു നോക്കിയിട്ട് തർക്കിച്ചു.

"അല്ല. അത് സ്പാരോ അല്ല. ബ്ലാക്ക് ഹെഡഡ് കുക്കൂഷ്റൈക്ക് ആണ്. നാട്ടിൽ ഇതിനെ കരിന്തൊപ്പി എന്നാണ് വിളിക്കുന്നത്. തല കറുത്തിരിക്കുന്നതാണ് മെയിൽ. തലയുൾപ്പെടെ ചാരനിറത്തിലുള്ളത് ഫീമെയിൽ."

കുറച്ചകലെ മാറി ഇരുന്ന് സബർജല്ലി തിന്നുകൊണ്ടിരുന്നു ഗിരിജയും സുനിതയും. ഗിരിജയുടെ ശരീരത്തിന്റെ നിറവും അവയവങ്ങളുടെ വടിവും നിസാറിന്റെ കണ്ണുകളെ കൊളുത്തിവലിച്ചു. വെളുത്ത് മെലിഞ്ഞ സുനിതയുടെ രൂപം നിസാറിനെ ഒട്ടും ആകർഷിച്ചില്ല. ഗിരിജയെ നോക്കി നിന്നപ്പോൾ മനസ്സിൽ കാലത്തിന്റെ പടുത നീങ്ങിയതുപോലെ തോന്നി. ആഞ്ജലീനയുടെ ഇരുണ്ട നിറവും തുടുത്ത അവയവങ്ങളും തന്നെയാണ് ഗിരിജയ്ക്കും. ഗിരിജ മുടി ബോബ് ചെയ്താൽ ആഞ്ജലീനയുമായി മാറിപ്പോകും. അല്ലെങ്കിൽ ആഞ്ജലീനയുടെ അനുജത്തിയാണെന്ന് തോന്നും. നിസാറിനെ ഓർമ്മകൾ വീണ്ടും വേട്ടയാടാൻ തുടങ്ങി...

ഡി.ഐ.ജിയുടെ മകളുമായുള്ള വിവാഹാലോചന വന്നപ്പോൾ വേണ്ടെന്ന് പറഞ്ഞിരുന്നെങ്കിൽ... പൂർണ്ണമനസ്സോടെ സ്നേഹിച്ച പെണ്ണിനെ ജീവിതപങ്കാളിയായി സ്വീകരിച്ചിരുന്നെങ്കിൽ ദുരന്തങ്ങൾ സംഭവിക്കുമായിരുന്നോ? ജീവിതത്തിൽ ഇങ്ങനെ ഒറ്റപ്പെട്ടുപോകുമായിരുന്നോ?

സഫിയയെ വിവാഹം കഴിക്കാൻ തീരുമാനിച്ചതിനു പിന്നിൽ സ്വാർത്ഥതയല്ലാതെ മറ്റെന്തായിരുന്നു? തുടക്കം മുതലേ ആഞ്ജലീനയുമായുള്ള ബന്ധം വെറുതെ രസത്തിന് എന്ന മട്ടിലായിരുന്നില്ലേ?

അതുകൊണ്ടാണല്ലോ അവൾ മതത്തെക്കുറിച്ച് പറഞ്ഞപ്പോൾ ഒന്നും പറയാതെ ഒഴിഞ്ഞത്. അന്നൊക്കെ താനൊരു മതവിശ്വാസി ആയിരുന്നല്ലോ.

"നിസാർ... വാട്ടെബൗട്ട് അവർ ഫെയിത്ത്? ഞാനൊരു സത്യക്രിസ്ത്യാനിയാണ്. ലത്തീൻ കത്തോലിക്കാ സഭാംഗം. നിസാർ ഒരു ഇസ്ലാംമതവിശ്വാസിയാണ്. നമ്മുടെ മതങ്ങളിൽ തുടരുന്നതിനോട് എന്തെങ്കിലും എതിർപ്പുണ്ടോ നിസാറിന്? ടെൽ മീ ഡിയർ."

അവളുടെ ചോദ്യത്തിനു സത്യസന്ധമായ മറുപടി കൊടുക്കാൻ കഴിയാതിരുന്നത് എന്തുകൊണ്ട്? അടിത്തറയ്ക്ക് ഇളക്കം തട്ടിത്തുടങ്ങിയ തന്റെ മതവിശ്വാസമായിരുന്നില്ലല്ലോ മറിച്ച് അവളുമായുള്ള ബന്ധത്തിലെ കാപട്യമായിരുന്നില്ലേ മറുപടി പറയുന്നതിൽ നിന്നു പിന്തിരിപ്പിച്ചത്? ചോദ്യത്തിൽനിന്ന് ഒഴിഞ്ഞുമാറുകയാണ് അന്ന് ചെയ്തത്.

"അതൊക്കെ പിന്നെ ആലോചിക്കാം ആഞ്ജലീനാ."

അവളുമായി ജീവിതം പങ്കിടുന്നില്ലെന്നു തന്നെ ആയിരുന്നു ഉള്ളിന്റെ ഉള്ളിൽ. ആഞ്ജലീനയെ വഞ്ചിക്കുകയാണ് താൻ ചെയ്തത്. താൻ വീട്ടുകാർ നിശ്ചയിച്ച വിവാഹത്തിനു സമ്മതിക്കുകയാണെ ന്നും നമ്മൾ വേർപിരിയുകയാണെന്നും പറഞ്ഞപ്പോൾ യൂ ചീറ്റഡ് മീ ബാസ്റ്റാഡ് എന്ന് പറഞ്ഞ് ആഞ്ജലീന ഒരു പുലിയെപ്പോലെ ചീറ്റുമെന്നാണ് വിചാരിച്ചത്. കുറച്ച് നേരം മൗനമായി നിന്നിട്ട് അവൾ സമചിത്തതയോടെയാണ് പ്രതികരിച്ചത്.

"ഓക്കേ നിസാർ. വിഷ് യൂ എ ഹാപ്പി മേരീഡ് ലൈഫ്."

ആഞ്ജലീന ഒന്നും സംഭവിക്കാത്ത മട്ടിൽ നടന്നു നീങ്ങി. അന്നാദ്യമായി നിസാറിന് തന്നെക്കുറിച്ച് പുച്ഛം തോന്നി. നീ എത്ര നിസ്സാരനാണ്... നിസാർ സ്വയം കുറ്റപ്പെടുത്തി.

ഡോക്ടർ നിസാർ തനിച്ചിരിക്കുന്നത് കണ്ടപ്പോൾ ഇസ്രായീലും കനകരാജും അടുത്ത് വന്നിരുന്നു. അത് കണ്ട് സെയ്തുമുനിയും വന്നു. നിസാർ ചിന്തയിൽ നിന്നുണർന്നു. ഇസ്രായീൽ നിസാറിനോട് ചോദിച്ചു: "ആർ യൂ പ്രാക്റ്റീസിംഗ്?"

വിശദീകരണങ്ങളിൽ നിന്നൊഴിയാനായി നിസാർ പറഞ്ഞു: "യെസ്."

"ഡോക്ടർ, യു ഷുഡ് ഫൈൻഡ് സം ടൈം ഫോർ ഇക്കോളജി കൺസർവേഷൻ ആക്റ്റിവിറ്റീസ്."

നിസാർ തർക്കിക്കാനൊന്നും പോയില്ല. റോഡരികിൽ നിൽക്കുന്ന ഒരു മരക്കൊമ്പ് വെട്ടിയാലുടനെ വിലാപഗാനങ്ങളും പ്രതിഷേധപ്രകടനങ്ങളുമായെത്തുന്ന മരമൗലികവാദികളെ തനിക്കിഷ്ടമല്ലെന്ന് പറയാൻ തോന്നിയതാണ്. ഒരാഴ്ചക്കാലം ഇവരോടൊത്ത് യാത്ര ചെയ്യാനുള്ളതല്ലേ. അങ്ങനെയൊക്കെ പറഞ്ഞ് അസ്വാരസ്യം ഉണ്ടാക്കണ്ടരുതെന്ന് സ്വന്തം മനസ്സിനെ വിലക്കി.

"ഓക്കെ മിസ്റ്റർ ഇസ്രായീൽ. ഐ വിൽ ഫൈൻഡ് മോർ ടൈം ഫോർ നേച്ചർ."

സെയ്തുമുനി ഇസ്രായീലിന്റെ പ്രവർത്തനങ്ങളെക്കുറിച്ച് തന്നോട് വിശദീകരിച്ചെന്നും അത്തരം സംരംഭങ്ങൾക്ക് തന്റെ എല്ലാവിധ പിന്തുണയും ഉണ്ടായിരിക്കുമെന്നും നിസാർ പറഞ്ഞപ്പോൾ ഇസ്രായിലിന്റെ മുഖം സന്തോഷം കൊണ്ട് വിടർന്നു.

"ഡോക്ടർ, വീ ആർ റിയലി ഫൈറ്റിംഗ് എഗൈൻസ്റ്റ് ഇംപീരിയലിസം. ഇംപീരിയലിസം ഈസ് ഡിസ്ട്രോയിംഗ് ദ ഇക്കോളജി."

നമ്മൾ യഥാർത്ഥത്തിൽ സാമ്രാജ്യത്വത്തിനെതിരായാണ് യുദ്ധം ചെയ്യുന്നത്. സാമ്രാജ്യത്വം നമ്മുടെ പ്രകൃതിയെ നശിപ്പിച്ചുകൊണ്ടിരിക്കുകയാണ്.

അല്പനേരത്തെ മൗനത്തിനുശേഷം ഇസ്രായീൽ ദുഃഖസാന്ദ്രമായ സ്വരത്തിൽ പറഞ്ഞു.

"ദ ലെഫ്റ്റ് ഈസ് നോട്ട് അണ്ടർസ്റ്റാന്റിംഗ് ആന്റ് സപ്പോർട്ടിംഗ് അസ്."

ഇടതുപക്ഷം പരിസ്ഥിതിസംരക്ഷകരെ മനസ്സിലാക്കുന്നില്ല, പിന്തുണയ്ക്കുന്നില്ല. അത് ശരിയാണെന്ന് നിസാറിനു തോന്നിയെങ്കിലും പാർട്ടിക്കാരനായ താൻ അങ്ങനെ തുറന്ന് സമ്മതിക്കുന്നത് ശരിയല്ലെന്ന് തോന്നിയതുകാരണം മൗനം പാലിച്ചു.

ഇസ്രായീൽ വാച്ചിൽ നോക്കിപ്പറഞ്ഞു: "ഓക്കെ. ലെറ്റസ് മൂവ്. ഇറ്റ്സ് ടൈം ഫോർ പ്രസ് കോൺഫ്രൻസ്."

പ്രസ്കോൺഫ്രൻസോ? എന്തെല്ലാം മുന്നൊരുക്കങ്ങളാണ് ഇവർ ചെയ്തിരിക്കുന്നത്. നിസാർ അദ്ഭുതപ്പെട്ടു. പദയാത്രാസംഘം ബോട്ട് ക്ലബ്ബിനു മുമ്പിൽ തിരിച്ചെത്തിയപ്പോൾ പത്രക്കാരും ടി.വിക്കാരും പദയാത്രാസംഘത്തെ കാത്തിരിപ്പുണ്ടായിരുന്നു. ഇസ്രായീലാണ് പത്രക്കാരെ വിവരം അറിയിച്ചതും ബോട്ട് ക്ലബ്ബിനു മുമ്പിൽ വെച്ച് ഓപ്പൺ എയർ പ്രസ്കോൺഫ്രൻസ് ഏർപ്പെടുത്തിയതും.

കനകരാജ് പദയാത്രയെക്കുറിച്ച് മാധ്യമപ്രവർത്തകരോട് വിവരിച്ചു: "നമ്മുടെ നീലഗിരി മലകളിലുള്ള നീലക്കുറിഞ്ഞി എന്നറിയപ്പെടുന്ന കുറിഞ്ഞി ഒരു അപൂർവ്വസസ്യമാണ്. അത് ലോകത്ത് മറ്റൊരിടത്തുമില്ല. നമ്മുടെ കുറിഞ്ഞിക്ക് വംശനാശം സംഭവിച്ചുകൊണ്ടിരിക്കുകയാണ്. കുറിഞ്ഞിപ്പുൽമേടുകളിലെല്ലാം വ്യവസായ ആവശ്യത്തിനായി പൈൻ മരങ്ങളും യൂക്കാലിയും നട്ടുപിടിപ്പിക്കുന്നതുകാരണം കുറിഞ്ഞിപ്പുൽമേടുകൾ അപ്രത്യക്ഷമായിക്കൊണ്ടിരിക്കുന്നത്. ഈ പ്രശ്നത്തിലേക്ക് പൊതുജനങ്ങളുടെയും ഗവണ്മെന്റിന്റെയും ശ്രദ്ധ കൊണ്ടുവരാനാണ് കുറിഞ്ഞി സംരക്ഷണസമിതി പ്രവർത്തകരായ ഞങ്ങൾ പദയാത്ര നടത്തുന്നത്. കൊടൈക്കനാൽ മുതൽ മൂന്നാർ വരെയാണ് പദയാത്ര.

മൂന്നു ദിവസം നീണ്ടു നിൽക്കും. ഇന്നു രാത്രി കൂടായി. നാളെ കവുഞ്ചി. പിന്നെ പൂണ്ടി. അതു കഴിഞ്ഞ് ക്ലാവര. അങ്ങനെ പോയി ബോർഡർ കടന്ന് കോവിലൂർ വഴി ടോപ് സ്റ്റേഷൻ, മാട്ടുപ്പെട്ടി വഴി മൂന്നാർ...

കോവിലൂർ എന്ന് കനകരാജ് പറഞ്ഞപ്പോൾ നിസാർ ചിന്നക്കനാൽ റൂറൽഡിസ്പെൻസറിയിൽ ജോലിചെയ്യുമ്പോൾ മുതുവാൻമാരുടെ കുടിയിൽനിന്നും മരുന്നുവാങ്ങാൻ വരാറുണ്ടായിരുന്ന പപ്പുസാമിയെ ഓർത്തു. നീണ്ട് അധികം വണ്ണമില്ലാത്ത ദേഹത്തിന് മഞ്ഞ കലർന്ന വെളുപ്പ് നിറമായിരുന്നു. മുണ്ടും ഷർട്ടും വേഷം. ആരുടെ മുമ്പിലും അഴിക്കാത്ത തലയിലെ കെട്ട്. രണ്ട് കാതിലും തിളങ്ങുന്ന കടുക്കൻ. നെറ്റിയിൽ ചന്ദനക്കുറി. അതിന്റെ നടുക്ക് സിന്ദൂരപ്പൊട്ട്. മുറുക്കിച്ചുവന്ന വായ്. വെള്ളാമ്പൽ വിരിഞ്ഞതുപോലെ മലർന്ന ചിരി. വലതുകൈയിൽ ഒരു തുണിസഞ്ചി. ഡിസ്പെൻസറിയിൽ ക്യൂവിൽ നിൽക്കുന്ന ആളിനെ നിസാർ ശ്രദ്ധിക്കുന്നത് കണ്ടപ്പോൾ ഫാർമസിസ്റ്റ് ലക്ഷ്മണൻ ചെവിയിൽ പറഞ്ഞു.

“മുതുവാനാണ്. ആദിവാസി.”

തന്റെ ഊഴമെത്തിയപ്പോൾ ക്ഷണിക്കാതെ തന്നെ രോഗിക്ക് ഇരിക്കാനുള്ള കൈയില്ലാത്ത കസേരയിലിരുന്നിട്ട് സഞ്ചിയിൽ നിന്നും തേൻ നിറച്ച കുപ്പിയെടുത്ത് മേശപ്പുറത്ത് വെച്ചു. നിസാർ അദ്ഭുതപ്പെട്ടു.

“എന്താണിത്?

“തേൻ... ഡോക്ടർക്ക് തരാൻ കൊണ്ട് വന്തത്.

“ഇതൊന്നും വേണ്ട.

“നാങ്ക എപ്പോതും കൊടുക്കും. ഇത് ഒങ്കളുക്കുള്ളത് താൻ.

നിസാർ ശങ്കിക്കുന്നത് കണ്ട ലക്ഷ്മണൻ അനുനയസ്വരത്തിൽ പറഞ്ഞു.

“മുതുവാമ്മാര് അങ്ങനെയാണ് ഡോക്ടർ. ഡോക്ടറെ കാണാൻ വരുമ്പോൾ ഒരു കുപ്പി തേൻ കൊണ്ടുവന്ന് കൊടുക്കും. അത് വാങ്ങാതിരിക്കുന്നത് അവർക്ക് പ്രയാസമാകും.”

നിസാർ കുപ്പി മേശപ്പുറത്ത് നിന്നെടുത്ത് താഴെ വെച്ചിട്ട് മുതുവാനോട് വിവരങ്ങൾ ചോദിച്ചു.

“പേരെന്താ?”

“പപ്പുസാമി.”

“കുടി എവിടെയാണ്.”

“സാമിയാർക്കുടി. കോവിലൂർ വഴി പോകണം...”

“എന്താണസുഖം?”

“എനക്കല്ലെ. കൊറെപ്പേർക്ക് മരുന്ത് വേണം.”

ഇതെന്ത് കഥയെന്ന് നിസാർ ലക്ഷ്മണനോട് ആംഗ്യഭാഷയിൽ ചോദിച്ചു.

"അത് അവരുടെ പതിവാണ് ഡോക്ടർ. മുതുവാക്കുടിയിൽ അസുഖ മുള്ളവർക്കെല്ലാം മരുന്നു

വാങ്ങാനായിട്ട് ഒരാളാണ് വരാറ്."

പതിവ് മുടക്കി പപ്പുസാമിയെ വെറും കൈയോടെ മടക്കി അയക്കേണ്ടെന്ന് തീരുമാനിച്ചു. അസുഖമുള്ളവരുടെയൊക്കെ പേരും വയസ്സും രോഗവിവരവും ചോദിച്ച് മനസ്സിലാക്കിയതിനുശേഷം ഓരോരുത്തർക്കായി മരുന്നുകൾ എഴുതി. മരുന്നെഴുതിയ ഓ.പി. ചീട്ടുകളെല്ലാം പപ്പുസാമി വാങ്ങിയിട്ട് ഫാർമസിസ്റ്റിനെ ഏൽപ്പിച്ചു. ലക്ഷ്മണൻ കൊടുത്ത മരുന്നുകൾ സഞ്ചിയിലാക്കി വെളുക്കെ ചിരിച്ച് മുതുവാൻ പപ്പുസാമി യാത്രയായി. നിസാർ ചിന്നക്കനാലിൽ നിന്നും സ്ഥലം മാറിപ്പോകുന്നതുവരെ ആഴ്ചയിലൊരിക്കലെങ്കിലും പപ്പുസാമി മരുന്നിനായി വരുമായിരുന്നു.

കോവിലൂർ വഴിയാണ് മൂന്നാറിൽ പോകുന്നതെന്ന് മാധ്യമപ്രവർത്തകരോട് കനരാജ് പറഞ്ഞപ്പോൾ മൂന്നാറിൽ പദയാത്ര അവസാനിച്ചതിനുശേഷം കോവിലൂരിൽ തിരിച്ചു പോയി സാമിയാർക്കുടിയിലെ പപ്പുസാമിയെ കാണണമെന്ന് നിസാർ മനസ്സിൽ കരുതി.

കനകരാജ് വിവരണം തുടരുകയാണ്.

"കുറിഞ്ഞിപ്പുൽ മേടുകൾ സംരക്ഷിക്കേണ്ടത് പ്രകൃതിയുടെ സന്തുലിതാവസ്ഥ നിലനിറുത്താൻ അത്യാവശ്യമാണ്. അത് അധികാരികളെയും ജനങ്ങളെയും ബോധ്യപ്പെടുത്താൻ കൂടിയാണ് ഈ പദയാത്ര."

കനകരാജ് സംസാരം നിറുത്തി മാധ്യമപ്രവർത്തകരെ നോക്കി. ആരും ഒന്നും പറയുന്നില്ല. കനകരാജ് വിവരണം തുടർന്നു.

"കുറിഞ്ഞിയുടെ ശാസ്ത്രീയനാമം സ്ട്രോബിലാന്തസ് കുന്തിയാനസ് എന്നാണ്. തെക്കേ ഇന്ത്യയിലെ പഴനിമലകളിലും നീലഗിരിമലകളിലും മാത്രമാണുള്ളത്. അറുപത് ഇനങ്ങളുണ്ട്. നീലക്കുറിഞ്ഞി, കൽക്കുറിഞ്ഞി, വഴിക്കുറിഞ്ഞി, ഇടക്കുറിഞ്ഞി, ചോലക്കുറിഞ്ഞി. ഇങ്ങനെ പല നാടൻ പേരുകളുണ്ട്. സസ്യത്തിന്റെ ആയുസ്സിലൊരിക്കലേ പൂക്കുകയുള്ളൂ. പന്ത്രണ്ട് വർഷമാണ് ആയുസ്സ്. പന്ത്രണ്ടാം വയസ്സിലാണ് പൂവിടുക. വിത്ത് മൂത്തുകഴിഞ്ഞാൽ തന്നത്താൻ പൊട്ടിത്തെറിക്കും. അതു കഴിഞ്ഞാലുടനെ ചെടി നശിക്കും. പന്ത്രണ്ടു വർഷത്തിലൊരിക്കലാണ് കുറിഞ്ഞിപ്പൂക്കാലം." കനകരാജ് വീണ്ടും നിറുത്തിയിട്ട് എന്തെങ്കിലും സംശയമുണ്ടോ എന്ന് ചോദിക്കുന്ന മട്ടിൽ മാധ്യമപ്രവർത്തകരെ നോക്കി. ആരും ഒരു സംശയവും ചോദിക്കുന്നില്ലെന്ന് മനസ്സിലായപ്പോൾ വീണ്ടും പറഞ്ഞുതുടങ്ങി.

"ദ്രാവിഡസംസ്കാരത്തിൽ കുറിഞ്ഞിക്ക് ഒരു പ്രധാന സ്ഥാനമുണ്ട്. കുറിഞ്ഞിപ്പാട്ടുകൾ, തിരുക്കുറൾ, തൊൽകാപ്പിയം, ചിലപ്പതികാരം

എന്നിവയിലെല്ലാം കുറിഞ്ഞിയെക്കുറിച്ച് പരാമർശമുണ്ട്. കുറിഞ്ഞി ഇപ്പോൾ വംശനാശത്തിന്റെ വക്കിലാണ്..."

കനകരാജ് പറഞ്ഞു നിറുത്തിയപ്പോൾ ചെറിയ പാഡിൽ കുറിച്ചു കൊണ്ടിരുന്ന ഒരു പത്രപ്രതിനിധി ചോദിച്ചു: "കൊടൈക്കനാലിൽ നിന്ന് മൂന്നാർ വരെ നടന്നു തന്നെ പോകുമോ? അതോ ഇടയ്ക്ക് വെച്ച് നിറുത്തി ബസ്സിലോ മറ്റോ പോകുമോ?"

കനകരാജ് അരിശം മറച്ചുവെയ്ക്കാതെയാണ് മറുപടി പറഞ്ഞത്.

"ഞങ്ങളുടെ ഈ എക്സ്പെഡിഷന് പദയാത്രയെന്നാണ് പേരിട്ടിരിക്കുന്നത്. പദയാത്രയെന്നാൽ നടന്നു പോകലാണ്. ഇടയ്ക്കുവെച്ച് ബസ്സിൽ പോകുന്ന പ്രശ്നമേയില്ല. പ്രകൃതിസ്നേഹികളുടെ വാക്കും പ്രവൃത്തിയും തമ്മിൽ ഭേദമില്ല."

മറ്റൊരു പത്രപ്രതിനിധിയാണ് പിന്നെ ചോദ്യം ചോദിച്ചത്.

"എന്തുകൊണ്ടാണ് കുറിഞ്ഞി വംശനാശത്തിന്റെ വക്കിലാണെന്ന് പറയുന്നത്?"

"ഞാൻ നേരത്തെ പറഞ്ഞല്ലോ. കുറിഞ്ഞിപ്പുൽമേടുകളിലെല്ലാം വ്യവസായാവശ്യത്തിനായി ടാനിൻ ഉല്പാദിപ്പിക്കാൻ വേണ്ടി പൈൻ മരങ്ങളും പേപ്പർ കമ്പനിക്കൾക്കുവേണ്ടി യൂക്കാലിപ്റ്റസ് ഗ്രാന്റിസും നട്ടുകൊണ്ടിരിക്കുകയാണ്."

നോട്ട്പാഡിൽ കുത്തിക്കുറിച്ചുകൊണ്ടിരുന്ന ഒരു പത്രപ്രതിനിധി എഴുത്തു നിറുത്തി. കനകരാജിന്റെ പറച്ചിൽ അയാൾക്കിഷ്ടപ്പെട്ടില്ലെന്ന് മുഖഭാവം വ്യക്തമാക്കി. അയാൾ തന്റെ നീരസം മറച്ചുവെയ്ക്കാതെ ചോദിച്ചു: "ഇൻഡസ്ട്രീസും ഡെവലപ്പ്മെന്റുമൊന്നും വേണ്ടെന്നാണോ പറയുന്നത്?"

"പ്രകൃതിയെ നശിപ്പിച്ചുകൊണ്ടുള്ള വികസനം വിനാശകരമാണെന്നാണ് പ്രകൃതിസ്നേഹികളുടെ..."

കനകരാജിനെ തടസ്സപ്പെടുത്തിക്കൊണ്ട് മറ്റൊരാൾ ചോദിച്ചു: "ആരൊക്കെയാണ് പ്രകൃതിസ്നേഹികൾ? ആരാണിവരെ പ്രകൃതി സംരക്ഷണത്തിന് ചുമതലപ്പെടുത്തിയത്?"

മാധ്യമപ്രവർത്തകന് ചുട്ട മറുപടി പറയാനായി ഇസ്രായിൽ മുന്നോട്ട് നീങ്ങിനിന്നപ്പോൾ കനകരാജ് തടഞ്ഞുകൊണ്ട് സൗമ്യമായി പറഞ്ഞു.

"വീ ആർ ആൾ സെൽഫ് അപ്പോയിന്റഡ് പ്രൊട്ടക്റ്റേഴ്സ് ഓഫ് ഇക്കോളജി."

ആരും ഒന്നും പറയുന്നില്ലെന്ന് കണ്ടപ്പോൾ കനകരാജ് തുടർന്നു.

"പ്രകൃതിയെ സ്നേഹിക്കുന്നവരെല്ലാം പ്രകൃതിസ്നേഹികളാണ്. ഞങ്ങളെ ആരും നിയമിച്ചതല്ല. ഈ പ്രവർത്തനങ്ങളാണ് ഞങ്ങളുടെ ആത്മാവിഷ്കാരം. ഇത് ഞങ്ങൾക്ക് ആത്മസുഖം നൽകുന്നു. അവനവൻ

ആത്മസുഖത്തിനായി ചെയ്യുന്ന കാര്യം മനുഷ്യരുടെ ഗുണത്തിനായി വരണമെന്നാണ് ഞങ്ങളുടെ ഗുരു പറഞ്ഞിട്ടുള്ളത്... ”

മറ്റൊരു മാധ്യമപ്രവർത്തകൻ ചോദിച്ചു:

“സ്ട്രോബിലാന്തിസ് കുന്തിയാനെസ് എന്നല്ലേ ഇതിന്റെ ശാസ്ത്രീയ നാമം. അത് മഹാഭാരതത്തിലെ കഥാപാത്രമായ കുന്തിയിൽ നിന്നുത്ഭവിച്ചതാണോ?”

“അതിനെപ്പറ്റി എനിക്കറിയില്ല.”

മാധ്യമപ്രവർത്തകരുടെ ചോദ്യങ്ങളെല്ലാം തീർന്നു. അവർ പോകാൻ തുടങ്ങിയപ്പോൾ കനകരാജ് അഭ്യർത്ഥനയുടെ സ്വരത്തിൽ പറഞ്ഞു, “മാക്സിമം കവറേജ് കൊടുക്കണം.”

അവർ പോയിക്കഴിഞ്ഞപ്പോൾ ഇസ്രായീൽ നിസാറിനോട് ശബ്ദം താഴ്ത്തി പറഞ്ഞു: “നമ്മൾ ഏതെങ്കിലും ബാർ ഹോട്ടലിൽ വെച്ച് പ്രസ് കോൺഫറൻസ് നടത്തി അവനെയൊക്കെ കുടിപ്പിച്ച് പൂസാക്കി വിട്ടിരുന്നെങ്കിൽ നാളെ എല്ലാ പത്രങ്ങളിലും വെണ്ടയ്ക്ക നിരത്തുമായിരുന്നു. നമ്മുടെ പദയാത്ര അവർ ബ്ലാക്കൗട്ട് ചെയ്തുകളയും. നോക്കിക്കോളൂ.”

കനകരാജ് എല്ലാവരോടുമായി ഉറക്കെ പറഞ്ഞു: “രണ്ടു മണിക്ക് നമുക്ക് പദയാത്ര തുടങ്ങണം. ഭക്ഷണം കഴിച്ച് എല്ലാവരും ബസ്സ്റ്റാൻഡിലെത്തണം. ബസ്സ്റ്റാൻഡിൽ നിന്ന് പടിഞ്ഞാറോട്ടാണ് കൂടായി റോഡ്. ലഗേജ് ഭാരം കൂട്ടാതെ ഈറ്റബിൾസ് എന്തെങ്കിലും വാങ്ങിക്കൊള്ളൂ. ഡ്രൈ ഫ്രൂട്ട്സാണ് നല്ലത്.”

ഇസ്രായീൽ ക്ഷമാപണസ്വരത്തിൽ പറഞ്ഞു: “ഞാൻ കൂടായി വരെ നിങ്ങളോടൊപ്പം നടന്നിട്ട് തിരിച്ചുപോരും. ഇവിടെ നിന്ന് വിട്ടു നിന്നാൽ എന്റെ ബേക്കറിയും വീടുമൊക്കെ റിസോർട്ട് കാരുടെ ക്വട്ടേഷൻ ഗാംഗ് വീണ്ടും തകർക്കും.”

മരമൗലികവാദി

നിസാർ തലേന്ന് ഊണ് കഴിച്ച ഹോട്ടലിൽനിന്നു ഊണു കഴിച്ചു. അങ്ങാടിയിൽ ചുറ്റിക്കറങ്ങി കാരക്കയും ഈത്തപ്പഴവും ഉണക്കമുന്തിരിയും വാങ്ങി. കനകരാജ് പറഞ്ഞില്ലെങ്കിലും ഭാരം കഴിയുന്നത്ര കുറയ്ക്കാൻ തന്നെയാണ് നിസാർ തീരുമാനിച്ചിരുന്നത്. ഭാരവും പേറി നടന്നാൽ ഓരോ ചുവടും നെഞ്ചുവേദന അനുഭവിച്ചുകൊണ്ടു വെക്കേണ്ടിവരും.

ബസ്സ്റ്റാന്റിൽ സുനിതയും ഗിരിജയും പത്രമാസികകൾ വിൽക്കുന്ന കടയിൽ മാസികകൾ മറിച്ചുനോക്കിക്കൊണ്ട് മറ്റുള്ളവരെയും കാത്ത്

നിൽക്കുന്നുണ്ടായിരുന്നു. നിസാറിനെ കണ്ടപ്പോൾ ഗിരിജ കൈയിലുണ്ടായിരുന്ന മാസിക അടച്ച് യഥാസ്ഥാനത്ത് വെച്ചിട്ട് അടുത്ത് വന്നു.

"ഡോക്ടർ സൈക്യാട്രിസ്റ്റാണല്ലേ. എവിടെയാണ് പ്രാക്റ്റീസ് ചെയ്യുന്നത്?"

"ഞാൻ ഗവൺമെന്റ് മെന്റൽ ഹോസ്പിറ്റലിയായിരുന്നു. വളണ്ടറി റിട്ടയർമെന്റ് വാങ്ങി പിരിഞ്ഞു. ഗിരിജ എന്തു ചെയ്യുന്നു?"

"ഞാൻ സൈക്യാട്രി സോഷ്യൽ വർക്കറാണ്."

"ഓഹോ. എവിടന്നാണ് ഡി. പി. എസ്. ഡബ്ലിയു എടുത്തത്?"

"ബാഗ്ലൂരിലെ നിംഹാൻസിൽ നിന്ന്."

"എവിടെ വർക്ക് ചെയ്യുന്നു?"

"കൊടുങ്ങല്ലൂരിൽ മാർത്തോമാ സഭക്കാര് നടത്തുന്ന മെന്റൽ ഹോസ്പിറ്റലിലായിരുന്നു. അവർക്ക് അവരുടെ സഭയിലുള്ള സൈക്യാട്രി സോഷ്യൽവർക്കറെ കിട്ടിയപ്പോൾ എന്നെ പിരിച്ചുവിട്ടു..."

ഗിരിജ മ്ലാനതമറയ്ക്കാൻ സംഭാഷണം തുടർന്നു: "ഡോക്ടർ വളണ്ടറി റിട്ടയർമെന്റ് വാങ്ങിയിട്ട് പ്രാക്റ്റീസ് ചെയ്യുന്നില്ലേ?"

"ഇല്ല."

"എന്താണ് പ്രാക്റ്റീസ് നിറുത്താൻ കാരണം?"

"വയ്യാന്ന് തോന്നി. ഞാനൊരു ഹാർട്ട് പേഷ്യന്റാണ്."

പറഞ്ഞു കഴിഞ്ഞപ്പോഴാണ് അബദ്ധമായല്ലോ എന്ന തിരിച്ചറിവുണ്ടായത്. ഗിരിജയുടെ മുഖത്ത് മ്ലാനത മാഞ്ഞ് അദ്ഭുതമായി.

"ഹാർട്ട് പേഷ്യന്റോ? അങ്ങനെയാണെങ്കിൽ മൂന്നു ദിവസം നീണ്ടു നിൽക്കുന്ന കയറ്റോം ഇറക്കോം ഒക്കെയുള്ള പദയാത്രയിൽ പങ്കെടുക്കാൻ പറ്റുമോ?"

ഗിരിജയുടെ ചോദ്യം കേട്ടപ്പോൾ നിസാർ പതറിപ്പോയി. തനിക്ക് തിരിച്ചു പോകേണ്ടിവരുമെന്ന് ഏതാണ്ട് ഉറപ്പായതായി നിസാറിനു തോന്നി. ഗിരിജ മറ്റുള്ളവരോട് പറഞ്ഞാൽ പദയാത്രയിൽ പങ്കെടുക്കുന്നതിൽ നിന്ന് എല്ലാവരും ചേർന്ന് തടയും. ഉറപ്പാണ്. സുനിത പ്രസിദ്ധീകരണങ്ങൾ മറിച്ചു നോക്കിക്കൊണ്ട് അതിൽത്തന്നെ ശ്രദ്ധിച്ചു നിൽക്കുകയാണ്. ഗിരിജയുടെ ചോദ്യങ്ങളും തന്റെ പറച്ചിലും സുനിത കേട്ടിട്ടില്ലെന്ന് നിസാറിനു തോന്നി. ഒരു അവസാനശ്രമം നടത്താൻ തീരുമാനിച്ചു. ശബ്ദം താഴ്ത്തി കേണപേക്ഷിക്കുന്ന സ്വരത്തിലാണ് നിസാർ പറഞ്ഞത്.

"നോക്കൂ ഗിരിജാ, എനിക്ക് അങ്ങനത്തെ പ്രയാസമൊന്നുമില്ല. ആൻജിയോഗ്രാം ചെയ്തപ്പോൾ ഒരു കൊറോണറി ആർട്ടറിക്ക് ചെറിയ ബ്ലോക്കുണ്ടെന്ന് കണ്ടു. ഹാർട്ടിന്റെ മസിലിന് രക്തം കൊണ്ടുപോകുന്ന ബ്ലഡ് വെസ്സലാണ് കൊറോണറി ആർട്ടറി. അതിന്റെ ഒരു ഭാഗത്ത് ചെറിയൊരു ബ്ലോക്കുണ്ട്. അത്രമാത്രം. ഇങ്ങോട്ട് വരുന്നതിനു മുമ്പ്

മൂന്നാറിലേക്കു ട്രെക്കിംഗിന് നടത്തുന്നതിനെകുറിച്ച് ഞാൻ ശ്രീചിത്ര യിലെ കാർഡിയോളജിസ്റ്റ് ഡോക്ടർ മാത്യു തോമസുമായി സംസാരി ച്ചിരുന്നു. പുള്ളി പറഞ്ഞത് ട്രെക്കിംഗ് എന്നെപ്പോലുള്ളവർക്ക് നല്ലതാണെ ന്നാണ്. ടെൻഷനൊന്നുമില്ലാതെ സ്വസ്ഥമായി കഴിഞ്ഞുകൂടാമല്ലോന്ന് കരുതിയാണ് പ്രാക്ടീസ് വേണ്ടെന്ന് വെച്ചത്. അല്ലാതെ ഹാർട്ട് ഡിസീസ് കാരണമല്ല."

സുനിത വായന നിറുത്തി അടുത്തു വരുന്നത് കണ്ടപ്പോൾ നിസാർ ധൃതിയിൽ ഗിരിജയോട്

പറഞ്ഞു: "ഞാൻ പറഞ്ഞത് മറ്റാരും അറിയണ്ട. അവർ ഹാർട്ട് ഡിസീസ് എന്നു കേട്ടാല് പെട്ടെന്ന് ആള് കുഴഞ്ഞുവീണ് മരിക്കുന്ന ഹാർട്ടറ്റാക്കിനെക്കുറിച്ചേ ചിന്തിക്കൂ. ഹാർട്ട് ഡിസീസ് ഉള്ള ഒരാൾ പദയാത്രയിൽ ഉണ്ടാകുന്നത് ആരും ഇഷ്ടപ്പെടുകയില്ല. അതുകൊണ്ട് ഗിരിജ ആരോടും..."

സുനിത അടുത്തെത്തിയപ്പോൾ നിസാർ സംസാരം നിറുത്തി. ജാള്യം മറയ്ക്കാനായി പതിവിലധികം പ്രസന്നഭാവം അഭിനയിച്ചുകൊണ്ട് നിസാർ ചോദിച്ചു: "സുനിത എന്തു ചെയ്യുന്നു?"

"ഞാൻ ആന്ത്രപ്പോളജിയിൽ പി. എച്ച്. ഡി. ചെയ്യുന്നു. സുനിത അധികം സംസാരിക്കാത്ത അന്തർമുഖത്വം ഉള്ള കൂട്ടത്തിലായത് നന്നായെന്ന് തോന്നി.

"ഗിരിജ ഡി. പി. എസ്. ഡബ്ലിയു ചെയ്യുന്നതിനുമുമ്പ് ഏത് വിഷയത്തിലാണ് ഡിഗ്രി എടുത്തത്?"

"ഞാൻ കൾച്ചുറൽ ആന്ത്രപ്പോളജിയിൽ എം. എ. എടുത്തിട്ടാണ് ഡി. പി. എസ്. ഡബ്ലിയുവിനു പോയത്."

പദയാത്രസംഘത്തിലെ ഓരോരുത്തരായി വന്നുകൊണ്ടിരുന്നു. അവസാനമാണ് ഇസ്രായീൽ എത്തിയത്. എല്ലാവരുമായപ്പോൾ കനക രാജ് പറഞ്ഞു: "ലെറ്റസ് മൂവ്."

കനരാജും ഇസ്രായീലും മുമ്പിലും മറ്റുള്ളവർ പിന്നിലുമായി ആരവങ്ങളൊന്നുമില്ലാതെ പദയാത്രാസംഘം നടത്തമാരംഭിച്ചു.

നഗരകേന്ദ്രത്തിൽ നിന്ന് കുത്തനെയുള്ള ഇറക്കത്തിലൂടെയാണ് പദയാത്രാസംഘം നടത്തമാരംഭിച്ചത്. അരമണിക്കൂറോളം നടന്നപ്പോൾ മഞ്ഞച്ചായമടിച്ച ബോർഡിൽ പച്ച നിറമുള്ള അക്ഷരങ്ങളിൽ തമിഴിലും ഇംഗ്ലീഷിലും എഴുവെച്ചിരിക്കുന്നു. *"നന്റി മീണ്ടും വരികൈ താങ്ക്സ് കം എഗെയിൻ"* നിസാറിന് തമിഴിൽ എഴുതിയ ബോർഡുകൾ വായിക്കൻ കഴിയും. മനസ്സിൽ പറഞ്ഞു: "നഗരമേ വിട." ഈ നഗരം വീണ്ടും കാണാനൊക്കുമോ? ഇനി ഈ നഗരത്തെക്കുറിച്ച് ഓർക്കുമ്പോഴൊക്കെ കുതിരപ്പുറത്തിരുന്ന് തുള്ളിത്തുളുമ്പുന്ന മാദകത്തിടമ്പിന്റെ ചിത്രം മനസ്സിൽ തെളിയും. ആരും ഒന്നും മിണ്ടാതെ ആയിരുന്നു നടത്തം.

നടത്തത്തിനിടയിൽ എല്ലാവരും അവരവരുടെ മനോലോകങ്ങളിലേക്ക് ഉൾവലിഞ്ഞിരിക്കുന്നു. ഗിരിജ തന്നെ ശ്രദ്ധിക്കുന്നുണ്ടെന്ന് നിസാറിന് മനസ്സിലായി. ഹൃദ്രോഗിയായ സഹയാത്രികൻ കുഴഞ്ഞ് വീഴുന്നുണ്ടോ എന്ന് ശ്രദ്ധിക്കണമല്ലോ. ആഞ്ജലീനയുടെ രൂപവുമായി സാദൃശ്യമുള്ളതുകൊണ്ടായിരിക്കണം ഗിരിജയിൽ നിന്നും തനിക്ക് നോട്ടം പിൻവലിക്കാനാവുന്നില്ല. ഗിരിജയെക്കുറിച്ചുള്ള ചോദ്യങ്ങൾ വർണ്ണഭംഗിയുള്ള ചിത്രശലഭങ്ങളായി മനസ്സിൽ പറന്നു നടന്നു.

ഗിരിജയുടെ വീട് എവിടെയാണ്? അച്ഛനമ്മമാർ ആരാണ്? അവിവാഹിതയാണോ? അവിവാഹിതയാകാനാണ് സാദ്ധ്യത. ഒരു വിവാഹിതയ്ക്ക് ഇത്തരം പരിപാടികളിൽ പങ്കെടുക്കാനാവില്ല. എത്ര വയസ്സുണ്ട്? തന്റെ മകൾ റസിയയേക്കാൾ കാഴ്ചയിൽ പ്രായക്കൂടുതലുണ്ട്. റസിയയ്ക്ക് ഇപ്പോൾ മുപ്പതായി. പിരിയുമ്പോൾ റസിയയ്ക്ക് വയസ്സ് പതിനെട്ടായിരുന്നല്ലോ. ഇത്രയും വർഷങ്ങൾ പിന്നിട്ടിട്ടും ആ ദുരന്തത്തിന്റെ ഓർമ്മ മായുന്നില്ല. അതുളവാക്കുന്ന വേദന അടങ്ങുന്നില്ല. എന്നെങ്കിലും ആ ഓർമ്മ മായുമോ? ഇല്ല. മരണംവരെയും അതു തന്നെ പിന്തുടരും. തന്റെ തെറ്റുകൾക്കുള്ള ശിക്ഷ. ആ ശിക്ഷ മരണംവരെ നീണ്ടു നിൽക്കും. ജീവപര്യന്തം ശിക്ഷ.

ഗിരിജയ്ക്ക് പ്രായം മുപ്പതിനു മേലെ ആയിരിക്കും. തീർച്ച. ജീൻസിട്ടാൽ സ്ത്രീകൾക്ക് പ്രായക്കുറവ് തോന്നും. ആകർഷണീയത വർദ്ധിക്കുന്നതുകൊണ്ടാണ് പെണ്ണുങ്ങൾ ജീൻസിടുമ്പോൾ പ്രായക്കുറവ് തോന്നുന്നത്. സൗന്ദര്യമെന്ന് പറയുന്നത് എന്താണ്? യഥാർത്ഥത്തിൽ സൗന്ദര്യം മനസ്സിനെ ആകർഷിക്കുന്ന ഘടകങ്ങളാണ്. ഒരു പെണ്ണിന്റെ മനോഹാരിതയാണ് സൗന്ദര്യം. ജീൻസ് നാട്ടിലെ പെണ്ണുങ്ങളുടെ പുതിയ വേഷമാണ്. പുതുമ എല്ലാത്തിനേയും ആകർഷകമാക്കുന്നു. അപ്പോൾ പുതുമ തന്നെയല്ലേ സൗന്ദര്യം? അങ്ങനെയല്ല. സൗന്ദര്യം നേരത്തേയുണ്ട്. അത് സ്വതസ്സിദ്ധമാണ്. പുതുമ സൗന്ദര്യത്തെ വർദ്ധിപ്പിക്കുകയാണ് ചെയ്യുക.

അര മണിക്കൂറോളം മൗനമായി ഒറ്റതിരിഞ്ഞ് നടന്നുകഴിഞ്ഞപ്പോൾ പദയാത്രക്കാർ മൂന്നു വർത്തമാനക്കൂട്ടങ്ങളായി നീങ്ങാൻ തുടങ്ങി. കനകരാജും സെയ്തുമുനിയും ഇസ്രായീലും ഒരു കൂട്ടം. അവരാണ് മുന്നിൽ. പിന്നാലെ സുനിതയും ഗിരിജയും. അവർക്കു പിന്നിൽ ഏകനായി നിസാർ. ഏറ്റവും പിന്നിൽ നിതിനും രവികുമാറും നന്ദസൂനുവും. ഗിരിജ ഇടയ്ക്കിടെ നിസാറിനെ തിരിഞ്ഞു നോക്കുന്നത് കണ്ടപ്പോൾ നിസാർ വേഗത്തിൽ നടന്ന് അവരുടെ ഒപ്പം നടന്നു.

ഗിരിജ തന്റെ വലതുവശത്ത് നടക്കുന്നത് കണ്ടപ്പോൾ നിസാർ ആഞ്ജലീനയെ ഓർത്തു. നിസാറും ആഞ്ജലീനയും ഒരുമിച്ച് ഇങ്ങനെ കോളേജ് ക്യാമ്പസിനകത്തും മ്യൂസിയം റോഡിലും നടക്കാറുണ്ടായിരുന്നു. ആഞ്ജലീന ആരെയാണ് വിവാഹം ചെയ്തത്? അതോ പറഞ്ഞുകേട്ടതു പോലെ അവിവാഹിതയായി തുടരുകയാണോ?

അന്ന് ഡോക്ടർ മാത്യു തോമസ് അവളെ കണ്ടകാര്യം പറഞ്ഞപ്പോൾ അയാളോട് അതൊക്കെ വിശദമായി ചോദിക്കാമായിരുന്നു. പക്ഷേ ഒന്നും ചോദിച്ചില്ല. ആഞ്ജലീനയെക്കുറിച്ച് സംസാരിക്കുവാൻ നിസാറിന് മടിയുണ്ടെന്ന് മനസ്സിലാക്കി മാത്യൂ തോമസ് തുടർന്നൊന്നും പറഞ്ഞില്ല.

സഫിയയുമായുള്ള വിവാഹാലോചന വന്നപ്പോൾ തിരസ്കരിച്ചിരുന്നെങ്കിൽ... ആഞ്ജലീനയെ വഞ്ചിക്കാതെ അവളെ ജീവിതപങ്കാളിയായി സ്വീകരിച്ചിരുന്നെങ്കിൽ... സഫിയ ചെയ്ത തെറ്റിനെക്കുറിച്ച് അറിയുന്നത് വരെ ഇങ്ങനെ ചിന്തിച്ചിട്ടില്ലല്ലോ. അത് സ്വാർത്ഥതകൊണ്ടല്ലേ?

കൂടെപ്പഠിച്ച ഒരു ക്രിസ്ത്യാനിപ്പെണ്ണിനെ സ്നേഹിക്കുന്നു. അവളെ ജീവിതപങ്കാളിയാക്കാൻ ഉദ്ദേശിക്കുന്നു. ബാപ്പയോട് അക്കാര്യം തുറന്ന് പറഞ്ഞിരുന്നെങ്കിൽ എന്തു സംഭവിക്കുമായിരുന്നു? ആകാശം ഇടിഞ്ഞു വീഴില്ലായിരുന്നു. ബാപ്പ കുറച്ച് ബഹളം വെയ്ക്കും. ഉമ്മ കുറച്ച് കരയും. പിന്നെ എല്ലാം ശാന്തമാകുമായിരുന്നു. ഉമ്മയുടെയും ബാപ്പയുടെയും ദുഃഖം തനിക്കത്ര കാര്യമായിരുന്നില്ലല്ലോ. മതവും തനിക്ക് പ്രശ്നമായിരുന്നില്ല. പഠനം പൂർത്തിയായപ്പോഴേക്ക് മതവിശ്വാസത്തിന്റെ ബന്ധനത്തിൽ നിന്ന് മുക്തനായിക്കഴിഞ്ഞിരുന്നല്ലോ. മെഡിക്കൽ കോളേജ് ക്യാമ്പസിലെ വിപ്ലവകാരിയായി മാറിയിരുന്നല്ലോ. വരേണ്യവർഗ്ഗസന്താനങ്ങളുടെ കേളീരംഗമായ മെഡിക്കൽകോളേജിൽ ആദ്യമായി പാർട്ടിയുടെ വിദ്യാർത്ഥിസംഘടന രൂപവത്കരിച്ച വിപ്ലവകാരി. പക്ഷേ സ്വാർത്ഥത എന്ന ബന്ധനത്തിൽ നിന്നും മുക്തനായിരുന്നില്ല.

പ്രതാപമുള്ള ജൻമികുടുംബം. ഭാരിച്ച സ്ത്രീധനം. ഡി.ഐ.ജിയുടെ ജാമാതാവ് എന്ന സ്ഥാനം. ഇതൊക്കെക്കൂടി കണ്ടപ്പോൾ നിസാർ അഹമ്മദിലെ യുവവിപ്ലവകാരി കൊടി താഴ്ത്തി. എന്നിട്ട് സ്വയം ന്യായീകരിക്കാൻ ശ്രമിച്ചു.

സ്വാർത്ഥതയിൽ നിന്ന് മുക്തരായ എത്ര വിപ്ലവകാരികൾ ഉണ്ട്?

സംന്യസിക്കുന്നത് പോലും മോക്ഷത്തിനു വേണ്ടിയാണ്.

അവനവനാത്മ സുഖത്തിനായി...

രാവിലെ കനകരാജ് പത്രക്കാരോട് പറഞ്ഞ ഗുരുവചനത്തെക്കുറിച്ച് നിസാർ ചിന്തിച്ചു. ആ ഗുരുവചനം ശാശ്വതമായ മരണമില്ലാത്ത സത്യം തന്നെ.

പക്ഷേ, തന്റെ സ്വാർത്ഥതയെ ന്യായീകരിക്കാൻ ഗുരുവചനത്തെ കൂട്ടുപിടിക്കണോ? തന്റെ സ്വാർത്ഥത ഒന്നുമാത്രമായിരുന്നു ആഞ്ജലീനയെ വഞ്ചിക്കാനുള്ള കാരണം.

അത് വഞ്ചന ആയിരുന്നുവോ?

വിവാഹം ചെയ്യാമെന്ന് ഒരിക്കലും അവളോട് പറഞ്ഞിട്ടില്ല.

അങ്ങനെ പറയാതെ ഒഴിഞ്ഞുമാറുകയായിരുന്നില്ലേ?

അതെ. ഒഴിഞ്ഞു മാറിയതായിരുന്നു.

ഇത് മനുഷ്യസഹജമാണ്. തെറ്റുകളെ അവഗണിക്കലും സ്വയം ന്യായീകരിക്കലും...

പ്രണയമില്ലാതെ പ്രണയം നടിക്കൽ വഞ്ചനയല്ലേ? അല്പംകൂടി മുന്നോട്ട് പോയിരുന്നെങ്കിൽ വിവാഹം ചെയ്യാമെന്ന വാഗ്ദാനം നൽകി ആഞ്ജലീനയെ ഭോഗിക്കുമായിരുന്നില്ലേ? എത്രയോ തവണ അതിന് ഒരുമ്പെട്ടിരുന്നു. ഭീരുത്വം കാരണം അതിനുള്ള ചുവടുകൾ വെയ്ക്കാൻ കഴിഞ്ഞില്ല. മുടന്തൻ ന്യായങ്ങളിൽ അഭയം പ്രാപിക്കാതെ തെറ്റു സമ്മതിക്കാൻ ആർജ്ജവം കാണിക്കുന്നതാണ് നല്ലത്.

കൊടൈക്കനാൽ മധുര സ്റ്റേറ്റ് ഹൈവേയിൽ നിന്നും ഇടത്തോട്ട് പോകുന്ന ഇടറോഡിലേക്ക് തിരിഞ്ഞു. വിജനമായ പാത. വാഹനങ്ങളുമില്ല. കുത്തനെയുള്ള കയറ്റം തുടങ്ങി. നടത്തം വേഗത്തിലല്ലാത്തതുകൊണ്ട് നെഞ്ചുവേദന അനുഭവപ്പെട്ടില്ല. നെഞ്ചിൽ ഭാരം മാത്രമേ തോന്നിയുള്ളൂ. ആഞ്ചൈനയുടെ ആദ്യപടിയാണ് നെഞ്ചിൻ കൂടിനകത്തെ ഭാരം തോന്നൽ.

കയറ്റം കുറെ കയറിയപ്പോൾ നെഞ്ചുവേദന അനുഭവപ്പെടാൻ തുടങ്ങിയെങ്കിലും സോർബിട്രേറ്റ് നാക്കിനടിയിൽ വെക്കേണ്ടിവന്നില്ല. ആവശ്യം വന്നാൽ ആരും കാണാതെ പകുതി ഗുളിക പൊട്ടിച്ച് നാക്കിനടിയിൽ വെക്കാനായി ഒരെണ്ണം പാന്റിന്റെ ഹിപ്പോക്കറ്റിൽ കരുതിയിട്ടുണ്ട്.

ഗിരിജയോട് തന്റെ അവസ്ഥയെക്കുറിച്ച് അബദ്ധത്തിൽ പറഞ്ഞുപോയതാണെങ്കിലും പറഞ്ഞതു നന്നായെന്ന് തോന്നി. പെട്ടെന്ന് എന്തെങ്കിലും സംഭവിച്ചാൽ കാര്യമെന്താണെന്ന് പദയാത്രാസംഘത്തെ ഗിരിജ പറഞ്ഞ് മനസ്സിലാക്കിക്കൊള്ളുമല്ലോ.

ഇത്തരം ഹൃദ്രോഗമുള്ളവർക്ക് ചിലപ്പോൾ ഹൃദയത്തിന്റെ മിടിപ്പ് അതിവേഗത്തിലാവുകയും ഹൃദയതാളം തെറ്റുകയും ചെയ്ത് പെട്ടെന്നങ്ങ് നിന്നുപോകാകാനും ഇടയുണ്ട്. വെൻട്രിക്കുലാർ ഫിബ്രില്ലേഷൻ മൂലമുള്ള കാർഡിയാക് അറസ്റ്റ്. അത് വേദനയില്ലാത്ത പെട്ടെന്നുള്ള സുഖമരണമാണ്. അങ്ങനെ ഉണ്ടായാൽ എന്താണ് സംഭവിച്ചതെന്ന് ഗിരിജ മറ്റുള്ളവരോട് പറഞ്ഞുകൊള്ളും...

തന്റെ പഴ്സിൽ നോക്കിയാൽ ജഡം മെഡിക്കൽ കോളേജിലെത്തിക്കണമെന്നും അതിനാവശ്യമുള്ള പണം ബാഗിനകത്തുണ്ടെന്നും എഴുതിവെച്ചിട്ടുള്ള കുറിപ്പും പദയാത്രാസംഘം കാണും... താനെന്തുകൊണ്ടാണ് ഈ ലോകത്ത് ഒറ്റപ്പെട്ടുപോയതെന്ന് നിസാർ പലപ്പോഴും ചിന്തിക്കാറുണ്ട്. ഉമ്മ, ബാപ്പ, അനുജൻ, രണ്ടു സഹോദരിമാർ...

ഇവരെല്ലാം തന്നിൽനിന്ന് വളരെ അകന്നുപോയി. അല്ല, താനാണ് അവരിൽ നിന്നകന്ന് പോയത്. തനിക്ക് തന്റേതായ ലോകം. സഫിയയും റസിയയും പോലും തന്റെ ലോകത്തിനു പുറത്തായിരുന്നു. സഫിയയ്ക്ക്

അയൽക്കാരനായ റഷീദിനോട് അടുപ്പം തോന്നാൻ കാരണം അവന്റെ പൗരുഷവും സൗകുമാര്യവും മാത്രമായിരുന്നില്ല. താൻ എപ്പോഴും അകലെയാണെന്ന് അവൾക്ക് തോന്നിയിരിക്കണം. റഷീദിന്റെ ആകാര സൗഷ്ഠവം രണ്ടാമത്തെ ഘടകം മാത്രമായിരുന്നു. സഫിയയുടെ ഹൃദയ ത്തിൽ തനിക്കു നിറഞ്ഞുനിൽക്കാൻ കഴിയാതിരുന്നതു കൊണ്ടല്ലേ അവന് ഇടം കിട്ടിയത്?

മനഃശാസ്ത്രപാഠങ്ങൾ ശരിയാം വണ്ണം പഠിച്ചില്ല. സ്നേഹം കൊടുത്താലേ കിട്ടുകയുള്ളൂ എന്ന ഒന്നാംപാഠം ഒട്ടും പഠിച്ചില്ല.

ഇപ്പോൾ വനനിബിഡതയിലൂടെയാണ് റോഡ് മലമുകളിലേയ്ക്ക് കയറുന്നത്. കുത്തനെയുള്ള കയറ്റമായിട്ടും നെഞ്ചുവേദന മയത്തിലേ അനുഭവപ്പെട്ടുള്ളൂ. ഹരിതസമൃദ്ധിയിൽ പ്രാണവായു കൂടുതലുള്ളതു കൊണ്ടായിരിക്കും മൃത്യുദേവത ഹൃദയപിണ്ഡത്തിൽ പിടി മുറുക്കാത്തത്.

പദയാത്രാസംഘം ആരോഹണത്തിന്റെ ഉത്തുംഗതയിലെത്തിയ പ്പോൾ കണ്ടത് ചക്രവാളങ്ങളെ അതിരുകളാക്കിയ പുൽമേടിന്റെ വിശാല തയാണ്. കനകരാജ് ഒരു ഗൈഡിനെപ്പോലെ പറഞ്ഞു: "ഇതാണ് ബൈസൺ വാലി. ഒരുകാലത്ത് കാട്ടുപോത്തുകളുടെ സങ്കേതമായി രുന്നു. അതുകൊണ്ടാണ് ഈ ഭാഗത്തിന് ബൈസൺവാലി എന്ന പേര് കൊടുത്തത്. ഇപ്പോഴും കാട്ടുപോത്തുകളുണ്ട്. പക്ഷേ എണ്ണം വളരെ കുറഞ്ഞു."

ബൈസൺ വാലി! ചിന്നക്കനാലിലുണ്ടായിരുന്നപ്പോൾ അവിടത്തെ ബൈസൺവാലിയിൽ പോയിട്ടുണ്ട്. മൂന്നാറിൽ നിന്നു മുപ്പത് കിലോമീറ്റർ ദൂരം. ചിത്തിരപുരം, കുഞ്ചിത്തണ്ണി, പൊട്ടൻകാട്, ബൈസൺവാലി. ആ ബൈസൺവാലിയല്ല ഇത്.

റോഡിൽ നിന്ന് കുറെ അകലെയായി ഒരു കൂട്ടം കാട്ടുപോത്തുകൾ നിന്ന് മേയുന്നത് കണ്ടു. അവ പദയാത്രാസംഘത്തെ തലയുയർത്തി ഒന്നു നോക്കിയിട്ട് വീണ്ടും മേയാൻ തുടങ്ങി. അവർക്ക് ആളുകളെ പരിചയമുള്ളതുപോലെ തോന്നി. കാടെല്ലാം നാടായപ്പോൾ കാട്ടു പോത്തുകൾ നാട്ടുപോത്തുകളെപ്പോലെ ആയി. റോഡരുകിൽ മുട്ടോളം ഉയരത്തിൽ വളർന്ന ഒരു ചെടി വെള്ളപ്പൂവുകളോടെ നിൽക്കുന്നത് കണ്ടപ്പോൾ കനകരാജിന്റെ മുഖത്തും പൂക്കൾ വിരിഞ്ഞു.

"ഇതാണ് വെള്ളക്കുറിഞ്ഞി. വഴിക്കുറിഞ്ഞി എന്നും പറയും. ഇവർ ഒറ്റയാൻമാരാണ്. നീലക്കുറിഞ്ഞികളാണ് കൂട്ടത്തോടെ കാണുക."

എല്ലാവരും കുനിഞ്ഞ് ഒറ്റയാൻ കുറിഞ്ഞിയെ സൂക്ഷിച്ചു നോക്കി. കനകരാജ് പറഞ്ഞത് ഇസ്രായീൽ ശരിവെച്ചു: "സരി. സരി. ഇത് താൻ വഴിക്കുറിഞ്ചി."

നിസാർ ചെടിയിൽ നിന്നും ഒരിലയും ഒരു പൂവും പറിച്ചെടുത്തു. ഇല കൈക്കോട്ടു കിളയ്ക്കുന്നവന്റെ കൈയ്പ്പത്തിപോലെ പരു

പരുത്തതാണ്. നിസാർ മനസ്സിൽ മന്ത്രിച്ചു: "കുറിഞ്ഞി പ്രോലിറ്റേറിയനാണ്."

'പൂവിന് പൂപ്പാലികയുടെ ആകൃതി.'

കുറച്ചു ദൂരം കൂടി മുന്നോട്ടു പോയപ്പോൾ വെള്ളപ്പൂങ്കുലകളുടെ ഭാരം കൊണ്ട് തല കുനിച്ചു നിൽക്കുന്ന കുറെക്കൂടി വലിപ്പമുള്ളൊരു വെള്ളക്കുറിഞ്ഞിയെ കണ്ടു. സുനിത പെട്ടെന്ന് മുമ്പോട്ട് വന്ന് പൂക്കൾ നിറഞ്ഞ ഒരു ചില്ല ഒടിച്ചെടുത്തു.

വലിയ പൂങ്കുലകൾ കണ്ടപ്പോൾ സുനിത പാവടക്കാരി പെൺകുട്ടിയായി. പക്ഷിനിരീക്ഷകൻ രവികുമാറിന്റെ മുഖം രൗദ്രമായി. അയാൾ പരുഷമായ സ്വരത്തിൽ സുനിതയെ കുറ്റപ്പെടുത്തി: "ഏയ്, എന്താണീ ചെയ്തത്? സേവ് കുറിഞ്ഞി സേവ് ഹ്യൂമാനിറ്റി എന്ന് മുദ്രാവാക്യം മുഴക്കി കുറിഞ്ഞിയെ സംരക്ഷിക്കാനിറങ്ങിയവർ തന്നെ കുറിഞ്ഞിയെ നശിപ്പിക്കുന്നോ? ഫൗൾ കാണിക്കരുത്. ദിസീസ് വെരി ബാഡ്. നാചുറലിസ്റ്റുകളുടെ വാക്കുകൾക്കും പ്രവൃത്തികൾക്കും അന്തരമുണ്ടാവാൻ പാടില്ല."

അപ്രതീക്ഷിതമായി ഭർത്സനം കേട്ടപ്പോൾ സുനിതയുടെ മുഖം വിളറി. രവികുമാറിന്റെ ശാസന കുറച്ച് കൂടിപ്പോയെന്നും സുനിതയോടങ്ങനെ പറഞ്ഞത് ശരിയായില്ലെന്നും നിസാറിന്റെ മനസ്സ് പറഞ്ഞു. താനാണല്ലോ ആദ്യം പൂവും ഇലയും പറിച്ചത്. തനിക്കെതിരായിട്ടു കൂടിയാണ് രവികുമാറിന്റെ വിമർശം. എന്തെങ്കിലും പറയണോ എന്ന് നിസാർ ആലോചിക്കുന്നതിനിടയിൽ ഗിരിജ ഏറ്റുപിടിച്ചു.

"എന്താണിതിൽ ഇത്ര വലിയ ഫൗള് രവികുമാർസാറെ?"

"നമ്മൾ കുറിഞ്ഞിയുടെ വംശനാശത്തിനെതിരെ ക്യാമ്പെയിൻ നടത്തുന്നവരല്ലേ? അപ്പോൾ നമ്മൾ തന്നെ കുറിഞ്ഞിയെ നശിപ്പിക്കുന്നത് ശരിയല്ല."

"ഒരു ചെടിയുടെ ചില്ലയൊടിക്കുമ്പോഴേക്കും വംശനാശം വരുമോ? ഇതൊരുതരം മെക്കാനിക്കൽ തിങ്കിങ്ങാണ്. മരമൗലികവാദം എന്നൊക്കെ പറയുന്നത് ഇത്തരം ചിന്താഗതികളെയാണ്."

ഗിരിജയുടെ സ്വരത്തിൽ രോഷം നുരഞ്ഞു പൊന്തുന്നുണ്ടായിരുന്നു. രവികുമാറും വിടുന്ന മട്ടില്ല. അയാൾ പന്ത്രണ്ട് വർഷം മുമ്പ് കുറിഞ്ഞി പൂത്തപ്പോഴുണ്ടായ സംഭവം ചൂണ്ടിക്കാട്ടി തന്റെ ഭാഗം ന്യായീകരിക്കാൻ ശ്രമിച്ചു.

"കഴിഞ്ഞ തവണ കുറിഞ്ഞിപൂത്തപ്പോൾ മൂന്നാറിലെ രാജമലയിൽ കുറിഞ്ഞി കാണാനെത്തിയവരുടെ ബഹളമായിരുന്നു. ആയിരക്കണക്കിനാളുകൾ വന്നു. വന്നവരെല്ലാം കുറിഞ്ഞിച്ചെടികൾ പറിച്ചുകൊണ്ടാണ് പോയത്. ഒരുപാടെണ്ണമാണ് അന്ന് നശിച്ചത്."

"കുറിഞ്ഞിയുടെ വംശനാശത്തിനു കാരണം കുറെ ആളുകൾ ക്യൂരിയോസിറ്റികൊണ്ട് കുറിഞ്ഞിച്ചെടികൾ പറിക്കുന്നതല്ല. അങ്ങനെ

യൊക്കെ പറയുന്നത് മൗലികവാദമാണെന്ന് തന്നെ ഞാൻ പറയും. ഇക്കോളജിക്കൽ ഫണ്ടമെന്റലിസം. കുറിഞ്ഞി വളരേണ്ട സ്ഥാനത്ത് പൈനും യൂക്കാലിയും നട്ടുപിടിപ്പിക്കുന്നതും വനംകൊള്ള നടത്തുന്ന തുമാണ് ഇക്കോളജിയെ ബാധിക്കുന്ന പ്രശ്നങ്ങൾ. മനുഷ്യർ കൗതുകം കൊണ്ട് ഒരു ചെടിയോ കുറെ ചെടികളോ പറിച്ചാലുടനെ വംശനാശം സംഭവിക്കുമെന്ന് പറഞ്ഞ് യഥാർത്ഥ പ്രശ്നത്തിൽ നിന്നും നമ്മൾ വഴുതിപ്പോവാൻ പാടില്ല."

"മാഡം, ഇക്കോളജിക്കൽ ഫണ്ടമെന്റലിസം എന്നൊക്കെപ്പറഞ്ഞ് വിരട്ടണ്ട. എന്തു പറഞ്ഞാലും നിങ്ങളെപ്പോലുള്ള മാർക്സിസ്റ്റുകൾക്ക് കുറെ വരട്ട് തത്ത്വവാദങ്ങളുണ്ടാകും."

"മാർക്സിസ്റ്റുകളുടെ വരട്ടു തത്ത്വവാദമൊന്നും താൻ അംഗീകരി ക്കണ്ട. പക്ഷേ വെള്ളക്കുറിഞ്ഞിയുടെ ഒരു ചില്ല ഒടിച്ചതിന് സുനിതയെ ചീത്തപറയാനുള്ള അവകാശമൊന്നും നിങ്ങൾക്കില്ല മിസ്റ്റർ രവികുമാർ."

"ഓ... ദാ ഫെമിനിസം കൂട്ടിക്കലർത്തുന്നു."

ഗിരിജ കത്തിക്കയറി: "എന്താ ഫെമിനിസം പറയുന്നത് നിങ്ങളെ പ്പോലുള്ള സ്ത്രീവിരോധികൾ ഇഷ്ടപ്പെടുകയില്ല. എന്തിന്റെ പേരിലാ യാലും സുനിതയെ ശാസിക്കാനുള്ള അവകാശമൊന്നും നിങ്ങൾക്കില്ല. പദയാത്രാസംഘത്തിലെ ഏതെങ്കിലും അംഗത്തിന്റെ ബിഹേവിയറിനെ ക്കുറിച്ച് തനിക്ക് പരാതിയുണ്ടെങ്കിൽ ടീം ലീഡറോട് പറഞ്ഞാൽ മതി. അല്ലാതെ തനിക്ക് മറ്റുള്ളവരെ പ്രത്യേകിച്ച് സ്ത്രീകളായ ഞങ്ങളെ ശാസിക്കാനുള്ള റൈറ്റൊന്നുമില്ല."

അതോടെ രവികുമാർ കീഴടങ്ങി. എല്ലാവരും മൗനത്തിലായി. അന്തരീക്ഷത്തിന് സാന്ദ്രത വന്നു. നിസാറിന് തൃപ്തിയായി.

താൻ ഏറ്റുപിടിക്കാതിരുന്നത് നന്നായെന്ന് നിസാറിനു തോന്നി. താനാണ് ഇടപെട്ടിരുന്നതെങ്കിൽ ഇങ്ങനെ ആകുമായിരുന്നില്ല പര്യവസാനം. ഈയ്യിടെയായി എന്തിലിടപെട്ടാലും പെട്ടെന്ന് കുപിത നായിപ്പോകുന്നു. മനസ്സിന്റെ അടിത്തട്ടിൽ വിഷാദാവസ്ഥ ഉള്ളതുകൊണ്ടാ യിരിക്കാം അങ്ങനെ. കൊറോണറി ഹാർട്ട് ഡിസീസും ഡിപ്രഷനും പരസ്പരപൂരകങ്ങളാണെന്നാണ് ബ്രിട്ടീഷ് ജേണൽ ഓഫ് സൈക്യാട്രി യിലെ പുതിയ ആർട്ടിക്കിളിൽ പറഞ്ഞിരിക്കുന്നത്.

പദയാത്രാസംഘത്തിന്റെ സാന്ദ്രമായ മൗനത്തിന്റെ പ്രതിഫലന മെന്നോണം മാനത്ത് പെട്ടെന്ന് മഴക്കാറ് പരന്നു. അന്തരീക്ഷം മൂടി ക്കെട്ടിയ മട്ടിലായി.

ഗിരിജയെക്കുറിച്ച് നിസാറിന് മതിപ്പു തോന്നി. ആള് മോശമല്ല. ഗിരിജ ഇക്കോളജിക്കൽ ഫണ്ടമെന്റലിസം എന്നു പറയുന്നത് കേട്ടപ്പോൾ രാവിലെ ഇസ്രായീൽ ഡൗൺ വിത്ത് ഇക്കോളജിക്കൽ ഇമ്പീരിയലിസം എന്നു മുദ്രാവാക്യം വിളിച്ചത് ഓർത്തു. ഇത്തരം വാക്കുകൾ നിസാർ ആദ്യമായി കേൾക്കുകയായിരുന്നു.

നടക്കുന്നതിനിടയിൽ ഗിരിജ നിസാറിനോട് ശബ്ദം താഴ്ത്തിപ്പറഞ്ഞു: “ഈ രവികുമാർ ഒരു ആർ. എസ്. എസ്കാരനാണ്. ശാഖ നടത്തിയിരുന്ന ആളാണ്. ഇസ്ലാമിനോട് താണുകൊടുത്താൽ അയാൾ ത്രിശൂലമെടുക്കും. അയാളുടെ കൂടെയുള്ള നന്ദസൂനുവിന് ആ സുഖക്കേടൊന്നുമില്ല.”

ഗുഹയിലെ വെളിച്ചം

വിശാലമായ പുൽമേടിൽ അകലെ ചക്രവാളസീമയ്ക്കിപ്പുറത്തായി വൈദ്യുതിക്കമ്പികളെ താങ്ങുന്ന ടവറിനെ അനുസ്മരിപ്പിച്ചുകൊണ്ട് തല ഉയർത്തി നിന്നിരുന്ന ഭീമാകാരമായ ടവറിന്റെ മുകൾഭാഗം കണ്ടുതുടങ്ങി. വനംവകുപ്പിന്റെ വാച്ച്ടവറാണെന്ന് ഇസ്രായീൽ പറഞ്ഞു. ടവറിന് അടുത്തെത്താൻ തിടുക്കമുള്ളതുപോലെ രവികുമാറും നന്ദസൂനുവും നടത്തയ്ക്ക് വേഗം കൂട്ടി. അതു കണ്ട് മറ്റുള്ളവരും വേഗത്തിൽ നടന്നു. നെഞ്ചുവേദന പേടിച്ച് നിസാർ ഒരേ വേഗത്തിൽ തന്നെ നടക്കാൻ ശ്രദ്ധിച്ചു.

വാച്ച് ടവറിന് അഞ്ച് നിലകളുണ്ടായിരുന്നു. കയറാൻ വീതികുറഞ്ഞ ഇരുമ്പേണികൾ. സുനിത ഭാണ്ഡം താഴെവെച്ച് ഇരുമ്പേണി വഴി കയറാൻ തുടങ്ങി. സുനിതയുടെ പിന്നാലെ മറ്റുള്ളവരും ഭാണ്ഡങ്ങൾ താഴെവെച്ച് ടവറിൽ കയറാൻ തയ്യാറായപ്പോൾ പെട്ടെന്ന് ഇടി മുഴങ്ങാൻ തുടങ്ങി. സുനിത സർക്കസ് താരത്തിന്റെ മെയ്‌വഴക്കത്തോടെ ചുരുങ്ങിയ നേരം കൊണ്ട് ടവറിന്റെ അഞ്ചാം നിലയിലെത്തി. ഇടിവെട്ടുന്ന സമയത്ത് ടവറിൽ കയറുന്നത് മിന്നലേൽക്കാൻ സാദ്ധ്യതയുണ്ടെന്ന് കനകരാജ് ഓർമ്മിപ്പിച്ചു. അതൊന്നും വകവെയ്ക്കാതെ രവികുമാറും നന്ദസൂനുവും ടവർകയറ്റം തുടങ്ങി.

മലമുകളിൽ അന്തരീക്ഷം വേഗം മാറുമെന്നും അല്പനേരം കാത്തുനില്ക്കാമെന്നും കനകരാജ് പറഞ്ഞപ്പോൾ ബാക്കിയുള്ളവർ അന്തരീക്ഷം മാറുന്നത് കാത്തുനിന്നു. പറഞ്ഞതുപോലെ തന്നെ അന്തരീക്ഷം പെട്ടെന്നു മാറി. മഴക്കാറ് നീങ്ങി മാനം തെളിഞ്ഞപ്പോൾ മറ്റുള്ളവരും ടവറിൽ കയറാൻ തുടങ്ങി. നിതിനും നന്ദസൂനുവും രവികുമാറും ഗിരിജയും സുനിതയുടെ പുറകെ ടവറിന്റെ അഞ്ചാം നിലവിലെത്തി. സെയ്തുമുനിയും ഇസ്രായീലും കനകരാജും ഒന്നാം നിലയിൽ തന്നെ നിന്നു.

നിസാർ മൂന്നാമത്തെ നില വരെ കയറി. എന്നിട്ടും നെഞ്ചുവേദന അനുഭവപ്പെടാതിരുന്നപ്പോൾ അദ്ഭുതം തോന്നി. ചുറ്റും നോക്കിയപ്പോൾ നിറം മങ്ങിയ പച്ചപ്പരവതാനി ചുളിവീണു കിടക്കുന്നതാണ് കണ്ടത്. തല കറങ്ങുന്നു. അക്രോഫോബിയ. അതോ അഗറോ ഫോബിയ ആണോ? അല്ല. അക്രോഫോബിയ തന്നെ. അഗറോഫോബിയ തുറസ്സായ സ്ഥലങ്ങളിൽ നില്ക്കാനുള്ള ഭയമാണ്.

സൂര്യനെ കാണുന്നില്ല. പടിഞ്ഞാറെ ചക്രവാളത്തിൽ മറഞ്ഞിട്ടില്ല. മൂടുപടത്തിനുള്ളലാണ്. കിഴക്കേ ചക്രവാളം ഇരുണ്ടു തുടങ്ങിയിരുന്നു. അഞ്ചാം നിലയിൽ അതിഭയയങ്കര കാറ്റാണെന്ന് ഗിരിജ വിളിച്ചുപറയുന്നു ണ്ടായിരുന്നു. തലക്കറക്കം തുടർന്നതിനാൽ നിസാർ കണ്ണടച്ച് നിന്നു. അപ്പോൾ തലേന്ന് കോക്കേഴ്സ് വാക്കിൽ നിൽക്കുമ്പോൾ കണ്ട അതിർ ത്തിയിലെ ഇലന്തമരത്തിന്റെ ചിത്രം മനസ്സിൽ തെളിഞ്ഞു വന്നു. ഒപ്പം പതിന്നാല് വർഷം മുമ്പ് മനസ്സിൽ തെളിഞ്ഞ ഒരു ചിത്രം വീണ്ടും തെളിഞ്ഞു വന്നു.

പതിന്നാല് വർഷങ്ങൾക്കുമുമ്പ് കേന്ദ്രഗവൺമെന്റ് നിയോഗിച്ച ഹജ്ജ് മെഡിക്കൽ സംഘത്തിലെ അംഗമായിരുന്നു നിസാർ. മക്കയിലെത്തിയിട്ട് ആദ്യം പോയത് മുഹമ്മദ്നബി രാത്രികളിലൽ ഏകാകിയായിരുന്ന് ധ്യാനിക്കാറുണ്ടായിരുന്ന ഹീറാ ഗുഹ കാണാനാണ്. സൂര്യനസ്തമിച്ചിട്ടും ചുട്ടുപൊള്ളുന്ന കരിമ്പാറയുടെ പള്ളയിൽ ഒരു മനുഷ്യന് കഷ്ടിച്ച് കടക്കാൻ കഴിയുന്ന ഗുഹയുടെ അകത്തു കയറി. പ്രിയദൂതനായി നിയോഗിച്ച മുഹമ്മദിന് ദിവസങ്ങളോളമിരുന്ന് ധ്യാനിക്കാൻ സർവ്വ ശക്തനായ അല്ലാഹു സൗകര്യം ചെയ്തുകൊടുത്തത് ആ ഇടുങ്ങിയ ഗുഹയിലായിരുന്നു. ആ ധ്യാനത്തിനിടയിലാണ് ഇഹലോകത്തിനും പരലോകത്തിനും ഇടയിലുള്ള അതിർത്തിയിലെ ഇലന്തമരത്തിനരികെ തന്റെ നാഥനായ സർവ്വശക്തൻ നിൽക്കുന്നതായി മുഹമ്മദ് കണ്ടത്. തന്റെ അടിമയായ ദൂതനെ എഴുതപ്പെട്ട ഗ്രന്ഥത്തിലെ ആദ്യത്തെ അദ്ധ്യായം പഠിപ്പിച്ചത് അപ്പോഴാണ്. *"ഇഖ്റഅ് ബിസ്മി റബ്ബുക്ക."* നിന്റെ നാഥന്റെ നാമത്തിൽ വായിക്കുക.

അതിർത്തിയിലെ ഇലന്തമരം മനസ്സിൽ വീണ്ടും തെളിഞ്ഞുവന്നു. ഇലന്തമരത്തിനരികെ സർവ്വശക്തൻ പ്രത്യക്ഷപ്പെട്ടപ്പോൾ ആ ദേഹത്തു നിന്നുത്ഭവിച്ച പ്രകാശം ഗുഹയ്ക്കകത്ത് വെളിച്ചം പരത്തി. അല്ലാഹു വിന്റെ ദൂതന്റെ ചിത്രം ഗുഹാഭിത്തിയിൽ പതിച്ചില്ല. എന്തദ്ഭുതം. നിഴലില്ലാത്ത മനുഷ്യനോ? അതോ നിഴൽ വീഴ്ത്താത്ത വെളിച്ചമോ? ഗുഹയിലെ വെളിച്ചത്തെക്കുറിച്ച് മുഹമ്മദ് നബിക്കും നൂറ്റാണ്ടുകൾക്കു മുമ്പ് പറഞ്ഞതാരാണ്?

പ്ലേറ്റോയാണോ? അതെ പ്ലേറ്റോ തന്നെ. ബെർട്രാന്റ് റസ്സലിന്റെ പുസ്തകത്തിൽ വായിച്ചതോർമ്മ വന്നു. ഗുഹയിലേക്ക് പ്രകാശം കടന്നുവരുമ്പോൾ ഗുഹാമുഖത്ത് ഉള്ള വസ്തുക്കളുടെ നിഴൽ ഗുഹാ ഭിത്തിയിൽ പതിയും. ഭൂമിയിൽ കാണുന്ന വസ്തുക്കൾ ഈ നിഴലുകൾ മാത്രമാണ്. വെറും മായ. അയഥാർത്ഥങ്ങൾ. യഥാർത്ഥ വസ്തുക്കൾ ദൈവത്തോടൊപ്പമാണ്. നാം കാണുന്നത് അവയുടെ നിഴലുകൾ മാത്രം. ജഗൻമിഥ്യ. ജഗൻമയൻ സത്യം...

"എന്താണ് കണ്ണടച്ച് നിൽക്കുന്നത്?"

ഗിരിജയുടെ ശബ്ദം കേട്ടപ്പോൾ നിസാർ ഒന്നു ഞെട്ടി. കണ്ണു തുറന്നു. എല്ലാവരും താഴെ ഇറങ്ങിക്കഴിഞ്ഞു. നിസാർ അതൊന്നുമറിഞ്ഞില്ല.

ഗിരിജ ആകാംക്ഷയോടെ ചോദിച്ചു: "എന്താ, എന്തെങ്കിലും പ്രശ്ന മുണ്ടോ?"

"ഏയ്. ഒന്നുമില്ല. വെറുതെ ഓരോന്നോർത്ത് നിന്നുപോയതാണ്."

നിസാർ ഇറങ്ങാൻ തുടങ്ങി. പിന്നാലെ ഗിരിജയും.

എതിർദിശയിൽ നിന്നും ഒരു ലോറി വരുന്നതു കണ്ടു. ഇസ്രായീൽ പറഞ്ഞു: "ഞാനിതിൽ തിരിച്ചുപോകുകയാണ്. ഒക്കുമെങ്കിൽ ഞാൻ മൂന്നാറിലോ കോവിലൂരിലോ വരാം. ഇതിനിടയിൽ എനിക്ക് ചെന്നൈയിൽ ഒന്നു പോകണം. അവിടെ മൈനിംഗ് ആന്റ് ജിയോളജി വകുപ്പ് ആസ്ഥാനം ഉപരോധിക്കുന്നുണ്ട്. കൂടായി മലകളിൽ അയൺ ഓർ ഖനനംചെയ്യാൻ കോറമാണ്ഡൽ മൈനിംഗ് കമ്പനി പെർമിറ്റ് വാങ്ങി ക്കഴിഞ്ഞു. അത് റദ്ദ് ചെയ്യിക്കാനാണ് ഉപരോധം. ഇടയ്ക്കിടെ മൊബൈ ലിൽ കോണ്ടാക്റ്റ് ചെയ്യാൻ ശ്രമിക്കണം. ഞാനും ട്രൈ ചെയ്തു കൊണ്ടിരിക്കും. ചില സ്ഥലങ്ങളിൽ റേഞ്ചുണ്ടായിരിക്കും. ഫോറസ്റ്റ് ഡിപ്പാർട്ടുമെന്റിനുവേണ്ടി ചില സ്ഥലങ്ങളിൽ ബി.എസ്.എൻ.എൽ ടവറുകൾ സ്ഥാപിച്ചിട്ടുണ്ട്. കോവിലൂരിൽ എത്തിയാൽ പിന്നെ പ്രോബ്ല മില്ല. റെയിഞ്ച് കിട്ടും."

ഇസ്രായീൽ ലോറിക്ക് കൈകാണിച്ച് നിറുത്തി അതിൽ കയറി. കനകരാജ് തിടുക്കം കൂട്ടി. "ഇരുട്ടാകുന്നതിനു മുമ്പ് നമുക്ക് കൂടായി യിലെത്താൻ ശ്രമിക്കണം."

ഗിരിജ നിസാറിനെ നോക്കി. വേഗത്തിൽ നടക്കാൻ പ്രയാസമില്ലല്ലോ എന്നായിരിക്കണം നോട്ടത്തിന്റെ അർത്ഥം. ഇറക്കം കഴിഞ്ഞ് കയറ്റം കയറാൻ തുടങ്ങിയപ്പോൾ നിസാറിന് നെഞ്ചുവേദന അനുഭവപ്പെട്ടു. ആരും കാണാതെ ഹിപ് പോക്കറ്റിൽ നിന്നും സോർബിട്രേറ്റ് ഗുളിക യെടുത്ത് രണ്ടായി പൊട്ടിക്കാതെ തന്നെ നാക്കിനടിയിൽ വെച്ചു. മറ്റുള്ള വരോടൊപ്പം വേഗത്തിൽ നടത്തം തുടർന്നു.

അർത്ഥമില്ലാത്ത സ്വപ്നം

മലമുകളിലെ കൂടായിഗ്രാമം ഒരു വലിയ കൊടുമുടിയുടെ നെറുക യിലാണ്. തെങ്ങിൻ തലപ്പത്തുള്ള കാക്കക്കൂട് പോലെ ഉയരത്തിൽ കൂടായി ഗ്രാമം കാണപ്പെട്ടപ്പോൾ പദയാത്രാസംഘത്തിന്റെ ഉത്സാഹം വർദ്ധിച്ചു. നടത്തത്തിന് ഒന്നു കൂടി വേഗം വർദ്ധിച്ചു. പക്ഷേ, മുകളി ലെത്തും മുമ്പേ ഇരുട്ടിന്റെ കരിമ്പടം കാക്കക്കൂടിനെയും കൊടുമുടി യേയും മൂടി. സെയ്തുമുനി ഒരു പെൻടോർച്ച് മിന്നിച്ചുകൊണ്ട് മുന്നോട്ട് നീങ്ങി. മറ്റുള്ളവർ ആ മിന്നാമിനുങ്ങിനുപിന്നിൽ നടന്നു.

ഇരുട്ടുന്നതിനു മുമ്പ് കൂടായിയിലെത്തണം എന്ന ലക്ഷ്യം പരാജയപ്പെട്ടപ്പോൾ ഗ്രാമത്തിലുള്ളവർ ഉറക്കം തുടങ്ങുന്നതിനു മുമ്പെങ്കിലുമെത്തണമെന്നായി ലക്ഷ്യം. വേഗത്തിൽ നടക്കുന്നതിനിടയിൽ ഗിരിജ നിസാറിന്റെ അടുത്തെത്തി.

"എനി പ്രോബ്ലം ഡോക്ടർ?"

"നോ പ്രോബ്ലം."

ദൂരെയൊരു നാട്ടിൽ നിന്നും ഒരു സംഘം ടൂറിസ്റ്റുകൾ വന്നെന്ന് ഗ്രാമത്തിൽ വാർത്ത പരന്നു. അദ്ഭുതമനുഷ്യരെ കാണാൻ കൂടായിഗ്രാമം മുഴുവൻ പദയാത്രാസംഘത്തിനു ചുറ്റും കൂടി. ചിലരുടെ കൈയിൽ മുനിയുന്ന മണ്ണെണ്ണ വിളക്കുകളുണ്ടായിരുന്നു. മൂട്ടവിളക്കുകളുടെ പ്രകാശം കറുത്ത മുഖങ്ങളിൽത്തട്ടി പ്രതിഫലിക്കാൻ മടികാണിച്ചു. സ്ത്രീകളൊഴികെയുള്ളവരെല്ലാം അർദ്ധനഗ്നർ. ചിലരുടെ വേഷം അരയിൽ ഒരു തുണി ചുറ്റിയത് മാത്രം. ചിലർ കാക്കിട്രൗസറാണ് ഇട്ടിരിക്കുന്നത്. കുട്ടികളെല്ലാം പൂർണ്ണനഗ്നർ. കാക്കിട്രൗസറിനു മുകളിൽ അരക്കൈയൻ ഷർട്ട് ധരിച്ച, കറുത്തമുഖത്ത് പൂപ്പൽ പറ്റിപ്പിടിച്ചതുപോലുള്ള നരച്ച താടിമീശയുള്ള വൃദ്ധൻ മുന്നോട്ടുവന്നപ്പോൾ ചിലർ പിറുപിറുത്തു.

"തലൈവർ വന്താച്ച്. തലൈവർ വന്താച്ച്."

മറ്റുള്ളവർ ആദരവോടെ ഒതുങ്ങി നിന്നു. ഗ്രാമത്തലവനാണെന്ന് പദയാത്രസംഘത്തിന് മനസ്സിലായി. കൂട്ടത്തിലാരോ ബഹുമാനം തുളുമ്പുന്ന സ്വരത്തിൽ മന്ത്രിച്ചു.

"തലൈവർ മുത്തുവേലനാക്കും."

അയാൾ മുന്നോട്ട് വന്ന് പദയാത്രാസംഘത്തോട് തമിഴിൽ പറയാൻ തുടങ്ങി.

"വണക്കംങ്കെ. നീങ്ക യാർങ്കെ?"

കനകരാജാണ് ചോദ്യങ്ങൾക്ക് മറുപടി പറഞ്ഞത്.

"പദയാത്രാസംഘമാക്കും."

"നീങ്ക എങ്കെയിരുന്ത് വറത്ങ്കെ? എത്ക്കാകെ വറത്?"

കനകരാജ് മുത്തമിഴിൽ തന്നെ മുത്തുവേലനോട് കുറിഞ്ഞി പൂത്തത് കാണാൻ കേരളത്തിൽ നിന്നു വന്നവരാണെന്ന് വിശദീകരിച്ചു.

"ഇങ്കെ എങ്കെയും കുറിഞ്ചി ഇല്ലെ."

മുത്തുവേലന്റെ വാക്കുകളിൽ പരിഹാസം പൂവിട്ടു നിന്നിരുന്നു. കുറെ വർഷങ്ങൾക്കു മുമ്പ് തങ്ങളുടെ കൃഷിയിടങ്ങൾക്കപ്പുറം കുറിഞ്ഞിയുണ്ടായിരുന്നെന്നും അവിടെയെല്ലാം പൈൻമരങ്ങൾ നട്ടുകഴിഞ്ഞെന്നും മുത്തുവേലൻ ചെന്തമഴിൽ പറഞ്ഞത് എല്ലാവർക്കും മനസ്സിലായി. കുറിഞ്ഞിയെ കാണാൻ മാത്രമല്ല, കുറിഞ്ഞി ഉണ്ടായിരുന്നിടങ്ങളിലെ അതിന്റെ അഭാവം കാണാനും കൂടിയാണ് തങ്ങൾ നടക്കുന്നതെന്ന്

കനകരാജ് വിശദീകരിച്ചപ്പോൾ എന്തിനു പാഴ്‌വേല ചെയ്യുന്നുവെന്നായിരുന്നു മുത്തുവേലന്റെ സൗഹൃദം നിറഞ്ഞ ചോദ്യം.

"രാത്രി തങ്ങാനിടം തരുമോ" എന്ന് കനകരാജ് ചോദിച്ചു. ഗ്രാമത്തിൽ ആകെയുള്ള പൊതു ഇടം കുടിപ്പള്ളിക്കൂടമാണെന്നായിരുന്നു മുത്തുവേലന്റെ മറുപടി.

"ഒങ്കളുക്ക് അതുക്കുള്ളെ പടുത്ത് തൂങ്ക മുടിയുമാ?"

"പോതും പോതും."

അവിടെ കിടന്നാൽ മതിയെങ്കിൽ കിടന്നുകൊള്ളാൻ മുത്തുവേലൻ സമ്മതം നൽകി. രാത്രി കഴിക്കാനെന്തെങ്കിലും കിട്ടുമോ എന്ന ചോദ്യം മുത്തുവേലനെ കുഴക്കി. ചുക്കിച്ചുളിഞ്ഞ മുഖം ഒന്നുകൂടി ചുളിഞ്ഞു. കഴിക്കാൻ എന്തെങ്കിലും കിട്ടിയാൽ കൈയിൽ കരുതിയിട്ടുള്ള ഉണക്കപ്പഴങ്ങൾ തീർക്കേണ്ടല്ലോ എന്ന് കരുതിയാണ് കനകരാജ് ചോദിച്ചത്. കുറച്ചുനേരം കാത്തിരുന്നാൽ ചോളക്കഞ്ഞി വേവിച്ച് തരാമെന്ന് മുത്തുവേലൻ പറഞ്ഞു.

പദയാത്രാസംഘത്തിന്റെ അന്നത്തെ രാത്രിഭക്ഷണം ചോളക്കഞ്ഞിയും കരിവാട് ചുട്ടതുമായിരുന്നു. ചോളക്കഞ്ഞി വയറ് നിറയും വരെ കുടിക്കാൻ കിട്ടി.

കാലപ്രവഹത്തിന്റെ ഉദ്ഭവസ്ഥാനത്തെത്തിച്ച സമൃദ്ധവും പുരാതനവുമായ അത്താഴം.

നിസാറിന് ചോളക്കഞ്ഞി ഹൃദ്യമായി തോന്നി. ഉമ്മാടെ ഉമ്മ, ഉമ്മൂമ്മ ഉണ്ടായിരുന്നപ്പോൾ ചോളക്കഞ്ഞി വെക്കാറുണ്ടായിരുന്നു. ഉണക്കസ്രാവും കപ്പൽമുളകും ചുട്ട് കൂട്ടിച്ചതച്ചതായിരുന്നു ചോളക്കഞ്ഞിക്ക് കൂട്ടാൻ. മുത്തുവേലൻ നൽകിയ ചോളക്കഞ്ഞിയും കരുവാട് ചുട്ടതും ആസ്വദിച്ചുകൊണ്ടിരുന്നപ്പോൾ ഉമ്മൂമ്മ അടുത്തിരുന്ന് "ഇച്ചിരീം കൂടി കുടി മോനേ, ഒരു കൈയിലും കൂടി കുടി മോനേ നിസാറേ" എന്ന് പറയുന്നത് കേട്ടു.

അത്താഴം കഴിഞ്ഞപ്പോൾ നിസാർ സെയ്തുമുനിയോട് സ്വകാര്യമായി ചോദിച്ചു: "സാറ് എവിടേണ് ഉറങ്ങുന്നത്?"

സെയ്തുമുനിക്ക് നിസാറിന്റെ ഇംഗിതം മനസ്സിലായി. നിസാറിനോടൊത്ത് പോയ കാലത്തിന്റെ ഓർമ്മകൾ അയവിറക്കാൻ സെയ്തുമുനിക്കും താല്പര്യമുണ്ടായിരുന്നു.

"നമുക്കാ ഒഴിഞ്ഞ മൂലയിൽ കിടക്കാം."

സെയ്തുമുനി നിസാറിനെയും കൂട്ടി കുടിപ്പള്ളിക്കൂടത്തിന്റെ ഒരു മൂലയിൽ ഉറങ്ങാനുള്ള സ്ഥാനം പിടിച്ചു. കനകരാജും നിതിനും മൂപ്പൻ കൊടുത്ത മണ്ണെണ്ണവിളക്കുമായി കുടിപ്പള്ളിക്കൂടത്തിന്റെ മറ്റൊരു മൂലയിലേയ്ക്ക് നീങ്ങിയതോടെ ഇരുട്ടിന്റെ കനത്ത കരിമ്പടം അവരെ മൂടി.

സെയ്തുമുനി നിസാറിനോട് വിശേഷങ്ങൾ ചോദിച്ചു. ബാപ്പ, ഉമ്മ, നിസാറിന്റെ കുടുംബം... ബാപ്പ സ്ട്രോക്ക്മൂലം ഒരു വശം തളർന്ന് രണ്ടുവർഷം കിടന്നതിനുശേഷം മരിച്ചു. ബാപ്പ പോയി അധികം കഴിയുന്നതിനുമുമ്പ് പിന്നാലെ ഉമ്മയും പോയി. സഫിയ തന്നെവിട്ട് റഷീദിന്റെകൂടെ പോയ കാര്യം നിസാർ സെയ്തുമുനിയോട് പറഞ്ഞില്ല. അതൊഴികെ എല്ലാം പറഞ്ഞു കഴിഞ്ഞപ്പോൾ നിസാർ ചോദിച്ചു: "സാറിന്റെ മോൻ സോക്രട്ടീസെന്തു ചെയ്യുന്നു?"

"അവിനപ്പം യു.കെയിലാണ്. അവിടത്തെ കൺസൽട്ടന്റ് കാർഡിയോളജിസ്റ്റ്. അവന്റെ ഭാര്യയും അവിടെത്തന്നെയാണ്. അവൾ നെഫ്രോളജി സ്പെഷ്യലിസ്റ്റാണ്..."

സെയ്തുമുനിസാറിന്റെ മകൻ ഇപ്പോൾ ഇംഗ്ലണ്ടിൽ കൺസൽട്ടന്റ് കാർഡിയോളജിസ്റ്റാണെന്ന് അറിഞ്ഞപ്പോൾ നിസാറിന്റെ മനസ്സിൽ ഒരു ആഗ്രഹം നാമ്പിട്ടു. പണം കണ്ടെത്താൻ കഴിഞ്ഞാൽ തനിക്ക് വേണമെങ്കിൽ ഇംഗ്ലണ്ടിൽ പോയി പരിശോധനയും ചികിത്സയും നടത്താം. നിസാർ താല്പര്യത്തോടെ ചോദിച്ചു: "യുകെയിലെവിടെയാണ്?"

സെയ്തുമുനിസാറിന്റെ മറുപടി നിസാറിനെ നിരാശപ്പെടുത്തി.

"ന്യൂ ഹാംപ്ഷയറിലാണെന്ന് തോന്നുന്നു..."

സ്വന്തം മകനെയും മരുമകളെയും കുറിച്ചു പറഞ്ഞപ്പോൾ സ്വരത്തിൽ നൈരാശ്യം തളം കെട്ടി നിൽക്കുന്നതുപോലെ തോന്നി.

"സോക്രട്ടീസ് നാട്ടിൽ വരാറില്ലേ?"

"ഓ... നാലഞ്ച് കൊല്ലം കഴിഞ്ഞു വന്നു പോയിട്ട്. വന്നത് നാടോ നാട്ടിലുള്ളവരെയോ കാണാനൊന്നുമല്ല. അവന്റെ അമ്മയേയും ഭാര്യയേയും ഗുരുവായൂരിലും മൂകാംബികയിലും തിരുപ്പതിയിലും മധുരയിലുമൊക്കെ ക്ഷേത്രദർശനത്തിനു കൊണ്ടുപോകാനായിരുന്നു. ശാരദ പെൻഷനായതിനുശേഷം ഒന്നു രണ്ടു പ്രാവശ്യം ഇംഗ്ലണ്ടിൽ പോയി അവരുടെ കൂടെ കുറച്ചുനാൾ നിന്നു. അവളും വലിയ ഭക്തയാണിപ്പോൾ."

യുക്തിവാദിയായ സെയ്തുമുനിയുടെ ഭാര്യയും മകനും മരുമകളും കൂടി ക്ഷേത്രങ്ങളായ ക്ഷേത്രങ്ങളൊക്കെ കയറിയിറങ്ങുന്നു. എങ്ങനെ സഹിക്കും? മകന്റെ കാര്യത്തിൽ താല്പര്യം കാണിക്കാത്തത് എന്തുകൊണ്ടാണെന്ന് നിസാറിനു മനസ്സിലായി. അല്പനേരത്തെ മൗനത്തിനു ശേഷം ഒരു നെടുവീർപ്പോടെ സെയ്തുമുനി പറഞ്ഞു: "ബൈ ദ ബൈ അവന്റെ പേരിപ്പം സോക്രട്ടീസെന്നല്ല. അവൻ സ്വയം പേരുമാറ്റി സുധീർ എന്നാക്കി. ഇംഗ്ലണ്ടിൽ പോകുന്നതിനു മുമ്പ് തന്നെ പേരുമാറ്റം നടത്തി."

പേരുമാറ്റത്തിന്റെ പാരമ്പര്യം ഉണ്ടല്ലോ... പിന്നെ സെയ്തുമുനി സ്വന്തം കുടുംബത്തെക്കുറിച്ചൊന്നും പറഞ്ഞില്ല. തന്നെപ്പോലെ സെയ്തുമുനിയും ജീവിതത്തിൽ ഒറ്റപ്പെട്ടുപോയിരുക്കുന്നു. മറ്റൊരു വിധത്തിലാണെന്നു മാത്രം.

ഗിരിജയെകുറിച്ച് കൂടതലറിയണമെന്ന ഉദ്ദേശ്യത്തോടെയാണ് നിസാർ സെയ്തുമുനിയെ കൂട്ടിനു പിടിച്ചത്. സെയ്തുമുനി ഉറങ്ങിയിട്ടില്ലെന്ന് ഉറപ്പ് വരുത്തിയിട്ട് നിസാർ ശബ്ദം താഴ്ത്തി ചോദിച്ചു: "ഗിരിജയും സുനിതയും കഴിഞ്ഞ തവണത്തെ പദയാത്രയ്ക്ക് ഉണ്ടായിരുന്നോ?"

"പിന്നേ. അവര് എല്ലാ എക്സ്പെഡിഷനും വരാറുണ്ട്."

"അവരുടെ വീടെവിടെയാണ്?"

"തിരുവനന്തപുരത്തുകാരാണ് രണ്ടുപേരും. സുനിതയുടെ അച്ഛൻ സെക്രട്ടറിയേറ്റിലെ ഒരു ജോയിന്റ് സെക്രട്ടറിയാണ്. ഗിരിജ ഒരു ഹോമിയോ ഡോക്ടറുടെ മകളാണ്. തിരുവനന്തപുരത്ത് തന്നെയാണ്."

ഗിരിജയെക്കുറിച്ച് കൂടുതലറിയണമെന്ന് ആഗ്രഹത്തോടെ നിസാർ പറഞ്ഞു: "ഗിരിജ വളരെ ബോൾഡാണല്ലോ. സുനിതയെ ഡിഫെൻഡ് ചെയ്യാനായി രവികുമാർ ഇക്കോളജിക്കൽ ഫണ്ടമെന്റലിസ്റ്റാണെന്ന് തുറന്നടിച്ചില്ലേ?"

"എങ്ങനെ ബോൾഡാകാതിരിക്കും? അവരൊരു എക്സ് നക്സലേറ്റാണ്."

"നക്സലേറ്റോ?"

"അതെ. പക്കാ നക്സൽ. നക്സലേറ്റ് ഗ്രൂപ്പിന്റെ കൂടെ ആക്റ്റീവായിട്ടുണ്ടായിരുന്നു. ഒരു ജന്മിയെ കഴുത്തറുത്തുകൊന്ന ആക്ഷനിലും പങ്കെടുത്തിട്ടുണ്ട്. കുറെക്കാലം ജയിലിലായിരുന്നു. കൺവിക്റ്റ് ചെയ്തില്ല. ഗിരിജയുടെ പ്രസൻസ് പ്രൂവ് ചെയ്യാൻ പ്രോസിക്യൂഷനു കഴിയാത്തതുകൊണ്ട് വെറുതെവിട്ടു. അതിനുശേഷം നക്സലിസം വിട്ടിട്ട് ഇപ്പോ ഇക്കോളജി ആക്റ്റിവിസ്റ്റാണ്. കണ്ടത് കണ്ടപടി പറയുന്ന സ്വഭാവമാണ്. അതുകൊണ്ട് അവരെ എല്ലാവർക്കും പേടിയാണ്."

ഗിരിജ വിവാഹിതയാണോ എന്ന് ചോദിക്കണമെന്നുണ്ടായിരുന്നു. ആ ചോദ്യം ഒഴിവാക്കിയിട്ട് കനകരാജിനെക്കുറിച്ച് ചോദിച്ചു.

"ബാങ്കിലാണ് ജോലി. എസ്.ബി.റ്റി.യില്. ഇപ്പോ നാലാഞ്ചിറ ബ്രാഞ്ചിലാണെന്നു തോന്നുന്നു. ആളൊരു സൈലന്റ് വർക്കറാണ്. ഇസ്രായീലിനെപ്പോലെ ഈ മൂവ്മെന്റിനു വേണ്ടി എന്തും ചെയ്യും. എത്ര വേണോങ്കിലും ചെലവാക്കും. സിറ്റിയിലെ റോഡ്വക്കിലുള്ള ഒരു മരം വീണാലുടനെ ചാനലുകാരെയും കൂട്ടിവന്ന് നെഞ്ചിലടിച്ച് കരയുന്ന സ്വഭാവമൊന്നുമില്ല. പബ്ലിസിറ്റി മോംഗറല്ലാത്തതുകൊണ്ട് കനകരാജിനെ അധികം പേർക്കും അറിയില്ല."

"പബ്ലിസിറ്റിയുണ്ടെങ്കിലല്ലേ പ്രസ്ഥാനം വളരൂ? എന്നാലല്ലേ പൊളിറ്റിക്കൽ സർക്കിളിൽ അവേർനസ്സ് ഉണ്ടാകുകയുള്ളു?"

വളരെക്കാലം സർവ്വീസ് സംഘടനാരംഗത്ത് പയറ്റിയ നിസാറിന് സാമൂഹികമാറ്റത്തിന്റെ രാസക്രിയകളെക്കുറിച്ചറിയാം. അധികാരം

കൊയ്യുന്നവരുടെ ബോധമണ്ഡലത്തിൽ വിത്തിട്ടില്ലെങ്കിൽ വിളവെടുപ്പ് നടക്കുകയില്ല.

“പക്ഷേ പബ്ലിസിറ്റിമാത്രം അജണ്ടയായി ചിലരൊക്കെ നടക്കുന്നുണ്ട്. അവരുടെ ലൈഫ് സ്റ്റൈല് കണ്ടാലറിയാം അവർ സാക്ഷാൽ പ്രകൃതി വിരുദ്ധരാണെന്ന്. എസി കാറിലേ സഞ്ചരിക്കൂ. വീട് വീടല്ല ബംഗ്ലാവ്. ബംഗ്ലാവിലെ കുറെ മുറികളിലെങ്കിലും എസി കാണും. അവര് സ്വന്തം പ്രശസ്തിക്കുവേണ്ടി മാത്രമാണ് പ്രകൃതി പ്രകൃതീന്നും പറഞ്ഞ് മുതല ക്കണ്ണീരൊഴുക്കുന്നത്. അവർക്ക് എൺവയോൺമെന്റ് ഡീഗ്രഡേഷൻ അവസാനിപ്പിക്കണമെന്നൊന്നുമില്ല.”

നിസാറും സെയ്തുമുനിയും സംസാരിച്ചുകൊണ്ടിരുന്ന സമയ ത്തെല്ലാം കനകരാജും നിതിനും മണ്ണെണ്ണ വിളക്കിന്റെ വെളിച്ചത്തിൽ എന്തോ എഴുതുകയായിരുന്നു. അവർ എഴുത്തു നിറുത്തി. കനകരാജ് ഉറക്കെ പറഞ്ഞു: “ഹലോ, എല്ലാവരും ഒന്നടുത്തുവന്നിരുന്നാൽ കൊള്ളാം. നമുക്ക് ചിലകാര്യങ്ങൾ ഡിസ്കസ്സ് ചെയ്യാനുണ്ട്.”

പലയിടങ്ങളിലായിരുന്ന് സംസാരിച്ചിരുന്നവർ കനകരാജും നിതിനും ഇരുന്ന മൂലയിൽ ഒത്തുകൂടി. കനകരാജ് തുടർന്നു.

“നാളെ എട്ടുമണിക്ക് തന്നെ പദയാത്ര തുടങ്ങണം. ബേരിജാം ഫോറസ്റ്റ് ചെക്ക്പോസ്റ്റ്വഴി പൈൻഫോറസ്റ്റിൽ കടക്കണം. അവിടന്ന് കവുഞ്ചിയിലോ പൂണ്ടിയിലോ എത്തണം. പൂണ്ടിയിലാണ് രാത്രി തങ്ങാൻ നല്ലത്. അവിടെ ഭക്ഷണം കിട്ടും. തങ്ങാനിടവുമുണ്ട്. എട്ടുമണിക്കു നടക്കാൻ തുടങ്ങിയാലേ രാത്രി അധികമാകുന്നതിനു മുമ്പ് പൂണ്ടിയി ലെത്തുകയുള്ളൂ.”

കുറച്ച് നേരത്തെ മൗനത്തിനുശേഷം കനകരാജ് തുടർന്നു.

“പിന്നെ... ചെലവുകളെല്ലാം ചേർത്ത് തുല്യമായി ഡിവൈഡ് ചെയ്ത് ഓരോരുത്തരും വഹിക്കണം. ഡിവൈഡിംഗ് സിസ്റ്റം. ചെലവെല്ലാംകൂടി കൂട്ടി ഡിവൈഡ് ചെയ്യുന്നത് ലാസ്റ്റ് ഡേയിലേ പറ്റൂ. അതുവരെയുള്ള എക്സ്പെൻസസ് മീറ്റ് ചെയ്യാൻ നമ്മള് അഡ്വാൻസ് എടുക്കണം. ഇപ്പോൾ എല്ലാവരും ഇരുന്നൂറ് രൂപ വീതം നിതിനെ ഏൽപ്പിക്കണം. അത് തീരുമ്പോൾ അറിയിക്കാം. എന്താ, ആർക്കെങ്കിലും ഒബ്ജക്ഷ നുണ്ടോ?”

നിസാർ പ്രതീക്ഷിച്ചതിനേക്കാൾ എത്രയോ കുറവായിരുന്നു ചെലവുകൾ. നിസാർ അപ്പോൾ തന്നെ പഴ്സ് തുറന്ന് നൂറിന്റെ രണ്ട് നോട്ടുകളെടുത്ത് നിതിനെ ഏൽപ്പിച്ചു. അത് കണ്ട് മറ്റുള്ളവരും നിതിനെ പണം ഏൽപ്പിച്ചു.

“ഓക്കെ ദെൻ ഗുഡ്നൈറ്റ് ഫോർ ആൾ.”

മണ്ണു കുഴച്ച് ചുവരുകൾ തീർത്ത് പനയോല മേഞ്ഞ കുടിപ്പള്ളി ക്കൂടത്തിന്റെ സിമന്റിടാത്ത തറയിൽ പഴയ പേപ്പർ വിരിച്ച് കിടക്കുമ്പോൾ

നിസാർ ചിന്തിച്ചത് മനുഷ്യന്റെ യഥാർത്ഥ ആവശ്യങ്ങളെക്കുറിച്ചായിരുന്നു. ലോകത്തിലെ ഭൂരിപക്ഷം ജനങ്ങളും താനിപ്പോൾ കിടക്കുന്ന കുടിപ്പള്ളിക്കൂടത്തിലെ സൗകര്യങ്ങൾ മാത്രം അനുഭവിച്ചല്ലേ ജീവിക്കുന്നത്? ഭൂമിയിലെ വിഭവങ്ങൾ എല്ലാ മനുഷ്യരും കൂടി തുല്യമായി പങ്കിട്ടെടുത്ത് അനുഭവിക്കുന്ന ഒരു കാലം എന്നെങ്കിലും വരുമോ? അങ്ങനെയൊരു സ്വപ്നം കണ്ടുകൊണ്ടല്ലേ താൻ ഒരു കാലത്ത് നടന്നിരുന്നത്. വരേണ്യവർഗ്ഗത്തിന്റെ കെട്ടിടങ്ങളും റെയിൽപാളങ്ങളും ബോംബ് വെച്ച് തകർക്കുന്ന ഭ്രമകല്പനയിൽ മുഴുകി ഉറക്കത്തിലേക്ക് വഴുതിയിറങ്ങിയിരുന്ന ഒരു കാലമുണ്ടായിരുന്നു ജീവിതത്തിൽ. അത്തരം സ്വപ്നങ്ങൾ സാക്ഷാത്കരിക്കാൻ വേണ്ടിയല്ലേ ഗിരിജ കുറേനാൾ തോക്കുമായി നടന്നിരുന്നത്? ഇതെല്ലാം ഭ്രമകല്പനകളാണ്. വിപ്ലവത്തിലെ റൊമാന്റിസിസം. ഗിരിജ എന്നെങ്കിലും ഒരു തോക്ക് കൈയിലെടുത്തിട്ടുണ്ടാകുമോ?

മെഡിക്കൽ കോളേജിൽ പഠിക്കുന്ന കാലത്ത് എൻ.സി.സി.യിൽ ചേർന്നതും ത്രീ നോട്ട് ത്രീ റൈഫിൾ കൊണ്ട് വെടിവെയ്ക്കാൻ പഠിച്ചതും ഓർത്തു. കാഞ്ചി വലിച്ചപ്പോൾ റൈഫിളിന്റെ ബട്ട് തോളെല്ലിൽ ഇടിച്ചു. അതാണ് തോക്കിൽ നിന്നും വെടിയുണ്ട പുറപ്പെടുമ്പോഴുള്ള റീക്കോയിൽ. ഐസക് ന്യൂട്ടന്റെ സിദ്ധാന്തം. ഫോർ എവരി ആക്ഷൻ ദേർ ഈസ് എ റിയാക്ഷൻ. തോളെല്ലിനു ഒടിവ് പറ്റാഞ്ഞത് ഭാഗ്യം. പക്ഷേ ആ ഭാഗം നീരുവന്ന് വീങ്ങി. ഒരാഴ്ച്ചക്കാലം വലത് തോളും കൈയും അനക്കാൻ വയ്യാതെ മുറിവെണ്ണയും പുരട്ടി നടന്നു.

നിസാറിന്റെ തൊട്ടടുത്ത് കിടന്നിരുന്ന സെയ്തുമുനിയുടെ കൂർക്കം വലി കേട്ടു തുടങ്ങി. രാവിലെ കൊടൈക്കനാലിലെ ഹോട്ടൽ മുറിയിൽ ഉറക്കമുണർന്നതു മുതലുള്ള കാര്യങ്ങൾ ഓർത്തു നോക്കിയപ്പോൾ ഇത്രയും ദൈർഘ്യമേറിയ ഒരു ദിവസം തന്റെ ജീവിതത്തിൽ ഇതേവരെ ഉണ്ടായിട്ടില്ലെന്ന് തോന്നി.

വാച്ച് ടവറിന്റെ മുകളിൽ കയറി നിന്നപ്പോൾ മനസ്സിൽ തെളിഞ്ഞ ദൃശ്യം വീണ്ടും കാണപ്പെട്ടു. ചക്രവാളസീമയിൽ കണ്ണഞ്ചിക്കുന്ന വെളിച്ചത്താൽ മൂടി നിൽക്കുന്ന ഇലന്തമരം... അതിർത്തിയിലെ ഇലന്തമരം. ജനിമൃതികളുടെ കണക്ക് ഇലകളുടെ എണ്ണത്താൽ അടയാളപ്പെടുത്തുന്ന അദ്ഭുതവൃക്ഷം. അതിനെ പൊതിഞ്ഞു നിൽക്കുന്ന അഗ്നിയുടെ പ്രഭാപൂരം. അതു തന്നെയല്ലേ പ്രപഞ്ചത്തിന്റെ ഉദ്ഭവസ്രോതസ്സായ പരമചൈതന്യം? ഇപ്പോൾ പുറത്തിറങ്ങി നോക്കിയാൽ കോക്കേഴ്സ് വാക്കിൽ കണ്ടതു പോലെ, വാച്ച് ടവറിൽ നിൽക്കുമ്പോൾ കണ്ടതു പോലെ ചക്രവാളവും അതിർത്തിയിലെ ഇലന്തമരവും കാണാൻ കഴിയുമോ? നിസാർ സാവകാശം എഴുന്നേറ്റ് വായുവിലൂടെ ഒഴുകുന്നതു പോലെ മുന്നോട്ട് നീങ്ങി. കുടിപ്പള്ളിക്കൂടത്തിന്റെ മുറ്റത്തെത്തിയപ്പോൾ അദ്ഭുതസ്തബ്ധനായിപ്പോയി. വിശാലമായ ഒരു സബർജല്ലിത്തോട്ടം.

ഗ്രാമത്തിലേക്ക് വന്നപ്പോൾ ഈ സബർജല്ലിത്തോട്ടം കണ്ണിൽ പെട്ടില്ലല്ലോ. രാത്രിയുടെ ആരംഭത്തിൽ ഇരുട്ടിനു കനം കൂടുതലായിരിക്കുമല്ലോ. അതുകൊണ്ടായിരിക്കും കണ്ണിൽപ്പെടാതിരുന്നത്. ഇപ്പോൾ നക്ഷത്രങ്ങളുടെ തിളക്കം വർദ്ധിച്ചതുകൊണ്ട് നല്ല നാട്ടുവെട്ടമുണ്ട്. നിസാർ ഒരു മരത്തിന്റെ ചുവട്ടിൽ പോയിരുന്നു. അപ്പോൾ പിന്നിൽ കാൽപ്പെരുമാറ്റം കേട്ടു. അത് ഗിരിജയാണെന്ന് നിസാറിന് മനസ്സിലായി. ഗിരിജ അടുത്തു വന്നിരുന്നപ്പോൾ നിസാർ ചോദിച്ചു: "ഗിരിജ ഉറങ്ങിയില്ലേ?"

ക്രോധം നിറഞ്ഞുതുളുമ്പുന്ന മുഴങ്ങുന്ന സ്വരത്തിലായിരുന്നു മറുപടി.

"യൂ ആർ കൺഫ്യൂസ്ഡ് നിസാർ. അയാം നോട്ട് ഗിരിജ. അയാം ആഞ്ജലീന..."

"ആഞ്ജലീന?"

"അതെ ഞാൻ ആഞ്ജലീനയാണ്. എന്നെ വഞ്ചിച്ചതിന് പകരം വീട്ടാൻ സമയമായിരിക്കുന്നു. നിങ്ങൾ ഇനി ഈ ലോകത്ത് മറ്റൊരു സ്ത്രീയെ വഞ്ചിക്കരുത്."

ഉൾക്കിടിലത്തോടെ അടുത്തിരിക്കുന്ന ആളിനെ സൂക്ഷിച്ചുനോക്കാനായി നിസാർ തല തിരിച്ചപ്പോൾ ഞെട്ടിവിറച്ചുപോയി. ഗിരിജ തന്റെ നേരെ ഒരു തോക്കും ചൂണ്ടി നിൽക്കുന്നു. അരുത്. അരുത്. വെടിവെക്കരുത്... എന്ന് ഉറക്കെ വിളിച്ചുപറയാൻ ആയാസപ്പെട്ടെങ്കിലും ശബ്ദം

പൊന്തിയില്ല.

ഭയസംഭ്രമങ്ങളാൽ നിസാർ ഉറക്കത്തിൽ നിന്നും ഞെട്ടിയുണർന്നു.

ചുറ്റും നോക്കിയപ്പോൾ ഒന്നും കാണാൻ കഴിയുന്നില്ല. ഇരുട്ട് ഘനീഭവിച്ച് കനമുള്ള പടുതയായി കാഴ്ച മറച്ചു. മഴച്ചാറ്റൽ കുടിപ്പള്ളിക്കൂടത്തിന്റെ മേച്ചിൽ ഓലകളോട് എന്തോ രഹസ്യം പറയുന്നുണ്ടായിരുന്നു.

കുടിപ്പള്ളിക്കൂടത്തിന്റെ മറ്റൊരു മൂലയിൽ നിന്നും പ്രത്യേക തരത്തിലുള്ള ദീർഘമേറിയതും ആയാസപ്പെട്ടുള്ളതുമായ കൂർക്കംവലി കേട്ടപ്പോൾ നിസാർ ശ്രദ്ധിച്ചു. അത് കൂർക്കം വലിയല്ലെന്ന് ഉടനെ തിരിച്ചറിഞ്ഞു. ഒരു ആസ്തമ രോഗിയുടെ ശ്വാസം മുട്ടിയുള്ള വലിവാണ്. വീസിംഗ്.

ആർക്കാണ് അസ്തമ കോപിച്ചത്? സുനിതയും ഗിരിജയും കിടന്നിരുന്ന ഭാഗത്തു നിന്നായിരുന്നു വീസിംഗിന്റെ ശബ്ദം കേട്ടിരുന്നത്. പകൽ മുഴുവനുമുള്ള നടത്തവും ആയാസപ്പെടലും കാരണം ആസ്തമ കോപിച്ചതായിരിക്കും. നിസാർ കൈയിലുണ്ടായിരുന്ന തീപ്പെട്ടിയിൽ നിന്ന് കൊള്ളിയെടുത്ത് ഉരച്ച് കത്തിച്ചിട്ട് പൊക്കിപ്പിടിച്ചു നോക്കി.

ഗിരിജയാണ് എഴുന്നേറ്റിരുന്ന് ശ്വാസം വിടാൻ പ്രയാസപ്പെടുന്നത്. നിസാർ ചുമരിനരികെ വെച്ചിരുന്ന മണ്ണെണ്ണവിളക്ക് കത്തിച്ചു. ഗിരിജ

സഞ്ചിയിൽ നിന്നും ഇൻഹേലർ എടുത്ത് പൊക്കിക്കാണിച്ചിട്ട് വെളിച്ചം വേണ്ടെന്ന് ആംഗ്യം കാണിച്ചു.

നിസാർ വിളക്കണച്ചു. ആസ്തമാ രോഗികൾ പൊതുവെ ശുണ്ഠിക്കാരാണ്. രോഗം അലട്ടുമ്പോൾ ആർക്കാണ് ശുണ്ഠി വരാതിരിക്കുക?

ഗിരിജയുടെ തൊട്ടടുത്ത് കിടന്നുറങ്ങിയിരുന്ന സുനിതയുൾപ്പെടെ ആരുമറിഞ്ഞില്ല ഗിരിജയ്ക്ക് ആസ്തമയുടെ ആക്രമണമുണ്ടായത്. എല്ലാവരും ഗാഢനിദ്രയിലാണ്. നടത്തത്തിന്റെ ക്ഷീണം.

ഓരോ മനുഷ്യനും വിശാലമായ സമുദ്രത്തിലെ ഓരോ ദ്വീപാണെന്ന് നിസാറിനു തോന്നി. ഉണർവ്വിൽ പരസ്പരം കാണുകയും സംസാരിക്കുകയും ഒക്കെ ചെയ്യുമെങ്കിലും മനസ്സ് ഒറ്റപ്പെട്ട ദ്വീപ് തന്നെ ആയിരിക്കും. തൊട്ടടുത്ത ദ്വീപിൽ എന്തു നടക്കുന്നു എന്നറിയുകയില്ല.

ഗിരിജയുടെ ആയാസപ്പെട്ടുള്ള ശ്വാസംവലിയുടെ ശബ്ദം ക്രമേണ കുറഞ്ഞ് പൂർണ്ണമായും നിന്നു. മഴച്ചാറ്റലിന്റെ പനയോലയോടുള്ള രഹസ്യം പറച്ചിലും നിന്നു.

നിസാർ ചിന്തിച്ചുനോക്കി. എന്തായിരിക്കും താൻ കണ്ട സ്വപ്നത്തിന്റെ അർത്ഥം? ഒരർത്ഥവുമില്ല. ഫ്രോയിഡ് പറഞ്ഞ ഡേ റെസിഡ്യൂ. ദിനാവശേഷം...

ഇന്നത്തെ ദിവസത്തിന്റെ അവശേഷം മാത്രം. അല്ലാതെ ഒരർത്ഥവുമില്ല.

നിസാർ ഉറക്കത്തിലേക്ക് വീണ്ടും തെന്നി നീങ്ങി.

വേർപാടുകൾ

പ്രഭാതം പൂർണ്ണമായി വിടരുന്നതിനുമുമ്പ്തന്നെ നിസാർ ഉണർന്നെങ്കിലും കുടിപ്പള്ളിക്കൂടത്തിനകത്ത് കിടന്നുറങ്ങിയ ആരെയും കണ്ടില്ല. പുറത്തിറങ്ങി നോക്കിയപ്പോൾ കണ്ടത് രാത്രിയിൽ പെയ്ത മഴയിൽ ഗ്രാമം നനഞ്ഞൊലിച്ച് നിൽക്കുന്നതാണ്. ഈറനണിഞ്ഞപ്പോൾ ദരിദ്ര ഗ്രാമം നനഞ്ഞ കോഴിയെപ്പോലെയായി.

രാത്രി ഗിരിജയെ ആസ്തമ വലച്ചത് മറ്റാരെങ്കിലും അറിഞ്ഞോ? അറിഞ്ഞിരിക്കാനിടയില്ല. രാത്രി കണ്ട സ്വപ്നത്തെക്കുറിച്ച് ഓർത്തുനോക്കി. എല്ലാം വ്യക്തമായി ഓർമ്മ വന്നു. സ്വപ്നങ്ങൾക്ക് അർത്ഥമൊന്നുമില്ല. എങ്കിലും സ്വന്തം മനസ്സിലെ കാര്യങ്ങൾ തന്നെയാണ് സ്വപ്നത്തിന്റെ വിഷയം. അതുകൊണ്ട് സ്വപ്നത്തിന്റെ അർത്ഥം കാണാൻ സ്വന്തം മനസ്സിൽത്തന്നെയാണ് ചികയേണ്ടത്. ആഞ്ജലീനയെ വഞ്ചിച്ചതിലുള്ള തന്റെ കുറ്റബോധം തന്നെയാണ് ആ

സ്വപ്നത്തിന്റെ വിഷയം. പിന്നെ ആഞ്ജലീനയും ഗിരിജയും തമ്മിലുള്ള രൂപസാദൃശ്യവും.

സുനിതയും ഗിരിജയും ഗ്രാമത്തിനു പുറത്തു നിന്നും വരുന്ന ചെമ്മൺപാതയിലൂടെ നടന്നു വരുന്നത് കണ്ടു. അപ്പോഴാണ് പ്രഭാത കൃത്യങ്ങളെക്കുറിച്ച് ഓർമ്മവന്നത്. നഗരത്തിലെ ഹോട്ടലിലല്ല താമസി ക്കുന്നത്. പ്രഭാതകൃത്യങ്ങൾ നിർവ്വഹിക്കാൻ പറമ്പിൽ തന്നെ പോകണം. നിസാർ വേഗം ഗ്രാമത്തിനു പുറത്തേക്ക് നടന്നു. അപ്പോൾ ഓരോരു ത്തരായി മലഞ്ചെരിവിലെ വെളിമ്പറമ്പിൽ നിന്നും തിരികെ വരുന്നത് കണ്ടു. തുറസ്സിലിരുന്ന് പ്രകൃതിയുടെ വിളികേട്ടുകൊണ്ടിരുന്നപ്പോൾ കുട്ടിക്കാലത്ത് മുറ്റത്ത് തൂറാനിരിക്കുമ്പോഴേക്കും ഉമ്മ ഓടിവന്ന് ശാസിച്ച് വടക്കേ പറമ്പിലെ തോട്ടുവക്കിൽ കൊണ്ടുപോയി ഇരുത്താറുണ്ടായി രുന്നു. അര നൂറ്റാണ്ട് ഒരു മനുഷ്യന് എത്രയോ ദൈർഘ്യമേറിയ കാല യളവാണ്. താൻ ജീവിതത്തിന്റെ മദ്ധ്യാഹ്നം പിന്നിട്ടു കഴിഞ്ഞിരിക്കുന്നു...

തൊട്ടടുത്തുള്ള അരുവിയിൽ ശൗച്യം കഴിഞ്ഞ് നിസാർ മലമുകളി ലേക്ക് കയറി. കൂടായിമലയുടെ നിറുകയിൽ നിന്ന് നോക്കിയപ്പോൾ ചുറ്റും കണ്ടത് മുണ്ഡനം ചെയ്ത കൊടുമുടികളാണ്. കാടുകൾ വെട്ടിക്കളഞ്ഞത് സായിപ്പൻമാരായിരിക്കണം. ഇപ്പോൾ അവിടെയെല്ലാം പൈൻമരങ്ങൾ നടുകയാണ്. പൈൻ മാത്രമല്ല, അക്കേഷ്യ, യൂക്കാലിപ്റ്റസ് മരങ്ങളും നടുന്നുണ്ടത്രേ. ഒരു കൊല്ലത്തിനുള്ളിൽ നട്ടതെല്ലാം വളർന്ന് കാടാകു മെന്നാണ് പറയുന്നത്. കാടാകുകയില്ല. കാടിന്റെ പ്രതീതി സൃഷ്ടിക്കും. ഇനി പ്രതീതിവനങ്ങളേ ഉണ്ടാകൂ. വെർച്വൽ ഫോറസ്റ്റ്. എല്ലാം പ്രതീതികൾ മാത്രം. പ്രീതീതികളുടെ കാലമാണിത്.

കൂടായി ഗ്രാമം തന്നെയും ഒരു പ്രതീതിഗ്രാമമാണെന്ന് തോന്നി. പ്രഭാതത്തിൽ പതിവുള്ള കിളിക്കൊഞ്ചലുകളില്ല. പക്ഷികളുടെ കരച്ചി ലില്ല. റൂഹാനിക്കിളിയുടെ വിലാപമില്ല...

നിസാർ തിരിച്ചെത്തിയപ്പോഴേക്കും തലൈവർ മുത്തുവേലനും ചെറുമകൻ മുനിസാമിയും ഒഴികെയുള്ളവരെല്ലാം ഗ്രാം വിട്ടു പോയി ക്കഴിഞ്ഞിരുന്നു. എല്ലാവരും അകലെയുള്ള മലകളിലേക്ക് പോയിരി ക്കുന്നു. എന്താണവർക്ക് അവിടെ പണി?

"പൈൻ പ്ലാന്റിംഗാക്കും. യൂക്കാലി പ്ലാന്റിംഗും ഇരുക്ക്."

അവരെല്ലാം തിരിച്ചുവരുമ്പോൾ ഇരുട്ടാവും. ഒരു ദിവസം നൂറുരൂപ കൂലി കിട്ടും. പ്ലാന്റിംഗ് തീരുന്നതുവരെ ഗ്രാമത്തിൽ പട്ടിണിയുണ്ടാവി ല്ലെന്ന് തലൈവർക്ക് ഉറപ്പുണ്ടായിരുന്നു.

തലൈവർ മുത്തുവേലൻ വലിയൊരു മൺകലത്തിൽ ശുണ്ടലും അലൂമിനിയക്കലത്തിൽ കരിപ്പോട്ടിക്കാപ്പിയും ചെറുമകനെക്കൊണ്ടെടു പ്പിച്ച് കുടിപ്പള്ളിക്കൂടത്തിലെത്തിച്ചു. ചോളമണികളും കപ്പലണ്ടിയും കടലയും ഒന്നിച്ചിട്ടു വേവിച്ചതാണ് ശുണ്ടൽ. ചെറിയ എരിവുള്ള ചുണ്ടലിന് പഞ്ചനക്ഷത്രരുചി.

രാത്രി തങ്ങാനിടവും അത്താഴത്തിനു ചോളക്കഞ്ഞിയും പ്രാതലിന് ശൂണ്ടലും തന്നതിന് പ്രതിഫലമായി നിതിൻ നൂറു രൂപ വെച്ചു നീട്ടിയപ്പോൾ മുത്തുവേലൻ വാങ്ങിയില്ല. സെയ്തുമുനി നിതിന്റെ കൈയിൽ നിന്നും നൂറിന്റെ നോട്ട് വാങ്ങി മുത്തുവേലന്റെ മടിയിൽ തിരുകിവെച്ചപ്പോൾ മേൽവരിയിലും കീഴ്വരിയിലും അങ്ങിങ്ങ് മാത്രം ആടുന്ന പല്ലുകളുള്ള മുറുക്കിച്ചുവപ്പിച്ച വായ മലർക്കെത്തുറന്ന് മുത്തുവേലൻ ചിരിച്ചു. പദയാത്രാസംഘം ചെമ്മൺ പാതയിലൂടെ നടത്തം തുടങ്ങി.

മലമുകളിലെ മണ്ണിന് കടും ചുമപ്പ് നിറമാണ്. തനിച്ച് നടന്നിരുന്ന നിസാറിന്റെ അടുത്തെത്തിയിട്ട് ഗിരിജ ശബ്ദം താഴ്ത്തി പറഞ്ഞു: "ഇന്ന് എട്ടൊമ്പത് മണിക്കൂർ നടക്കണം."

"നടക്കാം. കുഴപ്പമില്ല."

"അപ്പോൾ ഹാർട്ട് പേഷ്യന്റാണെന്ന് വെറുതെ പറഞ്ഞതാണല്ലേ?"

നിസാർ ഒന്നും പറയാതെ പഴ്സിൽ നിന്നും സോർബിട്രേറ്റ് ഗുളികകളുടെ സ്ട്രിപ് എടുത്ത് കാണിച്ചു. ഗിരിജ അത് കൈയിൽ വാങ്ങി മരുന്നിന്റെ പേര് വായിച്ചു.

"സോർബിട്രേറ്റ്. ഇതെന്തിനുള്ള മരുന്നാണ്?"

"നെഞ്ചുവേദന ഉണ്ടാകുമ്പോൾ നാക്കിനടിയിൽ വെക്കാനുള്ളത്. സബ്ലിംഗ്വൽ ആപ്ലിക്കേഷൻ എന്ന് കേട്ടിട്ടില്ലേ?"

"സോറി. ഞാൻ തെറ്റിദ്ധരിച്ചു കേട്ടോ. ഹാർട്ട് പേഷ്യന്റ്സ് അനങ്ങാൻ പാടില്ലെന്നായിരുന്നു എന്റെ ധാരണ."

"ഹാർട്ട് അറ്റാക്കുണ്ടായി ഹൃദയഭിത്തിക്കു കേടു പറ്റിയിട്ടുണ്ടെങ്കിൽ ഇതുപോലെ നടക്കാനൊന്നും കഴിയില്ല. മൂവ്മെന്റ് റെസ്ട്രിക്റ്റ് ചെയ്യേണ്ടിവരും. എനിക്ക് അറ്റാക്കുണ്ടായിട്ടില്ല. ആൻജിയോഗ്രാമിൽ ഹാർട്ടിന്റെ ബ്ലഡ്വെസ്സൽസിന് ബ്ലോക്കുണ്ടെന്ന് കണ്ടതേയുള്ളൂ."

ഗിരിജ മൗനത്തിലാണ്ടു. പദയാത്രക്കിടയിൽ ഹാർട്ട് അറ്റാക്കുണ്ടായാൽ എന്തുചെയ്യുമെന്ന് ഗിരിജ ചിന്തിക്കുകയാവും. ഊഹം ശരിയായിരുന്നുവെന്ന് ഗിരിജയുടെ ചോദ്യം തെളിയിച്ചു.

"യാത്രക്കിടയിൽ അറ്റാക്കുണ്ടായാൽ..."

"മരിക്കും. സംശയമില്ല."

"അപ്പോൾ..."

"ബോഡി എന്തു ചെയ്യുമെന്നാണോ ആലോചിക്കുന്നത്?"

ഗിരിജ ഒന്നും പറഞ്ഞില്ല. നിസാർ മനസ്സിൽ കരുതിയിരുന്ന കാര്യങ്ങളെല്ലാം ഗിരിജയോട് തുറന്നു പറയാൻ തീരുമാനിച്ചു.

"ബോഡി മെഡിക്കൽ കോളേജിൽ കൊടുക്കണമെന്നാണ് എന്റെ തീരുമാനം. അതിനുള്ള സമ്മതപത്രം ബാഗിലുണ്ട്. എന്റെ ബോഡി സ്വീകരിച്ചുകൊള്ളാമെന്ന് സമ്മതിച്ചുകൊണ്ട് മെഡിക്കൽകോളേജ്

പ്രിൻസിപ്പലിന്റെ ലെറ്ററുമുണ്ട്. അതു രണ്ടുമായി ബോഡി മെഡിക്കൽ കോളേജിലെ അനാട്ടമി ഡിപ്പാർട്ട്മെന്റിലെത്തിച്ചാൽ അവർ എടുത്തു കൊള്ളും. പദയാത്രാസംഘത്തിൽ പെട്ട ഒരാൾ എന്റെ ബോഡി മെഡിക്കൽ കോളേജിൽ ഏൽപ്പിക്കാനായി പോകേണ്ടിവരും. ആ ജോലി നിതിനെ ഏൽപ്പിക്കുന്നതായിരിക്കും നല്ലത്. പിന്നെ വിവരം നാട്ടിലറിയിക്കണം. അനുജനെ ഫോൺചെയ്ത് അറിയിച്ചാൽമതി. അവന്റെ മൊബൈൽ നമ്പറും ലാൻഡ്‌ലൈൻ നമ്പറും ഉണ്ട്. നിങ്ങൾക്കാർക്കും കൈനഷ്ടമൊന്നും സംഭവിക്കുകയില്ല. അതിനു വേണ്ടിവരുന്ന ചെലവിലേക്കായി ഞാൻ ഒരു തുക എന്റെ ബാഗിൽ കരുതിയിട്ടുണ്ട്."

നടന്നുകൊണ്ട് പറയുന്നതിനിടയിൽ നിസാർ ഗിരിജയെ നോക്കി. ഏതോ അദ്ഭുതജീവിയെ കണ്ടിട്ടെന്നപോലെ ഗിരിജയുടെ തിളങ്ങുന്ന കണ്ണുകൾ വിടർന്നുനിന്നു. ഈ പറയുന്നതൊക്കെ സത്യമാണോ എന്ന ഭാവമായിരുന്നു ഗിരിജയുടെ മുഖത്ത്.

"ഗിരിജ ഇതൊന്നും ആരോടും പറയരുത്. പ്ലീസ്... എപ്പോൾ വേണമെങ്കിലും ഹാർട്ട് അറ്റാക്കുണ്ടായി മരണം സംഭവിക്കാവുന്ന ഒരു ഹാർട്ട് പേഷ്യന്റ് കൂടെയുണ്ടെന്നറിഞ്ഞാൽ പദയാത്രയുടെ റൊമാന്റിക്ക് ആസ്പെക്റ്റ് നഷ്ടപ്പെടും. അതുകൊണ്ട് ഗിരിജ മാത്രം അറിഞ്ഞാൽ മതി. യൂ ആർ ബോൾഡ് ഇനഫ്. ഐ നോ. എന്റെ ബാഗിനകത്ത് ഒരു എയർമെയിൽ കവറുണ്ട്. അതിനകത്താണ് എക്സ്പെൻസസ് മീറ്റ് ചെയ്യാനുള്ള പണമുള്ളത്. എന്റെ കഥ കഴിയുകയാണെങ്കിൽ എന്താണ് സംഭവിച്ചതെന്ന് പറയുകയും പദയാത്രാസംഘത്തിന് ബുദ്ധിമുട്ടുണ്ടാക്കിയതിൽ ഞാൻ എല്ലാവരോടും എക്സ്ക്യൂസ് ചോദിച്ചിട്ടുണ്ടെന്ന് അറിയിക്കുകയും ചെയ്യണം. അങ്ങനെ ചെയ്യാമെന്ന് വാക്ക് തരൂ."

"ഡോക്ടർ എന്തിനീ സാഹസത്തിനിറങ്ങിത്തിരിച്ചു?"

"ജീവിതത്തിൽ ഒറ്റപ്പെട്ടുപോയതിന്റെ ഏകാന്തത അകറ്റുക എന്നതാണ് ഒരു ലക്ഷ്യം. പിന്നെ കുറിഞ്ഞികൾ കൂട്ടമായി പൂത്തു നിൽക്കുന്നത് കാണാൻ സത്യമായിട്ടും ആഗ്രഹമുണ്ട്. കഴിഞ്ഞ കുറിഞ്ഞിപ്പൂക്കാലത്ത് ഞാൻ ചിന്നക്കനാലിലായിരുന്നു ജോലി ചെയ്തിരുന്നത്. അന്ന് ഞാൻ പൂർണ്ണ ആരോഗ്യവാനായിട്ടും പോകാൻ കഴിഞ്ഞില്ല. രണ്ട് പ്രകൃതിസ്നേഹികൾ കുറിഞ്ഞികാണാൻ പോകാൻ എന്നെ വിളിച്ചതാണ്. അന്ന് പോകാൻ പറ്റിയില്ല. ഒരു ഡോക്ടർ മാത്രമുള്ള റൂറൽ ഡിസ്പെൻസറിയിലായിരുന്നു ജോലി. പകരം ഡോക്ടറെ കിട്ടിയാലെ അവധി കിട്ടുമായിരുന്നുള്ളൂ.

ഗിരിജയും നിസാറും പരിസരം മറന്നുകൊണ്ട് ഇഴയടുപ്പത്തിൽ സംസാരിച്ചുകൊണ്ട് നടക്കുന്നത് മറ്റുള്ളവർ ശ്രദ്ധിക്കുന്നുണ്ടായിരുന്നു. സെയ്തുമുനി ഇടയ്ക്കിടയ്ക്ക് തിരിഞ്ഞു നോക്കുന്നത് നിസാർ ശ്രദ്ധിച്ചു. തലേന്ന് രാത്രി സെയ്തുമുനിയോട് ഗിരിജയെയും സുനിതയേയും കുറിച്ച് ചോദിച്ചതും ഇപ്പോൾ ഗിരിജയും നിസാറും ഏറെനേരമായി

സംസാരിച്ചുകൊണ്ട് നടക്കുന്നതും സെയ്തുമുനി കൂട്ടിവായിക്കുന്നുണ്ടാവുമെന്ന് തോന്നി.

എന്തുവേണമെങ്കിലും കൂട്ടിവായിച്ചെടുക്കട്ടെ. മറ്റുള്ളവർ എന്തു ചിന്തിക്കുന്നു എന്ന കാര്യം നിസാറിന്റെ മനസ്സിനെ അലട്ടാറേയില്ല. ഗിരിജ വളരെ നേരത്തെ മൗനത്തിനുശേഷമാണ് പ്രതികരിച്ചത്.

"ജീവിതത്തിൽ ഒറ്റപ്പെട്ടുവെന്ന് പറഞ്ഞതെന്താണ്? ഭാര്യയും കുട്ടികളുമില്ലേ?"

"ഉണ്ട്. ഭാര്യയും ഒരു മകളുമുണ്ട്. മകളുടെ വിവാഹം അടുത്തയിടെ കഴിഞ്ഞു."

"അവർക്ക് ഡോക്ടറുടെ ഹാർട്ടിന്റെ കണ്ടീഷൻ അറിയില്ലേ?"

"ഇല്ല. അവരെ ഞാൻ അറിയിച്ചിട്ടില്ല. അറിഞ്ഞാൽ തന്നെ എന്റെ കാര്യങ്ങളിൽ ഇടപെടാൻ കഴിയുന്ന പൊസിഷനിലല്ല ഇപ്പോൾ അവർ."

"അതെന്താ?"

എന്താണ് പറയേണ്ടതെന്ന് ഒരു നിമിഷം ആലോചിച്ചു. ഗിരിജയോട് കാര്യങ്ങൾ സത്യസന്ധമായി പറയാതെ നുണപറയുന്നത് നന്നല്ലെന്ന് നിസാറിനു തോന്നി.

"ഞങ്ങൾ സപ്പറേറ്റ് ചെയ്തു. ഒരു വ്യാഴവട്ടക്കാലമായി ഞങ്ങൾ വേർപെട്ടിട്ട്..."

ദുഃസ്വപ്നങ്ങൾ

ഭാര്യയുമായി വേർപെട്ടുവെന്ന് പറഞ്ഞപ്പോൾ ഗിരിജ നിസാറിനെ ആദ്യം കാണുന്നതുപോലെ മുഖത്തേക്ക് സൂക്ഷിച്ചു നോക്കി.

എന്തുകൊണ്ട് ഭാര്യയുമായുള്ള ബന്ധം വേർപെടുത്തി എന്നറിയാനുള്ള സ്വാഭാവികമായ ജിജ്ഞാസ ഗിരിജയ്ക്കുണ്ടെന്ന് നിസാറിനറിയാം. അത് ഒരു നൈസർഗ്ഗിമായ മനോവ്യാപാരമാണ്. പക്ഷേ എല്ലാം വിശദമാക്കാൻ നിസാറിനു തോന്നിയില്ല.

"ഞാൻ സ്വാർത്ഥത കാണിച്ചു. സ്വന്തം പ്രശസ്തിയിൽ മാത്രം ശ്രദ്ധിച്ചു. പാർട്ടി പറഞ്ഞത് മാത്രം ചെയ്താൽ മതിയെന്ന് തെറ്റിദ്ധരിച്ച് സംഘടനാപ്രവർത്തനങ്ങളിൽ മുഴുകി. കുടുംബം നോക്കാൻ ശ്രദ്ധിച്ചില്ല. തെറ്റ് എന്റേതുതന്നെ ആയിരുന്നു..."

മൂടിപ്പൊതിഞ്ഞ് പറഞ്ഞതിന്റെ വിവരണം വേണമെന്ന് ഗിരിജ ആവശ്യപ്പെട്ടില്ല. ഗിരിജയുടെയും നിസാറിന്റെയും മൗനങ്ങൾ ഇപ്പോൾ വാചാലങ്ങളാണ്. നീണ്ട നിശ്ശബ്ദതയ്ക്ക് ശേഷം നിസാർ മൗനം ഭഞ്ജിച്ചു.

"ഗിരിജ ആക്റ്റീവ് പൊളിറ്റിക്സിലുണ്ടായിരുന്നു അല്ലേ?"

"ആര് പറഞ്ഞു?"

"സെയ്തുമുനി സാറ്."

ഗിരിജ മറയൊന്നുമില്ലാതെയാണ് പറഞ്ഞത്: "ഞാൻ കുറച്ചുനാള് നക്സലേറ്റ് മൂവ്മെന്റിലുണ്ടായിരുന്നു. ആക്റ്റീവായിട്ട്. ഒരു ആക്ഷനിലും പങ്കെടുത്തിട്ടുണ്ട്."

ഇത്തരമൊരു സംസാരം ഒരു പെണ്ണിൽ നിന്ന് നേരിട്ട് കേൾക്കുന്നത് ആദ്യമായിട്ടായിരുന്നു. പത്രവാർത്തകളിൽ ഒരു പേര് കണ്ടിട്ടുണ്ടായിരുന്നു. അപ്പോഴൊന്നും വലിയ അദ്ഭുതം തോന്നിയിരുന്നില്ല. ഗിരിജ പങ്കെടുത്ത ആക്ഷനെക്കുറിച്ച് ചോദിക്കണമെന്നുണ്ടായിരുന്നു. നിസാർ അതിനെക്കുറിച്ച് ചോദിക്കുമെന്ന് മുൻകൂട്ടി കണ്ടിട്ടെന്നപോലെ ഗിരിജ പറഞ്ഞു: "അതൊക്കെ ഒരു നൈറ്റ്മേർ പോലെയാണിപ്പള്."

അതിനെക്കുറിച്ച് കൂടുതൽ സംസാരിക്കാൻ ഗിരിജ ഇഷ്ടപ്പെടുന്നില്ലെന്ന് മനസ്സിലായി. ദുഃസ്വപ്നങ്ങൾ കണ്ടവരാരും അതിനെക്കുറിച്ചോർക്കാനോ പറയാനോ ഇഷ്ടപ്പെടാറില്ലല്ലോ. രാഷ്ട്രീയത്തിൽ നിസാറിന്റെ ആദ്യഗുരുവായിരുന്ന ജോസ് പ്രകാശും ഇക്കാര്യങ്ങളൊന്നും ഇപ്പോൾ സംസാരിക്കാനിഷ്ടപ്പെടുന്നില്ല. ജോസ് പ്രകാശാണ് നിസാറിനെ കമ്യൂണിസത്തിന്റെ ബാലപാഠങ്ങൾ പഠിപ്പിച്ചത്. പാർട്ടി ഇടതും വലതുമായി രണ്ടായി പിളർന്നപ്പോൾ ജോസ് പ്രകാശ് നയിച്ച ജാഥയിൽ നിസാറും പങ്കെടുത്തിരുന്നു. അന്ന് വിളിച്ച മുദ്രാവാക്യം ഇപ്പോഴും മനസ്സിൽ മുഴങ്ങുന്നുണ്ട്.

"വെയ്ക്കട ചെറ്റേ ചെങ്കൊടി താഴെ!"

ജോസ് പ്രകാശ് പഠിപ്പിച്ച പദാവലി പുതുമയുള്ളതായിരുന്നു. നിയമവിദ്യാർത്ഥിയായിരുന്ന ജോസ് പ്രകാശ് മെഡിക്കൽ സ്റ്റുഡന്റായിരുന്ന നിസാറിനെ വളരെയേറെ സമയമെടുത്തായിരുന്നു പഠിപ്പിച്ചത്. വർഗ്ഗം, വർഗ്ഗസമരം, അടവും തന്ത്രവും, ജനകീയ ജനാധിപത്യം, തൊഴിലാളി വർഗ്ഗ സർവ്വാധിപത്യം, വലതുപക്ഷ ഇടതുപക്ഷ വ്യതിയാനങ്ങൾ, വർഗ്ഗസഹകരണം...

അടവും തന്ത്രവും തമ്മിലുള്ള വ്യത്യാസം എന്താണെന്ന് നിസാർ ചോദിച്ചപ്പോൾ നീണ്ട ഒരു പ്രസംഗത്തിനുള്ള തയ്യാറെടുപ്പോടെ ജോസ് പ്രകാശ് പറഞ്ഞു: "നോക്കണം, നമ്മുടെ പാർട്ടി യുദ്ധത്തിലേർപ്പെട്ടിരിക്കുകയാണെന്നാണ് ഈ പ്രയോഗം അർത്ഥമാക്കുന്നത്. അടവും തന്ത്രവും. രണ്ടും യുദ്ധരംഗത്തെ പ്രയോഗങ്ങളാണ്. ടാക്റ്റിക്സ് ആന്റ് സ്ട്രാറ്റജി. സ്ട്രാറ്റജി അതായത് തന്ത്രം ഒരു യുദ്ധത്തിന്റെ വിജയം കാണുന്ന അവസാനം വരെ നിലനിൽക്കുന്ന യുദ്ധനയമാണ്. അതായത് ശത്രുവിനെ കീഴടക്കി ഉൻമൂലനം ചെയ്ത് നമ്മുടെ ആധിപത്യം സ്ഥാപിക്കുംവരെയുള്ള ദീർഘകാലത്തേക്കുള്ള നയം. ഇന്ത്യയിൽ

കമ്മ്യൂണിസ്റ്റുകാരായ നമ്മുടെ കടമ നമ്മുടെ ശത്രുവർഗ്ഗങ്ങളായ കുത്തകമുതലാളിത്തത്തെയും ഭൂപ്രഭുത്വത്തെയും കീഴടക്കി തൊഴിലാളി വർഗ്ഗ സർവ്വാധിപത്യം സ്ഥാപിക്കലാണ്. അതുവരെയും നമ്മുടെ യുദ്ധം അതായത് വർഗ്ഗസമരം നീണ്ടുനിൽക്കും. ഒരു യുദ്ധം നടക്കുമ്പോൾ ഓരോ സംഘട്ടനവും എങ്ങനെ നീക്കണം എന്ന് ആലോചിച്ചാണ് നീങ്ങുക. അതായത് ബാറ്റിൽ എന്നു ഇംഗ്ലീഷിൽ പറയുന്ന യുദ്ധരംഗം. ഒരു പ്രത്യേക ബാറ്റിൽ എങ്ങനെ നേരിടണം എന്നതാണ് ടാക്റ്റിക്സ് അഥവാ അടവ്. വർഗ്ഗസമരത്തിലും ഒരു പ്രത്യേക സന്ദർഭത്തിൽ ചില ടാക്റ്റിക്സ് എടുക്കേണ്ടി വരും."

വളരെ നേരത്തെ വിശദീകരണത്തിനുശേഷവും അടവും തന്ത്രവും തമ്മിലുള്ള വ്യത്യാസമെന്തെന്ന് നിസാറിന് മനസ്സിലായില്ല. എങ്കിലും പാർട്ടി ഒരു യുദ്ധത്തിലാണെന്ന കാര്യം നിസാറിനെ ഹരം പിടിപ്പിച്ചു. പാർട്ടിയിൽ ചേരാൻ ആഗ്രഹം തോന്നി. അക്കാര്യം നിസാർ പറഞ്ഞ പ്പോൾ മെഡിക്കൽ കോളേജിൽ സ്റ്റുഡന്റ്സ് ഫെഡറേഷന്റെ യൂണിറ്റു ണ്ടാക്കാനാണ് പറഞ്ഞത് വർഗ്ഗ ബഹുജന സംഘടനകളിലൂടെയല്ലാതെ നേരിട്ട് പാർട്ടിയിലേക്ക് റിക്രൂട്ട്മെന്റില്ലെന്നായിരുന്നു ജോസ് പ്രകാശ് പറഞ്ഞത്. മെഡിക്കൽ വിദ്യാർത്ഥികളെ സംഘടിപ്പിക്കാനുള്ള അടവും ജോസ് പ്രകാശ് നിസാറിന് പറഞ്ഞുകൊടുത്തു.

"പാർട്ടിയുടെ വിദ്യാർത്ഥിസംഘടനയിൽ ചേരാൻ മെഡിക്കൽ സ്റ്റുഡൻസിനെ കിട്ടുന്നില്ലെങ്കിൽ ഒരു മുഖം മൂടി ധരിച്ച് മെഡിക്കൽ സ്റ്റുഡൻസിനെ സമീപിക്കണം. പ്രൊഗ്രസ്സീവ് മെഡിക്കോസ് ഫോറം അല്ലെങ്കിൽ അതുപോലൊരു പേരു കൊടുക്കണം." സഹപാഠികളിൽ ചിലരുടെ പിന്നാലെ നടന്ന് നടന്ന് പാർട്ടിവിദ്യാർത്ഥിസംഘടനയുടെ അനുബന്ധമെന്ന നിലയിൽ പ്രൊഗ്രസ്സീവ് മെഡിക്കോസ് ഫോറത്തിൽ ചേരാൻ പത്ത് പന്ത്രണ്ട് പേരെ പ്രേരിപ്പിച്ചു. പി.എം.എഫ്. രൂപവത്കരണ ത്തിനായി ജോസ് പ്രകാശിനെ ദിവസങ്ങളോളം കാത്തിരുന്നു. ജോസ് പ്രകാശ് എവിടെ പോയെന്ന് ആർക്കും പിടിയില്ല. പാളയം മാർക്കറ്റിലെ ചുമട്ടു തൊഴിലാളിയായ ജോൺസൺ, ജോസ് പ്രകാശിന്റെ ഒരു സഖാവാണെന്ന് നിസാറിനറിയാമായിരുന്നു. ജോൺസണോട് ചോദിച്ചപ്പോൾ അയാൾക്കും യാതൊരറിവുമില്ല. പാർട്ടിയുടെ സംസ്ഥാന ക്കമ്മിറ്റി ആപ്പീസിൽ തിരക്കിയാൽ അവർ പറഞ്ഞുതരുമെന്നാണ് അയാൾ പറഞ്ഞത്. പാളയം മാർക്കറ്റിന്റെ തെക്കേ കവാടത്തിനോടു തൊട്ടുള്ള പാർട്ടി ആപ്പീസ് നിസാർ കണ്ടിട്ടുണ്ട്. ധൈര്യമവലംബിച്ച് അങ്ങോട്ട് കയറിച്ചെന്നു. അകത്തെ മുറിയിൽ ഒരു മേശപ്പുറത്ത് തലകുനിച്ച് എന്തോ എഴുതിക്കൊണ്ടിരുന്ന ഇരുണ്ട് മെലിഞ്ഞ ഒരാൾ മാത്രമേ പാർട്ടി ഓഫീസിൽ ഉണ്ടായിരുന്നുള്ളൂ.

താൻ ഒരു യുദ്ധരംഗത്തേക്കാണോ കടന്നു ചെന്നതെന്ന് നിസാർ സ്വയം ചോദിച്ചു. ജോസ് പ്രകാശിന്റെ വാക്കുകൾ അപ്പോൾ നിസാറിന്റെ തലയ്ക്കകത്ത് മുഴങ്ങുന്നുണ്ടായിരുന്നു.

"നമ്മുടെ പാർട്ടി ഒരു യുദ്ധത്തിലാണ്."

കുനിഞ്ഞിരുന്ന് എഴുതിക്കൊണ്ടിരുന്ന ആൾ കാൽപ്പെരുമാറ്റം കേട്ടപ്പോൾ തല പൊക്കി നോക്കി. ഒരു പുഞ്ചിരിയോടെ അദ്ദേഹം ചോദിച്ചു: "ആ ആരാ? ഹാരെയാ കാ കാണേണ്ടത്?"

"ജോസ് പ്രകാശിനെ."

"ഞങ്ങൾക്കുമറിഞ്ഞുകൂടാ അയാളെവിടെ പോയെന്ന്. കുറച്ച് ദിവസമായി ഇങ്ങോട്ട് വന്നിട്ട്.

അദ്ദേഹം കുനിഞ്ഞിരുന്ന് വീണ്ടും എഴുതാൻ തുടങ്ങി.

പെട്ടൊന്നൊരു ദിവസം പത്രവാർത്തയിലാണ് ജോസ് പ്രകാശ് മിന്നൽപ്പിണർ പോലെ പ്രത്യക്ഷപ്പെട്ടത്. പോലീസ് സ്റ്റേഷൻ ആക്രമിച്ച് ഒരു പോലീസുകാരനെ വെട്ടിക്കൊന്ന് സ്റ്റേഷനിലെ തോക്കുകൾ മോഷ്ടിച്ചുകൊണ്ടുപോയി സായുധവിപ്ലവത്തിന് തുടക്കം കുറിച്ച സംഘത്തിൽ ജോസ് പ്രകാശുമുണ്ടായിരുന്നു.

നഗരത്തിലെ ചില ചുവരുകളിൽ ടാർ കൊണ്ട് വടിവില്ലാത്ത അക്ഷരങ്ങളിൽ ചില എഴുത്തുകൾ പ്രത്യക്ഷപ്പെട്ടു.

"അധികാരം തോക്കിൽ കുഴലിലൂടെ."

"വസന്തത്തിന്റെ ഇടിമുഴക്കം."

ചൈത്രം വൈശാഖം മാസങ്ങളിലാണ് വസന്തം. മലയാളത്തിലെ മീനം മേടം മാസങ്ങൾ. അത് മദനോത്സവത്തിന്റെ കാലമാണ്. അപ്പോൾ ഇടിമുഴങ്ങാറില്ല. വേനൽമഴ തുടങ്ങുമ്പോഴേ ഇടി മുഴങ്ങാറുള്ളൂ. പിന്നെ വസന്തത്തിന്റെ ഇടിമുഴക്കം എന്നു പറയുന്നതെന്തുകൊണ്ടെന്ന് നിസാറിന് മനസ്സിലായില്ല. ഒരു പക്ഷേ ചൈനയിലെ വസന്തത്തിന്റെ സവിശേഷതയായിരിക്കാം ഇടിമുഴക്കം.

വർഷങ്ങൾക്കുശേഷം ജോസ് പ്രകാശ് ജയിൽശിക്ഷ കഴിഞ്ഞ് പുറത്തിറങ്ങിയപ്പോൾ എല്ലാം ദുഃസ്വപ്നങ്ങളായിരുന്നെന്ന് പറഞ്ഞ് സംസാരിക്കാതെ ഒഴിഞ്ഞു മാറിക്കളഞ്ഞു. പിന്നെ ഒരു സംന്യാസിയുടെ വേഷത്തിലാണ് ഒരു ചാനലിലെ അന്തിച്ചർച്ചയിൽ ജോസ് പ്രകാശ് പ്രത്യക്ഷപ്പെട്ടത്. പേരും മാറ്റിയിരുന്നു. ഏതോ പരമാനന്ദസ്വാമികൾ. ഏറ്റവും ഒടുവിൽ കാണുമ്പോൾ വെള്ള പാന്റ്സ്, വെള്ളഷർട്ട്, കറുത്ത ഗൗൺ. കഴുത്തിൽ ചെറുവിരൽ വണ്ണത്തിൽ സ്വർണ്ണമാല. ഇടതു നടുവിരലിൽ രത്നമോതിരം. അഡ്വക്കേറ്റ് ജോസ് പ്രകാശ്. തടിച്ചു കൊഴുത്ത ക്രിമിനൽ വക്കീൽ. അതാണ് അയാളുടെ തനത് രൂപമെന്ന് നിസാറിനു തോന്നി. മറ്റെല്ലാം രംഗത്ത് അഭിനയിക്കാനുള്ള വേഷങ്ങളായിരുന്നു.എല്ലാ മനുഷ്യർക്കുമുണ്ടായിരിക്കും രംഗത്ത് അഭിനയിക്കാനുള്ള വിവിധരൂപങ്ങളും എല്ലാത്തിന്റെയും അകത്ത് തനത് രൂപവും. ഗിരിജയുടെ തനത് രൂപം ഏതാണാവോ?

"ഇവിടത്തെ മണ്ണിന് കടുംചൊവപ്പ് നിറം വന്നതെങ്ങനെയെന്ന റിയാമോ?"

സെയ്തുമുനിയുടെ ചോദ്യം കേട്ടപ്പോൾ നിസാർ ചിന്തയിൽ നിന്നുണർന്നു. അപ്പോഴാണ് നടന്നു പോകുന്ന പ്രദേശത്തിലെ മണ്ണിനു കടും ചുവപ്പ് നിറമാണെന്ന് കണ്ടത്. മുരിക്കിൻ പൂക്കൾ വീണു മൂടിയതു പോലെയാണ് നടന്നു പോകുന്ന വഴിയുൾപ്പെടെ. ചെമ്മണ്ണ് നാട്ടിൽ ചിലയിടങ്ങളിൽ കണ്ടിട്ടുണ്ട്. പക്ഷേ ഇത്രയും കടും ചുവപ്പ് നിറത്തി ലുള്ള മണ്ണ് ആദ്യമായി കാണുകയാണ്. സെയ്തുമുനിയുടെ ചോദ്യ ത്തിന്റെ ഉത്തരം നിസാറിന് അറിയാമായിരുന്നു. ഫെറസ് ഓക്സൈഡ് എന്ന ഇരുമ്പിന്റെ സംയുക്തം ആയിരിക്കണം മണ്ണിനു ചുവപ്പ് നിറം കൊടുക്കുന്നത്. സെയ്തുമുനിയുടെ ചോദ്യത്തിനു ഉത്തരം അറിയാ മെങ്കിലും ആദ്യം പറയേണ്ടെന്ന് തീരുമാനിച്ചു. പാണ്ഡിത്യം പ്രകടിപ്പി ക്കുകയാണെന്ന് തെറ്റിദ്ധരിക്കും. മറ്റാർക്കും ഉത്തരം അറിയില്ലെങ്കിൽ മാത്രം പറയണം. നന്ദസൂനു തീരെ ഉറപ്പില്ലാതെ പറഞ്ഞു: "ഏതെങ്കിലും മെറ്റലിന്റെ കോമ്പൗണ്ട് അടങ്ങിയിട്ടുണ്ടായിരിക്കും.

"മെറ്റൽ കോമ്പൗണ്ട് തന്നെ. പക്ഷേ ഏത് മെറ്റലാണെന്ന് പറയണം."

സെയ്തുമുനിയുടെ ചോദ്യത്തിന് നിസാർ ഉത്തരം നൽകി.

"അയൺ ഓക്സൈഡല്ലേ? ഫെറസ് ഓക്സൈഡ്?"

"യെസ് കറക്റ്റ്. ഇരുമ്പയിര് ഉള്ളതുകൊണ്ടാണ് ചുവപ്പ് നിറം. ഫെറസ് ഓക്സൈഡാണ് ഇരുമ്പയിര്. കോറമാണ്ഡൽ അയൺ ഓഴ്സ് ലിമിറ്റഡ് എന്ന മൈനിംഗ് കമ്പനി ഇവിടെ മൈനിംഗ് നടത്താനുള്ള പെർമിറ്റ് സമ്പാദിച്ചിട്ടുണ്ട്. അധികം താമസിയാതെ മൈനിംഗ് തുടങ്ങു മെന്നാണ് അറിയാൻ കഴിഞ്ഞത്. അതോടെ സഹ്യന്റെ ഉച്ചിയിൽ ഈ കാണുന്ന മലകളെ ഇടിച്ചു നിരത്തി നശിപ്പിക്കും."

സെയ്തുമുനി സഹ്യന്റെ ഉച്ചിയിൽ എന്നു പറയുന്നതുവരെ സഹ്യ പർവ്വതത്തിന്റെ നെറുകയിൽകൂടിയാണ് നടക്കുന്നതെന്ന തോന്നൽ നിസാറിനില്ലായിരുന്നു. ഏതോ ഊഷരമായ നാട്ടിലൂടെയാണ് നടക്കുന്നത്. മരങ്ങളോ ചെടികളോ ഇല്ലാത്ത ഊഷരഭൂമി. ഒരൊറ്റ കിളിയേയോ പക്ഷിയേയോ കാണാനുള്ള ഭാഗ്യം പക്ഷി നിരീക്ഷകർക്കു ണ്ടായില്ല.

സെയ്തുമുനിയുടെ സംസാരം ശ്രദ്ധിച്ചപ്പോൾ ഏതോ വരാനിരിക്കുന്ന ദുരന്തത്തെക്കുറിച്ചുള്ള ഉൽക്കണ്ഠയാണ് നിസാറിന് മനസ്സിൽ തോന്നിയത്.

"ഇവിടെ മൈനിംഗ് നടത്തുന്നതിനെതിരായി തമിഴ്നാട്ടിലെ പ്രകൃതി സ്നേഹികൾ ഒന്നും ചെയ്യുന്നില്ലേ?"

"അവിടെ ശക്തമായ ഫൈറ്റ് നടന്നുവരികയാണ്."

കനകരാജ് വിശദീകരിച്ചു.

"മൈനിംഗ് കമ്പനിക്കെതിരെ അവര് ഡയറക്റ്റ് ആക്ഷൻ നടത്തുമെന്ന് പറഞ്ഞിട്ടുണ്ട്. ഇസ്രായീൽ സാറാണ് അതിന്റെ ലീഡർഷിപ്പിൽ. മൈനിംഗ് കമ്പനി റിസോർട്ട് മാഫിയയെക്കാൾ വലിയ ത്രെട്ടാണ് ഇസ്രായീൽ സാറിനെതിരെ ഉയർത്തിയിരിക്കുന്നത്. കൂടായി മലകളിലെ മൈനിംഗ് തടഞ്ഞാൽ കൊല്ലുമെന്നാണ് പറഞ്ഞിരിക്കുന്നത്. അവരുടെ ഓഫീസ് ഉപരോധത്തിന് ചെന്നൈയിൽ പോകുമെന്നാണ് ഇസ്രായീൽ ഇന്നലെ നമ്മളോട് പറഞ്ഞത്."

ഒരു മണിക്കൂറിലേറെ നടന്നപ്പോൾ ചെമ്മൺ പ്രദേശം അവസാനിച്ചു. ചെമ്മൺപാത ഭീമാകാരമായ പാറക്കെട്ടുകൾ നിറഞ്ഞ ഒരു പർവ്വതത്തിന്റെ പാർശ്വത്തിൽ അവസാനിച്ചു. ലോകം ഇവിടെ അവസാനിച്ചുവെന്നാണ് നിസാറിനു തോന്നിയത്.

"നമുക്ക് ഈ പാറമലയുടെ അപ്പുറത്തെത്തണം." കനകരാജ് പറഞ്ഞു.

"പാറ കയറുമ്പോൾ സൂക്ഷിക്കണം. പാറയുടെ പൊത്തുകളിൽ ചില ഇഴജന്തുക്കളുണ്ടാകും. പോയിസനസ് സ്നേക്ക്സ്."

ഗിരിജ നിസാറിനെ നോക്കി. കുഴപ്പമൊന്നും ഉണ്ടാകില്ലെന്ന് നിസാർ ആംഗ്യം കാണിച്ചു. പാറകയറ്റം പ്രതീക്ഷിച്ചതുപോലെ ദുഷ്കരമായി തോന്നിയില്ല. പാറകളിൽ നല്ല പിടിത്തം കിട്ടുന്നുണ്ട്. കുറച്ചിട കയറിയപ്പോൾ നെഞ്ചിൽ ഭാരം അനുഭവപ്പെട്ടു. പിന്നെ വേദനയായി. കൂറേക്കൂടി കയറിയപ്പോൾ നെഞ്ചിലൂടെ ഉരുകിയ ഈയ്യം പ്രവഹിക്കുന്നത് പോലെ തോന്നി. പോക്കറ്റിൽ കരുതിയിരുന്ന സോർബിട്രേറ്റ് ഗുളികയെടുത്ത് ആരും കാണാതെ നാക്കിനടിയിൽ വെച്ചു.

പാറകയറ്റം ഒരു മണിക്കൂറിലധികം നീണ്ടു നിന്നു. ഒരു മണിക്കൂർ പിന്നിട്ടപ്പോൾ അടുത്തെവിടെയോ ഒരു നീർച്ചാലൊഴുകുന്നതിന്റെ കളകളാരവം കേട്ടു. അല്പം കഴിഞ്ഞപ്പോൾ നീർച്ചാൽ കാഴ്ചയിൽ പെട്ടു. എന്തൊക്കെയോ വിളിച്ചുപറഞ്ഞുകൊണ്ട് താഴോട്ടോടുന്ന ഒരു വികൃതിപ്പെണ്ണിനെപ്പോലെയായിരുന്നു പാറകൾക്കിടയിലൂടെ ഒഴുകുന്ന അരുവി.

അരുവിയുടെ കരയിലെത്തിയപ്പോൾ സെയ്തുമുനി ചോദിച്ചു: "കുളിച്ചാലെന്താ?"

ഗിരിജ ഉടനെ പ്രതികരിച്ചു: "കുളിക്കണം."

കുളിക്കാനായി നടത്തം നിറുത്തിയത് നിസാറിന് വലിയ ആശ്വാസമായി. വേദന ഇടതു തോളിലേക്ക് വ്യാപിക്കാൻ തുടങ്ങിയിരുന്നു. അത് തുടർന്നാൽ സോർബിട്രേറ്റും ഏൽക്കാതെ വരും. ഒടുവിൽ തന്റെ അന്ത്യം ഇവിടെ ഈ പാറമലയിൽ വെച്ചാകുമോ എന്നുവരെ നിസാർ ചിന്തിക്കാൻ തുടങ്ങി. കനകരാജ് ഒരു സൗജന്യം അനുവദിക്കുന്നത് പോലെ പറഞ്ഞു: "വൺലി ഫിഫ്റ്റീൻ മിനിറ്റ്സ്. രാത്രി ആവുന്നതിനുമുമ്പ് നമുക്ക്

കവുഞ്ചിയിലോ പൂണ്ടിയിലോ എത്തണം. അല്ലെങ്കിൽ വഴിയിൽ തമ്പടിച്ചു കൂടേണ്ടിവരും. അത് വലിയ റിസ്കാണ്."

കുളിക്കാൻ പതിനഞ്ചുമിനിട്ട് അനുവദിച്ചത് നിസാറിന് അനുഗ്രഹമായി. നെഞ്ചുവേദന ശമിക്കുന്നതുവരെ വിശ്രമിക്കാമല്ലോ.

നിസാർ അരുവിയിലിറങ്ങി നോക്കി. വെള്ളത്തിന് ഐസിന്റെ തണുപ്പായതുകാരണം കുളിക്കേണ്ടെന്ന് തീരുമാനിച്ചു. സുനിതയും ഗിരിജയും കുളിക്കാൻ പുറപ്പെട്ടു. ഇത്ര തണുപ്പുള്ള വെള്ളത്തിൽ കുളിച്ചാൽ ആസ്തമ കോപിക്കില്ലേ എന്ന് ഗിരിജയോട് ചോദിക്കണമെന്നുണ്ടായിരുന്നു. മറ്റുള്ളവർ കേൾക്കെ അവരുടെ രോഗത്തെക്കുറിച്ച് പറയുന്നത് അവർക്കിഷ്ടമായില്ലെങ്കിലോ? ഗിരിജയും സുനിതയും കുളിക്കാനായി വലിയ വട്ടപ്പാറയുടെ മറവിലേക്കു പോയി. പിന്നിൽ നിന്നു കണ്ടപ്പോൾ ആഞ്ജലീന നടന്നു പോകുകയാണെന്നു തോന്നി.

ഗിരിജ സായുധ സമരത്തിൽ പങ്കെടുത്ത വനിതയാണെന്നുള്ള അറിവ് നിസാറിന്റെ മനസ്സിൽ ഒരു വലിയ ചോദ്യചിഹ്നമായി അവശേഷിച്ചു. സായുധപ്പോരാട്ടത്തിലൂടെ മോചനം എന്നത് വെറുമൊരു ഭ്രമകല്പന ആയിരുന്നുവെന്ന് ഇപ്പോൾ സമ്മതിക്കുന്നുണ്ടെങ്കിലും ഒരു പെണ്ണ് അതിൽ പങ്കെടുത്തത് നിസ്സാരകാര്യമല്ലല്ലോ. അവരുടെ ഇപ്പോഴത്തെ രാഷ്ട്രീയ കാഴ്ചപ്പാടെന്താണ്? പാർട്ടിയോടുള്ള സമീപനമെന്താണ്? എല്ലാ എക്സ് നക്സലേറ്റുകളെയും പോലെയാണോ ഗിരിജയും പാർട്ടിയെക്കുറിച്ച് ചിന്തിക്കുന്നത്? അവസരം കിട്ടുമ്പോൾ അക്കാര്യങ്ങൾ ഗിരിജയോട് തന്നെ ചോദിച്ചറിയണം...

കനകരാജ് പതിനഞ്ചു മിനിട്ടേ അനുവദിച്ചുള്ളൂവെങ്കിലും എല്ലാവരും കുളികഴിഞ്ഞ് യാത്ര പുനരാരംഭിക്കാൻ അരമണിക്കൂറോളമെടുത്തു. പർവ്വതാരോഹണം വീണ്ടും തുടങ്ങിയപ്പോൾ നെഞ്ചുവേദന മുമ്പത്തേതു പോലെ കടുത്തില്ല. ഒരു മണിക്കൂറെടുത്തു പർവ്വതത്തിന്റെ മുകൾപ്പരപ്പിലെത്താൻ.

ഗിരിജ കിതപ്പ് അടക്കാനാവാതെ പറഞ്ഞു: "ഒരഞ്ച് മിനിട്ട് ഹാൾട്ട് വേണം."

ഗിരിജ പറഞ്ഞതിനു ആരും എതിരു പറഞ്ഞില്ല. എല്ലാവരും പാറപ്പുറങ്ങളിൽ ഇരുപ്പുറപ്പിച്ചു. തനിക്കുവേണ്ടിയാണ് ഗിരിജ ഹാൾട്ട് പറഞ്ഞതെന്ന് നിസാറിന് ഉറപ്പുണ്ടായിരുന്നു. പക്ഷേ ധാരണ തികച്ചും തെറ്റായിരുന്നു. അവർ ബാഗ് തുറന്ന് ഇൻഹേലർ പുറത്തെടുത്ത് വായ തുറന്ന് പിടിച്ച് തൊണ്ടയ്ക്കകത്തേക്ക് മരുന്നു സ്പ്രേ ചെയ്തു. എല്ലാവരും അദ്ഭുതത്തോടെ ഗിരിജയെത്തന്നെ നോക്കി നിന്നു. ഒടുവിൽ കനകരാജ് ചോദിച്ചു: "ഇതെന്താ ഗിരിജേ? ആസ്തമയുടെ അറ്റാക്കുണ്ടാകാറുണ്ടോ?"

ഗിരിജ ഒന്നും ഉരിയാടാൻ കഴിയാതെ കനകരാജിനെ ഒന്നു നോക്കുക മാത്രം ചെയ്തു. അഞ്ച് മിനിട്ട് കഴിഞ്ഞപ്പോൾ ഗിരിജ ആയാസമില്ലാതെ

ശ്വാസം വിടാൻ തുടങ്ങി. ഇൻഹേലർ ഭദ്രമായി അടച്ച് ബാഗിൽ വെച്ചതിനുശേഷം പറഞ്ഞു: "ഇപ്പോൾ ഓക്കെ ആയി. കുറച്ചു നാളായി എനിക്ക് ആസ്തമയുടെ അറ്റാക്കുണ്ടാകാറുണ്ട്. തണുപ്പ് അധികമാകു മ്പോൾ മാത്രം. കോൾഡ് അലർജിയണെന്നാണ് അലർജി ടെസ്റ്റ് നടത്തിയപ്പോൾ കണ്ടത്. ഇന്നലെ രാത്രിയും അറ്റാക്കുണ്ടായി. ഡോക്ടർ കണ്ടതാണ്. മറ്റാരും അറിഞ്ഞില്ല. എല്ലാവരും നല്ല ഉറക്കത്തിലായിരുന്നു".

വളരെ നേരത്തേയ്ക്ക് ആരും ഒന്നും സംസാരിച്ചില്ല.

പാറമലയുടെ മുകൾപ്പരപ്പ് ഒരു മായാലോകം പോലെ തോന്നിച്ചു. കണ്ണെത്താത്ത ദൂരത്തോളം വലിയ പാറകൾ. നിശ്ചലരായി നിൽക്കുന്ന ആനകളെപ്പോലെ നിരന്നു നിൽക്കുന്നു. ചലനമില്ലാത്തെ നിരന്നു നിൽക്കുന്ന പാറകൾ ഏതോ അജ്ഞാതശക്തിയുടെ വരവിനെയും പ്രതീക്ഷിച്ചു നിൽക്കുകയാണെന്നു തോന്നി. ആ അജ്ഞാതശക്തി തങ്ങൾക്ക് ചലനശേഷി നൽകുമെന്ന പ്രതീക്ഷയിലാണോ നിശ്ചലരായി നിൽക്കുന്ന ഈ പാറകൾ?

അരമണിക്കൂറോളം വിശ്രമിച്ചു കഴിഞ്ഞപ്പോൾ പദയാത്രാസംഘം നടത്തം പുനരാരംഭിച്ചു. രവികുമാർ നടക്കുന്നതിനിടയിൽ നിശ്ചലനായി. മുമ്പിൽ കരിഞ്ചാത്തിപ്പാമ്പിനെ കണ്ടു എന്നാണ് നിസാർ ധരിച്ചത്. നന്ദസൂനു ബൈനോക്കുലർ എടുത്തത് കണ്ടപ്പോൾ എല്ലാവർക്കും മനസ്സിലായി, ഒരു പക്ഷിയെ കണ്ടുവെന്ന്. രവികുമാർ ക്യാമറ ഫോക്കസ് ചെയ്ത ദിശയിലേക്ക് നിസാർ നോക്കി. ഒരു കറുത്ത ചെറുപക്ഷി. കുയിലിനേക്കാൾ ചെറുത്. നന്ദസൂനു ബൈനോക്കുലറിലൂടെ നോക്കി സാവകാശം വിവരിക്കുകയാണ്: "ബ്ലാക്ക് ഡ്രോംഗോ തന്നെ. ഷൈനിംഗ് ബ്ലാക്ക്. നീണ്ട ഇരട്ട വാല്. യെസ്. ബ്ലാക്ക് ഡ്രോംഗോ തന്നെ."

രവികുമാറും ബ്ലാക്ക് ഡ്രോംഗോ തന്നെയെന്ന് സമ്മതിച്ചു. ബൈനോ ക്കുലർ കൊണ്ട് എല്ലാവരും പക്ഷിയെക്കണ്ടു. മതിയാവോളം കണ്ടോളൂ എന്നു പറയുന്നത് പോലെ പക്ഷി ഒരു പാറയുടെ കൂർത്ത തുമ്പിൽ അനങ്ങാതെ ഇരുന്നു. ബൈനോക്കുലർ തിരിച്ചു കിട്ടിയപ്പോൾ നന്ദസൂനു വീണ്ടും പക്ഷിയെ നോക്കാൻ തുടങ്ങി. നോക്കിക്കൊണ്ടിരിക്കേ സ്വഗതമെന്ന പോലെ പറഞ്ഞു.

"എന്തുകൊണ്ടാണ് ഈ ചെറിയ പാവം പക്ഷിയെ ആനറാഞ്ചിപ്പക്ഷി യെന്ന് വിളിക്കുന്നതെന്ന് മനസ്സിലാകുന്നില്ല."

പെട്ടെന്നെന്തോ ഓർത്തിട്ടെന്നപോലെ ആനറാഞ്ചി പറന്നുപോയി. പദയാത്രാസംഘം നടക്കാൻ തുടങ്ങി. കുറച്ചുകൂടി മുന്നോട്ട് പോയപ്പോൾ ഇറക്കം തുടങ്ങി. നിസാറിന് ആശ്വാസമായി. ഉത്തുംഗമായ പർവ്വതത്തി ലായതുകൊണ്ടാവാം പദയാത്രാസംഘത്തിന്റെ നേരെമുകളിൽത്തന്നെ രൂക്ഷമായി നോക്കി നിന്നിരുന്ന സൂര്യന്റെ ഉഗ്രതാപം അനുഭവപ്പെട്ടില്ല. ഇറക്കം ഇറങ്ങുമ്പോൾ നെഞ്ചുവേദന വരുമെന്ന് പേടിക്കേണ്ട. പക്ഷേ ഇറക്കം ദുഷ്കരമായിരുന്നു. ഒരു പാറയുടെ നിറുകയിൽ കയറിയിട്ട്

അടുത്തതിന്റെ നിറുകയിൽ ചവിട്ടി ഇറങ്ങണം. അടിതെറ്റിയാൽ ആദ്യം നേരെ താഴെയുള്ള പാറയിൽ ചെന്ന് അലച്ചു വീഴും. വീഴ്ച അവിടെ നിൽക്കില്ല. അവിടെ നിന്ന് അടുത്തതിലേക്ക് മറിഞ്ഞുവീഴും...

കണ്ണും കാതും ആറാമിന്ദ്രിയവുമെല്ലാം പാറയിൽ നിന്നു പാറയിലേക്കിറങ്ങുന്നതിൽ കേന്ദ്രീകരിച്ചരുന്നതുകാരണം പാറമലയുടെ അടിയിലെത്തുന്നതുവരെ ആരും ഒന്നും മിണ്ടിയില്ല.

അടിക്കാടില്ലാത്ത വനം ആത്മാവില്ലാത്ത ജഡം

പാറമലയുടെ അടിയിലെത്തിയപ്പോൾ നിസാർ വാച്ചിൽ നോക്കി. ഒന്നര മണിക്കൂറെടുത്തു പാറമലയുടെ ഇറക്കമിറങ്ങാൻ. പൈൻമരക്കാട്ടിലേക്കുള്ള കല്ലു പാകിയ റോഡിലാണ് ഇറക്കമിറങ്ങിച്ചെന്നത്. കുറച്ചിട നടന്നപ്പോൾ റോഡിനു കുറുകെ ഇരുമ്പുദണ്ഡുകൊണ്ടുള്ള കടമ്പ. കടമ്പയുടെ ഒരറ്റത്ത് ഒറ്റമുറിയുള്ള കാവൽപ്പുര. കടമ്പദണ്ഡിന്റെ അടിയിൽ തൂക്കിയിട്ടുള്ള വെള്ളച്ചായമടിച്ച ബോർഡിൽ പച്ച അക്ഷരങ്ങൾ കൊണ്ട് തമിഴിലും ഇംഗ്ലീഷിലും എഴുതിയിരിക്കുന്നു.

ബേരിജാം ഫോറസ്റ്റ് ചെക്ക് പോസ്റ്റ്.

ഉരുക്കുദണ്ഡ് ചാടിക്കടക്കാൻ ഒരുങ്ങുമ്പോൾ കാവൽപ്പുരയിൽ നിന്നും പാറമേൽ ചിരട്ടയുരയ്ക്കുന്ന ശബ്ദം! "ആരാണ്? എവിടെ പോകുന്നു?" പരുക്കൻ ശബ്ദത്തിനു പിന്നാലെ കാവിയുടുത്ത ജടാധാരി കാവൽപ്പുരയുടെ വാതിൽക്കൽ പ്രത്യക്ഷപ്പെട്ടു. ഒറ്റമുണ്ട് മാത്രമാണ് വേഷം. ചാരത്തിൽ പൂണ്ടു കിടന്നുരുണ്ടതുപോലെ ദേഹത്ത് ആസകലം ഭസ്മം പൂശിയിരിക്കുന്നു. വനപാലകൻ ഒരു അംഗുലീമാലനോ? അതോ കാപാലികനോ? രണ്ടുമല്ല. കഴുത്തിൽ വിരലെല്ലുകളുടെയോ തലയോട്ടികളുടെയോ മാലയൊന്നുമില്ല. കൈയിൽ ഒരു വയർലെസ്സ് റിസീവറുണ്ട്.

കുറിഞ്ഞിപ്പുൽമേടുകൾ കാണാൻ പോകുന്നവരാണെന്ന് പറഞ്ഞിട്ട് വനപാലകന് വിശ്വാസം വരുന്നില്ല. കഞ്ചാവ് തോട്ടത്തിലേക്ക് പോകുന്നവരാണെന്നാണ് അയാളുടെ സംശയം. അതോ പുതുതായി കൃഷി തുടങ്ങിയ പോപ്പി തോട്ടത്തിലേക്കോ?

എവിടെ പോകാനും വിരോധമില്ല. അത് തുറന്ന് പറഞ്ഞ് പതിവുള്ള പടിയും തന്ന് പൊയ്ക്കൊള്ളാനാണ് വനപാലകൻ പറഞ്ഞത്. എന്തെങ്കിലും പടികൊടുത്ത് തലയൂരാമെന്ന് രവികുമാറും നന്ദസൂനുവും പറഞ്ഞപ്പോൾ കനകരാജ് അല്പം രോഷത്തോടെയാണ് പ്രതികരിച്ചത്.

"എന്തിന് പടികൊടുക്കണം? നമ്മള് കഞ്ചാവ് തോട്ടത്തിലേക്കല്ലല്ലോ പോകുന്നത്. എല്ലാവരും അപ്പുറം കടക്കണം. അയാൾ വേണമെങ്കിൽ

വയർലസ്സിൽക്കൂടി ഫോറസ്റ്റ് സ്‌ക്വാഡിനെ വിളിച്ചു വരുത്തട്ടെ. എല്ലാവരും വരണം."

കനകരാജ് ആദ്യം കടമ്പ ചാടി. അതിനു പിന്നാലെ എല്ലാവരും കടമ്പ ചാടിക്കടന്നു. വനപാലകൻ തീയാളുന്ന കണ്ണുകളോടെ നോക്കി നിന്നു. എന്തായിരിക്കും അയാളുടെ മനോഗതം? "ഇപ്പോൾ നീയൊക്കെ പോ. നിന്നെയൊക്കെ എനിക്ക് കിട്ടും. അപ്പോൾ എടുത്തോളാം എന്നായിരിക്കും."

അയാളുടെ നോട്ടത്തെ വകവെയ്ക്കാതെ പദയാത്രാസംഘം പൈൻ മരക്കാട്ടിലേക്കുള്ള റോഡിലൂടെ നടന്നു. പൈൻമരക്കാട്ടിൽ പ്രവേശിച്ചപ്പോൾ നിസാർ വാച്ചിൽ നോക്കി. മണി പന്ത്രണ്ട് അമ്പത്.

പൈൻമരക്കാട്ടിൽ പ്രവേശിച്ചപ്പോൾ സൂര്യൻ പെട്ടെന്ന് അസ്തമിച്ചതുപോലെ തോന്നി. കടും പച്ചയുടെ കാളിമയാണ് ചുറ്റും. സൂര്യന്റെ എല്ലാ കിരണങ്ങളേയും പൈൻ മരങ്ങളുടെ നൂലുപോലുള്ള ഇലകൾ തടഞ്ഞു നിറുത്തിയിരിക്കുകയാണ്. തറയിൽ പതുപതുത്ത കനമുള്ള മെത്ത.

പൈനിന്റെ നൂലിലകൾ വീണത് ചീഞ്ഞഴുകാതെ കിടന്ന് കനമുള്ള മെത്ത തീർത്തിരിക്കുന്നു. നടക്കുന്നതിനിടയിൽ കനകരാജ് വിശദീകരിച്ചു.

"പൈൻ വിദേശിയാണ്. അടിയിൽ മെത്ത പോലെ ഇലകൾ ചീയാതെ കിടക്കുന്നത്കൊണ്ട് കുറ്റിച്ചെടികളും ചെറുമരങ്ങളുമടങ്ങുന്ന അടിക്കാട് വളരുകയില്ല. അടിക്കാടില്ലാത്ത വനത്തിൽ ജന്തുക്കളോ പറവകളോ കാണില്ല. അടിക്കാടില്ലാത്ത വനം ആത്മാവില്ലാത്ത ജഡം പോലെയാണ്."

നിസാറിന് കനകരാജിന്റെ വിവരണം വളരെ പുതുമയുള്ളതായി ത്തോന്നി. വനത്തിന്റെ ആത്മാവ്! അത് അടിക്കാടിലാണ് സ്ഥിതി ചെയ്യുന്നത്. കനകരാജിന്റെ സ്വന്തം ആശയമാണോ? ആയിരിക്കാം. താൻ പറഞ്ഞത് ശരിയാണെന്നു സ്ഥാപിക്കാൻ കനകരാജ് ശ്രമിച്ചു.

"ഞാൻ പറഞ്ഞത് മനസ്സിലാവണമെങ്കിൽ എല്ലാവരം ഒരു നിമിഷം ശബ്ദമുണ്ടാക്കാതെ കാതോർത്തു നിന്നാൽ മതി. എല്ലാവരും നിശ്ശബ്ദരായി കാതോർത്തു നിന്നു. ചീവീടുകളുടെ ശബ്ദമില്ല. കിളികളുടെ കളകളമില്ല. പക്ഷികളുടെ ചിലചിലപ്പില്ല. കാറ്റിന്റെ മൂളലില്ല. കാടിന്റെ തുടിപ്പില്ല. അടച്ച ശവമഞ്ചത്തിനകത്ത് കടന്നതുപോലെ... പരിപൂർണ്ണ നിശ്ശബ്ദത ഘനീഭവിച്ച് നിന്നു. ഭൂമിയുടെ ചലനം തന്നെ നിന്നുപോയതു പോലെ. നിശ്ശബ്ദതയുടെ ഭീകരതയും കടുംപച്ചയുടെ കാളിമയും ഊടും പാവുമായി ചേർന്ന് കനമുള്ള കരിന്തോടായി പദയാത്രാസംഘത്തെ ആവരണം ചെയ്തു.

രവികുമാറും നന്ദസൂനുവും ഒരു കിളിയെ എങ്കിലും കാണുമെന്ന പ്രതീക്ഷയിൽ തല ഉയർത്തി ചറ്റിലും മേലോട്ടും നോക്കിക്കൊണ്ടാണ് നടന്നത്. കനകരാജ് പറഞ്ഞത് ശരി തന്നെ. ഈ കാടിന് ആത്മാവില്ല.

കുറച്ച് ദൂരം നടന്നുകഴിഞ്ഞപ്പോൾ കനകരാജ് പറഞ്ഞു: "നമുക്ക് വഴിതെറ്റിയെന്ന് തോന്നുന്നു.

ഫോം മെത്ത പോലുള്ള തറയിൽ നടവഴികളൊന്നും തെളിഞ്ഞു കണ്ടില്ല."

സെയ്തുമുനി പറഞ്ഞു: "ഇല്ലാത്ത വഴി എങ്ങനെ തെറ്റും. ഉദ്ദേശം ഡയറക്ഷൻ വെച്ച് നടക്കണം."

സെയ്തുമുനി പറഞ്ഞതുപോലെ കനകരാജ് അല്പനേരം നിന്നിട്ട് ആലോചിച്ചു. എന്നിട്ട് ഇടത് കൈ ചൂണ്ടിപ്പറഞ്ഞു: "പൂണ്ടി ഈ ഡയറക്ഷനിലാണ്."

എല്ലാവരും ആ ദിശയിലേക്ക് നടന്നു. അല്പദൂരം നടന്നപ്പോൾ വിശാലമായ അമ്പലക്കുളം പോലുള്ള ചെറുതടാകത്തിന്റെ തീരത്തെത്തി. കനകരാജ് നിർദ്ദേശിച്ചു: "മണി രണ്ട് കഴിഞ്ഞു. നമുക്ക് എന്തെങ്കിലും ഭക്ഷണം കഴിച്ചിട്ട് നടക്കാം."

കാളിമ പരന്ന കാട്ടിൽ പ്രകാശത്തിന്റെ തുരുത്തായി നിന്നു തടാകവും തടാകക്കരയും. അവിടെ മാത്രമേ സൂര്യന്റെ കിരണങ്ങൾ എത്തിയിരുന്നുള്ളു.

ഓരോരുത്തരും കരുതിവെച്ചിരുന്ന ഉണക്കപ്പഴങ്ങൾ പുറത്തെടുത്ത് കഴിക്കാൻ തുടങ്ങി. നിസാർ അല്പം അകലെ മാറിയിരുന്ന് ഈത്തപ്പഴത്തിന്റെ പാക്കറ്റെടുത്ത് പൊട്ടിച്ചു. ഓരോ ഈത്തപ്പഴമായി കഴിക്കാൻ തുടങ്ങി. അപ്പോൾ സുനിത നിസാറിന്റെ തൊട്ടടുത്ത് വന്നിരുന്നിട്ട് ഒരു പിടി ഉണക്കമുന്തിരി വെച്ചു നീട്ടി. അത് തന്റെ കൈവശമുണ്ടെങ്കിലും സുനിത വെച്ച് നീട്ടിയത് നിസാർ നിരസിച്ചില്ല.

"താങ്ക്യൂ."

ഭക്ഷണം കഴിക്കുന്നതിനിടയിൽ സുനിത ചോദിച്ചു: "സൈക്കോളജിയിൽ ഒരു ഡൗട്ട് ചോദിച്ചാൽ പറഞ്ഞു തരുമോ?"

അടുത്ത് വന്നിരുന്ന് ഉണക്കമുന്തിരി സമ്മാനിച്ച് ലോഹ്യം കൂടിയതിന്റെ ഉദ്ദേശ്യം അതായിരുന്നു.

"ചോദിക്കൂ. അറിയാവുന്നതാണെങ്കിൽ പറഞ്ഞു തരാം."

"അശരീരി അതായത് ഓഡിറ്ററി ഹലൂസിനേഷൻ കേൾക്കുന്നതിന്റെ മെക്കാനിസം എന്താണ്?"

ഇത്തരം കാര്യങ്ങൾ അറിയാൻ ആഗ്രഹമുള്ളവർക്ക് വിശദീകരിച്ചു കൊടുക്കാൻ നിസാറിനിഷ്ടമാണ്.

"പല തിയറീസാണുള്ളത്. ഏറ്റവും ലോജിക്കലായി എനിക്ക് തോന്നിയിട്ടുള്ളത് ഫ്രോയിഡിന്റെ തിയറിയാണ്. അബോധമനസ്സിലെ ചിന്തകൾ ബാഹ്യലോകത്തേക്ക് പ്രൊജക്റ്റ് ചെയ്യുന്നതാണ് ഓഡിറ്ററി

ഹലൂസിനേഷൻ. ഫ്രോയിഡിയൻ തിയറിയിലെ പ്രൊജക്ഷൻ എന്താണെന്ന് അറിയാമോ?"

"അറിയാം. ഞങ്ങൾക്ക് സൈക്കോളജി ഒരു പേപ്പറുണ്ടായിരുന്നു. ഞാൻ ഫ്രോയിഡിന്റെ തിയറി കുറച്ചൊക്കെ വായിച്ചിട്ടുണ്ട്."

"അപ്പോൾ വേഗം മനസ്സിലാകും. അബോധമനസ്സിലെ ചിന്തകൾ ബാഹ്യലോകത്ത് നിന്നു വരുന്നതായി തോന്നുന്നതാണ് പ്രൊജക്ഷൻ."

സെയ്തുമുനി നിസാറും സുനിതയും ഇരുന്നിടത്തേക്ക് വന്നിട്ട് ചോദിച്ചു: "സൈക്കോളജി ആയിരിക്കും വിഷയം."

"സുനിത അശരീരികളെക്കുറിച്ച് ചോദിച്ചു. അതിനെക്കുറിച്ച് പറയുകയായിരുന്നു."

നിസാർ സുനിതയുടെ അടുത്ത ചോദ്യം പ്രതീക്ഷിച്ചിരിക്കുമ്പോൾ പെട്ടെന്ന് കുർണീീം എന്ന വിലാപം പോലുള്ള ഒരു ശബ്ദം കേട്ടു. രവികുമാറും നന്ദസൂനുവും ക്യാമറയും ബൈനോക്കുലറുമായി എഴുന്നേറ്റു. നിസാർ ആ ശബ്ദം തിരിച്ചറിഞ്ഞു.

"അത് റൂഹാനിക്കിളി എന്ന് ഞങ്ങളുടെ നാട്ടിൽ വിളിക്കുന്ന ഒരു കിളിയുടെ ശബ്ദമാണ്."

സെയ്തുമുനി പറഞ്ഞു: "അതെയതെ അത് റൂഹാനിക്കിളിയാണ്."

രവികുമാർ ബൈനോക്കുലറിലൂടെ കിളിയെ കണ്ടെത്തി. അല്പ നേരം അതിനെത്തന്നെ നോക്കി നിന്നതിനുശേഷം രവികുമാർ ബൈനോക്കുലർ നന്ദസൂനുവിനു കൊടുത്തു. എന്നിട്ട് കിളിയെക്കുറിച്ച് പറഞ്ഞു: "അത് ട്രീ പൈ ആണ്. ചിലയിടങ്ങളിൽ ഇതിന് ഓലേ ഞ്ഞാലിയെന്ന് പേരുണ്ട്. ഇതിന്റെ കരച്ചിൽ കേൾക്കുന്നത് ഒരു ബാഡ് ഓമനാണ്. ഇതെങ്ങനെ ഈ പൈൻമരക്കാട്ടിൽ വന്നു? നാട്ടിലേ കാണാറുള്ളല്ലോ."

നന്ദസൂനു വളരെ നേരം പക്ഷിയെ നിരീക്ഷിച്ചതിനുശേഷം പറഞ്ഞു: "ട്രീ പൈ ആണ് നാട്ടിലൊക്കെ കാണുന്ന ഓലേഞ്ഞാലി. മുസ്ലിങ്ങൾ അതിനെ റൂഹാനിക്കിളിയെന്ന് വിളിക്കും. നാട്ടിൽ കാണുന്നത് വൈറ്റ് ബെല്ലീഡ് ട്രീ പൈ ആണ്. ഇത് ഓലേഞ്ഞാലിയല്ല. ദിസ് ഈസ് ബ്ലാക്ക് ബെല്ലീഡ് ട്രീ പൈ. നാട്ടിൽ കാണുന്നതിന്റെയും ഇതിന്റെയും കരച്ചിൽ ഒരുപോലിരിക്കും. സാലിം അലിയുടെ ബേഡ്സ് ഓഫ് കേരളയിൽ രണ്ടിന്റേയും ഡിസ്ക്രിപ്ഷനും പടവുമുണ്ട്. എല്ലാ ട്രീ പൈകളും നമ്മുടെ മൈനയുടെ കുടുംബത്തിൽ പെട്ടവരാണ്."

"പക്ഷികൾക്ക് ജാതിയുടെയും മതത്തിന്റെയും അടിസ്ഥാനത്തിൽ പേരിടുന്ന സമ്പ്രദായമെങ്കിലും നമുക്ക് അവസാനിപ്പിക്കാൻ കഴിയണം."

രവികുമാറിന് ഒരു വിശദീകരണം കൊടുക്കുന്നതുപോലെ സെയ്തു മുനി പറഞ്ഞു: "പക്ഷികളുടെയും മൃഗങ്ങളുടെയും ചെടികളു

ടേയുമൊക്കെ പേരുകൾ നമ്മുടെ കൾച്ചറിന്റെ ഭാഗമാണ്. അത് ഏതെങ്കിലുമൊരു മതക്കാര് കൊടുക്കുന്നതല്ല. റൂഹാനിക്കിളി ആരെങ്കിലും മരിക്കുമ്പോഴാണ് കരയുന്നതെന്ന ഒരു വിശ്വാസം മുസ്ലിങ്ങൾക്കുണ്ട്. അതുകൊണ്ടാണതിനെ റൂഹാനിക്കിളിയെന്ന് വിളിക്കുന്നത്. റൂഹ് അതായത് ആത്മാവ് ദേഹത്തെ വിട്ടുപോകുമ്പോൾ വിലപിക്കുന്നതുകൊണ്ടാണ് റൂഹാനിക്കിളിയെന്ന് വിളിക്കുന്നത്."

സെയ്തുമുനിയുടെ വിശദീകരണം കേട്ടപ്പോൾ നിസാർ ബാപ്പയുടെ മരണത്തെക്കുറിച്ചോർത്തു.

എൺപത്തഞ്ചാം വയസ്സിൽ ആയിരം പൂർണ്ണചന്ദ്രൻമാരെ കണ്ട പൊതുപ്രവർത്തകൻ എന്ന നിലയിൽ കൊടുങ്ങല്ലൂർ പൗരാവലിയുടെ സ്വീകരണം വാങ്ങി ആറുമാസം തികയുന്നതിനുമുമ്പാണ് ബാപ്പാക്ക് സ്ട്രോക്ക് വന്നത്. ആറുമാസം ആശുപത്രിയിൽ കിടന്നു. മാറ്റമൊന്നും കാണാതായപ്പോൾ വീട്ടിലേയ്ക്ക് കൊണ്ടുവന്നു. എപ്പോൾ വേണമെങ്കിലും മരണം സംഭവിക്കാം. ബാപ്പ കിടപ്പിലായിട്ട് രണ്ടുവർഷത്തോളമായ സമയത്താണ് ഗസറ്റഡ് സംഘടനയുടെ തൃശൂർ സമ്മേളനം നടന്നത്.

നിസാർ സംഘടനയുടെ സമ്മേളനത്തിനു പോകാൻ ഒരുങ്ങുകയായിരുന്നു. തൃശൂരിൽ വെച്ചായിരുന്നു സമ്മേളനം. വൈകുന്നേരത്തെ വണ്ടിക്കു പോയാൽ രാത്രി തൃശൂരെത്തി ഹോട്ടലിൽ തങ്ങി രാവിലെ പത്ത് മണിക്ക് തുടങ്ങുന്ന സമ്മേളന പരിപാടികളിൽ പങ്കെടുക്കാം. പോകാൻ പുറപ്പെട്ടപ്പോൾ റൂഹാനിക്കിളിയുടെ കരച്ചിൽ കേട്ടു. മനസ്സിലൊരു കൊള്ളിയാൻ മിന്നി. റൂഹാനിക്കിളി ബാപ്പയുടെ മരണദൂതുമായാണോ വന്നത്? ശകുനങ്ങളിലൊന്നും വിശ്വാസമില്ലെങ്കിലും മനസ്സിൽ അങ്ങനെയൊക്കെ തോന്നി.

അങ്ങനെ ആണെങ്കിൽ അങ്ങനെ ആകട്ടെ എന്നു കരുതി പുറപ്പെട്ടു. ബാപ്പാക്ക് എന്തെങ്കിലും സംഭവിച്ചാൽ ടാക്സിയെടുത്ത് നേരേ നാട്ടിലേക്ക് വരണമെന്ന് സഫിയയോട് പറഞ്ഞേൽപ്പിച്ചു. പ്രതീക്ഷിച്ചതു തന്നെ സംഭവിച്ചു. തൃശൂരിലെത്തിയ ഉടനെ അനുജന്റെ വിളി വന്നു. ബാപ്പ പോയി...

അന്ന് കോഴിക്കോട് നിന്നും സഫിയയേയും റസിയേയും ടാക്സിയിൽ നാട്ടിൽ ബാപ്പയുടെ അടുക്കൽ എത്തിച്ചത് റഷീദായിരുന്നു. അതിനു ശേഷമാണ് റഷീദുമായുള്ള സഫിയയുടെ ബന്ധത്തെക്കുറിച്ചറിയുന്നതും സഫിയ അവന്റെ കൂടെ പോയതും.

അന്നത്തെ റൂഹാനിക്കിളിയുടെ കരച്ചിലിനെ കുറിച്ച് പലപ്പോഴും ഓർമ്മ വരും. ബാപ്പയുടെ മരണത്തിന്റെ മുന്നറിയിപ്പായിരുന്നില്ല അത്. തന്റെ ജീവിതത്തിൽ സംഭവിക്കാൻ പോകുന്ന ദുരന്തത്തിന്റെ മുന്നറിയിപ്പായിരുന്നു അതെന്നാണ് നിസാറിനു പലപ്പോഴും തോന്നിയിട്ടുള്ളത്.

ബാപ്പയുടെ മരണത്തിനു മുന്നറിയിപ്പിന്റെ ആവശ്യമില്ലായിരുന്നു. എപ്പോഴും സംഭവിക്കുമെന്ന് പ്രതീക്ഷിച്ചതായിരുന്നു.

കുർണീീീം...

താഴെ നടന്നക്കുന്നതൊന്നുമറിയാതെ കാട്ടിലെ റൂഹാനിക്കിളി പൈൻമരക്കൊമ്പിലിരുന്ന് വീണ്ടും വീണ്ടും വിലപിക്കുകയാണ്. ആരാണാവോ അന്ത്യയാത്ര തുടങ്ങിയത്? കനകരാജ് ബാഗ് പിന്നിൽ തൂക്കി എഴുന്നേറ്റു.

"ഓകെ ലെറ്റസ് മൂവ്."

ലെസ്ബിയൻസ്

പദയാത്രാസംഘം ദിക്കറിയാതെ ആത്മാവില്ലാത്ത പൈൻമര ക്കാട്ടിലൂടെ നടത്തം തുടർന്നു. സുനിത നിസാറിന്റെ ഇടതുവശം ചേർന്ന് നടക്കുന്നത് കണ്ടപ്പോൾ വീണ്ടും മനഃശാസ്ത്രസംശയങ്ങൾ ചോദി ക്കാൻ തന്നെയാണൊരുക്കമെന്ന് മനസ്സിലായി. ഗിരിജയും നിതിനും സംസാരിച്ചുകൊണ്ട് തൊട്ടു മുമ്പിലുണ്ടായിരുന്നു. ശബ്ദം വളരെ താഴ്ത്തിയാണ് സുനിത ചോദിച്ചത്. "ഹോമോ സെക്ഷ്വാലിറ്റി ഒരു മെന്റൽ ഇൽനെസ്സാണോ അതോ ബിഹേവിയർ ഡിസോർഡ റാണോ?"

സുനിത ചോദിച്ച മാത്രയിൽ ഗിരിജ തിരിഞ്ഞു നോക്കി. അവർ പിന്നിലെ സംഭാഷണം ശ്രദ്ധിക്കുന്നുണ്ടായിരുന്നു.

സ്ത്രീകൾ പൊതുവെ ഇത്തരം കാര്യങ്ങൾ ചർച്ച ചെയ്യുന്നതിൽ വിമുഖരാണ്. കൺസൽട്ടേഷന് വരുന്ന ചില സ്ത്രീകൾ ഇത്തരം കാര്യങ്ങൾ കൂസലോ ലജ്ജയോ ഇല്ലാതെ ചോദിക്കാറുണ്ട്. അതുകൊണ്ട് സുനിതയുടെ ചോദ്യം നിസാറിനെ അദ്ഭുതപ്പെടുത്തിയില്ല.

"എന്റെ അഭിപ്രായത്തിൽ ഹോമോസെക്ഷ്വാലിറ്റി രണ്ടുമല്ല. രോഗവുമല്ല ബിഹേവിയർ ഡിസോർഡറുമല്ല."

"പിന്നെന്താണ്? സെക്ഷ്വൽ ഡീവിയേഷനോ?"

"സെക്ഷ്വൽ ഡീവിയേഷൻ എന്നും പറയാനാവില്ല. ഡീവിയേഷൻ ഒരു ഡിസോർഡർ അതായത് ഇൽനസ്സ് ആയിട്ടാണ് കണക്കാക്കപ്പെടു ന്നത്."

പെട്ടെന്ന് ഗിരിജ നിതിനെ വിട്ട് നിസാറിന്റെ വലതുവശം ചേർന്ന് നടക്കാൻ തുടങ്ങി. നിതിൻ വേഗത്തിൽ നടന്ന് മുമ്പിൽ നടന്നിരുന്നവരുടെ കൂടെ കൂടി. തന്റെ ഇരുവശവും ചേർന്ന് നടന്നിരുന്ന സ്ത്രീകൾക്ക്

ഹോമോ സെക്ഷ്വാലിറ്റിയെക്കുറിച്ചറിയാൻ ഇത്ര താല്പര്യമെന്താണെന്ന് നിസാർ അദ്ഭുതത്തോടെ ചിന്തിച്ചുനോക്കി. വെറും ജിജ്ഞാസയായിരിക്കാം. ഒരു സൈക്യാട്രിസ്റ്റിനെ അടുത്തു കിട്ടിയപ്പോൾ ഉണ്ടായ ജിജ്ഞാസ. ഗിരിജ സൈക്യാട്രി സോഷ്യൽവർക്കറാണെന്നല്ലേ പറഞ്ഞത്. സൈക്യാട്രി സോഷ്യൽ വർക്ക് ഡിപ്ലോമാ കോഴ്സിന്റെ സിലബസ്സിൽ ഇതെല്ലാമുണ്ടല്ലോ. പിന്നെ എന്തുകൊണ്ട് ഇക്കാര്യം ഒരു സൈക്യാട്രിസ്റ്റിനോട് ചോദിക്കുന്നു? നിസാറിന്റെ മനസ്സിൽ ഒരു വെളിപാടുണ്ടായി. തന്റെ ഇടതും വലതുമായി നടക്കുന്ന സ്ത്രീകൾ ലെസ്ബിയൻസാണ്!

സ്വവർഗ്ഗാനുരാഗത്തെക്കുറിച്ച് വിശദീകരിക്കാൻ ഉത്സാഹം തോന്നി. നിസാർ ബോധപൂർവ്വം തന്നെ സ്വവർഗ്ഗാനുരാഗം, ഹോമോസെക്ഷ്വാലിറ്റി എന്നി പദങ്ങൾ ഉപേക്ഷിച്ച് ലെസ്ബിയനിസം എന്ന പദം തന്നെ ഉപയോഗിച്ചു.

"അടുത്ത കാലംവരെ ലെസ്ബിയനിസത്തെ സെക്ഷ്വൽ ഡീവിയേഷനായിട്ടാണ് സൈക്യാട്രിസ്റ്റുകൾ കണ്ടിരുന്നത്. സെക്ഷ്വൽ ഡീവിയേഷൻ എന്നാൽ ചികിത്സിച്ചു മാറ്റേണ്ട ഒരസുഖം. അങ്ങനെ ഒരു നിലപാടെടുക്കാൻ കാരണം ശാസ്ത്രത്തിൽ മതം സ്വാധീനം ചെലുത്തിയതാണ്. ആ തിയറിയും പ്രാക്റ്റീസും കൈവിടാത്ത സൈക്യാട്രിസ്റ്റുകളും സെക്സോളജിസ്റ്റുകളുമുണ്ട് കേട്ടോ."

"ആട്ടെ, ഇപ്പോൾ നിങ്ങൾ ലെസ്ബിയനിസത്തെക്കുറിച്ച് ചോദിക്കാൻ കാരണമെന്താണ്?"

ഗിരിജ ഉറച്ച സ്വരത്തിൽ തെല്ലും പതറാതെ പറഞ്ഞു: "ഞങ്ങൾ കുറച്ചു നാളായി കോഹാബിറ്റേഷനിലാണ് ഡോക്ടർ. സുനിതയ്ക്ക് എന്നും ഒരുപാട് സംശയങ്ങളാണ്. ഒരു സൈക്യാട്രിസ്റ്റിനെ അടുത്തു കിട്ടിയപ്പോൾ ചോദിച്ചെന്നേയുള്ളൂ."

രവികുമാറും നന്ദസൂനുവും ഒരു പൈൻമരത്തിന്റെ മുകളിലേയ്ക്ക് നോക്കിക്കൊണ്ട് നിന്നു. അവർ ഒരു പക്ഷിയെ കണ്ടു. എല്ലാവരും നടത്തം നിറുത്തി അവർ നോക്കിക്കൊണ്ടിരുന്ന ദിശയിലേക്ക് നോക്കി. എല്ലാവരും ആ പക്ഷിയെ കണ്ടു. ഒരുപാട് നിറക്കൂട്ടുകളുള്ള പക്ഷി. നീളമുള്ള വാൽ, തടിച്ച തല, പരന്ന മൂർദ്ധാവ്, കുറിയ കൊക്കും കാലുകളും. ചിറകിനു കറുപ്പ് നിറമാണെങ്കിലും വെളുത്ത വരകളുണ്ട്. നെഞ്ചിനു താഴെ തിളങ്ങുന്ന ചുവപ്പ് നിറം. നന്ദസൂനു ബൈനോക്കുലറിലൂടെ നോക്കിക്കൊണ്ട് പറഞ്ഞു: "ഇത് തീക്കാക്കയാണ്."

ആളുകൾ കൂട്ടം കൂടി നിന്ന് നോക്കുന്നത് കണ്ടിട്ടാകണം പക്ഷി ദൂരേയ്ക്ക് പറന്നു പോയി. പദയാത്രാസംഘം പൈൻമരക്കാട്ടിൽ വഴിയറിയാതെ നടന്ന് നടന്ന് ചെന്നെത്തിയത് ഒരു ആദിവാസി സെറ്റിൽമെന്റിലാണ്. കൂണുകൾ മുളച്ചതുപോലെ മുളയും പുല്ലും കൊണ്ട് തീർത്ത

അനേകം കുടിലുകളുടെ ഒരു തുരുത്തായിരുന്നു അത്. പച്ചയുടെ കാളിമ നിറഞ്ഞുനിന്ന പൈൻമരക്കാട്ടിൽ വെളിച്ചത്തിന്റെ മറ്റൊരു തുരുത്ത്. മുതുവാക്കുടിയല്ലെന്ന് നിസാറിന് ഒറ്റ നോട്ടത്തിൽ മനസ്സിലായി. മുതുവാക്കുടികൾ നിസാർ കണ്ടിട്ടുണ്ട്. മലപ്പുലയരുടെയോ മറ്റേതെങ്കിലും വനവാസികളുടേയോ സെറ്റിൽമെന്റായിരിക്കും. പദയാത്രാസംഘത്തെ കണ്ടപ്പോൾ ആദിവാസിഊര് ഒന്നടങ്കം പുൽക്കൂടുകൾ വിട്ടിറങ്ങി ചുറ്റും കൂടി.

നഗ്നത മറയ്ക്കുന്നതിൽ അവർക്ക് വലിയ താൽപര്യമില്ല. മുതിർന്ന സ്ത്രീകൾ ഉപസ്ഥം മറയ്ക്കാൻ മാത്രം പോന്ന ഒരു തുണിക്കഷണം അരയിൽ ചുറ്റിയിട്ടുണ്ട്. തങ്ങളുടെ നിറഞ്ഞു തുളുമ്പുന്ന നഗ്നതയിൽ അവർ അഭിമാനിക്കുന്നത് പോലെ തോന്നി. പുരുഷൻമാർ ലിംഗവും വൃഷ്ണവും മാത്രം മറയത്തക്കവണ്ണമുള്ള കൗപീനമാണ് ധരിച്ചിരിക്കുന്നത്. ശരീരത്തിൽ യുവതയുടെ തടിപ്പുകളും തുടിപ്പുകളും...

കുട്ടികൾ നൂൽബന്ധമില്ലാതെയാണ് നില്പ്. ചിന്നക്കനാലിൽ ആയിരുന്നപ്പോൾ മുതുവാക്കുടികളിൽ നിസാർ പോയിട്ടുണ്ട്. മുതുവാൻമാർ നാട്ടുകാരെപ്പോലെ തന്നെ വസ്ത്രം ധരിച്ചവരാണ്. പുരുഷൻമാർക്ക് ആരുടെ മുമ്പിലും അഴിക്കാത്ത തലേക്കെട്ടുമുണ്ട്. രണ്ടു കാതിലും കടുക്കനും. ചില മുതുവാൻമാർ പാളത്താറുമുടുക്കും. മുതുവാൻമാർക്ക് ശരാശരി മലയാളിയേക്കാൾ നല്ല നിറവുമുണ്ട്. ഇവർക്ക് നല്ല ഇരുണ്ട നിറമാണ്. ചുരുണ്ട മുടിയും തടിച്ചു മലർന്ന ചുണ്ടുകളും ഉള്ള സ്ത്രീകളും പുരുഷൻമാരും അന്തമാൻ ദ്വീപിലെ യവരരെ ഓർമ്മിപ്പിച്ചു.

എല്ലാവരും നടന്നു തുടങ്ങിയപ്പോൾ നിസാർ പിന്തിരിഞ്ഞു വന്നിട്ട് മൂപ്പനോട് ചോദിച്ചു: "നീങ്ക ഏത് അദിവാസിയാക്കും?"

"നാങ്ക കാടര് അയ്യാ."

കാടരുടെ മൂപ്പൻ ചൂണ്ടിക്കാണിച്ച ദിശയിൽ ഒരു മണിക്കൂറോളം നടന്നപ്പോൾ പൈൻമരക്കാടിന്റെ കാളിമ അവസാനിച്ച് സന്ധ്യയുടെ തുടുപ്പുകൾ ചക്രവാളത്തിൽ കണ്ടു തുടങ്ങി. മായക്കാട്ടിൽ നിന്നും രക്ഷപ്പെട്ടതിന്റെ ആശ്വാസത്തിൽ പദയാത്രാസംഘം നടത്തത്തിനു വേഗം കൂട്ടി. ചെമ്മൺപാതയിലെത്തിയപ്പോഴേക്കും രാവിന്റെ ഇരുട്ട് വീണുകഴിഞ്ഞിരുന്നു. അകലെയുള്ള പർവ്വതശിഖരത്തിൽ കുറെ മിന്നാമിനുങ്ങുകൾ ഒന്നിച്ചുകൂടി മിന്നുന്നത് കണ്ടു. അത് കവുഞ്ചിഗ്രാമമാണെന്ന് കനകരാജ് പറഞ്ഞു. ആ ഗ്രാമവും പിന്നിട്ട് പൂണ്ടിയിലെത്താൻ രണ്ടു മണിക്കൂറെങ്കിലും വേണമെന്നായി ഗിരിജ.

"നമുക്ക് കവുഞ്ചിയിൽ തന്നെ തങ്ങിയാൽപോരെ കനകരാജ്സാറേ? കൂടുതൽ നടക്കാൻ വയ്യ."

"കവുഞ്ചിയിലെത്തട്ടെ. എന്നിട്ട് തീരുമാനിക്കാം."

കുറിഞ്ഞിത്തിണ

പർവ്വതശിഖരത്തിന്റെ മൂക്കുത്തിപോലെ സന്ധ്യയുടെ ഇരുളിൽ തിളങ്ങി നിൽക്കുന്ന കവുഞ്ചി ഗ്രാമം പർവ്വതപാർശ്വത്തിലൂടെ കയറിക്കൊണ്ടിരുന്ന പദയാത്രാസംഘത്തിന്റെ കണ്ണിൽ പെട്ടു. ആരോഹകർ മുകളിലെ ഗ്രാമത്തിലെത്തുന്നതിനുമുമ്പ് മഴ ചാറാൻ തുടങ്ങി. ഒപ്പം അസ്ഥിയുടെ മജ്ജയിലേക്ക് തുളച്ചു കയറുന്ന ശീതക്കാറ്റും. മഴച്ചാറ്റലും ശീതക്കാറ്റും വകവെയ്ക്കാതെ മുന്നോട്ട് നടക്കുകയല്ലാതെ മറ്റൊരു മാർഗ്ഗം പദ യാത്രാസംഘത്തിന്റെ മുന്നിലില്ലായിരുന്നു. ചെമ്മൺപാത ചളിച്ചാലായി. അടിതെറ്റിവീഴാൻ സാദ്ധ്യതയുള്ളതുകൊണ്ട് ഒരു വരിയായി സൂക്ഷിച്ച് മുന്നോട്ട് നീങ്ങി. നിസാറൊഴികെ മറ്റെല്ലാവരും പീ ക്യാപ് വെച്ചിരുന്നു. ഗിരിജ വേഗം നടന്ന് നിസാറിനൊപ്പമെത്തി. വക്കുകൾ അകത്തേക്ക് മടക്കി തൊപ്പി പോലാക്കിയ ഒരു പ്ലാസ്റ്റിക്ക് കവർ വെച്ചു നീട്ടി.

"തല നനയണ്ട."

നിസാർ അത് വാങ്ങി തൊപ്പിയായി തലയിൽ വെച്ചു. വലതുവശത്ത് മുട്ടി മുട്ടിയില്ല എന്ന മട്ടിൽ നടന്നിരുന്ന ഗിരിജയെ നിസാർ ഇടം കണ്ണിട്ടു നോക്കി. ജീൻസും ടോപ്പും മഴയിൽ നനഞ്ഞപ്പോൾ ശരീരവടിവിന്റെ മാദകത്വം വർദ്ധിച്ചു. സന്ധ്യാവെളിച്ചത്തിൽ അവളെ കണ്ടപ്പോൾ നിസാറിന്റെ മനസ്സിനകത്ത് അവാച്യമായ സുഖാനുഭൂതി അനുഭവപ്പെട്ടു. നടക്കുമ്പോൾ കുലുങ്ങിയിരുന്ന മുലകളും ചുവടുവെയ്പിനൊത്ത് താളം തുള്ളിയ നിതംബവും കണ്ണിൽപ്പെട്ടപ്പോൾ ഉള്ളിൽ ചാരം മൂടിക്കിടന്നിരുന്ന നെരിപ്പോട് വീണ്ടും എരിയാൻ തുടങ്ങി. തണുപ്പ് ഗ്രസിച്ചിരുന്ന മജ്ജയിൽ ഉണർവ്വുണ്ടാക്കി.

അവളോട് സംസാരിക്കാൻ നിസാറിന് ഉത്ക്കടമായ ആഗ്രഹം തോന്നി. അവളും സുനിതയുമായുള്ള ബന്ധത്തെക്കുറിച്ച് കൂടുതലറി യണമെന്നു തോന്നി. വ്യക്തിപരമായ കാര്യങ്ങൾ ചോദിക്കുന്നത് ഗിരിജയ്ക്ക് ഇഷ്ടമാകുമോ എന്ന് സംശയമുണ്ടായിരുന്നു. അവളുമായി സംസാരിക്കാനുള്ള ആഗ്രഹം അദമ്യമായി.

"ഗിരിജയുടെ അച്ഛൻ എവിടെയാണ് പ്രാക്റ്റീസ് ചെയ്യുന്നത്?"

"അച്ഛൻ ഇപ്പോൾ വെള്ളനാട്ട് ഒരു ഹോമിയോ ഡിസ്പെൻസറി നടത്തുന്നു."

"സൈക്യാട്രിക്ക് സോഷ്യൽ വർക്ക് എടുക്കാനെന്തായിരുന്നു പ്രചോദനം?"

"പ്രത്യേകിച്ചൊന്നുമില്ല. എം. എ. സോഷ്യോളജി കഴിഞ്ഞപ്പോൾ നിംഹാൻസിന്റെ പരസ്യം കണ്ട് അപ്ലൈ ചെയ്തതാണ്. സൈക്കോളജി ഇന്ററസ്റ്റിംഗായി തോന്നിയിരുന്നു."

"സുനിതയുമായുള്ള ബന്ധം തുടങ്ങിയിട്ട് വളരെക്കാലമായോ?"

“ഏയ്. ആ കുട്ടി വനിതാഹോസ്റ്റലിൽ താമസിക്കുകയായിരുന്നു. ഞങ്ങളുടെ വീട്ടിനടുത്താണ് ഹോസ്റ്റൽ. ഞാൻ ആന്ത്രപ്പോളജി എം.എ. കഴിഞ്ഞിട്ടാണ് ഡി.പി.എസ്.ഡബ്ലിയുവിന് പോയതെന്നറിഞ്ഞപ്പോൾ ഇടയ്ക്കിടയ്ക്കിടയ്ക്ക് സംശയം ചോദിക്കാൻ വരാൻ തുടങ്ങി. അങ്ങനെയാണ് ഞങ്ങൾ അടുപ്പമായത്. ഷി വാസ് വെരി സബ്മിസ്സീവ്. ആ നേചർ ഞാനിഷ്ടപ്പെട്ടു...”

നിതിനും സെയ്തുമുനിയും പെൻടോർച്ചുകൾ മിന്നിച്ച വെളിച്ചത്തിൽ എല്ലാവരും ചുവടുകൾ വെച്ചു. ഇറക്കം കഴിഞ്ഞപ്പോൾ മറ്റൊരു കയറ്റം. കയറ്റം കയറിച്ചെന്നത് കവുഞ്ചിയിലേക്കായിരുന്നു. ചുറ്റും കൂരിരുട്ട്. മുഖത്തേക്ക് തന്നെ ആഞ്ഞടിക്കുന്ന ശീതക്കാറ്റ്. കാറ്റിന് ആര് വെച്ചതുപോലെ മഴച്ചാറ്റൽ. അകലെ പാതയോരത്തോട് ചേർന്നു നിൽക്കുന്ന ഒരു കുടിലിനകത്ത് കാറ്റിനെ അതിജീവിച്ച് ഒരു മണ്ണെണ്ണവിളക്ക് കണ്ണു ചിമ്മുന്നത് കണ്ടു. കുറേക്കൂടി അടുത്തപ്പോൾ അതൊരു ചായക്കടയാണെന്ന് തിരിച്ചറിഞ്ഞു. പദയാത്രാസംഘത്തിന് പുതുജീവൻ വീണതുപോലെ ഉത്സാഹമായി.

കൊടുമുടിയിലെ ഗ്രാമത്തിന്റെ എളിമയ്ക്ക് തിടമ്പ് വെച്ചതുപോലെ പനയോല മേഞ്ഞ്, കൂനിക്കൂടി നിൽക്കുന്ന ചായക്കട. അതിനകത്തേക്ക് ആരും ക്ഷണിക്കാതെ തന്നെ പദയാത്രാസംഘത്തിലെ ഓരോരുത്തരായി തല കുമ്പിട്ട് കയറിപ്പറ്റി. ചെറിയ മുറിയുടെ നാലു ചുമരുകളോട് ചേർത്തിട്ടിരുന്ന ബഞ്ചുകളിൽ ഇരിപ്പുറപ്പിച്ചു.

മജ്ജയിൽ കുത്തുന്ന തണുപ്പിലും കാക്കി ട്രൗസർ മാത്രം ധരിച്ച കറുത്ത് മെലിഞ്ഞു നീണ്ട പുരുഷനും കൈലിമുണ്ടും ബ്ലൗസും ധരിച്ച തടിച്ച സ്ത്രീയും അദ്ഭുതം തുളുമ്പുന്ന കണ്ണുകളോടെ നിശ്ശബ്ദരായി എല്ലാം നോക്കിക്കൊണ്ട് നിന്നു. എല്ലാവരും രണ്ടു ബെഞ്ചുകളിൽ തിങ്ങിഞെരുങ്ങി ഇരിപ്പുറപ്പിച്ചപ്പോൾ സെയ്തുമുനി വാച്ച് നോക്കിയിട്ട് പറഞ്ഞു: “ഇന്ന് നമ്മള് പന്ത്രണ്ട് മണിക്കൂറ് നടന്നു. റ്റെൽവ് അവേഴ്സ്!”

രവികുമാർ അതംഗീകരിക്കാൻ തയ്യാറല്ലായിരുന്നു.

“കുറെ സമയം പൈൻഫോറസ്റ്റിലെ ലേക്കിനടുത്തിരുന്നില്ലേ?”

നിസാറിന്റെ വലതു വശത്ത് സ്ഥാനം പിടിച്ചിരുന്ന ഗിരിജ നിസാറിനു മാത്രം കേൾക്കാവുന്ന വിധത്തിൽ ശബ്ദം താഴ്ത്തി രവികുമാർ പറഞ്ഞതിനെപ്പറ്റി പറഞ്ഞു: “അയാൾ എല്ലാത്തിനും എതിരു പറയും. ഹി ഈസ് എ ട്രോൾ. ഒരു ചൂണ്ടക്കൊളുത്ത്.”

കനകരാജും നിതിനും ചായക്കടക്കാരനുമായി ഭക്ഷണത്തിന്റെ കാര്യം ചർച്ച ചെയ്യാൻ തുടങ്ങി.

പാറകൾ നിറഞ്ഞ പർവ്വതം കയറിയപ്പോഴുണ്ടായ നെഞ്ചുവേദനയല്ലാതെ ഇത്രയും സമയം നടന്നിട്ടും നെഞ്ചുവേദന അനുഭവപ്പെടാഞ്ഞതിൽ നിസാറിന് അദ്ഭുതം തോന്നി. ഒരുപക്ഷേ പദയാത്ര

കഴിയുമ്പോൾ അടഞ്ഞു തുടങ്ങിയ ഹൃദയധമനികൾ പൂർണ്ണമായും തുറക്കപ്പെട്ട് താൻ പൂർവ്വസ്ഥിതിയിലാകുമെന്ന് നിസാറിനു തോന്നി. ഉടനെ തന്നെ അത് തന്റെ വിഷ്ഫുൾ തിങ്കിംഗ് ആണെന്ന് തിരിച്ചറിഞ്ഞു. കൊറോണറി ആർട്ടറി അടയാൻ തുടങ്ങിയാൽ ആ പ്രക്രിയ തുടർന്നു കൊണ്ടേയിരിക്കും. രോഗിയുടെ മരണം വരെ... ദുർമ്മേദസ്സ് ഉണ്ടാകാത്ത ജീവിതരീതി അനുവർത്തിച്ചാൽ മരണത്തിലേക്കുള്ള പോക്കിന്റെ വേഗം കുറയ്ക്കാമെന്ന് മാത്രം.

അത് പൊതുവേയുള്ള നിരീക്ഷണങ്ങളാണല്ലോ. തന്റെ കാര്യത്തിൽ സവിശേഷമായ പരിണാമം ഉണ്ടായിക്കൂടെന്നില്ലല്ലോ. ആഗ്രഹചിന്ത കളാണ് മനുഷ്യനെ പലപ്പോഴും മുന്നോട്ട് നയിക്കുന്നത്. ഹൃദയ ശസ്ത്രക്രിയാവിദഗ്ദ്ധൻ ഡോക്ടർ വല്യത്താൻ ഒരു അഭിമുഖത്തിൽ പറഞ്ഞത് നിസാർ ഓർത്തു. 'ജീവിക്കണമെന്ന് ആഗ്രഹമുള്ളവർ ഹൃദ്രോഗത്തെ അതിജീവിച്ച് അധികകാലം ജീവിക്കും. നൈരാശ്യവും ഭയവും പിടികൂടിയവർ വേഗം...'

പദയാത്ര കഴിഞ്ഞിട്ട് പരിശോധനകൾ ഒന്നു കൂടി ആവർത്തിക്കണ മെന്ന് നിസാർ മനസ്സിലുറപ്പിച്ചു.

ചോറ് വേവുന്നത് വരെ കാത്തിരുന്നാൽ എല്ലാവർക്കും ചോറും ഉണക്കമീൻ കറിയും തരാമെന്നാണ് ഹോട്ടൽ "മുതലാളി" പറയുന്നത്. എന്തുവേണമെന്ന് കനകരാജ് എല്ലാവരോടുമായി ചോദിച്ചു. കാത്തിരി ക്കുകയല്ലാതെ മറ്റൊരുമാർഗ്ഗവുമില്ലല്ലോ. മാത്രവുമല്ല, ഈ രാത്രി ഇനി പൂണ്ടിയിലെത്താനും പറ്റില്ല. ചോറും ഉണക്കമീൻ കറിയും കിട്ടുമെങ്കിൽ നേരം വെളുക്കുന്നത് വരെ കാത്തിരിക്കാനും എല്ലാവരും തയ്യാറായിരുന്നു.

കാത്തിരിക്കാൻ തയ്യാറാണെന്ന് അറിയിച്ചപ്പോൾ ഹോട്ടൽ നിദ്രയിൽ നിന്നുണർന്നു പ്രവർത്തിക്കാൻ തുടങ്ങി. ചില്ലിത്തെങ്ങ് പോലെ നീണ്ടുമെലിഞ്ഞ ഹോട്ടൽ മുതലാളിയും കുലച്ചു നിൽക്കുന്ന ഉലട്ടിപ്പന പോലുള്ള പൊണ്ടാട്ടിയും ഇരട്ടകളാണെന്ന് തോന്നിക്കുന്ന രണ്ട് പാവാടക്കാരികളും തിരക്കിട്ട പാചകപ്പണികളാരംഭിച്ചു.

അച്ഛനും അമ്മയും രണ്ട് പെൺമക്കളുമടങ്ങുന്ന കുടുംബം എണ്ണയിട്ട യന്ത്രം പോലെ പ്രവർത്തിക്കുന്നത് പദയാത്രാസംഘം കൗതുകത്തോടെ നോക്കിയിരുന്നു. ഒരു പാവാടക്കാരി പുറത്തെ ചായ്പ്പിൽ നിന്നും വിറകു കൊണ്ട് വന്ന് അടുപ്പിൽവെച്ച് തീ പിടിപ്പിച്ചു. രണ്ടാമത്തവൾ കലം കഴുകിക്കൊണ്ട് വന്ന് അരി വേവിക്കാനുള്ള വെള്ളം വെച്ചു. അമ്മ ചായ്പ്പിലെ അമ്മിക്കല്ലിൽ അരയ്ക്കാൻ തുടങ്ങി. അച്ഛൻ അരി ചേറ്റിയെടുത്ത് കഴുകുകയാണ്.

കനകരാജ് പദയാത്രാസംഘത്തിനുവേണ്ടി കരുതിവെച്ചിരുന്ന സ്റ്റഡിക്ലാസ് തുടങ്ങി. തിണ സങ്കല്പത്തെക്കുറിച്ചായിരുന്നു ക്ലാസ്. ദ്രാവിഡർ ദേശങ്ങളെയും നിലങ്ങളെയും കുറിഞ്ഞി, മരുതം, പാലൈ, നെയ്തൽ എന്നിങ്ങനെ നാല് തിണകളായാണ് തരം തിരിച്ചിരുന്നത്.

കുറിഞ്ഞിത്തിണ എന്നാൽ മലകളും കുന്നുകളും ഉള്ള മലനാടെന്നും മലമടക്കുകളിലും കുന്നിൻ ചരുവുകളിലും മനുഷ്യർ തീർത്ത നിലങ്ങളെന്നും രണ്ട് അർത്ഥമുണ്ട്. മലയും നാടും ചേരുന്ന ഭാഗമാണ് മരുതം.

കനകരാജ് മരുതം തിണയെക്കുറിച്ച് പറഞ്ഞപ്പോൾ നിസാർ നഗരത്തിലെ മരുതംകുഴി എന്ന് പേരുള്ള സ്ഥലത്തെക്കുറിച്ചോർത്തു. നഗരത്തിന്റെ കിഴിക്കനതിർത്തി നിശ്ചയിച്ചുകൊണ്ട് വളഞ്ഞുപുളഞ്ഞൊഴുകുന്ന കിള്ളിയാറിന്റെ ഒരു കൊടും വളവിലാണ് മരുതംകുഴി. മുമ്പ് മരുതംകുഴിക്ക് കിഴക്കുള്ള ഭാഗങ്ങൾ കുറിഞ്ഞിത്തിണ ആയിരുന്നിരിക്കണം. ഇപ്പോൾ പത്തിരുപത് കിലോമീറ്റർ കിഴക്കുള്ള വെള്ളനാടും അതിനപ്പുറമുള്ള ആര്യനാടും കഴിഞ്ഞുപോയാലേ കുറിഞ്ഞിത്തിണ ആകുകയുള്ളൂ. കാലം മാറുമ്പോൾ തിണകളും മാറുന്നു.

“പാലൈത്തിണ ഊഷരഭൂമിയാണ്. നെയ്തൽ കടലോരവും.” കനകരാജ് തുടരുകയാണ്.

ഇത്ര ദൂരം പിന്നിട്ടിട്ടും കുറിഞ്ഞിയെ കാണാത്തതെന്ത് എന്നായിരുന്നു രവികുമാറിന്റെ സംശയം. ചോദ്യം കേൾക്കാത്ത മട്ടിൽ കനകരാജ് തുടർന്നു.

“തിരുവള്ളുവർ കുറിഞ്ഞിയെപ്പറ്റി പറഞ്ഞതെന്താണെന്നറിയാമോ? പാവാടപ്രായത്തിൽ പുഷ്പിണിയാകുന്ന പെണ്ണാണ് കുറിഞ്ഞിയെന്നാണ് തിരുക്കുറളിൽ പറഞ്ഞത്. ഇളങ്കോവടികളും കുറിഞ്ഞിയെപ്പറ്റി പറഞ്ഞിട്ടുണ്ട്. തരുണിയുടെ ചൊടിയിലൂറുന്ന തേനിനേക്കാൾ മാധുര്യമുള്ളതാണ് കുറിഞ്ഞിത്തേൻ എന്നാണ് ചിലപ്പതികാരത്തിൽ പറഞ്ഞത്.”

കുറിഞ്ഞിത്തേനിനെക്കുറിച്ച് പറയുമ്പോൾ കനകരാജ് ആർത്തിയോടെ സുനിതയെ നോക്കുന്നത് നിസാറിന്റെ ശ്രദ്ധയിൽപ്പെട്ടു. പദയാത്ര ആരംഭിച്ചതിനുശേഷം ആദ്യമായിട്ടായിരുന്നു ഇങ്ങനെയൊരു ഭാവം കനകരാജിന്റെ മുഖത്ത് കാണുന്നത്. ശൈത്യം അയാളിൽ കാമം ഉണർത്തിയിരിക്കാം. അരി തിളയ്ക്കുന്നതിന്റെ സുഗന്ധം അനുഭവപ്പെട്ടു. ചോറ് വേവുന്നതിന് ഇത്രയധികം സുഗന്ധമുണ്ടെന്ന് നിസാറിന് ആദ്യമായിട്ടാണ് അനുഭവപ്പെടുന്നത്. വിശപ്പായിരിക്കും കാരണം. പച്ചവെള്ളം മധുരിക്കും ദാഹമെന്നല്ലേ കവി പറഞ്ഞത്. ഉണക്ക മീൻ കറി പാകപ്പെടുന്ന മണം വന്നപ്പോൾ നാവിൽ വെള്ളമൂറി. പുറത്ത് ശീതക്കാറ്റടിക്കുന്നതിന്റെ ശബ്ദം കേൾക്കാം. ഏഴുപേർ തിങ്ങിഞെരുങ്ങി ഇരിക്കുന്നതുകൊണ്ടായിരിക്കാം അകത്ത് തണുപ്പ് തീരെ അനുഭവപ്പെട്ടില്ല.

വിചാരിച്ചതിലും നേരത്തേ മുമ്പിൽ ഇലകൾ നിരന്നു. ഈ കൊടുമുടിക്കുമുകളിൽ എവിടന്നാണ് വാഴയിലകൾ? ഹോട്ടൽക്കാരന്റെ തൊടിയിൽ വാഴ നിൽക്കുന്നുണ്ടാകും. ഇതുവരെയും ഏതോ വിദൂരമായ വിദേശത്ത് എത്തിപ്പെട്ട തോന്നലായിരുന്നു. മുമ്പിൽ വാഴയില

പ്പോലെ താഴോട്ട് കുതിക്കുന്ന ചെറുചോല. അകലെ മുണ്ഡനം ചെയ്യപ്പെട്ട ശിരസ്സുകളുമായി പർവ്വതശിഖരങ്ങൾ ജൻമാന്തരങ്ങളുടെ അനന്ത സ്മരണയിലാണ്ട് മയങ്ങിക്കിടക്കുന്നു.

ഒറ്റപ്പെട്ടുനിന്ന വലിയ യൂക്കാലിമരത്തിന്റെ തായ്ത്തടിയുടെ മറവിലിരുന്ന് പ്രകൃതിയുടെ വിളികേട്ടു. ചോലയിൽപ്പോയി ശൗചം ചെയ്ത് എഴുന്നേറ്റപ്പോഴാണ് കുന്നിന്റെ താഴെ ചരുവിൽ കമ്പിവേലി കെട്ടിത്തിരിച്ച വിശാലമായ കൃഷിയിടവും നടുക്ക് പഴയ ഫാക്റ്ററി മാതിരിയുള്ള കെട്ടിടവും നിസാറിന്റെ കണ്ണിൽപ്പെട്ടത്. കെട്ടിടത്തെ ലക്ഷ്യം വെച്ചു താഴോട്ടു നടന്നു. കുറച്ചിട ചെന്നപ്പോൾ ചോലയിലെ വെള്ളം കൃഷിയിടത്തിലേക്കുള്ള ചാലിലൂടെ തിരിച്ചു വിട്ടുകൊണ്ടിരുന്ന വൃദ്ധനെ കണ്ടു. ആദിമമനുഷ്യരെക്കുറിച്ചുള്ള വിവരണങ്ങളുള്ള പുസ്തകത്താളിൽനിന്നും ഇറങ്ങിവന്ന അയാൾ കൗപീനം മാത്രമേ ധരിച്ചിരുന്നുള്ളു. അതിൽതെല്ലും അശ്ലീലം തോന്നിയില്ല. തല ഉയർത്തി വരത്തനെ ഒന്ന് നോക്കിയിട്ട് നീണ്ട പിടിയുള്ള കൈക്കോട്ട് കൊണ്ട് വെള്ളച്ചാൽ തെളിക്കുന്ന പണി തുടർന്നു. കൃഷിയിടത്തിനു നടുവിൽ കാണുന്ന കെട്ടിടത്തെക്കുറിച്ച് ചോദിച്ചപ്പോൾ പാറ പോലുള്ള നിസ്സംഗത. ഒടുവിൽ അരിശപ്പെട്ട് മൗനം ഭഞ്ജിച്ചു.

"അത് ചീസ് ഫാക്റ്ററി ആക്കും."

നിസാർ ഫാക്റ്ററിയെ ലക്ഷ്യമാക്കി കുന്നിൻ ചരുവിലൂടെ താഴോട്ടിറങ്ങി. ഫാക്റ്ററി വളപ്പിലേക്കുള്ള ഗേറ്റ് തുറന്നാണ് കിടന്നിരുന്നത്. ഗേറ്റിന്റെ ഇരുമ്പുവാതിലുകൾ വളരെക്കാലമായി അടയ്ക്കുകയോ തുറക്കുകയോ ചെയ്യാതെ തുരുമ്പു പിടിച്ച് കിടക്കുകയായിരുന്നു. ഗേറ്റ് കടന്നപ്പോൾ യന്ത്രങ്ങളുടെ മുരളിച്ച കേട്ടു തുടങ്ങി. ഫാക്റ്ററിക്കെട്ടിടത്തിന്റെ വരാന്തയിൽ കയറി നോക്കി. വാതിലുകളും ജന്നലുകളും അടച്ചിരിക്കുകയാണ്. ജന്നൽക്കണ്ണാടിയിൽക്കൂടി അകത്തേക്ക്

നോക്കിയപ്പോൾ ചോലയിൽ നിന്നു വെള്ളം തിരിച്ചുവിട്ടുകൊണ്ട് നിന്നിരുന്ന ആളെപ്പോലെ കൗപീനം മാത്രം ധരിച്ച പണിക്കാർ തിരക്കിട്ട് അങ്ങോട്ടുമിങ്ങോട്ടും നടക്കുന്നതും എന്തൊക്കെയോ പണികൾ ചെയ്തുകൊണ്ടിരിക്കുന്നതുമാണ് കണ്ടത്. കാക്കിവേഷം ധരിച്ച ഒരു തടിയൻ മേൽനോട്ടം വഹിച്ചുകൊണ്ട് യന്ത്രങ്ങൾക്കിടയിലൂടെ നടക്കുന്നു. അയാൾ ഇടയ്ക്കൊന്ന് ജനലിലൂടെ പുറത്തേക്ക് നോക്കിയപ്പോൾ കണ്ണാടിയിലൂടെ അകത്തേക്ക് നോക്കിക്കൊണ്ടിരുന്ന നിസാറിനെ കണ്ടു. അയാൾ കോപാവേശത്തോടെ പുറത്തേക്ക് പോകാൻ ആംഗ്യം കാണിക്കുകയും കുപിതനായി അടുക്കുകയും ചെയ്യുന്നത് കണ്ടപ്പോൾ ഭയം തോന്നി നിസാർ പുറത്തേക്കോടി. ഗേറ്റിനു പുറത്തെത്തിയപ്പോൾ ധൃതിയിൽ നടന്നു. ഫാക്റ്ററിയും പരിസരവുമെല്ലാം ഭ്രമകല്പനയിലെ ചിത്രങ്ങൾ പോലെ തോന്നി.

അംഗൺവാടിമുറ്റത്ത് എല്ലാവരും അക്ഷമരായി നിസാറിനെ

കാത്തുനിൽക്കുകയായിരുന്നു. മൂപ്പൻ മുനിയാണ്ടിയും എത്തിയിട്ടുണ്ട്. സെയ്തുമുനി അസംതൃപ്തി പ്രകടിപ്പിച്ചുകൊണ്ട് ചോദിച്ചു: "ഡോക്ടർ എവിടെ പോയിരുന്നു?"

"ചീസ് ഫാക്റ്ററി കാണാൻ."

കനകരാജ് അദ്ഭുതത്തോടെ ചോദിച്ചു: "ചീസ് ഫാക്റ്ററിയോ? അങ്ങനെയൊന്ന് ഈ പ്രദേശത്ത് ഉള്ളതായി അറിവില്ലല്ലോ."

കനകരാജ് മൂപ്പൻ മുനിയാണ്ടിയോട് ഫാക്റ്ററിയെക്കുറിച്ച് ചോദിച്ചു. മുനിയാണ്ടി പറഞ്ഞ മറുപടി എല്ലാവരെയും അദ്ഭുതപ്പെടുത്തി. "മുമ്പ് ധ്വരമാർ നാട് വാണിരുന്ന കാലത്ത് അവിടെ ഒരു ചീസ് ഫാക്റ്ററി ഉണ്ടായിരുന്നു. സായിപ്പൻമാർ പോയതോടെ ചീസ്ഫാക്റ്ററി അനാഥ മായിക്കിടന്നു. കുറെക്കാലമായിട്ട് ഗ്രാമത്തിലുള്ളവരൊന്നും ആ ഭാഗ ത്തേക്ക് പോകാറില്ല. കാരണം ആ ഭാഗത്ത് ഭൂതപ്രേതപ്പിശാചുക്കളുടെ ഉപദ്രവമാണത്രേ."

പ്രാതൽ കഴിക്കാനായി എല്ലാവരും ചായക്കടയിലേക്ക് നടന്നു. ചൂടുള്ള ഇഡലിയും കടുക് വറുത്ത ചട്നിയും രാത്രിയിലെ ഊണിനേ ക്കാൾ രുചികരമായി തോന്നി. സ്റ്റാർ ഹോട്ടലുകളിൽ നിന്നു കിട്ടാത്ത രുചിയാണ് ഭവ്യതയോടെ തലകുനിച്ച് നിൽക്കുന്ന പനയോല മേഞ്ഞ ചായക്കട നൽകിയത്. ഇഡലിയും ചായയും കഴിച്ച് എല്ലാവരും സംതൃ പ്തിയോടെ ഭാണ്ഡങ്ങളുമെടുത്ത് പദയാത്ര ആരംഭിക്കാനൊരുങ്ങി നിന്നപ്പോൾ കനകരാജ് അന്നത്തെ യാത്രയെക്കുറിച്ച് വിവരിച്ചു:

"അടുത്ത ഗ്രാമം പൂണ്ടിയാണ്. അത് കഴിഞ്ഞാൽ ക്ലാവര. ഉച്ചയ്ക്ക് മുമ്പായി നമുക്ക് ക്ലാവര എത്തണം. ക്ലാവര നിന്നും സ്റ്റേറ്റ് ബോർഡർ വരെ സ്റ്റീപ്പായിട്ടുള്ള കയറ്റമാണ്. ബാഗുകളുമായി കയറ്റം കയറാൻ പ്രയാസമായിരിക്കും. അതുകൊണ്ട് ക്ലാവരയിൽ നിന്നും നമുക്ക് രണ്ട് കുതിരകളെ വാടകയ്ക്കെടുത്താൽ ഒന്നിന്റെ പുറത്ത് ലഗ്ഗേജെല്ലാം കൊണ്ടുപോകാം. രണ്ടാമത്തേതിൽ നടക്കാൻ തീരെ ക്ഷീണം തോന്നുന്ന വർക്ക് ഇടയ്ക്കിടയ്ക്ക് കയറാം. ആർക്കെങ്കിലും സ്വന്തമായി ഒരു കുതി രയെ ഹയർ ചെയ്യണമെന്നുണ്ടെങ്കിൽ അങ്ങനെയും ചെയ്യാം. ഓക്കേ?"

എല്ലാവരും സമ്മതിച്ചു. നിതിൻ മുനിയാണ്ടിമൂപ്പന് കൈമടക്കായി അമ്പതിന്റെ നോട്ടാണ് കൊടുത്തത്. മൂപ്പൻ നോട്ടിലേക്ക് തന്നെ സൂക്ഷിച്ച് നോക്കിയിട്ട് ഭയപ്പെട്ടിട്ടെന്നോണം വേണ്ടെന്ന് പറഞ്ഞെങ്കിലും നോട്ട് മൂപ്പന്റെ കൈയിൽ പിടിപ്പിച്ചു. പദയാത്രാസംഘം നടത്തം തുടങ്ങി. കവുഞ്ചിഗ്രാമത്തിന്റെ നെറുകയിൽ മുടി പകുത്ത വരപോലെ കുടിലു കളുടെ നടുവിലൂടെ ചെമ്മൺപാത. പദയാത്രാസംഘം പാതയിലൂടെ നടന്നപ്പോൾ ഇരുവശത്തുമുള്ള കുടിലുകളിൽ നിന്നു പുറത്തിറങ്ങി പാതയോരത്ത് നിരന്നു നിന്ന നഗ്നരായ കുട്ടികളും അർദ്ധനഗ്നരായ മുതിർന്നവരും മൗനമായി കൈകൾ വീശിക്കാണിച്ചു. ഗ്രാമത്തിന്റെ അതിർത്തി പിന്നിട്ടപ്പോൾ നടക്കുന്നതിനിടയിൽ ഗിരിജ നിസാറിന്റെ

അടുത്തെത്തി രഹസ്യം പറഞ്ഞു.

"ക്ലാവര നിന്നങ്ങോട്ടുള്ള കയറ്റം വളരെ സ്റ്റീപ്പാണ്. ഒരുപാട് സമയ മെടുക്കും. ഡോക്ടർ കുതിരപ്പുറപ്പുറത്ത് പോകുന്നതായിരിക്കും സെയിഫ്."

നിസാർ ശരിയെന്ന് ഗിരിജയോട് പറഞ്ഞെങ്കിലും നടന്നു തന്നെ പോകുമെന്ന് മനസ്സിൽ പറഞ്ഞു. കവുഞ്ചി ഗ്രാമം കൂടുകൂട്ടിയിരുന്ന മലയുടെ നെറുകയിൽ നിന്ന് കുത്തനെയുള്ള ഇറക്കമിറങ്ങി അടുത്ത മലയുടെ നെറുകയിലെത്തി. അവിടെയും കവുഞ്ചിയുടെ പ്രതിബിംബം പോലെ മറ്റൊരു ചെറുഗ്രാമം. അതിന്റെ പേര് ആർക്കുമറിയില്ല. ഗ്രാമത്തിലെ കുടിലുകളിൽ ആരുമില്ല. എല്ലാവരും പൈനും യൂക്കാലിയും നടാൻ പോയിരിക്കും. പേരില്ലാഗ്രാമത്തിൽ നിന്നും ഇറക്കമിറങ്ങി അടുത്ത മല കയറാൻ തുടങ്ങിയപ്പോൾ മലയുടെ നെറ്റിയിലും നെറുകയിലുമായി ചിതറിക്കിടന്നിരുന്ന പൂണ്ടി ഗ്രാമം കണ്ണിൽപ്പെട്ടു. പക്ഷി നിരീക്ഷകർക്ക് ക്യാമറയോ ബൈനോക്കുലറോ എടുക്കേണ്ട അവസരമൊന്നും ഉണ്ടായില്ല. നാട്ടിൽ കാണാറുള്ള കാക്കളെപോലും കാണാനില്ല. നിസാർ രവികുമാറിനോട് ചോദിച്ചു: "ഇവിടങ്ങളിൽ ഒരൊറ്റ പക്ഷിയെപ്പോലും കാണാത്തതെന്തുകൊണ്ടാണ്? കാക്കകളെപ്പോലും കാണാനില്ലല്ലോ."

"കാക്കകൾ ഈ ഹൈറ്റിൽ വരാറില്ല. നമ്മളിപ്പം ആറായിരം അടിക്കു മുകളിലാണ്. മറ്റുള്ള ബേഡ്സിനെ ഫോറസ്റ്റ് ഉള്ളിടത്തല്ലേ കാണൂ. ഇവിടയൊക്കെ ഉണ്ടായിരുന്ന എല്ലാ വനങ്ങളും നശിപ്പിച്ചില്ലേ. പക്ഷികളുടെയും മൃഗങ്ങളുടെയുമെല്ലാം ഹാബിറ്റാറ്റ്സ് മനുഷ്യർ കയ്യേറി നശിപ്പിച്ചു. ഇങ്ങനെ പോയാൽ ഭൂമിയിൽ മനുഷ്യൻ മാത്രമാവും."

മലഞ്ചരിവിനെ തട്ടുകളായി തിരിച്ചാണ് പൂണ്ടിഗ്രാമത്തിന്റെ കൃഷിയിടങ്ങൾ തീർത്തിരിക്കുന്നത്. ഗ്രാമം നെറ്റിയിലെ ഭസ്മക്കുറി പോലെ കൊടുമുടിയുടെ മുകളറ്റത്താണ്. വടിവൊത്ത കൈയെഴുത്തിലെ വരികൾ പോലെ ഉരുളൻ കല്ലുകൾ ഒന്നിനുമീതെ മറ്റൊന്നായി അടുക്കിവെച്ച് മതിൽ തീർത്ത് അതിരുകൾ തിരിച്ച കൃഷിയിടങ്ങളിൽ തമിഴനും തമിഴത്തിയും മൂക്കൊലിപ്പിക്കുന്ന കിടാങ്ങളും ഉരുളക്കിഴങ്ങ് വിളവെടുപ്പ് നടത്തുകയാണ്. തമിഴൻ ചെറുകൂന്താലികൊണ്ട് മൺകൂനകൾ കൊത്തിയിളക്കുന്നു. തമിഴത്തിയും കിടാങ്ങളും ഇളകിയ കൂനയിൽ നിന്നും ഉരുളക്കിഴങ്ങുകൾ പെറുക്കിപ്പെറുക്കി കൂടയിലിടുന്നു. നടപ്പാതയോട് ചേർന്ന കൂനകൾ കിളച്ചുകൊണ്ട് നിന്ന ഒരു തമിഴനോട് വിളവെങ്ങനെയുണ്ടെന്ന് സെയ്തുമുനി ചോദിച്ചു:

"പറവയില്ലൈ."

പദയാത്രസംഘം പൂണ്ടിഗ്രാമത്തിൽ കടന്നു. പൂണ്ടി കവുഞ്ചിയുടെ മറ്റൊരു പതിപ്പായിരുന്നു. പനയോല മേഞ്ഞ കൂരകളുള്ള രണ്ടു വരി കുടിലുകൾ. നടുവിൽ ചുവന്ന നിറമുള്ള കളിമണ്ണും മഞ്ഞ നിറമുള്ള മനുഷ്യമലവും കൂടിക്കുഴഞ്ഞ നടപ്പാത. കുട്ടികളും കൃഷിയിടങ്ങളിൽ പണിക്കു പോകാതെ നിന്നിരുന്ന വൃദ്ധരും പദയാത്രസംഘത്തെ

കൗതുകത്തോടെ നോക്കി നിന്നു.

ഗ്രാമത്തിലെ അവസാനത്തെ വീടിന്റെ തകരം മേഞ്ഞ മേൽക്കൂരയിൽ പ്രാവിനെപ്പോലെയുള്ള ഒരു പക്ഷിയെക്കണ്ടപ്പോൾ നന്ദസൂനുവും രവി കുമാറും നിന്നു. അതു കണ്ട് മറ്റുള്ളവരും നിശ്ചലരായി നിന്നു. നന്ദസൂനു ബൈനോക്കുലറും രവികുമാർ ക്യാമറയും കൈയിലെടുത്തു. പക്ഷിക്ക് അമ്പലപ്രാവിന്റെ രൂപം തന്നെ ആയിരുന്നെങ്കിലും പ്രാവിനേക്കാൾ വലിപ്പം കൂടുതലായിരുന്നു. ചിറകും വാലും ചുവപ്പ് കലർന്ന തവിട്ടു നിറമാണ്. കഴുത്തിൽ ചാരനിറമാണ്. കഴുത്തിൽ കറുത്ത പുള്ളികളുണ്ട്.

ഒരു പ്രാവിനെപ്പോലെയുള്ള പക്ഷിയെക്കണ്ടിട്ട് പക്ഷിനിരീക്ഷകർ എന്തിനിത്ര ആവേശം കൊള്ളുന്നുവെന്ന് നിസാർ സംശയിച്ചു നിൽക്കു മ്പോൾ സംശയം തീർക്കാനെന്ന മട്ടിൽ നന്ദസൂനു ബൈനോക്കുലറിലൂടെ നോക്കിക്കൊണ്ട് പറഞ്ഞു: "ഇത് സാധാരണ പ്രാവല്ല. നീലഗിരി വുഡ് പിജൺ ആണ്. മരപ്രാവെന്ന് നാട്ടിൽ പറയും. പ്രാവ് വർഗ്ഗത്തിലെ ഒരപൂർവ്വ പക്ഷി. റെയർ സ്പീഷീസാണ്. പശ്ചിമഘട്ടത്തിൽ മാത്രമേ കാണാറുള്ളു. ഇതിനു വംശനാശം വന്നുവെന്ന് അടുത്ത കാലംവരെ കരുതിയിരുന്നതാണ്. അടുത്ത കാലത്താണ് മരപ്രാവ് പൂർണ്ണമായി എക്സ്റ്റിംങ്റ്റ് ആയില്ലെന്ന് കണ്ടെത്തിയത്." രവികുമാർ തുടരെത്തുടരെ സ്നാപ്പുകൾ എടുത്തപ്പോൾ ഇനി മതി എന്ന് പറയുന്നതുപോലെ മരപ്രാവ് പറന്നുപോയി.

പൂണ്ടി ഗ്രാമം പിന്നിട്ടപ്പോൾ കുത്തനെയുള്ള ഇറക്കമായി. ചെമ്മൺ പാത ചെന്നു നിന്നത് ഒരു ചോലയുടെ കരയിലാണ്.

"തഞ്ചാവൂരിലെത്തുമ്പോൾ പ്രായപൂർത്തിയായി കടലിനെ വരിക്കുന്ന കാവേരിയെന്ന പെൺകൊടിയാണിവൾ."

കവിത തുളുമ്പിയ വാക്കുകളിൽ കനകരാജ് വിശദമാക്കി. തുലാ വർഷക്കാലത്ത് നടത്തിയ കൂലംകുത്തിയൊഴുക്കിന്റെ നേരിയ ഓർമ്മ പോലുള്ള നീരൊഴുക്കേ ഇപ്പോഴുള്ളു.

"കാവേരിയിൽ കുളിക്കാതെ പോകരുത്."

ഗിരിജ ശഠിച്ചു. എല്ലാവരും അംഗീകരിച്ചു. അരമണിക്കൂർ കൊണ്ട് കുളി പൂർത്തിയാക്കി നടത്തമാരംഭിച്ചു. ചോല കടന്നപ്പോൾ കയറ്റമായി. മുണ്ഡനം ചെയ്യപ്പെട്ട മലകൾ ഒന്നൊന്നായി കയറിയിറങ്ങി. നടത്തം വേഗത്തിലായപ്പോൾ നിസാറിന് നെഞ്ചുവേദന അനുഭവപ്പെട്ടു. അന്തരീക്ഷത്തിന് ശീതീകരിച്ച മുറിയിലെ തണുപ്പായിരുന്നതുകൊണ്ട് വേദന വകവെയ്ക്കാതെ നടത്തം തുടരാൻ കഴിഞ്ഞു. കുത്തനെയുള്ള കയറ്റം കയറിച്ചെന്നത് ക്ലാവര ഗ്രാമത്തിലേക്കാണ്. കുളിക്കാതെ മുഷിഞ്ഞ് കീറിപ്പറിഞ്ഞ വസ്ത്രങ്ങളുമായി ഊരു ചുറ്റുന്ന ഒരു ഭ്രാന്തിയെ ഓർമ്മിപ്പിച്ചു ക്ലാവര. ചെമ്മൺതെരുവിന്റെ ഇരുവശങ്ങളിലും മഞ്ഞ നിറം മങ്ങാത്ത മനുഷ്യമലം. കറുപ്പും വെളുപ്പും നിറങ്ങളിലുള്ള പന്നികൾ മുരണ്ടുകൊണ്ട് തലങ്ങും വിലങ്ങും ആർത്തിയോടെ മലം തിന്നാൻ

ഓടുന്നു. മനുഷ്യവിസർജ്ജിതങ്ങളുടെ ദുർഗ്ഗന്ധം അസഹനീയമായിരുന്നു. എല്ലാവരും മൂക്കു പൊത്തിയാണ് നടന്നത്. അല്പം നടന്നപ്പോൾ വീടുകളുടെ നടുവിൽ വഴിതെറ്റി വന്നുപെട്ടതുപോലൊരു ചായക്കട. എല്ലാവരും അതിനകത്തേക്ക് കയറി. ചായക്കടയിൽ ചാരായവും കിട്ടും. കൂട്ടായി ചൂടും എരിവുമുള്ള പരിപ്പു വടയും. കനകരാജ് പറഞ്ഞു: "ഇവിടന്ന് വിട്ടാൽ അങ്ങ് ടോപ്പിലെത്തിയിട്ടേ ഭക്ഷണം കഴിക്കാൻ പറ്റൂ. ഒരു ഇന്ററിം റിലീഫായിട്ട് ചായയും പരിപ്പുവടയും കഴിച്ചോളൂ. ചായക്കടയിൽ ചാരായവും ഫോറിൻ ലിക്കറും കിട്ടും. അതൊന്നും ആരും വാങ്ങിക്കഴിച്ചേക്കരുതേ. മല കയറാൻ പ്രയാസമാകും..."

പറഞ്ഞിട്ട് കനകരാജ് ഒന്ന് ഉറക്കെ ചിരിച്ചെങ്കിലും ആർക്കും അതൊരു തമാശയായി തോന്നിയില്ല. കനകരാജ് ഇന്ററിം റിലീഫ് എന്നു പറഞ്ഞപ്പോൾ സർക്കാർ ജീവനക്കാർക്ക് ശമ്പളപരിഷ്കരണത്തിമുമ്പായി ഇന്ററിം റിലീഫ് കിട്ടാൻ നടത്തിയ സമരത്തെക്കുറിച്ച് നിസാറിന് ഓർമ്മ വന്നു.

ശമ്പളക്കമ്മിനെ നിയമിച്ച് ഒരു കൊല്ലം കഴിഞ്ഞിട്ടും കമ്മീഷൻ റിപ്പോർട്ട് കൊടുക്കുന്നില്ല. അഞ്ചുകൊല്ലത്തിലൊരിക്കൽ ശമ്പള പരിഷ്കരണം എന്ന പതിവ് അവസാനിപ്പിക്കാനായിരുന്നു സർക്കാറിന്റെ ഗൂഢമായ നീക്കം. ഇത് മണത്തറിഞ്ഞ സംഘടനകൾ സമരം തുടങ്ങി. പരിഷ്കരണത്തിനു മുന്നോടിയായി ഇടക്കാലാശ്വാസം വേണമെന്നായിരുന്ന ഡിമാന്റ്. അതാണ് ഇന്ററിം റിലീഫ്. ചരിത്രത്തിലാദ്യമായി ഗസറ്റഡ് സംഘടനയും സമരത്തിനിറങ്ങി. ജനറൽ സെക്രട്ടറി ഡോക്ടർ നിസാർ അഹമ്മദിനായിരുന്നു ഗസറ്റഡ് സംഘടന സമരത്തിൽ പങ്കെടുക്കണമെന്ന വാശി. എല്ലാ ജില്ലകളിലും ഗസറ്റഡ് ഓഫീസർമാരുടെ പൊതുയോഗങ്ങൾ, ധർണ്ണകൾ, വാഹനപ്രചരണ ജാഥകൾ... ഒടുവിൽ ഒരു ദിവസത്തെ സൂചനാ പണിമുടക്കം. പിന്നെ അനിശ്ചിതകാല പണിമുടക്കം. അനിശ്ചിതകാല പണിമുടക്കം നിസ്സാരകാര്യമല്ല. ഓഫീസർമാർ ഭയപ്പെട്ടു. പണി മുടക്കിയാൽ സസ്പെൻഷനും പിരിച്ചുവിടലും ഉണ്ടാകും. ഓഫീസർമാരുടെ ഭയമകറ്റണം. സംഘടനയുടെ ജനറൽ സെക്രട്ടറി എല്ലാ ജില്ലകളിലും പോകണം. ഒരു മനഃശാസ്ത്രജ്ഞൻ കൂടിയായ ജനറൽ സെക്രട്ടറി തന്നെ വേണം ആദ്യമായി പണിമുടക്കുന്ന ഓഫീസർമാരുടെ ഭയമകറ്റാൻ. മാത്രവുമല്ല ഒരു ഡോക്ടർ പണിമുടക്കാൻ തയ്യാറാകുന്നുവെന്ന് കണ്ടാൽ മറ്റുള്ള ഓഫീസർമാർക്ക് ധൈര്യം വരുമെന്നായിരുന്നു പാർട്ടിയുടെ കണക്കു കൂട്ടൽ. അതുകൊണ്ട് ഡോക്ടർ നിസാർ അഹമ്മദ് അവധിയെടുത്ത് പതിന്നാല് ജില്ലകളിലും പണിമുടക്ക് പ്രചാരണത്തിനു പോകണം. അതായിരുന്നു പാർട്ടി ഫ്രാക്ഷൻ തീരുമാനം.

സമരവും പ്രചാരണകോലാഹലവും നിസാറിന് ഇഷ്ടമുള്ള കാര്യമാണ്. ചുഴലിക്കൊടുങ്കാറ്റു വീശുന്നത് പോലെ നിസാർ വടക്കു നിന്നും

തെക്കോട്ട് പ്രചരണയാത്ര തുടങ്ങി. നാഴികകൾ വിനാഴികകളായി പാഞ്ഞുകൊണ്ടിരുന്നു. ദിവസങ്ങൾ ചുരുങ്ങി. ആഴ്ചൾ ഓടിപ്പോയി ക്കൊണ്ടിരുന്നു. ഒരു മാസക്കാലം നീണ്ടു നിന്ന ചുഴലിക്കാറ്റ്. വല്ലപ്പോഴു മാണ് വീട്ടിലെത്തുക...

പണിമുടക്ക് തുടങ്ങുന്നതിന്റെ തലേന്ന് രാത്രി ഡോക്ടർ നിസാർ അഹമ്മദിനെ ഒളിസങ്കേതത്തിൽ നിന്നും പോലീസ് അറസ്റ്റ് ചെയ്തു. എസ്സൻഷ്യൽ സർവ്വീസ് മെയിന്റനൻസ് ആക്റ്റ് എസ്മ അനുസരിച്ച് അറസ്റ്റ് ചെയ്ത് വഞ്ചിയൂർ കോടതിയിലെ ചീഫ് ജുഡീഷ്യൽ മജിസ്ട്രേറ്റിന്റെ മുമ്പിൽ ഹാജരാക്കി. മജിസ്ട്രേറ്റിന് ഡോക്ടറെ അറിയാം. മകനെ ആങ്സൈറ്റി ഡിസോർഡറിന് ചികിത്സിച്ച സൈക്യാ ട്രിസ്റ്റാണ്. മജിസ്ട്രേറ്റ് ക്ഷമാപണസ്വരത്തിലാണ് പറഞ്ഞത്.

“അയാം സോറി ഡോക്ടർ. യൂ ആർ റിമാന്റഡഡ് ഫോർ ഫോർട്ടീൻ ഡെയിസ്. ദാറ്റീസ് ദ ലോ, ഡോക്ടർ. അയാം ഹെല്പ്ലെസ്...”

മജിസ്ട്രേറ്റ് അത്ര നിസ്സഹായനൊന്നുമായിരുന്നില്ല. വേണമെങ്കിൽ റിമാന്റ് ഒഴിവാക്കി ജാമ്യത്തിലയക്കാം. പക്ഷേ അതിനു മജിസ്ട്രേറ്റിനു ധൈര്യം വേണം. തന്നെ റിമാന്റ് ചെയ്തതിലൊന്നും നിസാറിന് പരാതി യില്ലായിരുന്നു. എസ്മ അനുസരിച്ച് അറസ്റ്റ് ചെയ്യുന്ന ഗസറ്റഡ് ഓഫീസർമാരെ എല്ലാവരെയും സെൻട്രൽ ജയിലുകളിലേക്ക് അയക്കാതെ അതാത് സബ്ജയിലുകളിൽ തന്നെ പാർപ്പിക്കണമെന്നാ യിരുന്നു സർക്കാരിന്റെ കർശന നിർദേശം. സെൻട്രൽ ജയിലുകളിലെ സുഖം അനുഭവിക്കണ്ട. ഓഫീസർമാരുടെ മനോവീര്യം കെടുത്തുക എന്നതായിരുന്നു ലക്ഷ്യം. രണ്ടാഴ്ച ജയിലിൽ കിടന്നതുകൊണ്ട് നിസാറിനൊരു ഗുണമുണ്ടായി. വർഷം തോറും പാർട്ടിമെമ്പർഷിപ്പ് പുതുക്കാനുള്ള സ്ക്രൂട്ടിനിഫോറത്തിൽ ജയിൽ വാസം അനുഭവി ച്ചിട്ടുണ്ടോ എന്ന കോളത്തിൽ ഉണ്ടെന്നുള്ള മറുപടി കൊടുക്കാൻ കഴിയുന്നു.

നിസാർ സബ്ജയിലിൽ കിടക്കുമ്പോൾ സമരം പിൻവലിച്ചു. ഗവൺമെന്റ സംഘടനകളുമായി ചർച്ച ചെയ്യാതെ തന്നെ നൂറു രൂപ ഇടക്കാലാശ്വാസം അനുവദിച്ചു. രണ്ടാഴ്ചത്തേക്ക് റിമാന്റ് ചെയ്തെങ്കിലും ഒരാഴ്ചയേ ജയിലിൽ കിടക്കേണ്ടിവന്നുള്ളു. സബ്ജയിലിൽ നിസാറിന് സുഖവാസമായിരുന്നു. കാരണം ജയിൽ സൂപ്രണ്ട് ജമാലുകുട്ടി ഗസറ്റഡ് സംഘടനയിലെ അംഗമാണ്. നിസാറിനെ നേരിട്ടറിയാം. പലയോഗ ങ്ങളിലും പങ്കെടുത്ത് നിസാർ പ്രസംഗിക്കുന്നത് കേട്ടിട്ടുണ്ട്. വാർഡർ മാർക്കും അനുഭാവമാണ്. കാരണം അവരുടെ സംഘടനയും സമരത്തിന് അനുകൂലമായിരുന്നല്ലോ. ഇന്ററിം റിലീഫ് സമരം നിസാറിന്റെ ജീവിതത്തിൽ വലിയ ആഘാതമേൽപ്പിച്ചു. അപ്പോഴാണ് ആ ദുരന്തം സംഭവിച്ചത്.

സഫിയ തന്നെ തുറന്ന് പറഞ്ഞതാണ്. ആദ്യമായി അത് നടന്ന

ദിവസം...

കൃത്യമായിത്തന്നെ പറഞ്ഞു. അന്ന് താൻ കൊല്ലത്തെ യോഗത്തിൽ പ്രസംഗിച്ച ദിവസമായിരുന്നു. ആരെയും കുറ്റപ്പെടുത്തേണ്ടതില്ല. എല്ലാ മനുഷ്യരും ചെയ്യുന്നതേ സഫിയയും റഷീദും ചെയ്തുള്ളൂ. ഒരു പെണ്ണിനും ആണിനും അടുപ്പം തോന്നിയതിനും സംഗമിച്ചതിനും ആരെയാണ് കുറ്റപ്പെടുത്തുക? പ്രകൃതിയേയോ? ദൈവത്തേയോ?

ഒരു ഡോക്ടർ സ്വന്തം തൊഴിലിൽ ശ്രദ്ധിക്കാതെ, കുടുംബത്തെ നോക്കാതെ സമരവുമായി നടന്നത് ശരിയല്ലെന്ന സ്വയം കുറ്റപ്പെടുത്ത ലാണ് മനസ്സിൽ ശേഷിച്ചത്. കഴിഞ്ഞതൊക്കെ കഴിഞ്ഞു...

ഇന്ററിം റിലീഫായുള്ള ചായകുടി കഴിഞ്ഞപ്പോൾ പദയാത്രാസംഘം ഗ്രാമാതിർത്തിയിലുള്ള കുതിരപ്പന്തിയിലേക്ക് നടന്നു. വോളീബോൾ കോർട്ടിനെ അനുസ്മരിപ്പിക്കുന്ന ഒരു തുറസ്സാണ് കുതിരപ്പന്തി. ചുറ്റിനും അവിടവിടെ ഇടിഞ്ഞുപൊളിഞ്ഞ കൻമതിൽ. അതിനകത്ത് അവശരായ ഏതാനും കുതിരകളും കഴുതകളും ധ്യാനത്തിൽ മുഴുകി നിൽക്കുന്നു ണ്ടായിരുന്നു. ഒരു കഴുതയുടെ പുറത്ത് വിചിത്രമായ ഒരു ചെറുപക്ഷി എവിടന്നോ പറന്ന് വന്നിരുന്നത് നിസാറാണ് ആദ്യം കണ്ടത്. നിസാർ ശബ്ദമുണ്ടാക്കാതെ നന്ദസൂനുവിന്റെ കൈയിൽ തട്ടി ശ്രദ്ധയാകർഷിച്ചിട്ട് പക്ഷിയെ ചൂണ്ടിക്കാണിച്ചു. ഇളംപച്ചനിറമുള്ള ചുണ്ടും നീണ്ട വാലു മുള്ള കറുത്ത പക്ഷിയെ കണ്ടപ്പോൾ രവികുമാർ ക്യാമറയെടുത്ത് ഉന്നം പിടിച്ചു. വളരെ നേരത്തിനുശേഷം ഒരു പക്ഷിയെ കണ്ട ആവേശത്തിൽ അഞ്ചാറ് ക്ലിക്കുകൾ അടുപ്പിച്ച് ചെയ്തു. ഫോട്ടോ എടുത്തുകഴിഞ്ഞ പ്പോൾ രവികുമാർ നന്ദസൂനുവിനോട് ചോദിച്ചു: "അതെന്താണെന്ന് മനസ്സിലായോ? മൽക്കോഹയല്ലേ?"

"അതേന്ന് തോന്നുന്നു." ബൈനോക്കുലറിലൂടെ പക്ഷിയെ നോക്കിയ തിനുശേഷം അസന്ദിഗ്ദ്ധമായി പറഞ്ഞു: "സ്മാൾ ഗ്രീൻ ബിൽഡ് മൽക്കോഹ തന്നെ. ഇത്ര ഹൈ അൾറ്റിറ്റ്യൂഡില് ഇവനെ കാണാറില്ല. തേക്കടി ഭാഗത്തൊക്കേ സാധാരണ കാണാറുള്ളൂ. പച്ചച്ചുണ്ടനെന്നാണ് നാട്ടിലെ പേര്. കുക്കൂ ഫാമിലിയാണ്."

നന്ദസൂനു ബൈനോക്കുലർ രവികുമാറിനു കൈമാറി. രവികുമാർ നോക്കുന്നതിനിടയിൽ പക്ഷി പറന്നുപോയി. കുതിരപ്പന്തിയുടെ കവാട ത്തിൽ നിന്നിരുന്ന ആളിനോട് കനകരാജ് കുതിരയെ വാടകയ്ക്കെടു ക്കുന്ന കാര്യം തിരക്കി. അയാൾ പദയാത്രാസംഘത്തെ ആകെയൊന്നു നോക്കി വിലയിരുത്തി.

"ബാഡർ വരെ പോറതുക്ക് നൂറു രൂപായ്. ഒവ്വൊറു കുതിരയ്ക്കും..."

കേരള-തമിഴ്നാട് അതിർത്തിവരെ പോകാൻ ഓരോ കുതിരയ്ക്കും നൂറു രൂപ വേണം. ഭാണ്ഡങ്ങൾ ഒന്നുകൂടി നോക്കി. ലഗ്ഗേജ് മാത്രം കൊണ്ടുപോകണമെങ്കിൽ രണ്ട് കുതിരകളെ വാടകയ്ക്കെടുക്കണമെന്ന് അയാൾ പറഞ്ഞു. കുതിരവാടക കുറച്ചുകിട്ടാൻ പേശാതെ കനകരാജ്

അയാൾ പറഞ്ഞതെല്ലാം അംഗീകരിച്ചു. ഗിരിജ നിസാറിന്റെ അരികിൽ വന്ന് ശബ്ദം താഴ്ത്തി പറഞ്ഞു: "ഡോക്ടർ ഒരു കുതിരയെ വാടകയ്ക്കെടുത്തോളൂ. സ്റ്റീപ് കയറ്റമാണ്."

കുതിരപ്പുറത്ത് യാത്ര ചെയ്യാൻ കൗതുകം തോന്നിയെങ്കിലും അത് തന്റെ ശേഷിക്കുറവായിട്ട് ഗിരിജ കാണുമെന്ന് തോന്നിയതുകൊണ്ട് നിസാർ കുതിരയെ വാടകയ്ക്കെടുക്കേണ്ടെന്ന് തീരുമാനിച്ചു. ഗിരിജ കനകരാജിനോട് പറഞ്ഞു: "ഞാനൊരു കുതിരയെ എടുക്കുന്നുണ്ട്."

"ഓഹോ. ആയിക്കോളൂ."

കുതിരകളുടെ പുറത്ത് ഭാണ്ഡങ്ങൾ വെച്ച് കെട്ടിക്കൊണ്ടിരിക്കുമ്പോൾ അകലെ നിന്നും കുതിരക്കുളമ്പടി കേട്ടു. തമിഴ് സിനിമയിൽ കാണുന്നതു പോലെയുള്ള കാക്കിവേഷക്കാരായ രണ്ടുപേർ കുതിരപ്പുറത്ത് വന്ന് യാത്രാസംഘത്തിന്റെ മുമ്പിൽ നിന്നു. അവരുടെ കുതിരകൾ രണ്ടും വാടകയ്ക്കെടുക്കുന്ന കുതിരകളുടെ ഇരട്ടി വലിപ്പമുള്ളവ ആയിരുന്നു. രണ്ടു പേരുടെ തോളിലും വലിയ റൈഫിളുകൾ തൂക്കിയിട്ടുണ്ട്. അവരിലൊരാൾ അധികാരസ്വരത്തിൽ പദയാത്രാസംഘത്തോട് എവിടെപ്പോകുന്നു എന്ന് ചോദിച്ചു. കുറിഞ്ഞി പൂത്തതു കാണാൻ പോകുന്ന പദയാത്രാസംഘം ആണെന്ന് കനകരാജ് പറഞ്ഞപ്പോൾ ഒരുവൻ പരിഹാസച്ചിരിയോടെ അപരനോട് പറഞ്ഞു: "കുറിഞ്ചി പാക്കതുക്ക് പോറത്. ഹ ഹ ഹ ഹ! പൈത്യം താൻ. സറി നീ കൂട്ടീട്ട് പോ. നാൻ ചീസ്ഫാക്ടറിക്ക് പോറേൻ. നീ തിരുമ്പി വന്തിട്ട് ചീസ് ഫാക്റ്ററിക്ക് വാടാ."

"ആമാങ്കെ."

അയാൾ ചീസ് ഫാക്ടറി എന്നു പറയുന്നത് കേട്ടപ്പോൾ എല്ലാവരും നിസാറിനെ നോക്കി. താൻ രാവിലെ കണ്ട ചീസ് ഫാക്റ്ററിയെക്കുറിച്ച് തന്നെയാണ് അശ്വാരൂഢരും സംസാരിക്കുന്നതെന്ന് നിസാറിന് സംശയമില്ലായിരുന്നു. അശ്വാരൂഢരിൽ ഒരാൾ പോയ ഉടനെ പദയാത്രാസംഘത്തോടൊപ്പം പോകേണ്ട ആൾ കുതിരപ്പുറത്ത് നിന്നിറങ്ങി ചായക്കടയിലേക്ക് കയറി. കുതിരക്കാരൻ ഭയം കലർന്ന സ്വരത്തിൽ പറഞ്ഞു: "കഞ്ചാവ് തോട്ടക്കാരാക്കും."

പദയാത്രാസംഘം അവരോട് എങ്ങനെ പെരുമാറണമെന്ന് കുതിരക്കാരൻ വിശദീകരിച്ചു. അവർ പറയുന്ന വഴിയിലൂടെ മാത്രമേ പോകാവൂ. അല്ലെങ്കിൽ വെടിവെച്ച് കൊല്ലാനും അയാൾ മടിക്കില്ല. എത്രയോ പേരെ കൊന്നിരിക്കുന്നു. കൊന്ന് ഏതെങ്കിലും കൊക്കയിൽ തള്ളും. ആരും അറിയുകയില്ല. ദിവസങ്ങൾക്കുശേഷം മാസങ്ങൾക്കുശേഷം ബന്ധുക്കളാരെങ്കിലും തിരിക്കിവന്നാലും എന്തു സംഭവിച്ചുവെന്ന് ക്ലാവരഗ്രാമത്തിലുള്ളവരാരും പറയുകയുമില്ല. ആരെങ്കിലും പറഞ്ഞാൽ അയാളുടെ ശവം ഒരു മരത്തിൽ തൂങ്ങിയാടും. പോലീസ് വന്ന് അന്വേഷിക്കും.

ആത്മഹത്യയായി എഴുതിത്തള്ളും.

ഈയിടെയായി വനത്തിനകത്ത് കഞ്ചാവിനു പുറമേ പോപ്പിയും കൃഷി ചെയ്യാൻ തുടങ്ങിയിട്ടുണ്ട്. പോപ്പിയുടെ കറയാണ് കറുപ്പ്. അതിൽ നിന്നാണ് ഹിരോയിൻ ഉണ്ടാക്കുന്നത്. അഫ്ഗാൻ യുദ്ധകാലത്ത് നാടുവിട്ടോടി വന്നവരാണ് പോപ്പിയുടെ വിത്തുകൾ കൊണ്ടുവന്ന് കഞ്ചാവുകൃഷിക്കാർക്ക് കൊടുത്തത്. പോപ്പിക്കൃഷിയുള്ളതുകൊണ്ട് വനത്തിലെ രാജാക്കൻമാർ കൂടുതൽ ജാഗരൂകരാണ്.

കുതിരപ്പന്തിക്കാരൻ ഭയത്തോടെ ചായക്കടയിലേക്ക് നോക്കിയിട്ട് പദയാത്രാസംഘത്തെ ഉപദേശിച്ചു: "അവർ പറയുന്നത് അനുസരിക്കുക യാണ് നല്ലത്. അവരുടെ കൃഷിയിടങ്ങൾ കണ്ടുപിടിക്കാൻ വന്നവരാ ണെന്ന് സംശയം തോന്നിയാൽ..."

ചീസ് ഫാക്റ്ററിയെക്കുറിച്ച് അയാൾ പറഞ്ഞതെന്താണെന്ന് സെയ്തുമുനി കുതിരക്കാരനോട് ചോദിച്ചു. കുതിരക്കാരൻ അതും വിശദീകരിച്ചു: "ധരമാരുടെ കാലത്ത് പൂണ്ടിയിൽ ചീസ് ഫാക്റ്ററി ഉണ്ടായിരുന്നു. ധരമാർ പോയപ്പോൾ കഞ്ചാവ് കൃഷിക്കാർ അത് കൈക്ക ലാക്കി. അവിടെയിപ്പോൾ കഞ്ചാവ് തൈലവും ഹിരോയിനും ഉണ്ടാക്കു ന്നുണ്ട്. അതിന്റെ ചുറ്റുവട്ടത്ത് പോകുന്നവരെ കൊല്ലാനും മടിക്കില്ല അവർ."

സെയ്തുമുനി ചോദിച്ചു: ഡോക്ടർ ചീസ്ഫാക്റ്ററിയുടെ അടുത്ത് പോയിരുന്നോ?

"അതിന്റെ കോമ്പൗണ്ടിനുള്ളിൽ കടന്നു നോക്കി."

"അവിടന്ന് രക്ഷപ്പെട്ടതു ഭാഗ്യം."

കനകരാജ് മുന്നറിയിപ്പിന്റെ സ്വരത്തിൽ എല്ലാവരോടുമായി പറഞ്ഞു: "കാട്ടിൽ കാട്ടുനിയമം. നമുക്കൊന്നും ചെയ്യാൻ കഴിയില്ല. നമ്മൾ സൂക്ഷി ക്കണം. നിതിനും രവികുമാറും പ്രത്യേകം ശ്രദ്ധിക്കണം. എന്തെങ്കിലും കണ്ടാലുടനെ എടുത്തു ചാടി പ്രതികരിക്കുന്നവരാണ് നിതിനും രവികുമാറും.

നിതിൻ പറഞ്ഞു: "എന്ത് കണ്ടാലും ഞാനൊന്നും മിണ്ടില്ല കനക രാജ് സാറേ. പോരേ?"

കാക്കിവേഷക്കാരൻ ചായക്കടയിൽ നിന്നും ചിറി തുടച്ചുകൊണ്ട് ഇറങ്ങി വന്നു. കുതിക്കാരൻ നിശ്ശബ്ദനായി ഭാണ്ഡങ്ങൾ കുതിരപ്പുറത്ത് വെച്ചുകെട്ടിക്കൊണ്ടിരുന്നു. കാക്കി ആജ്ഞാപിച്ചു: "ശീഘ്രം മുടിച്ചിട്."

കുതിരക്കാരന്റെ ഭവ്യതയോടെ പറഞ്ഞു: "ആമാങ്കെ. മുടിഞ്ചാച്ച്."

പൈൻ നടീൽ ജോലിക്കു പോകാതെ ക്ലാവര ഗ്രാമത്തിൽ അവശേഷി ച്ചവർ കുതിരപ്പന്തിയുടെ മുമ്പിൽ തടിച്ചു കൂടി. കാക്കി സുനിതയേയും ഗിരിജയേയും മാറിമാറി ആർത്തിയോടെ നോക്കിക്കൊണ്ടിരുന്നു. സുനിത

അയാളുടെ നോട്ടത്തിൽ ചൂളുന്നുണ്ടായിരുന്നു. ഗിരിജയെ അയാളുടെ ചുഴിഞ്ഞിറങ്ങുന്ന നോട്ടം ഏശിയതേയില്ല. കുതിരപ്പുറത്ത് ഭാണ്ഡങ്ങൾ വെച്ചുകെട്ടുന്ന പണി കഴിഞ്ഞപ്പോൾ കാക്കി കുതിരപ്പുറത്ത് ചാടിക്കയറിയിട്ട് പദയാത്രാസംഘത്തോട് പിന്നാലെ വരാൻ ആംഗ്യം കാണിച്ചു.

കുതിരപ്പന്തിക്കാരൻ ആൾക്കൂട്ടത്തിൽ നിന്നിരുന്ന ഒരു ചെറുപ്പക്കാരനോട് പറഞ്ഞു: "ഏയ് മുത്തണ്ണാ, നീ കൂടെ പോടാ."

മുത്തണ്ണൻ കുതിരക്കാരന്റെ മകനായിരിക്കുമെന്ന് നിസാർ ഊഹിച്ചു. കുതിരയ്ക്ക് ജീനി ഇല്ലാതിരുന്നതുകൊണ്ട് ഗിരിജ കുതിരപ്പുറത്ത് കയറാനാവാതെ വിഷമിച്ചു. കുതിരക്കാരൻ കൈപ്പത്തി കുതിരയുടെ പള്ളയോട് ചേർത്തു വെച്ചിട്ട് ഗിരിജയോട് ചവിട്ടിക്കയറാൻ പറഞ്ഞു. അങ്ങനെ കയറുന്നതും ഗിരിജയ്ക്ക് പ്രയാസമായി തോന്നി. മൂന്നാമത്തെ ശ്രമത്തിലാണ് കുതിരപ്പുറത്ത് ഇരിക്കാൻ കഴിഞ്ഞത്. ഗിരിജ കുതിരപ്പുറത്ത് ഇരുപ്പുപ്പിച്ചപ്പോൾ അയാൾ കടിഞ്ഞാൺ ഗിരിജയുടെ കൈയിൽ കൊടുത്തിട്ട് പറഞ്ഞു: "വലിക്കക്കൂടാത്കെ. വലിച്ചാണ്ണാ കുതിര ഓടുവേൻ."

കുറ്റിക്കാട് വകഞ്ഞുണ്ടാക്കിയ ഇടുങ്ങിയ നടപ്പാതയിലൂടെ പദയാത്രാസംഘം മുന്നോട്ടു നീങ്ങി. കുറച്ച് ദൂരം പിന്നിട്ടപ്പോൾ മുന്നിൽ മാനത്ത് മുട്ടി നിൽക്കുന്ന ഒരു വൻമതിലാണ് കണ്ണിൽപ്പെട്ടത്. മൂടൽമഞ്ഞിന്റെ കനമുള്ള പുതപ്പ് പുതച്ച് ചെരിഞ്ഞുകിടക്കുന്ന വലിയ പർവ്വതത്തെ മുഖം കൊണ്ട് ചൂണ്ടിയിട്ട് കുതിരയുടെ ഒരുവശത്ത് നടന്നിരുന്ന നിസാറിന് ഗിരിജ മുന്നറിയിപ്പ് നൽകി: "അതാണ് കയറേണ്ട മല."

നിസാറിന് ഉൾക്കിടലമുണ്ടായി.

"അതൊരു വൻമതിലല്ലേ. പൊത്തിപ്പിടിച്ചു കയറണമല്ലോ. കുതിരയ്ക്ക് കയറാൻ പറ്റുമോ?"

നിസാറിനെ ആശ്വസിപ്പിക്കാനെന്നോണം ഗിരിജ പറഞ്ഞു: "അടുത്തെത്തുമ്പോൾ വഴി തെളിയും. ദൂരെ നിന്നു കാണുമ്പോഴുള്ള അത്ര സ്റ്റീപ്പല്ല. കുതിരയ്ക്ക് സുഖമായി കയറാം."

കുറ്റിക്കാട്ടിലൂടെയുള്ള പാത നിരപ്പായ സ്ഥലം വിട്ട് ക്രമേണ കയറ്റമായിത്തുടങ്ങി.

കയറ്റം കയറുമ്പോൾ നിസാർ ഗിരിജയെക്കുറിച്ചാണ് ചിന്തിച്ചത്. ആഞ്ജലീനയേക്കാൾ ഇരുണ്ട നിറമാണ്. പക്ഷേ മുഖം കൂടുതൽ ആകർഷകമാണ്. ആഞ്ജലീനയോളം ഉയരമില്ല. ശരീരവടിവ് കൂടുതൽ ഗിരിജയ്ക്കാണ്. ഗിരിജ തന്റെ കാര്യത്തിൽ ഇത്രയധികം താല്പര്യമെടുക്കാൻ കാരണമെന്താണ്? ഒരു ഹൃദ്രോഗിയോടുള്ള അനുകമ്പ മാത്രമാണോ?

അവസരം കിട്ടുമ്പോൾ അവളുടെ കാര്യങ്ങൾ നേരിട്ടു ചോദിക്കണം.

കുതിരപ്പുറത്തിരിക്കുന്ന ഗിരിജയുടെ മുഖത്തിന്റെ പാർശ്വവീക്ഷണം കൂടുതൽ ആകർഷകമായി തോന്നി.

അവസരം കിട്ടുമ്പോൾ നേരിട്ടങ്ങ് ചോദിച്ചാലോ? താൻ തനിച്ചാണ്. ഗിരിജയ്ക്ക് സുനിതയുമായുള്ള ലെസ്ബിയൻബന്ധം അവസാനിപ്പിച്ച് പോരാൻ പറ്റുമെങ്കിൽ ഒരുമിച്ച് ജീവിക്കാം. ഗിരിജ അതിനു തയ്യാറാണോ? സുനിതയുമായുള്ള ബന്ധം താല്ക്കാലികം മാത്രമല്ലെന്നുണ്ടോ? അങ്ങനെയങ്ങ് തുറന്നടിച്ച് ചോദിക്കുന്നത് ശരിയാണോ? എന്താണ് ശരികേട്? പ്രായവും പക്വതയുമുള്ളവർ കാര്യങ്ങൾ തുറന്നു സംസാരിക്കുന്നതല്ലേ നല്ലത്? ഏകാകിതയിൽ നിന്നു രക്ഷപ്പെടാൻ വേണ്ടിയുള്ള സഹജീവിതം. കോ-ഹാബിറ്റേഷന് തയ്യാറാണോ എന്ന് ചോദിച്ചാലോ?

തന്നോടൊത്ത് ജീവിക്കാൻ ഗിരിജ തയ്യാറായാൽ ഗിരിജയുമായി യോജിച്ചു പോകാൻ കഴിയുമോ? സ്ത്രീസ്വാതന്ത്ര്യത്തിന്റെ കാര്യത്തിൽ താനിന്നുമൊരു യാഥാസ്ഥിതികനല്ലേ? സഫിയ റഷീദുമായി രഹസ്യബന്ധത്തിലേർപ്പെട്ടതിന്റെ പേരിൽ അവളെ ശിക്ഷിക്കുകയായിരുന്നില്ലേ? അവളുടെ ഇഷ്ടപ്രകാരം അവന്റെ കൂടെ വിടുകയാണെന്ന് പുറമേയ്ക്ക് വരുത്തിത്തീർക്കുകയായിരുന്നില്ലേ? താൻ എന്നെങ്കിലും സഫിയയെ ജീവതത്തിലെ തുല്യപങ്കാളിയായി കരുതിയിട്ടുണ്ടോ? അവളൊരു രണ്ടാംതരം ജീവിയെന്ന നിലയ്ക്കേ അവളോട് പെരുമാറിയിട്ടുള്ളൂ. പത്താംക്ലാസ് പാസ്സാകാത്ത സഫിയയ്ക്ക് അതിനെതിരെ ചെറുത്തുനിൽക്കാനുള്ള ബുദ്ധിപരമായ കെല്പില്ലായിരുന്നു. റഷീദുമായുള്ള ബന്ധം അവഗണനയ്ക്കെതിരെയുള്ള പ്രതിഷേധത്തിന്റെ പ്രകടനം കൂടിയായിരിക്കണം.

ഗിരിജയോട് അത്തരത്തിൽ പെരുമാറാൻ പറ്റുമോ? ഗിരിജ കൾച്ചുറൽ ആന്ത്രപ്പോളജിയിൽ എം.എ. എടുത്തതിനുശേഷം ഡി.പി.എസ്.ഡബ്ലിയു എടുത്ത സ്ത്രീയാണ്. പ്രൊഫഷണലാണ്. സൈക്യാട്രി സോഷ്യൽ വർക്കർ. സായുധവിപ്ലവത്തിൽ പങ്കെടുത്ത ധീരവനിതയാണ്. പ്രത്യയശാസ്ത്രത്തെക്കുറിച്ച് സ്റ്റഡിക്ലാസ്സെടുക്കാൻ കഴിവുള്ളവളാണ്. മനഃശാസ്ത്രവുമറിയാം. അറിയാമെന്നു മാത്രമല്ല, തന്നേക്കാൾ നന്നായി അത് മലയാളത്തിൽ അവതരിപ്പിക്കാനുമറിയാം. തന്റെ യാഥാസ്ഥിതിക മനോഭാവങ്ങളെയും ഹിപ്പോക്രസികളെയും മനഃശാസ്ത്രത്തിന്റെ അടിസ്ഥാനത്തിൽത്തന്നെ ചോദ്യം ചെയ്യും. അഭിപ്രായവ്യത്യാസങ്ങൾ ഉണ്ടാകും. തർക്കങ്ങൾ ഉണ്ടാകും.

അഭിപ്രായവ്യത്യാസങ്ങൾ നിലനിറുത്തിക്കൊണ്ട് ഒരുമിച്ച് കഴിഞ്ഞുകൂടെ? കോഹാബിറ്റേഷൻ ആയതുകൊണ്ട് ഒരുമിച്ചു ജീവിക്കാൻ പറ്റാത്ത അവസ്ഥ വന്നാൽ ഗുഡ്ബൈ പറഞ്ഞ് പിരിഞ്ഞു പോകാമല്ലോ. ഇത്തരം കാര്യങ്ങളെക്കുറിച്ചെല്ലാം ചർച്ച ചെയ്ത് പൊതുധാരണയിൽ എത്തിയതിനു ശേഷം മാത്രം ഒരുമിച്ചുള്ള ജീവിതം തുടങ്ങിയാൽ മതിയല്ലോ. മുൻകൂട്ടി നിശ്ചയിച്ച അതിർത്തിവരമ്പുകൾ കടക്കാതെ ശ്രദ്ധി

ച്ചാൽപ്പോരെ? സത്യത്തിൽ പരസ്പരധാരണയോടെയുള്ള കോഹാബിറ്റേഷനാണ് മനുഷ്യന് പ്രകൃതിദത്തമായിട്ടുള്ളത്. ഇഷ്ടമുള്ളിടത്തോളം കാലം ഇണങ്ങി ഇണകളായി ജീവിക്കുക. ഇഷ്ടമില്ലാതായാൽ പിരിയുക. കുട്ടികളുണ്ടെങ്കിൽ... പിരിയുമ്പോൾ രണ്ടുപേരും ചേർന്ന് കുട്ടികളുടെ കാര്യം തീരുമാനിക്കണം. കുട്ടിക്ക് പ്രായമാകുമ്പോൾ കുട്ടിയുടെ ഇംഗിതമനുസരിച്ചും. തർക്കമുണ്ടെങ്കിൽ ആരുടെയെങ്കിലും മാദ്ധ്യസ്ഥം സ്വീകരിക്കണം. അവസരം കിട്ടുമ്പോൾ ഗിരിജയുമായി ഇക്കാര്യം സംസാരിക്കണം. അതിനുമുമ്പ് ഗിരിജയുടെ ഭാഗത്തു നിന്നും എന്തെങ്കിലും സൂചന ഉണ്ടായാൽ ഉടനെ അനുകൂലമായി പ്രതികരിക്കണം. ഗിരിജ സഞ്ചരിച്ചിരുന്ന കുതിരയുടെ പിന്നിലായി നടക്കുമ്പോൾ നിസാർ മനസ്സിലുറപ്പിച്ചു.

കുറ്റിക്കാട്ടിലൂടെയുള്ള വഴി ചെറിയ കയറ്റം വിട്ട് കുത്തനെ കയറാൻ തുടങ്ങി. അകലെ നിന്നപ്പോൾ വൻമതിൽപോലെ ഉയർന്നു നിന്ന മഹാമേരുവിന്റെ താഴ്വാരത്തിലെത്തി. എങ്കിലും കയറ്റം പ്രതീക്ഷിച്ചതുപോലെ കുത്തനെയുള്ളതായിരുന്നില്ല. മാത്രമല്ല കഴിഞ്ഞ ദിവസം പാറമല കയറിപ്പോഴുള്ള ദുർഘടങ്ങളുമില്ല. ഒരു മതിലിൽ അള്ളിപ്പിടിച്ച് കയറുന്നതുപോലെ കയറേണ്ടി വരുമെന്നാണ് പർവ്വതത്തിന്റെ ചെരിഞ്ഞുള്ള കിടപ്പ് ദൂരെനിന്നു കണ്ടപ്പോൾ തോന്നിയത്. അത്ര കുത്തനെയുള്ളതല്ലെങ്കിലും മുമ്പു കയറിയ കയറ്റങ്ങളിൽ നിന്നു വ്യത്യസ്തമായി അന്തമില്ലാത്ത കയറ്റമായി തോന്നി. പർവ്വത്തിന്റെ മുകൾഭാഗത്തേക്ക് നോട്ടമെത്തുന്നതേയില്ല.

കയറ്റം കുറെയെത്തിയപ്പോൾ കുറ്റിക്കാട് അവസാനിച്ചു. ഇടതൂർന്ന വൻമരങ്ങൾ തിങ്ങി നിറഞ്ഞ കൊടുംവനത്തിലെത്തി. പദയാത്ര തുടങ്ങിയിട്ട് ഇപ്പോഴാണ് ആദ്യമായി പ്രകൃതിയുടെ സ്വന്തമായ ഒരു വനത്തിനകത്ത് പ്രവേശിക്കുന്നത്. കനകരാജ് പിന്നിൽ നിന്ന് ഉറക്കെ പറഞ്ഞു: “നാമിപ്പോൾ ഒരു മഴക്കാടിനുള്ളിലാണ്. ഇതാണ് സഹ്യപർവ്വത്തിലെ ലോകപ്രസിദ്ധമായ ഷോലൈ വനം. പർവ്വതസാനുവിൽ വളരുന്ന ഇത്തരമൊരു വനം ലോകത്ത് എവിടെയുമില്ല. ആമസോൺ കാടുകൾ ചോലവനങ്ങൾ പോലെ നിബിഡമാണെങ്കിലും അവ സമതലത്തിലാണ്. പർവ്വതസാനുക്കളിലല്ല.” കയറ്റം കയറിക്കൊണ്ടിരുന്നപ്പോൾ നേരിയ തോതിൽ അനുഭവപ്പെട്ടുകൊണ്ടിരുന്ന നെഞ്ചു വേദന കാടിന്റെ കുളിർമ്മയേറ്റപ്പോൾ പൂർണ്ണമായും മാറി. പ്രാണവായു സുലഭമായതുകൊണ്ടാവാം.

ചീവീടുകളുടെ ശബ്ദം കർണ്ണപുടങ്ങളെ തുളച്ചു കയറുന്നതുപോലെ തോന്നി. എങ്കിലും വാഹനങ്ങളുടെ ഹോൺ കേൾക്കുന്നതുപോലെ വേദനാജനകമല്ല. വനത്തിന്റെ സമൃദ്ധമായ അടിക്കാട് ആരോ വകഞ്ഞു മാറ്റി വഴിയുണ്ടാക്കിയിരിക്കുന്നു. കൊടും വനത്തിലെ നടപ്പാത!

വനപാതയിലൂടെ ഒരു വരിയായിട്ടാണ് പദയാത്രാസംഘം നീങ്ങിയത്.

ഒരു വരിയായിട്ടേ നീങ്ങാൻ കഴിയൂ. അതിനുള്ള വീതിയേയുള്ളൂ പാതയ്ക്ക്. കാക്കിവേഷക്കാരൻ ഏറ്റവും പിന്നിലാണ് നടന്നത്. ഭാണ്ഡങ്ങൾ വെച്ചു കെട്ടിയ കുതിരകളായിരുന്നു ഏറ്റവും മുന്നിൽ. അതിനു പിന്നിൽ ഗിരിജ കുതിരപ്പുറത്ത്. അതിനു തൊട്ടു പിന്നിലാണ് നിസാർ നടന്നിരുന്നത്. ഗിരിജ തിരിഞ്ഞു നോക്കി പരിഹാസച്ചിരി ചിരിച്ചു കൊണ്ട് ചോദിച്ചു: "ഡോക്ടർക്ക് കുതിരപ്പുറത്ത് കയറണമെന്നുണ്ടോ?"

കുതിരപ്പുറത്തൊന്നു കയറണമെന്നുണ്ടായിരുന്നു നിസാറിന്. കൊടൈക്കനാലിൽ വെച്ച് തന്നെ കൗതുകം തോന്നിയതാണ്. ഇപ്പോൾ ആഗ്രഹം ഇരട്ടിച്ചു. ഗിരിജ ചെയ്തതുപോലെ തനിക്കും ഒരു കുതിരയെ വാടകയ്ക്ക് എടുക്കാമായിരുന്നു. നൂറു രൂപയേ വേണ്ടിയിരുന്നുള്ളൂ. ഗിരിജയുടെ ചോദ്യത്തിന് മനസ്സിൽ തോന്നിയതുപോലെ സത്യസന്ധമായി മറുപടി പറയാനുള്ള ആർജ്ജവമില്ല. മറ്റുള്ളവരെന്ത് വിചാരിക്കും എന്ന ചിന്തയാണ് കാരണം.

"ഇപ്പോൾ വേണ്ട. കുറച്ചു കൂടി കഴിയട്ടെ."

"ഓക്കെ. നടക്കാൻ ബുദ്ധിമുട്ടു തോന്നുമ്പോൾ പറഞ്ഞാ മതി. ഞാനിറങ്ങിത്തരാം."

നന്ദസൂനുവും രവികുമാറും മുകളിലേക്ക് നോക്കിയാണ് നടത്തം. മഴക്കാടുകളിൽ അപൂർവ്വതരം പക്ഷികളെ കണ്ടുമുട്ടാനിടയുണ്ട്. നോട്ടം തെറ്റി വിട്ടുപോകരുത്. നന്ദസൂനു ബൈനോക്കുലറും രവികുമാർ ക്യാമറയും ഉയർത്തിപ്പിടിച്ചിട്ടുണ്ട്.

ഒറ്റയടിപ്പാതയിൽ അല്പമകലെ നിലത്ത് നിന്നിരുന്ന വർണ്ണഭംഗിയുള്ള ഒരു ചെറിയ കാട്ടുകോഴി പദയാത്രക്കാർ വരുന്നതു കണ്ടപ്പോൾ പറന്നുയർന്നു. അല്പദൂരം പറന്നതിനു ശേഷം ഒരു കുറ്റിച്ചെടിയുടെ മുകളിൽ പക്ഷിനിരീക്ഷകരുടെ ക്യാമറയ്ക്ക് വേണ്ടി പോസ് ചെയ്യുന്നതുപോലെ ഇരുന്നു കൊടുത്തു. നന്ദസൂനു ബൈനോക്കുലറിലൂടെ നോക്കിപ്പറഞ്ഞു: "ഗ്രേ ജംഗിൾ ഫൗളാണ്. ഇത് എക്സ്റ്റിംഗ്ഷൻ ആകാറായി."

നിസാറിന്റെ നോട്ടത്തിൽ ചെറുതരം നാടൻ കോഴിയെപ്പോലെ തന്നെയാണ് കാട്ടുകോഴിയും. വർണ്ണഭംഗി കൂടുതലുണ്ട്. കാട്ടുവഴി രണ്ടായി പിരിയുന്നു. പിന്നിൽ നിന്ന് കാക്കിക്കാരൻ ഉറക്കെ വിളിച്ചു പറഞ്ഞു: "ഓയ്. ഓയ്..."

വലത്തോട്ടുള്ള വഴി ചൂണ്ടിക്കാണിച്ച് അങ്ങോട്ട് തിരിയാൻ അയാൾ ആജ്ഞാപിച്ചു. രണ്ടു മണിക്കൂറിലധികമായ മലകയറാൻ തുടങ്ങിയിട്ട്. എന്നിട്ടും മഹാമേരുവിന്റെ മുകൾ ഭാഗം കണ്ണിൽപ്പെടുന്നില്ല. കുറച്ചിട നടന്നപ്പോൾ പർവ്വതസാനുവിലെ ഒരു ചെറിയ തുറസ്സിലെത്തി. തുറസ്സിന്റെ നടുക്ക് ഒരു വലിയ പാറ. അതിനു ചുറ്റും ഉരുളൻ പാറകൾ ചിതറിയിട്ടതുപോലെ കിടന്നിരുന്നു. വലിയ പാറയുള്ളതു കൊണ്ടാ

യിരിക്കണം അവിടം മരങ്ങളൊന്നും വളരാതെ തുറസ്സായി കിടക്കുന്നത്.

"ഇനി നമുക്ക് ഭക്ഷണം കഴിച്ചിട്ടു പോകാം."

കനകരാജ് പറഞ്ഞപ്പോൾ നിസാർ വാച്ചിൽ നോക്കി. മണി രണ്ട് കഴിഞ്ഞിരിക്കുന്നു. കാക്കി എന്തോ പിറുപിറുത്തുകൊണ്ട് വന്ന വഴിയേ കുതിരയെ ഓടിച്ച് പോയി. പദയാത്രാസംഘം കുറിഞ്ഞി പൂത്തത് കാണാൻ വന്നവർ തന്നെയെന്ന് അയാൾക്ക് ബോദ്ധ്യപ്പെട്ടിരിക്കണം.

മലമുഴക്കി

തോക്കുധാരിയായ കുതിരക്കാരൻ പോയപ്പോൾ ബന്ധനത്തിൽ നിന്നു മോചനം കിട്ടിയതുപോലെ തോന്നി പദയാത്രാസംഘത്തിന്. അരമണിക്കൂർ കൂടി നടന്നപ്പോൾ പർവ്വതത്തിന്റെ മുകൾപ്പരപ്പിലെത്തി. എല്ലാവരും വലിയ പാറയുടെ മുകളിൽ ഇരിപ്പുറപ്പിച്ചു. ഗിരിജയെ കുതിരപ്പുറത്ത് നിന്നിറങ്ങാൻ കുതിരക്കാരൻ പയ്യൻ സഹായിച്ചു.

കുതിരകൾ മൂന്നും കിട്ടിയ അവസരം ഉപയോഗപ്പെടുത്തിക്കൊണ്ട് മേഞ്ഞുനടന്ന് പുല്ല് തിന്നാൻ തുടങ്ങി. ആരും ശബ്ദിക്കരുതെന്ന് രവികുമാർ ആംഗ്യം കാണിച്ചു. അയാൾ ബൈനോക്കുലറിലൂടെ നേരേ മുകളിലേയ്ക്ക് നോക്കി. നിങ്ങൾ വിഷമിക്കേണ്ടതില്ലെന്ന മട്ടിൽ ചാരനിറവും കാക്കയുടെ വലിപ്പവുമുള്ള ഒരു പക്ഷി മരത്തിൽ നിന്നിറങ്ങി പദയാത്രാസംഘം ഇരുന്നതിനു കുറച്ചപ്പുറത്തുള്ള പാറയിൽ വന്നിരുന്നു. തറയിലൂടെയുള്ള ഓട്ടവും പകുതി പറക്കലുമായി പാറപ്പുറത്തുനിന്ന് കാട്ടിലേക്ക് മറഞ്ഞു. രവികുമാർ നന്ദസൂനുവിനോട് ചോദിച്ചു: "സ്നാപ്പ് കിട്ടിയോ?"

"കിട്ടി. സിർക്കീർ കുക്കുവാണ്. കള്ളിക്കുയിൽ. അധികം പറക്കാത്ത പക്ഷിയാണ്. പതുങ്ങിപ്പതുങ്ങി ഓടുന്നതുകൊണ്ടാണ് കള്ളിക്കുയിലെന്ന പേരു വീണത്."

ഗിരിജ പെട്ടെന്നൊരു ഫെമിനിനിസ്റ്റായി മാറി.

"കള്ളക്കുയിലെന്ന് വിളിച്ചാൽ പോര. കള്ളിക്കുയിലെന്ന് തന്നെ വിളിക്കണം. സമൂഹത്തിന്റെ സ്ത്രീവിരോധം പക്ഷികളുടെയും മൃഗങ്ങളുടെയും പേരുകളിലും നിഴലിക്കും."

രവികുമാർ അതിൻമേൽ കൊളുത്തി വലിക്കുമെന്നാണ് എല്ലാവരും പ്രതീക്ഷിച്ചത്. പക്ഷേ അയാൾ ഒന്നും മിണ്ടിയില്ല. സുനിത വെള്ളക്കുറിഞ്ഞിയുടെ തണ്ടൊടിച്ചതിനു വഴക്ക് പറഞ്ഞപ്പോഴുണ്ടായ അനുഭവത്തിന്റെ ഓർമ്മ ഇപ്പോഴും ഉണ്ടായിരിക്കണം.

ഭക്ഷണം കഴിച്ച ഉടനെ കനകരാജ് വാച്ചിൽ നോക്കി. തിരക്ക് കൂട്ടേണ്ടതില്ലെന്ന് തീരുമാനിച്ചതുപോലെ തോന്നി ഭാവം കണ്ടപ്പേൾ. കനകരാജ് ചോദിച്ചു: "ഇത്രയും ദൂരം താണ്ടിയിട്ടും കുറിഞ്ഞിയെ

കാണാത്തതെന്തെന്ന് മുമ്പൊരിക്കൽ ചോദിച്ചതാരാണ്? നിതിനാണോ രവികുമാറാണോ?""

"ഞാനാണ്." രവികുമാർ പറഞ്ഞു.

"ശരി. ആര് ചോദിച്ചാലും അത് റിലവന്റായ ചോദ്യം തന്നെ. നമ്മൾ കടന്നുപോന്നില്ലേ കൂടായി മലകളും കവുഞ്ചി മലകളും. ക്ലാവര വരെയുള്ള മലകളിലെല്ലാം തന്നെ കുറിഞ്ഞി ഉണ്ടായിരുന്നു. നീലഗിരി മലകളിലെ കുറിഞ്ഞിപ്പുൽമേടുകളിൽ പകുതിയോളം നശിപ്പിച്ചത് സായിപ്പൻമാരാണ്. അവർ കുറിഞ്ഞിപ്പുൽമേടുകളെല്ലാം തേയിലത്തോട്ടങ്ങളാക്കി. ചോലവനങ്ങളെ ഒഴിവാക്കാനുള്ള സൻമനസ്സ് സായിപ്പൻമാർ കാണിച്ചെങ്കിൽ നമ്മുടെ സ്വന്തം ധ്വരമാർ ചോലവനങ്ങളും നശിപ്പിക്കാൻ തുടങ്ങി."

വാച്ചിൽ നോക്കിയിട്ട് കനകരാജ് പറഞ്ഞു: "ലെറ്റസ് സ്റ്റാർട്ട്. ഇരുട്ടുന്നതിനു മുമ്പ് നമുക്ക് കോവിലൂരെത്തണം. ഇരുട്ടായാൽ മലയിറക്കം പ്രയാസമാകും."

കുതിരക്കാരൻ ഗിരിജയ്ക്ക് കയറാനായി കുതിരയുടെ പള്ളയിൽ കൈപ്പത്തി ചേർത്ത് വെച്ച് ഒരുങ്ങി നിന്നു. പക്ഷേ ഗിരിജ കുതിരപ്പുറത്ത് കയറില്ല.

"ബാക്കിയുള്ള കയറ്റം നടക്കാമെന്ന് വെച്ചു. ഡോക്ടർക്ക് കയറണോ?"

"വേണ്ട. നടക്കാനാണ് രസം തോന്നുന്നത്."

"ഓക്കെ... വേറേ ആർക്കെങ്കിലും കുതിരപ്പുറത്ത് യാത്രചെയ്യണോ?"

ആരും ഒന്നും പറഞ്ഞില്ല. എല്ലാവരും നടത്തം തുടങ്ങി. തുറസ്സിൽ നിന്നും വീണ്ടും വനത്തിലേക്ക് പ്രവേശിച്ചു. രവികുമാർ ബൈനോക്കുലറിലൂടെ ഒരു മരത്തിന്റെ മുകളിലേക്ക് നോക്കിയിട്ട് ഉറക്കെ വിളിച്ചു പറഞ്ഞു: "വെള്ളിമൂങ്ങ. കണ്ടിട്ടില്ലാത്തവർ കാണണം."

നിസാർ, രവികുമാർ ചൂണ്ടിക്കാണിച്ച ഭാഗത്തേക്ക് നോക്കി. ഒരു വലിയ തേമ്പാവിന്റെ ഏറ്റവും താഴെയുള്ള ശാഖയുടെ വശത്തായി ഒരു പൊത്തിൽ വെള്ളപ്പൂച്ചയെപ്പോലെ തോന്നിച്ച പക്ഷി കൗതുകത്തോടെ താഴെ നിൽക്കുന്ന മനുഷ്യരെ നോക്കിക്കൊണ്ടിരിക്കുന്നു. നിസാർ ആദ്യമായിട്ടാണ് ഒരു വെള്ളിമൂങ്ങയെ മുഖാമുഖം കാണുന്നത്. പത്രവാർത്തകളിലുടെയും ചിത്രങ്ങളിലൂടെയും മാത്രമേ അതിനെ കണ്ടിട്ടുള്ളൂ. ലക്ഷക്കണക്കിനു രൂപ വിലയുണ്ടത്രേ വെള്ളിമൂങ്ങയ്ക്ക്. "എന്തുകൊണ്ടാണ് വെള്ളിമൂങ്ങയ്ക്ക് ഇത്രയധികം വില മതിക്കാൻ കാരണം?" നിസാർ പക്ഷി നിരീക്ഷകരോട് ചോദിച്ചു.

"മനുഷ്യന്റെ അന്ധവിശ്വാസത്തിന്റെ ഇരയാണ് ഈ പാവം പക്ഷി. ചിലരതിനെ മന്ത്രവാദത്തിന് ഉപയോഗിക്കുന്നു. മറ്റുചിലർ അഫ്രോഡൈസാക്കായിട്ട്. സെക്ഷ്വൽ പൊട്ടൻസി വർദ്ധിപ്പിക്കാൻ. രണ്ടായാലും മനുഷ്യന്റെ സ്വാർത്ഥത തന്നെ."

താഴെ നിന്ന് തന്നെ ഉറ്റു നോക്കുന്ന മനുഷ്യരെ വിശ്വസിക്കാൻ കൊള്ളില്ലെന്ന് തോന്നിയിട്ടാകണം വെള്ളിമൂങ്ങ മരപ്പൊത്തിൽ നിന്നും ചിറകു വിരുത്തി എങ്ങോട്ടോ പറന്നു പോയി. അത് കണ്ട് രവികുമാർ പറഞ്ഞു: "രാത്രി മാത്രം സഞ്ചരിക്കാൻ ഇഷ്ടപ്പെടുന്ന അവൻ ഇപ്പോൾ പറന്നു പോകാൻ കാരണം നമ്മളെ വിശ്വാസമില്ലാഞ്ഞിട്ടാണ്." വനത്തിലൂടെയുള്ള നടത്തം പക്ഷിനിരീക്ഷകർക്ക് ഉത്സവമായി. ധാരാളം പക്ഷികൾ. പലതരം. രവികുമാറും നന്ദസൂനുവും തമ്മിൽ ചിലപ്പോൾ തർക്കിക്കും.

"അതാ ഒരു ബുഷ് ലാർക്ക്."

"അല്ല. അതൊരു ആഷി ക്രൗൺഡ് ഫിഞ്ച് ലാർക്കാണ്. ബുഷ് ലാർക്കിന്റെ ചുണ്ടുകൾക്ക് ഇത്ര വലിപ്പമില്ല."

"ഏതായാലും പിക്ച്ചറെടുക്ക്. എൻലാർജ് ചെയ്തുനോക്കിയിട്ട് തീരുമാനിക്കാം."

കാട് പെട്ടെന്നാണ് അവസാനിച്ചത്. ഒപ്പം തന്നെ മഹാമേരുവിന്റെ ഉച്ചിയും കണ്ണിൽപ്പെട്ടു. ഒരു അരുവിയുടെ കളകളാരവം കേട്ടു തുടങ്ങിയപ്പോൾ ബോർഡറായെന്ന് കനകരാജ് ഉറക്കെ വിളിച്ചു പറഞ്ഞു. പദയാത്രാസംഘം സഹ്യന്റെ നെറുകയിലൂടെ പരന്നൊഴുകുന്ന ഒരു അരുവിയുടെ കരയിലെത്തി. കനകരാജ് കുതിരക്കാരനോട് കർശനമായി പറഞ്ഞു: "അക്കരയാക്കിയിട്ടേ പോകാവൂ."

പരന്നൊഴുകുന്ന നദി കടക്കുമ്പോൾ കനകരാജ് പറഞ്ഞു: "ഇത് മൂന്നാറിലെത്തുന്ന നല്ലതണ്ണിയാറാണ്. ഇതല്ല ശരിക്ക് നമ്മുടെ അതിർത്തി. കുറേക്കൂടി പടിഞ്ഞാറാണ്."

വെള്ളം മുട്ടിനു താഴേ മാത്രമേയുള്ളൂ. കനകരാജ് പിന്നിൽ നിന്നും ഉറക്കെ വിളിച്ചു പറഞ്ഞു: "പാറപ്പുറത്ത് ചവിട്ടുമ്പോൾ സൂക്ഷിക്കണേ. നല്ല വഴുക്കലാണ്. വഴുക്കിയാൽ തലയടിച്ചു വീഴും. ചിലേടത്ത് നല്ല ആഴമുള്ള കുഴികളും കാണും. തെളിനീരിലൂടെ നോക്കിയാൽ ആഴമുണ്ടെന്ന് തോന്നുകയില്ല. കുതിരക്കാരന്റെ പിന്നാലേ മാത്രമേ നടക്കാവൂ."

കുതിരക്കാരൻ വെള്ളത്തിനു മീതെ തലപൊന്തിച്ചു നിൽക്കുന്ന പാറകളുടെ ഇടുക്കുകളിലൂടെ കുതിരകളെ തെളിച്ചുകൊണ്ട് നടന്നു. അതിനു പിന്നാലെ പദയാത്രസംഘം ഒറ്റവരിയായി സൂക്ഷിച്ച് ചുവടുകൾ വെച്ച് നീങ്ങി. ഗിരിജ സഞ്ചരിച്ചിരുന്ന കുതിരയെ കുതിരക്കാരൻ തന്നെ ഏറ്റെടുത്തു. അതിനെ അക്കരെ നിറുത്തിയാൽ പോരായിരുന്നോ എന്ന് നിസാർ ചോദിച്ചപ്പോൾ തനിച്ചു നിന്നാൽ കുതിര എവിടേക്കെങ്കിലും ഓടിപ്പൊയ്ക്കളയുമെന്നാണ് കുതിരക്കാരൻ പറഞ്ഞത്.

വെള്ളത്തിന് ഐസിനേക്കാൾ തണുപ്പാണ്. കഴുകിത്തെളിയിച്ച കണ്ണാടിച്ചില്ലുപോലെ സുതാര്യമായ തണ്ണീരാണ് ഇക്കിളിപ്പെട്ട് ചിരിച്ചുകൊണ്ട് ഒഴുകുന്നത്. വെള്ളത്തിന്റെ തെളിമ കണ്ടിട്ടായിരിക്കണം കവിമനസ്സുള്ള ആരോ നല്ലതണ്ണിയാറെന്ന് അരുവിയെ വിളിച്ചത്.

നിഷ്കളങ്കയായ ഈ നദി മൂന്നാറിലെത്തുമ്പോൾ ബലാൽസംഗം ചെയ്യപ്പെട്ട് കന്യകാത്വം നഷ്ടപ്പെട്ട മൂന്ന് ആറുകളിൽ ഒന്നാകും.

തത്തയേക്കാൾ വലിപ്പം കൂടുതലുള്ള ഒരു പക്ഷി വെള്ളത്തിനു മീതെ തല ഉയർത്തി നിൽക്കുന്ന പാറകളിലൊന്നിന്റെ നിറുകയിൽ വന്നിരുന്നത് നന്ദസൂനുവും രവികുമാറും കണ്ടിട്ടില്ലെന്നു നിസാറിനു മനസ്സിലായി. ശബ്ദം താഴ്ത്തി തൊട്ടു മുമ്പിൽ നടന്നിരുന്ന രവികുമാറിനെ നിസാർ വിളിച്ചു. രവികുമാർ തിരിഞ്ഞു നോക്കിയപ്പോൾ പക്ഷി ഇരുന്ന ഭാഗത്തേയ്ക്ക് ചൂണ്ടിക്കാണിച്ചു. രവികുമാർ നിന്നു. ക്യാമറ നന്ദസൂനുവിന്റെ കൈയിലായിരുന്നു. അയാൾ വളരെ മുമ്പിലാണ് നടന്നിരുന്നത്. രവികുമാർ ബൈനോക്കുലറിലൂടെ പക്ഷിയെ നോക്കിയിട്ട് നിസാറിനോട് ശബ്ദം

താഴ്ത്തി പറഞ്ഞു: "ബ്ലൂ ബിയഡഡ് ബീ ഈറ്ററാണ്. കാട്ടുവേലിത്തത്ത. ഞാൻ വേഗം നടന്ന് നന്ദുവിനോട് ക്യാമറ ഫോക്കസ് ചെയ്യാൻ പറയട്ടെ."

അതിനിടയിൽ കാട്ടുവേലിത്തത്ത പെട്ടെന്ന് വെള്ളത്തിൽ മുങ്ങി. എന്നിട്ട് വിണ്ടും പാറപ്പുറത്ത് വന്നിരുന്നു. അല്പം കഴിഞ്ഞ് വീണ്ടും വെള്ളത്തിൽ മുങ്ങി പാറപ്പുറത്ത് തിരിച്ചു വന്നിരുന്നു. സാവകാശം ചിറകുകൾ രണ്ടും വിടർത്തി പാറപ്പുറത്ത് കിടന്നു. അത് കുളി കഴിഞ്ഞ് ഈറൻ ഉണക്കുകയാണ്. കുളിച്ചുവന്ന് പാറപ്പുറത്ത് ഈറനുണക്കുന്ന കാട്ടുവേലിത്തത്തയെ കാണാൻ എല്ലാവരും ഐസിന്റെ തണുപ്പുള്ള വെള്ളത്തിൽ നിശ്ചലരായി നിന്നു. നന്ദസൂനു ക്യാമറ ഫോക്കസ് ചെയ്ത് പലവട്ടം ക്ലിക്ക് ചെയ്തു. തൂവലുകൾ ഉണങ്ങിയപ്പോൾ പക്ഷി ഒന്നുമറിയാത്ത മട്ടിൽ പറന്നു പോയി. പദയാത്രാസംഘം നദിയിലൂടെയുള്ള നടത്തം പുനരാരംഭിച്ചു.

നദികടന്നപ്പോൾ കുതിരക്കാരൻ കുതിരപ്പുറത്തു നിന്നും ഭാണ്ഡങ്ങൾ അഴിച്ചിറക്കി. ഓരോരുത്തരും അവരവരുടെ ഭാണ്ഡങ്ങൾ ഏന്തി മണിക്കൂറുകൾ നീണ്ട നടത്തത്തിനു തയ്യാറായി. നിതിൻ കുതിരകളുടെ കൂലി കൊടുത്തു. ഗിരിജ ഒരു നൂറിന്റെ നോട്ടെടുത്ത് കുതിരക്കാരന്റെ കൈയിൽ കൊടുത്തിട്ട് സ്വഗതമായി പറഞ്ഞു: "കുതിരയെ വാടകയ്ക്കെടുക്കേണ്ടായിരുന്നു. വിചാരിച്ചത്ര കുത്തനെയുള്ള കയറ്റമായിരുന്നില്ല." കുതിരക്കാരൻ വലതുകൈ ഉയർത്തിവീശി യാത്രപറഞ്ഞ് കുതിരകളുമായി മടക്കയാത്ര ആരംഭിച്ചു. കയറ്റം കഴിഞ്ഞതുകൊണ്ട് ബാഗിന്റെ ഭാരവുമായി നടക്കാൻ നിസാറിന് ഒട്ടും പ്രയാസം തോന്നിയില്ല.

കുറച്ചു കൂടി നടന്നാൽ വനം അവസാനിക്കുമെന്നും കുറിഞ്ഞിപ്പുൽമേടുകൾ ആരംഭിക്കുമെന്നും കനകരാജ് മുന്നറിയിപ്പെന്നോണം പറഞ്ഞു. പക്ഷി നിരീക്ഷകർക്ക് ആഘോഷമായിരുന്നു നിരപ്പായ നിബിഡവനത്തിലൂടെയുടെയുള്ള നടത്തം. എവിടെയും ധാരാളം പക്ഷികൾ. കിളിക്കൊഞ്ചലുകളാൽ മുഖരിതമായിരുന്നു വനാന്തരീക്ഷം. പക്ഷികളുടെ പേരുകൾ പറഞ്ഞ് തർക്കിക്കാൻ പക്ഷിനിരീക്ഷകർക്ക് നേരമില്ലായിരുന്നു.

പെട്ടെന്ന് അങ്ങകലെ ചക്രവാളസീമയിൽ നിന്നു വരുന്നതുപോലെ മുഴങ്ങുന്ന ഒരു ശബ്ദം കേട്ടു. കുട്ടിക്കാലത്ത് കടലോരഗ്രാമത്തിലെ തറവാട്ടിൽ ഇത്തരം ശബ്ദം കേട്ട് ഉറക്കത്തിൽ നിന്ന് ഞെട്ടിയുണരാറുണ്ടായിരുന്ന കാര്യം നിസാറിന്റെ ഓർമ്മയിൽ തെളിഞ്ഞു. ആ ശബ്ദം കേട്ട് കരയുമ്പോൾ ഉമ്മൂമ്മ ആശ്വസിപ്പിക്കുമായിരുന്നു.

“പേടിക്കണ്ടട്ടാ. നെടൂളാന്റെ കരച്ചിലാണ്. മോൻ പേടിക്കണ്ട.”

എന്താണ് നെടൂളാൻ എന്ന് ഉമ്മുമ്മയോട് ചോദിക്കണമെന്നുണ്ടായിരുന്നു നിസാറിന്. പക്ഷേ ഭയം കാരണം ശബ്ദം പൊങ്ങുമായിരുന്നില്ല. ചക്രവാളസീമയിലിരുന്ന് മുഴങ്ങുന്ന ശബ്ദത്തിൽ അലറുന്ന നെടൂളാനെ ഉമ്മൂമ്മ ആട്ടിയോടിക്കും.

“ഫോ ശൈത്താനേ കുട്ട്യേള പേടിപ്പിക്കാൻ വന്നേക്കണ്...”

അനേകം വർഷങ്ങൾക്കു മുമ്പ് രാത്രിയുടെ യാമങ്ങളിൽ മുഴങ്ങിക്കേട്ടിരുന്ന ശബ്ദം തന്നെയല്ലേ അത്? എന്താണാ ശബ്ദമെന്ന് നിസാർ ചോദിക്കുന്നതിനു മുമ്പ് തന്നെ നന്ദസൂനു വിളിച്ചു പറഞ്ഞു: “ദി ഗ്രേറ്റ് ഇൻഡ്യൻ ഹോൺബിൽ.”

ഇടിമുഴക്കുന്ന പക്ഷിയോടുള്ള ആദരം നന്ദസൂനുവിന്റെ വാക്കുകളിൽ തുളുമ്പി. ദി ഗ്രേറ്റ് ഇൻഡ്യൻ ഹോൺബിൽ എന്ന് ആവർത്തിച്ചുകൊണ്ട് നന്ദസൂനുവും രവികുമാറും കാടിന്റെ മുകൾത്തട്ടിൽ പരതാൻ തുടങ്ങി. ഏതോ വൻമരത്തിന്റെ ഇലകൾക്കിടയിൽ മറഞ്ഞിരുന്നുകൊണ്ടാണ് അവൻ (അതോ അവളോ) ഇടി മുഴക്കിക്കൊണ്ടിരുന്നത്. പെട്ടെന്ന് നന്ദസൂനു ബൈനോക്കുലർനോട്ടം ഒരു ബിന്ദുവിൽ കേന്ദ്രീകരിച്ചു. എന്നിട്ട് ശബ്ദം താഴ്ത്തിപ്പറഞ്ഞു: “യെസ്... അവിടെയുണ്ട്. ഇവനാണ് മലമുഴക്കി. മലമുഴക്കി വേഴാമ്പൽ.”

അപ്പോൾ വേഴാമ്പലിനെയാണ് ഉമ്മൂമ്മ നെടൂളാൻ എന്നു വിളിച്ച് അക്ഷേപിച്ചിരുന്നത്. ഒരു പക്ഷിയെ താൻ എത്രമാത്രം ഭയപ്പെട്ടിരുന്നു! രവികുമാർ ബൈനോക്കുലർ സെയ്തുമുനിക്ക് കൊടുത്തിട്ട് ക്യാമറ ഫോക്കസ് ചെയ്തു. പലവട്ടം ക്ലിക്ക് ചെയ്യുന്ന ശബ്ദം കേട്ടു. ചക്രവാള സീമയിലിരുന്ന് ദിഗന്തങ്ങൾ മുഴക്കി തന്നെ ഭയപ്പെടുത്താറുണ്ടായിരുന്ന നെടൂളാനെന്ന മലമുഴക്കിയെ കാണാനുള്ള വ്യഗ്രതയിൽ സെയ്തുമുനിയുടെ കൈയിൽ നിന്നും നിസാർ ബൈനോക്കുലർ പിടിച്ചുവാങ്ങുകയായിരുന്നു. തന്നെ ചെറുപ്പത്തിൽ പേടിപ്പിച്ച നെടൂളാനെ ഒരു നോക്കു കാണണം. അല്പം ചാരനിറം കലർന്ന മഞ്ഞനിറമുള്ള ഒരു ഒരു പാവം പക്ഷി! അവന്റെ ഇടിമുഴക്കം പോലുള്ള ശബ്ദത്തിന്റെ പ്രതിരൂപമായിരുന്നു വളഞ്ഞ കൊമ്പുപോലുള്ള വലിയ കൊക്കുകൾ. അതിനെ ബൈനോക്കുലറിലൂടെ മനസ്സ് നിറയുന്നതുവരെ നോക്കിക്കൊണ്ടിരുന്നപ്പോൾ ഇവനെങ്ങനെ ഇണയുമായി കൊക്കുരുമ്മും എന്ന ചിന്തയാണ് മനസ്സിൽ പൊന്തി വന്നത്.

മലമുഴക്കി വേഴാമ്പൽ ഇങ്ങ് താഴെയുള്ള ചെറുമനുഷ്യരെ നിർഭയനായി കൗതുകത്തോടെ നോക്കിക്കൊണ്ടിരുന്നു.

നീലക്കുറിഞ്ഞി

മലമുഴക്കിയെ കണ്ടു കഴിഞ്ഞപ്പോൾ പദയാത്രാസംഘം വേഗത്തിൽ നടക്കാൻ തുടങ്ങി. പെട്ടെന്ന് മരങ്ങൾക്കിടയിലൂടെ നീലലോഹിതവർണ്ണ ഭംഗിയുള്ള വെളിച്ചം എല്ലാവരുടെയും കണ്ണിൽ പെട്ടു.

ഭൂമിയിൽ തൊട്ടു നിൽക്കുന്ന വർണ്ണശബളിമയുള്ള നീലലോഹിത മാരിവില്ലിനുള്ളിലേക്ക് കടക്കുകയാണെന്നാണ് നിസാറിനു തോന്നിയത്. കനകരാജ് ആ ഹ്ലാദത്തോടെ വിളിച്ചു പറഞ്ഞു: "കുറിഞ്ഞി, നീല ക്കുറിഞ്ഞി!"

പദയാത്രാസംഘം വനനിബിഡതയിൽ നിന്ന് കുറിഞ്ഞിപ്പുൽമേട്ടി ലേക്ക് കടന്നു.

നിസാർ തന്നോട് തന്നെ മന്ത്രിച്ചു. അവസാനം നീലക്കുറിഞ്ഞിയുടെ സാമ്രാജ്യത്തിൽ എത്തിച്ചേർന്നിരിക്കുന്നു. പദയാത്രാസംഘം രണ്ടുദിവസം നടന്നത് ഈയൊരു നിമിഷത്തിനു വേണ്ടി ആയിരുന്നല്ലോ.

നോക്കെത്താത്ത ദൂരത്തോളം വ്യാപിച്ചു കിടക്കുന്ന വിശാലതയിൽ പൂത്തുലഞ്ഞു നിൽക്കുന്ന നീലക്കുറിഞ്ഞികൾ. എവിടെ നോക്കിയാലും നെഞ്ചിനൊപ്പം ഉയരത്തിൽ വളർന്നു നിൽക്കുന്ന കുറിഞ്ഞികൾ മാത്രം. ചെടിയുടെ മുകളറ്റത്ത് ഒരു വലിയ മഞ്ജരി. ഓരോ കക്ഷത്തിലും ഓരോ പൂങ്കുല. ആപാദചൂഢം പൂവണിഞ്ഞു നിൽക്കുന്ന കുറിഞ്ഞിത്തരുണി കളുടെ ഇലകൾക്ക് പരുപരുപ്പാണ്. കുറിഞ്ഞിയുടെ ഇലകളെ സ്പർശിച്ചുകൊണ്ട് നിസാർ ഗിരിജയോട് മന്ത്രിച്ചു:

"കുറിഞ്ഞി പ്രോലിറ്റേറിയനാണ്. ഇലകൾക്ക് പരുപരുപ്പ്."

ഗിരിജ വിടർന്ന ചിരിയോടെ പറഞ്ഞു: "ഞാനും അതു തന്നെയാണ് ചിന്തിച്ചത്. പ്രോലിറ്റേറിയനായ കുറിഞ്ഞിയുടെ സംഘശക്തിയാണ് മുന്നിൽ കാണുന്ന നോക്കെത്താത്ത കുറിഞ്ഞിപ്പുൽമേട്."

സുനിത പറഞ്ഞു: "വായന മരിക്കുന്നതിൽ അധികം സങ്കടപ്പെടാനില്ല. പ്രകൃതിക്ക് നല്ലതാണ്. പേപ്പർ കുറച്ച് മതിയല്ലോ."

സംഭാഷണങ്ങളിൽ അധികം പങ്കെടുക്കാത്ത നിതിൻ പറഞ്ഞു: "വായനയാണ് വനനശീകരണത്തിനു കാരണം എന്നു പറഞ്ഞാൽ ശരിയാവില്ല."

സുനിത: "വായനയും ഒരു കാരണം തന്നെ. അല്ലന്നൊന്നും പറ

ഞ്ഞാൽ സമ്മതിക്കാൻ പറ്റില്ല."

കുറിഞ്ഞിയുടെ സാമ്രാജ്യത്തിലേക്ക് കടന്നതോടെ പക്ഷിനിരീക്ഷകർക്ക് ജോലിയില്ലാതായി. ഇവിടെ പക്ഷികളില്ല. ശലഭങ്ങളും തുമ്പികളും തേനീച്ചകളും മാത്രം. അതുകൊണ്ട് നന്ദസൂനുവും രവികുമാറും സംഭാഷണത്തിൽ പങ്കുചേർന്നു.

"വായന മരിച്ചാൽ മൂലധനത്തിന്റെ ഭീകരവാഴ്ചയ്ക്കെതിരെ ശബ്ദിക്കാൻ പോലും ആരുമുണ്ടാവില്ല. ചിന്താശക്തി മരവിച്ച മനുഷ്യൻ സ്വന്തം നാശത്തെക്കുറിച്ച് തിരിച്ചറിയുക പോലുമില്ല." നന്ദസൂനു പറഞ്ഞു.

ചിത്രശലഭങ്ങളും തേനീച്ചകളും വണ്ടുകളും കുറിഞ്ഞിപ്പൂക്കാലം ആഘോഷിക്കുകയാണ്. അവരെല്ലാം ചേർന്ന് കുറിഞ്ഞിപ്പുൽമേടിനു മുകളിൽ ഒരു മൂടൽമഞ്ഞ് സൃഷ്ടിച്ചിരിക്കുന്നു. ജീവൻ തുടിക്കുന്ന മൂടൽമഞ്ഞിലൂടെ കുറിഞ്ഞിപ്പുൽമേടിന്റെ ചക്രവാളസീമയിൽ ഒരു പർവ്വതത്തിന്റെ മുകൾഭാഗം കണ്ടു തുടങ്ങി. പർവ്വതത്തിന്റെ മുതുകിൽ ഏതോ അജ്ഞാതശക്തി നട്ടുപിടിപ്പിച്ചതു പോലെ വൻവൃക്ഷങ്ങളുടെ ഒരു നിര.

കനകരാജ് ആ പർവ്വതത്തെയും അതിൻമേൽ നിൽക്കുന്ന വൻവൃക്ഷങ്ങളേയും ചൂണ്ടിക്കാണിച്ചുകൊണ്ട് പറഞ്ഞു: "ആ കൊടുമുടിയിൽ കാണുന്ന ഒരു വരി മരങ്ങളില്ലേ, അതാണ് നമ്മുടെ അതിർത്തി. ഇനി നമുക്ക് ആ മലയിറങ്ങണം. ഇറങ്ങിച്ചെല്ലുന്നത് കോവിലൂരിലാണ്. രാത്രി അവിടെയാണ് സ്റ്റേ. ഇരുട്ടുന്നതിനു മുമ്പ് മലയിറങ്ങണം. ഇല്ലെങ്കിൽ അപകടമാണ്."

നടത്തത്തിനു വേഗം പോരെന്നാണ് കനകരാജിന്റെ വാക്കുകളിലെ സൂചന. എല്ലാവരുടെയും കുറിഞ്ഞി കാണാനുള്ള കൗതുകം ശമിച്ചിരിക്കുന്നു. അതുകൊണ്ട് കനകരാജ് നൽകിയ സൂചന ഉൾക്കൊണ്ട് എല്ലാവരും നടത്തത്തിനു വേഗം കൂട്ടി. പർവ്വതത്തിന്റെ ചരുവായതോടെ കുറഞ്ഞികൾ ചുരുക്കമായി. അങ്ങിങ്ങ് ഓരോ ചെടികൾ മാത്രം. നീലലോഹിതമഴവില്ലിന്റെ വർണ്ണഭംഗി അവസാനിച്ചു. ഗിരിജ നിസാറിന്റെ വലതുവശം ചേർന്ന് നടക്കാൻ തുടങ്ങി.

"ഹൈ അൾറ്റിറ്റ്യൂഡിൽ ഓക്സിജൻ കുറവായിരിക്കും. എന്തെങ്കിലും പ്രയാസമുണ്ടെങ്കിൽ ബാഗ് ഞാൻ പിടിച്ചുകൊള്ളാം."

"നോ പ്രോബ്ലം. ചോലവനത്തിൽ കയറിയതിനുശേഷം ചെസ്റ്റ് പെയിൻ തീരെ ഉണ്ടായില്ല."

"ചോലവനത്തിൽ നല്ല ഓക്സിജനേഷൻ ഉണ്ടായിരിക്കും."

ഇറക്കം ക്രമേണ കുത്തനെ ആകാൻ തുടങ്ങി. ചുവടുകൾ സൂക്ഷിച്ച് വെക്കേണ്ട സ്ഥിതിയായി. പെട്ടെന്ന് നടപ്പാത ഒരു വലിയ പാറയുടെ വശത്ത് അവസാനിച്ചു. കീഴ്ക്കാം തൂക്കായ പാറയുടെ പള്ളയിലൂടെ ഒരു വര പോലെ കിടന്നിരുന്ന നടപ്പുചാൽ മാത്രമായി വഴി. കഷ്ടിച്ച് അരയടി

വീതിയിലുള്ള നടപ്പുചാൽ. ആളുകൾ നടന്നുനടന്നുണ്ടായതാണെന്ന് തോന്നി. പക്ഷേ കീഴ്ക്കാം തൂക്കായ പാറയുടെ പള്ളയിലെങ്ങനെ നടന്നു നടന്നു ചാലുണ്ടാകും? ആരെങ്കിലും കൊത്തിയുണ്ടാക്കിയതായിരിക്കും. പാറയുടെ പള്ളയിലൂടെയുള്ള ചാലിലൂടെ നടന്ന് അപ്പുറത്തെത്തണം. അര കിലോമീറ്ററോളമുണ്ട് താണ്ടാൻ. കീഴോട്ട് നോക്കിയാൽ നോക്കെത്താത്ത അഗാധത. മുകളിലേക്ക് നോക്കിയാൽ മാനം മുട്ടി നിൽക്കുന്ന കൊടുമുടി. കൈവരി ഇല്ലാത്തതിനാൽ കൊടൈക്കനാലിലെ കോക്കേഴ്സ് വാക്കിനേക്കാൾ നൂറിരട്ടി ഭയജനകം. ഉയരങ്ങളെ ഭയമുള്ള നിസാറിന് പാറ താണ്ടുക അസാദ്ധ്യമെന്ന് തോന്നിയതുകൊണ്ട് മുന്നോട്ടു നീങ്ങാതെ മടിച്ചു നിന്നു. ഗിരിജ ചോദിച്ചു: "എന്താണ് ഡോക്ടർ പ്രശ്നം?"

"ഞാൻ അക്രോഫോബിയ ഉള്ള ആളാണ്. ഞാൻ ഈ പാറയുടെ സൈഡിലൂടെ നടന്നാൽ വെർട്ടിഗോ ഉണ്ടാകും. തലചുറ്റും."

ഗിരിജയും ഡോക്ടർ നിസാറും മുന്നോട്ട് നീങ്ങാതെ മടിച്ചു നിൽക്കുന്നത് കണ്ട് പിന്നിൽ നടന്നെത്തിയ സെയ്തുമുനിയും കനകരാജും കാര്യം തിരിക്കി. ഗിരിജയാണ് വിശദീകരിച്ചത്. "ഡോക്ടർക്ക് അക്രോഫോബിയ ഉണ്ട്. പാറയുടെ വശത്തുകൂടി നടക്കുമ്പോൾ തല കറങ്ങും."

കനകരാജ് ആരോടെന്നില്ലാതെ ചോദിച്ചു: "അതിനിപ്പോ എന്താ ചെയ്യാ?"

നിസ്സഹായതയോടെ നിസാർ ചോദിച്ചു: "അപ്പുറത്തെത്താൻ വേറെ വഴിയില്ലേ?"

അതുകേട്ട് കനകരാജ് ഒന്നു ചിരിച്ചു. എന്നിട്ട് തമാശ കലർന്ന സ്വരത്തിൽ പറഞ്ഞു: "വേറെ വഴിയുണ്ട്. മല ചുറ്റി വരണം. കോവിലൂരിലെത്താൻ ഇവിടന്ന് മൂന്നു ദിവസം നടക്കണം."

മുമ്പിൽ നടന്നിരുന്നവരെല്ലാം വരയാടുകളെപ്പോലെ പാറയുടെ പള്ളയിലുള്ള അരയടി ചാലിലൂടെ ഒരു വരിയായി മുമ്പോട്ടു നീങ്ങുന്നത് നിസാർ ഭയത്തോടെ നോക്കി നിന്നു.

അല്പനേരത്തെ ആലോചനയ്ക്കു ശേഷം ഗിരിജ പറഞ്ഞു: "വഴിയുണ്ട്. ഡോക്ടർ കണ്ണടച്ച് പിടിച്ച് എന്റെ തോളിൽ കൈവെച്ച് പതുക്കെ നടക്കുക. കണ്ണ് തുറന്നാലേ തലചുറ്റൽ തോന്നുന്നകയുള്ളു."

ഗിരിജ പറഞ്ഞത് ശരിയാണ്. ഒരു ഡോക്ടറായ തനിക്ക് ഇത് തോന്നിയില്ലല്ലോ. കനകരാജ് പറഞ്ഞു: "ഡോക്ടറുടെ ബാഗ് ഇങ്ങ് തന്നേക്കൂ. പാറയുടെ അപ്പുറത്തെത്തുന്നത് വരെ ലഗ്ഗേജൊന്നുമില്ലാതെ ഫ്രീയായി നടക്കൂ."

"ഓ. അതുവേണ്ട കനകരാജ്. ബാഗ് ഞാൻ തന്നെ പിടിച്ചുകൊണ്ട് ഗിരിജ പറഞ്ഞതുപോലെ നടന്നുകൊള്ളാം."

കനകരാജ് നിസാറിന്റെ കൈയിൽ നിന്നും ബാഗ് ബലമായിത്തന്നെ

പിടിച്ചുവാങ്ങി.

"നിങ്ങൾ മുമ്പിൽ നടക്കൂ. ഞങ്ങൾ പുറകെ വരാം."

നിസാർ ഗിരിജയുടെ തോളിൽ പിടിച്ച് കണ്ണടച്ച് പാറയുടെ പള്ളയിലുള്ള അരയടിപ്പാത താണ്ടാൻ തുടങ്ങി. കുറച്ച് നേരം കഴിഞ്ഞപ്പോൾ കണ്ണ് തുറന്ന് മുമ്പിൽ നടക്കുന്ന ഗിരിജയെ നോക്കണമെന്ന് അദമ്യമായ ആഗ്രഹം തോന്നി. മരണഭയം കാരണം വേണ്ടെന്നു വെച്ചു. പക്ഷേ പെട്ടെന്ന് അറിയാതെ കണ്ണു തുറന്നു പോയി. ഗിരിജയുടെ ഗരിമയുള്ള പിൻഭാഗം കണ്ണിൽ പെട്ടപ്പോൾ ഇവൾ തന്റെ ഏകാകിതയ്ക്കറുതി വരുത്തിയെങ്കിൽ എന്ന് ആഗ്രഹിച്ചു പോയി. പെട്ടെന്ന് നോട്ടം വലതുവശത്തേക്ക് അറിയാതെ തിരിഞ്ഞുപോയി. അഗാധതയിൽ മൂടൽ മഞ്ഞിന്റെ മൂടുപടമിട്ട ഘോരവനം. അതിനു നടുവിൽ കൂണുകൾ മുളച്ചതുപോലെ വട്ടത്തിലുള്ള പുല്ലുമേഞ്ഞ കുടിലുകൾ നിറഞ്ഞു നിൽക്കുന്ന ഒരു തുറസ്സിന്റെ തുരുത്ത്. വനത്തിലുള്ളിലെ ഏതെങ്കിലും ആദിവാസി ഊരായിരിക്കുമെന്ന് നിസാർ ഊഹിച്ചു. മുതുവാൻമാരും കാടരുമാണ് ഇങ്ങനെ ഘോരവനാന്തരങ്ങൾക്കുള്ളിൽ കുടിപാർക്കാൻ ഇഷ്ടപ്പെടുന്നവർ. ഇവിടെ നിന്നു വീണാൽ നിലം തൊടുന്നതിനു മുമ്പ് ജീവൻ പോകുമോ? അശുഭചിന്തകൾ മനസ്സിൽ നിന്ന് ആട്ടിയകറ്റാൻ ശ്രമിച്ചെങ്കിലും ഫലിച്ചില്ല. തലചുറ്റൽ തോന്നിയതുകാരണം നിസാർ വീണ്ടും കണ്ണുകളടച്ചു...

പാറപ്പള്ളയിലെ അരയടിപ്പാതയ്ക്കാകെ നാനൂറു മീറ്റർ നീളമെന്നാണ് കനരാജും സെയ്തുമുനിയും പറഞ്ഞത്. പക്ഷേ ജീവിതത്തിനും മരണത്തിനുമിടയിലൂടെയുള്ള ഇടനാഴിക പോലെയുള്ള ഈ പാറപ്പാതയിലൂടെയുള്ള നടത്തത്തിനു അന്തമില്ലെന്ന് തോന്നിപ്പോയി. ഏതാണ്ട് പതിനഞ്ച് മിനിട്ട് കഴിഞ്ഞപ്പോൾ നിസാർ തന്റെ താങ്ങും വഴികാട്ടിയുമായി മുമ്പിൽ നടന്നിരുന്ന ഗിരിജയോട് ചോദിച്ചു: "ഇനി എത്ര സമയമെടുക്കും?"

"പത്ത് മിനിട്ടു കൂടി വേണ്ടി വരും."

"മുമ്പേ പോയവരൊക്കെ അക്കരപ്പറ്റിയോ?"

"അവരെപ്പഴേ എത്തി. അവർ നമ്മളെ കാത്തു നിൽക്കുകയാണ്."

ഏതാണ്ട് പത്ത് മിനിട്ടോളം കഴിഞ്ഞപ്പോൾ നിസാർ കണ്ണു തുറന്നു നോക്കി. പത്തുപതിനഞ്ചടികൂടി വെച്ചാൽ മരണപ്പാതയിൽ നിന്നും ജീവിതപ്പാതയിലേക്ക് കടക്കുന്ന ദൂരത്തിലായി.

കണ്ണുകൾ തുറന്നെങ്കിലും ഗിരിജയുടെ തോളിൽ നിന്ന് കൈയെടുത്തില്ല. പാറയുടെ പള്ളയിൽ നിന്ന് മണ്ണിൽ കാലെടുത്തു വെച്ചപ്പോൾ മാത്രമേ ഗിരിജയുടെ തോളിൽ പിടിച്ചിരുന്ന കയ്യെടുത്തുള്ളൂ. അല്പദൂരം പിന്നിട്ടപ്പോൾ കുത്തനെയുള്ള ഇറക്കം തുടങ്ങി. വലിയ പർവ്വതത്തിന്റെ പാർശ്വത്തിൽക്കൂടി താഴ്വാരത്തേയ്ക്കുള്ള പ്രയാണമാരംഭിച്ചു കഴിഞ്ഞു. കനരാജ് വിളിച്ചു പറഞ്ഞു: "ചുവടുകൾ സൂക്ഷിച്ചു വെക്കണം. ചെറിയ

കല്ലിൽ ചവിട്ടി ഇറങ്ങരുത്. അത് ചിലപ്പോൾ അടർന്ന് പോയേക്കും."

അങ്ങ് താഴെ ഒരു തീപ്പെട്ടി ചരിച്ചു വെച്ചതുപോലെ ഒരു എടുപ്പ് കണ്ണിൽപ്പെട്ടു. തീപ്പെട്ടിക്കു മുമ്പിലൂടെ ഒരു നേർത്ത വര വളഞ്ഞും പുളഞ്ഞും പോകുന്നു. അങ്ങോട്ട് ചൂണ്ടിക്കൊണ്ട് ഗിരിജ പറഞ്ഞു: "കോവിലൂരിലെ പ്രൈമറിസ്കൂൾ ബിൽഡിംഗാണ് താഴെ കാണുന്നത്. അവിടെയാണ് നമ്മുടെ സ്റ്റേ." വളഞ്ഞുപുളഞ്ഞു പോകുന്ന വരയാണ് കോവിലൂർ ടോപ്സ്റ്റേഷൻ മൂന്നാർ റോഡ്. കുറച്ചിട കഴിഞ്ഞപ്പോൾ നിസാർ മുകളിലേക്ക് നോക്കി. പർവ്വതത്തിന്റെ ചരുവ് പകുതിയോളം പിന്നിട്ടിരിക്കുന്നു. മലയുടെ മുകളറ്റം കാണാൻ കഴിയുന്നില്ല. ഇരുട്ടുന്ന തിനുമുമ്പ് താഴെ എത്തണമെന്ന ഉദ്ദേശത്തോടെ എല്ലാവരും വേഗത്തി ലാണ് മരങ്ങൾക്കിടയിലൂടെയുള്ള ഒറ്റയടിപ്പാതയിലൂടെ നടക്കുന്നത്.

മരങ്ങളുടെ മറവുള്ളതു കൊണ്ട് പർവ്വതത്തിന്റെ മേലും കീഴും കാണാത്ത ഉയരത്തെ ഭയക്കാതെ മലയിറങ്ങാൻ കഴിഞ്ഞു. ഇടയ്ക്ക് ഈ ഇറക്കത്തിന് അന്ത്യമില്ലേ എന്നുപോലും ചിന്തിച്ചു പോയി. ഒടുവിൽ അങ്ങ് താഴെ നിരപ്പുള്ള ഭൂമി കണ്ണിൽപ്പെട്ടു. ഇരുട്ടുന്നതിനു മുമ്പ് മലയുടെ അടിവാരത്തിലെത്തുമെന്ന് ഉറപ്പായപ്പോഴാണ് ശ്വാസം നേരേയായത്.

മലമുകളിലായിരുന്നപ്പോൾ ചരിച്ചുവെച്ച തീപ്പെട്ടി പോലെ കാണപ്പെട്ടിരുന്ന സ്കൂൾ കെട്ടിടത്തിലെത്താൻ മലയിറങ്ങിയതിനുശേഷം കുറെ നടക്കണമായിരുന്നു. സ്കൂളിന്റെ മുറ്റത്തെത്തിയപ്പോഴേക്കും നല്ലതുപോലെ ഇരുട്ടിയിരുന്നു. സ്കൂൾ പൂട്ടിയിട്ടിരിക്കുന്നു. പരിസര ത്തെങ്ങും ആരുമില്ല. എല്ലാവരും ഭാണ്ഡങ്ങൾ സ്കൂളിന്റെ വരാന്തയിൽ ഇറക്കിവെച്ചപ്പോൾ കനകരാജ് പറഞ്ഞു: "വില്ലേജ് ഓഫീസിലായിരിക്കും സ്കൂളിന്റെ താക്കോൽ. ഞാനും നിതിനും കൂടി പോയി താക്കോൽ വാങ്ങി വരാം. സ്കൂൾ തുറന്ന് ലഗ്ഗേജെല്ലാം ഇറക്കിവെച്ചിട്ട് കോവിലൂർ സിറ്റിയി ലേക്ക് പോകാം. അവിടെ ഒരു ഹോട്ടലുണ്ട്. രാത്രി ഭക്ഷണം അവിടെയുള്ള ഹോട്ടലിൽ നിന്നു കഴിക്കാം. രവികുമാറും നന്ദസൂനുവും ഹോട്ടലിൽ പോയി നമുക്കെല്ലാവർക്കും ഭക്ഷണത്തിനു പറയണം. എന്നിട്ട് നിങ്ങൾ ഹോട്ടലിൽ തന്നെ ഇരുന്നാൽ മതി. നേരത്തേ പറഞ്ഞില്ലെങ്കിൽ ഹോട്ടൽ പൂട്ടിക്കളയും. നിങ്ങളുടെ ലഗ്ഗേജ് ഞങ്ങൾ എടുത്ത് അകത്ത് വെച്ചു കൊള്ളാം."

നിതിനും കനകരാജും ഇരുട്ടിൽ മറഞ്ഞു. നിതിൻ ഇടയ്ക്കിടയ്ക്ക് പെൻടോർച്ചിൽ നിന്നുള്ള വെളിച്ചത്തിന്റെ വജ്രായുധം കൊണ്ട് ഇരുട്ടിനെ കീറിമുറിച്ചുകൊണ്ടാണ് മുന്നോട്ട് നീങ്ങിയത്. സുനിത മൊബൈൽ ഫോൺ ഓൺ ചെയ്ത് ബാറ്ററിചാർജ്ജും റേഞ്ചും നോക്കി. എന്നിട്ട് സ്വഗതമായി പറഞ്ഞു: "ഭാഗ്യം. ചാർജ്ജുണ്ട്. പക്ഷേ റേഞ്ച് കുറവാണ്."

സുനിത മൊബൈൽ ഫോണിൽ ആരോടോ ഹല്ലോ ഹല്ലോ എന്ന് ഉറക്കെ വിളിച്ച് പറയാൻ തുടങ്ങി. കുറെ വിളിച്ചതിനുശേഷം ഇരുട്ടത്ത് വരാന്തയുടെ അറ്റത്തേക്ക് നീങ്ങി നിന്നു കൊണ്ട് പരീക്ഷണം തുടർന്നു.

കുറെ ശ്രമിച്ചപ്പോൾ മറുവശത്തു നിന്നു പറയുന്നത് കേട്ടുതുടങ്ങിയെന്ന് തോന്നുന്നു. സംഭാഷണം മുറിഞ്ഞു മുറിഞ്ഞ് തുടർന്നുകൊണ്ടുപോയി. സെയ്തുമുനിസാറും മൊബൈൽ ഫോണെടുത്ത് ഓൺ ചെയ്ത് ആയാസപ്പെട്ട് സംസാരിക്കാൻ തുടങ്ങി. അടുത്ത് ഇരുന്നിരുന്നിരുന്ന ഗിരിജയോട് നിസാർ ചോദിച്ചു: "ഗിരിജ ഫോൺ ചെയ്യുന്നില്ലേ?"

"എനിക്ക് ആർക്കും ഫോൺ ചെയ്യാനില്ല."

"അച്ഛൻ, അമ്മ... ആരുമില്ലേ?"

"അച്ഛനുണ്ട്. അമ്മ മരിച്ചുപോയി. ബ്രെസ്റ്റ് ക്യാൻസറായിരുന്നു. അച്ഛന് ഫോൺ ചെയ്യാൻ താല്പര്യമില്ല. അത്രയ്ക്കേയുള്ളു ഞാനും അച്ഛനുമായുള്ള ബന്ധം."

അല്പനേരത്തെ മൗനത്തിനുശേഷം ഗിരിജ നിസാറിനോട് ചോദിച്ചു: "ഡോക്ടർക്കും ഫോൺ ചെയ്യാനാരുമില്ലേ?"

കാഴ്ചയെ പൂർണ്ണമായും മറയ്ക്കുന്ന കൂരിരുട്ട് നല്ലൊരു മറയാണെന്ന് ഇരുവർക്കും തോന്നി. സെയ്തുമുനിയും സുനിതയും അടുത്തു ണ്ടെങ്കിലും ഇരുട്ടിന്റെ മറവിൽ അവരുടെ സാമീപ്യം ഗിരിജയും നിസാറും അറിഞ്ഞില്ല.

"ഗിരിജ സൈക്യാട്രി സോഷ്യൽ വർക്കിൽ പി.ജി ഡിപ്പ്ളോമയു ണ്ടെന്നല്ലേ പറഞ്ഞത്."

"അതെ. ഡി.പി.എസ്.ഡബ്ലിയു. ഡോക്ടർ ഞാൻ ചോദിച്ചതിനുത്തരം പറഞ്ഞില്ല."

"എന്റെ കാര്യം ഞാൻ മുമ്പ് സൂചിപ്പിച്ചല്ലോ. ഭാര്യയും മകളും വേറിട്ടുപോയി. ബാപ്പ സ്ട്രോക്ക് ബാധിച്ച് രണ്ടു കൊല്ലം കിടന്നതിനു ശേഷം മരിച്ചു. ഉമ്മയും മരിച്ചു. അനുജനും രണ്ടു സഹോദരിമാ രുമുണ്ട്. എങ്കിലും അവരുമായിട്ട് എപ്പോഴും ബന്ധപ്പെടാറില്ല. മരണം, വിവാഹം തുടങ്ങിയ സന്ദർഭങ്ങളിൽ മാത്രമേ ബന്ധപ്പെടാറുള്ളൂ."

മറുപടി ഗിരിജയെ തൃപ്തിപ്പെടുത്തിയെന്ന് തോന്നിയതുകൊണ്ട് നിസാർ കൂടുതലൊന്നും പറയാതെ പഴയ ചോദ്യത്തിലേക്ക് തിരിച്ചു വന്നു.

"ഡി. പി. എസ്. ഡബ്ലിയു. പാസ്സായിട്ട് ജോലിക്കൊന്നും ശ്രമിച്ചില്ലേ?"

"മാർത്തോമാസഭ നടത്തുന്ന മെന്റൽ ഹോസ്പിറ്റലിൽ ജോലിയു ണ്ടായിരുന്ന കാര്യം ഞാൻ ഡോക്ടറോട് പറഞ്ഞു. അവർക്ക് അവരുടെ സഭയിൽപ്പെട്ട ഒരാളെ കിട്ടി. അപ്പോൾ ഞാൻ നക്സലേറ്റ് ആക്ഷനിൽ പങ്കെടുത്ത ആളാണെന്ന് പറഞ്ഞ് ജോലിയിൽ നിന്ന് പിരിച്ചു വിട്ടു."

ആക്ഷനെയും അതിനുശേഷം ഉണ്ടായതിനെയും കുറിച്ച് അറിയണമെന്നുണ്ടായിരുന്നു നിസാറിന്. ഒരു പക്ഷേ അതിനെക്കുറിച്ച് സംസാരിക്കാൻ അവർക്കിഷ്ടമില്ലെങ്കിലോ? അതുകൊണ്ട് ചോദിച്ചില്ല.

ഗിരിജയുടെ സൗഹൃദം നഷ്ടപ്പെടരുതെന്ന് നിസാർ ഉത്ക്കടമായി ആഗ്രഹിച്ചു. ഇനിയെന്തു ചെയ്യാൻ പോകുന്നു എന്നു ചോദിക്കണമെന്നുണ്ടായിരുന്നു. പക്ഷേ പറ്റിയ വാക്കുകൾ

കിട്ടുന്നില്ല. മനോരോഗികളെ പരിശോധിക്കുമ്പോൾ അവരുടെ ചിന്തകൾ യാഥാർത്ഥ്യബോധത്തോടു കൂടിയുള്ളതാണോ എന്നറിയാൻ സാധാരണ ചോദിക്കുന്ന ചോദ്യമുണ്ട്. “എന്താണ് ഭാവി പരിപാടി? എന്താണ് ഫ്യൂച്ചർ പ്ലാൻ?” അങ്ങനെ തന്നെ ഗിരിജയോട് ചോദിച്ചാലോ? സൈക്യാട്രി സോഷ്യൽ വർക്കറായതുകൊണ്ട് അവൾക്ക് ചോദ്യത്തിന്റെ അന്തരാർത്ഥം പെട്ടെന്ന് പിടികിട്ടിയേക്കും.

മൗനവും ഇരുട്ടും ചേർന്ന് വലിയൊരു കരിമ്പടമായി നിസാറിനെയും ഗിരിജയേയും മൂടി. കരിമ്പടത്തെയും കടന്ന് മലമുകളിലെ തണുപ്പ് ശരീരങ്ങളിലേക്ക് കുത്തിക്കയറുന്നുണ്ടായിരുന്നു. അകലെ നിന്നും പെൻടോർച്ചിന്റെ വെളിച്ചം ഇരുട്ടിനെ കീറിമുറിക്കുന്നത് കണ്ണിൽപ്പെട്ടപ്പോൾ സെയ്തുമുനി ആശ്വാസത്തോടെ പറഞ്ഞു: “അവർ വരുന്നുണ്ട്. താക്കോൽ കിട്ടിക്കാണും.”

ഭാവി പരിപാടിയെക്കുറിച്ചുള്ള ചോദ്യം പിന്നീടാകാമെന്ന് നിസാർ തീരുമാനിച്ചു. കനകരാജും നിതിനും വിളിപ്പാടകലെയെത്തിയപ്പോൾ സെയ്തുമുനി ആകാംക്ഷയോടെ താക്കോൽ കിട്ടിയോ എന്ന് വിളിച്ചു ചോദിച്ചു. കിട്ടിയെന്ന് നിതിന്റെ മറുപടിയെത്തി. കനരാജ് സ്കൂൾ തുറന്നു.

“ലഗ്ഗേജ് അകത്ത് വെച്ചിട്ട് നമുക്ക് കോവിലൂർ സിറ്റിയിലേക്ക് പോകാം. ഹോട്ടലുകാരൻ നമുക്കുവേണ്ടി കാത്തിരിക്കുകയാകും. ഭക്ഷണം കഴിച്ചു വരുമ്പോൾ മെഴുകുതിരി വാങ്ങാം.”

“കോവിലൂർ സിറ്റി എവിടെയാണ്?”

സെയ്തുമുനി ചോദിച്ചു. കനകരാജ് വിശദീകരിച്ചു.

“വട്ടമല പഞ്ചായത്തിൽപ്പെട്ട ഒരു ഗ്രാമമാണ് കോവിലൂർ. കോവിലൂർ സെന്ററിനെയാണ് കോവിലൂർ സിറ്റിയെന്ന് ഇവിടത്തുകാർ പറയുന്നത്. ഇവിടത്തുകാർക്ക് എല്ലാം സിറ്റിയാണ്. രാജാക്കാട് സിറ്റി, വട്ടവട സിറ്റി, കാന്തല്ലൂർ സിറ്റി, ചിന്നക്കനാൽ സിറ്റി, സൂര്യനെല്ലി സിറ്റി, അങ്ങനെ...”

രണ്ടു വഴികൾ

ടാറിടാത്ത ചെമ്മൺപാത ഒരു വളവ് തിരിഞ്ഞപ്പോൾ അല്പമകലെ ഇല്ക്ട്രിക് ലൈറ്റുകൾ കണ്ണുകൾ ചിമ്മുന്നത് കണ്ടു. അതാണ് കോവിലൂർ സിറ്റിയെന്ന് നിസാർ ഊഹിച്ചു.

മുമ്പ് പൂണ്ടിയിൽ കണ്ട ചായക്കട പോലെയല്ല കോവിലൂർ സിറ്റിയിലെ ഹോട്ടൽ. ഹോട്ടലിനു പേരുണ്ട്. മേഴ്സി ഹോട്ടൽ ആന്റ് ടീ ഷോപ്പ്. മഞ്ഞബോർഡിൽ പച്ച നിറത്തിലെഴുതിയ പേര് മങ്ങിയ വെളിച്ചത്തിൽ വ്യക്തമായി കാണാം. റോഡിൽ നിന്ന് പതിനെട്ട് പടികളിറങ്ങിച്ചെല്ലണം ഹോട്ടലിലേക്ക്. വാതിൽക്കലും ചുവരുകളിലും വെളുത്തുള്ളിയുടെ നീണ്ടു നീണ്ടുപോകുന്ന മാലകൾ കൊളുത്തിയിട്ടിരിക്കുന്നു. പിശാചിനെ അകറ്റാനായിരിക്കുമോ വെളുത്തുള്ളിമാലകൾ തൂക്കിയിട്ടിരിക്കുന്നത്? ബ്രാം സ്റ്റാക്കറുടെ ഡ്രാക്കുള നോവലിൽ രക്തരക്ഷസ്സുകളെ അകറ്റാനായി വെളുത്തുള്ളിയുടെ തണ്ടുകൾ ജനലുകളിലും വാതിലുകളിലും തൂക്കുന്നുണ്ട്. യു.എൻ. ജനറൽ അസംബ്ലിയിൽ വെളുത്തുള്ളിയേയും സാത്താനെയും ബന്ധപ്പെടുത്തിപ്പറഞ്ഞത് വെനിസ്വേലാ പ്രസിഡന്റ് യൂഗോ ഷാവേസാണ്. ജോർജ്ജ് ഡബ്ലിയു ബുഷിന്റെ പ്രസംഗത്തിനുശേഷമായിരുന്നു ഷാവേസിന്റെ പ്രസംഗം. ബുഷിനെ കുറിച്ച് ഷാവേസ് പരാമർശിച്ചതിങ്ങനെയാണ്: "സാത്താൻ അല്പം മുമ്പാണ് ഇവിടെ വന്ന് പോയത്. വെളുത്തുള്ളിയുടെ മണം ഇപ്പോഴും ഇവിടെ തങ്ങി നില്ക്കുന്നുണ്ട്."

ഹോട്ടൽ മുതലാളിയുടെ ഇരിപ്പിടത്തിൽ വലിയ കുടവയറൻ ഇരിക്കുന്നു. മുക്കാൽ ഭാഗവും കഷണ്ടി കയറിയ തല. വട്ടമുഖത്ത് ആരെടാ എന്ന് ചോദിച്ചുകൊണ്ട് കൊമ്പൻമീശ. കഴുത്തിലെ വലിയ കൊന്ത കാണത്തക്കവിധം മുകളിലത്തെ രണ്ട് കുടുക്കുകളിടാതെ തുറന്നിട്ടിരിക്കുന്ന ഷർട്ട്. പദയാത്രാസംഘത്തിലുള്ളവർ ഹോട്ടലിലേക്ക് കടന്നപ്പോൾ ഹോട്ടൽമുതലാളിയുടെ മുഖത്തെ ഗൗരവം മഞ്ഞു പോലെ മാഞ്ഞുപോയി. മേശയ്ക്ക് മുമ്പിലെ ഇരിപ്പിടത്തിൽ നിന്നെഴുന്നേറ്റ് വന്ന് പദയാത്രാസംഘത്തെ സ്വീകരിച്ചു.

"ആദ്യം വന്ന സാറമ്മാര് പറഞ്ഞതനുസരിച്ച് എട്ട് പേരിക്ക് പൊറേട്ടേം മൊട്ടക്കറീം റെഡ്യാക്കീട്ടുണ്ട്.

വേറെന്തെങ്കിലും വേണാ?"

നിസാർ ചോദിച്ചു: "വേറെ എന്തുണ്ട്?"

"കൊറച്ച് ബീഫ് ഫ്രൈ ഇരിപ്പ്ണ്ട്. മൂന്നാലാൾക്കേ ഇണ്ടാവൂ."

ഗിരിജ ചോദിച്ചു: "എപ്പഴുണ്ടാക്ക്യേതാണ്?"

"വൈന്നാരത്തതാണ്. കേടൊന്നും പറ്റീട്ടില്ല. ഒന്നൂം കൂടെ ചൂടാക്കിത്തരാം."

ഗിരിജ തിടുക്കത്തിൽ പറഞ്ഞു" എനിക്കൊരു ബീഫ് ഫ്രൈയും കൂടി വേണം."

സെയ്തുമുനി പറഞ്ഞു" ബീഫ് തിന്നിട്ട് കുറച്ചായി. എനിക്ക് ബീഫ് വേണം."

നിസാറും പറഞ്ഞു" എനിക്കും."

സുനിതയ്ക്കും കനകരാജിനും രവികുമാറിനും ഒഴിച്ച് എല്ലാവർക്കും ബീഫ് വേണമെന്നായി.

"ഒള്ളത് അവശ്യോള്ളോർക്ക് വീതിച്ച് തരാം."

ഹോട്ടലിന്റെ അടുക്കളഭാഗത്തേക്ക് നോക്കി നീട്ടിവിളിച്ചുകൊണ്ട് പറഞ്ഞു: "മേഴ്സ്യേ, ആ ബീഫ് ഫ്രൈയിം കൂടി ഒന്നു ചൂടാക്കി എടക്ക്."

വിശപ്പിന്റെ കാഠിന്യം കൊണ്ട് മേഴ്സി ഹോട്ടൽ മുതലാളിയും ഭാര്യ മേഴ്സിയും മകളും സപ്ലൈയറും കൂടി വിളമ്പിയ ചപ്പാത്തിയും മുട്ടക്കറിയും ബീഫ് ഫ്രൈയും ആർത്തിയോടെ എല്ലാവരും കഴിച്ചു.

ഭക്ഷണം കഴിച്ച് പുറത്തേയ്ക്കിറങ്ങുമ്പോൾ കനകരാജ് ചോദിച്ചു: "കാലത്ത് ബ്രേക്ഫാസ്റ്റിന് എന്ത് കിട്ടും?"

"അപ്പോം മൊട്ടേം തരാം."

"ശരി. ഞങ്ങൾക്ക് ബ്രേക്ഫാസ്റ്റും വേണം."

ഭക്ഷണം കഴിച്ചതിന്റെ പണം കൊടുത്തുകഴിഞ്ഞപ്പോൾ ഹോട്ടലിനോട് ചേർന്നുള്ള പെട്ടിക്കടയിൽ നിന്ന് ഒരു പാക്കറ്റ് മെഴുകുതിരി വാങ്ങിക്കൊള്ളാൻ കനരാജ് നിതിനോട് പറഞ്ഞു.

പുറത്തേക്കിറങ്ങുന്നതിനു മുമ്പായി നിസാർ ഹോട്ടൽ മുതലാളിയോട് ചോദിച്ചു: "ഈ വെളുത്തുള്ളി മാലകൾ തൂക്കിയിട്ടിരിക്കുന്നതെന്തിനാണ്?"

"ങാ... അതാ? വെളുത്തുള്ളീടെ നീര് വലിയാനാണ്. നീര് വലിഞ്ഞാല് കാന്തല്ലൂര് ചന്തേല് കൊണ്ടോയി വിക്കും."

"ഇവിടെ വെളുത്തുള്ളി കൃഷിയുണ്ടോ?"

"പിന്നേ... വട്ടവടപഞ്ചായത്ത് വെളുത്തുള്ളിക്കൃഷിക്ക് ഫേമസല്ലേ. ഇവടത്തെ വെളുത്തുള്ളി വേൾഡ് ഫേമസാണ് സാറേ. ഞങ്ങക്ക് കൊറച്ച് സ്ഥലണ്ട്. അതില് ഇണ്ടാക്ക്യേതാണിത്. കൊറച്ച് വെളുത്തുള്ളി സാറിന്റെ വീട്ടിലെ ആവശ്യത്തിന് കൊണ്ടോണോ? സഹായ വെലക്ക് തരാം."

"ഇപ്പ വേണ്ട. നമ്മട പേരെന്താണ്?"

"ഔസേപ്പെന്നാണ്."

നാളെക്കാണാമെന്ന് പറഞ്ഞ് നിസാറ് പുറത്തേക്കിറങ്ങി. സ്കൂളിലെത്തിയ ഉടനെ മെഴുകുതിരി കത്തിച്ച് അതിന്റെ വെളിച്ചത്തിൽ എല്ലാവരും ബഞ്ചുകൾ കൂട്ടിയിട്ട് കിടക്കാനുള്ള വിരികൾ വിരിച്ചു. ഗിരിജയും സുനിതയും പതിവുപോലെ ഒരു മൂലയാണ് തിരഞ്ഞെടുത്തത്. എല്ലാവരും കിടക്കാനുള്ള ഒരുക്കങ്ങൾ ചെയ്തുകഴിഞ്ഞപ്പോൾ കനകരാജ് പറഞ്ഞു: "നമുക്ക് അഞ്ച് മിനിട്ടിരിക്കണം. നാളത്തെ പ്രോഗ്രാമിനെക്കുറിച്ച് ആലോചിക്കാനുണ്ട്."

എല്ലാവരും വന്ന് കനകരാജിന് ചുറ്റുമായി ഇരുന്നു കഴിഞ്ഞപ്പോൾ കനകരാജ് ആരംഭിച്ചു. "ഞങ്ങൾ വില്ലേജാഫീസിലേക്ക് നടക്കുമ്പോൾ മൂന്നാറിലെ റ്റീ കമ്പനി എം. ഡി. എന്നെ മൊബൈലിൽ വിളിച്ചിരുന്നു.

നാളെ വൈകിട്ട് മൂന്നു മണിക്ക് റ്റീ കമ്പനി നമുക്കായി ഒരു സ്വീകരണം ഏർപ്പാട് ചെയ്തിട്ടുണ്ട്. രണ്ടര മണിക്കെങ്കിലും എത്തിച്ചേരണമെന്നാണ് അദ്ദേഹം പറഞ്ഞത്. പ്രോഗ്രാം തുടങ്ങാൻ വൈകിയാൽ എല്ലാവരും സ്ഥലം വിടും. മൂന്നാറിൽ നൈറ്റ് ടെംബറേച്ചർ ചെലപ്പം സീറോയിലും താഴെ പോകും. വൈകുന്നേരം മുതലേ തണുപ്പ് കൂടാൻ തുടങ്ങും. സ്വീകരണത്തിന്റെ പ്രോഗ്രാം കഴിഞ്ഞാൽ നമുക്ക് റ്റീ കമ്പനിയുടെ ഗസ്റ്റ് ഹൗസിൽ രാത്രി തങ്ങാം. രാവിലെ അവരുടെ വണ്ടിയിൽ നമുക്ക് രാജമലയിൽ പോയി അവിടെ ട്രെക്കിം നടത്തി അവിടെയുള്ള കുറിഞ്ഞി കാണാം. വരയാടുകളേയും കാണാം. അതുകഴിഞ്ഞ് നമുക്ക് ഡിസ് പേഴ്സ് ചെയ്യാം. നാളെ മൂന്നു മണിക്ക് മുമ്പ് മൂന്നാറിലെത്തണമെങ്കിൽ പത്ത് മണിക്ക് കോവിലൂരിൽ നിന്ന് പുറപ്പെടുന്ന ബസ്സിൽ പോകണം. അതിരാവിലെ മുതൽ നടന്നാലും നമ്മള് നാല് മണിക്ക് മൂന്നാറിലെത്തില്ല. നാല്പത്തഞ്ച് കിലോമീറ്ററാണ് ഇവിടന്നുള്ള ഡിസ്റ്റൻസ്. ടോപ് സ്റ്റേഷൻ വഴിയാണ് പോകണ്ടത്. വെസ്റ്റേൺഗാട്ടിന്റെ ഹയസ്റ്റ് പോയിന്റാണ് ടോപ് സ്റ്റേഷൻ. വേഗം നടക്കാൻ പറ്റില്ല. അതുകൊണ്ടാണ് ബസ്സിൽ പോകാമെന്ന് പറഞ്ഞത്. ഇനി എന്ത് വേണമെന്ന് നിങ്ങൾ അഭിപ്രായം പറയണം.”

കനകരാജ് നിറുത്തിയ ഉടനെ തന്നെ ഗിരിജ ചോദ്യമുന്നിയിക്കാൻ അവസരം കാത്തിരുന്നതു പോലെ പെട്ടെന്ന് ചോദിച്ചു: “കനകരാജ് സാറ് സ്വീകരണത്തിന്റെ കാര്യം ഇന്നേ അറിഞ്ഞൊള്ളോ?”

കനകരാജിന്റെ മുഖം ചുരുങ്ങുന്നത് മെഴുകുതിരി വെളിച്ചത്തിൽ നിസാർ വ്യക്തമായി കണ്ടു. ചോദ്യം ഇഷ്ടപ്പെട്ടില്ലെന്ന് വ്യക്തം. എങ്കിലും മറുപടി പറയാതിരിക്കാൻ നിർവ്വാഹമില്ലാത്തതുകൊണ്ട് കനകരാജ് സാവകാശം പറഞ്ഞു.

“കൊടൈക്കനാലിലേക്ക് പുറപ്പെടുന്നതിനു മുമ്പ് ഞാൻ ടീ കമ്പനി എം. ഡിയെ വിളിച്ചിരുന്നു. നമ്മൾ മുമ്പ് നടത്തിയ പദയാത്ര പുറപ്പെടു ന്നതിനു മുമ്പും ഞാൻ ടീ കമ്പനി മാനേജരെ ബന്ധപ്പെട്ടിരുന്നു. വെസ്റ്റേൺ ഗാട്ടിൽ നേച്ചർ ലവേഴ്സ് എന്ത് പരിപാടി നടത്തിയാലും ടീ കമ്പനി വേണ്ട സഹായം ചെയ്തു തരും. നമുക്ക് മാത്രമല്ല. എല്ലാ എൻ. ജി. ഓസിനെയും അവർ സഹായിക്കാറുണ്ട്. എന്തെങ്കിലും ആവശ്യമായി വന്നാൽ പറയാൻ മടിക്കരുതെന്നും എന്നോട് പറഞ്ഞിട്ടുണ്ട്. ട്രെക്കിംഗിനു

വേണ്ട എല്ലാ സാമഗ്രികളും അവരുടെ കൈയിലുണ്ട്. അതു കൊണ്ടാണ് ഞാൻ ടീ കമ്പനി മാനേജരെ വിളിച്ചത്. ഇത്തവണ പദ യാത്രാസംഘം മൂന്നാറിലെത്തുമ്പോൾ ഒരു സ്വീകരണം ഏർപ്പെടുത്തു മെന്ന് മാനേജർ അന്ന് തന്നെ ഇങ്ങോട്ട് പറഞ്ഞതാണ്. ഞാൻ വേണ്ടെന്ന് പറഞ്ഞില്ല. കാരണം നമ്മുടെ ഈ എക്സ്പെഡിഷനു പബ്ലിസിറ്റി കിട്ടാൻ സഹായമാവുമല്ലോ എന്നു കരുതിയാണ് സമ്മതിച്ചത്. നാളെ മൂന്നുമണി ക്കാണ് അറേഞ്ച് ചെയ്തിരിക്കുന്നതെന്ന് ഇപ്പഴാണ് വിളിച്ചു പറഞ്ഞത്.

കനകരാജിന്റെ സ്വരത്തിനു ക്ഷമാപണത്തിന്റെ ധ്വനിയുണ്ടായിരുന്നു. അല്പനേരത്തെ മൗനത്തിനു ശേഷം കനകരാജ് ശങ്കയോടെ തുടർന്നു: "കോവിലൂർ നിന്ന് മൂന്നാർ വരെ കുറിഞ്ഞിപ്പുൽമേടുകളൊന്നുമില്ല. പിന്നെ രാജമലയിലേയുള്ളൂ. അതുവരെ നമ്മളെന്തിനു വെറുതെ നടക്കുന്നു? അതുകൊണ്ട് കോവിലൂരിൽ നിന്ന് ബസ്സിന് മൂന്നാറിലെത്തുമെന്നും വൈകിട്ട് മൂന്നു മണിക്ക് സ്വീകരണയോഗം തുടങ്ങാമെന്നും ഞാൻ പറഞ്ഞു."

ഗിരിജ ശബ്ദം ഉയർത്തിക്കൊണ്ട് പറഞ്ഞു: "നമ്മൾ ഇതുവരെ നടന്ന വഴികളിൽ കുറിഞ്ഞിപ്പുൽ മേടുകൾ എത്രയുണ്ടായിരുന്നു? കോവിലൂർ മുതൽ മൂന്നാറ് വരെ കുറിഞ്ഞിപ്പുൽമേടുകൾ ഇല്ലാത്തതു കാരണം ബസ്സിൽ പോകാമെന്നു പറയുന്നതിൽ യാതൊരു ലോജിക്കുമില്ല. നമ്മള് കൊടൈക്കനാൽ ബോട്ട് ക്ലബ്ബിനു മുമ്പിൽ വെച്ച് നടത്തിയ പ്രസ് കോൺഫറൻസിൽ പറഞ്ഞത് സാറിനോർമ്മയുണ്ടോ? കൊടൈക്കനാൽ മുതൽ മൂന്നാർ വരെ പദയാത്ര നടത്തുമെന്നല്ലേ? പത്രക്കാരൻ ചോദിച്ചതും മറുപടി പറഞ്ഞതുമൊക്കെ മറന്നുപോയോ? മറക്കാൻ അധികനാളൊന്നുമായില്ലല്ലോ കനകരാജ് സാറെ. അക്കാര്യം ഏതെങ്കിലും പത്രപ്രതിനിധി ചൂണ്ടിക്കാണിച്ച് ചോദിച്ചാൽ നമുക്ക് മറുപടി ഇല്ലാതെ വരില്ലേ?"

നിതിൻ ഇടയ്ക്ക് കയറിപ്പറഞ്ഞു: "ഓ... അങ്ങനെയൊന്നും ആരും ചോദിക്കൂല ചേച്ചീ."

"നിതിന് ഉറപ്പുണ്ടോ?"

"എനിക്കങ്ങനാ തോന്നുന്നത്."

ഗിരിജ എടുത്തടിച്ചതുപോലെ പറഞ്ഞു: "എനിക്കങ്ങനെ തോന്നുന്നില്ല. ഇനി ആര് ചോദിച്ചാലും ചോദിച്ചില്ലെങ്കിലും നമ്മള് പറഞ്ഞതിൽ സ്റ്റിക്കോൺ ചെയ്യണമെന്നാണ് എന്റെ ഒപ്പിനിയൻ."

രവികുമാർ അല്പം ശങ്കയോടെ സംശയം ഉന്നയിക്കുന്നതുപോലെയാണ് പറഞ്ഞത്.

"നമ്മുടെ ക്യാമ്പെയിന് പബ്ലിസിറ്റി കിട്ടാൻ മൂന്നാറിൽ നടക്കുന്ന ഫങ്ഷൻ സഹായിക്കൂലെ?"

"കൊള്ളാം. പബ്ലിസിറ്റിക്കുവേണ്ടി തേയിലത്തോട്ടം മുതലാളിയുടെ സ്വീകരണത്തിൽ പങ്കെടുക്കുക! എന്തൊരു സ്റ്റുപ്പിഡ് ഐഡിയ."

രവികുമാറിന് ഗിരിജയോട് പകരം വീട്ടാൻ ഒരവസരം കിട്ടി.

"എല്ലാവരും വാക്കുകൾ ഉപയോഗിക്കുന്നത് സൂക്ഷിച്ചു വേണം. എല്ലാവർക്കും അഭിപ്രായം പറയാനുള്ള അവകാശമുണ്ട്. ഒരാൾ പറയുന്നത് സ്റ്റുപ്പിഡ് ഐഡിയ ആണെന്ന് ആക്ഷേപിക്കാൻ ആർക്കും അവകാശമില്ല."

രവികുമാർ പറഞ്ഞത് ഗിരിജ നിസ്സാരമാക്കി.

“നമ്മുടെ എക്സ്പെഡിഷനു പബ്ലിസിറ്റി കിട്ടാൻ ടീ കമ്പനി മുതലാളിയുടെ സഹായമൊന്നും ആവശ്യമില്ല. നമ്മുടെ എക്സ്പെഡിഷന്റെ ഫൈൻഡിംഗ്സ് ക്രോഡീകരിച്ച് നല്ലൊരു ഹാൻഡ് ഔട്ട് തയ്യാറാക്കി മൂന്നാറിൽ വെച്ച് നമ്മൾ തന്നെ ഒരു പ്രസ് കോൺഫറൻസ് നടത്തുകയാണ് വേണ്ടത്.”

കനരാജ് അനുനയസ്വരത്തിൽ പറഞ്ഞു: “അങ്ങനെ നമ്മുടെ സ്വന്തം പ്രസ്കോൺഫറൻസ് നടത്തിയാൽ മീഡിയ വേണ്ടതുപോലെ റെസ്പോൺഡ് ചെയ്തെന്നു വരില്ല.”

അനുനയത്തിന് താൻ വശംവദയാകുകയില്ലെന്ന് വ്യക്തമാക്കുന്ന രീതിയിലായിരുന്നു ഗിരിജയുടെ പ്രതികരണം.

“ടീ എസ്റ്റേറ്റ് മുതലാളി നൽകുന്ന സ്വീകരണത്തിൽ ഞാൻ പങ്കെടുക്കുന്നില്ല. അവരുടെ ഗസ്റ്റ്ഹൗസിൽ ഞാൻ തങ്ങുന്നുമില്ല. എനിക്ക് അവരുടെ ഗെസ്റ്റായിരിക്കാൻ സാദ്ധ്യമല്ല. പ്രോഗ്രാം തുടങ്ങുന്നതിനു മുമ്പ് ഇക്കാര്യം കനകരാജ്സാറ് തുറന്നു പറഞ്ഞിരുന്നെങ്കിൽ ഞാൻ അപ്പഴേ ഒബ്ജക്റ്റ് ചെയ്യുമായിരുന്നു. അത് അപ്പോൾ തുറന്നു പറയാതെ അവസാനം പറയുന്നത്, ഐ തിങ്ക് ഈസ് എ കൈൻഡ് ഓഫ്...”

ഗിരിജ അവസാനത്തെ വാക്ക് പറഞ്ഞില്ല. പക്ഷേ, എല്ലാവരും ഊഹിച്ചെടുത്തു. എല്ലാവരും മൗനത്തിലാണ്ടു. നിസാർ ആലോചിച്ചു. തർക്കത്തിൽ പങ്കെടുക്കണോ? ഗിരിജ പറഞ്ഞത് ശരിയല്ലേ? തേയിലക്കമ്പനി ഇന്ത്യയിലെ വമ്പൻ കുത്തകയാണ്. അവരുടെ പ്രകൃതിസ്നേഹം വെറും തട്ടിപ്പാണ്. വനങ്ങൾ കൈയേറി നശിപ്പിച്ചുകൊണ്ടിരിക്കുന്നത് അവരാണ്. അവരുടെ ആതിഥ്യം സ്വീകരിക്കുന്നത് പ്രകൃതിസ്നേഹികൾക്കു ചേർന്നതല്ല. തന്റെ അഭിപ്രായം തുറന്നു പറയാൻ നിസാർ തീരുമാനിച്ചു.

“കൊടൈക്കനാലിൽ നിന്ന് മൂന്നാർ വരെ പദയാത്ര നടത്തുന്നു എന്ന പത്രവാർത്ത കണ്ടാണ് ഞാൻ ഇതിൽ പങ്കെടുക്കാൻ തീരുമാനിച്ചത്. ഇടയ്ക്ക് വെച്ച് പദയാത്ര നിറുത്തി ബസ്സിൽ പോകുന്നത് ശരിയല്ലെന്ന് എനിക്കു തോന്നുന്നു. അതും വെസ്റ്റേൺഗാട്ടിലെ വനനശീകരണത്തിൽ വലിയ പങ്കുവഹിച്ച ഒരു തേയിലത്തോട്ടം ഉടമയുടെ സ്വീകരണത്തിൽ പങ്കെടുക്കാൻ വേണ്ടി. അത് ശരിയല്ലെന്നാണ് എന്റെ അഭിപ്രായം.”

ഒരാളുടെ പിൻബലം കിട്ടിയപ്പോൾ ഗിരിജയ്ക്ക് ഉഷാറായി.

“ബസ്സിൽ പോകുന്നതിനോടൊന്നും എതിർപ്പില്ല. പക്ഷേ, തേയിലത്തോട്ടം മുതലാളിയുടെ സ്വീകരണത്തിൽ പങ്കെടുക്കുന്നതും അതിനു വേണ്ടി പദയാത്ര ഇടയ്ക്ക് വെച്ച് അവസാനിപ്പിച്ച് ബസ്സ് യാത്ര ആക്കുന്നതും ശരിയല്ലെന്ന് തന്നെയാണ് എന്റെ അഭിപ്രായം.”

കനകരാജ് തന്ത്രപൂർവ്വം പറഞ്ഞു: "മറ്റുള്ളവരും അഭിപ്രായം പറയട്ടെ. ഭൂരിപക്ഷാഭിപ്രായമനുസരിച്ച് നമുക്ക് തീരുമാനിക്കാം."

അല്പനേരം എല്ലാവരെയും നോക്കിയിരുന്നതിനുശേഷം കനകരാജ് തുടർന്നു.

'ടീ കമ്പനി ഉടമകൾ സാധാരണ ക്യാപിറ്റലിസ്റ്റുകളെപ്പോലെയല്ല. അവർ ഇക്കോളജിയെ പ്രൊട്ടക്റ്റ് ചെയ്യാൻ വളരെയധികം സഹായിക്കുന്നുണ്ട്. രാജമല മുഴുവൻ അവരുടെ വകയാണ്. അവിടെ പള്ളിവാസൽ തോട്ടത്തേക്കാൾ വലിയൊരു തേയിലത്തോട്ടം ഉണ്ടാക്കാമായിരുന്നു. അതു വേണ്ടെന്ന് വെച്ചാണ് എക്സ്റ്റിംഗ്ഷന്റെ ബ്രിമ്മിലെത്തിയ കുറിഞ്ഞിയെയും വരയാടുകളെയും സംരക്ഷിക്കാനായി ടീ പ്ലാന്റേഷനാക്കാതെ സംരക്ഷിച്ചു നിറുത്തിയിരിക്കുന്നത്. ഏത് ക്യാപിറ്റലിസ്റ്റ് അങ്ങനെ ചെയ്യും?"

മറ്റുള്ളവർ എന്തെങ്കിലും പറയുന്നതിനു മുമ്പായി ഗിരിജ തിടുക്കത്തിൽ പറഞ്ഞു.

"കഷ്ടിച്ച് മൂന്നൂറേക്കർ വരുന്ന ഒരു രാജമല ഒഴിവാക്കിയതുകൊണ്ട് പ്രകൃതി സംരക്ഷകരെന്ന് ടീ കമ്പനി മുതലാളിയെ വിശേഷിപ്പിക്കുന്നതിനോട് എനിക്ക് യോജിക്കാനൊന്നും കഴിയില്ല മിസ്റ്റർ കനകരാജ്. ഒന്നാമത്തെക്കാര്യം രാജമല എന്നു പറയുന്നത് വെസ്റ്റേൺ ഗാട്ടിന്റെ ഭാഗമാണ്. പിന്നെങ്ങനെ അത് കമ്പനി മുതലാളിയുടെ സൗജന്യമെന്ന് പറയാൻ കഴിയും? രണ്ടാമത്തെ കാര്യം ലക്ഷക്കണക്കിന് ഏക്കർ വനം നശിപ്പിച്ച് തേയിലത്തോട്ടവും യൂക്കാലിത്തോട്ടവുമാക്കിയതിനു ശേഷമാണ് ഒരു രാജമല മാത്രം ഒഴിവാക്കിയത്. അത് ജനങ്ങളുടെയും പ്രകൃതിസ്നേഹികളുടെയും കണ്ണിൽ പൊടിയിടാനുള്ള അടവാണ്. അതിലൊന്നും നമ്മൾ വീഴരുത്."

കനകരാജ് തേയിലത്തോട്ടം മുതലാളിക്കു വേണ്ടി വീണ്ടും വാദിച്ചു.

"വനങ്ങൾ നശിപ്പിച്ച് തേയിലത്തോട്ടങ്ങളാക്കിയത് ടീ കമ്പനിയുടെ ഇപ്പോഴത്തെ ഉടമകളല്ലല്ലോ."

കനകരാജിനെ തുടരാനനുവദിക്കാതെ ഗിരിജ ഇടപെട്ടു.

"സായിപ്പൻമാരാണ് വനം വെട്ടിത്തെളിച്ച് തേയിലത്തോട്ടം ഉണ്ടാക്കിയത്. സമ്മതിച്ചു. പക്ഷേ കൊളോണിയലിസത്തിന്റെ പിന്തുടർച്ചാവകാശികളാണ് ഇന്ത്യയിലെ കുത്തകമുതലാളിമാർ. ഇപ്പോഴത്തെ തോട്ടം മുതലാളി അവരിലൊരാളാണ്. അതുകൊണ്ടാണ് ഞാനയാൾ നൽകുന്ന സ്വീകരണത്തിൽ പങ്കെടുക്കില്ലെന്ന് പറഞ്ഞത്."

കനകരാജ് പറഞ്ഞു: "ശരി, ശരി. മറ്റുള്ളവരും അഭിപ്രായം പറയട്ടെ. സെയ്തുമുനിസാറെന്ത് പറയുന്നു?"

സെയ്തുമുനി ഇടതുപക്ഷക്കാരനെന്ന് അറിയപ്പെടുന്ന ആളാണ്. ഗിരിജയുടെ അഭിപ്രായത്തോട് പൂർണ്ണമായും യോജിക്കുമെന്നാണ്

നിസാർ കരുതിയത്. സെയ്തുമുനി ഒന്നു മടിച്ചു നിന്നതിനുശേഷമാണ് അഭിപ്രായം പറയാൻ തുടങ്ങിയത്.

"ഗിരിജ പറഞ്ഞതിനോട് എനിക്ക് യോജിപ്പാണ്. പക്ഷേ നമ്മള് ടീ കമ്പനി സംഘടിപ്പിക്കുന്ന സ്വീകരണയോഗത്തിൽ പങ്കെടുക്കണമെന്നാണ് എന്റെ അഭിപ്രായം. നമ്മുടെ പദയാത്രക്ക് ഒരു പബ്ലിസിറ്റി കിട്ടാൻ അത് സഹായിക്കും."

സെയ്തുമുനി അഭിപ്രായം പറഞ്ഞതോടെ നിതിനും പക്ഷി നിരീക്ഷകരായ നന്ദസൂനുവും രവികുമാറും ആ അഭിപ്രായത്തോട് യോജിച്ചു. സുനിത ഏറ്റവും ഒടുവിലാണ് അഭിപ്രായം പറഞ്ഞത്: "മൂന്നാറിൽ ടീ കമ്പനി ഏർപ്പെടുത്തിയ സ്വീകരണത്തിൽ പങ്കെടുക്കുന്നത് നല്ലതാണെന്നാണ് എനിക്ക് തോന്നുന്നത്. യോഗത്തിൽ നമുക്കൊക്കെ അഭിപ്രായം പറയാനുള്ള അവസരം ഉണ്ടാകൂലേ? ഇനി ഇല്ലെങ്കിൽ തന്നെ പിറ്റേന്ന് നമുക്ക് സ്വന്തമായി ഒരു പ്രസ്കോൺഫ്രൻസ് വിളിച്ചുകൂട്ടി കാര്യങ്ങൾ പറയാമല്ലോ."

ഗിരിജ സുനിതയെ രൂക്ഷമായി നോക്കി. സുനിത മുഖം കുനിച്ചു. ഗിരജ അഭിപ്രായത്തിൽ ഉറച്ചു നിന്നു.

"തേയിലത്തോട്ടം മുതലാളി പദയാത്രാസംഘത്തിനു സ്വീകരണം നൽകുന്നതിനു പിന്നിൽ അയാളുടെ താല്പര്യം കാണും. അതിനു കൂട്ടുനിൽക്കുന്നത് ശരിയല്ലെന്ന് തന്നെയാണ് എന്റെ അഭിപ്രായം. നമുടെ പദയാത്രയെക്കുറിച്ചും പഠനങ്ങളെക്കുറിച്ചും ജനങ്ങളിലെത്തിക്കാൻ നമ്മുടെ സ്വന്തം മാർഗ്ഗങ്ങൾ നോക്കണം."

കനകരാജും ഉറച്ച തീരുമാനത്തിൽ തന്നെയായിരുന്നു."എനിക്ക് ഭൂരിപക്ഷത്തിന്റെ അഭിപ്രായമനുസരിച്ചേ തീരുമാനിക്കാൻ കഴിയൂ. നാളെ പത്തു മണിക്കുള്ള ബസ്സിൽ നമുക്ക് മൂന്നാറിലേക്ക് പോകാം. അത് രണ്ടു മണിക്കു മുമ്പ് മൂന്നാറിലെത്തും. സ്വീകരണച്ചടങ്ങിൽ പങ്കെടുത്ത ശേഷം രാത്രി ടീ കമ്പനിയുടെ ഗസ്റ്റ്ഹൗസിൽ തങ്ങാം. പിറ്റേന്ന് രാവിലെ രാജമലയ്ക്ക് പുറപ്പെടാം. രാജമല സന്ദർശനത്തോടെ നമ്മുടെ പദയാത്ര അവസാനിക്കും. തിരിച്ച് മൂന്നാറിൽ വന്ന് സുനിത പറഞ്ഞതുപോലെ നമ്മുടെ സ്വന്തം പ്രസ്കോൺഫറൻസ് നടത്താം. എന്നിട്ട് ഡിസ്പേഴ്സ് ചെയ്യാം."

കനകരാജ് പറഞ്ഞു കഴിഞ്ഞപ്പോൾ സാന്ദ്രമായ മൗനം അന്തരീക്ഷത്തിൽ തളം കെട്ടി നിന്നു. എന്താണ് പറയേണ്ടതെന്ന് ഡോക്ടർ നിസാറിന് തിട്ടമില്ലായിരുന്നു. ഗിരിജ വീണ്ടും സുനിതയെ രൂക്ഷമായി നോക്കിയതിനുശേഷം ദൃഢമായ സ്വരത്തിൽ പറഞ്ഞു.

"ടീ കമ്പനിയുടെ സ്വീകരണച്ചടങ്ങിൽ നിന്നു കിട്ടുന്ന പബ്ലിസിറ്റിക്കു പുറമേ മറ്റൊരു പത്രസമ്മേളനം. മാധ്യമങ്ങൾക്കു വേറെ തൊഴിലൊന്നുമില്ല. എന്തെല്ലാം വിഢിത്തങ്ങളാണ് വിളമ്പുന്നത്. തേയിലക്കമ്പനിയുടെ ആതിഥ്യം സ്വീകരിക്കാനുള്ള വ്യഗ്രതയാണ് കാണിക്കുന്നത്. അതിനു വേണ്ടി ഓരോ മുടന്തൻ ന്യായങ്ങൾ പറയുന്നു. ആരെല്ലാം

പങ്കെടുത്താലും ഞാൻ തേയിലത്തോട്ടം മുതലാളി സംഘടിപ്പിക്കുന്ന സ്വീകരണച്ചടങ്ങിൽ പങ്കെടുക്കുന്നില്ല. എന്റെ അഭിമാനബോധം അതിനനുവദിക്കുന്നില്ല."

സുനിതയുമായി വേർപിരിയുന്നതിന്റെ സൂചനയായാണ് ആ വാക്കുകളെ നിസാർ വിലയിരുത്തിയത്. ആരെല്ലാം പങ്കെടുത്താലും എന്നത് സുനിതയെ ഉദ്ദേശിച്ച് തന്നെയെന്ന് നിസാറിനു തോന്നി. അല്പനേരത്തെ നിശ്ശബ്ദതയ്ക്ക് ശേഷം ഗിരിജ തുടർന്നു.

"ഇതുവരെയുള്ള കണക്കുകൾ നോക്കണം. പദയാത്ര കഴിഞ്ഞല്ലോ. എന്റെ വിഹിതം എത്രയെന്ന് പറയണം. നമ്മളിനി രണ്ടു വഴിക്കാണ്... അല്ലെങ്കിൽ വേണ്ട. ഞാൻ വേറേ വഴിക്കാണ്."

നിസാറിന് പെട്ടെന്ന് ആശയം തോന്നി. താനും ഗിരിജയോടൊപ്പം പദയാത്ര അവസാനിപ്പിക്കുകയാണ്. ഗിരിജയോടൊന്നിച്ച് നാട്ടിലേക്ക് മടങ്ങാം. ഗിരിജയോട് കൂടുതൽ അടുക്കാനുള്ള വഴിയാണത്.

"എന്റെ വിഹിതവും എത്രയെന്ന് നോക്കിപ്പറയണം."

കനകരാജ് കൂസലില്ലാതെ പറഞ്ഞു.

"ശരി. നിതിൻ, നമുക്ക് കണക്കുകൾ ഇന്നു തന്നെ സെറ്റിൽ ചെയ്യാം. നാളെ രാവിലെ മുതലുള്ള ചെലവുകൾ അപ്നാ അപ്നാ."

"കണക്കുകളെല്ലാം റെഡിയാണ്. ഡിവൈഡ് ചെയ്താൽ മതി." നിതിൻ പറഞ്ഞു.

ചെറിയ നോട്ടു പുസ്തകം എടുത്ത് പേജുകൾ മറിച്ചു നോക്കിയിട്ട് നിതിൻ തുടർന്നു. -ഇതുവരെയുള്ള ആകെ ചെലവ് ത്രീ തൗസന്റ് ഫോർ ഹണ്ട്രഡ്. അതിനെ എട്ടു കൊണ്ട് ഡിവൈഡ് ചെയ്താൽ ഒരാൾക്ക് നാനൂറ്റി ഇരുപത്തഞ്ച്. ഇരുന്നൂറു രൂപ അഡ്വാൻസ് തന്നത് കഴിച്ചാൽ ഇരുന്നൂറ്റി ഇരുപത്തഞ്ച്.

അത് കേട്ടപടി ഗിരിജ കൈയിലിരുന്ന ചെറിയ പഴ്സിൽ നിന്നും മൂന്ന് നൂറിന്റെ നോട്ടുകൾ എടുത്തു കൊടുത്തു. നിതിൻ അത് വാങ്ങിയിട്ട് ബാക്കി കൊടുത്തപ്പോൾ ഗിരിജ യോഗത്തിൽ നിന്നും വാക്കൗട്ട് നടത്തുന്നതുപോലെ എഴുന്നേറ്റു. സ്കൂളിന്റെ മൂലയിൽ ബഞ്ചുകൾ ചേർത്തിട്ടിരുന്നതിനെ ലക്ഷ്യമാക്കി നടന്നു.

നിസാർ പഴ്സ് തുറന്ന് രണ്ട് നൂറിന്റെ നോട്ടുകളും മൂന്നു പത്തിന്റെ നോട്ടുകളുമെടുത്ത് നിതിനെ ഏല്പിച്ചു. നിതിൻ ഉടൻ തന്നെ അഞ്ച് രൂപ ബാക്കി കൊടുത്തു. ഡോക്ടർ നിസാറും എഴുന്നേറ്റ് സ്കൂൾ ഹാളിന്റെ ഏതാണ്ട് മദ്ധ്യത്തിലായി രണ്ട് ബഞ്ചുകൾ കൂട്ടിച്ചേർത്ത് അതിൻമേൽ ഷീറ്റ് വിരിച്ച് കിടന്നു. നിസാറും ഗിരിജയും പോയതിനുശേഷം ബാക്കിയുള്ളവർ കൂടിയാലോചന തുടർന്നു. അവർ പറയുന്നത് കേൾക്കാൻ നിസാർ ചെവി വട്ടം പിടിച്ചു നോക്കിയെങ്കിലും ഒന്നും വ്യക്തമായി കേൾക്കാൻ കഴിഞ്ഞില്ല.

രണ്ട് ഷീറ്റുകൾ കൊണ്ട് പുതച്ചിട്ടും തണുപ്പ് ശരീരത്തിലേക്ക് കുത്തിക്കയറിയതുകൊണ്ട് നിസാറിന് ഉറങ്ങാൻ കഴിഞ്ഞില്ല. തണുപ്പ് മാത്രമല്ല ഉറക്കം വരാത്തതിനു കാരണം. ഗിരിജയുടെ അഭിപ്രായത്തോട് യോജിച്ചുകൊണ്ട് പദയാത്രാ സംഘത്തിൽ നിന്നും വേറിട്ട് പോന്നത് ശരിയായോ? ഗിരിജ ചെയ്തതു കൊണ്ടല്ലേ താനും അങ്ങനെ ചെയ്തത്? ഗിരിജയുമായി കൂടാൻ ചെയ്ത പണിയായിരുന്നില്ലേ അത്? അങ്ങനെ ആണെങ്കിൽ തന്നെ എന്താണ് തെറ്റ്? ഗിരിജ പറഞ്ഞത് ശരിയല്ലേ? പശ്ചിമഘട്ടത്തിന്റെ നല്ലൊരു ഭാഗത്ത് പ്രകൃതിക്ക് വിനാശം വരുത്തിയതിനുശേഷം മൂന്നാറിനെ മുഴുവൻ അടക്കിവാഴുന്ന ഒരു മുതലാളി ഒരുക്കുന്ന സ്വീകരണയോഗത്തിൽ പങ്കെടുക്കുകയും അയാളുടെ ആതിഥേയത്വം സ്വീകരിക്കുകയും ചെയ്യുന്നത് പ്രകൃതിസ്നേഹികൾക്ക് ചേർന്ന പണിയല്ലല്ലോ. എന്നു മുതലാണ് പ്രകൃതി സ്നേഹിയായത്? ഗിരിജയ്ക്ക് വേണ്ടിയല്ലേ പ്രകൃതിസ്നേഹിയുടെ വേഷം കെട്ടുന്നത്? ആയിക്കോട്ടെ. അതത്ര മോശമായ കാര്യമല്ലല്ലോ. ഗിരിജ ആർജ്ജവമുള്ള ഒരുവളല്ലേ? വിപ്ലവത്തിന്റെ റൊമാന്റിക്ക് വീക്ഷണത്തിൽ നിന്നു യാഥാർത്ഥ്യബോധത്തിലേക്ക് വന്ന ഇരുത്തം വന്ന വനിതയല്ലേ? അവരുമായുള്ള അടുപ്പം തനിക്ക് ഇഷ്ടപ്പെട്ട ഒന്നാണ്...

നിസാറിനു ദുഃഖം തോന്നി. വളരെക്കാലത്തെ ഒറ്റപ്പെടലിനുശേഷം കുറെ പ്രകൃതിസ്നേഹികളുടെ സഹവാസത്തിൽ സന്തോഷത്തോടെ കുറച്ച് ദിവസങ്ങൾ കഴിയാൻ അവസരം നൽകിയ പദയാത്ര ഇങ്ങനെ സംഘർഷത്തിൽ അവസാനിച്ചതിൽ നിസാറിന്റെ മനസ്സ് വേദനിച്ചു. മൂന്നു ദിവസം പോയത് അറിഞ്ഞതേയില്ല. എത്രയോ കാലത്തിനു ശേഷമാണ് താൻ ഇങ്ങനെ സന്തോഷം അനുഭവിച്ചത്. ഗിരിജ വാശി ഉപേക്ഷിച്ച് പദയാത്രാസംഘത്തോടൊപ്പം മൂന്നാറിലേക്ക് പോയിരുന്നെങ്കിൽ എന്ന് നിസാർ ആശിച്ചു.

എല്ലാവരും ഉറക്കത്തിലാണ്ടു പോയിരിക്കുന്നു. പലരുടെയും കൂർക്കംവലി കേൾക്കാം. പകൽ മുഴുവൻ നടത്തിയ സാഹസികമായ നടത്തത്തിന്റെ ക്ഷീണത്തിൽ എല്ലാവരും നല്ല ഉറക്കത്തിലാണ്. തനിക്കു മാത്രം ഉറക്കം വരാത്തതെന്തെന്ന് നിസാർ അദ്ഭുതപ്പെട്ടു. അപ്രതീക്ഷിതമായി പദയാത്രാസംഘത്തിൽ നിന്നു വേറിട്ടതിന്റെ ആഘാതം മൂലമായിരിക്കാം ഉറക്കം വരാത്തത്. ഗിരിജ ഉറങ്ങിക്കാണുമോ? അതോ ഉറങ്ങാതെ കിടന്നുകൊണ്ട് താൻ ചെയ്തത് ശരിയായോ എന്ന് സ്വയം വിമർശനം നടത്തുകയാണോ? നാളെയാകുമ്പോഴേക്ക് ഗിരിജ മാറി ചിന്തിക്കുമോ? വളരെക്കാലമായി അടുപ്പമുള്ള പദയാത്രാസംഘവുമായി പെട്ടെന്നിങ്ങനെ തെറ്റിപ്പിരിയുന്നത് ശരിയല്ലെന്ന് തോന്നി അവരോടൊപ്പം ചേരാൻ തീരുമാനിച്ചാൽ... എന്തുവേണം? താനും അവരോടൊപ്പം ചേരുമോ? അതു വേണ്ട. ഗിരിജ മാറിച്ചിന്തിച്ചാലും താൻ തീരുമാനത്തിൽ ഉറച്ചു നിൽക്കും.

ഉടനെ നിസാർ മറിച്ചു ചിന്തിച്ചു. ഏയ്. ഗിരിജയ്ക്ക് യാതൊരു ആശയക്കുഴപ്പവും ഉണ്ടായിരിക്കാനിടയില്ല. വളരെ സ്വാഭാവികമായ രീതിയിലല്ലേ ടീ കമ്പനി മുതലാളിയുടെ സ്വീകരണത്തെപ്പറ്റി കനകരാജ് പറഞ്ഞ ഉടനെ തന്നെ പ്രതികരിച്ചത്? അതുകൊണ്ട് ചെയ്ത കാര്യത്തെക്കുറിച്ച് യാതൊരു സംശയവും ഉണ്ടായിരിക്കാനിടയില്ല.

ഇനിയെന്താണ് പരിപാടിയെന്ന് രാവിലെ ഗിരിജയോട് ചോദിക്കണം. നാട്ടിലേക്ക് മടങ്ങുകയാണെങ്കിൽ ഒരുമിച്ച് പോകാമോ എന്ന് ചോദിക്കണം. തിരുവനന്തപുരം വരെ അവളുമായുള്ള യാത്ര ആനന്ദകരമായിരിക്കും. അവളുമായി കൂടുതൽ അടുക്കാനുള്ള അവസരം ലഭിക്കും. ആ അടുപ്പം തുടർന്നുകൊണ്ട് പോകണം. അങ്ങനെ തന്റെ ഏകാകിത അവസാനിപ്പിക്കണം.

നിസാർ ഉറക്കത്തിലേക്ക് തെന്നിയിറങ്ങി. കുറച്ച് നേരത്തെ ഉറക്കത്തിനുശേഷം ഒരു ദുഃസ്വപ്നം കണ്ടുകൊണ്ട് ഞെട്ടിയുണർന്നു.

ഒരു വ്യാഴവട്ടക്കാലം മുമ്പ് ജോലിചെയ്തിരുന്ന ചിന്നക്കനാൽ ഡിസ്പെൻസറിയിലിരുന്ന് രോഗികളെ പരിശോധിക്കുകയായിരുന്നു. ക്യൂ നിൽക്കുന്ന രോഗികൾക്കിടയിൽക്കൂടി ദേഹമാസകലം മുറിവേറ്റ് ചോരിയൊലിപ്പിച്ചുകൊണ്ടിരുന്ന ഒരാളെ താങ്ങിപ്പിടിച്ച് ഡോക്ടർ നിസാറിന്റെ മുമ്പിലേക്ക് കൊണ്ടുവന്നു. ആദ്യം ആളെ തിരിച്ചറിഞ്ഞില്ല. സൂക്ഷിച്ചു നോക്കിയപ്പോഴാണ് ആളെ മനസ്സിലായത്. തലയിൽ വെള്ളത്തുണികൊണ്ടുള്ള കെട്ട്. കാതിൽ കടുക്കൻ. നെറ്റിയിൽ ചന്ദനപ്പൊട്ട്. മുറുക്കിച്ചുവന്ന വായ്... മുതുവാക്കുടിയിലുള്ളവർക്കെല്ലാം മരുന്നു വാങ്ങാനായി ഇടയ്ക്കിടയ്ക്ക് ഡിസ്പെൻസറിയിൽ വരാറുള്ള പപ്പുസാമി എന്ന മുതുവാനാണെന്ന് തിരിച്ചറിഞ്ഞു. നിസാറിനെ കണ്ടപ്പോൾ പപ്പുസാമി ആർത്തലച്ചു കരയാൻ തുടങ്ങി.

"എന്തു പറ്റി പപ്പുസാമി?"

"നാങ്കളെ വെട്ടി ഡോക്ടരേ."

"ആരാണ് വെട്ടിയത്?"

"ടീ കമ്പനി മുതലാളി."

"ടീ കമ്പനി മുതലാളിയോ?"

"തന്നെ ഡോക്ടരേ..."

പപ്പുസാമിയെ മുറിവ് വെച്ചുകെട്ടുന്ന ഡ്രെസ്സിംഗ് റൂമിലേക്ക് കൊണ്ട് ചെന്നപ്പോൾ അവിടെ ഒരു നാടൻ തോക്കുമായി ഗിരിജ നിൽക്കുന്നു. ശബ്ദിക്കരുതെന്ന് പപ്പുസാമിയോടും നിസാറിനോടും ഗിരിജ ആംഗ്യം കാണിച്ചു. എന്നിട്ട് അടക്കിപ്പിടിച്ച സ്വരത്തിൽ പറഞ്ഞു: "അവർ വരുന്നുണ്ട്."

"ആര്?"

"ടീ കമ്പനിമുതലാളിയുടെ ആളുകൾ."

പെട്ടെന്ന് ഗിരിജ തോക്ക് പപ്പുസാമിയുടെ നേരെ ചൂണ്ടിക്കൊണ്ട് ചോദിച്ചു: "എന്തിനാണ് ഓടിപ്പോന്നത്? നിങ്ങളൊക്കെ ഭീരുക്കളാണ്..."

പപ്പുസാമിയുടെ നെഞ്ചിനു നേരെ ഉന്നം പിടിക്കുന്നത് കണ്ട് നിസാർ അലറി വിളിച്ചു: "വെടി വെയ്ക്കരുത്!"

പെട്ടെന്നാണ് നിസാർ ഉറക്കത്തിൽ നിന്നു ഞെട്ടിയുണർന്നത്. ഉണർന്നപ്പോൾ താൻ കണ്ടത് സ്വപ്നമായിരുന്നെന്നുള്ള തിരിച്ചറിവ് ഉണ്ടാവാൻ ഒരു നിമിഷാർദ്ധം വേണ്ടിവന്നു. തിരിച്ചറിവ് ഉണ്ടായപ്പോൾ നെഞ്ചിൽ നിന്നൊരു ഭാരം നീങ്ങിയതുപോലെ തോന്നി.

മുമ്പ് ചിന്നക്കനാൽ ഡിസ്പെൻസറിയിൽ ജോലിചെയ്യുമ്പോൾ പതിവായി ആശുപത്രിയിൽ വരാറുള്ള പപ്പുസാമിയോട് ഒരു ദിവസം മുതുവാക്കുടി എവിടെയാണെന്ന് ചോദിച്ചതും കോവിലൂരിനടുത്തുള്ള സാമിയാർക്കുടിയാണ് തങ്ങളുടെ കുടിയെന്ന് പറഞ്ഞതും നിസാർ അപ്പോൾ വ്യക്തമായി ഓർത്തു. പപ്പുസാമി ഇപ്പോൾ ജീവിച്ചിരിപ്പുണ്ടോ? ജീവിച്ചിരിപ്പുണ്ടെങ്കിൽ പപ്പുസാമിയെ ഒന്നു കാണണം. നാളെത്തന്നെ നാട്ടിലേക്കുള്ള മടക്കയാത്ര ആരംഭിക്കാതെ മുതുവാക്കുടി സന്ദർശിക്കണം. ഒരുപക്ഷേ, പാറയുടെ പള്ളയിൽക്കൂടി കണ്ണുമടച്ച് ഗിരിജയുടെ തോളിൽപ്പിടിച്ച് നടക്കുന്നതിനിടയിൽ കണ്ണു തുറന്നുനോക്കിയപ്പോൾ വനനിബിഡതയിൽ കണ്ട വെളിച്ചത്തിന്റെ തുരുത്ത് പപ്പുസാമി പറഞ്ഞ സാമിയാർക്കുടി ആയിരിക്കാം...

നിസാർ വീണ്ടും ഉറക്കത്തിലേക്ക് വഴുതിയിറങ്ങി.

മുതുവാക്കുടിയിൽ

രാവിലെ നിസാർ വൈകിയാണ് ഉറക്കമുണർന്നത്. പദയാത്രാസംഘത്തിലെ ആരും സ്കൂളിൽ ഉണ്ടായിരുന്നില്ല. പതിവുപോലെ എല്ലാവരും നേരത്തേ ഉണർന്നെഴുന്നേറ്റ് പ്രഭാതകൃത്യങ്ങൾക്ക് പോയിരിക്കും. ഉറക്കമുണർന്നെങ്കിലും ബെഞ്ചിലെ കിടപ്പിൽ കിടന്നുകൊണ്ട് നിസാർ ചിന്തിച്ചു. അങ്ങനെ പദയാത്ര അവസാനിച്ചു. ഇനിയെന്ത്? പഴയതുപോലെ ഏകാകിയായി ജീവിക്കണം.

പെട്ടെന്ന് നിസാർ തലേന്ന് രാത്രി കണ്ട സ്വപ്നത്തെക്കുറിച്ച് ഓർത്തു. സാമിയാർക്കുടിയെന്ന് പേരുള്ള മുതുവാക്കുടിയിൽ നിന്നും ചിന്നക്കനാൽ ഡിസ്പെൻസറിയിൽ മരുന്നു വാങ്ങാൻ പതിവായി വരാറുണ്ടായിരുന്ന പപ്പുസാമിയെയാണ് സ്വപ്നത്തിൽ കണ്ടത്. പപ്പുസാമി ഇപ്പോഴും ജീവിച്ചിരിക്കുന്നുണ്ടോ? അങ്ങനെ ചിന്തിക്കുന്നതെന്തിന്? പപ്പുസാമിക്ക്

അധികം പ്രായമൊന്നും ആയിരുന്നില്ലല്ലോ. അന്ന് കാണുമ്പോൾ ഏറിയാൽ അമ്പത്. ഇപ്പോൾ അറുപത്തഞ്ച് കാരനായിട്ടുണ്ടാകും. പപ്പുസാമിയെ വീണ്ടും കാണണം... മുതുവാക്കുടിയിലെത്തുന്നത് എങ്ങനെയാണ്? മേഴ്സി ഹോട്ടൽ മുതലാളി ഔസേപ്പിനോട് ചോദിച്ചാൽ വഴി പറഞ്ഞു തരും. ചിന്നക്കനാൽ ആശുപത്രിയിലുണ്ടായിരുന്ന ഡോക്ടറാണെന്ന് പറഞ്ഞ് പപ്പുസാമിയുമായി പരിചയം പുതുക്കാം. പരിചയം പുതുക്കേണ്ട ആവശ്യം വരില്ല. പപ്പു സാമിക്ക് തന്നെ കണ്ടാൽ ഉടനെ മനസ്സിലാകും.

ഉടനെ മറിച്ചൊരു ചിന്ത മനസ്സിലുദിച്ചു. എന്തിനു വേണ്ടി ഇത്രയും ബുദ്ധിമുട്ടി ഇപ്പോൾ മുതുവാൻ പപ്പുസാമിയെ കാണണം? അതിനേക്കാൾ കൂടുതലായി മനസ്സിനു ആനന്ദം നൽകുന്നത് ഗിരിജയോടൊത്തുള്ള മടക്കയാത്രയല്ലേ? മനസ്സിനു ആനന്ദം നൽകുന്നത് ചെയ്യുക എന്നതല്ലേ ജ്ഞാനാത്മക മനഃശാസ്ത്രം നിർദ്ദേശിക്കുന്നത്?

പപ്പുസാമിയുടെ പഴയ രൂപം നിസാറിന്റെ മനസ്സിൽ തെളിഞ്ഞു വന്നു. ഒരു വ്യാഴവട്ടക്കാലം മുമ്പ് പതിവായി കാണാറുണ്ടായിരുന്ന പപ്പു സാമിയെ ഇപ്പോൾ കാണുന്നതും പരിചയം പുതുക്കുന്നതും സന്തോഷ കരമാണ്. ചിന്നക്കനാലിൽ നിന്നു സ്ഥലംമാറി പോകുന്ന ദിവസം പപ്പുസാമി ഡിസ്പെൻസറിയിൽ വന്നിരുന്നു. പതിവു പോലെ ഡോക്ട ർക്ക് സന്തോഷത്തിന്റെ പൊതിയും കൈയിലുണ്ടായിരുന്നു. തുറന്നു നോക്കിയപ്പോൾ ഒരു കുപ്പി കാട്ടുതേൻ...

"പപ്പുസാമി അറിഞ്ഞോ?"

"എന്നാങ്കെ?"

"എനിക്ക് സ്ഥലം മാറ്റമായി."

"അയ്യോ ചതിച്ചല്ലാ..."

"അതെന്താ പപ്പുസാമീ അങ്ങനെ പറഞ്ഞത്?"

"ഇഞ്ഞി ഈ ആസ്പത്തിരീല് ഏത് ഡോക്ടറ് വരാനാണ്? നാങ്ക മരുന്തുവാങ്കതുക്ക് ദേവികൊളത്ത് പോണ്ടി വരൂലേ? ഡോക്കിട്ടർക്ക് എങ്ങോട്ടാണ് സ്ഥലം മാറ്റം?"

"കോഴിക്കോട്ടേക്ക്."

"ഇങ്കെയിരുന്ത് റൊമ്പദൂരം ഇർക്കാ?"

"ബസ്സിലാണെങ്കിൽ അഞ്ചെട്ട് മണിക്കൂറെടുക്കും കോഴിക്കോട്ടെത്താൻ."

"അത്രേം ദൂരത്തക്കെന്തിനാണ് അവര് മാറ്റിയത്? അപ്പം ഇനി ഡോക്ടറ് സാറിനെക്കാണമുടിയാത്..."

"അങ്ങനെ വിചാരിക്കണ്ട പപ്പുസാമീ. ചെലപ്പം വീണ്ടും കണ്ടെന്നും വരും."

പപ്പുസാമിയോട് അന്നങ്ങനെ പറഞ്ഞത് വെറും പറച്ചിലായിരുന്നു. പക്ഷേ ഇപ്പോൾ യഥാർത്ഥത്തിൽ പപ്പുസാമിയെ വീണ്ടും കാണാൻ അവസരം വന്നിരിക്കുന്നു. ജീവിതത്തിൽ ഇനിയൊരിക്കൽ ഇവിടെ ലോകത്തിന്റെ അങ്ങേയറ്റമായ ഈ കോവിലൂരിൽ വന്നെത്തുമോ? സാദ്ധ്യതയില്ല. അതുകൊണ്ട് പപ്പുസാമിയെ കാണാൻ പോവുക തന്നെ.

നിസാർ എഴുന്നേറ്റ് നിത്യകർമ്മങ്ങൾക്കായി ഒരുങ്ങി. സ്കൂൾ കെട്ടിടത്തിൽ ബോർഹോൾ കക്കൂസുള്ളതുകൊണ്ട് പ്രകൃതിയുടെ വിളികേൾക്കാൻ തുറസ്സ് തേടി പോകേണ്ടിവന്നില്ല.

തെളിഞ്ഞ് പ്രസന്നമായ പ്രഭാതം. താഴെ മൂടൽ മഞ്ഞോ മുകളിൽ കാർമേഘങ്ങളോ ഇല്ല. ഇന്നലെ സന്ധ്യക്ക് പദയാത്രാസംഘം ഇറങ്ങി വന്ന വലിയ പർവ്വതത്തിന്റെ അപ്പുറത്ത് നിന്ന് സൂര്യകിരണങ്ങൾ തല പൊക്കി നോക്കിത്തുടങ്ങിയിരുന്നു. അപ്പോൾ അതാണ് കിഴക്ക്...
മാനം മുട്ടി നിൽക്കുന്ന വൻമതിൽ പോലെ കുത്തനെ ഉയർന്നു നിൽക്കുന്ന മഹാമേരുവിന്റെ മുകളറ്റത്ത് നിന്നാണ് താഴെ ഇറങ്ങിവന്നതെന്ന് നിസാറിന് വിശ്വസിക്കാൻ കഴിയുന്നില്ല. പടിഞ്ഞാറ് വശത്ത് വൻമലയുടെ ഇണയെപ്പോലെ അതേ ഉയരത്തിൽ മറ്റൊരു പർവ്വതം. രണ്ട് മഹാ പർവ്വതങ്ങൾക്കിടയിലാണ് കോവിലൂർ ഗ്രാമത്തിന്റെ സ്ഥാനം. മൂടൽ മഞ്ഞില്ലാത്ത തെളിമയിൽ രണ്ടുമഹാമേരുക്കൾ പരസ്പരം ഒരിക്കലും വേർപിരിയാത്ത ഇണകളെപ്പോലെ പുഞ്ചിരിച്ചുകൊണ്ട് നോക്കിനിൽക്കുന്ന കാഴ്ച നിത്യവും കാണുന്ന കോവിലൂർക്കാർ... ഓ. അങ്ങനെ ചിന്തിക്കുന്നതിൽ ഒരർത്ഥവുമില്ല. നിത്യവും കാണുന്നവർക്ക് അതിന്റെ മനോഹാരിത അനുഭവപ്പെട്ടെന്ന് വരില്ല.

നിസാർ പ്രഭാതകൃത്യങ്ങൾ കഴിഞ്ഞപ്പോൾ ഗിരിജയും സുനിതയും ഒഴികെയുള്ളവർ വില്ലേജാപ്പീസിന്റെ ഭാഗത്തു നിന്നു നടന്നു വരുന്നത് കണ്ടു. അടുത്തെത്തിയപ്പോൾ സെയ്തുമുനി ചോദിച്ചു: ഡോക്ടറുടെ പ്രോഗ്രാം എന്താണ്? ഇന്നു തന്നെ നാട്ടിലേക്ക് തിരിക്കുമോ അതോ വൈകുന്നേരത്തെ സ്വീകരണത്തിൽ പങ്കെടുക്കുമോ?

"രണ്ടുമല്ല. ഞാൻ ഇവിടെയുള്ള ഒരു മുതുവാക്കുടി വരെ ഒന്നു പോകുന്നു."

"മുതുവാക്കുടിയിൽ പോകുന്നെന്നോ?"

"അതെ. ഞാൻ ചിന്നക്കനാൽ ഡിസ്പെൻസറിയിൽ ഡോക്ടറായിരുന്നപ്പോൾ അവിടെ പതിവായി വരാറുണ്ടായിരുന്ന ഒരു മുതുവാൻ കോവിലൂരടുത്തുള്ള സാമിയാർക്കുടിയിൽ നിന്നാണെന്ന് പറഞ്ഞത് ഓർമ്മ വന്നു. ആ മുതുവാക്കുടി കാണണം. അന്ന് പരിചയപ്പെട്ട മുതുവാൻ പപ്പുസാമിയെ കാണണം. ഇതുവരെ വന്നത്തെിയതല്ലേ. ഒരുവ്യാഴവട്ടക്കാലത്തിനു മുമ്പ് പതിവായി കാണാറുണ്ടായിരുന്ന ഒരാളെ വീണ്ടും കാണുന്നത് ടീക്കമ്പനി മുതലാളിയുടെ സ്വീകരണത്തിൽ പങ്കെടുക്കുന്നതിനേക്കാൾ കൂടുതൽ സന്തോഷം തരുമെന്ന് തോന്നുന്നു."

സെയ്തുമുനി കുറച്ചു നേരം ചിന്തയിലാണ്ടതിനുശേഷമാണ് പറഞ്ഞത്.

"ഗ്രാന്റ് ഐഡിയ. എനിക്കും നിസാറിന്റെ കൂടെ കൂടണമെന്നുണ്ടായിരുന്നു. പക്ഷേ..."

മുതുവാക്കുടിയിൽ പോകുമ്പോൾ സെയ്തുമുനി കൂടെ ഇല്ലാതിരിക്കുന്നതാണ് നല്ലത്. തനിക്ക് തനിയെ പോകണം. എങ്കിലേ കഴിഞ്ഞ കാലത്തേക്ക് പൂർണ്ണമായും തിരിയെ പോകാൻ പറ്റൂ.

മറ്റുള്ളവർ ഭാണ്ഡങ്ങൾ മുറുക്കുകയാണ്. സെയ്തുമുനി ചോദിച്ചു: "ഡോക്ടർക്ക് കുളിക്കണ്ടെ?"

"വേണം."

"വില്ലേജാപ്പീസിനപ്പുറത്ത് കൂടിയാണ് നല്ലതണ്ണിപ്പുഴ പോകുന്നത്. അവിടെപ്പോയി കുളിക്കാം. നിസാർ കുളിക്കാൻ പുറപ്പെട്ടപ്പോൾ ഗിരിജയും സുനിതയും കുളി കഴിഞ്ഞ് വരുന്നുണ്ടായിരുന്നു. പരസ്പരം ഒന്നും മിണ്ടാതെ ഗിരിജ മുമ്പിലും സുനിത പിന്നിലുമായിട്ടാണ് നടന്നിരുന്നത്. ഗിരിജ നിസാറിനോട് ചോദിച്ചു: "ഡോക്ടറുടെ പ്രോഗ്രാമെങ്ങനെ?"

"എന്റെ പ്രോഗ്രാമിനെക്കുറിച്ച് എനിക്ക് ഇന്നലെ രാത്രി ഒരു സ്വപ്നദർശനമുണ്ടായി."

"സ്വപ്നദർശനമോ? അതെന്താണ്?"

"കുളി കഴിഞ്ഞ് വന്നിട്ട് വിശദമായിപ്പറയാം."

ഗിരിജ നിസാറിനോട് സംസാരിച്ചുനിൽക്കുമ്പോൾ സുനിത മുഖം വീർപ്പിച്ച് കടന്നുപോയി. നിസാറിനു കൗതുകം തോന്നി.

"അല്ലാ, നിങ്ങൾ വേർപിരിഞ്ഞു കഴിഞ്ഞോ?"

"അവൾ പറയുന്നത് വെറും സ്റ്റുപ്പിഡിറ്റി. ടീ കമ്പനി നടത്തുന്ന സൽക്കാരത്തിൽ പങ്കെടുക്കണം പോലും. അവൾക്ക് നിർബ്ബന്ധമാണെങ്കിൽ പങ്കെടുത്തുകൊള്ളാൻ പറഞ്ഞു. അതവൾക്ക് ഇഷ്ടപ്പെട്ടില്ല. എന്താണ് ഡോക്ടറുടെ സ്വപ്നദർശനം?"

"ഞാൻ കുളിച്ചു വന്നിട്ട് പറയാം."

ആറ്റിലെ വെള്ളത്തിന് ഐസിനേക്കാൾ തണുപ്പായിരുന്നു. പക്ഷേ ആറ്റിലിറങ്ങി മുങ്ങിക്കഴിഞ്ഞപ്പോൾ തണുപ്പ് മാറി. ആകെ നനഞ്ഞാൽ കുളിരില്ലെന്ന് പറയുന്നത് എത്ര ശരിയാണ്! നിസാർ ചിന്തിച്ചു. ഈ നല്ലതണ്ണിയാറ് തന്നെയല്ലേ മൂന്നാറിലെത്തുന്നത്? ഇതിന്റെ കരയിലൂടെ മൂന്നാറിലേക്ക് നടന്നാലെന്താ? പുഴയുടെ വഴിയേ നടന്നാൽ ചിലപ്പോൾ ദിവസങ്ങൾ വേണ്ടി വന്നേക്കും മൂന്നാറിലെത്താൻ. പുഴയുടെ വഴിയും മനുഷ്യന്റെ വഴിയും ഇപ്പോൾ രണ്ടാണ്. മുമ്പ് അവ രണ്ടും ഒന്നായിരുന്നു.

സ്വപ്നദർശനമുണ്ടായെന്ന് ഗിരിജയോട് പറഞ്ഞത് ഉചിതമായോ? സ്വപ്നദർശനം എന്ന പ്രയോഗത്തിൽ ആത്മീയതയുടെ അതിപ്രസരമില്ലേ?

അങ്ങനെ പറയേണ്ടിയിരുന്നോ? അതിലെന്താണ് തെറ്റ്? ഒരു തെറ്റുമില്ല. സ്വപ്നം താൻ കണ്ടതാണ്. കണ്ടത് ദർശനം.

നിസാർ കുളി കഴിഞ്ഞെത്തിയപ്പോഴേയ്ക്കും ഗിരിജ ഒഴികെ മറ്റുള്ളവരെല്ലാം യാത്രയ്ക്ക് ഒരുങ്ങിക്കഴിഞ്ഞു. പത്ത് മണിക്കല്ലേ ബസ്സ് വരികയുള്ളൂ? പിന്നെന്തിനാണ് ഇവർ ഇത്ര തിടുക്കം കൂട്ടുന്നത്? ബ്രേക് ഫാസ്റ്റ് കഴിഞ്ഞ് കോവിലൂർ ജംഗ്ഷൻ വരെ നടക്കണ്ടേ? അപ്പോഴേയ്ക്ക് ബസ്സ് വരുമായിരിക്കും. എല്ലാവരും യാത്രയ്ക്ക് തയ്യാറായപ്പോൾ കനകരാജ് നിസാറിനോട് പറഞ്ഞു:

"സ്കൂൾ പൂട്ടി താക്കോൽ കൊടുക്കണം."

"എല്ലാവരും പുറത്തിറങ്ങണമെന്നാണ് സൂചന."

"ഓകെ. ഞാനിതാ ഒരുങ്ങിക്കഴിഞ്ഞു."

നിസാർ തിടുക്കത്തിൽ ബാഗിൽ ഷീറ്റുകളും വസ്ത്രങ്ങളുമൊക്കെ നിറച്ച് സ്കൂളിന് പുറത്തേക്കിറങ്ങി. കനകരാജ് സ്കൂൾ പൂട്ടി താക്കോൽ നിതിനെ ഏല്പിച്ചു.

"ഇത് വില്ലേജാഫീസിലെ പ്യൂണിന്റെ കൈയിൽ കൊടുത്തിട്ട് നിതിൻ ഹോട്ടലിലേക്ക് വന്നാൽ മതി."

എല്ലാവരും പോയിക്കഴിഞ്ഞു. ഗിരിജയും നിസാറും സ്കൂൾ വരാന്തയിൽ തനിച്ചായി. ഗിരിജ ചോദിച്ചു: ''എന്തായിരുന്നു സ്വപ്ന ദർശനം?"

നിസാർ തലേന്ന് രാത്രി കണ്ട സ്വപ്നം അവസാനഭാഗം ഒഴിവാക്കി യിട്ട് വിവരിച്ചു. എന്നിട്ട് പറഞ്ഞു: "പപ്പുസാമിയെ കാണാൻ മുതുവാ ക്കുടിയിൽ പോകണം. അതിനുശേഷമേ നാട്ടിലേക്ക് തിരിച്ചു പോകു ന്നുള്ളൂ. ഗിരിജ എന്തു ചെയ്യാൻ പോകുന്നു?"

"ഞാനൊന്നും ആലോചിച്ചില്ല..."

അല്പനേരത്തെ മൗനത്തിനുശേഷം ഗിരിജ പറഞ്ഞു: ഞാൻ മുതുവാൻമാരെക്കുറിച്ച് കേട്ടിട്ടുള്ളതല്ലാതെ അവരെ അടുത്ത് കണ്ട് അറിഞ്ഞിട്ടില്ല. വളരെ സെക്ലൂഡഡായിട്ടുള്ള ട്രൈബ്സാണെന്നാണ് പഠിച്ചിട്ടുള്ളത്. ഏറ്റവും പ്രിമിറ്റീവായിട്ടുള്ള ഹണ്ടർ ഗ്യാതറേഴ്സ് ട്രൈബാണത്രേ. സൈക്യാട്രി സോഷ്യൽവർക്ക് പി. ജി. ഡിപ്ലോമയ്ക്കും കൾച്ചറൽ ആന്ത്രപ്പോളജി ഒരു പേപ്പറുണ്ടായിരുന്നു. അങ്ങനെയാണ് ഇന്ത്യയിലെ വളരെ പ്രിമിറ്റീവ് ആയിട്ടുള്ള ട്രൈബ്സിനെക്കുറിച്ച് അറിയാനിടയായത്. അക്കൂട്ടത്തിൽ കേരളത്തിലെ മുതുവാൻമാരും ഉണ്ടായിരുന്നു. മുമ്പ് മനസ്സിൽ തോന്നിയ കാര്യങ്ങൾ ഇപ്പോൾ സംസാരിച്ചാലെന്തെന്ന് നിസാറിനു തോന്നി. ഒരുമിച്ചു ജീവിക്കാൻ തയ്യാറാണോ എന്ന് തുറന്നങ്ങ് ചോദിച്ചാലോ? സുനിതയുമായുള്ള ബന്ധം ഉപേക്ഷിച്ചെന്നാണ് തോന്നുന്നത്. പക്ഷേ ഒരു ലെസ്ബിയന് തന്നോടൊപ്പം ജീവിക്കാനൊക്കുമോ? മാത്രവുമല്ല ഇപ്പോൾ ചോദിച്ചാൽ

അവർ എന്ത് വിചാരിക്കും.? വേണ്ട. വെറുതേ വർത്തമാനം പറയാം. സന്ദർഭം വരുമ്പോൾ...

ഗിരിജ കുറച്ച് നേരം ചിന്തിച്ചിരുന്നതിനുശേഷം ചോദിച്ചു: മുതുവാക്കുടിയിൽ പോകാൻ ഞാനും കൂടട്ടെ?

ഗിരിജയുടെ ചോദ്യത്തിന് നിസാർ പെട്ടെന്ന് മറുപടി പറഞ്ഞു.

"ബൈ ഓൾ മീൻസ്. പക്ഷേ ഒരു കാര്യം. നമ്മൾ മുതുവാക്കുടിയിൽ പോയി വരുമ്പോഴേയ്ക്ക് മൂന്നാറിനുള്ള ബസ്സ് വന്ന് പോയിക്കഴിയും. പിന്നെ ഇന്ന് മൂന്നാറിനു പോകാനാവില്ല."

"അതിനെന്ത്? ഇന്നിവിടെ സ്റ്റേ ചെയ്യാമല്ലൊ. എനിക്ക് ഇന്നുതന്നെ തിരുവനന്തപുരത്തിനു പോണമെന്നില്ല."

"പക്ഷേ എവിടെ തങ്ങും? സ്കൂളിൽ തങ്ങാൻ സമ്മതിക്കുമോ?"

"സ്കൂളിലെന്തിനു തങ്ങണം. കോവിലൂരിൽ ലോഡ്ജ് കാണും. ഹോട്ടലുകാരനോട് ചോദിക്കാം." ഗിരിജയും നിസാറും മേഴ്സിഹോട്ടലിലെത്തിയപ്പോൾ മറ്റുള്ളവർ ബ്രേക്ഫാസ്റ്റ് കഴിഞ്ഞ് ഹോട്ടലിൽ നിന്ന് പുറത്തേക്കിറങ്ങുന്നുണ്ടായിരുന്നു. ഗിരിജയും നിസാറും നടന്നു വരുന്നതു കണ്ടപ്പോൾ സെയ്തുമുനി ഒഴികെ മറ്റാരും കണ്ട ഭാവം നടിച്ചില്ല. സെയ്തുമുനി അടുത്ത് വന്ന് പറഞ്ഞു: "ഡോക്ടറുടെ മൊബൈൽ നമ്പർ തരണം. നാട്ടിലെത്തിയതിനുശേഷം ഞാൻ വിളിക്കും."

ഗിരിജയുടെ നമ്പർ എന്റെ കൈയിലുണ്ട്.

"സാറിന്റെ നമ്പർ പറഞ്ഞാൽ മതി. എന്റെ മൊബൈലിൽ നിന്ന് മിസ്ഡ് കാൾ അയക്കാം. സാറ് ആ നമ്പർ സേവ് ചെയ്താമതി.

സെയ്തുമുനി നമ്പർ പറഞ്ഞു. നിസാർ സെയ്തുമുനിയുടെ നമ്പർ മൊബൈലിൽ സേവ് ചെയ്തു. ഓകെ. ബൈ ബൈ എന്നു പറഞ്ഞ് വിടവാങ്ങിയാണ് സെയ്തുമുനി മറ്റുള്ളവരോടൊപ്പം ചേർന്നത്.

സെയ്തുമുനി ഒഴികെയുള്ളവരുടെ പെരുമാറ്റം കണ്ടപ്പോൾ മനുഷ്യർ എത്ര പെട്ടെന്നാണ് ശത്രുക്കളാവുന്നതെന്ന് നിസാർ ചിന്തിച്ചു പോയി. ഇത്ര വിരോധം തോന്നാൻ തക്കവിധം ഒന്നുമുണ്ടായില്ലല്ലോ. തേയിലത്തോട്ടം ഉടമ നൽകുന്ന സ്വീകരണത്തിൽ പങ്കെടുക്കുന്നതിൽ അഭിപ്രായവ്യത്യാസമുള്ളതുകൊണ്ട് പദയാത്രാസംഘത്തിൽ നിന്നു വിട്ടുപോന്നതല്ലേയുള്ളു. ഒരു പക്ഷേ ഗിരിജയുടെ അഭിപ്രായം രൂക്ഷമായിട്ടായിരിക്കാം ഗിരിജ പ്രകടിപ്പിച്ചത്. ഒരു അഭിപ്രായം എങ്ങനെ പ്രകടിപ്പിച്ചാലും അതിൽ യുക്തിയുണ്ടോ എന്നല്ലേ നോക്കേണ്ടത്. അതിനു പകരം അഭിപ്രായം പ്രകടിപ്പിച്ച ആളെ ശത്രുവിനെപ്പോലെ കരുതുന്നതെന്തിനാണ്? തന്റെ പാർട്ടിനേതാക്കളിൽ ചിലർ ചെയ്യുന്നതും ഇതു തന്നെയാണെന്ന് നിസാർ ദുഃഖത്തോടെ ഓർത്തു.

"സെയ്തുമുനിസാറൊഴിച്ച് മറ്റുള്ളവർക്ക് നമ്മളോടിത്ര വിരോധം തോന്നാൻ കാരമെന്താണ്?"

"ഈ കനകരാജിന്റെ തനിനിറം ഇപ്പോഴാണ് എനിക്കു മനസ്സിലായത്. മറ്റുള്ളവരെല്ലാം അയാളുടെ ഹിസ് മാസ്റ്റേഴ്സ് വോയിസാണ്. സ്വന്തമായി അഭിപ്രായമില്ലാത്ത റോബോട്ട്സ്. സെയ്തുമുനി സാറും അങ്ങനെ തന്നെ. സാറ് നമ്മളോട് ലോഹ്യം കാണിച്ചത് ഷോയാണ്. ഇടതുപക്ഷം പുരോഗമനം എന്നൊക്കെപ്പറയുന്നത് വെറും കാപട്യം."

ഗിരിജയ്ക്ക് രോഷം അടക്കാൻ കഴിയുന്നില്ല. തലേന്ന് രാത്രി പറഞ്ഞതുപോലെ ഹോട്ടലുടമ അപ്പവും മുട്ടക്കറിയും വിളമ്പി. ചൂടുള്ള അപ്പവും മുട്ടക്കറിയും ഹൃദ്യമായി തോന്നി. പാത്രം ഒഴിയാറായപ്പോൾ ഔസേപ്പ് അടുത്ത് വന്നു.

"ഇനിവേണോ?"

"വേണ്ട... ഇവിടത്തെ മുതുവാക്കുടി എവിടെയാണ്?"

"സാമിയാർക്കുടിയാണോ?"

''അതെ."

"അത് കാട്ടിനുള്ളിലാണ്. അഞ്ച്പത്ത് മൈല് പോണം."

"അവിടെ പോകാനെന്താണ് വഴി?"

"അപ്പ നിങ്ങ പത്ത് മണിക്കൊള്ള ബസ്സിന് മൂന്നാറിന് പോണില്ലേ? മറ്റുള്ളോരൊക്ക ബസ്സിനു പോണെന്നും പറഞ്ഞ് കോവിലൂർ ജംഗ്ഷനിലേക്ക് നടന്നല്ലോ."

"ഞങ്ങൾ മുതുവാക്കുടിയിൽ പോയിട്ടേ പോകുന്നുള്ളു."

''മുതുവാക്കുടീപ്പോണോങ്കി ജീപ്പ് പിടിക്കണ്ടിവരും. സ്വന്തമായി ജീപ്പ് വാടകയ്ക്കെടുക്കണം. സാമിയാർക്കുടീല്ക്ക് ജീപ്പ് സർവ്വീസില്ല. അവടവരെ പോയി വരാൻ പത്തറുന്നൂറുറുപ്യ കൊടുക്കണ്ടിവരും. ആളും തരോം നോക്കീട്ടാണ് ജീപ്പ്കാര് ചാർജ്ജ് പറയണത്."

ഗിരിജ ഔസേപ്പിന്റെ സംഭാഷണത്തിൽ ഇടപെട്ടു: ''ജീപ്പിൽ പോകുന്നില്ല. നടന്ന് പോകാനാണ് ഉദ്ദേശിക്കുന്നത്."

ഔസേപ്പിന് വിശ്വസിക്കാനായില്ല: "നടന്ന് പുവ്വാനാ?"

"അതെ. നോക്കണം, ഞങ്ങൾ കഴിഞ്ഞ മൂന്നു ദിവസമായി നടക്കുകയായിരുന്നു. കൊടൈക്കനാലിൽ നിന്നു തുടങ്ങിയതാണ്. പത്തോ പതിനഞ്ചോ മൈൽ നടക്കാനൊന്നും ഞങ്ങൾക്ക് പ്രയാസമില്ല."

ഗിരിജയുടെ വാക്കുകൾക്ക് അരം വെച്ചത് കനകരാജിനോട് തോന്നിയ രോഷമാണെന്ന് നിസാറിനു തോന്നി. ഔസേപ്പ് സമ്മതിച്ചു.

"അപ്പ ശരി. അത് ഞാനോർത്തില്ലാട്ടാ. മുതുവാക്കൂടീപ്പോണോങ്കി കോവിലൂര് ജംഗഷനീൽക്കുള്ള റോഡീക്കൂട നടന്ന് ആ കാണുന്ന വളവ് കഴിഞ്ഞാല് വലത്തോട്ടൊരു ജീപ്പ് റോഡ് കാണാം. അതിലേ നടന്നാമതി. എടക്ക് ആനയെറങ്ങണ വഴീണ്ട്. മനസ്സ് വെച്ച് പോണം."

"മലകയറണോ?"

"മുതുവാക്കുടി എത്തണ വരെ കേറ്റമില്ല. കുടി ഒരു വല്യ മലേടെ പള്ളേലാണ്. കുടീലെത്താൻ കേറ്റം കേറണം. മുതുവാന്മാരെപ്പളും കുടി കൂട്ടണത് മലമോളിലാരിക്കും. ആദിവാസികളില് ഏറ്റോം മോളിലൊള്ളത് അവരാണെന്നാണ് അവര്ടെ പറച്ചില്. ആ പറച്ചിലിനനുസരിച്ചാണ് അവര് കുടികൂടാൻ സ്ഥലം കാണണത്."

"ഞങ്ങൾ തിരിച്ചു വന്നിട്ട് തങ്ങാൻ കോവിലൂരില് ഹോട്ടലോ ലോഡ്ജോ ഉണ്ടോ?"

"ഇവടെ താമസിക്കനൊള്ള ഹോട്ടലൊന്നൂല്ല. മുമ്പൊരു ലോഡ്ജുണ്ടായിരുന്നു. അങ്കമാലിക്കാരൻ തോമാസ് നടത്തിക്കൊണ്ടിരുന്ന മാതാ ലോഡ്ജ്. നഷ്ടത്തിലായപ്പ അത് പൂട്ടി."

"അപ്പോൾ മുതുവാക്കുടി കണ്ടുവന്നിട്ട് ഞങ്ങളെവിടെ തങ്ങും?"

'ഒരു ദൗസത്തേക്ക് മതീങ്കി നൊമ്മട ഈ ഹോട്ടലിന്റെ ഒരു സൈഡ് മുറിയുണ്ട്. കട്ടിലും കെടക്കേം ഒന്നൂല്ല. അതോണ്ടാ ഒരു ദൗസത്തേക്ക് മതീങ്കിലെന്ന് പറഞ്ഞത്. മുതുവാക്കുടീ പോയി വന്നിറ്റ് വേണോങ്കി അതീത്തങ്ങാം.

"കട്ടിലും കിടക്കയും വേണമെന്നില്ല. ഞങ്ങളുടെ കൈയിലുള്ള ഷീറ്റും കമ്പിളിയും വിരിച്ച് കിന്നുകൊള്ളാം. ആ മുറി മതി. അത് തുറന്ന് തന്നാൽ ബാഗൊക്കെ അതിൽ വെക്കാം. ഭാരമില്ലാതെ നടക്കാമല്ലോ."

ഔസേപ്പ് മേശയ്ക്കകത്ത് നിന്നും ഒരു താക്കോൽ തപ്പിയെടുത്ത് പറഞ്ഞു: "വന്നാട്ടെ. ഹോട്ടലിന്റെ പിന്നാമ്പൊറത്താണ് മുറി."

പിന്നാമ്പുറത്തേയ്ക്ക് നടക്കുന്നതിനിടയിൽ ഗിരിജ ചോദിച്ചു: "കുളിമുറീം ലട്രീനും...?"

"ഞങ്ങടെ കളിമുറീം കക്കൂസേം ഉപയോഗിക്കാം."

ഹോട്ടലിന്റെ പിന്നാമ്പുറത്ത് ഹോട്ടലിനോട് ചേർന്ന് തന്നെയാണ് ഔസേപ്പിന്റേയും കുടുംബത്തിന്റേയും പാർപ്പിടം. മുറി തുറന്നു കണ്ടപ്പോൾ ഗിരിജയ്ക്കും നിസാറിനും ഇഷ്ടപ്പെട്ടു. ഒരു ജനലും വാതിലും മാത്രമേയുള്ളുവെങ്കിലും നല്ല വലിപ്പമുള്ള മുറിയാണ്. ഡോർമിറ്ററി പോലെ നാലഞ്ചാളുകൾക്ക് സുഖമായി കിടന്നുറങ്ങാം. ബാഗുകൾ മുറിയിൽ വെച്ച് അവർ ഔസേപ്പിനോടൊപ്പം പുറത്തേിക്കിറങ്ങി. ഗിരിജ മുറി താഴിട്ട് പൂട്ടി.

''സാമിയാർക്കുടീ പോയിട്ട് വരുമ്പ താമസിക്കൂലെ? ഉച്ചക്ക് കഴിക്കാനെന്തെങ്കിലും കയ്യീക്കരുതണ്ടേ?"

നിസാർ പറഞ്ഞു: "അപ്പവും മുട്ടക്കറിയും തന്നെയാണെങ്കിൽ വേണ്ട. ഉച്ചയ്ക്കുള്ള ഊണ് വെച്ചിരുന്നാമതി. ഞങ്ങള് വന്നട്ട് കഴിച്ചോളാം."

"ബീഫ് കറി ആയിട്ടുണ്ട്. പത്ത്പതിനഞ്ച് മിനിട്ടിരിക്കൂങ്കില് പുട്ടും ബീഫ് കറീം പൊതിഞ്ഞ് തരാം."

“കൊള്ളാം. പുട്ടും ബീഫ് കറിയും. ഞങ്ങൾ കാത്തിരിക്കാം.” ഗിരിജ പറഞ്ഞു.

പത്ത് പതിനഞ്ച് മിനിട്ടെന്ന് ഔസേപ്പ് പറഞ്ഞെങ്കിലും ഭക്ഷണപ്പൊതി തയ്യാറായപ്പോൾ അരമണിക്കൂറിലധികമായി. പാഥേയവുമായി ഗിരിജയും നിസാറും നടത്തമാരംഭിച്ചു. ഔസേപ്പ് പറഞ്ഞതുപോലെ കോവിലൂർ റോഡിൽ നിന്നും വലത്തോട്ടുള്ള ജീപ്പ് റോഡിലേക്ക് തിരിഞ്ഞ് അല്പം ദൂരം നടന്നപ്പോൾ അധികം പൊക്കമില്ലാത്ത വൃക്ഷങ്ങൾ ഇടതൂർന്ന് നിൽക്കുന്ന കാട് ആരംഭിച്ചു. കാട് എന്നു പറയുന്നതിനേക്കാൾ തോപ്പ് എന്നു പറയുന്നതായിരിക്കും നല്ലതെന്ന് നിസാറിന് തോന്നി.

“മാന്തോപ്പ് പോലുള്ള കാട്.”

“ശരിയാണ്. മരങ്ങൾ കണ്ടാൽ മാവും സപ്പോട്ടയും ആണെന്നേ തോന്നുകയുള്ളു.”

“ബോട്ടണിയിൽ ഈ മരങ്ങൾക്കെല്ലാം പേര് കാണില്ലേ?”

“പിന്നേ. കാണാതിരിക്കുമോ? മനുഷ്യൻ കണ്ട് പേരിടാത്ത സസ്യങ്ങളും വൃക്ഷങ്ങളും ജന്തുക്കളും അപൂർവ്വമായിരിക്കും.”

ഒരു മണിക്കൂർ നേരത്തെ നടത്തം കഴിഞ്ഞപ്പോൾ ജീപ്പ് റോഡ് നല്ല ഒഴുക്കുള്ള അരുവിയിലേക്ക് ഊളിയിട്ടിറങ്ങിയിട്ട് മറുകരയിൽ കയറി. നിസാറും ഗിരിജയും ഒഴുക്കുള്ള വെള്ളത്തിലേക്കിറങ്ങി. നിസാർ പാന്റ പൊക്കിപ്പിടിക്കാൻ ശ്രമിച്ചെങ്കിലും ആഴം മുട്ടിനു മേലെ ആയപ്പോൾ ശ്രമം ഉപേക്ഷിച്ചു. ജീൻസ് അരയോളം നനഞ്ഞപ്പോളും ഗിരിജയിൽ ഭാവമാറ്റമൊന്നും കണ്ടില്ല. അരുവിയുടെ നടുക്കെത്തിയപ്പോൾ കാലുകളിൽ ഒഴുക്കിന്റെ മസൃണമായ തലോടൽ ആസ്വദിച്ചുകൊണ്ട് അവർ കുറച്ചു നേരം നിന്നു. ആ നിൽപിൽ ഗിരിജ ചോദിച്ചു: “മനുഷ്യന് ഇനി എന്നെങ്കിലും പ്രകൃതിയിലേക്ക് തിരിച്ചു പോകാൻ കഴിയുമോ?”

“കഴിയും. വേണമെന്നുണ്ടെങ്കിൽ. പ്രകൃതിയിൽ നിന്നു വേറിട്ട് പോകാത്ത എത്രയോ മനുഷ്യരുണ്ട് ലോകത്ത്. നമ്മൾ കാണാൻ പോകുന്ന മുതുവാൻമാർ അങ്ങനെയുള്ളവരല്ലേ?”

അവർ ആറ്റിൽ നിന്നു കയറി വീണ്ടും നടത്തം തുടർന്നു. ഗിരിജ പെട്ടെന്ന് നിന്നിട്ട് ശബ്ദിക്കരുതെന്ന് ആംഗ്യം കാണിച്ചു. എന്നിട്ട് റോഡരികിലേക്ക് ചുണ്ടിക്കാണിച്ചു. “ആവി പറക്കുന്ന ആനപ്പിണ്ടം.”

“അല്പം മുമ്പ് കടന്നു പോയതാകണം. കൊമ്പൊടിക്കുന്ന ശബ്ദമൊന്നും കേൾക്കുന്നില്ല. ഒറ്റയാൻ അനങ്ങാതെ നിൽക്കും. എന്നിട്ട് പ്രകോപനമൊന്നുമില്ലാതെ തന്നെ അടുത്തു വരുന്ന മനുഷ്യരെ ആക്രമിക്കും. കൂട്ടമാണെങ്കിൽ അങ്ങോട്ട് ആക്രമണമില്ലെന്ന് മനസ്സിലായാൽ കടന്നു പോകും.”

ശബ്ദമുണ്ടാക്കാതെ ഇലകൾ അനങ്ങുന്നുണ്ടോ എന്ന് ശ്രദ്ധിച്ചു കൊണ്ട് അവർ നടന്നു. മുതുവാക്കുടിയിലേക്കുള്ള ജീപ്പുപാത വീണ്ടും

മറ്റൊരു നീർച്ചാലിലൂടെ ഇറങ്ങിക്കയറി. കുറേ ദൂരം നടന്നപ്പോൾ നായ്ക്കളുടെ കുര കേട്ടു. മുതുവാക്കുടിയിലെ നായ്ക്കളായിരിക്കുമെന്ന് നിസാർ ഊഹിച്ചു. അതോ കാട്ടുനായ്ക്കളോ? കാട്ടുനായ്ക്കൾ കൂട്ടത്തോടെ വന്ന് ആക്രമിക്കുകയാണ് ചെയ്യുക. കുര വളർത്തുനായ്ക്കളുടേത് തന്നെ. അല്പം കൂടി നടന്നപ്പോൾ വനവും ജീപ്പ് പാതയും അവസാനിച്ചു. അല്പമകലെ വെള്ളമൊഴുകുന്നതിന്റെ കളകളാരവം. മൂന്നാറിലേക്ക് പോകുന്ന നല്ലതണ്ണിയാറിന്റെ ആഹ്ലാദപ്രകടനമാണ്. ഈ ആഹ്ലാദമൊക്കെ നിൽക്കും മൂന്നാറടുക്കുമ്പോൾ. ജീപ്പുപാത അവസാനിച്ചിടത്തു നിന്നുള്ള ഒറ്റയടിപ്പാതയിലൂടെ കുറെ നടന്നപ്പോൾ പാത രണ്ടായിപ്പിരിഞ്ഞു. വലത്തേക്ക് തിരിഞ്ഞ വഴി നദിക്കരയിലേക്കായിരിക്കുമെന്ന് ഊഹിച്ച് ഇടത്തേ വഴിയിലൂടെ നടന്നു. കുറെ നടന്നപ്പോൾ നാട്ടിലെ ഒരു ഗ്രാമത്തിലെത്തിയതുപോലെ തോന്നി. നെൽ വയലുകൾ. വരമ്പുകളിൽ തെങ്ങുകളും കവുങ്ങുകളും. വയലുകൾക്കക്കരെയുള്ള വലിയ പർവ്വതത്തിന്റെ പള്ളയിൽ ചിപ്പികൾ വിതറിയതുപോലെ വെള്ള നിറത്തിൽ കുടിലുകൾ.

"ഔസേപ്പ് പറഞ്ഞത് ശരിയാണ്. മുതുവാക്കുടിയിലെത്താൻ പർവ്വതം പകുതിയോളം കയറണം."

നിസാറിന് കടുത്ത നെഞ്ചുവേദന അനുഭവപ്പെട്ടതുകാരണം രണ്ടുപേരും നടത്തം നിറുത്തി. "ചെസ്റ്റ്പെയിൻ നല്ലതുപോലെ മാറിയിട്ട് കയറ്റം കയറാം."

രണ്ടു മിനിട്ട് നിന്നപ്പോൾ നെഞ്ചുവേദന ശമിച്ചു.

"ഇനി കുഴപ്പമില്ല."

മുതുവാക്കുടിയിലെ കുടിലുകൾ പനയോലയോ പുല്ലോ മേഞ്ഞവയായിരിക്കുമെന്നാണ് നിസാർ കരുതിയത്. പക്ഷേ അടുത്തെത്തിയപ്പോൾ കണ്ടത് ഇഷ്ടിക കൊണ്ട് പണിത് വെള്ളപൂശാത്ത ചുമരുകളും തകരം മേഞ്ഞ മേൽക്കൂരയുമുള്ള ചെറു വീടുകളാണ്. നാട്ടിലെ ലക്ഷംവീടു കോളനികളിലെ ചെറുഭവനങ്ങളേക്കാൾ ഒരു പടി താഴെ നിൽക്കുന്ന കുടിലുകൾ. ഗിരിജയും നിസാറും കുടിയിലേക്ക് കടന്നതോടെ കുടിലുകൾക്ക് പുറത്ത് അങ്ങിങ്ങ് നിന്നിരുന്ന മൂന്നുനാല് പെണ്ണുങ്ങൾ എവിടെയോ മറഞ്ഞു. ചുറ്റിക്കറങ്ങിയിരുന്ന മൂന്നുനാല് ആൺകുട്ടികളും അപ്രത്യക്ഷരായി. സമ്പൂർണ്ണമായ വിജനത. ഇനിയെന്ത് എന്നാലോചിച്ചുകൊണ്ട് വിഷണ്ണരായി കുറെ നേരം നിന്നു. ഗിരിജ ഒരു കുടിലിന്റെ അടഞ്ഞുകിടന്ന തകരവാതിലിൽ മുട്ടിവിളിച്ചു. പലപ്രാവശ്യം മുട്ടിവിളിച്ചപ്പോൾ തകരവാതിൽ കരകരാ ശബ്ദമുണ്ടാക്കി തുറന്നു. നല്ല പൊക്കമുള്ള തല മുഴുവൻ നരച്ചെങ്കിലും മുഖത്ത് മദ്ധ്യവയസ്സിന്റെ തിളക്കം മിന്നി നിന്ന സ്ത്രീ പുറത്തേയ്ക്ക് വന്നിട്ട് ചോദ്യരൂപത്തിൽ ഗിരിജയെയും നിസാറിനെയും നോക്കി നിന്നു. നിസാർ മുന്നോട്ട് വന്നിട്ട് അവരോട് ചോദിച്ചു: "പപ്പുസാമിയുടെ വീടേതാണ്?"

സ്ത്രീ മടിച്ചു മടിച്ചാണ് പറഞ്ഞത്: "ഇങ്കയല്ലെ."

നിസാറിനു സംശയമായി. ഇത് സാമിയാർക്കുടിയല്ലേ?

"പപ്പുസാമി എവിടെയാണ്?"

സ്ത്രീ വലത്തേ കൈ മലയുടെ മുകളിലേക്ക് നീട്ടിക്കാണിച്ചു.

"അങ്കെ മേലെയാക്കും. അവരിപ്പം കുടീലില്ലെ. രാത്തിരി മട്ടും വരും."

അപ്പോൾ ഇത് പപ്പുസാമിയുള്ള സാമിയാർക്കുടി തന്നെ.

"പപ്പുസാമി എവിടെപ്പോയി?"

സ്ത്രീ ഒന്നും പറഞ്ഞില്ല. ഗിരിജ തന്ത്രപൂർവ്വം വളരെ മസൃണമായ സ്വരത്തിൽ ചോദിച്ചു. "നിങ്ങളുടെ പേരെന്താണ്?"

"വള്ളിയമ്മ."

വീണ്ടും സ്നേഹമസൃണമായ സ്വരത്തിൽ ഗിരിജ ചോദിച്ചു.

"വള്ളിയമ്മാ, പപ്പുസാമി എവിടെപ്പോയി?"

സ്ത്രീ മടിച്ചു മടിച്ചു പറഞ്ഞു: "മൊറയൂര് മീറ്റിങ്ങ്ക്ക് പോയി. രാത്തിരി താൻ വരും."

പപ്പു സാമിയെ അവർക്ക് അറിയാമെന്നും പപ്പുസാമി ഈ മുതുവാക്കുടിയിൽ തന്നെയാണെന്നും മനസ്സിലായപ്പോൾ നിസാറിന് ഉത്സാഹം തോന്നി.

"എന്ത് മീറ്റിംഗിനാണ് പപ്പുസാമി പോയത്? മറ്റുള്ളവരൊക്കെ എവിടെ? ആണുങ്ങളെയും പെണ്ണുങ്ങളെയും ഒന്നും കാണാനില്ലല്ലോ."

"എല്ലോരും മീറ്റിംങ്ങ്ക്ക് പോയി. രാത്തിരി വരും."

"എന്ത് മീറ്റിംഗാണ്?"

ഒരു രഹസ്യം പറയുന്നതുപോലെ അവർ മന്ത്രിച്ചു.

"എം. പി. നടത്തണ മീറ്റിംങ്ങ്ക്ക്."

നാട്ടിലെ മുനുഷ്യരെ കാണുമ്പോൾ ഒളിച്ചോടുന്ന മുതുവാൻമാർ വീടും കുടിയും അടച്ചിട്ട് കൂട്ടത്തോടെ മൊറയൂരിൽ പാർലമെന്റ് മെമ്പർ സി. പി. തോമസ് പങ്കെടുക്കുന്ന പബ്ലിക്ക് മീറ്റിംഗിനു പോയെന്നോ? സ്ത്രീ പറഞ്ഞത് ശരിയാണോന്ന് ഉറപ്പ് വരുത്താനായി ഗിരിജ അവരോട് എടുത്തു ചോദിച്ചു.

"ആര് നടത്തണ മീറ്റിംഗിന് പോയെന്നാണോ വള്ളിയമ്മ പറഞ്ഞത്?"

അവർ പറഞ്ഞത് തന്നെ ആവർത്തിച്ചു.

"എം. പി. നടത്തണ മീറ്റിംങ്ങ്ക്ക് പോയി."

ഇനിയെന്തെന്ന് ആലോചിച്ച് നിൽക്കുമ്പോൾ അങ്ങ് താഴെ വയൽവരമ്പിലൂടെ നീണ്ടു മെലിഞ്ഞ ഒരാൾ മുതുവാക്കുടിയിലേക്ക് വരുന്നത് കണ്ടു. തലയിൽ വെള്ളത്തുണികൊണ്ടുള്ള കെട്ടുള്ളതുകൊണ്ട്

ആ വരുന്നത് മുതുവാൻ തന്നെയെന്ന് ഗിരിജയ്ക്കും നിസാറിനും ഉറപ്പായി. ഗിരിജ ഉത്സാഹത്തോടെ പറഞ്ഞു.

“ഒരു മുതുവാൻ വരുന്നുണ്ട്. അതാരാണെന്നറിയാമോ വള്ളിയമ്മേ?”

“തെരിയും.”

“ആരാണ്?”

“അനിയന്തിരൻ.”

അനിയന്തിരൻ. നിസാർ മനസ്സിൽ ആ പേര് ആവർത്തിച്ച് ഉരുവിട്ടു നോക്കി. അപ്പോൾ പേര് പിടികിട്ടിയതുപോലെ തോന്നി.

“അനിചന്ദ്രൻ എന്നായിരിക്കും.”

“അപ്പടിയാക്കും.”

അനിചന്ദ്രൻ വരുന്നതു കണ്ടതോടെ വള്ളിയമ്മയുടെ മുഖത്ത് അസ്വസ്ഥത വർദ്ധിച്ചു. വള്ളിയമ്മയുടെ കുടിയുടെ മുറ്റത്ത് അപരിചിതർ നിൽക്കുന്നത് കണ്ടിട്ടായിരിക്കണം അനിചന്ദ്രൻ മുതുവാക്കുടിയി ലേക്കുള്ള വഴിയിൽ നിന്ന് മാറി നടക്കാൻ തുടങ്ങി. നിസാർ അയാളെ ഉറക്കെ പേര് പറഞ്ഞു വിളിച്ചു.

“അനിചന്ദ്രൻ! ഇതിലേ വരൂ.”

തന്റെ പേര് വിളിക്കുന്നത് കേട്ടപ്പോൾ അനിചന്ദ്രൻ നടത്തം നിറുത്തി യിട്ട് അദ്ഭുതത്തോടെ നിസാറും ഗിരിജയും നിന്നിരുന്ന ഭാഗത്തേക്ക് നോക്കിനിന്നു. നിസാർ വീണ്ടും വിളിച്ചു പറഞ്ഞു: “അനിചന്ദ്രൻ ഇങ്ങോട്ട് കേറി വരൂ.”

രക്ഷപ്പെടാൻ മാർഗ്ഗമില്ലാതായതുപോലെ അനിചന്ദ്രൻ സാവകാശം ഗിരിജയും നിസാറും നിന്നിരുന്ന വള്ളിയമ്മയുടെ കുടിയുടെ മുറ്റത്തേക്ക് കയറി വന്നു. അടുത്തെത്തിയപ്പോൾ വെറ്റിലക്കറ പിടിച്ച പല്ലുകൾ കാട്ടി അനിചന്ദ്രൻ മലർക്കെ ചിരിച്ചു. അനിചന്ദ്രൻ മുറ്റത്തെത്തിയപ്പോൾ വള്ളിയമ്മ കുടിയിലേക്ക് വലിഞ്ഞു. തകരവാതിൽ അടച്ചു. നിസാർ സ്വയം പരിചയപ്പെടുത്തി.

“ഞാൻ ചിന്നക്കനാൽ ആശുപത്രിയിലുണ്ടായിരുന്ന ഡോക്ടറാണ്. ആശുപത്രിയിൽ വരാറുണ്ടായിരുന്ന പപ്പുസാമിയെ തിരക്കി വന്നതാണ്. പപ്പുസാമി എവിടെ പോയതാണ്?”

“മറയൂർ എം.പി. നടത്തണ മീറ്റിംഗിന് പോയതാക്കും. രാത്രിയാവും വറതുക്ക്.”

“സാമിയാർക്കുടിയിലെ എല്ലാവരും മീറ്റിംഗിനു പോയതാണോ?”

“തന്നെ. അവര് ജീപ്പ് കൊണ്ട്വന്ത് കേറ്റിക്കൊണ്ട് എല്ലോരേം കൂട്ടീട്ട് പോയതാക്കും.”

“അനിചന്ദ്രൻ പോയില്ലേ?”

“ഇല്ലെ. നാൻ പുല്ല് പാക്കതുക്ക് പോയി.”

"പുല്ലോ?"

"ആമാങ്കെ. പുൽത്തൈലം എടുക്കറ പുല്ലിരുക്ക്. തേമ്പാറ മലയില്. അത് പാക്കതുക്ക് പോയി."

"അനിചന്ദ്രന്റെ കുടി ഏതാണ്?"

"മേലെ."

"അവിടെപ്പോയിരുന്ന് സംസാരിക്കാമോ?"

"പേശറതുക്ക് പൊത്കമന്തയിലെ പോലാം."

"പൊത്ക മന്തയോ? എന്താണത്?"

"സബ കൂടറ ഇടം."

"ഓ സഭ കൂടുന്ന സ്ഥലം. ശരി അവിടെ പോകാം. എവിടെയാണത്?"

"മേലെ."

ഗിരിജയും നിസാറും അനിചന്ദ്രന്റെ കൂടെ കയറ്റം കയറ്റം കയറി. മുതുവാക്കുടിയുടെ ഏറ്റവും ഉയർന്ന സ്ഥാനത്ത് നിരപ്പാക്കിയെടുത്തതാണ് പൊതുക് മന്ത. ചെറിയൊരു കുടിൽ. അതിന് ചതുരാകൃതിയിൽ വിസ്തൃതിയുള്ള അങ്കണം. മുറ്റത്തിന്റെ ഒരറ്റത്ത് ഒറ്റപ്പെട്ട ഒരു തണൽ മരം. മരത്തണലിൽ ഇരിക്കാനായി അനിചന്ദ്രൻ കുടിലിൽ നിന്ന് പുൽപ്പായകൾ എടുത്തു കൊണ്ടുവന്നു. ഗിരിജയും നിസാറും പുൽപ്പായയിൽ ഇരുന്നുകൊണ്ട് അനിചന്ദ്രനോട് ഇരിക്കാൻ പറഞ്ഞു.

"വേണ്ടാം. നാൻ നിക്കറേൻ."

അനിചന്ദ്രൻ തണൽമരത്തിന്റെ തടിയിൽ ചാരി നിന്നു. മുറ്റത്തിനപ്പുറത്ത് താഴത്തായി മറ്റൊരു കെട്ടിടം പൂട്ടിയിട്ട നിലയിൽ കണ്ടു. അതിന്റെ മുറ്റത്ത് നിറയെ സോളാർ പാനലുകളാണ്

"അതെന്താണ്?"

"അത് ടി.വി. പാക്കത്ക്ക്. സോളാർ കരണ്ട് ഉണ്ടാക്കണതാക്കും."

"ഇതൊക്കെ ആരാണ് ഉണ്ടാക്കിയത്? ഫോറസ്റ്റ് ഡിപാർട്ട്മെന്റാണോ?"

"ഫോറസ്റ്റല്ലെ. എം. പി. സാറ് കമ്പനിക്കാറ് കിട്ട ചൊല്ലി ചെയ്യിപ്പിച്ചതാക്കും."

"ഏത് എം.പി?"

"സി. പി. തോമസ്സാറ്."

മുതുവാക്കുടി ഒന്നടങ്കം സി.പി. തോമസ് പങ്കെടുക്കുന്ന മീറ്റിംഗിനു പോയതിന്റെ കാരണം ഗിരിജയ്ക്കും നിസാറിനും മനസ്സിലായി. ഇടുക്കി മണ്ഡലത്തെ പ്രതിനിധീകരിക്കുന്ന പുതിയ പാർലമെന്റ് മെമ്പർ സി.പി. തോമസിന്റെ സ്വാധീനവലയത്തിലാണ് സാമിയാർക്കുടി മുഴുവനും. ഗിരിജ അനിചന്ദ്രനോട് ചോദിച്ചു: "കമ്യൂണിസ്റ്റ്കാർ ഇവിടെയെങ്ങും വരാറില്ലേ?"

അനിചന്ദ്രൻ നിഷേധാർത്ഥത്തിൽ തല കുലുക്കി.

"നമുക്ക് തിരിച്ചുപോയാലോ? നാളെ രാവിലെ വന്ന് ഡോക്ടറുടെ പപ്പുസാമിയെ കാണാം."

നിസാറും അതു തന്നെയാണ് ചിന്തിച്ചിരുന്നത്. പക്ഷേ ഗിരിജ എന്തിനു നിൽക്കണം?

ഗിരിജയ്ക്ക് നാട്ടിലേക്ക് തിരിച്ചു പോകണ്ടേ? അതോ...

"ഞാൻ പപ്പുസാമിയെ കണ്ടിട്ടേ മടങ്ങുന്നുള്ളു. എന്റെ പൊയ്പ്പോയ നല്ല കാലത്തിലെ ഒരു ബിന്ദുവാണ് പപ്പുസാമി. എനിക്ക് പപ്പുസാമിയെ കാണാൻ ആഗ്രഹമുണ്ട്. പക്ഷേ ഗിരിജ നിന്നാൽ റിട്ടേൺ ജേണി വൈകില്ലേ?"

"നാട്ടിലെത്തിയിട്ട് എനിക്ക് ഒന്നും ചെയ്യാനില്ല. ഡോക്ടറുടെ വിവരണത്തിൽ നിന്ന് പപ്പുസാമി എനിക്കും താല്പര്യമുള്ള കാഥാപാത്ര മായി മാറിയിരിക്കുന്നു."

നിസാർ വാച്ചിൽ നോക്കി. മണി പന്ത്രണ്ട്. ഭക്ഷണം കഴിക്കാറായില്ല.

"ശരി. എങ്കിൽ നമുക്ക് നല്ലതണ്ണിയാറിന്റെ കരയിൽ കൂടി തിരിയെ നടക്കാം. അതോ ഭക്ഷണം കഴിച്ചിട്ട് നടക്കണോ?"

"വിശപ്പ് തോന്നുന്നില്ല. കുറച്ച് നടന്നിട്ട് ഇടയ്ക്ക് വെച്ച് ഭക്ഷണം കഴിക്കാം."

അനിചന്ദ്രനോട് ആറ്റിന്റെ കരയിലെത്താനുള്ള വഴി ചോദിച്ചു. വഴി കാണിച്ചു തരാമെന്ന് പറഞ്ഞ് അനിചന്ദ്രൻ മലയുടെ ചരുവിലൂടെ നിസാറും ഗിരിജയും വന്നതിന്റെ എതിർ ദിശയിലേക്ക് നടക്കാൻ തുടങ്ങി. അന്യം നിന്നു പോയെന്ന് തോന്നിക്കുന്ന ഒരു ചെറിയ അമ്പലത്തിന്റെ മുറ്റത്താണ് അവർ എത്തിച്ചേർന്നത്.

"ഇതെന്ത് ക്ഷേത്രമാണ്? ഗിരിജ ചോദിച്ചു."

"കന്നിമാരി അമ്മൻ കോയിൽ."

"കന്നിമാരിയോ? അതോ കന്യാമറിയമോ?"

"തന്നെ. കന്നിമാരി അമ്മൻ."

"പൂജയൊന്നുമില്ലേ ഇവിടെ?"

"ഇരുക്ക്. പൂശാരി വന്ത് രാവിലേം രാത്രീം പൂജ നടത്തും."

"ഈ അമ്പലത്തിൽ ഉത്സവം നടത്താറുണ്ടോ?"

"ഒറു വരിഷം രണ്ട് ഉത്സവമിരുക്ക്. ഉത്സവത്ത്ക്ക് എല്ലാ കുടിക്കാറും കോയിലില് വരും. പൂശാരി ആടിനെ വെട്ടും."

"ഓഹോ ആട് വെട്ടുണ്ടോ? മുതുവാൻമാർക്ക് മൃഗബലിയൊന്നും ഇല്ലെന്നായിരുന്നു എന്റെ ധാരണ."

പൂശാരി രോഗികളെ ചികിത്സിക്കാറുണ്ടോ?"

"മുമ്പ് എല്ലാ സൂക്കേടിനും പൂശാരി ചീത്സിക്കാറുണ്ടായിരുന്നു. ഇപ്പം എല്ലാരും ചിന്നക്കനാൽ ആശ്വത്രീല് പോകും."

കൾച്ചറൽ ആന്ത്രപ്പോളജി പഠിച്ച ഗിരിജ ഗോത്രവർഗ്ഗക്കാരുടെ ഷാമാനിസത്തെക്കുറിച്ച് പറഞ്ഞു.

"സായിപ്പിന്റെ ഷാമാൻ തന്നെയാണ് ഇവരുടെ പൂശാരി. മുമ്പ് ചികിത്സ പൂശാരിയുടെ കുത്തകയായിരുന്നു."

ഗിരിജ അനിചന്ദ്രനോട് ചോദിച്ചു: "ഇപ്പം ചികിത്സിക്കാൻ ആരും പൂശാരിയുടെ അടുത്ത് പോകാറില്ലേ?"

"പോകും. പ്രേതം കൂടിയാല് ഒഴിപ്പിക്കറതുക്ക് പോകും. അത്ക്ക് പൂശാരി താൻ വേണം."

അവർ കന്നിമാരിയമ്മൻ കോവിലും പിന്നിട്ട് മലഞ്ചരുവിലൂടെ കുത്തനെ ഇറങ്ങി. നല്ലതണ്ണിയാറിന്റെ ആഹ്ലാദാരവം കേട്ടുതുടങ്ങി.

ആറ് എത്തിയാച്ച്.

പുഴക്കരയിലെത്തിയപ്പോൾ നദിക്ക് സമാന്തരമായി പോകുന്ന ഒറ്റയടിപ്പാത കണ്ടു.

"ഇന്ത വഴീക്കൂടെ നടന്നാപ്പോതും. ജീപ്പ് റോഡില് പോലാം."

അനിചന്ദ്രൻ യാത്രപറഞ്ഞ് തിരിച്ചു നടക്കാൻ തുടങ്ങിയപ്പോൾ നിസാർ ഓർമ്മിപ്പിച്ചു.

"പപ്പുസാമി വരുമ്പഴ് ഞങ്ങള് വന്നിരുന്ന കാര്യം പറയണം. പപ്പുസാമിയെ കാണാൻ നാളെ ഞങ്ങള് വരുമെന്നും. എവിടെയും പോകരുതെന്നും പപ്പുസാമിയോട് ഞങ്ങൾ പറഞ്ഞതായി പറയണം... ആര് വന്നിരുന്നെന്ന് പറയും?"

"ചിന്നക്കനാല് ആസ്പത്തിരീല് മുന്നാലെ ഇരുന്ത ഡോക്ടും പിന്നെ ഒര് ലേഡിയും."

ഭാഗം രണ്ട്

ജീവിതയാത്ര

നദിയുടെവഴിയേ

നിസാറും ഗിരിജയും നല്ലതണ്ണിയാറിന്റെ കരയിലുള്ള ഒറ്റയടിപ്പാതയിലൂടെ സാവകാശം നടന്നു. താൻ പരിപൂർണ്ണ സ്വാതന്ത്ര്യം അനുഭവിക്കുകയാണെന്ന് നിസാറിനു തോന്നി. യാതൊരു ലക്ഷ്യവുമില്ലാതെയുള്ള അവസ്ഥ. അതല്ലേ പൂർണ്ണ സ്വാതന്ത്ര്യം? ഗിരിജ ചോദിച്ചു: "എന്താണ് ചിന്തിക്കുന്നത്?"

"അബ്സൊല്യൂട്ട് ഫ്രീഡത്തെക്കുറിച്ച്. സർവ്വതന്ത്രസ്വാതന്ത്ര്യം എന്നു വേണമെങ്കിൽ പറയാം. ഇപ്പോൾ ഞാൻ അതനുഭവിക്കുകയാണ്. കസാന്ത് സാക്കിസ് പറഞ്ഞ സ്വാതന്ത്ര്യത്തിൽ നിന്നു വ്യത്യസ്തമാണ് എന്റെ കൺസെപ്റ്റ്."

"കസാന്ത് സാക്കിസ് എന്താണ് പറഞ്ഞത്?"

"സോർബ ദി ഗ്രീക്ക് എന്ന നോവലിലെ പ്രധാന കഥാപാത്രം സോർബയുടെ ഒരു ഡയലോഗിലൂടെയാണ് അദ്ദേഹം അത് പറഞ്ഞത്. എല്ലാ വിശ്വാസങ്ങളിൽ നിന്നുമുള്ള മോചനമാണ് യഥാർത്ഥ സ്വാതന്ത്ര്യം എന്നാണദ്ദേഹം പറഞ്ഞത്."

"എന്താണ് പുതിയ കൺസെപ്റ്റ്?"

"യാതൊരു ലക്ഷ്യബോധവുമില്ലാത്ത അവസ്ഥയ്ക്കാണ് ഞാൻ അബ്സൊല്യൂട്ട് ഫ്രീഡം എന്നു പറയുന്നത്."

"അങ്ങനെയൊരവസ്ഥയുണ്ടോ? കോവിലൂരിലെത്തണമെന്ന ലക്ഷ്യത്തോടെയല്ലേ നമ്മള് നടക്കുന്നത്?"

"അതൊരു ലക്ഷ്യബോധമല്ല. വാസസ്ഥലത്തോ ഒരു പാർപ്പിടത്തിലോ എത്തണമെന്ന ആഗ്രഹം ജന്തുസഹജമായ വാസനയിൽ നിന്നുണ്ടാകുന്നതാണ്. അതിനെ ലക്ഷ്യബോധമെന്ന് പറയാൻ പറ്റില്ല."

"ഓ മനസ്സിലായി. മാർക്സിയൻ പാർലൻസിലെ ലക്ഷ്യബോധം. അതല്ലേ ഉദ്ദേശിച്ചത്?"

"അത് സാമൂഹികമായ ലക്ഷ്യബോധമാണ്. അതുമാത്രമല്ല. വ്യക്തിപരമായ ലക്ഷ്യങ്ങളുമുണ്ടല്ലോ. സ്വന്തം ഭാവി. കുടുംബത്തിന്റെ

ഭാവി. സ്ഥാനമോഹം. പ്രശസ്തി നേടണമെന്ന ആഗ്രഹം. ഇത്തരം യാതൊരു ലക്ഷ്യവുമില്ലാത്ത അവസ്ഥയ്ക്ക് ഞാൻ മനുഷ്യന്റെ പരിപൂർണ്ണ സ്വാതന്ത്ര്യമെന്ന് പറയും."

നദീതീരത്തെ പാത ചെന്നവസാനിച്ചത് ഒരു വലിയ പാറയിലാണ്. നടപ്പാത പാറപ്പുറത്തുകൂടി തുടരുകയാണ്. പാറയുടെ മുകളിലെത്തിയപ്പോൾ നിസാർ വാച്ചിൽ നോക്കി. മണി ഒന്ന് കഴിഞ്ഞിരിക്കുന്നു.

"പാറപ്പുറത്തിരുന്ന് നമുക്ക് ഭക്ഷണം കഴിച്ചാലോ? ഭക്ഷണം കഴിച്ചിട്ട് വേണമെങ്കിൽ പാറപ്പുറത്ത് ഉച്ചയുറക്കവുമാകാം. കോവിലൂരെത്താൻ തിടുക്കമൊന്നുമില്ലല്ലോ."

"ഇരുട്ടുന്നതിനു മുമ്പെത്തണം."

"അതെന്തായാലുമെത്താം."

ഔസേപ്പ് തയ്യാറാക്കിത്തന്ന ഭക്ഷണപ്പൊതി അഴിച്ചപ്പോൾ ഇറച്ചിക്കറിയുടെ മാദകഗന്ധം അനുഭവപ്പെട്ടു. ഗിരിജ ആസ്വാദ്യതയോടെ ബീഫ് കറി കഴിക്കുന്നത് കണ്ടപ്പോൾ നിസാറിന് സന്തോഷം തോന്നി. റാഞ്ചിയിലെ ഉപരിപഠനം കഴിഞ്ഞതിനുശേഷമാണ് മാട്ടിറച്ചിയോട് ഒരു ഭയം തോന്നിത്തുടങ്ങിയത്. ആൾ ഇന്ത്യാ ഇൻസ്റ്റിറ്റ്യൂട്ടിൽ പഠിക്കുമ്പോൾ കൂട്ടുകാരുമൊത്ത് ആഴ്ചയിലൊരിക്കൽ സലാമത്ത് ഖാന്റെ ചായക്കടയിൽ കാളയിറച്ചിയുടെ കബാബ് തിന്നാൻ പോകും. തിരിച്ച് ഹോസ്റ്റലിലെത്തുമ്പോൾ ബീഹാരി ബ്രാഹ്മണനായ സുമീത് ഝായും ഒഡിഷ ബ്രാഹ്മണനായ നാഗേന്ദ്രനാഥ് മിശ്രയും ചേർന്ന് ആക്രമണം തുടങ്ങും. പശുവിറച്ചിതീനികൾ എന്നു വിളിച്ചുള്ള കളിയാക്കലിലാണ് തുടങ്ങുക. മദ്രാസികളെ ഒന്നാകെയാണ് ആദ്യം ആക്ഷേപിക്കുക. അത് കഴിയുമ്പോൾ നിസാറിനെ ഒറ്റ തിരിച്ച് ആക്ഷേപിക്കും.

"ഉല്ലൂ കാ പട്ടാ മുസൽമാൻ കാരണമാണ് മറ്റുള്ള മദ്രാസികളും പശുവിറച്ചി തിന്നുന്നത്."

നിസാർ കേട്ടില്ലെന്ന മട്ടിൽ ഇരിക്കുകയേ ഉള്ളൂ. പക്ഷേ മറ്റുള്ളവർ ചിലപ്പോൾ ഏറ്റുപിടിക്കും. അപ്പോൾ രംഗം വഷളാകും. ഒന്നു രണ്ടു പ്രാവശ്യം കൈയാങ്കളിയുടെ വക്കിലെത്തിയതാണ്. ആഴ്ചയിലൊരിക്കലുള്ള കബാബ് തീറ്റി നിറുത്തുന്നതാണ് നല്ലതെന്ന് നിസാർ പലപ്പോഴും പറഞ്ഞു നോക്കിയിട്ടുണ്ട്. ഗോസായികളെ പേടിച്ച് കാളയിറച്ചി തീറ്റ നിറുത്താൻ പറ്റില്ലെന്ന് പറഞ്ഞ് കൊടുങ്ങലൂർക്കാരൻ ഡോക്ടർ സുകുമാരനും മട്ടാഞ്ചേരിക്കാരൻ ഡോക്ടർ മുരളിയും നിസാറിനെ നിർബ്ബന്ധിച്ച് സലാമത്തിന്റെ കടയിലേക്ക് കൊണ്ടുപോയി കാളക്കബാബ് തീറ്റിക്കും. അതുമുതലാണ് ബീഫ് എന്നു കേൾക്കുമ്പോൾ ഒരു ഭയം ഉള്ളിൽ നാമ്പിടാൻ തുടങ്ങിയത്.

യാതൊരു കൂസലുമില്ലാതെ ഗിരിജ കാളയിറച്ചിക്കറി കൂട്ടി പുട്ട് തിന്നുന്നത് കണ്ടപ്പോൾ നിസാറിന് അദ്ഭുതം തോന്നി. താൻ ഭക്ഷണം കഴിക്കുന്നത് നിസാർ കൗതുകത്തോടെ നോക്കിക്കൊണ്ടിരിക്കുന്ന കാര്യം ഗിരിജയുടെ ശ്രദ്ധയിൽ പെട്ടു.

"എന്താ സൂക്ഷിച്ചു നോക്കുന്നത്?"

നിസാർ റാഞ്ചിയിൽ പഠിക്കുമ്പോഴുണ്ടായ അനുഭവം വിവരിച്ചു. ഗിരിജ പറഞ്ഞു: "ഹിന്ദു ഇത്രത്തോളം അക്രമാസക്തമാകുന്നതിനു മുമ്പ് തന്നെ വടക്കേ ഇന്ത്യയിൽ മനുഷ്യരുടെ ഭക്ഷണക്കാര്യങ്ങളിൽ ഇടപെടു മായിരുന്നു. ഹിന്ദുത്വയും ഇസ്ലാമിസവും ഒരുപോലെ മനുഷ്യന്റെ ഭക്ഷണക്കാര്യത്തിൽ ഇടപെടുമായിരുന്നു. മലപ്പുറത്തൊക്കെ നോമ്പു കാലത്ത് പകൽ സമയത്ത് ഹോട്ടലുകൾ തുറക്കാൻ സമ്മതിക്കാറില്ല. എന്തൊരു ധിക്കാരമാണ്."

ഭക്ഷണം കഴിഞ്ഞപ്പോൾ ഗിരിജ പറഞ്ഞു: "കുറച്ച് റെസ്റ്റെടുത്തിട്ട് നടക്കാം."

ഗിരിജ പാറപ്പുറത്ത് തന്നെ നീണ്ടു നിവർന്നു കിടന്നുകൊണ്ട് ചോദിച്ചു: "ഡോക്ടർക്ക് ഉച്ചയുറക്കമുണ്ടോ?"

ചെറിയൊരു കുറ്റബോധത്തോടെ നിസാർ പറഞ്ഞു: "അത് എന്റെ യൊരു ദൗർബ്ബല്യമാണ്. ഹാർട്ട്പേഷ്യന്റാകുന്നതിനു മുമ്പ് തന്നെ അത് പതിവായിരുന്നു. ഗിരിജയ്ക്കോ?"

"എനിക്ക് ഉച്ചയുറക്കമില്ല. പക്ഷേ ഇപ്പോൾ ഈ പാറപ്പുറത്ത് കിടക്കുമ്പോൾ ഉറങ്ങിപ്പോകുമെന്ന് തോന്നുന്നു. ഈ കാനനച്ഛായയിൽ..."

അല്പം മാറി നിസാറും കിടന്നു. താമസിയാതെ തന്നെ രണ്ടുപേരും ഉറക്കത്തിലേക്ക് വഴുതിയിറങ്ങി.

ഉണർന്നപ്പോൾ നിസാർ വാച്ചിൽ നോക്കി. മണി മൂന്നാകാൻ പോകുന്നു. ഗിരിജ അപ്പോഴും ഉറക്കമാണ്. ഉച്ചയുറക്കം പതിവില്ലാത്തവർ ഉറങ്ങുമ്പോൾ അങ്ങനെയാണ്. ഉറങ്ങിയാൽ കൂടുതലുറങ്ങും. എന്തു വേണം? വിളിക്കണോ? അതോ ഉണരുന്നതുവരെ കാത്തിരിക്കണോ? കാലുകൾ അകത്തിവെച്ച് മലർന്നു കിടന്നുറങ്ങുന്ന ഗിരിജയുടെ ആകാരസൗഷ്ഠവം നോക്കിയിരുന്നപ്പോൾ നിസാറിന്റെ കാമം ഉണർന്നു. ഉടനെ നോട്ടം പിൻവലിച്ചു. ഗിരിജ പെട്ടെന്നെങ്ങാൻ ഉണർന്നാൽ ഉറങ്ങിക്കിടന്ന തന്റെ ശരീരം നോക്കി ആസ്വദിക്കുന്ന കാര്യം അവൾക്ക് മനസ്സിലാക്കും. അത് മോശമാണ്. സംസ്കാരശൂന്യതയാണ്. നിസാർ എതിർവശത്തേക്ക് ചരിഞ്ഞ് കിടന്നു. അല്പം കഴിഞ്ഞപ്പോൾ ഗിരിജ ഉണർന്ന് നിസാറിനെ വിളിച്ചു.

"ഉറക്കം കഴിഞ്ഞില്ലേ? മണി മൂന്നു കഴിഞ്ഞു."

“ഞാൻ അല്പം മുമ്പേ ഉണർന്നു. ഗിരിജ ഉറങ്ങുന്നതുകൊണ്ട് വീണ്ടും കിടന്നതാണ്.”

“എന്നെ വിളിക്കാഞ്ഞതെന്താണ്?”

“ഉറങ്ങുന്നവരെ ഉണർത്തുന്നത് ശരിയല്ല.”

അവർ വീണ്ടും നദിക്കരയിലൂടെയുള്ള ഒറ്റയടിപ്പാതയിലൂടെ നടക്കാൻ തുടങ്ങി. കുറച്ചു ദൂരം പിന്നിട്ടപ്പോൾ ഒറ്റയടിപ്പാത നദിക്കരയിൽ നിന്നും വനത്തിന്റെ ഉള്ളിലേക്ക് തിരിഞ്ഞു. വഴി തെറ്റുമോ എന്ന ഭയം ഇരുവരെയും പിടികൂടി.

“ഇപ്പോൾ ഒരു വഴിയേ ഉള്ളൂ. വഴി രണ്ടാകുമ്പോഴാണ് എങ്ങോട്ട് തിരിയണമെന്ന് ചിന്തിക്കേണ്ടി വരിക.”

വഴി കോവിലൂരിലേക്കുള്ള ജീപ്പ് റോഡിൽ ചെന്നു ചേർന്നു. അവർ കോവിലൂരിലെത്തിയ പ്പോൾ ഇരുട്ടിത്തുടങ്ങി. പെട്ടെന്ന് അന്തരീക്ഷമാകെ മൂടൽമഞ്ഞ് നിറഞ്ഞു. തണുപ്പ് മജ്ജയെ സ്പർശിച്ചു. മെഴ്സിഹോട്ടലി നകത്തേക്ക് കടന്നപ്പോൾ ഔസേപ്പ് പറഞ്ഞു.”

“അധികം ഇരുട്ടണേനു മുമ്പ് എത്ത്യേത് നന്നായി. മിസ്റ്റ് വീണാൽ ആനയിറങ്ങും. പോയ കാര്യം നടന്നാ?”

“ഇല്ല. പപ്പുസാമിയെ കാണാനായിട്ടാണ് പോയത്. അയാളെ കാണാൻ പറ്റിയില്ല. സാമിയാർക്കുടിയിലെ മുതവാൻമാരെല്ലാം എം. പി. സംഘടിപ്പിച്ച മീറ്റിംഗിനു മറയൂര് പോയിരിക്കുന്നു.”

“സാമിയാർക്കുടീലെ മുതുവാമ്മാരെല്ലാം എം. പീടെ ആളുകളാണ്. ഇഞ്ഞി എന്താണ് പ്ലാൻ?”

“നാളെ വീണ്ടും സാമിയാർക്കുടിയിൽ പോകണം.”

“അപ്പ നാളേം നാട്ടീല്ക്ക് പൊറപ്പെടണില്ല?”

“ഇല്ല. ഞങ്ങൾക്ക് തിരക്കില്ല.”

ഔസേപ്പ് മേശവലിപ്പിൽ നിന്നും മുറിയുടെ താക്കോലെടുത്ത് നിസാറിന്റെ കൈയിൽ കൊടുത്തിട്ട് പറഞ്ഞു: “കുളിയൊക്കെ കഴിഞ്ഞ് വരുമ്പളക്കും കഴിക്കാനൊള്ളത് റെഡിയാക്കാം. മീൻ കറിയുണ്ട്. കൊറച്ച് ഡാം മീൻ കിട്ടി. കുളിക്കാൻ വെള്ളം സിമന്റ തൊട്ടീലുണ്ട്. മലേന്നൊള്ള ഊറ്റീന്ന് പിടിക്കണ വെള്ളോണ്. നല്ല തണവൊണ്ടാവും.”

“ഡോക്ടർ കുളിക്കൂ. ഞാൻ കുളിക്കുന്നില്ല. തണുപ്പത്ത് കുളിച്ചാൽ ആസ്തമ ശല്യം ചെയ്യും.”

ഉറങ്ങാൻ കിടന്നതിനുശേഷം ഗിരിജ ചോദിച്ചു: “നാളെ എപ്പോൾ പുറപ്പെടണം നമുക്ക്? ഇന്ന് പുറപ്പെട്ട സമയത്ത് തന്നെ പോകാം.”

പിന്നെ ഗിരിജ ഒന്നും പറഞ്ഞില്ല. കുറച്ച് കഴിഞ്ഞപ്പോൾ നേർത്ത തുണിയുടെ ഉലച്ചിൽ പോലെ ഗിരിജയുടെ താളാത്മകമായ ശ്വാസോ ച്ഛ്വാസം കേട്ടു തുടങ്ങി.

ഒഴിയാത്ത പ്രേതം

പിറ്റെ ദിവസം സാമിയാർക്കുടിയിൽ ചെല്ലുമ്പോൾ പപ്പുസാമി മാത്രമല്ല ഒരാൾക്കൂട്ടം തന്നെ ഡോക്ടർ നിസാറിനെ കാത്ത് നിൽക്കുകയായിരുന്നു. തലേ ദിവസം തന്നെത്തേടി വന്ന ഡോക്ടർ നിസാർ ആരാണെന്ന് പപ്പുസാമി സാമിയാർകുടിയുടെ മൂപ്പൻ പൊന്നുസാമിയോട് പറഞ്ഞു. ചിന്നക്കനാൽ ആശുപത്രിയിലുണ്ടായിരുന്ന ഡോക്ടറാണ് നാളെ വരുന്നതെന്ന് പപ്പു സാമി പറഞ്ഞപ്പോൾ കുടിക്കാരെല്ലാം പൊതുകുമന്ത യിലെത്താൻ മൂപ്പൻ അറിയിച്ചു.

ഇത്ര പെട്ടെന്ന് പൊതുകമന്തയിൽ വെച്ച് പൊതുസഭ കൂടുന്ന തെന്തിനെന്ന് ആർക്കും പിടി കിട്ടിയില്ല. ചിന്നക്കനാലിലുണ്ടായിരുന്ന ഡോക്ടർ നാളെ വരുന്നുണ്ടെന്നും സുഖക്കേടുള്ളവരെല്ലാം ഡോക്ടറെ കാണിച്ച് മരുന്ന് വാങ്ങാൻ പൊതുക് മന്തയിൽ വരണമെന്നും മൂപ്പൻ പൊന്നുസാമി ആജ്ഞാപിച്ചു. കുറെപ്പേർ പൊതുക്മന്തയിൽ കാത്തു നിൽക്കാതെ പപ്പുസാമിയോടൊപ്പം ഡോക്ടറെ കൂട്ടിക്കൊണ്ടുവരാൻ മലയുടെ അടിവാരത്തിലുള്ള നെൽപ്പാടത്തിന്റെ വരമ്പത്തേക്ക് ചെന്നു. അതാണ് നിസാറും ഗിരിജയും കണ്ട ആൾക്കൂട്ടം. ആൾക്കൂട്ടത്തെ കണ്ടപ്പോൾ ഗിരിജയ്ക്ക് സംശയം.

"എന്തോ പന്തികേടുണ്ടെന്ന് തോന്നുന്നു. മുതുവാൻമാർ വളരെ സെക്ലൂഡഡ് ആയ ട്രൈബാണ്. ഇന്നലത്തെ നമ്മുടെ ഇൻട്രൂഷൻ അവർക്കിഷ്ടപ്പെട്ടുകാണില്ല."

ഗിരിജയും നിസാറും പുതുക്കുടിയുടെ വയൽവരമ്പത്ത് സംശയിച്ച് നിന്നപ്പോൾ വാർദ്ധക്യത്തിലേക്ക് കാലൂന്നിയ ഒരു മുതുവാൻ ആൾക്കൂട്ടത്തിൽ നിന്നു മുന്നോട്ട് വന്നു. അയാളെ ദൂരെ നിന്ന് തന്നെ നിസാർ തിരിച്ചറിഞ്ഞു. പപ്പുസാമി!

നിസാറിനു ധൈര്യമായി.

"ഒരു പന്തികേടുമില്ല ഗിരിജേ. പപ്പുസാമിയാണ് ആ വരുന്നത്. ചിന്നക്കനാലിലെ പഴയ ഡോക്ടറെക്കുറിച്ച് പപ്പുസാമി അവരോട് പറഞ്ഞുകാണും."

ഗിരിജയും നിസാറും വയൽ വരമ്പത്തുകൂടെ മുന്നോട്ട് നടന്നു. നിസാറിനെ അടുത്തു കണ്ടപ്പോൾ പപ്പുസാമിക്ക് ആഹ്ലാദം അടക്കാ നായില്ല. ഓടി വന്ന് കൈകളിൽ പിടിച്ചു.

"ശത്ത് പോറതുക്ക് മുന്നാലെ ഡോക്ടറെ പാക്കമുടിയുന്ന് വിചാരിച്ചില്ല."

പപ്പുസാമിയുടെ കണ്ണുകൾ ഈറനായി. അത് കണ്ടപ്പോൾ നിസാ റിന്റെ കണ്ണുകളും നിറഞ്ഞു. ഇതെല്ലാം കണ്ടുകൊണ്ട് നിന്ന ഗിരിജയുടെ മനസ്സും തരളിതമായി.

"നിങ്ങൾ തമ്മിൽ ഇത്ര ഇമോഷണൽ അറ്റാച്ച്മെന്റ് ഉണ്ടെന്ന് ഞാൻ കരുതിയില്ല."

"പപ്പുസാമിയെ കാണാൻ ഞാൻ നിന്നതെന്തുകൊണ്ടാണെന്ന് ഇപ്പോൾ ഗിരിജയ്ക്ക് മനസ്സിലായോ?"

മനസ്സിലായെന്ന് ഗിരിജ തല കുലുക്കുക മാത്രം ചെയ്തു. ആളുകളെ ചൂണ്ടിക്കൊണ്ട് പപ്പുസാമി പറഞ്ഞു: "സൂക്കേട് കാരെല്ലാം വരണോന്ന് മൂപ്പൻ പറഞ്ഞിട്ടുണ്ട്. അതാക്കും എല്ലാരും വന്തത്."

നിസാർ ധർമ്മസങ്കടത്തിലായി. തന്റെ നിസ്സഹായാവസ്ഥ പപ്പുസാമി യോട് തുറന്നു പറഞ്ഞു.

"പപ്പുസാമീ, ഞാൻ കുറിഞ്ഞി പൂത്തതു കാണാൻ വന്ന പദയാത്രാ സംഘത്തിന്റെ കൂടെ വന്നതാണ്. കോവിലൂരെത്തിയപ്പോഴാണ് സാമിയാർക്കുടിയെക്കുറിച്ചും പപ്പുസാമിയെക്കുറിച്ചും ഓർമ്മ വന്നത്. പപ്പുസാമി പറയാറുണ്ടായിരുന്നല്ലോ സാമിയാർക്കുടി കോവിലൂരി നടുത്താണെന്ന്. പപ്പുസാമിയെ ഒന്നു കാണാമെന്ന് മാത്രം കരുതി വന്ന താണ്. എന്റെ കൈയിൽ രോഗികളെ പരിശോധിക്കാനുള്ള സ്റ്റെത സ്കോപ്പോ മരുന്നെഴുതാനുള്ള കടലാസോ ഒന്നുമില്ല. പിന്നെ രോഗികളെ കണ്ടിട്ട് എന്ത് കാര്യം?"

"അതൊന്നും സാരമില്ലെ. ഡോക്ടര് വെറുതെ ശരീരത്തിലൊന്ന് തൊട്ട് പാത്താ മതിയാക്കും. മരുന്നെഴുതാനൊള്ള പേപ്പറെല്ലാം കുടിക്കാര് തന്നെ തരും. അതില് എഴുതിയാപ്പോതും. അത് ഞാൻ ചിന്നക്കനാല് ആസ്പത്രീപ്പോയി കാണിച്ച് മരുന്ത് വാങ്കിക്കൊടുക്കലാം."

"ഞാനെഴുതിയതും കൊണ്ട് ചിന്നക്കനാൽ ആശുപത്രിയിൽ ചെന്നാൽ അവർ മരുന്നു തരില്ല. ഞാൻ പെൻഷനായിട്ട് കുറേ നാളായി."

"അല്ലെങ്കി മൂന്നാറ് മെഡിക്കൽഷാപ്പിലെ ഇരുന്ത് കാസ് കൊടുത്ത് വാങ്കമുടിയും. നമ്മക്ക് പൊതുക്മന്ത കൂടണോടത്ത് പോകലാം. സൂക്കേട്കാര് എല്ലോരും അങ്കെ വറത്ക്ക് മൂപ്പൻ ചൊല്ലിയിരുക്ക്."

വെല്ലുവിളി ഏറ്റെടുക്കാൻ തന്നെ നിസാർ തീരുമാനിച്ചു. രോഗികളുടെ മുമ്പിൽ ഒരു ഡോക്ടർ പിന്തിരിയാൻ പാടില്ല. ഗിരിജയോട് ശബ്ദം താഴ്ത്ത പറഞ്ഞു.

"ഞാൻ രോഗികളെ പരിശോധിക്കാൻ പോകുന്നു. അതല്ലാതെ മറ്റുമാർഗ്ഗമില്ലെന്ന് തോന്നുന്നു."

പപ്പുസാമിയുടെ കൂടെ നിസാറും ഗിരിജയും പൊതുക മന്തയിലേക്ക് നടന്നു. പൊതുകുമന്തയിൽ മൂപ്പൻ പൊന്നുസാമിയും കുറെ ആളുകളും അവരെ കാത്ത് നിൽക്കുന്നുണ്ടായിരുന്നു.

ഡോക്ടർക്ക് ഇരിക്കാൻ കൈയില്ലാത്ത ഒരു മരക്കസേര എവിടന്നോ സംഘടിപ്പിച്ചിരിക്കുന്നു. മൂപ്പൻ കസേര ചൂണ്ടിക്കൊണ്ട് നിസാറിനോട്

പറഞ്ഞു: “ഡാക്ടര് അങ്കെ ഉക്കാരുങ്കോ. ഓരോരാ ആളിനെ കൂപ്പിട്ടാ പോതും.”

നിസാർ ഗിരിജയെ നോക്കി. ഗിരിജയ്ക്ക് ഇരിക്കാൻ കസേരയില്ല. മൂപ്പനും പപ്പുസാമിക്കും

നിസാറിന്റെ നോട്ടത്തിന്റെ അർത്ഥം മനസ്സിലാക്കി. മൂപ്പൻ അടുത്ത് നിന്നിരുന്ന ചെറുപ്പക്കാരനോട് കല്പിച്ചു: “നേഴ്സമ്മക്ക് ഉക്കാരുതുക്ക് ഒരു ചെയർ കൂടി കൊണ്ടുവാടാ.”

പപ്പുസാമി പൊതുക മന്തയുടെ കുടിക്കുള്ളിലേക്ക് കടന്ന് അതിനകത്ത് നിന്നും മടക്കുന്ന ഒരു ഇരുമ്പ് കസേരയുമായി വന്നു. പപ്പുസാമി കൊണ്ടിട്ട കസേരയിൽ ഗിരിജ ഇരുന്നു. നിസാർ ഓരോരുത്തരെ വിളിച്ച് സുഖക്കേടിന്റെ വിവരം തിരക്കാനും നാഡി പിടിച്ച് പരിശോധിക്കാനും തുടങ്ങി. കുറെ പേരെ അങ്ങനെ പരിശോധിച്ച് വെറുതെ വിട്ടപ്പോൾ ഗിരിജയ്ക്ക് ആശയക്കുഴപ്പമായി. “മരുന്നെഴുതിക്കൊടുക്കണ്ടേ?”

“വേണ്ട. ഞാൻ മറ്റൊരു പ്ലാൻ മനസ്സിൽ കണ്ടിട്ടുണ്ട്.”

സുഖക്കേടിന്റെ വിവരം പറയാൻ എട്ടു കുട്ടികളടക്കം ഇരുപതോളം പേരാണ് നിസാറിന്റെ അടുത്ത് വന്ന് നിന്നത്. ഒന്നര മണിക്കൂറോളമെടുത്തു എല്ലാവരോടും രോഗവിവരം ചോദിക്കാനും നാഡി പിടിച്ചും നെറ്റിയിൽ തൊട്ടും നെഞ്ചത്തും വയറ്റിലും തട്ടിയും മുട്ടിയും പരിശോധിച്ച് തീരാൻ. പരിശോധന കഴിഞ്ഞപ്പോൾ നിസാർ എല്ലാവരോടുമായി പറഞ്ഞു: “എല്ലാർക്കും മരുന്ന് നാളെ വൈകുന്നേരം ഞാൻ തന്നെ ഇവിടെ കൊണ്ടു വന്നു തരാം.”

ഒന്നും മനസ്സിലാകാതെ ഗിരിജ നിസാറിന്റെ മുഖത്ത് സംശയത്തോടെ തറപ്പിച്ചു നോക്കി. കാപട്യം തൊട്ടുതീണ്ടാത്ത മുതുവാൻമാരെ പറ്റിക്കാൻ പറഞ്ഞതാണെന്ന് ഗിരിജയ്ക്ക് തോന്നി. പിന്നീട് വിശദീകരിക്കാമെന്ന് ചെറുവിരൽ കൊണ്ട് ആംഗ്യം കാണിച്ച് ഗിരിജയുടെ ജിജ്ഞാസയ്ക്ക് അറുതി വരുത്തി. പരിശോധനയ്ക്ക് വന്നവരെല്ലാം പോയിക്കഴിഞ്ഞപ്പോൾ പപ്പുസാമി മൂപ്പന്റെ ചെവിയിലെന്തോ മന്ത്രിച്ചു. മൂപ്പൻ ഉറക്കെ ചോദിച്ചു: “പൂശാരി അറിഞ്ചാ എന്ന ചൊല്ലും?”

“പൂശാരി കിട്ട ചൊല്ലവേണ്ടാം.”

“എന്നാ ഡോക്കിട്ടരെ അങ്കെ കൊണ്ടോയി കാണിക്ക്.”

പപ്പുസാമി വിജയഭാവത്തിൽ നിസാറിന്റെ അടുത്തേക്ക് വന്നിട്ട് അടക്കിയ സ്വരത്തിൽ പറഞ്ഞു: “പ്രേതം കൂടിയതാക്കും. പുശാരി ഒഴിപ്പിച്ചിട്ട് പോണില്ലെ. ചിന്നക്കനാലിൽ ഇരുക്കുമ്പോത് ഇതുപോലെ പ്രേതം കൂടിയതിന് ഡോക്ടര് മരുന്ത് തന്നപ്പം എല്ലാം ശര്യായി. അന്നയക്ക് ഡോക്ടര് പറഞ്ഞില്ലേ. പ്രേതം കൂട്യേതൊക്കെ മെന്റലിന്റെ സൂക്കേടാണെന്ന്. ഇതു മെന്റലിന്റെ സൂക്കേടാക്കും. ഡോക്ടര് മരുന്ത് കൊടുത്താ പ്രേതം ഒഴിഞ്ഞ് പോയിടും.”

പപ്പുസാമി മനോരോഗ ചികിത്സയിൽ പുതിയ സിദ്ധാന്തം ആവിഷ്കരിച്ചിരിക്കുകയാണെന്ന് നിസാറിനു തോന്നി. മനോരോഗത്തിനുള്ള മരുന്നു കൊടുത്താൽ ഒഴിയാപ്രേതം ഒഴിഞ്ഞുപോകും. പൂശാരി ഒഴിപ്പിച്ചിട്ട് ഒഴിയാത്ത പ്രേതങ്ങളെ മരുന്നു കൊടുത്ത് ഒഴിപ്പിക്കുക. നിസാർ ഗിരിജയോട് ചോദിച്ചു: പപ്പുസാമിയുടെ പുതിയ തിയറി പിടി കിട്ടിയോ?

"വളരെ പ്രാഗ്മാറ്റിക്കായ തിയറിയാണ്."

"കേസെന്താണെന്ന് നോക്കട്ടെ പപ്പുസാമീ. മരുന്നു കൊടുത്താൽ ഒഴിയുന്ന പ്രേതവുമുണ്ട് ഒഴിയാത്ത പ്രേതവുമുണ്ട്."

"അപ്പടില്ലെ... മരുന്ത് കൊടുത്താ ഒഴിയാത്ത പ്രേതമില്ലെ."

"ശരി. നമുക്ക് പോയി നോക്കാം."

"അങ്കെ മേലെയുള്ള കുടീലാക്കും."

പപ്പുസാമി കയറ്റം കയറാൻ തുടങ്ങി. നിസാറും ഗിരിജയും പപ്പുസാമിയുടെ പിന്നാലെ മല കയറി. മുകളറ്റത്തെ കുടിയുടെ മുമ്പിലെത്തിയപ്പോൾ അടഞ്ഞ വാതിലിൽ തട്ടിക്കൊണ്ട് പപ്പുസാമി ഉറക്കെ പറഞ്ഞു: "പഞ്ചലിംഗം, ഒങ്ക പൊണ്ടാട്ടിയെ പാക്കതുക്ക് ഡാക്ടര് വന്തിരുക്ക്. കതകെത്തൊറന്ത് അതിനെ പൊറത്ത് കൊണ്ട് വാങ്കോ. ചിന്നക്കനാലില് മുന്നാലെ ഇരുന്ത നിസാറ് ഡാക്ടര് വന്ത്ര്ക്ക്."

കരകരശബ്ദമുണ്ടാക്കിക്കൊണ്ട് തകരവാതിൽ തുറന്നു. പഞ്ചലിംഗം തന്റെ പെണ്ണിനെ പിടിച്ചു വലിച്ചുകൊണ്ട് പുറത്തേക്കിറങ്ങി. പ്രേയിംഗ് മാന്റിലിനോളം മെലിഞ്ഞുണങ്ങിയ ശരീരമുള്ള ഒരു യുവതി പ്രതിമ പോലെ കുടിയുടെ മുറ്റത്ത് അനങ്ങാതെ നിന്നു. കുളിച്ചിട്ട് അനേക ദിവസങ്ങളായെന്ന് ഒറ്റ നോട്ടത്തിൽ തന്നെ മനസ്സിലാകും. എണ്ണമയമില്ലാതെ ജടപിടിക്കാൻ തുടങ്ങിയ തലമുടി. മുഷിഞ്ഞ് നാറുന്ന മുണ്ടും ബ്ലൗസും വേഷം. നേർത്ത ഒരു ദുർഗ്ഗന്ധം ശരീരത്തിൽ നിന്നും പുറപ്പെടുന്നു. മനോരോഗാശുപത്രിയിൽ മാറാരോഗം ബാധിച്ചവരെ ഇട്ടിരിക്കുന്ന ക്രോണിക്ക് വാർഡിലേക്ക് കടക്കുമ്പോൾ അനുഭവപ്പെടാറുള്ള അതേ ഗന്ധം. നിസാർ പഞ്ചലിംഗത്തോട് ചോദിച്ചു: "എന്താണിവരുടെ പേര്?"

പഞ്ചലിംഗം ആത്മവിശ്വാസമില്ലാതെ പതിഞ്ഞ സ്വരത്തിലാണ് പറഞ്ഞത്.

"വേങ്കമ്മ."

നിസാർ അവരുടെ പേര് പറഞ്ഞ് ഉറക്കെ വിളിച്ചു.

അനക്കമില്ല. നിസാർ അവരുടെ വലതു കൈത്തണ്ടയിൽ പിടിച്ച് വായുവിലേക്കുയർത്തി. എന്നിട്ട് പിടിവിട്ടു. വേങ്കമ്മയുടെ വലതു കൈ വായുവിൽ തന്നെ തങ്ങി നിന്നു. ഇടതുകൈ മടക്കിയിട്ട് വിട്ടു. ഒരു മെഴുകുപ്രതിമ പോലെ നിന്നു വേങ്കമ്മ. ഒരു എക്സാമിനർ പരീക്ഷയിൽ

പങ്കെടുക്കുന്ന വിദ്യാർത്ഥിയോട് ചോദിക്കുന്നതുപോലെ നിസാർ ഗിരിജയോട് ചോദിച്ചു: “വാട്ടീസ് ദ ഡയഗ്നോസിസ്?”

ഗിരിജ സംശയിച്ചറച്ചുകൊണ്ട് പറഞ്ഞു: ഫ്ളെക്സിബിളിറ്റാസ് സീരിയ അല്ലേ?

“അതെ. വാക്സ് ഫ്ളെക്സിബിലിറ്റി. ശരീരമാകെ ഒരു മെഴുകു പ്രതിമപോലെയിരിക്കും. ക്യാറ്റാട്ടോണിക്ക് സ്കിസോഫ്രീനിയയാണ്.”

പപ്പുസാമിയോടും പഞ്ചലിംഗത്തോടുമായി പറഞ്ഞു: വേങ്കമ്മയ്ക്ക് മരുന്നു കൊടുത്തു നോക്കാം. ചിലപ്പോൾ മാറ്റം വരും. എത്രകാലമായി ഇങ്ങനെ ആയിട്ട്?

“ഇന്തമാതിരി അനങ്ങാണ്ടായിട്ട് അഞ്ചാറ് മാസമായി. പ്രേതം കൂടീട്ട് റൊമ്പ നാളാച്ച്.”

നിസാർ ഗിരിജയോട് പറഞ്ഞു: “സാധാരണ ഗതിയിൽ റിസ്പെരിഡോൺ കൊടുത്താൽ ക്യറ്റാടോണിക് സ്കിസോഫ്രീനിയയ്ക്ക് ഡ്രാമാറ്റിക്ക് ഇഫക്റ്റുണ്ടാകും. ക്രോണിക്കായതുകൊണ്ട് റെസ്പോൺസ് എങ്ങനെ ഉണ്ടാവുമെന്നറിഞ്ഞുകൂടാ.”

പഞ്ചലിംഗത്തിനു നിസാർ ഉറപ്പ് കൊടുത്തു: “വേങ്കമ്മയ്ക്കുള്ള മരുന്നുമായി നാളെ വൈകുന്നേരം വരാം.”

വേങ്കമ്മയെ നോക്കിക്കഴിഞ്ഞപ്പോൾ മണി രണ്ട് കഴിഞ്ഞിരുന്നു. അവർ പൊതുക് മന്തയിൽ തിരിച്ചെത്തിയപ്പോൾ മൂപ്പൻ പൊന്നുസാമി അവരെ കാത്തു നില്പുണ്ടായിരുന്നു. മൂപ്പൻ ആകാംക്ഷയോടെ ചോദിച്ചു: “പ്രേതം ഒഴിഞ്ച് പോകുമാ?’

നിസാർ ആത്മവിശ്വാസമില്ലാതെ പറഞ്ഞു: “പഴകിപ്പോയ കേസാണ്. എങ്കിലും ശ്രമിക്കാം.”

മൂപ്പൻ പപ്പുസാമിയോട് ചോദിച്ചു: “ഡാക്കിട്ടർക്കും നേഴ്സമ്മാക്കും ശാപ്പാട് കൊണ്ട്വന്ത് കൊടുക്ക്.”

ഡോക്ടറെയും നഴ്സമ്മയെയും കുടിയിലേക്ക് കൊണ്ടു പോകാനല്ല മൂപ്പൻ പറഞ്ഞതെന്ന കാര്യം നിസാറും ഗിരിജയും ശ്രദ്ധിച്ചു. മുതുവാൻമാർ മറ്റുള്ളവരെ കുടിലിനുള്ളിൽ പ്രവേശിക്കാൻ അനുവദിക്കാറില്ല. ഗിരിജ പറഞ്ഞു: ഭക്ഷണം ഞങ്ങൾ കൊണ്ടുവന്നിട്ടുണ്ട്. പോകുന്ന വഴിക്ക് പിന്നീട് കഴിച്ചുകൊള്ളാം.

ഗിരിജയും നിസാറും മടക്കയാത്ര ആരംഭിച്ചു. പപ്പുസാമി ജീപ്പ്റോഡ് ആരംഭിക്കുന്നിടം വരെ അവരെ അനുഗമിച്ചു. പപ്പുസാമി സംശയത്തോടെ സ്വരം താഴ്ത്തി പറഞ്ഞു: “മരുന്ത് എഴുതിത്തരല്ലെ.”

നിസാർ പപ്പുസാമിയോട് പറഞ്ഞു: “നാളെ വൈകുന്നേരം ഞാൻ എല്ലാവർക്കുമുള്ള മരുന്നുമായി ഇവിടെ എത്തും. വേങ്കമ്മയ്ക്കുള്ള മരുന്നും കൊണ്ടുവരാം.”

പപ്പുസാമി വിശ്വാസം വരാതെ നിസാറിന്റെ മുഖത്തേക്ക് തന്നെ നോക്കി നിന്നു. നിസാർ ചോദിച്ചു: "പപ്പുസാമിക്ക് ഞാൻ പറഞ്ഞത് വിശ്വാസമായില്ല; അല്ലേ?"

പപ്പുസാമി മനസ്സിലുള്ള സംശയം തുറന്നു പറഞ്ഞു: "ഡോക്കിട്ടര് കുറിഞ്ചി പാക്കത്ക്ക് വന്നതല്ലേ. നാളെ തിരുമ്പി പോവൂലേ?"

"ഞാൻ നാളെ പോകുന്നില്ല. നിങ്ങൾക്കുള്ള മരുന്നു കൊണ്ടുവന്നു തന്നിട്ടേ പോകുന്നുള്ളൂ. ഞാൻ പെൻഷനായില്ലേ. നാട്ടിൽ തിരക്കിട്ട് ചെന്നിട്ട് ഒന്നും ചെയ്യാനില്ല."

"എങ്കെ താമസിക്കും? മൂന്നാറിലാ?"

"അല്ല. കോവിലൂരില്. ഞങ്ങളുടെ കൂടെ വന്നവരെല്ലാം പോയിക്കഴിഞ്ഞു. ഞാൻ പപ്പുസാമിയെ കാണാൻ വേണ്ടി നിന്നതാണ്. മുതുവാക്കുടി കാണാനായി ഗിരിജയും എന്റെ കൂടെ നിന്നു. ഞാൻ മരുന്നുമായി നാളെ വരും. എന്താ, വിശ്വാസമായോ?"

പപ്പുസാമിയുടെ മുഖം സന്തോഷം കൊണ്ട് വികസിച്ചു.

ഒഴിയാബാധ

ഗിരിജയും നിസാറും അരുവിയിലിറങ്ങി കൈയും കാലും മുഖവും കഴുകി മരച്ചുവട്ടിലിരുന്ന് ഔസേപ്പ് കൊടുത്ത ഭക്ഷണപ്പൊതി തുറന്നു. ഗിരിജ ഒരു കള്ളച്ചിരിയോടെ പറഞ്ഞു.

"അപ്പോൾ ഇവിടെ ഒരു ദിവസം കൂടി തങ്ങാൻ തന്നെ തീരുമാനിച്ചു... അല്ലേ?"

"ഞാനിപ്പോൾ ചിന്തിക്കുന്നത് മറ്റൊന്നാണ്. കോവിലൂരിൽ പ്രാക്റ്റീസ് തുടങ്ങിയാലെന്തെന്നാണ്. നാട്ടിൽ ഒറ്റപ്പെട്ട് കാലത്തിന്റെ ഒഴുക്കിലിങ്ങനെ പൊങ്ങുതടിപോലെ കിടന്ന് മരണത്തിന്റെ കടവ് വരെ പോകുന്നതിൽ അർത്ഥമില്ലെന്ന് തോന്നുന്നു."

രണ്ടുപേരും മൗനമായിരുന്ന് ഭക്ഷണം കഴിച്ചു. കുറച്ച് നേരം കഴിഞ്ഞപ്പോൾ ഗിരിജ ചോദിച്ചു. "എപ്പോഴാണ് കോവിലൂരിൽ പ്രാക്റ്റീസ് തുടങ്ങുന്നതിനെക്കുറിച്ച് ചിന്തിക്കാൻ തുടങ്ങിയത്?"

"മുതുവാക്കുടിയിൽ രോഗികളെ പരിശോധിച്ചു കൊണ്ടിരുന്നപ്പോൾ തോന്നിയതാണ്. യാതൊരു അർത്ഥവുമില്ലെന്ന് തോന്നിയിരുന്ന എന്റെ ജീവതത്തിന് പുതിയൊരർത്ഥം വന്നതുപോലെ തോന്നി. വേങ്കമ്മയെ കണ്ടപ്പോൾ ആ തോന്നൽ കുറെക്കൂടി ശക്തമായി. ഞാൻ പഠിച്ച മെഡിസിനും സൈക്യാട്രിയും ആവശ്യമുള്ളിടത്ത് പ്രയോഗിക്കാതിരിക്കുന്നത് ശരിയല്ലെന്ന തോന്നൽ. നാട്ടിൽ തിരിച്ചു ചെന്നാൽ ജീവിതം വീണ്ടും

വ്യർത്ഥമാകും. കുറിഞ്ഞിപ്പൂക്കളെ കാണാനുള്ള യാത്ര കഴിയുമ്പോൾ ശ്രീബുദ്ധന്റെ ജന്മസ്ഥാനം മുതൽ നിർവ്വാണസ്ഥാനം വരെയുള്ള അഷ്ടമഹാസ്ഥാനങ്ങളിലേക്ക് ഒരു യാത്ര നടത്തി അതിന്റെ യാത്രാ വിവരണം എഴുതണമെന്നാണ് മനസ്സിൽ കരുതിയിരുന്നത്. ആ പ്ലാൻ തൽക്കാലം മാറ്റിവെക്കാൻ മനസ്സിലിരുന്ന് ആരോ പറയുന്നു. കുറെ നാൾ ഈ പ്രദേശത്ത് കഴിച്ചുകൂട്ടാമെന്ന് ഇപ്പോൾ തോന്നുന്നു. അടുത്ത കുറിഞ്ഞിപ്പൂക്കാലം വരെ! നീലക്കുറിഞ്ഞി വീണ്ടും പൂക്കുമല്ലോ. പക്ഷേ അത്രയും കാലം..."

"അത്രയും കാലം?"

"എന്റെ ഹാർട്ട് ഫങ്ഷൻ ചെയ്യുമോ എന്ന് കണ്ടറിയണം."

ഗിരിജ മൗനമായി നിസാർ പറയുന്നത് കേട്ടുകൊണ്ടിരുന്നു. ഭക്ഷണം കഴിച്ച് കഴിഞ്ഞ് അരുവിലിറങ്ങി രണ്ടുപേരും കൈയും മുഖവും കഴുകി വീണ്ടും മരച്ചുവട്ടിൽ വന്നിരുന്നു. കുറെ നേരത്തെ മൗനത്തിനുശേഷം നിസാർ ചോദിച്ചു: "ഗിരിജയുടെ പ്രോഗ്രാം എങ്ങനെ? നാളെ തിരിച്ചു പോകുന്നോ?"

"ഞാനും ആലോചിക്കുകയാണ്. നാട്ടിൽ തിരിച്ചെത്തിയിട്ട് ഒന്നും ചെയ്യാനില്ല. പുതിയൊരു ജോലി കിട്ടുന്നതുവരെ ഒരു പാരസൈറ്റായി കഴിയണം. അച്ഛന്റെ പെസ്റ്ററിംഗ് സഹിക്കണം..."

ഗിരിജയുടെ പ്രശ്നങ്ങൾ ഗിരിജ പറയട്ടെ എന്നു കരുതി നിസാർ മൗനമായി കേൾക്കാൻ കാത്തിരുന്നു.

"ജോലിയൊന്നും കിട്ടിയില്ലെങ്കിലും സാരമില്ല ആരുടെയെങ്കിലും ഭാര്യയായാൽ മതിയെന്നാണ് അച്ഛൻ പറയുന്നത്. ഒരാളുടെ ഭാര്യയാകുക എന്നാൽ അടിമയാകുകയെന്നാണ് ഞാൻ മനസ്സിലാക്കിയിട്ടുള്ളത്. അതാണെന്റെ തോന്നൽ. അത് ഒരു ഡെല്യൂഷനാണെന്ന് പറഞ്ഞേക്കാം. എങ്കിൽ അങ്ങനെ. സംശയരോഗികൾക്ക് ഉണ്ടാകുന്നതുപോലുള്ള ഡെല്യൂഷൻ തന്നെ. അതെനിക്കുണ്ട്. എന്തു ചെയ്യാൻ കഴിയും? ആ ഡെല്യൂഷൻ മാറുന്നതുവരെ എനിക്ക് അച്ഛൻ പറയുന്നതു പോലെ ഒരാളെ വിവാഹം ചെയ്യാൻ സാദ്ധ്യമല്ല. ചെയ്താൽ അത് ഫെയിലാകും. എന്തിനു വെറുതെ ഒരു മനുഷ്യന്റെ ജീവിതത്തെ കലക്കുന്നു. അതുകൊണ്ടാണ് ഞാൻ കുറച്ചു നാൾ സുനിതയുമായി കഴിഞ്ഞത്. അതത്ര പ്ലസന്റൊന്നുമായിരുന്നില്ല... അത് തീർന്നു. ഇനി... കൂടെയുള്ള പെണ്ണിനെ അടിമയായി കാണാത്ത ഒരാളെ കണ്ടെത്തുന്നതുവരെ ഇങ്ങനെയൊക്കെ കഴിയാമെന്നാണ് എന്റെ തീരുമാനം. അതിനിടയിൽ ഒരു ജോലി സംഘടിപ്പിക്കണം. ഏതെങ്കിലും പ്രൈവറ്റ് മെന്റൽ ഹോസ്പിറ്റലിലോ ഡീ അഡിക്ഷൻ സെന്ററിലോ സൈക്യാട്രി സോഷ്യൽ വർക്കറുടെ ജോലി കിട്ടിയേക്കും. അല്ലെങ്കിൽ ഒരു കൗൺസലിംഗ് സെന്റർ തുടങ്ങാം. ഡോക്ടർ ഇവിടെ കുറച്ചു നാൾ തങ്ങി പ്രാക്റ്റീസ് ചെയ്യാൻ തീരുമാനിച്ചെന്ന്

പറഞ്ഞല്ലോ. എങ്ങനെയാണ് പ്ലാൻ? കോവിലൂരിൽ ക്ലിനിക്കോ ആശുപത്രിയോ തുടങ്ങാനാണോ ഉദ്ദേശിക്കുന്നത്?"

"അതിനെപ്പറ്റി ഒരു കോൺക്രീറ്റ് ഐഡിയ ഇല്ല. ഒരു ഡിസ്പെൻസറി തുടങ്ങാമെന്ന് കരുതുന്നു. മുതുവാൻമാരെയും ഇവിടങ്ങളിലുള്ള മറ്റു ആദിവാസകിളെയുമാണ് ഞാൻ ഉദ്ദേശിക്കുന്നത്. പിന്നെ ആളകളുടെ റെസ്പോൺസനുസിച്ച് എക്സ്പാൻഡ് ചെയ്യാം."

ഗിരിജയും നിസാറും വളരെ നേരത്തേയ്ക്ക് ചിന്തയിൽ മുഴുകി മൗനമായി ഇരുന്നു. ഗിരിജയെ തന്റെ ജീവിതത്തിലേക്ക് ക്ഷണിക്കാനുള്ള സമയം ഇതാണെന്ന് നിസാറിനു തോന്നി. എങ്ങനെ ചോദിക്കണം? യാദൃച്ഛികമായിട്ട് ചോദിക്കുന്ന മട്ടിൽ എന്താ, കൂടെ കൂടുന്നോ എന്ന് ചോദിച്ചാലോ അല്ലെങ്കിൽ വേണ്ട, ഗിരിജ നാളെത്തന്നെ മടങ്ങുന്നുണ്ടോ എന്ന് ചോദിക്കാം.

"ഗിരിജ നാളെത്തന്നെ തിരുവനന്തപുരത്തേക്ക് തിരിച്ചു പോകുന്നുണ്ടോ?"

എന്തോ ഗാഢമായി ചിന്തിച്ചുകൊണ്ടിരുന്ന ഗിരിജ ചോദ്യം കേട്ടില്ലെന്ന് നിസാറിനു തോന്നി.

"ഞാൻ ചോദിച്ചത് കേട്ടില്ലേ?"

"കേട്ടു... ഡോക്ടർ ഇവിടെ പ്രാക്റ്റീസ് തുടങ്ങുന്നെന്ന് പറഞ്ഞപ്പോൾ എനിക്കും പുതിയൊരു ഐഡിയ തോന്നി. കുറച്ചുനാൾ ഞാനും ഡോക്ടറുടെ കൂടെ നിൽക്കുന്നതിൽ ഒബ്ജക്ഷനുണ്ടോ?"

നിസാർ ചിന്തിച്ചു. കാത്തിരുന്ന അവസരം വന്നിരിക്കുന്നു. ഇനി മനസ്സ് തുറക്കണം...

"ഒബ്ജക്ഷനൊന്നുമില്ല. സത്യത്തിൽ ഗിരിജ കൂടെ കൂടുന്നോ എന്ന് ചോദിക്കണമെന്ന് പലവട്ടം ആലോചിച്ചതാണ്."

"താങ്ക്യൂ ഡോക്ടർ. ഞാനും കുറച്ചു നാൾ ഇവിടെത്തന്നെ നിൽക്കും. ഐ മേ ബി ഏബിൾ റ്റു ഹെൽപ്പ് യൂ ഇൻ യുവർ പ്രാക്റ്റീസ്." താൻ ഉദ്ദേശിക്കുന്നത് സൈക്യാട്രി പ്രാക്റ്റീസല്ലെന്നും ഇവിടത്തെ ആദിവാസികളെയും പൊതുജനങ്ങളെയും ഉദ്ദേശിച്ചുള്ള ജനറൽ പ്രാക്റ്റീസാണെന്നും വ്യക്തമാക്കണമെന്ന് നിസാറിനു തോന്നി. പിന്നെ അങ്ങനെ പറയേണ്ടെന്ന് തീരുമാനിച്ചു. കാരണം സാമാന്യയുക്തി ബോധമുള്ള ആളാണെങ്കിൽ താൻ ഇന്ന് ആദിവാസികളെ പരിശോധിച്ച രീതി കണ്ടാൽ താനുദ്ദേശിക്കുന്നത് ഒരു സ്പെഷ്യലിസ്റ്റിന്റെ പ്രാക്റ്റീസല്ലെന്ന് മനസ്സിലാക്കാവുന്നതേയുള്ളു. കുറച്ചുനാൾ നിൽക്കുമ്പോൾ ഗിരിജയ്ക്ക് ഒരു റോളും ഇല്ലെന്നും അതുകൊണ്ട് സ്ഥലം വിടണമെന്നും തോന്നുകയാണെങ്കിൽ അങ്ങനെ ചെയ്തുകൊള്ളട്ടെ.

അപ്പോൾ നിസാറിന്റെ മനസ്സിൽ മറ്റൊരു ചിന്ത മുളപൊട്ടി. കോഹാബിറ്റേഷന്റെ കാര്യം ഉറപ്പാക്കണ്ടേ? എന്തിന്? ഡോക്ടറുടെ കൂടെ

നിൽക്കുന്നതിൽ ഒബ്ജക്ഷനുണ്ടോ എന്നല്ലേ ചോദിച്ചത്? കൂടെ നിൽക്കുക എന്നു പറയുന്നതല്ലേ കോഹാബിറ്റേഷൻ. അല്ല. അത് കോഹാബിറ്റേഷന്റെ ആദ്യത്തെ പടിയാണ്. കോഹാബിറ്റേഷൻ എന്നു പറഞ്ഞാൽ ഒരു പുരുഷനും സ്ത്രീയും ചേർന്ന് ഒരു കുടുംബമായി ജീവിക്കുക എന്നാണർത്ഥം. കൂടെ കഴിയുമ്പോൾ അത് സ്വാഭാവികമായി വന്നു കൊള്ളും. അത് ചോദിച്ച് ഉറപ്പ് വരുത്തേണ്ട കാര്യമല്ല. എങ്കിലും ഒരുമിച്ച് താമസിക്കാനുള്ള സൗകര്യത്തെക്കുറിച്ച് ചോദിക്കാതിരിക്കാൻ നിസാറിനു കഴിഞ്ഞില്ല.

"ഒരു പ്രശ്നമുണ്ട് ഗിരിജേ."

"എന്താണ്?"

"താമസിക്കാൻ ഒരിടം കണ്ടു പിടിക്കണം."

"എനിക്ക് എവിടെയും അഡ്ജസ്റ്റ് ചെയ്യാൻ കഴിയും. ആക്ഷനിൽ പങ്കെടുത്ത സമയത്തെ അത്രയും ബുദ്ധിമുട്ടൊന്നുമില്ലല്ലോ. നമുക്ക് ഔസേപ്പിനോട് തന്നെ ചോദിച്ചു നോക്കാം. ഒരു ബെറ്റർ അക്കോമഡേഷൻ ശരിയാക്കിത്തരാൻ പറഞ്ഞു നോക്കാം."

ഗിരിജ അതു പറഞ്ഞപ്പോൾ വേഗം കോവിലൂരിലെത്തി ഔസേപ്പിനോട് കാര്യം പറയുവാൻ തിടുക്കം തോന്നി നിസാറിന്. അവർ ധൃതിയിൽ നടക്കാൻ തുടങ്ങി.

"നാളെ രാവിലെ ഫസ്റ്റ്ബസ്സിനു നമുക്കൊന്നു മൂന്നാറിൽ പോകണം. കുറച്ച് മെഡിസിൻസ് വാങ്ങണം. ഇന്ന് പരിശോധിക്കാൻ വന്നവരിൽ കൂടുതൽ പേർക്കും റുമാറ്റിക്ക് കംപ്ലയിന്റസാണ്. റ്യൂമറ്റോയിഡ് ആർത്രൈറ്റിസ് കേസുകൾ. കുറച്ച് ഡൈക്ലോഫെനാക്കും പെയിൻ കില്ലേഴ്സും വാങ്ങണം. കുറച്ച് ആന്റി ഡയേറിയൽ മരുന്നുകൾ. വയറിളക്കത്തിനുള്ളത്. ഒന്ന് രണ്ട് അമീബിക് ഡിസൻട്രി കേസുകൾ അവിടെ വന്നു. കുട്ടികൾക്ക് വിരയിളക്കാനുള്ള ആൽബെൻഡസോളും വിരയിളക്കിയതിനുശേഷം കൊടുക്കാൻ വിറ്റാമിൻ ഗുളികകളും വാങ്ങണം. അങ്ങനെ കുറെ മെഡിസിൻസ് വാങ്ങിയാൽ സാമിയാർക്കുടിയിലെ രോഗങ്ങൾക്കെല്ലാം ചികിത്സിക്കാം. എന്തെങ്കിലും പുതിയ കേസ് കണ്ടാൽ അതിനുള്ള മരുന്ന് പപ്പുസാമിയെക്കൊണ്ട് വാങ്ങിപ്പിക്കാം."

"പഞ്ചലിംഗത്തിന്റെ ഭാര്യ വേങ്കമ്മയ്ക്ക് കൊടുക്കാനുള്ളത് വാങ്ങണ്ടേ?"

"വേണം. കുറച്ച് റിസ്പെരിഡോൺ വാങ്ങാം. റെസ്പോണ്ട് ചെയ്യുന്നെങ്കിൽ തുടർന്ന് കൊടുക്കാൻ അവര് തന്നെ വാങ്ങട്ടെ. പ്രിസ്ക്രിപ്ഷൻ കൊടുക്കാം."

ഗിരിജയും നിസാറും രാത്രിയാകുന്നതിനു മുമ്പ് തന്നെ തിരിച്ചെത്തിയതുകൊണ്ട് ഔസേപ്പ് ചോദിച്ചു: "ഇന്ന് നേരത്തേ വന്നല്ലോ. പോയ കാര്യം നടന്നാ?"

“നടന്നു. പക്ഷേ ഇനിയും പോണം.”

“ഇനീം പോണോ? അതെന്തിനാണ്?”

“അവിടെ കുറച്ച് രോഗികളുണ്ട്. ഞാനൊരു ഡോക്ടറല്ലേ. ചിന്നക്കനാലി ജോലി ചെയ്തിരുന്നപ്പോൾ അവരെല്ലാം എന്റെ ചികിത്സയിലായിരുന്നു. അവർക്കെന്നെ വലിയ വിശ്വസമാണ്.”

“അപ്പ നാട്ടിലേക്കൊടനെ മടങ്ങണില്ല.”

“ഇല്ല. ഞങ്ങൾക്ക് ഒരു സഹായം ചെയ്തു തരണം.”

“എന്ത് സഹായം?”

“ഞങ്ങൾക്ക് താമസിക്കാൻ ഒരിടം ശരിയാക്കിത്തരണം.”

“വീട് വാടകക്ക് വേണോന്നാണാ പറയണത്? എന്റെ അറിവില് വട്ടവടേലും കോവിലൂരിലും ഒഴിഞ്ഞ വീടൊന്നൂല്ല. ഇവടെ എന്തെങ്കിലും കഴിക്കാൻ വരണോടൊക്കെ തെരക്കി നോക്കാം.”

ഗിരിജ തിടുക്കത്തിൽ പറഞ്ഞു: “വീടില്ലെങ്കിലും വേണ്ടില്ല. ഇപ്പോൾ തന്ന മുറിയിൽ രണ്ട് കട്ടിലിട്ട് തന്നാ മതി. പിന്നെ കുളിക്കാനും വസ്ത്രം കഴുകാനുമൊക്കെയുള്ള സൗകര്യം...”

“ഞങ്ങക്കൊള്ളതൊക്കെ നിങ്ങക്കും ഉപയോഗിക്കാലോ. കട്ടിലിന്റെ കാര്യം നോക്കട്ടെ. രണ്ട് ചൂടിക്കട്ടില് സങ്കടിപ്പിക്കാൻ നോക്കട്ടെ. മറയൂര് ചന്തേന്ന് കിട്ടും.”

“അതിന് എന്താവുമെന്ന് വെച്ചാൽ ഞാൻ തന്നേക്കാം. നിസാർ പറഞ്ഞു.”

“അത് മേടിച്ച് വന്നട്ട് പറയാം. നാളെ ആവട്ടെ.”

“ആദ്യം കുറച്ച് കയറോ പ്ലാസ്റ്റിക്ക് ചരടോ തരൂ. വസ്ത്രങ്ങൾ മാറ്റി മുറിക്കകത്ത് വിരിച്ചിടാനൊരു അയ കെട്ടട്ടെ. ഗിരിജ ആവശ്യം ഉന്നയിച്ചു.”

ഔസേപ്പ് ഹോട്ടലിന്റെ അടുക്കളയിൽ പണിയെടുത്തിരുന്ന ഭാര്യ മേഴ്സിക്ക് നിർദ്ദേശം കൊടുത്തു.

“ദേ, നമ്മട ഗസ്റ്റ് മുറീല് അയില് കെട്ടാൻ കൊറച്ച് പ്ലാസ്റ്റിക്ക് ചരട് കൊട്ക്ക് മേഴ്സ്യേ. രാത്രിക്ക് കഴിക്കാൻ വേണ്ടേ നിങ്ങക്ക്?”

“വേണം. എന്താണുണ്ടാക്കുന്നത്?”

“പുട്ടും കടലേം തരാം. മത്യാ?”

“ധാരാളം.”

അന്നു രാത്രി ഭക്ഷണത്തിനുശേഷം ഗിരിജയും നിസാറും വളരെ നേരം സംസാരിച്ചിരുന്നു. നക്സലൈറ്റ് ആക്ഷനിൽ പങ്കെടുത്ത കാര്യം ഗിരിജ തുറന്നു സംസാരിച്ചു. ബി. എ. ക്ലാസ്സിൽ കൂടെ പഠിച്ചിരുന്ന വർഗ്ഗീസുമായുള്ള അടുപ്പമായിരുന്നു ഗിരിജയെ കമ്യൂണിസത്തിലേക്കും അവിടെ നിന്ന് നക്സലിസത്തിലേക്കും ആകർഷിച്ചത്. നക്സലിസം

എന്ന വാക്ക് ഗിരിജ ഉപയോഗിച്ചില്ല. പകരം എക്സ്ട്രീമിസം എന്ന വാക്കാണ് ഉപയോഗിച്ചത്. വിപ്ലവപ്പാർട്ടി വിപ്ലവം മാറ്റിവെച്ച് ഭരണത്തിൽ കയറാൻ ബൂർഷ്വാപാർട്ടികളുമായി ഐക്യമുന്നണി ഉണ്ടാക്കുന്നതിനോട് വർഗ്ഗീസിന് യോജിക്കാൻ കഴിഞ്ഞില്ല. അതുകൊണ്ടാണ് അയാൾ എക്സ്ട്രീമിസം സ്വീകരിച്ചത്. അന്ന് വർഗ്ഗീസ് പറഞ്ഞതെല്ലാം ഗിരിജയ്ക്കും സ്വീകാര്യമായിത്തോന്നി."

അടിയന്തരാവസ്ഥ പ്രഖ്യാപിച്ചപ്പോൾ വിപ്ലവത്തിനു സമയമായെന്ന് കരുതി വർഗ്ഗീസ് നക്സൽ പ്രസ്ഥാനത്തിൽ ചേർന്നു. വിപ്ലവം തുടങ്ങിയെന്ന് കരുതി ഗിരിജയും അതിൽ ചേർന്നു. കതിരൂരിലെ കഴുത്തറുപ്പൻ പലിശക്കാരനായ ജൻമി കൃഷ്ണസ്വാമിയെ കഴുത്തറുത്തു കൊന്ന് വിപ്ലവത്തിനു തിരികൊളുത്താനായിരുന്നു പോളിറ്റ് ബ്യൂറോ തീരുമാനം. അതിൽ പങ്കെടുത്തതിനു ശേഷം ഗിരിജയും വർഗ്ഗീസും ഒളിവിൽ കഴിയുകയായിരുന്നു. ഒളിവിലെ ജീവിതം ആറുമാസം തികയുന്നതിനു മുമ്പ് രണ്ടുപേരും പോലീസിന്റെ പിടിയിലായി. വർഗ്ഗീസിനെ പിന്നെ ഗിരിജ കണ്ടിട്ടില്ല. അയാൾ ജീവിച്ചിരിക്കുന്നുവെന്ന് ഗിരിജ വിശ്വസിക്കുന്നില്ല. രാജനെ കൊന്നതു പോലെ വർഗ്ഗീസിനെയും കൊന്നിരിക്കുമെന്നാണ് ഗിരിജയുടെ മനസ്സ് പറയുന്നത്. ഗിരിജയെ പോലീസ് കതിരൂർ കൊലക്കേസിൽ പ്രതി ചേർത്തെങ്കിലും കേസ് തെളിയിക്കാൻ പ്രോസിക്യൂഷനു കഴിഞ്ഞില്ല. ഗിരിജയെ വെറുതെ വിട്ടു. തിരിച്ച് വീട്ടിലെത്തിയപ്പോൾ അച്ഛനും അമ്മയും നിസ്സംഗതയോടെയാണ് ഗിരിജയെ സ്വീകരിച്ചത്. അന്നു മുതൽ ഗിരിജയുടെ കാര്യങ്ങൾ ഗിരിജ തന്നെ തീരുമാനിക്കട്ടെ എന്ന നിലപാടാണ് അവർ സ്വീകരിച്ചത്. അമ്മ താമസിയാതെ ബ്രെസ്റ്റ്ക്യാൻസർ ബാധിച്ച് മരിച്ചു. അച്ഛൻ വെറുത്തെങ്കിലും പഠനം തുടരാൻ സഹായിച്ചു. കൾച്ചുറൽ ആന്ത്രപ്പോളജിയിൽ എം. എ. പാസ്സായതിനു ശേഷം ബാംഗ്ലൂരിലെ നിംഹാൻസിൽ ചേർന്ന് സൈക്യാട്രി സോഷ്യൽ വർക്കിൽ ഡി. പി. എസ്. ഡബ്ലിയു എടുത്തു. ഡിപ്ലോമ ഇൻ സൈക്യാട്രിക് സോഷ്യൽ വർക്ക്. അച്ഛൻ ഒന്നിലും ഇടപെട്ടില്ല. ഇടയ്ക്കിടെ വിവാഹത്തിന്റെ കാര്യം മാത്രം ഓർമ്മിപ്പിക്കും.

"സത്യത്തിൽ അച്ഛന് എന്റെ കാര്യങ്ങളിൽ ഇടപെടാൻ ഭയമാണ്."

ഗിരിജ പറഞ്ഞത് സശ്രദ്ധം കേട്ടുകൊണ്ടിരുന്ന നിസാർ ഒടുവിൽ ചോദിച്ചു: "കതിരൂർ ആക്ഷനിൽ ഗിരിജയുടെ റോൾ എന്തായിരുന്നു?"

"കൃഷ്ണസ്വാമിയെ കുറ്റപത്രം വായിച്ചു കേൾപ്പിക്കൽ. അതിനു ശേഷം കൈകാലുകൾ കെട്ടുവാൻ സഹായിക്കൽ. പിന്നെ..." ഗിരിജ നിശ്ശബ്ദയായി. ആ രംഗം വിവരിക്കാൻ പറയണമെന്നുണ്ടായിരുന്നു നിസാറിന്. ചിലപ്പോൾ അത്തരം രംഗങ്ങളുടെ വിശദാംശങ്ങൾ മനസ്സിൽ തെളിയുമ്പോൾ സമനില തെറ്റാൻ സാദ്ധ്യതയുണ്ട്. അല്ലെങ്കിൽ കടുത്ത കുറ്റബോധത്തിൽ നിന്നും കരകയറാനാകാത്ത തീവ്രമായ വിഷാദത്തിന് അടിപ്പെട്ടുപോകും. സൈക്കോട്ടിക് ഡിപ്രഷൻ. അതുകൊണ്ട് രംഗം

വിവരിക്കാൻ നിസാർ ഗിരിജയെ നിർബ്ബന്ധിച്ചില്ല. നിശ്ശബ്ദയായിരുന്ന ഗിരിജയുടെ കണ്ണുകൾ ഈറനണിയുന്നതുപോലെ നിസാറിനു തോന്നി. നിസാർ പറഞ്ഞു: പറയൂ ഗിരിജാ. എന്താണിപ്പോൾ മനസ്സിനെ അലട്ടുന്നത്?

ഗിരിജ ഒന്നുമില്ലെന്ന് തലയാട്ടി. നിസാർ പ്രേരിപ്പിച്ചു.

"അല്ല. എന്തോ ഒന്ന് ഗിരിജയുടെ മനസ്സിനെ ഇപ്പോഴും അലട്ടുന്നുണ്ട്. എന്താണെന്ന് തുറന്നു പറയുന്നതാണ് നല്ലത്. വെന്റിലേറ്റ് ചെയ്തില്ലെങ്കിൽ എന്നെന്നും മനസ്സിനെ അലട്ടിക്കൊണ്ടിരിക്കും. പറയൂ... എന്താണ് മനസ്സിൽ തോന്നിയത്?"

പറയണോ എന്ന് ചോദിക്കുന്നതുപോലെ ഗിരിജ നിസാറിന്റെ കണ്ണുകളിലേക്ക് നോക്കി. നിസാർ വീണ്ടും പ്രേരിപ്പിച്ചു.

"പറയൂ. ആക്ഷന്റെ ഈ പർട്ടിക്കുലാർ പോയിന്റിൽ എന്തോ ഒന്ന് ഗിരിജയുടെ മനസ്സിനെ ഡീപ്പായി റ്റച്ച് ചെയ്തിട്ടുണ്ട്. അതെന്താണെന്ന് തുറന്നു പറഞ്ഞ് വെന്റിലേറ്റ് ചെയ്താൽ ആശ്വാസം കിട്ടും. "

ഗിരിജ വളരെ പതിഞ്ഞ സ്വരത്തിലാണ് പറഞ്ഞത്: "അയാളുടെ കഴുത്തിൽ വർഗ്ഗീസ് കത്തിവെയ്ക്കുന്നതിനു മുമ്പ് കണ്ണുകൾ കെട്ടാൻ എന്നോട് പറഞ്ഞു. കണ്ണ് കെട്ടാൻ അടുത്തപ്പോൾ അയാളുമായി എനിക്ക് ഐ കോണ്ടാക്റ്റുണ്ടായി. അയാളുടെ നോട്ടം എന്റെ കണ്ണിൽ പതിച്ചു. എന്നോട് അയാൾ എന്തോ അപേക്ഷിക്കുന്നതു പോലെ തോന്നി എനിക്ക്... പെട്ടെന്ന് എന്റെ അച്ഛനെ ഓർമ്മ വന്നു. അപ്പോൾ ഞാൻ കണ്ണടച്ചുകളഞ്ഞു..."

പിന്നെ കുറേ നേരത്തേക്ക് ഒന്നും പറയാനാകാതെ ഗിരിജ തേങ്ങിക്കൊണ്ടിരുന്നു. നിസാർ മസൃണസ്വരത്തിൽ പ്രേരിപ്പിച്ചു: "ആ രംഗം വിവരിക്കൂ ഗിരിജാ. മനസ്സിൽ അത് റീപ്ലേ ചെയ്തിട്ട് തുറന്ന് പറയു..."

കുറെനേരം കൂടി മൗനമായിരുന്നിട്ട് ഗിരിജ വീണ്ടും പറഞ്ഞു തുടങ്ങി.

"ഞാൻ കണ്ണുകളടച്ചുകൊണ്ടാണ് അയാളുടെ കണ്ണുകൾ കെട്ടിതയ്. എന്നിട്ട് ഞാൻ ചുവരിനടുത്തേക്ക് മാറി നിന്നു. വർഗ്ഗീസ് കത്തിയുമായി അയാളുടെ കഴുത്തിനെ ലക്ഷ്യം വെച്ച് കുനിയുന്നത് കണ്ടപ്പോൾ ഞാൻ വീണ്ടും കണ്ണടച്ചു. അടുത്ത നിമിഷത്തിൽ അയാളുടെ കണ്ഠനാളത്തിൽ നിന്നും അവ്യക്തമായ എന്തോ ശബ്ദം പുറപ്പെട്ടു. ഞാൻ കണ്ണു തുറന്നപ്പോൾ അയാളുടെ ശിരസ്സ് വേർപെട്ട് കഴിഞ്ഞിരുന്നു...

അത്രയും പറഞ്ഞു കഴിഞ്ഞപ്പോൾ ഗിരിജ ശരിക്കും കണ്ണീരൊഴുക്കാനും തേങ്ങിക്കരയാനും തുടങ്ങി. ഗിരിജ സാന്ത്വനം ആവശ്യപ്പെടുന്നതായി നിസാറിനു തോന്നി. ഗിരിജയുടെ അടുത്ത് ചെന്നിരുന്നിട്ട് മുതുകിൽ തലോടി സാന്ത്വനിപ്പിക്കണമെന്ന് തോന്നിയെങ്കിലും നിസാർ അനങ്ങാതെ ഗിരിജയെ നോക്കിക്കൊണ്ടിരുന്നു. ഏറെ നേരം ചിന്തയിലാണ്ടിരുന്നിട്ട് ഗിരിജ തുടർന്നു.

"മരണം വരെ അയാളുടെ നോട്ടം എന്നെ പിന്തുടരും... അത് മനസ്സിൽ തെളിയാൻ തുടങ്ങുമ്പോഴൊക്കെ ഞാൻ മനസ്സിൽ നിന്ന് തട്ടിമാറ്റി ക്കൊണ്ടിരുന്നു. ഇപ്പോൾ ആ നോട്ടം ഞാൻ വ്യക്തമായി കാണുന്നു. എനിക്ക് സഹിക്കാൻ കഴിയുന്നില്ല ഡോക്ടർ... എന്തിനാണ് ആ പാവം മനുഷ്യനെ കഴുത്തറുത്ത് കൊന്നതെന്ന ചിന്ത എന്നെ ഹോണ്ട് ചെയ്യുന്നു. എന്തിനാണത് ചെയ്തതെന്ന് എനിക്കിപ്പോഴും മനസ്സിലായിട്ടില്ല. എന്റെ ശരീരത്തിലേക്ക് അയാളുടെ ചോര തെറിച്ചിരുന്നു. എല്ലാം കഴിഞ്ഞപ്പോൾ അയാളുടെ ചോരയിൽ കൈകൾ രണ്ടും മുറിക്കാൻ വർഗ്ഗീസ് എന്നെ നിർബ്ബന്ധിച്ചു. ഞാൻ അനുസരിച്ചു. കൈപ്പത്തികളുടെ അടയാളങ്ങൾ പുറത്തെ ചുമരിൽ പതിക്കാൻ പറഞ്ഞു. ഒരു യന്ത്രം കണക്കെ ഞാൻ എല്ലാം ചെയ്തു. അയാളുടെ ചോരയുടെ മണം അടിച്ചപ്പോൾ എനിക്ക് മനം മറിച്ചിലുണ്ടായി. എന്റെ മനസ്സ് മരവിച്ചു പോയിരുന്നു. ഞാൻ വെറുമൊരു റോബോട്ടായി മാറിയിരുന്നു...

നിസാർ ഗിരിജയെ പ്രോത്സാഹിപ്പിച്ചു.

"എല്ലാം പറയൂ. മനസ്സിലുള്ളതെല്ലാം പറയൂ. എങ്കിലേ മനസ്സിന്റെ ഭാരമൊഴിയൂ..."

"അറസ്റ്റിലായി ജയിലിൽ കഴിയുമ്പോഴൊന്നും ചെയ്ത തെറ്റിന്റെ ഗൗരവം എനിക്കു മനസ്സിലായിരുന്നില്ല. വർഗ്ഗീസിനെ കാണാനില്ലെന്ന വാർത്ത അറിഞ്ഞപ്പോൾ അന്ന് ചെയ്തതെല്ലാം ശരിയായിരുന്നു വെന്നാണ് തോന്നിയത്. പിന്നെപ്പിന്നെയാണ് എല്ലാം ഒരു നൈറ്റ്മേർ ആണെന്ന തോന്നലുണ്ടായത്. അതിനുശേഷമാണ് അയാളുടെ നോട്ടം മനസ്സിൽ തെളിയാൻ തുടങ്ങിയത്. അപ്പോൾ മനസ്സിന്റെ സമനില തെറ്റിപ്പോകുമോ എന്ന് ഭയപ്പെടാൻ തുടങ്ങി. അയാളുടെ നോട്ടത്തിന്റെ അർത്ഥമെന്തായിരുന്നു എന്ന ചോദ്യമാണ് ഇപ്പോഴെന്റെ മനസ്സിനെ അലട്ടുന്നത്. നിന്റെ അച്ഛനെ ഓർത്ത് എന്നെ കൊല്ലരുതേ എന്നല്ലേ ആ പാവം എന്നോട് പറഞ്ഞിരിക്കുക?"

ഏറ്റവും കൂടുതൽ വികാരപാരവശ്യം ഉണ്ടാക്കുന്ന കാര്യം വീണ്ടും വീണ്ടും പറഞ്ഞ് വികാരതീവ്രത ശമിപ്പിക്കുന്ന ഡീസെൻസിറ്റൈസേഷൻ തന്ത്രം ഡോക്ടർ നിസാർ തന്റെ വിഷാദരോഗികൾക്ക് പറഞ്ഞുകൊടു ക്കാറുള്ളതാണ്. ഗിരിജയോടും അതാണ് പറഞ്ഞത്.

"അതേ. അതു തന്നെയായിരിക്കും അയാളുടെ മനസ്സിൽ അപ്പോളു ണ്ടായിരുന്നത്. എന്നെ കൊല്ലരുതേ മോളേ എന്നായിരിക്കും അയാൾ നിശ്ശബ്ദനായി ഗിരിജയോട് കണ്ണിൽ നോക്കിക്കൊണ്ട് പറഞ്ഞിരിക്കുക. ഒരു സ്ത്രീയിൽ നിന്നും അയാൾ കാരുണ്യം പ്രതീക്ഷിച്ചിട്ടുണ്ടാകും. ആ രംഗം മനസ്സിൽ തെളിയുമ്പോൾ തട്ടിക്കളയാൻ നോക്കരുത്. അതിനെ ക്കുറിച്ച് തന്നെ ചിന്തിച്ചു കൊണ്ടിരിക്കണം. അവസരം കിട്ടുമ്പോഴൊക്കെ ആരോടെങ്കിലും തുറന്നു പറയുകയും വേണം. അപ്പോൾ അത് മനസ്സിനെ അലട്ടാതെയാകും. ഡീ സെൻസിറ്റൈസ് ചെയ്യണം."

"ഇത്രയും കാലം ആ രംഗം മനസ്സിൽ വരുമ്പോഴൊക്കെ ഞാൻ മനസ്സിൽ നിന്നകറ്റാൻ ശ്രമിക്കുകയായിരുന്നു."

"അങ്ങനെ ചെയ്താൽ ഒബ്സഷനാകും. ഒഴിയാബാധ. ആ രംഗത്തെക്കുറിച്ച് വീണ്ടും വീണ്ടും ചിന്തിക്കുകയും ഭാവനയിൽ കാണുകയും ചെയ്യണം. അയാളുടെ കഴുത്തറുത്തപ്പോഴുണ്ടായ ശബ്ദം കേട്ടുകൊണ്ട് കണ്ണടച്ചു നിന്നുവെന്നല്ലേ ഗിരിജ പറഞ്ഞത്?"

ഗിരിജ മനസ്സിൽ നിന്നും ആ ശബ്ദം കളയാനായി തല കുടഞ്ഞു. നിസാർ പറഞ്ഞു: "വേണ്ട. കുടഞ്ഞു കളയാൻ ശ്രമിക്കണ്ട. ആ രംഗങ്ങളെല്ലാം ആവർത്തിച്ച് വിഷ്വലൈസ് ചെയ്യണം. വിഷ്വലൈസേഷൻ അതായത് മനസ്സിൽ വീണ്ടും കാണൽ നല്ലൊരു സൈക്കോളജിക്കൽ ടെക്നിക്കാണ്. വിഷ്വലൈസ് ചെയ്യുന്ന രംഗത്തിന്റെ വികാരതീവ്രത വേഗംകുറയും."

അന്നു രാത്രി ഉറങ്ങാൻ കിടക്കുമ്പോൾ സാന്ത്വനത്തിനായി ഗിരിജ തന്റെ അടുക്കൽ വരുമെന്ന് നിസാർ കരുതി. ഗിരിജ തന്റെ അടുക്കൽ വന്ന് തന്റെ ശരീരത്തോട് ചേർന്ന് കിടക്കുന്നതും താൻ ഗിരിജയുടെ ശരീരത്തിൽ തലോടുന്നതും ഭാവനയിൽ കണ്ടുകൊണ്ടാണ് നിസാർ കിടന്നത്. പക്ഷേ കിടന്ന് കുറെ കഴിഞ്ഞപ്പോൾ ഗിരിജയുടെ താളത്തിലുള്ള ശ്വാസോച്ഛ്വാസം കേട്ടു തുടങ്ങി.

ജനതാ ഡിസ്പെൻസറി

പ്രഭാതം പ്രഭാപൂരിതമായിരുന്നു. മൂടൽമഞ്ഞൊന്നുമില്ലാതെ തെളിഞ്ഞ അന്തരീക്ഷം. മലർക്കെ വിരിഞ്ഞ പൂവ് പോലെ. നിസാർ രാവിലെ ഉണർന്നപ്പോൾ മുറിയിൽ ഗിരിജയെ കണ്ടില്ല. വാതിലിലൂടെ പുറത്തേക്ക് നോക്കിയപ്പോൾ കുളി കഴിഞ്ഞ് വസ്ത്രം മാറ്റി മുറിയിലേക്ക് വരുന്ന ഗിരിജയെയാണ് കണ്ടത്.

"ഇത്ര വേഗം കുളിയൊക്കെ കഴിഞ്ഞോ?"

"മൂന്നാറിൽ മരുന്നു വാങ്ങാൻ പോണ്ടേ? ഫസ്റ്റ് ബസ്സിനു പോയാലെ ഉച്ചയ്ക്ക് ഇവിടെയെത്തുന്ന ബസ്സിൽ തിരിച്ചു വരാനൊക്കൂ. വന്നിട്ട് മരുന്നുമായി സാമിയാർക്കുടിയിൽ പോണ്ടേ? പാവം മുതുവാൻമാർ കാത്തിരിക്കും. ഡോക്ടർ വേഗം റെഡിയാക്."

"ശരിയാണ്. ഞാനും വേഗം റെഡിയായേക്കാം."

പ്രഭാതഭക്ഷണം കഴിച്ചുകൊണ്ടിരുന്നപ്പോൾ നിസാർ ഔസേപ്പിനോട് ചോദിച്ചു: മൂന്നാറിൽ ഏറ്റവും വലിയ മെഡിക്കൽഷോപ്പേതാണ്?

"ഏറ്റവും വലുത് സരോജാമെഡിക്കൽസാണ്. എല്ലാ മരുന്നും കിട്ടും.

അവടെ ഇല്ലാത്തതാണെങ്കില് അവര് എറന്നാളത്ത്ന്ന് വരുത്തിത്തരേം ചെയ്യും.”

“സരോജാമെഡിക്കൽസെവിടെയാണ്?”

“കണ്ണൻ ദേവൻ ആശ്വത്രിക്കുമുമ്പില്. കോവിലൂര്ന്ന് പോണ ബസ്സ് അതിന്റെ മുമ്പീക്കൂട പോവൂല. മേലേ സ്റ്റാന്റിലെറങ്ങീട്ട് കണ്ണൻ ദേവൻ ആശ്വത്രീപ്പോണവഴി ചോദിച്ചാമതി. പത്ത് മിനിട്ട് നടക്കണം.”

മൂന്നാറിൽ ബസ്സിറങ്ങി ഗിരിജയും നിസാറും നേരെ സരോജാ മെഡിക്കൽസിൽ ചെന്നു. ഒരു സാധാരണ മെഡിക്കൽഷോപ്പ് മാത്രമായിരുന്നു അത്. ഔസേപ്പ് പറഞ്ഞപ്പോൾ തോന്നിയ വലിപ്പമൊന്നും നേരിൽ കണ്ടപ്പോഴില്ല. ഒരു ചെറുപ്പക്കാരൻ കൗണ്ടറിനു മുമ്പിൽ കസ്റ്റമറെയും കാത്ത് നിൽക്കുന്നു. മദ്ധ്യവയ്സ്കൻ അകത്തെ മേശയ്ക്ക് മുമ്പിലിരുന്ന് തടിച്ച കണക്കു പുസ്തകം പരിശോധിച്ചുകൊണ്ടിരിക്കുന്നു. കൗണ്ടറിൽ നിന്നിരുന്ന ഒരു ചെറുപ്പക്കാരനോട് നിസാർ ചോദിച്ചു: “ഫാർമസിസ്റ്റ് ആരാണ്?”

കണക്കു പുസ്തകം പരിശോധിച്ചു കൊണ്ടിരുന്ന മദ്ധ്യവയസ്കൻ നിസാറിനെ നോക്കി പറഞ്ഞു: “ഞാനാണ് ഫാർമസിസ്റ്റ്. എന്താണ് വേണ്ടത്?”

താനൊരു ഡോക്ടറാണെന്ന് പറഞ്ഞ് നിസാർ സ്വയം പരിചയപ്പെടുത്തിയപ്പോൾ അയാൾ കണക്കുപുസ്തകം മടക്കിവെച്ചിട്ട് കൗണ്ടറിനടുത്തേക്ക് വന്നു. നിസാർ തയാറാക്കി വെച്ചിരുന്ന

മരുന്നിന്റെ ലിസ്റ്റ് അയാളുടെ കൈയിൽ കൊടുത്തിട്ട് പറഞ്ഞു: “കോവിലൂരിലെ മുതുവാക്കുടികളിലെ പേഷ്യൻസിന് വേണ്ടിയാണ്. ബ്രാന്റ് മെഡിസിൻസൊന്നും വേണ്ട. ജനറിക്ക് പ്രിപ്പറേഷൻസ് മതി. വലിയ മൾട്ടിനാഷനൽ മരുന്നുകമ്പനികൾ ഉണ്ടാക്കുന്നവയാണ് ബ്രാന്റ് മരുന്നുകൾ. അതേ മരുന്നുകൾ തന്നെ ചെറിയ കമ്പനികൾ മരുന്നിന്റെ തനത് ഫാർമക്കോളജിക്കൽ പേരുകളിൽ നിർമ്മിക്കുന്നതാണ് ജനറിക്ക് മരുന്നുകൾ. ബ്രാന്റുകളുടെ നാലിലൊന്ന് വിലയ്ക്ക് ജനറിക്ക് മരുന്നുകൾ കിട്ടും. പിന്നെന്തിന് ബ്രാന്റുകൾ വാങ്ങണം? നിസാർ ഗവണ്മെന്റ് സർവ്വീസിലായിരുന്നപ്പോൾ ആശുപത്രിയിൽ വരുന്നവർക്ക് ജനറിക്ക് മരുന്നേ എഴുതാറുണ്ടായിരുന്നുള്ളൂ. ജനറിക്ക് മരുന്നുകൾ മതിയെന്ന് പറഞ്ഞപ്പോൾ ഫാർമസിസ്റ്റ് വിമുഖത പ്രകടിപ്പിച്ചു.

“ജനറിക്ക് മരുന്നുകൾ തരാം. പക്ഷേ... ലൂസായിട്ട് തരാൻ ബുദ്ധിമുട്ടാണ്. ജനറിക്ക് മരുന്നുകൾ ആശുപത്രികളിലേക്കും ഡിസ്പെൻസറികളിലേക്കുമാണ് കൊടുക്കാറ്.”

ചില്ലറയായിട്ട് കൊടുക്കുകയില്ലെന്നാണ് പറഞ്ഞതിന്റെ സാരം.

“ലൂസായിട്ട് വേണ്ട. ഓരോ ഐറ്റത്തിന്റെയും ഓരോ പാക്കറ്റ് വീതം എടുത്തോ.”

"ഓക്കെ ഓക്കെ."

അയാൾ ലിസ്റ്റ് ചെറുപ്പക്കാരനെ ഏല്പിച്ചിട്ട് പറഞ്ഞു: എല്ലാം ഐറ്റോം എടുക്ക്.

ലിസ്റ്റനുസരിച്ചുള്ള മരുന്നുകൾ എടുത്തു കഴിഞ്ഞപ്പോൾ ഫാർമസിസ്റ്റ് ചോദിച്ചു: "ബില്ല് വേണോ?"

"വേണം."

"ബില്ല് വേണോങ്കില് ആശുപത്രിയുടെ പേര് എഴുതണം."

ഇല്ലാത്ത ആശുപത്രിയുടെ പേരെങ്ങനെ പറയും? നിസാർ ഗിരിജയെ നോക്കി. നിസാറിന്റെ മനസ്സിൽ ഒരു പേര് പെട്ടെന്ന് തോന്നി.

"ജനതാ ഡിസ്പെൻസറി, കോവിലൂർ."

ഫാർമസിസ്റ്റ് കേട്ട പടി അതെഴുതിയിട്ട് അതിനു താഴെ മരുന്നുകളുടെ പാക്കറ്റുകളിൽ നോക്കി ബില്ലെഴുതാൻ തുടങ്ങി. നിസാർ ആ പേര് ഒന്നു കൂടി മനസ്സിലിട്ട് കടഞ്ഞു. ജനതാ ഡിസ്പെൻസറി. നിസാർ ഗിരിജയോട് പറഞ്ഞു: "ബില്ലെഴുതുമ്പോഴേയ്ക്ക് ഒരു ചായ കുടിക്കാം. എന്താ?"

"ബില്ലെഴുതിയിട്ട് മരുന്നുകൾ പാക്ക് ചെയ്തു വയ്ക്കൂ. ഞങ്ങൾ ഒരു ചായ കുടിച്ച് വരാം. മരുന്നുകൾ രണ്ടുപേർക്ക് പിടിക്കാൻ പാകത്തിൽ രണ്ട് കാർഡ്ബോഡ് പെട്ടികളിലാക്കി പാക്ക് ചെയ്ത് തരണം."

കണ്ണൻദേവൻ ഹോസ്പിറ്റൽ ഗേറ്റിലെ തട്ടു കടയ്ക്കു മുമ്പിൽ ചായയ്ക്ക് വേണ്ടി ആളുകൾ കാത്തു നിൽക്കുകയാണ്. മൂന്നാറിലെ ചായ നിസാറിന് വളരെ ഇഷ്ടമാണ്. ചിന്നക്കനാലിൽ ആയിരുന്നപ്പോൾ മൂന്നാറ് വഴി പോകുമ്പോഴൊക്കെ ഏതെങ്കിലും തട്ടുകടയിൽ നിന്നു ചായ കുടിക്കുന്നത് പതിവാക്കിയിരുന്നു. രാജാക്കാട് ബസ്സിൽ പവ്വർഹൗസ് സ്റ്റോപ്പിലിറിങ്ങുമ്പോൾ അവിടെയുള്ള തട്ടുകടയിൽ നിന്ന് വീണ്ടും ഒരു ചായ കൂടി കുടിക്കും. ചായ കുടിച്ചുകൊണ്ടിരുന്നപ്പോൾ ഗിരിജയ്ക്ക് സംശയം.

"ഇല്ലാത്ത ഡിസ്പെൻസറിയുടെ പേരിൽ മരുന്നു വാങ്ങിയാൽ എന്തെങ്കിലും പ്രശ്നം?..."

"ഓ എന്തു പ്രശ്നം? മരുന്നു മറിച്ചു വിൽക്കാനോ അനധികൃത ആശുപത്രി നടത്താനോ അല്ലല്ലോ. ആദിവാസികൾക്ക് സൗജന്യമായി കൊടുക്കാനല്ലേ."

"എല്ലാത്തിനുംകൂടി എന്ത് വിലയാകും? ക്യാഷിന്റെ കാര്യമെങ്ങനെ?"

"ആയിരത്തഞ്ഞൂറോ രണ്ടായിരമോ ആകും. ക്യാഷ് പ്രശ്നമല്ല. ഞാൻ പറഞ്ഞില്ലേ? ഞാൻ കുറച്ച് ക്യാഷ് കരുതിയിട്ടുണ്ടെന്ന്. പദയാത്രയ്ക്കിടയിൽ എന്റെ മരണം സംഭവിച്ചാൽ ബോഡി മെഡിക്കൽ കോളേജിലെത്തിക്കാൻ. പദയാത്ര കഴിഞ്ഞില്ലേ. ആ ക്യാഷ് മറ്റാവശ്യങ്ങൾക്ക് ഉപയോഗിക്കാമല്ലോ. പിന്നെ എന്റെ ബാങ്ക് അക്കൗണ്ടിൽ പണമുണ്ട്.

കുടുംബമില്ലാത്തതുകൊണ്ട് ചെലവ് അധികമില്ല. മകളുടെ വിദ്യാഭ്യാസം കഴിഞ്ഞ് അവൾക്ക് ജോലിയായതുമുതുൽ ആ ചെലവുമില്ല.

"ഭാര്യയും മകളും സെപ്പറേറ്റ് ചെയ്തെന്നല്ലേ പറഞ്ഞത്?"

'സെപ്പറേറ്റ് ചെയ്തു. എങ്കിലും മകളുടെ വിദ്യാഭ്യാസച്ചെലവിന് ഞാൻ കൊടുത്തിരുന്നു. ഇനി ആ ചെലവുമില്ല. എന്റെ പെൻഷൻ മാസം തോറും ബാങ്ക് അക്കൗണ്ടിൽ ക്രെഡിറ്റ് ചെയ്തുകൊണ്ടിരിക്കും."

ഗിരിജയും നിസാറും ചായകുടി കഴിഞ്ഞ് തിരിച്ചെത്തിയപ്പോൾ പറഞ്ഞതുപോലെ മരുന്നുകൾ രണ്ടു കാർഡ്ബോഡ് പെട്ടികളിലാക്കി പാക്ക് ചെയ്ത് വെച്ചിട്ടുണ്ടായിരുന്നു. ബില്ലനുസരിച്ച് ആയിരത്തി എണ്ണൂറ്റി അൻപത് രൂപ. പണം കൊടുത്ത് മരുന്നുകളുടെ പാക്കറ്റുകളുമെടുത്ത് മെഡിക്കൽസ്റ്റോറിന്റെ പടികളിറങ്ങാൻ തുടങ്ങിയപ്പോളാണ് നിസാർ സ്റ്റെതസ്കോപ്പിന്റെ കാര്യം ഓർത്തത്. ജാലവിദ്യവിദ്യക്കാരന്റെ മാന്ത്രിക വടി പോലെയാണ് ഡോക്ടറുടെ സ്റ്റെതസ്കോപ്പ്. കുഴൽ വെച്ച് പരിശോധിച്ചില്ലെങ്കിൽ പരിശോധന ആകില്ല ആർക്കും. പോകാൻ തുടങ്ങിയ ഡോക്ടർ

തിരിഞ്ഞു നിന്നത് കണ്ട് ഫാർമസിസ്റ്റ് ചോദിച്ചു: "എന്താ ഡോക്ടർ?"

"ഇവിടെ സ്റ്റെതസ്കോപ്പുണ്ടോ?"

"വെല കൊറഞ്ഞതേയുള്ളൂ. കണ്ണൻ ദേവൻ ആശുപത്രീലെ നഴ്സിംഗ് സ്റ്റുഡൻസിനുവേണ്ടി വാങ്ങി വെച്ചതാണ്..."

"കാണട്ടെ."

കുറഞ്ഞതാണെങ്കിലും ചെറൂഗ് മോഡലാണ്. കണ്ടാൽ പറയില്ല, നാടനാണെന്ന്. ചെറൂഗ് അമേരിക്കയിൽ നിന്നുള്ള ഇറക്കുമതിയാണ്. വളരെ ചെറുതും ഭാരക്കുറവുള്ളതുമാണ്. ഒരു കുഴലേയുള്ള. ഒരു വിധം ഡോക്ടർമാരെല്ലാം ചെറൂഗ് തന്നെ വാങ്ങും. അതാണ് ഫാഷൻ. പഴഞ്ചൻ മാരാണ് രണ്ട് നീണ്ട കുഴലുകളുള്ള നാടൻ സ്റ്റെതസ്കോപ്പ് കൊണ്ട് പരിശോധിക്കാറ്. ഇരട്ടക്കുഴൽ തോക്കുമായി നടക്കുന്നവർ എന്നു പറഞ്ഞാണ് അവരെ കളിയാക്കാറ്.

"ഒരെണ്ണം വേണം. പിന്നെ... ഡിസ്പെൻസറിയിലേക്ക് എന്തെങ്കിലും മരുന്നുകൾ ആവശ്യം വരുമ്പോൾ ആരെയെങ്കിലും അയക്കും. അപ്പോൾ മരുന്നുകൾ കൊടുത്തയക്കണം."

"ഓക്കെ. ഓക്കെ. മരുന്നിന് ആവശ്യം വരുമ്പോൾ ഫോണിൽ വിളിച്ചു പറഞ്ഞാലും മതി. ബില്ലിൽ ഞങ്ങളുടെ നമ്പറുണ്ട്. കോവിലൂർ ബസ്സ്കാരെ ഏല്പിക്കാം. അവര് മരുന്ന് അവടെ എത്തിക്കും. ക്യാഷ് ബസ്സ്കാരെത്തന്നെ ഏല്പിച്ചാ മതി."

"എങ്കിൽ വളരെ സൗകര്യമാകും. ഫാർമസിസ്റ്റിന്റെ പേരെന്താ?"

"രാധാകൃഷ്ണൻ.. കടയുടെ പ്രൊപ്രൈറ്ററും ഞാനാണ്."

ബസ് സ്റ്റാന്റിലേക്ക് നടക്കുമ്പോൾ നിസാർ പറഞ്ഞു: "ഇനി വേണ മെങ്കിൽ കോവലൂരിൽ ഒരു ഡിസ്പെൻസറി തന്നെ നടത്താം. മരുന്ന് സപ്ലൈ ചെയ്യാൻ ഒരാളായി."

ഗിരിജയോട് അങ്ങനെ തമാശയായിട്ടാണ് പറഞ്ഞതെങ്കിലും ബസ്സിലി രിക്കുമ്പോഴെല്ലാം നിസാർ ഒരു ഡിസ്പെൻസറി തുടങ്ങുന്നതിനെക്കുറിച്ച് തന്നെയാണ് ആലോചിച്ചു കൊണ്ടിരുന്നത്. സ്റ്റെതസ്കോപ്പ് വാങ്ങിയ പ്പോഴും മനസ്സിൽ അത് തന്നെയായിരുന്നു പ്ലാൻ. കോവിലൂരിൽ ഡിസ്പെൻസറി തുടങ്ങിയാൽ ഒരുപാടാളുകൾ വരും ചികിത്സ കിട്ടാൻ. ആശുപത്രി തുടങ്ങാനാണെന്ന് പറഞ്ഞാൽ ഔസേപ്പ് എങ്ങനെയെങ്കിലും ഒരിടം ശരിപ്പെടുത്തിത്തരും. ഔസേപ്പല്ലെങ്കിൽ മറ്റാരെങ്കിലും. താൻ ഡിസ്പെൻസറി തുടങ്ങി കോവിലൂരിൽ തന്നെ തങ്ങിയാൽ ഗിരിജ നിൽക്കുമോ? നിസാറിന്റെ ചിന്തയെക്കുറിച്ച് ടെലിപ്പതിയിലൂടെ സൂചന കിട്ടിയിട്ടെന്ന പോലെ ഗിരിജ ചോദിച്ചു: "എന്താണാലോചിക്കുന്നത്?"

"കോവിലൂരിൽ ഒരു ഡിസ്പെൻസറി തുടങ്ങുന്നതിനെക്കുറിച്ച്."

"സ്റ്റെത് വാങ്ങിയത് കണ്ടപ്പോൾ എനിക്ക് തോന്നി."

"അങ്ങനെ എന്തെങ്കിലും ചെയ്തില്ലെങ്കിൽ ജീവിതത്തിന് ഒരർത്ഥവു മില്ല."

ഗിരിജ പിന്നെ ഒന്നും പറഞ്ഞില്ല. ഗിരിജയും അതേ വിഷയം തന്നെ യായിരിക്കും ചിന്തിക്കുന്നതെന്ന് നിസാറിനു തോന്നി. ഗിരിജയോട് ചോദിക്കണോ എന്ന് നിസാർ ഒരു നിമിഷം ചിന്തിച്ചു. പിന്നെ വേണ്ടെന്ന് വെച്ചു. എന്തായാലും ഔസേപ്പിനോട് ആശുപത്രി തുടങ്ങാൻ സ്ഥലം കിട്ടുമോന്ന് ചോദിക്കാൻ തന്നെ നിസാർ തീരുമാനിച്ചു.

ഗിരിജയും നിസാറും കോവലൂരിൽ തിരിച്ചെത്തിയപ്പോൾ രണ്ടര മണി കഴിഞ്ഞു. ചായക്കടയിൽ ഔസേപ്പും മേഴ്സിയും തനിച്ചായിരുന്നു. ആരും ചായ കുടിക്കാനോ ഭക്ഷണം കഴിക്കാനോ ഇല്ല. മരുന്നിന്റെ പെട്ടി കണ്ടപ്പോൾ ഔസേപ്പിന് അദ്ഭുതമായി.

"ഇതുമുഴുവൻ മുതുവാക്കുടീല് കൊടുക്കാനുള്ള മരുന്നാണോ?"

"ഇന്നു തന്നെ കൊടുത്തു തീർക്കാനുള്ളതല്ല."

"അപ്പ കൊറേ ദൗസം മരുന്നു കൊടുക്കാമ്പോണാ?"

"വേണ്ടി വരും."

"അത് ശരി. നിങ്ങക്ക് ചായ വേണ്ടെ? ഉച്ചയ്ക്ക് ഊണ് എവടന്നാണ് കഴിച്ചത്?"

"ടോപ് സ്റ്റേഷനിലായിരുന്നു ഉച്ചഭക്ഷണം."

"ഓ. അവടെ നല്ലൊരു ഓട്ടലുണ്ട്."

ചായ കുടിക്കുന്നതിനിടയിൽ നിസാർ ഔസേപ്പിനോട് പറഞ്ഞു: "ഞാനിവിടെ ഒരാശുപത്രി തുടങ്ങാനുദ്ദേശിക്കുന്നു... ഒരു ഡിസ്പെൻസറി."

"അത് നല്ലൊരു കാര്യോണ്. ഈ വട്ടവട പഞ്ചായത്തിലെ എല്ലാരും മരുന്നിനു വരും. മുതുവാമ്മാരും ഹിൽപ്പൊലയരുമൊക്കെ വരും. നല്ല പ്രാക്റ്റീസുണ്ടാകും."

"എവിടെയാണൊരു സ്ഥലം കിട്ടുക? ഒരു ചെറിയ വീടു മതി."

"അതാണിപ്പ പ്രയാസം. ഞാമ്പറഞ്ഞില്ലേ ഇവടെങ്ങും വീടൊന്നും വാടകക്ക് കിട്ടാനില്ലെന്ന്."

ഔസേപ്പ് എന്തോ ആലോചിക്കുന്നതുപോലെ തോന്നി. ഡിസ്പെൻസറിക്ക് സൗകര്യം ഒരുക്കുന്നതിനെക്കുറിച്ച് ആലോചിക്കുകയായിരിക്കുമെന്ന് നിസാർ ഊഹിച്ചു. മേഴ്സി ഹോട്ടലിന്റെ അടുത്തു തന്നെ ഡിസ്പെൻസറി ഉണ്ടാകുന്നത് ഹോട്ടലിലെ കച്ചവടം വർദ്ധിക്കാൻ സഹായിക്കുമല്ലോ. ഡോക്ടർ നിസാർ പ്രതീക്ഷിച്ചതുപോലെ തന്നെ അല്പനേരത്തെ ആലോചനയ്ക്ക് ശേഷം ഔസേപ്പ് പറഞ്ഞു: ഇപ്പ നിങ്ങള് തങ്ങണ മുറ്യോട് ചേർന്നട്ട് ഒരു മുറി പണിത് തന്നാ മത്യെങ്കി ശര്യാക്കിത്തരാം. ടെറസ് കെട്ടടം വേണോന്നില്ലല്ല. മോളില് തകരം മേയാം. തറ സിമന്റിട്ട് തരാം. മത്യെങ്കി രണ്ടാഴ്ച്ചക്കുള്ളില് ശര്യാക്കിത്തരാം.

മേഴ്സി ഹോട്ടലുടമ ഉറപ്പ് പറഞ്ഞപ്പോൾ നിസാർ അവസാനമായി തീരുമാനി മെടുത്തു. കോവിലൂരിൽ ജനതാ ഡിസ്പെൻസറി.

നാടോടി വൈദ്യം

വാച്ചിൽ നോക്കിയപ്പോൾ മണി മൂന്ന് കഴിഞ്ഞു. ഇന്നിനിയെങ്ങനെ സാമിയാർക്കുടിയിൽ പോകുമെന്നായി ചിന്ത. നടന്നു പോയാൽ തിരിച്ചെത്തുമ്പോൾ രാത്രി വളരെ വൈകും. മുതുവാക്കുടിക്കും കോവിലൂരിനുമിടയ്ക്കുള്ള കാട്ടിൽ ആനയിറങ്ങാറുമുണ്ട്. ഇരുട്ടുന്നതിനു മുമ്പ് തിരിച്ചെത്തണമെങ്കിൽ വാഹനത്തിൽ പോകണം. എന്ത് വാഹനം കിട്ടും? ജീപ്പ് കിട്ടുമോ? ഗിരിജയോട് സാമിയാർക്കുടിയിൽ പോകുന്ന കാര്യം ചോദിച്ചപ്പോൾ പെട്ടെന്നായിരുന്നു മറുപടി.

"നാളെ രാവിലെ പോയാൽ പോരെ? എമർജൻസി കേസുകളൊന്നുമല്ലല്ലോ. ഇന്ന് തന്നെ പോണോന്ന് നിർബ്ബന്ധമാണെങ്കിൽ ജീപ്പ് പിടിക്കേണ്ടി വരും."

"നമുക്ക് ഔസേപ്പിനോട് തന്നെ ചോദിക്കാം."

"അത്യാവശ്യോണങ്കി നുമ്പടെ റപ്പായീടെ ജീപ്പ് പിടിക്കാം. നുമ്പക്ക് പരിചയമൊള്ള ആളായതോണ്ട് കഴുത്തറക്കണ കൂലി ചോദിക്കൂല. എന്നാലും രാത്രിയാവൂലെ വരാൻ... ആനയെറങ്ങണ വഴി ആയതോണ്ട് റപ്പായി ചെലപ്പ മടിക്കും രാത്രി അതിലേ ഓടിക്കാൻ."

ഔസേപ്പിന്റെ സംസാരം കേട്ടതോടെ നിസാർ അന്ന് തന്നെ സാമിയാർ ക്കുടിയിൽ പോകുന്ന ചിന്ത ഉപേക്ഷിച്ചു. രാത്രി ഭക്ഷണം കഴിഞ്ഞ് കിടക്കാനൊരുങ്ങുമ്പോൾ ഗിരിജ ഒരു കള്ളച്ചിരിയോടെ ചോദിച്ചു: "ഹൈറേഞ്ചിൽ എവിടെയെങ്കിലും പ്രാക്റ്റീസ് തുടങ്ങാൻ പരിപാടി ഇട്ടുകൊണ്ടാണോ പദയാത്രയ്ക്ക് പുറപ്പെട്ടത്?"

"ഏയ്. ഞാൻ പറഞ്ഞില്ലേ. ഇന്നലെ മുതുവാക്കുടിയിൽ വെച്ച് തോന്നിയതാണ്."

"ഞാൻ വെറുതേ ചോദിച്ചെന്നേയുള്ളൂ. ഇവിടെ സൈക്യാട്രിസ്റ്റായിട്ട് മാത്രം പ്രാക്റ്റീസ് ചെയ്യാൻ സാധിക്കുമെന്ന് തോന്നണില്ല. ഒരു ജനറൽ പ്രാക്റ്റിഷണറാകേണ്ടിവരും."

"അത് തന്നെയാണ് ഞാനുദ്ദേശിക്കുന്നത്. സൈക്യാട്രി പി. ജി. കഴിഞ്ഞിട്ട് മൂന്നാല് കൊല്ലം ജനറൽ സൈഡിലാണ് എന്നെ പോസ്റ്റ് ചെയ്തത്. ചിന്നക്കനാലിൽ ജോലി ചെയ്തതും പി. ജി എടുത്തതിനു ശേഷമാണ്. പിന്നെയാണ് കോഴിക്കോട് മെന്റൽ ഹോസ്പിറ്റലിൽ പോസ്റ്റിംഗ് തന്നത്. ജനറൽ പ്രാക്റ്റീഷണറാകുന്നതാണ് ത്രില്ല്. കുളക്കട പ്രൈമറി സെന്ററിലും ചിന്നക്കനാലിലും ജോലി ചെയ്യുമ്പോഴായിരുന്നു ഏറ്റവും ബിസി ആയിരുന്നത്. ദിവസവും രാത്രി ഒരു പ്രസവക്കേസെ ങ്കിലും ഉണ്ടാകും. പ്രൈമി അതായത് ഫസ്റ്റ് ഡെലിവറി ആണെങ്കിൽ എല്ലാം കഴിയുമ്പോൾ നേരം വെളുക്കാറാവും. ഒന്നുരണ്ടുമണിക്കൂർ ഉറങ്ങാനൊത്താൽ ഭാഗ്യം. പിന്നെ രാവിലെ എട്ടു മണിക്ക് തന്നെ ഓപി യിലെത്തണം. ഏഴു മണിമുതലേ ഓപിക്കു മുമ്പിൽ ക്യൂ ആരംഭിക്കും. ചിന്നക്കനാൽ ഡിസ്പെൻസറിയിലായിരുന്നപ്പോഴും നല്ല തിരക്കുണ്ടാ യിരുന്നു. വർഷത്തിൽ രണ്ടു തവണ ഉൻമാദം ഇളകാറുള്ള ജോസ പ്പേട്ടനെ ചികിത്സിച്ച് രോഗം മാറ്റിയതു മുതൽ മെന്റൽ കേസുകളും വരാൻ തുടങ്ങി. നെടുങ്കണ്ടം, ഇടുക്കി, കട്ടപ്പന... അടിമാലി മുതലിങ്ങോട്ട് ഹൈറേഞ്ചിന്റെ എല്ലാ ഭാഗത്തു നിന്നും മെന്റൽ കേസുകൾ വരാറുണ്ടാ യിരുന്നു.

പ്രാക്റ്റീസിനെക്കുറിച്ച് പറഞ്ഞത് താല്പര്യത്തോടെയാണ് ഗിരിജ കേട്ടുകൊണ്ടിരുന്നത്. ഇനിയങ്ങോട്ടുള്ള ജീവിതത്തിൽ ഒപ്പം കൂടുന്നോ എന്ന് ചോദിച്ചാലോ എന്ന് നിസാറിനുതോന്നി. ആ ചിന്ത പല തവണ നിസാറിന്റെ മനസ്സിൽ പൊന്തി വന്നു. പക്ഷേ ചോദിച്ചില്ല. അതിനുള്ള ശരിയായ അവസരം വരട്ടെയെന്ന് കരുതി. ലൈറ്റണച്ച് കിടക്കുമ്പോൾ നിസാർ പറഞ്ഞു: "നാളെ നമുക്ക് കുറച്ച് നേരത്തെ പുറപ്പെടണം. എല്ലാവർക്കും മരുന്ന് ഡിസ്പെൻസ് ചെയ്യാനുള്ളതാണ്. കൂടുതൽ ആളുകൾ ചികിത്സയ്ക്ക് എത്താൻ സാദ്ധ്യതയുണ്ട്."

"ഞാൻ ആറു മണിക്കു മുമ്പേ ഉണരും. ഡോക്ടറാണ് എന്നും വൈകാറ്."

"ഗിരിജ ഉണരുമ്പോൾ എന്നെയും വിളിച്ചുണർത്തണം."

ഗിരിജ രാവിലെ തന്നെ ഉണർന്നു. കമ്പിളിപ്പുതപ്പിന്റെ ഇളംചൂടേറ്റ് സുഖസുഷുപ്തിയിൽ ലയിച്ച് കിടക്കുകയായിരുന്ന നിസാറിനെ കണ്ടപ്പോൾ വിളിച്ചുണർത്താൻ തോന്നിയില്ല. കുളിയുൾപ്പെടെയുള്ള നിത്യകർമ്മങ്ങൾ കഴിഞ്ഞ് വന്നിട്ടാണ് നിസാറിനെ വിളിച്ചുണർത്തിയത്. അസ്വാരസ്യത്തോടെയാണ് സുഖസുഷുപ്തിയിൽ നിന്നുണർന്ന തെങ്കിലും സാമിയാർക്കുടിയിൽ പോകുന്ന കാര്യം ഓർത്തപ്പോൾ ഉത്സാഹം തോന്നി. നിസാറും ഗിരിജയും അകലെ നിന്നും നടന്നു വരുന്നത് കണ്ട പപ്പുസാമി അവരെ സ്വീകരിക്കാൻ വയൽവരമ്പിലേക്കിറങ്ങി വന്നു. പപ്പുസാമി നിസാറും ഗിരിജയും പിടിച്ചിരുന്ന മരുന്നു പെട്ടികൾ ഏറ്റുവാങ്ങി. പൊതുകുമന്തയിലേക്ക് നടക്കുന്നതിനിടയിൽ പപ്പുസാമി മുന്നറിയിപ്പ് നൽകി:

"ഇന്നയ്ക്ക് കൊഞ്ചം കൂടുതലാള് വരും. നേത്തയ്ക്ക് എല്ലോരും വന്തിട്ട് തിരുമ്പിപ്പോയി."

"ഞങ്ങള് മൂന്നാറിൽ പോയി മരുന്നു വാങ്ങി വന്നപ്പോൾ സമയം വൈകിപ്പോയി."

"പറവയില്ലെ. ഇന്നയ്ക്ക് കൂടുതലാള് വരും മരുന്ത് വാങ്കറുത്ക്ക്."

"സാരമില്ല. എല്ലാരേം നോക്കി മരുന്നു കൊടുക്കാം."

പൊതുക്മന്തയിൽ മൂപ്പൻ അവരെ കാത്തിരിക്കുകയായിരുന്നു. ഇന്ന് രണ്ട് മരക്കസേരകളും ഇളകിയാടുന്ന വലിപ്പില്ലാത്ത മേശയും കൊണ്ടിട്ടിരുന്നു. ഡോക്ടറും കൂടെ വന്ന ആളും സൗകര്യമായിരുന്ന് പരിശോധിച്ച് മരുന്നു കൊടുക്കട്ടെ എന്ന് മൂപ്പനു തോന്നി. മേശ ഉണ്ടായിരുന്നത് വളരെ സൗകര്യമായി. ആദ്യം തന്നെ ഗിരിജയും നിസാറും കൂടി മരുന്നുകൾ മേശപ്പുറത്ത് തരം തിരിച്ച് അടുക്കി വെച്ചു. നിസാർ ഓരോരുത്തരെയായി വിളിക്കാൻ തുടങ്ങി. ഓരോരുത്തരോടും സുഖക്കേടിന്റെ വിവരം ചോദിച്ചതിനുശേഷം നാഡി പിടിച്ചു നോക്കി. പിന്നെ കുഴൽ വെച്ചു പരിശോധിച്ചു. കുഴൽവെച്ചുള്ള പരശോധനയിൽ രോഗം മാറിയ ഭാവമായിരുന്നു പലരുടെയും മുഖങ്ങളിൽ. പരിശോധന കഴിഞ്ഞപ്പോൾ മരുന്നെടുത്ത് കൊടുത്തു.

"ഡോക്ടർ മരുന്നിന്റെ പേര് പറഞ്ഞാൽ ഞാൻ തിരഞ്ഞെടുത്ത് തരാം."

"എങ്കിൽ എളുപ്പത്തിൽ ഡിസ്പോസ് ചെയ്യാം."

ഒരാളെ നോക്കിക്കഴിഞ്ഞപ്പോൾ കൊടുക്കേണ്ട മരുന്നിന്റെ പേര് നിസാർ പറഞ്ഞു. ഗിരിജ അത് തിരഞ്ഞെടുത്ത് നിസാറിന്റെ കൈയിൽ കൊടുത്തു. കഴിക്കേണ്ട വിധം വിശദമായി പറഞ്ഞിട്ട് മരുന്നിന്റെ സ്ട്രിപ്പ് രോഗിയുടെ കൈയിൽ കൊടുത്തു. സ്വന്തം കുടിയിൽ വെച്ചു തന്നെ തന്റെ അസുഖത്തിന് കഴിക്കാനുള്ള മരുന്ന് കൈയിൽ കിട്ടിയപ്പോൾ വിശ്വസിക്കാനാവാതെ മരുന്നിൽ തന്നെ നോക്കി നിന്നു പോയി പലരും.

എല്ലാർക്കും മരുന്നു കൊടുത്തു കഴിഞ്ഞപ്പോൾ ഒരു മണി കഴിഞ്ഞു. പപ്പുസാമി മടിച്ച് മടിച്ച് പ്രേതം കൂടിയ വേങ്കമ്മയുടെ കാര്യം പറഞ്ഞു.

"വേങ്കമ്മയ്ക്കുള്ള മരുന്ന് കൊണ്ടു വന്നിട്ടുണ്ട്."

മൂപ്പന്റെ പിന്നിൽ ഭവ്യതയോടെ നിന്നിരുന്ന പഞ്ചലിംഗത്തെ പപ്പുസാമി വിളിച്ചു.

"നീ ഇങ്കെ വാ പഞ്ചലിങ്കം... ഓൻ പൊണ്ടാട്ടിക്കൊള്ള മരുന്ത് ഡോക്ടർക്കിട്ടെ ഇരുന്ത് വാങ്ക്."

നിസാർ പഞ്ചലിംഗത്തോട് ചോദിച്ചു: "വേങ്കമ്മ മരുന്നു കഴിക്കാൻ മടിച്ചാലെന്ത് ചെയ്യും?"

"എപ്പടിയാനാലും കഴിപ്പിക്കും."

"അങ്ങനെ കഴിപ്പിക്കാൻ പറ്റില്ല. തുപ്പിക്കളയും."

പഞ്ചലിംഗം എന്തു പറയണമെന്നറിയാതെ കുഴങ്ങി.

"ഗുളിക നന്നായി പൊടിച്ച് വേങ്കമ്മ അറിയാതെ ഭക്ഷണത്തിൽ ചേർത്ത് കൊടുക്കണം."

"ചായയിലേ പോട്ടാ പോതുമാ?"

"ചായ ഇഷ്ടത്തോടെ കുടിക്കാറുണ്ടോ?"

"ആമാങ്കെ... ചായയാക്കും ഇഷ്ടം. വേറെ സാപ്പാടൊന്നും അധികം കഴിക്കമാട്ടെ."

"എന്നാൽ ചായേല് പൊടിച്ചിട്ട് കൊടുത്താ മതി."

അത് പറഞ്ഞുകഴിഞ്ഞപ്പോഴാണ് ഇങ്ങനെ മരുന്നുകൊടുക്കുന്നതിനെക്കുറിച്ച് വലിയ തർക്കം സൈക്യാട്രി കോൺഫറൻസിൽ നടന്ന കാര്യം നിസാർ ഓർമ്മിച്ചത്. മരുന്നു കഴിക്കാത്ത രോഗിക്ക് അറിയാതെ മരുന്നു കൊടുക്കേണ്ടതില്ലെന്നായിരുന്നു ഒരു വിഭാഗത്തിന്റെ അഭിപ്രായം. കാരണം അത് മനുഷ്യാവകാശലംഘനമാണത്രേ. മനോരോഗിയാണെങ്കിലും വ്യക്തിയുടെ അഭിപ്രായസ്വാതന്ത്ര്യത്തിനു വിലകല്പിക്കണമത്രേ. നിസാർ തർക്കത്തിൽ ഇടപെട്ടുകൊണ്ട് പറഞ്ഞത് ഈ വാദം അസംബന്ധമാണെന്നായിരുന്നു. മരുന്നു കൊടുക്കാതിരുന്നാൽ രോഗിയുടെ മരണത്തിലായിരിക്കും കലാശിക്കുക. രോഗിയെ രക്ഷപ്പെടുത്തുകയാണ് വൈദ്യശാസ്ത്രത്തിന്റേയും ചികിത്സകന്റേയും കടമ. മരുന്നു കഴിച്ചില്ലെങ്കിൽ രോഗം മൂർച്ഛിച്ച് ജീവന് അപകടം സംഭവിക്കുമെന്ന തിരിച്ചറിവില്ലാത്ത രോഗിക്ക് അവരുടെ ചുമതലയുള്ള ബന്ധുവിന്റെ അനുവാദത്തോടെ മരുന്ന് ബലമായി കുത്തിവെയ്ക്കുകയോ രോഗി അറിയാതെ ഭക്ഷണത്തിലോ പാനീയത്തിലോ ചേർത്ത് കൊടുക്കുകയോ ചെയ്യുന്നതിൽ യാതൊരു അപാകവും ഇല്ലെന്ന് തന്നെയാണ് നിസാറിന്റെ അഭിപ്രായം.

പഞ്ചലിംഗം വേങ്കമ്മയ്ക്കുള്ള മരുന്നുമായി പോയപ്പോൾ മൂപ്പൻ തന്റെ പിന്നിൽ നിന്നിരുന്ന ഒരാളെ ചൂണ്ടിക്കാണിച്ചുകൊണ്ട് പറഞ്ഞു:

"തായനം കൂടീലെ ഇരുന്ത് കാണി ചന്ദ്രനാക്കും ഇത്. ഇണ്ണയ്ക്ക് ഇങ്കെ വന്ത് ഡോക്ടർ കിട്ടെ അവനോട് പൊണ്ണുക്ക് കാര്യം ശൊല്ലറുതുക്ക് വന്തതാക്കും."

മൂപ്പൻ പറഞ്ഞത് പോരെന്ന് കരുതിയിട്ട് പപ്പുസാമി വിശദീകരിച്ചു. തായനം കുടി വെള്ളാർ മലയിലാണ്. അതിനപ്പുറം തമിഴ്നാടാണ്. തായനം കുടിയിലെ മൂപ്പൻ തായനനാണ്. തായനന്റെ പേര് തന്നെയാണ് കുടിക്കും. മുതുവാക്കുടിയുടെ പരമാധികാരിയാണ് മൂപ്പൻ. മൂപ്പന്റെ തൊട്ടു താഴെയാണ് കാണി. മൂപ്പന്റെ അഭാവത്തിൽ കുടിയുടെ കാര്യങ്ങൾ തീരുമാനിക്കുന്നത് കാണിയാണ്. തായനം കുടിയിലെ കാണി ചന്ദ്രന്റെ ഭാര്യ രാധയ്ക്ക് പ്രേതബാധ തുടങ്ങിയിട്ട് കുറച്ച് കാലമായി. പൂശാരിയുടെ പൂജയും മന്ത്രവും ഏല്ക്കുന്നില്ല. പപ്പുസാമിയാണ് തായനംകുടി മൂപ്പൻ തായനനോട് കാണി ചന്ദ്രന്റെ ഭാര്യയെ ഡോക്ടറെ കാണിക്കാൻ പറഞ്ഞത്.

"ചന്ദ്രന്റെ ഭാര്യ വന്നിട്ടുണ്ടോ?"

"വന്താച്ച്."

സാമിയാർക്കുടി മൂപ്പൻ പൊന്നുസാമിയും തായനം കുടി മൂപ്പൻ തായനനും കൂടിയാലോചിച്ചാണ് കാണി ചന്ദ്രന്റെ ഭാര്യ രാധയെ ഡോക്ടറെ കാണിക്കാൻ തീരുമാനിച്ചത്. അതനുസരിച്ചാണ് ചന്ദ്രൻ ഭാര്യയെ കൊണ്ടുവന്നിരിക്കുന്നത്.

"എവിടെ ചന്ദ്രന്റെ ഭാര്യ?"

"തീണ്ടാരിക്കുടീല്ര്ക്ക്."

പെണ്ണുങ്ങൾ തീണ്ടാരിയാകുമ്പോൾ കുടിയിൽ നിന്ന് മാറിത്താമസിക്കാനുള്ള പൊതുസ്ഥലമാണ് തീണ്ടാരിക്കുടി.

"അവരെ നോക്കാൻ നമ്മള് അങ്ങോട്ട് പോണോ?"

"വേണ്ട. ഇങ്കെ കൊണ്ട് വരലാം."

നിസാർ വാച്ചിൽ നോക്കി. മണി രണ്ടായിരിക്കുന്നു.

"ഭക്ഷണം കഴിച്ചിട്ട് അവരെ നോക്കാം. വിശക്കുന്നുണ്ട്. ഞങ്ങൾ ഇവിടിരുന്ന് ഭക്ഷണം കഴിക്കുമ്പോഴേക്ക് മൂപ്പനും പപ്പുസാമിയും ചന്ദ്രനുമൊക്കെ ഭക്ഷണം കഴിച്ച് ചന്ദ്രന്റെ ഭാര്യയ്ക്കും ഭക്ഷണം കൊടുത്ത് അവരെ ഇങ്ങോട്ട് വിളിച്ചുകൊണ്ട് വായോ."

മൂപ്പൻ പൊന്നുസാമി പറഞ്ഞു: "നാങ്ക ഇപ്പളല്ല ശാപ്പാട് കഴിക്കണത്. വൈന്നേരമാക്കും. ഡോക്കിട്ടരും നഴ്സമ്മേം ഭക്ഷണം കഴിച്ചോ."

"വിശന്നിരുന്ന് സൈക്യാട്രിക് ഇന്റർവ്യൂ നടത്തിയാൽ ശരിയാവില്ല. ഞങ്ങള് ഭക്ഷണം കഴിക്കട്ടെ. ചന്ദ്രൻ പോയി ഭാര്യയെ തീണ്ടാരിക്കുടീന്ന് കൂട്ടിക്കൊണ്ട് വന്നോളൂ."

നിസാറും ഗിരിജയും തിടുക്കത്തിൽ ഭക്ഷണം കഴിച്ചു. മൂപ്പനും പപ്പുസാമിയും അവർ ഭക്ഷണം കഴിക്കുന്നത് സശ്രദ്ധം നോക്കി നിന്നു.

"തീണ്ടാരിക്കുടി എവിടെയാണ്?"

മൂപ്പനാണ് മറുപടി പറഞ്ഞത്: "ആറ്റിന്റെ കരേലാക്കും..."

"അധികം ദൂരമുണ്ടോ?"

"പാടം താണ്ടി അപ്പറം പോകണം. അവരിപ്പമെത്തും."

പപ്പുസാമി പൊതുക് മന്തയുടെ അറ്റത്ത് പോയി നോക്കിയിട്ട് വിളിച്ചു പറഞ്ഞു: "അവര് വരണ്ണ്ട്."

നിസാറും ഗിരിജയും ഭക്ഷണം കഴിച്ചു തീരുന്നതിനു മുമ്പ് തന്നെ ചന്ദ്രനും ഭാര്യയും പൊതുക് മന്തയിൽ എത്തി. ചന്ദ്രന്റെ ഭാര്യ ഒരു സുന്ദരിയായ യുവതിയാണ്. ഗിരിജയുടേതു പോലെ ഇരുണ്ട നിറവും വടിവൊത്ത ശരീരവും. സൗന്ദര്യം വർദ്ധിപ്പിക്കാൻ ചില പൊടിക്കൈകൾ അവർ ചെയ്തിരുന്നതായി നിസാറിനു തോന്നി. സമൃദ്ധമായ മുടിക്കെട്ടിൽ നിന്ന് വേറിട്ടു കിടന്നിരുന്ന അളകങ്ങൾ ശ്രദ്ധാപൂർവ്വമുള്ള സൃഷ്ടികളാണ്. അറിയാത്തവിധം കണ്ണുകളും പുരികങ്ങളും കറുപ്പിച്ചിട്ടുണ്ട്.

ഭക്ഷണം കഴിച്ചതിനുശേഷം നിസാർ സൈക്യാട്രിക് ഇന്റർവ്യൂ നടത്താൻ തയ്യാറെടുത്ത് കസേരയിൽ വിന്നിരുന്നു.

"എന്താ രാധയ്ക്ക് പ്രയാസം?"

"ഇവളുക്ക് എടക്കെടക്ക് ബാധ കൂടും. പോതം കെട്ട് വീഴും. പിച്ചും പേയും പറയും...

ഒഴിഞ്ഞു കിടന്നിരുന്ന കസേര ചൂണ്ടിക്കൊണ്ട് പറഞ്ഞു: "രാധ ഇവിടെ വന്നിരിക്കൂ."

രാധ മടിച്ചു നിന്നപ്പോൾ മൂപ്പൻ ശാസനാസ്വരത്തിൽ പറഞ്ഞു: "ഡോക്കിട്ടര് ശൊന്ന പോലെ കേട്ടോളണം."

പിന്നെ രാധ മടിച്ചില്ല. എല്ലാരും നോക്കിനിൽക്കേ നിസാർ അര മണിക്കൂറോളം രാധയുമായി സംസാരിച്ചു. നിസാർ പരിശോധിച്ചതിനു ശേഷം കസേരയിൽ നിന്നെഴുന്നേറ്റു. രാധയും എഴുന്നേറ്റപ്പോൾ നിസാർ പറഞ്ഞു: "കഴിഞ്ഞില്ല. രാധ അവിടത്തന്നെ ഇരിക്കൂ."

ഗിരിജയോട് സൈക്യാട്രിക് ഇന്റർവ്യൂ നടത്തി അഭിപ്രായം പറയാൻ പറഞ്ഞു.

പതിനഞ്ച് മിനിട്ട് നേരം ഗിരിജ രാധയുമായി സംസാരിച്ചു.

"പൊസഷൻ സിൻഡ്രം തന്നെയാണെന്നാണ് എനിക്കു തോന്നുന്നത്."

"സ്കിസോഫ്രീനിയയാണെന്നാണ് എന്റെ ഡയഗ്നോസിസ്."

തന്റെ ഡയഗ്നോസിസ് തെറ്റാറില്ലെന്ന് തെല്ലൊരഹങ്കാരത്തോടെ നിസാർ അവകാശപ്പെട്ടു. മെന്റൽ ഹെൽത്ത് സെന്ററിൽ ഒപ്പം ജോലി ചെയ്തിരുന്ന സൈക്യാട്രി പ്രൊഫസർ ഡോ. നിതീഷ് കുമാർ ഒരിക്കൽ ഡോക്ടർമാരുടെ റെസ്റ്റ് റൂമിലിരുന്ന് തുറന്ന് സമ്മതിക്കുകയുണ്ടായി.

"നിസാറിന്റെ ക്ലിനിക്കൽ അക്യൂമെൻ ഷാർപ്പാണ്. സമ്മതിച്ചിരിക്കുന്നു. ആരോഗ്യവകുപ്പിലെ ഡോക്ടർമാരുടെ സാമർത്ഥ്യമൊന്നും മെഡിക്കൽ കോളേജിലെ പ്രൊഫസർമാർ അംഗീകരിച്ചുകൊടുക്കാറില്ല. ഒരു മനോരോഗിയുടെ കാര്യത്തിൽ ബൈപോളാർ ഡിസോർഡറാണോ സ്കിസോഫ്രീനിയ ആണോ എന്ന കാര്യത്തിൽ തർക്കം വന്നു. കേസ് ബൈപോളാർ ഡിസോർഡറാണെന്നും മൂഡ് സ്റ്റെബിലൈസറും ക്യൂത്തയാപ്പിൻ എന്ന പുതിയ മരുന്നും ചേർത്ത് കൊടുത്താൽ രണ്ടാഴ്ച കൊണ്ട് സ്ഥിതിയിൽ മാറ്റം വരുമെന്നും വെല്ലുവിളിയുടെ സ്വരത്തിൽ നിസാർ പറഞ്ഞത് പ്രൊഫസർ നിതീഷ് കുമാർ വെല്ലുവിളിയായിത്തന്നെ സ്വീകരിച്ചു. നിസാർ പറഞ്ഞതു പോലെ ചികിത്സയിൽ മാറ്റം വരുത്തിയപ്പോൾ രണ്ടാഴ്ച കാത്തിരിക്കേണ്ടിവന്നില്ല. രോഗിയുടെ സ്ഥിതിയിൽ മാറ്റം കണ്ടു തുടങ്ങി. അയാൾ ശാന്തനായി. രാത്രി ഉറക്കവും കിട്ടിത്തുടങ്ങി. അത് കണ്ടിട്ടാണ് നിസാറിന്റെ ഡയഗ്നോസിസ് സാമർത്ഥ്യം പ്രൊഫസർ നിതീഷ്കുമാർ അംഗീകരിച്ചു കൊടുത്തത്.

മറ്റുള്ളവർ കേൾക്കാതിരിക്കാൻ പൊതുക് മന്തയുടെ ഒറ്റത്തേയ്ക്ക് നീങ്ങി നിന്ന് ഗിരിജയും നിസാറും രോഗനിർണ്ണത്തിന്റെ യുക്തി ചർച്ച ചെയ്തു. ഗിരിജ താൻ കണ്ടത് വിവരിച്ചു.

"അർദ്ധബോധാവസ്ഥയിലാവുമ്പോൾ ശരീരത്തിൽ എന്തോ പ്രവേശിക്കുന്നതായി രാധയ്ക്ക് തോന്നുന്നുണ്ട്."

"അതൊക്കെ ശരി തന്നെ. പക്ഷേ സെമി കോൺഷ്യസ് സ്റ്റേറ്റ് എന്നു പറയുന്നത് അൾട്ടേഡ് കോൺഷ്യസ്നസ്സാണ്. വ്യതിരിക്ത ബോധാവസ്ഥ. ആ സമയത്ത് ശരീരത്തിൽ എന്തോ ശക്തി പ്രവേശിക്കുന്ന തോന്നൽ ഹാലൂസിനേറ്ററി എക്സ്പീരിയൻസാണെന്നാണ് എന്റെ അഭിപ്രായം. നമുക്ക് ചെറിയ ഡോസിൽ റിസ്പെരിഡോൺ കൊടുത്തു നോക്കാം. ഞാൻ പറഞ്ഞത് ശരിയെങ്കിൽ ഒരാഴ്ച കൊണ്ട് മാറ്റം വരും. ഗിരിജ പറയുന്നതുപോലെ പ്രേതബാധയാണെങ്കിൽ രാധയ്ക്ക് യാതൊരു മാറ്റവുമുണ്ടാവൂല.

"ഒരു തെറാപ്യൂട്ടിക് ട്രയൽ നടത്താമെന്നാണോ?"

"നോക്കൂ, മെന്റൽ ഇൽനെസിന്റെ ഫൈനൽ ഡയഗ്നോസിസ് ട്രീറ്റ്മെന്റ് റെസ്പോൺസിനെക്കൂടി കണക്കിലെടുത്തുകൊണ്ടാണ്."

സൈക്യാട്രിസ്റ്റാണ് ചികിത്സയുടെ കാര്യത്തിൽ അവസാന തീരുമാനമെടുക്കുന്നത് എന്ന തത്ത്വം അംഗീകരിച്ചുകൊണ്ട് സൈക്യാട്രി സോഷ്യൽ വർക്കറായ ഗിരിജ നിസാറിന്റെ അഭിപ്രായം ശരിവെച്ചു.

"നോക്കൂ രാധേ, നിങ്ങള് ബോധക്കേടും മറ്റും വരാതിരിക്കാനായി കുറച്ച് നാള് മരുന്ന് കഴിക്കണം. എന്താ, സമ്മതമല്ലേ?"

രാധ സമ്മതഭാവത്തിൽ തലകുലുക്കി. നിസാർ രാധയെ പ്രോത്സാഹിപ്പിച്ചു.

"കൊള്ളാം. മരുന്നു കഴിച്ചു തുടങ്ങിയാൽ പിന്നെ ബാധ കൂടില്ല. രാത്രി മാത്രം ഒരു ചെറിയ ഗുളിക കഴിച്ചാൽ മതി."

ഗിരിജ റിസ്പെരിഡോണിന്റെ ഒരു സ്ട്രിപ്പെടുത്ത് രാധയ്ക്ക് നീട്ടി. രാധ അത് വാങ്ങിയപ്പോൾ നിസാർ ചന്ദ്രനോട് പറഞ്ഞു: "നോക്കൂ, നിങ്ങള് നിത്യവും രാത്രി ഗുളിയെടുത്ത് കൊടുക്കണം. ഒറ്റ ദിവസവും മുടങ്ങരുത്. ഒരാഴ്ച കഴിച്ചിട്ട് എനിക്ക് കാണണം. ഇന്ന് ബുധനാഴ്ചയല്ലേ. അടുത്ത ബുധനാഴ്ച എനിക്ക് രാധയെ വീണ്ടും കാണണം. എന്താ, പറ്റില്ലേ?"

"ഇവടെ കൊണ്ട് വന്നാ മത്യാ?"

"മതി. അടുത്ത ബുധനാഴ്ച ഞങ്ങളിവിടെ വരും. അല്ലെങ്കിൽ വേണ്ട. ഞങ്ങൾ തായനംകുടീല് വരാം."

"ഇങ്കെയിരുന്ത് തായനം കൂടിൽക്ക് റൊമ്പദൂരമിരുക്ക്."

"സാരമില്ല. ഞങ്ങൾക്ക് തായനംകുടി കാണണം. പപ്പുസാമി വഴി കാണിക്കും."

ചന്ദ്രനും ഭാര്യ രാധയും പോയപ്പോൾ നിസാർ പപ്പുസാമിയോടും മൂപ്പനോടുമായി പറഞ്ഞു. "ഞാൻ കോവിലൂര് ഒരു ഡിസ്പെൻസറി തുടങ്ങാൻ ഉദ്ദേശിക്കുന്നു."

മൂപ്പൻ പൊന്നുസാമി ഒരു കുട്ടിയെപ്പോലെ ആഹ്ലാദം പ്രകടിപ്പിച്ചു.

"അയ്യട. നല്ലാപ്പോച്ച്. നല്ലാപ്പോച്ച്. കോവിലൂരും വട്ടവടേലും എല്ലാട ത്തുമുള്ള മുതുവാമ്മാരും ഹിൽപ്പൊലയരും എല്ലോരും ഡോക്കട്ടരുടെ ആസ്പത്തരീല് മരുന്ത് വാങ്കതുക്ക് വരും."

"ആഴ്ചയിൽ രണ്ടുദിവസം ഞങ്ങള് ആദിവാസി ഊരുകളിൽ മാറിമാറി വരും. ബാക്കി ദിവസങ്ങളിൽ കോവിലൂരിലെ ഡിസ്പെൻ സറിയിൽ കാണും."

പപ്പുസാമിക്ക് വിശ്വാസം വന്നില്ല.

"അപ്പം ഡോക്ടരുക്ക് ഊരുക്ക് പോണ്ടേ?"

"വേണ്ട. ഞങ്ങള് രണ്ട് പേരും പോണില്ല. അടുത്ത പ്രാവശ്യം കുറിഞ്ഞി പൂക്കുന്നത് വരെ ഞങ്ങള് ഇവിടെത്തന്നെ കാണും."

പപ്പുസാമി വിശ്വാസം വരാതെ മിഴിച്ചു നിന്നു.

പൂശാരിഡോക്ടർ

മുതുവാൻമാർ തന്നെ പൂശാരിഡോക്ടർ എന്ന് വിളിക്കുന്ന സുഖകര മല്ലാത്ത കാര്യമാണ് രാവിലെ ഉറക്കമുണർന്നപ്പോൾ നിസാറിന്റെ മനസ്സി ലേക്ക് ഒഴിയാബാധപോലെ കടന്നുവന്നത്. താൻ മുതുവാക്കുടികളുടെ

പൂശാരിഡോക്ടർ ആയിത്തീർന്ന കഥയോർത്തപ്പോൾ നിസാറിന് ചിരിക്കാനാണ് തോന്നിയത്. മുമ്പായിരുന്നെങ്കിൽ ഇത്തരം പരിഹാസ സംബോധനകൾക്കുനേരെ ഡോക്ടർ നിസാർ കുപിതനാകുമായിരുന്നു. മഞ്ചേരിയിലായിരുന്നപ്പോൾ ഏറനാടൻ മാപ്പിളമാർ തന്നെ വിളിച്ചിരുന്നത് പിരാന്തൻ ഡോക്ടർ എന്നാണ്. ഭ്രാന്തുള്ള ഡോക്ടർ എന്നല്ല അതിനർത്ഥം. ഭ്രാന്ത് ചികിത്സിച്ച് മാറ്റുന്ന ഡോക്ടർ എന്നാണ്. മഞ്ചേരി ആശുപത്രിയിൽ ആദ്യമായിട്ടായിരുന്നു ഭ്രാന്തിനു ചികിത്സിക്കുന്ന ഒരു ഡോക്ടർ വന്നത്.

സാമിയാർക്കുടിയിലെ പഞ്ചലിംഗത്തിന്റെ ഭാര്യ വേങ്കമ്മയുടെയും തായനം കുടിയിലെ കാണി ചന്ദ്രന്റെ ഭാര്യ രാധയുടെയും പ്രേതബാധ പൂശാരി ഒഴിപ്പിച്ചിട്ടും ഒഴിഞ്ഞുപോകാതെ നിൽക്കുകയായിരുന്നു. ഡോക്ടർ നിസാർ മരുന്നു കൊടുത്തപ്പോൾ പ്രേതം ഒഴിഞ്ഞു. അങ്ങനെ രാധയുടെയും വേങ്കമ്മയുടെയും സ്കിസോഫ്രീനിയ രോഗം റിസ്പെരിഡോൺ എന്ന മരുന്നുകൊടുത്ത് ഭേദമാക്കിയതോടെ നിസാർ ഒരു ഡോക്ടർ മാത്രമല്ല, ദൈവങ്ങളെ ആവാഹിക്കാനും പ്രേതങ്ങളെ ഒഴിപ്പിക്കാനും കഴിയുന്ന പൂശാരി കൂടിയാണെന്ന സംസാരം മുതുവാക്കുടികളിൽ പരന്നു.

വേങ്കമ്മയുടെ മാറ്റം എല്ലാവരെയും അദ്ഭുതപ്പെടുത്തി. വേങ്കമ്മയുടെ ശരീരത്തിൽ കൂടിയിരുന്നത് ഭയങ്കര ശക്തിയുള്ള പ്രേതമാണെന്നായിരുന്നു എല്ലാവരുടെയും വിശ്വാസം. മുത്തുമാരിയമ്മൻ കോവിലിലെ പൂശാരി പഠിച്ച പണി പതിനെട്ടും പ്രയോഗിച്ചിട്ട് ഒഴിഞ്ഞു പോയില്ല. കോഴിക്കുരുതി ഉൾപ്പെടെ കരുതികൾ പലതുകഴിച്ചു. എന്നിട്ടും ഒഴിഞ്ഞുപോകാത്ത പ്രേതം മരുന്നു കഴിച്ചു തുടങ്ങി രണ്ടാഴ്ച തികയുന്നതിനു മുമ്പുതന്നെ ഒഴിഞ്ഞു പോയി. പ്രേതം ഒഴിഞ്ഞു പോയതോടെ വേങ്കമ്മ നിത്യകർമ്മങ്ങൾ ചിട്ടയോടെ പാലിക്കാനും ഭക്ഷണം കഴിക്കാനും തുടങ്ങി.

വേങ്കമ്മയെ ചമ്പക്കാട് കുടിയിൽ നിന്നും പഞ്ചലിംഗം വിവാഹം ചെയ്തുകൊണ്ടു വരുമ്പോഴുണ്ടായിരുന്ന പഴയ രൂപം തിരിച്ചു കിട്ടുമെന്ന് ആരും കരുതിയിരുന്നതല്ല. വേങ്കമ്മ സാമിയാർക്കുടിയിലെത്തിയപ്പോൾ പെണ്ണുങ്ങളെല്ലാം അസൂയയോടെയാണ് നോക്കിയത്. അത്രയ്ക്ക് സുന്ദരിയായിരുന്നു. അവളുടെ മനസ്സിലും ശരീരത്തിലും പ്രേതങ്ങൾ വിഹരിക്കാൻ തുടങ്ങിയതോടെ കുലയ്ക്കാറായ വാഴ ചുഴലിക്കാറ്റിൽ ഉലഞ്ഞതു പോലെ ആയിപ്പോയി. മാരണപ്രേതങ്ങൾ കൂടിയാൽ ആളിനെ കൊന്നിട്ടേ ഒഴിഞ്ഞു പോകാറുള്ളൂ. അങ്ങനെയുള്ള മാരണപ്രേതത്തെ രണ്ടാഴ്ചകൊണ്ടല്ലേ ഡോക്ടർ നിസാർ ഒഴിപ്പിച്ചത്. മരുന്നു കൊടുത്തിട്ടാണ് മാറ്റമുണ്ടായതെന്ന് പുറമേക്ക് തോന്നും. പക്ഷേ ശരിക്കും ദൈവികശക്തിയില്ലാത്ത ആൾ മരുന്നു കൊടുത്താൽ പ്രേതം ഒഴിഞ്ഞുപോകുമോ? ഡോക്ടർ നിസാറും ഒരു പൂശാരി തന്നെ. പൂശാരി ഡോക്ടർ!

പപ്പുസാമി പേടിച്ചു പേടിച്ചാണ് മുതുവാക്കുടികളിലുള്ളവർ പൂശാരി ഡോക്ടർ എന്നു വിളിക്കാൻ തുടങ്ങിയ കാര്യം നിസാറിനോട് പറഞ്ഞത്. നിസാറിന് അത് ഇഷ്ടപ്പെട്ടില്ലെങ്കിലോ എന്നാണ് പപ്പുസാമി ഭയപ്പെട്ടത്.

മുമ്പായിരുന്നെങ്കിൽ പപ്പുസാമി ഭയപ്പെട്ടതു പോലെ കോപിക്കു മായിരുന്നു. പക്ഷേ ഇപ്പോൾ മുതുവാൻമാർ തന്നെ ഒരു പൂശാരി ഡോക്ടറായി കാണുന്നത് അംഗീകാരമായിട്ടാണ് തോന്നിയത്. വെറും ആറുമാസം കൊണ്ടല്ലേ നിസാർ മുതുവാൻമാരുടെ മുഴുവൻ അംഗീകാരം പിടിച്ചു പറ്റിയത്. അത് പപ്പുസാമിയോട് പറഞ്ഞപ്പോൾ പപ്പുസാമിക്ക് ആശ്വാസമായി. ഡോക്ടർക്ക് ഇഷ്ടപ്പെട്ടില്ലെങ്കിൽ ഡോക്ടർ തിരിച്ചു നാട്ടിലേക്ക് പൊക്കളയുമോ എന്നായിരുന്നു പപ്പുസാമിയുടെ പേടി.

നിസാർ ഉറക്കമുണർന്നിട്ട് കട്ടിലിൽ നിന്ന് എഴുന്നേൽക്കാതെ പലതും ചിന്തിച്ചുകൊണ്ട് കിടക്കുന്നതിനിടയിൽ ഗിരിജ ഡിസ്പെൻസറിയിൽ ഒരുക്കങ്ങൾ ചെയ്യുന്നതിന്റെ ശബ്ദം കേട്ടു. ഗിരിജ അതിരാവിലെ തന്നെ എഴുന്നേറ്റ് നിത്യകർമ്മങ്ങൾ നിർവ്വച്ചതിനുശേഷം ഡിസ്പെൻസറിയിലെ ഒരുക്കങ്ങൾ ചെയ്യും. മേശയും കസേരകളും തുടച്ചു വൃത്തിയാക്കുക, മേശപ്പുറത്ത് ഒരു കുപ്പിയിൽ ഡെറ്റോൾ കലക്കിയ വെള്ളത്തിൽ തെർമോ മീറ്റർ ഇട്ട് വെയ്ക്കുക, രക്തസമ്മർദം നോക്കാനുള്ള ബി. പി. അപ്പാരട്ടസ് ശരിയാക്കി വെയ്ക്കുക, മരുന്നുകളുടെ സ്ട്രിപ്പുകൾ ഇംഗ്ലീഷ് അക്ഷരമാല ക്രമത്തിൽ ഷെൽഫിൽ അടുക്കിവെയ്ക്കുക, ബേസിനിൽ ലോഷൻ കലക്കിയ വെള്ളം നിറയ്ക്കുക... കൈകൾ തുടയ്ക്കാനുള്ള ടൗവ്വൽ മടക്കി സ്റ്റാന്റിൽ തൂക്കുക... അങ്ങനെ ഡിസ്പെൻസറിയിൽ ഗിരിജ ചെയ്യേണ്ട കുറെ കാര്യങ്ങളാണ് മുന്നൊരുക്കങ്ങൾ. അതുകഴിഞ്ഞ് ഉറങ്ങുന്ന നിസാറിനെ വിളിച്ചുണർത്തും. എന്നിട്ടാണ് ഗിരിജ കുളിക്കാൻ പോകുക.

നിസാർ ഉണർന്നു കിടക്കുന്നതുകണ്ട് ഗിരിജ അദ്ഭുതപ്പെട്ടു.

"ഇന്ന് പതിവില്ലാതെ നേരത്തേ ഉണർന്നല്ലോ. എന്താണ് ദിവാ സ്വപ്നം?"

"ഞാൻ പുശാരി ഡോക്ടറായ കഥയോർക്കുകയായിരുന്നു."

ഗിരിജ നിസാറിനെ താല്പര്യത്തോടെ നോക്കി. എന്നിട്ട് നിസാറിന്റെ ശരീരത്തോട് ചേർന്ന് കട്ടിലിന്റെ ഒരു വശത്ത് ചരിഞ്ഞ് നിസാറിന് അഭിമുഖമായി ഇരുന്നു. ഗിരിജ അങ്ങനെ ഇരുന്നപ്പോൾ അന്നത്തെ രാത്രിയിലെ കാര്യങ്ങൾ ഓർമ്മ വന്നു. അന്നും പതിവുപോലെ അവർ കിടപ്പുമുറിയുടെ എതിർചുമരുകളോട് ചേർത്തിട്ടിരുന്ന ചൂടിക്കട്ടിലിലാണ് ഉറങ്ങാൻ കിടന്നത്. ഉറക്കം തുടങ്ങി അധികം കഴിയുന്നതിനുമുമ്പ് നിസാർ ഉറക്കത്തിൽ നിന്നുണർന്നു. അപ്പോൾ ഗിരിജ ആയാസപ്പെട്ട് ശ്വാസം വലിക്കുന്ന ശബ്ദം കേട്ടു. ഗിരിജ കട്ടിലിൽ എഴുന്നേറ്റിരിക്കു ന്നതിന്റെ നിഴൽ ഇരുട്ടിൽ നിസാർ കണ്ടു. ലൈറ്റ് ഓൺ ചെയ്യാതെ നിസാർ ഗിരിജയുടെ കട്ടിലിനടുത്തേക്ക് നടന്നു ചെന്നു. ആസ്ത്മയുടെ

ആക്രമണസമയത്ത് വെളിച്ചം രോഗിക്ക് അരോചകമായിരിക്കുമെന്ന് നിസാറിനറിയാം. അടുത്ത് ചെന്നിട്ട് നിസാർ അവളുടെ പുറത്ത് തലോടി. നന്ദിസൂചകമായി അവൾ തലപൊക്കി നോക്കിയത് നിസാർ ഇരുട്ടിൽ കണ്ടു.

"ഇൻഹേലർ എടുക്കട്ടേ?"

ഗിരിജ അനുകൂലഭാവത്തിൽ തലയാട്ടി. നിസാർ ലൈറ്റിടാതെ തന്നെ ഗിരിജയുടെ ബാഗിൽ തപ്പി ഇൻഹേലർ കണ്ടെടുത്തു. അതിൽ പുതിയ ക്യാപ്സൂൾ ഇട്ടു. മരുന്നു ശ്വാസകോശത്തിൽ എത്തിയപ്പോൾ ശ്വാസം വിടുമ്പോഴുള്ള കുറുങ്ങൽ കേൾക്കാതായി. നിസാർ ഗിരിജയുടെ അടുത്തിരുന്ന് പുറം തടകിക്കൊടുത്തു. കുറച്ചു നേരം കഴിഞ്ഞപ്പോൾ ഗിരിജ ഇൻഹേലർ അടപ്പിട്ട് വെച്ചു. ഗിരിജ നൈരാശ്യം കലർന്ന സ്വരത്തിൽ ചോദിച്ചു: "ഇത് മാറാരോഗമാണോ ഡോക്ടർ? മരിക്കുന്നതു വരെ ഞാനിത് സഫർ ചെയ്യേണ്ടിവരുമോ?"

ആയുഷ്കാലം മുഴുവൻ നീണ്ടു നിൽക്കുന്ന രോഗമാണെന്ന് അറിയാമെങ്കിലും നിസാർ ഗിരിജയെ സാന്ത്വനിപ്പിക്കാൻ ശ്രമിച്ചു.

"ബ്രോങ്കിയൽ ആസ്ത്മ ഒരു ക്രോണിക്ക് ഡിസീസാണ്. എന്നാൽ ആയുഷ്കാലം മുഴുവൻ നീണ്ടുനിൽക്കണമെന്നില്ല. ഒരു ഘട്ടം കഴിയുമ്പോൾ ചിലർക്ക് പെർമനന്റ് ക്യൂറാകാറുണ്ട്."

കുറച്ചു നേരം അങ്ങനെ ഇരുന്നതിനുശേഷം ഉറങ്ങിക്കൊള്ളൂ എന്ന് പറഞ്ഞ് നിസാർ കട്ടിലിൽ നിന്ന് എഴുന്നേൽക്കാൻ ഭാവിച്ചപ്പോൾ ഗിരിജ നിസാറിന്റെ കൈയിൽ കടന്നു പിടിച്ചു.

"കുറച്ച് നേരം കൂടി ഇവിടെ ഇരിക്കൂ. ഉറക്കം വരുന്നുണ്ടോ?"

"ഇല്ല."

ഗിരിജ ചൂടിക്കട്ടിലിന്റെ ഒരരുകിലേക്ക് ഒതുങ്ങിക്കിടന്നിട്ട് നിസാറിനെ ക്ഷണിച്ചു: "വരൂ. ഇവിടെ കിടക്കൂ."

ശരീരത്തെയും മനസ്സിനെയും കെട്ടിയിരുന്ന എല്ലാ കെട്ടുകളും അഴിഞ്ഞു. താൻ സർവ്വതന്ത്ര സ്വതന്ത്രനായതുപോലെ തോന്നി നിസാറിന്. നിസാർ കട്ടിലിൽ ഗിരിജയുടെ അടുത്ത് ചെരിഞ്ഞു കിടന്നുകൊണ്ട് ഗിരിജയെ കരവലയത്തിലൊതുക്കി. ഗിരിജയുടെ ചുണ്ടുകളിൽ ചുംബിച്ചു. അവളുടെ ഉച്ഛ്വാസവായുവിന്റെ മാധുര്യം നിസാറിന് അനുഭവപ്പെട്ടു. നിസാറിന് ഉദ്ധാരണം ഉണ്ടായത് ഗിരിജയ്ക്ക് അനുഭവപ്പെട്ടു. അവൾ നിസാറിന്റെ ചെവിയിൽ മന്ത്രിച്ചു: "വേണോ?"

നിസാർ ഗിരിജയുടെ ചെവിയിൽ പറഞ്ഞു: "വേണം..."

നിസാർ ഗിരിജയെ വീണ്ടും ചുംബിച്ചു. അവളുടെ തുടുത്തുമലർന്ന ചുണ്ടുകൾ അകന്നുകൊടുത്തു. നിസാറിന്റെ രസന ചുണ്ടുകൾക്കകത്തേക്ക് കടന്നു. അതൊരു വന്യമായ കൊടുങ്കാറ്റിന്റെ തുടക്കം കുറിച്ചു... നിസാർ അവളെ നഗ്നയാക്കി. നിസാറിന്റെ കൈകൾ

ഗിരിജയുടെ നഗ്നശരീരത്തിൽ പരതി നടന്നു. ഗിരിജ നിസാറിന്റെ വലതുകൈയ് പിടിച്ച് സ്പർശിക്കേണ്ട ഇടത്ത് വെച്ചു. സ്ത്രീശരീരത്തിന്റെ മാദകഗന്ധം നിസാറിനെ ഉന്മത്തനാക്കി. ഗിരിജ നിസാറിനെ സ്വീകരിക്കാനായി കാലുകൾ അകത്തിക്കിടന്നു. ഒരു മത്സ്യം ജലത്തിൽ നീന്തുന്ന സ്വാഭാവികതയോടെ നിസാർ അവളിലേക്കിറങ്ങി... കൊടുങ്കാറ്റ് അടങ്ങിയപ്പോൾ നിസാറും ഗിരിജയും ചലനമറ്റ് കട്ടിലിൽ നഗ്നരായി കിടന്നു. ഏറെ നേരം നീണ്ടുനിന്ന മൗനം ഭഞ്ജിച്ചുകൊണ്ട് നിസാർ പതിഞ്ഞ സ്വരത്തിൽ ചോദിച്ചു:

"കുറ്റബോധമുണ്ടോ?"

"എന്തിന് കുറ്റബോധം?"

"അരുതാത്തത് ചെയ്തു പോയതിന്?"

"അരുതാത്തതാണെന്ന് തോന്നിയില്ലല്ലോ. ഇപ്പോഴും തോന്നുന്നില്ല. നിസാറിനങ്ങനെ തോന്നുന്നുണ്ടോ?"

ആദ്യമായി ഗിരിജ തന്നെ ഡോക്ടർ എന്നു വിളിക്കാതെ നിസാർ എന്നു വിളിച്ചതുകേട്ടു അദ്ഭുതപ്പെട്ടു.

"ഇല്ല. ഞാൻ ഗിരിജയെ കണ്ടതുമുതൽ ആഗ്രഹിച്ചിരുന്നതാണ്. പക്ഷേ ഗിരിജയോട് പറയാൻ മടിയായിരുന്നു. മടിയല്ല, പേടിയായിരുന്നു."

ഗിരിജ ചെരിഞ്ഞു കിടന്നിട്ട് നിസാറിനെ കരവലയത്തിലൊതുക്കി ചെവിയിൽ മന്ത്രിച്ചു: "കള്ളൻ.. കൊതി ഒളിപ്പിച്ച് നടക്കുകയായിരുന്നു..."

വളരെ നേരത്തെ മൗനത്തിനുശേഷം ഗിരിജ പറഞ്ഞു: "നമ്മളിൽ ഒരാൾക്ക് അല്ലെങ്കിൽ രണ്ടുപേർക്കും ഇഷ്ടമില്ലാതാകുന്നതുവരെ ഒരുമിച്ചു ജീവിക്കാം. എന്താ സമ്മതമാണോ?"

"സത്യം പറയാം. ഇത് തന്നെ ഗിരിജയോട് ചോദിക്കണമെന്ന് ഞാൻ പലവട്ടം വിചാരിച്ചതാണ്. ഗിരിജ തയ്യാറല്ലെന്ന് പറഞ്ഞാൽ എന്നെന്നേയ്ക്കുമായി ഒരു സുന്ദരസ്വപ്നം അവസാനിക്കുമല്ലോന്ന് ഭയപ്പെട്ടിട്ട് ചോദിക്കാതിരുന്നതാണ്. ഇങ്ങനെ ഏകാകിയായി ജീവിക്കുന്നതിൽ യാതൊരർത്ഥവുമില്ലെന്ന് പലപ്പോഴും തോന്നിയിട്ടുണ്ട്."

അന്നു രാത്രി മുതലാണ് ഡോക്ടർ നിസാറും ഗിരിജയും ഒരുമിച്ചുള്ള ജീവിതം ആരംഭിച്ചത്.

കട്ടിലിൽ നിസാറിനോട് ചേർന്നിരുന്നുകൊണ്ട് ഗിരിജ ചോദിച്ചു: "എന്തുകൊണ്ടാണ് മുതുവാൻമാർ പൂശാരിഡോക്ടറാക്കിയതെന്ന് ചിന്തിച്ചു നോക്കിയിട്ടുണ്ടോ? അതിന്റെ ലോജിക്കെന്താണെന്ന് ചിന്തിച്ചോ?"

"ഇല്ല."

"പ്രേതബാധ ഒഴിപ്പിക്കാൻ പൂശാരിക്കേ കഴിയൂ എന്നാണവരുടെ വിശ്വാസം. മനോരോഗം അർക്ക് പ്രേതബാധ തന്നെയാണ്. ഡോക്ടർ മരുന്നു കൊടുത്ത് സ്കിസോഫ്രീനിയ രോഗം മാറ്റിയത് പ്രേതബാധ

ഒഴിപ്പിച്ചതായിട്ടേ അവർക്ക് കാണാൻ കഴിയുന്നുള്ളൂ. അവരുടെ ബിലീഫ് സിസ്റ്റം അതിനേ അവരെ അനുവദിക്കുന്നുള്ളു. അവരുടെ ബിലീഫ് സിസ്റ്റത്തിൽനിന്നും പ്രേതം പോയിട്ടില്ല. അവരുടെ നിലവിലുള്ള ബിലീഫ് സിസ്റ്റത്തിലേക്ക് പുതിയ അനുഭവത്തെ വിളക്കിച്ചേർത്തതാണ്. അങ്ങനെയാണ് മനോരോഗം ചികിത്സിച്ചു മാറ്റിയ ഡോക്ടർ പൂശാരിഡോക്ടറായത്. എല്ലാ മനുഷ്യരും അത് ചെയ്യാറുണ്ട്. നിഷേധിക്കാൻ കഴിയാത്ത പുതിയ വിവരത്തെ നിലവിലുള്ള ബിലീഫ് സിസ്റ്റത്തിലേക്ക് വിളക്കിച്ചേർക്കും. അങ്ങനെ ചെയ്തില്ലെങ്കിൽ ജീവിതം മുന്നോട്ട് കൊണ്ടു പോകാൻ സാദ്ധ്യമല്ലാതെ വരും.

ഗിരിജയ്ക്ക് കോഗ്നിറ്റീവ് സൈക്കോളജിയിൽ നല്ല ഗ്രാഹ്യമുണ്ടെന്ന് നിസാറിനു ബോധ്യമായി. പഴയതും പുതിയതുമായ അറിവുകളുടെ വിളക്കിച്ചേർക്കലുകളുടെ തുർക്കഥയാണ് മനുഷ്യന്റെ ജീവിതം. കുറച്ചു നേരം നിസാറിന്റെ കണ്ണുകളിലേക്ക് നോക്കിയിരുന്നതിനുശേഷം ഗിരിജ നിസാറിന്റെ നെറ്റിയിൽ ഒരു മുത്തം കൊടുത്തിട്ട് എഴുന്നേറ്റു.

“ഞാൻ കുളിക്കാൻ പോകുന്നു. ഡോക്ടർ റെഡിയാവ്. പേഷ്യന്റ്സ് ഇപ്പോൾ വരാൻ തുടങ്ങും.”

ജനിമൃതികൾക്കിടയിലെ ഇടനാഴിയിൽ

കോവിലൂരിൽ ഡിസ്പെൻസറി തുടങ്ങി ആറുമാസമായപ്പോഴേക്കും യാതൊരു പരസ്യവും ഇല്ലാതെ ഇവിടെ ഡിസ്പെൻസറിയുള്ള കാര്യം മൂന്നാർ വരെയുള്ള തോട്ടങ്ങളിലെ തൊഴിലാളികൾ അറിഞ്ഞു. കേട്ടറിവിലൂടെ. രാവിലെതന്നെ മരുന്നിനായി ആളുകൾ എത്താറുണ്ട്. ടോപ് സ്റ്റേഷനും അപ്പുറത്തുള്ള തേയിലത്തോട്ടം പാടികളിൽ നിന്നും. രാവിലെ വന്ന് മരുന്നു വാങ്ങിയിട്ട് അവർക്ക് ജോലിക്കു പോകണം. സുഖമില്ലാത്തതിന്റെ പേരിൽ ഒരു ദിവസത്തെ പണിയും ശമ്പളവും കളയാൻ അവർ തയ്യാറല്ല.

ഡോക്ടർ താമസിക്കുന്നത് ഡിസ്പെൻസറിയിൽ തന്നെയാണെന്ന് അറിയാവുന്നതുകൊണ്ട് അതിരാവിലെ തന്നെ രോഗികളെത്തും. അവശരായ രോഗികളെ സമയം നോക്കാതെ തന്നെ കൊണ്ടുവരും. കിടത്തി ചികിത്സിക്കാൻ സൗകര്യം ഇല്ലാത്തതിനാൽ മൂന്നാറിലേക്ക് വിടും. ഡിസ്പെൻസറി ആശുപത്രിയാക്കി രോഗികളെ കിടത്തി ചികിത്സിക്കാൻ സൗകര്യം ഉണ്ടാക്കണമെന്ന് പലരും പറയാറുണ്ടെങ്കിലും ഡോക്ടർ നിസാർ അത്ര കാര്യമാക്കിയില്ല. കാരണം നിസാർ ഡിസ്പെൻസറി തുടങ്ങിയത് മുതുവാൻമാരും ഹിൽപ്പുലയരും ഒക്കെ അടങ്ങുന്ന ആദിവാസികൾക്കു വേണ്ടിയാണ്. ആഴ്ചയിൽ രണ്ടുദിവസം

ആദിവാസി ഊരുകളിൽ സന്ദർശനം നടത്തിയാണ് ചികിത്സ. ഊരുചുറ്റി ഡോക്ടർ എന്ന് ചിലർ നിസാറിനെ കളിയാക്കാറുമുണ്ട്. ആശുപത്രി വേണമെന്ന് മുതുവാൻമാരോ മറ്റു ആദിവാസികളോ ആവശ്യപ്പെടട്ടെ. അപ്പോൾ ആലോചിക്കാം.

ഡിസ്പെൻസറി തുടങ്ങി മൂന്നുകൊല്ലത്തോളം കഴിഞ്ഞപ്പോഴാണ് അതൊരു ആശുപത്രി ആക്കണമെന്ന തോന്നൽ നിസാറിനും ഗിരിജയ്ക്കും ഉണ്ടായത്. അങ്ങനെ തോന്നാൻ ഒരു സംഭവമുണ്ടായി. ഒരു ചികിത്സകന്റെ ജീവിതത്തിൽ ഒരിക്കലും മറക്കാനാവാത്ത സംഭവങ്ങളിലൊന്ന്...

ഒരു ദിവസം രാവിലെ നിസാർ കുളിച്ചുകൊണ്ട് നിൽക്കുമ്പോൾ ഗിരിജ വിളിച്ചു പറഞ്ഞു: "കുളി ഒന്ന് സ്പീഡിലാക്ക്. ഒരു എമർജൻസി കേസ് വന്നിട്ടുണ്ട്."

നിസാർ കുളിമുറിയിൽ നിന്ന് വിളിച്ചു ചോദിച്ചു: "എന്താണ് കേസ്?"

"ഡെലിവറിക്കേസാണ്. കോംപ്ലിക്കേഷനുള്ള കേസാണ്. വേഗം വായോ."

നിസാർ കുളി മിന്നൽവേഗത്തിലാക്കി. ഡെലിവറി എന്നു കേട്ടപ്പോൾ കുളക്കട പ്രൈമറി ഹെൽത്ത് സെന്ററിൽ ജോലി ചെയ്തിരുന്നപ്പോൾ പ്രസവക്കേസുകൾ ധാരാളമായി വന്നിരുന്ന കാര്യം ഓർത്തു. പകലും രാത്രിയും പ്രസവക്കേസുകൾ വരാറുണ്ടായിരുന്നു. പ്രയാസമുള്ള കേസുകൾക്ക് ഫോഴ്സപ്സ് ഇടും. ഫോഴ്സപ്സിനു പകരം ഇപ്പോൾ വാക്വം എക്സ്ട്രാക്റ്റർ ആണ്. അത് വളരെ സുരക്ഷിതമാണ്. ഫോഴ്സെപ്സ് ഇടുമ്പോൾ ചില സമയങ്ങളിൽ കുഞ്ഞിന്റെ തലയ്ക്ക് ചതവോ മുറിവോ പറ്റും. തള്ളയുടെ അവയവത്തിനും കേടു പറ്റാറുണ്ട്. അപ്പോൾ പ്രസവം കഴിഞ്ഞ് സ്റ്റിച്ച് ഇടണം. ഇതെല്ലാം രാത്രി ഒറ്റയ്ക്ക് ചെയ്യണം. കുളക്കട പ്രൈമറി ഹെൽത്ത് സെന്ററിൽ ജോലി ചെയ്യാൻ ഡോക്ടർമാരാരും തയ്യാറല്ലായിരുന്നു. പ്രൈവറ്റ് പ്രാക്റ്റീസ് വരുമാനം വളരെ കുറവ് കിട്ടുന്ന സ്ഥലമായിരുന്നു അത്.

നിസാർ ധൃതിയിൽ വസ്ത്രം ധരിച്ച് ഡിസ്പെൻസറി മുറിയിലേക്ക് വന്നു. നിസാറിനെ കണ്ട ഉടനെ പപ്പുസാമി ആൾക്കൂട്ടത്തിൽ നിന്നു മുന്നോട്ട് വന്ന് ക്ഷമാപണസ്വരത്തിൽ പറഞ്ഞു: "എങ്കൾ കുടീലെ ഇരുന്തല്ലെ. എങ്കളുടെ മലേടെ അപ്പറത്തൊള്ള ആട്ടുമലക്കുടീലിരുന്ത് കൊണ്ടു വന്തതാക്കും. ആട്ടുമലക്കുടിക്ക് കാണി വെള്ളച്ചാമിക്ക് തമ്പി ലെച്ച്മണനുക്ക് പൊണ്ടാട്ടി സുന്തരിയാക്കും. രണ്ട് ദിനമാച്ച് വേദന തൊടങ്ങീട്ട്. ശത്ത് പോവൂന്നാക്കും അവരുടയ പൂശാരി മുത്തപ്പൻ പറഞ്ഞത്. അവരൊക്കെ ഇന്ത പൊണ്ണ് ചാവണതും കാത്ത് ഇരിക്കണ സമയത്താക്കും നാൻ അങ്കെ ചെന്നത്. ഞാൻ കട്ടായമാ ചൊന്നതിലാക്കും അവർക്ക് മൂപ്പൻ അന്നൈശാമി ഇങ്കെ കൊണ്ട്വറതുക്ക് സമ്മതിച്ചത്.

ഡോക്ടറ് പാത്തിട്ട് ചത്ത് പോണങ്കി പോട്ടെന്ന് ശൊന്നപ്പളാക്കും മൂപ്പൻ സമ്മതിച്ചത്."

പുലർകാലത്തെ വിളർത്ത ചന്ദ്രക്കല പോലെ അവശയായി അർദ്ധബോധാവസ്ഥയിൽ എക്സാമിനേഷൻ ടേബിളിൽ കിടന്നിരുന്ന ഗർഭിണിയെ കണ്ടപ്പോൾ നിസാർ സ്തബ്ധനായിപ്പോയി. മുഖം വെള്ളക്കടലാസ് പോലെ വിളറി വെളുത്തിരിക്കുന്നു. കൈകാലുകൾ തണുത്ത് ഐസിലിട്ട മീൻപോലെ ആയിരിക്കുന്നു. നാഡിപിടിച്ചു നോക്കി. ഉണ്ടെന്നു പറയാൻ മാത്രമില്ല. വളരെ പതിഞ്ഞ നാഡിമിടിപ്പ്. അതിവേഗത്തിലുമാണ്. മിനിറ്റിൽ നൂറ്റി ഇരുപതിലും കൂടുതാണ്. ഈ നില കുറച്ച് നേരം കൂടി തുടർന്നാൽ ഹൃദയമിടിപ്പ് നിൽക്കും. കരിന്തിരി കത്തി അണയാൻ വെമ്പുന്ന ദീപനാളമായിരിക്കുന്നു സുന്തരിയുടെ ജീവൻ. വയറ്റിൽ കുഞ്ഞിന്റെ ഹൃദയമിടിപ്പ് വളരെ നേർത്ത് കേട്ടു. അകത്തെ ജീവന്റെ നാളം അണഞ്ഞിട്ടില്ല. രണ്ട് ജീവനാളങ്ങൾ ഒന്നിച്ച് കരിന്തിരി കത്തിക്കൊണ്ടിരിക്കുന്നു. അമ്മയുടെ ജീവൻ രക്ഷിക്കാൻ കഴിഞ്ഞാൽ കുഞ്ഞിന്റെ ജീവനും അണയാതെ തന്നെ കുഞ്ഞ് പുറത്ത് വരും. രണ്ട് ആത്മാക്കൾ ജീവിതത്തിനും മരണത്തിനു ഇടയിലെ ഇടനാഴിയിലൂടെ നിരങ്ങി നീങ്ങുന്നു.

നിസാർ ഗിരിജയോട് ശബ്ദം താഴ്ത്തി പറഞ്ഞു: "പേഷ്യന്റ് ഒബ്സ്റ്റട്രിക് ഷോക്കിലാണ്. രക്ഷപ്പെടുന്ന കാര്യം സംശയത്തിലാണ്. ഫീറ്റസിന്റെ ഹാർട്ട് സൗണ്ട് ഫീബിളായി കേൾക്കുന്നുണ്ട്. കുഞ്ഞിനു ജീവനുണ്ട്. അമ്മ രക്ഷപ്പെട്ടാൽ കുഞ്ഞും രക്ഷപ്പെടും. നമുക്ക് ഒരു ഡ്രിപ് സ്റ്റാർട്ട് ചെയ്യാം. എന്നിട്ട് ആ ഡ്രിപ്പോടെ മൂന്നാറിലേക്ക് കൊണ്ടു പോകാൻ പറയാം."

ഔട്ട് പേഷ്യന്റ്സിനെ മാത്രം നോക്കുന്ന ഡിസ്പെൻസറി ആയിട്ടു പോലും ഒരു ഡ്രിപ്സ്റ്റാന്റും ഡ്രിപ് കൊടുക്കാനുള്ള ഡ്രിപ്സെറ്റുകളും കരുതിയത് എത്ര നന്നായെന്ന് നിസാറിനു തോന്നി.

ഗിരിജ ഒന്നും ഉരിയാടാതെ ഇത്തരം കേസുകൾ കണ്ടും കൈകാര്യം ചെയ്തും പരിചയമുള്ള ഒരു നഴ്സിനെപ്പോലെ ഡ്രിപ്സ്റ്റാന്റ് എക്സാമിനേഷൻ ടേബിളിനോട് അടുപ്പിച്ച്വെച്ചിട്ട് ഡ്രിപ്സെസ്റ്റ് ശരിയാക്കി. ധമനികൾ കാണാൻ പോലും നിസാറിനു കഴിഞ്ഞില്ല. വളരെ ആയാസപ്പെട്ട് സൂചി വെയിനിൽ കടത്തി ഡ്രിപ് സ്റ്റാർട്ട് ചെയ്തു. തുള്ളികളുടെ എണ്ണം വർദ്ധിപ്പിക്കുന്നിതിനിടയിൽ ഗിരിജ സംശയം ചോദിച്ചു: "മൂന്നാറിൽ എത്തുന്നതുവരെയുള്ള ജീപ്പ് യാത്രയുടെ സ്ട്രെസ്സ് താങ്ങുമോ?"

നിസാറിനും അക്കാര്യത്തിൽ സംശയമുണ്ട്. എങ്കിലും അതല്ലാതെ മറ്റെന്താണ് മാർഗ്ഗം?

"മൂന്നാറിൽ എത്തുന്ന കാര്യം സംശയമാണ്. പക്ഷേ റഫർ ചെയ്യാതെ പേഷ്യന്റ് ഇവിടെവെച്ച് ഡെത്തായാൽ?"

ഗിരിജയ്ക്ക് മറുവാക്കില്ലായിരുന്നു. നിസാർ പപ്പുസാമിയെ മുറിയുടെ മൂലയിലേക്ക് മാറ്റി നിറുത്തി പറഞ്ഞു: "നമുക്കിവരെ മൂന്നാറിലേക്ക് അയക്കാം. ജീപ്പ് പിടിച്ച് കൊണ്ടുപോയാൽ മതി. ഡ്രിപ്പിന്റെ പ്ലാസ്റ്റിക്ക് കുപ്പി പൊക്കിപ്പിടിച്ച് ഒരാൾ ഇരുന്നാൽ ഡ്രിപ്പ് പൊയ്ക്കൊള്ളും. കഴിയുന്നതും വേഗം മൂന്നാറിലെത്തിക്കണം."

ഡോക്ടർ നിസാർ പറഞ്ഞത് എന്താണെന്ന് മനസ്സിലാകാത്ത മട്ടിൽ പപ്പുസാമി സ്തബ്ധനായി നിസാറിന്റെ മുഖത്തേക്ക് തന്നെ നോക്കി നിന്നു. ഇങ്ങനെ ഒരു നിർദ്ദേശം പ്രതീക്ഷിച്ചല്ല അന്നൈശാമിമൂപ്പന്റെ സമ്മതം നിർബ്ബന്ധിച്ച് വാങ്ങി സുന്ദരിയെ ഇവിടെയെത്തിച്ചത്. ഡോക്ടർ നിസാറിനു രക്ഷിക്കാൻ കഴിയുമെങ്കിൽ സുന്ദരി രക്ഷപ്പെടട്ടെ അല്ലെങ്കിൽ മരിക്കട്ടെ എന്നു വിചാരിച്ചാണ് മൂപ്പനും സമ്മതിച്ചത്. ഇനി ഇവടന്ന് മൂന്നാറിൽ കൊണ്ടു പോകണമെങ്കിൽ മൂപ്പന്റെ അനുവാദം വാങ്ങണം. പപ്പുസാമി ധൈര്യം വീണ്ടെടുത്ത് ഡോക്ടറോട് തുറന്നു പറഞ്ഞു: "മൂന്നാറീ കൊണ്ടുപോവാൻ മൂപ്പനോട് കേട്ട് പാക്കണം."

"മൂപ്പൻ വന്നിട്ടുണ്ടോ?"

"ഇല്ല. കുടീപ്പോയി കേട്ടുപാക്കണം."

സാമിയാർക്കുടി വരെ ജീപ്പിൽ പോകാം. അവിടന്ന് ആട്ടുമലക്കുടിയി ലെത്താൻ ഒരു മണിക്കൂറെങ്കിലും നടക്കണം. മൂപ്പന്റെ അനുവാദമില്ലാതെ സുന്ദരിയെ മൂന്നാറിലേക്ക് കൊണ്ടുപോകാനും സാദ്ധ്യമല്ല. ഇപ്പോൾ തന്നെ പുറപ്പെട്ടാലും സുന്ദരി ഒന്നര മണിക്കൂർ നീണ്ടു നിൽക്കുന്ന ജീപ്പ് യാത്രയുടെ യാതനയെ അതിജീവിക്കുമോ എന്ന കാര്യം സംശയമാണ്. ഡ്രിപ്പ് കൊടുത്ത് കാത്തിരിക്കുകയല്ലാതെ മറ്റൊരു മാർഗ്ഗവും ഇല്ലെന്ന് നിസാറിനു മനസ്സിലായി. നിസാർ ഒരു തീരുമാനത്തിലെത്തി. തള്ളയുടെ ജീവൻ രക്ഷിക്കാൻ ആവുന്നതും ചെയ്യുക. തള്ള രക്ഷപ്പെട്ടാൽ കുഞ്ഞും രക്ഷപ്പെട്ടേക്കും.

"ഒരു ഡ്രിപ്പ് സെറ്റു കൂടി റെഡിയാക്കൂ. മറ്റേ കൈയിലും ഒരു ഡ്രിപ്പ് സ്റ്റാർട്ട് ചെയ്യാം. ഫ്ളൂയിഡ് കൂടുതലായി ചെല്ലുമ്പോൾ പൾസ് മെച്ചപ്പെട്ടേക്കും."

"രണ്ട് ഡ്രിപ്പ് ഒരേസമയം കൊടുക്കാമോ?" ഗിരിജയ്ക്ക് സംശയം.

"ഞങ്ങളുടെ മെഡിസിൻ പ്രൊഫസറായിരുന്ന ഡോക്ടർ ജി. കെ. വാര്യർസാറ് രണ്ട് കൈകളിലെയും ഒരു കാലിലെയും വെയിനിൽക്കൂടി മൂന്നു ഡ്രിപ്പ് ഒരേസമയം കൊടുക്കുന്നത് ഞാൻ കണ്ടിട്ടുണ്ട്. ശരീര ത്തിലെ ഫ്ളൂയിഡ് ലെവൽ എത്രയും വേഗം മെച്ചപ്പെടുത്തുന്നതാണ് ഷോക്കിൽ നിന്നും രോഗിയെ രക്ഷപ്പെടുത്താൻ ഒരേയൊരു മാർഗ്ഗമെന്ന് സാറ് എപ്പോഴും പറയുമായിരുന്നു."

ഗിരിജ രണ്ടാമത്തെ ഡ്രിപ്പ്സെറ്റും റെഡിയാക്കിയിട്ട് അതേ ഡ്രിപ്പ്സ്റ്റാൻഡിൽ തൂക്കി. നിസാർ ഇടതുകൈയിലെ ധമനിയിൽ സൂചി

കയറ്റിയിട്ട് തുള്ളികളുടെ എണ്ണം ക്രമീകരിച്ചു. അമ്മയുടെയും കുഞ്ഞിന്റെയും ഹൃദയമിടിപ്പുകൾ സ്റ്റെതസ്കോപ്പിലൂടെ ശ്രവിച്ചു.

ലബ് ഡബ് ലബ് ഡബ് ലബ് ഡബ്...

നിസാറിന്റെ മുഖം തെളിയുന്നതു കണ്ടപ്പോൾ സ്ഥിതി മെച്ചപ്പെടുന്നുണ്ടെന്ന് ഗിരിജ ഊഹിച്ചു. ഊഹം ശരിയായിരുന്നു.

"ഫ്ളൂയിഡ് ചെല്ലാൻ തുടങ്ങിയപ്പോൾ കുഞ്ഞിന്റെ ഹാർട്ട് ബീറ്റ് ഇംപ്രൂവ് ചെയ്തു. അമ്മയുടെ ബി.പി. മെച്ചപ്പെട്ടാൽ യൂട്ടറസിന്റെ കൺട്രാക്ഷൻ വർദ്ധിക്കാനുള്ള പിറ്റോസിൻ ഇഞ്ചക്ഷൻ കൊടുക്കാം."

നിസാർ ഇടതുകൈകൊണ്ട് സുന്ദരിയുടെ കൈത്തണ്ടയിലെ നാഡിയിൽത്തന്നെ പിടിച്ചു കൊണ്ട് നിന്നു. പത്ത് മിനിട്ടോളം അങ്ങനെ നിന്നപ്പോൾ നാഡിമിടിപ്പ് അനുഭവപ്പെടാൻ തുടങ്ങി. നിസാർ കുനിഞ്ഞ് മുഖം സുന്ദരിയുടെ ചെവിക്കടുത്ത് വെച്ച് പതുക്കെ വിളിച്ചു: "സുന്ദരീ!"

അങ്ങകലെ, അകലെ, ജനിമൃതികൾക്കിടയിലെ ഇടനാഴിയിൽ നിന്നുവരുന്ന ഒരു നേരിയ മൂളൽ. ഹാവൂ, സുന്ദരിക്ക് പ്രതികരിക്കാൻ കഴിയുന്നു! മരണവക്ത്രത്തിൽ കിടന്നുള്ള ജീവന്റെ തുടിപ്പുകൾ.

"അടിവയറ്റിൽ വേദന തോന്നുന്നുണ്ടോ?"

സുന്ദരി ഇല്ലെന്ന് തലയാട്ടി. രക്തസമ്മർദ്ദം നോക്കാൻ സുന്ദരിയുടെ ഇടതു കൈയിൽ ബി. പി അപ്പാരട്ടസിന്റെ കഫ് പിടിപ്പിച്ചു. കൈമുട്ടിന്റെ മുൻവശത്ത് സ്റ്റെതസ്കോപ്പ് വെച്ചിട്ട് പ്രതീക്ഷയോടെ കാറ്റ് കയറ്റാൻ തുടങ്ങി. ഗിരിജ നിസാറിന്റെ മുഖത്ത് തന്നെ നോക്കിക്കൊണ്ട് നിന്നു. നിസാറിന്റെ മുഖം പ്രസന്നമാകുന്നത് കണ്ടു. നിസാർ തല പൊന്തിച്ച് ഗിരിജയോട് പറഞ്ഞു: "ബി പി റെക്കോർഡ് ചെയ്യാൻ പറ്റുന്നുണ്ട്. സിസ്റ്റോളിക്ക് അറുപതുണ്ട്. ഡയസ്റ്റോളിക്ക് കിട്ടുന്നില്ല. നമുക്ക് ഒരാമ്പ്യൂൾ പിറ്റോസിൻ ഒരു ഡ്രിപ്പിനകത്ത് ചേർക്കാം. അത് ചെല്ലുമ്പോൾ യൂട്ടറസ് കൺട്രാക്ഷൻ തുടങ്ങും. എമർജൻസി കിറ്റിൽ നിന്നും ഒരാമ്പ്യൂൾ പിറ്റോസിൻ എടുക്കൂ."

ഗിരിജ എമർജൻസി കിറ്റിൽ തിരഞ്ഞ് ഒരാമ്പ്യൂൾ പിറ്റോസിൻ കണ്ടെടുത്തു. അത് പൊട്ടിച്ച് സിറിഞ്ചിനകത്താക്കിയിട്ട് ഡ്രിപ്പിന്റെ പ്ലാസ്റ്റിക്ക് കുപ്പിയിലേക്ക് ഇൻജക്റ്റ് ചെയ്തു. അതിനുശേഷം നിസാർ ഒരു കസേര സുന്ദരി കിടന്നിരുന്ന കട്ടിലിനരികിലിട്ട് അതിലിരുന്നു. വലതു കൈയ് സുന്ദരിയുടെ വയറ്റത്ത് തന്നെ വെച്ചു. പിറ്റോസിൻ ഡ്രിപ്പ് കൊടുത്താൽ ഗർഭപാത്രത്തിന്റെ ചലനം തുടർച്ചയായി നിരീക്ഷിക്കാൻ വയറ്റത്ത് കൈവെച്ചുകൊണ്ടേയിരിക്കണം. ഗർഭപാത്രത്തിന്റെ ഓരോ ചലനവും എത്ര മിനിട്ട് നീണ്ടുനിന്നു എന്നു നോക്കണം. രണ്ടു ചലനങ്ങൾക്കിടയിലുള്ള സമയദൈർഘ്യവും തിട്ടപ്പെടുത്തണം. അത് പ്രസവം വരെ തുടരണം.

ഇന്റേൺമെന്റ് സമയത്ത് പിറ്റോസിൻ ഡ്രിപ്പ് കൊടുത്ത ഗർഭിണിയുടെ നോട്ടച്ചുമതല കിട്ടിയാൽ രാത്രിമുഴുൻ ഉറക്കമൊഴിച്ച് ഗർഭിണിയുടെ

വീർത്തവയറ്റത്ത് കൈയും വെച്ചുകൊണ്ടിരിക്കണം. ഒരുകൊല്ലത്തെ ഇന്റേൺമെന്റിനിടയിൽ നിസാറിന് പതിനൊന്നു പ്രാവശ്യം ഗർഭിണികൾക്ക് പിറ്റോസിൻ ഡ്രിപ്പ് കൊടുത്ത് രാത്രിമുഴുവൻ വീർത്തവയറിൻമേൽ കൈയും വെച്ച് കാവലിരിക്കേണ്ടി വന്നിട്ടുണ്ട്. സുന്ദരിയുടെ വയറ്റത്ത് കൈയ് വെച്ച് കാത്തിരിക്കുന്നതിനിടിയിൽ രോഗികൾ മരുന്നു വാങ്ങാനായി വന്നു തുടങ്ങി. നിസാർ ഗിരിജയെ അടുത്തു വിളിച്ചു.

"ഞാൻ പേഷ്യൻസിനെ നോക്കാം. ഗിരിജ ഇവിടെയിരുന്നു യൂട്ടറിസിനു കൺട്രാക്ഷൻ ഉണ്ടാകുന്നുണ്ടോന്ന് വാച്ച് ചെയ്യ്."

ഗിരിജ അല്പം ഭയത്തോടെ പറഞ്ഞു: "അയ്യോ എനിക്കറിഞ്ഞു കൂടല്ലോ."

"ഞാൻ പറഞ്ഞു തരാം. കൈയ് ഇങ്ങനെ വറ്റത്ത് വെറുതെ വെച്ചാൽ മതി. യൂട്ടറസ് കൺട്രാക്റ്റ് ചെയ്യുമ്പോൾ നമുക്ക് അകത്ത് ചലനം അനുഭവപ്പെടും. അപ്പോൾ മുകളിൽ നിന്നു അടിവയറ്റിലേക്ക് തടവിക്കൊടുത്ത് പ്രോത്സാഹിപ്പിക്കണം. അങ്ങനെ കുറെ ചെയ്യുമ്പോൾ കൺട്രാക്ഷനു ശക്തി കൂടും."

നിസാർ നിർദ്ദേശിച്ചതുപോലെ ഗിരിജ സുന്ദരിയുടെ വയറ്റത്ത് കൈവെച്ചുകൊണ്ടിരിക്കാൻ തുടങ്ങി. ഒരു ഷീറ്റ് വെള്ളക്കടലാസും ഒരു ഡോട്ട്പെന്നും ഗിരിജയുടെ മുമ്പിൽ വെച്ചുകൊടുത്തു.

"യൂട്ടറസിന്റെ കൺട്രാക്ഷൻ ഉണ്ടാകുമ്പോഴെല്ലാം വാച്ചിൽ നോക്കി തുടങ്ങിയ സമയവും അവസാനിച്ച സമയവും കടലാസിൽ കുറിച്ചിടണം. കുറച്ച് കഴിഞ്ഞ് ആ കടലാസിൽ കുറിച്ചത് നോക്കിയാൽ മനസ്സിലാകും പേഷ്യന്റ് പ്രസവിക്കുമോ കുട്ടിയെ എടുക്കേണ്ടിവരുമോ എന്ന്."

നിസാർ ഓ. പി.യിൽ വന്ന രോഗികളെ പരിശോധിക്കാനും മരുന്നുകൾ എടുത്തു കൊടുക്കാനും തുടങ്ങി.

പപ്പുസാമിയും കൂടെ വന്ന മുതുവാൻമാരും ഡിസ്പെൻസറിയുടെ മുറ്റത്ത് അവിടവിടെയായി ഇരിക്കുകയാണ്. നാലാമത്തെ രോഗിയെ പരിശോധിക്കുമ്പോൾ ഗിരിജ ഉറക്കെ വിളിച്ചു പറഞ്ഞു: "ഡോക്ടർ, ഒന്നു വന്നു നോക്കൂ."

നിസാർ ആകാംക്ഷയോടെ സുന്ദരിയുടെ അടുത്തേക്കോടിച്ചെന്നു. സുന്ദരി കണ്ണു തുറന്ന് ചുറ്റും നോക്കുന്നുണ്ട്. ഗിരിജ പറഞ്ഞു: "വയറ്റത്ത് കൈവച്ച് നോക്കൂ ഡോക്ടർ."

നിസാർ സുന്ദരിയുടെ വയറ്റത്ത് കൈവച്ചുനോക്കി. ഗർഭപാത്രത്തിനു ചലനം തുടങ്ങിയിരിക്കുന്നു!

"കൺട്രാക്ഷൻ തുടങ്ങി. ഇനി ഓരോ കൺട്രാക്ഷനും റെക്കോഡ് ചെയ്യണം. കുറച്ച് കഴിയുമ്പോൾ പ്രോഗ്രസ്സ് അസ്സെസ്സ് ചെയ്യാം."

സുന്ദരിയുടെ മുഖത്തേക്ക് നോക്കി നിസാർ ചോദിച്ചു: "സുന്ദരിക്ക് കുടിക്കാൻ എന്തെങ്കിലും വേണോ?"

സുന്ദരി വേണ്ടെന്ന് തലയാട്ടി.

“വേദന തോന്നിയോ ഇപ്പോൾ?”

സുന്ദരി അതെയെന്ന് തലയാട്ടി. നിസാർ സുന്ദരിക്ക് നിർദ്ദേശം കൊടുത്തു.

“വേദന തോന്നുമ്പോൾ മുക്കരുത്. ഞങ്ങൾ പറഞ്ഞിട്ട് മുക്കാൻ തുടങ്ങിയാൽ മതി കേട്ടോ.”

സുന്ദരി അനുസരണയോടെ വീണ്ടും തലയാട്ടി. നിസാർ, ഗിരിജയ്ക്ക് വിശദീകരിച്ചു കൊടുത്തു: “നല്ല പെയിൻ വരാതെ പേഷ്യന്റ് സ്ട്രെയിൻ ചെയ്യാൻ തുടങ്ങിയാൽ വിണ്ടും തളരും. പേഷ്യന്റ് എക്സോസ്റ്റഡായാൽ ഡെലിവറി നടക്കില്ല. വീണ്ടും ഒബ്സ്റ്റട്രിക് ഷോക്കിലേക്ക് പോകും. പിന്നെ...”

നിസാർ വാചകം പൂർത്തിയാക്കാതെ വീണ്ടും രോഗികളെ പരിശോധിക്കാൻ തുടങ്ങി. നാലഞ്ച് രോഗികളെ പരിശോധിച്ചു കഴിഞ്ഞപ്പോൾ ഗിരിജ വീണ്ടും നിസാറിനെ വിളിച്ചു.

“ഡോക്ടർ, സുന്ദരി സ്ട്രെയിൻ ചെയ്യുന്നുണ്ട്.”

നിസാർ ഓടിച്ചെന്ന് സുന്ദരിയുടെ വയറ്റത്ത് കൈവച്ചു നോക്കി. നല്ല ശക്തിയുള്ള സങ്കോചമാണിപ്പോൾ ഗർഭപാത്രത്തിന്. ഒരു പക്ഷേ അധികം താമസിയാതെ പ്രസവം നടന്നേക്കും. കാത്തു നിൽക്കുന്ന രോഗികളോട് നിസാർ പറഞ്ഞു: “ഇനി പ്രസവം നടന്നിട്ടേ നിങ്ങളെ പരിശോധിക്കാൻ പറ്റുകയുള്ളു. ഒരു മണിക്കൂറെങ്കിലും എടുക്കും.”

ആരോടും തിരിച്ചുപോകണമെന്നു പറഞ്ഞില്ല. പോകണമെന്നുള്ളവർ പോകട്ടെ. അല്ലാത്തവർ നിൽക്കട്ടെ എന്നുകരുതിയാണ് അങ്ങനെ പറഞ്ഞത്. പക്ഷേ നിസാർ പറഞ്ഞത്കേട്ട് ആരുംപോയില്ല.

ഒരു മണിക്കൂറെടുക്കുമെന്ന് ഡിസ്പെൻസറിയിൽ കൂടി നിന്നവരോട് പറഞ്ഞെങ്കിലും അത്രയും സമയം ഇനി എടുക്കുകയില്ലെന്ന് നിസാറിന് അറിയാമായിരുന്നു. രണ്ട് ദിവസം മുമ്പ് തുടങ്ങിയ പ്രസവവേദനയാണ്. കുഞ്ഞിന്റെ തല വളരെ താഴോട്ട് വന്നിട്ടുണ്ട്. വേദന വരുമ്പോൾ സുന്ദരി ശരിക്കു മുക്കുകയും ഗിരിജ നല്ലതുപോലെ വയറ്റത്ത് തള്ളുകയും ചെയ്താൽ തല പുറത്ത് വരും. തല പുറത്തായാൽ എല്ലാം കഴിഞ്ഞു. പിന്നെ ഭയപ്പെടാനുള്ളത് അമിതമായ രക്തസ്രാവമാണ്. സാധാരണയിൽ ക്കൂടുതൽ സമയം നീണ്ടുനിന്ന പ്രസത്തിൽ കുഞ്ഞ് ഗർഭപാത്രത്തിനു പുറത്തുവന്നതിനു ശേഷം ഗർഭപാത്രം നല്ലതുപോലെ ചുരുങ്ങാത്തതാണ് രക്തസ്രാവത്തിനു കാരണം. അതുകൊണ്ട് ഇനി അധികം നീണ്ടുപോകാതെ കുഞ്ഞിനെ പുറത്തെടുക്കണം...

സുന്ദരി കിടക്കുന്ന എക്സാമിനേഷൻ ടേബിൾ നിസാർ സ്ക്രീൻ വലിച്ചുവെച്ച് മറച്ചു. സുന്ദരിയുടെ കീഴ്ഭാഗം പൂർണ്ണമായും നഗ്നമാക്കി.

കാലുകൾ കുത്തി മടക്കിച്ച് വെച്ചതിനുശേഷം തുടകൾ പരമാവധി അകറ്റി വെച്ചു.

ഗിരിജ നിസാറിന്റെ പ്രവൃത്തികൾ കൗതുകത്തോടെ നോക്കി നിന്നു.

സുന്ദരിയുടെ തുടകൾ അകറ്റിപ്പിടിച്ചപ്പോൾ ഷൂസെ സരമാഗു *ഗോസ്പൽ അക്കോർഡിംഗ് റ്റു ജീസസ്* എന്ന നോവലിൽ പറഞ്ഞകാര്യം ഓർമ്മ വന്നു. സ്ത്രീയുടെ ജനനേന്ദ്രിയത്തിലൂടെ എന്തെങ്കിലും പുറത്തേയ്ക്ക് വരാനും അകത്തേക്ക് പോകാനും തുടകൾ പരമാവധി അകറ്റിപ്പിടിക്കണം.

ഗിരിജയോട് ഷൂസെ സരമാഗുവിന്റെ നോവലിൽ പറഞ്ഞതാണെന്ന് പറഞ്ഞിട്ട് ഇക്കാര്യം പറഞ്ഞാലോ എന്ന് ഒരു നിമിഷം ചിന്തിച്ചു. പിന്നെ വേണ്ടെന്നു തീരുമാനിച്ചു. കാരണം ഒരുപക്ഷേ അതിലെ നർമ്മവും സൗന്ദര്യവും തിരിച്ചറിയാൻ ഗിരിജയ്ക്ക് കഴിഞ്ഞില്ലെങ്കിലോ? സുന്ദരിക്കും അത് അരോചകമായിത്തോന്നിയേക്കാം. അവളും കേട്ടുകൊണ്ട് കിടക്കുകയാണല്ലോ.

ഓപ്പറേഷൻ തിയേറ്ററിലും ലേബർ റൂമിലും നിർണ്ണായക നിമിഷങ്ങളുടെ മൂർച്ചകുറയ്ക്കാൻ ഡോക്ടർമാർ തമാശകൾ പറയുന്നത്, ബോധത്തോടെ കിടക്കുന്ന രോഗികൾക്ക് മനസ്സിലാകാത്ത തരത്തിലാണെങ്കിൽ പോലും ശരിയല്ലെന്ന അഭിപ്രായക്കാരനാണ് ഡോക്ടർ നിസാർ. സുന്ദരിയുടെ തുടകൾ നല്ലതുപോലെ അകറ്റിപ്പിടിച്ചപ്പോൾ ജനനേന്ദ്രിയത്തിന്റെ വാതായനം തുറന്നു. തുടകൾ ഒന്നുകൂടി ബലമായി അകത്തി. അതിനുശേഷം ഗിരിജയോട് പറഞ്ഞു: "പെയിൽ വരുമ്പോൾ ഗിരിജ രണ്ടു കൈകളും ചേർത്തുപിടിച്ച് കുഞ്ഞിനെ ബലമായി പുറത്തേയ്ക്ക് തള്ളണം. പേടിക്കണ്ട. ഗിരിജയുടെ എല്ലാ ശക്തിയും എടുത്ത് തള്ളിക്കോളൂ കേട്ടോ."

ഗിരിജ ഒരുങ്ങി നിന്നു. ഗർഭപാത്രത്തിന്റെ സങ്കോചത്തിന്റെ ഒരു ഗഡു അവസാനിച്ചപ്പോൾ നിസാർ സുന്ദരിയുടെ ബ്ലഡ് പ്രഷർ നോക്കിയിട്ട് ഗിരിജയോട് പറഞ്ഞു.

"സിസ്റ്റോളിക്ക് നൂറായി. ഡയസ്റ്റോളിക്ക് അറുപതും. അപകടനില കടന്നുവെന്ന് പറയാം. ഇനി ഹാർട്ട് അറ്റാക്ക് ഉണ്ടാകുമെന്ന് ഭയപ്പെടേണ്ട".

കുഞ്ഞിന്റെ ഹൃദയമിടിപ്പ് സ്റ്റെതസ്കോപ്പ് വെച്ച് ശ്രവിച്ചപ്പോൾ നിസാറിന്റെ മുഖം കൂടുതൽ പ്രസന്നമാകുന്നത് ഗിരിജ കണ്ടു.

"കുഞ്ഞിന്റെ ഹാർട്ട് ബീറ്റ് നല്ലതുപോലെ കേൾക്കാം ഇപ്പോൾ. ഹാർട്ട് റേറ്റും വർദ്ധിച്ചു. ഫ്ളൂയിഡ് ആവശ്യത്തിനു ചെന്നതാണ് രക്ഷയായത്."

സുന്ദരിയെയും വയറ്റിലുള്ള കുഞ്ഞിനെയും പരിശോധിച്ചു കഴിഞ്ഞപ്പോൾ നിസാർ വീണ്ടും സുന്ദരിയുടെ തുടകൾ അകറ്റിപ്പിടിച്ചുകൊണ്ട്

കുഞ്ഞിന്റെ വരവും കാത്ത് നില്പായി. സുന്ദരി ഞെരങ്ങാൻ തുടങ്ങിയപ്പോൾ ഗിരിജയക്ക് നിർദ്ദേശം കൊടുത്തു: "പുഷ്. പുഷ്. നല്ലതുപോലെ. എല്ലാ ബലവും പ്രയോഗിച്ച് തള്ളണം. പേടിക്കണ്ട..."

നിസാർ സുന്ദരിയുടെ തുടകൾ ബലമായി അകറ്റിയിട്ട് ജനന കവാടത്തിലേക്ക് സൂക്ഷിച്ചു നോക്കി. കുഞ്ഞിന്റെ തലയുടെ കറുപ്പ് ചെറിയൊരു വട്ടമായി പ്രത്യക്ഷപ്പെട്ടു. അതാ വരുന്നു പുതിയൊരു പൗരൻ! നിസാർ മനസ്സിൽ പറഞ്ഞു. ഗിരിജയ്ക്ക് മുന്നറിയിപ്പ് കൊടുത്തു: "യെസ്. ലേബറിന്റെ ലാസ്റ്റ് സ്റ്റേജായി. ക്യാപുട്ട് അതായത് കുഞ്ഞിന്റെ തലയുടെ പിൻഭാഗം കണ്ടു തുടങ്ങി."

പക്ഷേ സുന്ദരിയുടെ ഞരക്കം നിന്നപ്പോൾ വേദന അവസാനിച്ചുവെന്ന് മനസ്സിലായി.

"ഗിരിജ ഇനി പുഷ് ചെയ്യണ്ട. അടുത്ത പെയിൻ വരട്ടെ."

സുന്ദരിയുടെ ശിരസ്സിന്റെ ഭാഗത്ത് വന്നിട്ട് സുന്ദരിയുടെ ചെവിയിൽ പറഞ്ഞു: "കുഞ്ഞിന്റെ തല പുറത്തു കണ്ടുതുടങ്ങി സുന്ദരീ. അടുത്ത വേദനയ്ക്ക് നല്ലതുപോലെ മുക്കിയാൽ കുഞ്ഞ് പുറത്തു വരും. സുന്ദരിക്ക് കുടിക്കാൻ വല്ലതും വേണോ?"

വേണമെന്ന് സുന്ദരി തലയാട്ടി. ഗ്ലാസിൽ ഗ്ലൂക്കോസ് കലക്കി വെച്ചിരുന്നത് ഗിരിജ കൊണ്ടുവന്ന് സുന്ദരിയുടെ വായിൽ കുറേശ്ശേ ഒഴിച്ചു കൊടുത്തു. അതിറക്കിക്കഴിഞ്ഞപ്പോൾ സുന്ദരി വീണ്ടും ഞരങ്ങാൻ തുടങ്ങി.

"ഗിരിജാ... പുഷ്. പുഷ്..."

നിസാർ സുന്ദരിയുടെ തുടകൾ പരമാവധി അകറ്റിപ്പിടിച്ചപ്പോൾ പുതിയ പൗരനു കടന്നു വരാനുള്ള കവാടം മലർക്കെ തുറന്നു. കുഞ്ഞിന്റെ തല കുറേശ്ശേയായി പുറത്തേയ്ക്ക് വരാൻ തുടങ്ങി. നിസാർ പുറത്തേയ്ക്ക് വന്ന തലയുടെ ഭാഗം കൈകൾകൊണ്ട് പിടിച്ച് അല്പം തിരിച്ചു കൊടുത്തപ്പോൾ തല മുഴുവനും പുറത്തിറങ്ങിവന്നു. പിന്നെ നിസാർ അടുത്ത വേദന വരാൻ കാത്തുനിന്നില്ല. കുഞ്ഞിന്റെ തല രണ്ട് കൈപ്പത്തികൾക്കും ഉള്ളിലാക്കി ശക്തിയായി പുറത്തേക്കു വലിച്ചു. കുഞ്ഞിന്റെ ഉടൽ മുഴുവനായി പുറത്തുവന്നപ്പോൾ ള്ളേ ള്ളേ എന്ന കരച്ചിൽ കേട്ടുതുടങ്ങി.

ഗിരിജ കുഞ്ഞിന്റെ മദ്ധ്യഭാഗത്ത് സൂക്ഷിച്ചുനോക്കിയിട്ട് പറഞ്ഞു: "പെണ്ണ്! സുന്ദരീ നിനക്കൊരു മോളാണ് സുന്ദരീ."

ഗിരിജയുടെ വാക്കുകൾ താളാത്മകങ്ങളായി തോന്നി നിസാറിന്.

ഗിരിജയുടെ വാക്കുകൾ കേട്ടപ്പോഴാണ് നിസാർ കുഞ്ഞിന്റെ കാലുകൾക്കിടയിലേക്ക് നോക്കിയതും കുഞ്ഞ് പെണ്ണാണെന്ന് തിരിച്ചറിഞ്ഞതും. ഡോക്ടർ നിസാർ മുമ്പും പ്രസവമെടുക്കുമ്പോഴിങ്ങനെയാണ്.

കുഞ്ഞിന്റെ കാലുകൾക്കിടയിലേക്ക് നോക്കി നവജാതശിശുവിന്റെ ലിംഗമെന്തെന്ന് മനസ്സിലാക്കാൻ വിട്ടുപോകുമായിരുന്നു.

പപ്പുസാമിയും കൂട്ടരും കുഞ്ഞിന്റെ കരച്ചിൽ കേട്ടപ്പോൾ ഡിസ്പെൻസറിക്കുള്ളിലേക്ക് കടന്ന് ആകാംക്ഷയോടെ എത്തിനോക്കി.

"കുഴപ്പമില്ല. പ്രസവം കഴിഞ്ഞു. കുഞ്ഞിനെ ഗിരിജ കാണിച്ചു തരും."

നിസാർ പൊക്കിൾക്കൊടി മുറിച്ച് കുഞ്ഞിനെ വേർപെടുത്തി ഒരു ടൗവ്വലിൽ പൊതിഞ്ഞ് ഗിരിജയെ ഏൽപ്പിച്ചു. എന്നിട്ട് സുന്ദരിയുടെ തുടകൾ വീണ്ടും അകറ്റിവെച്ച് മറുപിള്ള വരുന്നതും കാത്തു നിന്നു. സുന്ദരി വീണ്ടും ഞരങ്ങാൻ തുടങ്ങിയപ്പോൾ നിസാർ അടിവയറ്റിൽ അമർത്തി തള്ളിക്കൊടുത്തു. മറുപിള്ള പുറത്തായതോടെ തിടുക്കത്തിൽ പിറ്റോസിന്റെ ഒരു ആംപ്യൂൾ പൊട്ടിച്ച് ഡ്രിപ്പ് പോകുന്ന കുഴലിലൂടെ വേഗത്തിൽ കുത്തിവെച്ചു. എന്നിട്ട് സുന്ദരിയുടെ അടിവയറ്റിൽ ഗോളാകൃതി പൂണ്ട ഗർഭപാത്രത്തിൻമേൽ ബലമായി ഉഴിഞ്ഞു കൊടുത്തു. ഗർഭപാത്രം നല്ലതുപോലെ ചുരുങ്ങിയില്ലെങ്കിൽ രക്തസ്രാവം തുടങ്ങുമെന്ന് നിസാറിനറിയാം. പത്തു മിനിട്ടോളം കാത്തുനിന്നിട്ട് ആശ്വാസത്തോടെ സ്വഗതമായി പറഞ്ഞു: "ഇനി ബ്ലീഡിംഗ് ഉണ്ടാകാനിടയില്ല."

ഗിരിജ കുഞ്ഞിനെ തുടച്ച് വൃത്തിയാക്കിയതിനുശേഷം മുറ്റത്ത് കാത്തു നിന്നിരുന്ന പപ്പുസാമിയെ ഏല്പിച്ചു.

"സൂക്ഷിച്ചു പിടിക്കണം."

കുഞ്ഞ് ആണിന്റെ പരുക്കൻ സ്പർശമേറ്റിട്ടാകണം ശക്തിയായി കരഞ്ഞുകൊണ്ടിരിന്നു. ഗിരിജ ചോദിച്ചു: "കുഞ്ഞിനെ കുളിപ്പിക്കണോ?"

-വേണ്ട. കുഞ്ഞ് പുറത്തു വന്ന ഉടനെ കുളിപ്പിക്കുന്നത് പഴയ പതിവാണ്. കട്ടിയുള്ള ടൗവലിൽ പൊതിഞ്ഞ് തണുപ്പടിക്കാതെ സൂക്ഷിക്കണം. ഇരുപത്തിനാല് മണിക്കൂറ് കഴിഞ്ഞ് കുളിപ്പിച്ചാൽ മതി. മുതുവാൻമാർ കുഞ്ഞിനെ കണ്ടു കഴിഞ്ഞാൽ അതിനെക്കൊണ്ട് മുല കുടിപ്പിക്കണം. അതിനു മുമ്പായി ഗിരിജ സുന്ദരിക്ക് ടൈറ്റായി ഡയപ്പർ കെട്ടിക്കൊടുക്കണം. ബ്ലീഡിംഗ് ഉണ്ടാകാതിരിക്കാൻ നല്ലതുപോലെ ടൈറ്റാവണം. ഒരു മണിക്കൂർ കഴിഞ്ഞ് ഡയപ്പർ ലൂസാക്കണം.

ഗിരിജ എല്ലാം ചെയ്യാമെന്ന് സമ്മതിച്ചു. നിസാർ ചോദിച്ചു: "ഡെലിവറി കണ്ടക്റ്റ് ചെയ്യേണ്ട തെങ്ങനെയെന്ന് ഏകദേശം മനസ്സിലായില്ലേ?

"മനസ്സിലായി. പക്ഷേ ഡയപ്പർ കെട്ടിക്കൊടുക്കാൻ തുണിയെവിടെ?"

സുന്ദരിയെ കൊണ്ടുവന്നവരാരും തുണിയൊന്നും കൊണ്ടുവന്നിട്ടില്ലായിരുന്നു. കൂടെ പെണ്ണുങ്ങളെ ആരെയും കൊണ്ടുവന്നില്ല. കൊണ്ടുവന്നിരുന്നെങ്കിൽ അവർ തുണി കരുതുമായിരുന്നു.

"ഗിരിജയുടെ കൈയിൽ പഴയ സാരിയൊന്നുമില്ലേ?"

"ഞാൻ സാരി ഉടുക്കാറില്ല. ചുരിദാർ രണ്ടെണ്ണമുണ്ട്. പഴയതൊന്നുമല്ല. അതിലൊന്നു തന്നെ കീറാം."

നിസാർ ഗിരിജയെ തടഞ്ഞു.

"ഔസേപ്പിനോട് പറയാം. ഭാര്യ മെഴ്സിയുടെ പഴയ സാരി ഒരെണ്ണം തരാൻ പറയാം."

മെഴ്സി അലക്കി വൃത്തിയാക്കി മടക്കി വെച്ചിരുന്ന ഒരു സാരിയെടുത്ത് കൊടുത്തു.

ഒരു ജന്മം അവസാനിപ്പിക്കുന്നതിനേക്കാൾ പ്രയാസമേറിയതാണോ ജൻമം തുടങ്ങാൻ സഹായിക്കുന്നത് എന്ന് ഗിരിജയോട് ചോദിക്കണമെന്നുണ്ടായിരുന്നു നിസാറിന്.

കഴിഞ്ഞതെല്ലാം ദുഃസ്വപ്നങ്ങളാണെന്ന് പറഞ്ഞു ദുഃഖിക്കുന്ന ഗിരിജയെ അത് സൂചിപ്പിച്ച് ചോദ്യം ചോദിച്ച് വേദനിപ്പിക്കുന്നത് ശരിയല്ലെന്ന് തോന്നി.

ജനതാ ആശുപത്രി

സുന്ദരിയുടെ പ്രസവത്തെക്കുറിച്ചുള്ള വാർത്ത കോവിലൂരിലും വട്ടവടയിലും ടോപ്സ്റ്റേഷനിലും കാട്ടുതീ പടരുന്നതുപോലെ പെട്ടെന്നാണ് പരന്നത്. മുതുവാക്കുടികളിലും മലപ്പുലയരുടെ കുടികളിലും വാർത്ത പരന്നത് മറ്റൊരു രീതിയിലായിരുന്നു. സുന്ദരി പ്രസവത്തിൽ മരിച്ചു; കുഞ്ഞ് പുറത്ത് വരാതെ മരിച്ച സുന്ദരിയെയാണ് കോവിലൂരിലെ ജനതാ ആശുപത്രിയിൽ മുതുവാൻമാർ എത്തിച്ചത്. പൂശാരിഡോക്ടർ തള്ളയ്ക്കും പിള്ളയ്ക്കും ജീവൻ വെപ്പിച്ചുവെന്ന വാർത്തയാണ് കുടികളിലും ഊരുകളിലും പരന്നത്.

സുന്ദരിയെ അവശനിലയിൽ കൊണ്ടുവന്നത് വെള്ളിയാഴ്ച രാവിലെ ആയിരിന്നു. ഉച്ചയോടെ പ്രസവം നടന്നു. ഒറ്റമുറി ഡിസ്പെൻസറിയുടെ ഒരു ഭാഗം സ്ക്രീൻ വെച്ച് മറച്ചാണ് പ്രസവമുറി ആക്കിയത്. ഞായറാഴ്ച രാവിലെവരെ സുന്ദരിയെ അവിടെത്തന്നെ കിടത്തി ഗിരിജ ശുശ്രൂഷിച്ചു.

"സുന്ദരിയെ ഉടനെ വീട്ടിലേക്ക് കൊണ്ടുപോകാൻ പറ്റില്ല. മറ്റന്നാൾ രാവിലെവരെ ഇവിടെത്തന്നെ കിടത്തി രക്തംപോക്കുണ്ടോന്ന് നോക്കണം. രക്തംപോക്ക് തുടങ്ങുകയാണെങ്കിൽ ഉടനെ ജീപ്പുപിടിച്ച് മൂന്നാറിൽ കൊണ്ടുപോണം. അതിനുള്ള അനുവാദം മൂപ്പനോട് വാങ്ങിവെക്കണം. അല്ലെങ്കിൽ സുന്ദരി രക്തസ്രാവത്തിൽ മരിച്ചുപോകും. സുന്ദരിയുടെ തുണയ്ക്ക് ആട്ടുമലക്കുടീന്ന് പെണ്ണുങ്ങളാരെങ്കിലും വരണം.

പപ്പുസാമി ഒന്നാലോചിച്ചിട്ടു ചോദിച്ചു: "സുന്തരീടെ അമ്മ ഊശൂറിനെ ഇങ്കെ കൊണ്ട് വന്താ പോതുമാ?"

“അവർക്ക് എത്ര പ്രായമുണ്ട്? കൂടെ നിന്ന് നോക്കാനുള്ള ശേഷിയുണ്ടോ? രാത്രി ഉറക്കമൊഴിഞ്ഞ് നോക്കണ്ടി വരും.”

“ഊശൂറിക്ക് അത്ക്കൊക്കെ മുടിയും. പുല്ല് വാറ്റണ പണിക്കും മുത്താറിക്കണ്ടത്തിലെ പണിക്കും പോണതാക്കും.”

“എന്നാൽ ഉടനെ പോയി ഊശൂറിയെ കൊണ്ടു വരൂ.”

ഊശൂറി എത്തിയപ്പോൾ വൈകുന്നേരമായി. വന്ന പാടെ നെഞ്ചിലടിച്ച് അലമുറയിടാൻ തുടങ്ങി. നിസാർ ഗൗരവത്തിൽ ചോദിച്ചു: “എന്തിനാണ് ബഹളമുണ്ടാക്കുന്നത്? സുന്ദരീടെ മോളെക്കാണണ്ടേ?”

സ്വിച്ചിട്ടു നിറുത്തിയതുപോലെ ഊശൂറിയുടെ അലമുറ നിലച്ചു. കുഞ്ഞിനെ കാണിച്ചപ്പോൾ കൈയിലെടുത്ത് താലോലിക്കാൻ തുടങ്ങി. രാത്രി മുഴുവൻ ഉറങ്ങാതെ ഉശൂറി മോളെയും മോളുടെ കുഞ്ഞിനെയും നോക്കിക്കൊണ്ടിരുന്നു.

ഞായറാഴ്ച രാവിലെ സുന്ദരിയെ മുതുവാക്കുടിയിലേക്ക് തിരിച്ചയച്ചതിനുശേഷം വലിയൊരു ഭാരം ഇറക്കിയ ആശ്വാസത്തോടെ നിസാർ ചൂടിക്കട്ടിലിൽ കിടന്നു. ഞായറാഴ്ച്ച രോഗികളൊന്നും വരാറില്ല. അതുകൊണ്ട് ഒഴിവു ദിനം ആഘോഷിക്കാൻ തന്നെ നിസാർ തീരുമാനിച്ചു. ഗിരിജ കുളി കഴിഞ്ഞു വന്നപ്പോൾ നിസാർ പതിവില്ലാതെ കിടക്കുന്നതാണ് കണ്ടത്.

“ക്ഷീണിച്ചുപോയോ?”

“ഒരു ഹോളിഡേ മൂഡ്.”

“പ്രസവക്കേസുകൾ ഇനിയും വരും. ഒരു ലേബർ റൂം റെഡിയാക്കി വെയ്ക്കണം.”

“ഞാനും അതാണ് ചിന്തിക്കുന്നത്. ഔസേപ്പിനോട് രണ്ട് മുറികൾ കൂടി പണിത് തരാൻ പറഞ്ഞു നോക്കാം. ലേബർ കേസുകൾ മാത്രമല്ല. എമർജൻസി കേസുകളും വന്നാൽ കിടത്തി ചികിത്സിക്കാനുള്ള സൗകര്യം ഉണ്ടാക്കണം.”

“ഔസേപ്പ് മുറി എത്ര വേണമെങ്കിലും പണിതു തരും. ഹോട്ടൽ കോമ്പൗണ്ടിൽ സ്ഥലമുണ്ട്. മുറികൾ പണിയാൻ പണം വേണമെന്നു പറയും.”

“പണം കൊടുക്കാം. എന്റെ പെൻഷൻ അക്കൗണ്ടിൽ പണമുണ്ട്.”

കോവിലൂരിൽ പ്രാക്റ്റീസ് തുടങ്ങിയിട്ട് മൂന്നു കൊല്ലത്തോളമായെങ്കിലും നിസാറും ഗിരിജയും എല്ലാ നേരവും ഭക്ഷണം കഴിക്കുന്നത് മേഴ്സി ഹോട്ടലിൽ നിന്നു തന്നെയാണ്. ഒരുമിച്ചുള്ളജീവിതം തുടങ്ങി ഇത്രകാലമായിട്ടും ഹോട്ടൽ ഭക്ഷണം തുടരുന്നതിൽ എന്തോ അപാകമുണ്ടെന്ന് നിസാറിനു തോന്നിത്തുടങ്ങി. ഭക്ഷണം വീട്ടിൽത്തന്നെ സ്വന്തമായി പാകംചെയ്തു കഴിക്കുന്നതിനെക്കുറിച്ച് നിസാർ പലപ്പോഴും

ചിന്തിച്ചിട്ടുണ്ട്. ഗിരിജയുമായി അക്കാര്യം ചർച്ച ചെയ്യണമെന്നുണ്ട്. ഗിരിജയ്ക്ക് പാചകം അറിയാമെങ്കിലേ അത് നടക്കൂ. തനിക്കാണെങ്കിൽ ചായ ഉണ്ടാക്കാൻ മാത്രമേ അറിയൂ. നിസാറിന്റെ ചിന്തകളെ തടഞ്ഞു കൊണ്ട് നിസാറിന്റെ അരികിൽ ചേർന്ന് ഇരുന്നിരുന്ന ഗിരിജ പറഞ്ഞു:

"സുന്ദരി രക്ഷപ്പെട്ടത് അദ്ഭുതം തന്നെ. മരണത്തോടടുത്തപ്പോഴല്ലേ സുന്ദരിയെ കൊണ്ടുവന്നത്. ഡ്രിപ്പ് ചെന്നപ്പോൾ പെട്ടെന്ന് സ്ഥിതി മെച്ചപ്പെട്ടത് അദ്ഭുതമല്ലേ?"

"അദ്ഭുതമൊന്നുമില്ല. യൂട്ടറസിന്റെ കൺട്രാക്ഷൻ പവ്വർ കുറഞ്ഞു. സുന്ദരിയുടെ ശരീരത്തിൽ ഓക്സിറ്റോസിൻ എന്ന ഹോർമോണിന്റെ ഉല്പാദനം കുറഞ്ഞതായിരുന്നു കാരണം. കൺട്രാക്ഷൻ കുറഞ്ഞതു കൊണ്ട് പ്രസവം നീണ്ടുപോയി. ശരീരത്തിൽ ജലാംശം കുറഞ്ഞു. സുന്ദരി അവശയായി. രണ്ടുദിവസം കൊണ്ടാണ് അത്രയും അവശ യായത്. ആ അവസ്ഥയിലാണ് ഇവിടെ കൊണ്ടുവന്നത്. ഡ്രിപ്പിൽ കൂടി ഫ്ളൂയിഡ് ചെന്നപ്പോൾ സ്ഥിതി പെട്ടെന്ന് മെച്ചപ്പെട്ടു. കുറച്ചുകൂടി വൈകിയിരുന്നെങ്കിൽ...

നിസാർ ചിന്തയിലാണ്ടു. ഒരു മണിക്കൂർ കൂടി വൈകിയാണ് സുന്ദ രിയെ കൊണ്ടുവന്നിരുന്നതെങ്കിൽ ഷോക്കിലേക്ക് പോകുമായിരുന്നു. എങ്കിൽ രക്ഷപ്പെടുത്താൻ പ്രയാസമാകുമായിരുന്നു. കാരണം ഷോക്ക് ഉണ്ടായാൽ വൃക്കകളുടെ പ്രവർത്തനം നിലയ്ക്കും. പിന്നെ...

സുന്ദരിക്ക് ഫ്ളൂയിഡിന്റെ പുറകെ ഓക്സിറ്റോസിൻ ഹോർമോ ണിനു പകരമുള്ള പിറ്റോസിൻ ചെന്നപ്പോൾ യൂട്ടറസ് കൺട്രാക്റ്റ് ചെയ്യാൻ തുടങ്ങി. വേഗം തന്നെ പ്രസവവും നടന്നു. "ഇതിലൊന്നും അദ്ഭുത ങ്ങളൊന്നുമില്ല ഗിരിജേ. എല്ലാം ബയോളജിക്കൽ പ്രോസസ്സ് മാത്രം."

എന്നിട്ടും ഗിരിജയ്ക്ക് സംശയം തീർന്നില്ല. ഓക്സിറ്റോസിന്റെ ഉല്പാദനം എന്തുകൊണ്ട് കുറഞ്ഞു എന്നായിരുന്നു സംശയം.

"അതെന്തുകൊണ്ടാണെന്ന് വ്യക്തമായി അറിയില്ല. ചില സ്ത്രീ കൾക്ക് അങ്ങനെയാണ്. ചില സ്ത്രീകൾക്ക് പ്രസവവേദന സമയത്തിനു ആരംഭിക്കുക പോലുമില്ല. പ്രകൃതി സ്വന്തം നിയമങ്ങൾ പാലിക്കുന്നതിൽ ചിലപ്പോഴൊക്കെ ഉദാസീനത കാണിക്കാറുണ്ട്. പ്രസവത്തിന്റ തിയതി കഴിഞ്ഞാൽ പിറ്റോസിൻ ഡ്രിപ്പ് കൊടുക്കും. അതുകൊണ്ടും ഗർഭ പാത്രത്തിന് മതിയായ സങ്കോചം ഉണ്ടാകുന്നില്ലെങ്കിൽ വാക്വം എക്സട്രാക്റ്ററോ ഫോഴ്സെപ്സോ ഉപയോഗിച്ച് കുട്ടിയെ വലിച്ച് പുറത്താക്കണം. ഇപ്പോ അത്തരം പ്രോസസ്സൊന്നും ചെയ്യാറില്ല. ഡേറ്റ് ആയാലുടനെ സിസേറിയൻ ചെയ്യും.

"ഈ ദുരിതമൊക്കെ സ്ത്രീകൾക്കു മാത്രമല്ലേയുള്ളു? പുരുഷൻമാർ ഒന്നുമറിയേണ്ടല്ലോ."

"സ്ത്രീകളാരും ഇതൊന്നും ദുരിതമായി കാണുന്നില്ല. ജീവിതത്തിന്റെ ഭാഗമായിട്ടാണ് അവരതിനെ കാണുന്നത്."

ഗിരിജ തർക്കിക്കാൻ നിന്നില്ല. കുറച്ച് നേരം കഴിഞ്ഞപ്പോൾ ഗിരിജ വിളിച്ചു.

"എഴുന്നേറ്റ് വായോ. ഹോട്ടലിൽ പോയി നമുക്ക് എന്തെങ്കിലും കഴിക്കാം. മുറി പണിയുന്ന കാര്യവും ചോദിക്കാം."

"ഗിരിജാ..."

"എന്താ?"

"കുറച്ച് നാളായി ഒരു കാര്യം ചോദിക്കാനൊരുങ്ങുന്നു..."

"എന്തിനാ ഒരുങ്ങുന്നത്? അങ്ങ് ചോദിച്ചുകൂടെ?"

"നമുക്ക് ഹോട്ടൽ ഭക്ഷണം തുടർന്നാൽ മതിയോ?"

ഗിരിജ പെട്ടെന്നാണ് മറുപടി പറഞ്ഞത്.

"പോര. വീട്ടിൽ പാകം ചെയ്ത ഭക്ഷണം കഴിക്കണം. ഞാനും അതിനെക്കുറിച്ചാലോചിച്ചിട്ടുണ്ട്. രണ്ട് ഓപ്ഷനുണ്ട്.

"രണ്ട് ഓപ്ഷൻ?"

"യെസ്. റ്റു ഓപ്ഷൻസ്. ഒന്ന്. ഒരു പാചകക്കാരിയേയോ പാചക ക്കാരനേയോ നിറുത്തുക. രണ്ട്. ജോലികൾ നിശ്ചയിച്ച് നമുക്ക് രണ്ട് പേർക്കും കൂടി ഡിവൈഡ് ചെയ്യുക. എന്നിട്ട് അത് ക്യാരി ഔട്ട് ചെയ്യുക. അത്ര തന്നെ. ഏത് ഓപ്ഷൻ വേണം? ഞാൻ രണ്ടിനും തയ്യാറാണ്."

"പക്ഷേ എനിക്ക്."

"പാചകമൊന്നും അറിയില്ല. ചായ ഉണ്ടാക്കാൻ മാത്രമേ അറിയൂ. അല്ലേ?"

"അതെ."

"എങ്കിൽ പാചകക്കാരിയെ നിയമിക്കുക."

"എഗ്രീഡ്. അതും നമുക്ക് ഔസേപ്പ് ചേട്ടനെ ഏല്പിക്കാം."

"ഔസേപ്പ് ചേട്ടന് നമുക്കൊരു പാചകക്കാരിയെ കണ്ടുപിടിച്ചു തരുന്നതിൽ താൽപര്യം കാണില്ല. കാരണം നമ്മൾ വീട്ടിൽ പാചകം തുടങ്ങിയാൽ ഔസേപ്പ് ചേട്ടന് അത്രയും കച്ചവടം കുറയും."

"വേണ്ട. ഔസേപ്പ് ചേട്ടനോട് കെട്ടിടം പണിയുടെ കാര്യം മാത്രം ഇപ്പോൾ സംസാരിക്കാം. ജനതാ ആശുപത്രിയൊക്കെ തുടങ്ങിയിട്ട് അടുക്കളക്കാര്യം ആലോചിക്കാം."

ഹോട്ടലിന്റെ ചുവരുകളിൽ വെളുത്തുള്ളിയുടെ പുതിയ മാലകൾ ചാർത്തിയിട്ടുണ്ടായിരുന്നു. അതുകൊണ്ടായിരിക്കണം വെളുത്തുള്ളി യുടെ മണം വായുവിൽ തങ്ങിനിന്നത്. ഹോട്ടലിൽ പ്രഭാതഭക്ഷണം കഴിക്കാൻ ഇതുവരെ കണ്ടിട്ടില്ലാത്ത നാലഞ്ച് പേരുണ്ടായിരുന്നു. ആരും നാട്ടുകാരല്ലായിരുന്നു. അവർ ഹിന്ദിയോ ബംഗാളിയോ ആണ് സംസാരിക്കുന്നത്. നിസാർ അവരുടെ സംസാരം ശ്രദ്ധിച്ചു. ബംഗാളിയല്ല ഹിന്ദിതന്നെയാണ് സംസാരിക്കുന്നത്.

“ആരാണ് ഔസേപ്പ് ചേട്ടന്റെ പുതിയ അതിഥികൾ? മലയാളം അവർക്ക് അറിയില്ലായിരിക്കും എന്ന ദൃഢവിശ്വാസത്തിലാണ് നിസാർ ചോദിച്ചത്.”

“ഹിന്ദിക്കാരാണ്. മൈനിംഗ് കമ്പനിക്കുവേണ്ടി നമ്മടെ മലകളൊക്കെ സർവ്വേ ചെയ്യാനെത്തിയവരാണ്. കമ്പനിയുടെ മാനേജർ ഇന്നലെ വന്ന് സർവ്വേ കഴിയുന്നതുവരെ ഇവർക്ക് മൂന്നുനേരത്തെ ഭക്ഷണം ഏർപ്പെടുത്തീട്ടുണ്ട്.”

“ഇവരൊക്കെ എവിടെ താമസിക്കുന്നു?”

“കോൺവെന്റിന്റെ ഒഴിഞ്ഞുകിടന്ന ഒരു കെട്ടിടം കമ്പനി വാടകയ്ക്കെടുത്തിട്ടുണ്ട്.”

രണ്ടുദിവസം മുമ്പ് കോൺവെന്റിന്റെ മുന്നിലൂടെ പോകുമ്പോൾ കോൺവെന്റിന്റെ തൊട്ടപ്പുറത്തുള്ള വലിയ കെട്ടിടത്തിനു മുമ്പിൽ ലിത്തോസൺ മൈനിംഗ് കമ്പനി ലിമിറ്റഡ് എന്ന പുതിയൊരു ബോഡ് കണ്ടത് നിസാർ ഓർത്തു.

ഗിരിജയുടെയും നിസാറിന്റെയും ജിജ്ഞാസ വർദ്ധിച്ചു. ലിത്തോസൺ മൈനിംഗ് കമ്പനി എന്താണ് ഈ ഭാഗത്ത് ഖനനം ചെയ്യാൻ പോകുന്നത്? എന്തിനുവേണ്ടിയുള്ള സർവ്വേയാണ് നടത്തുന്നത്?

“ഔസേപ്പ് ചേട്ടാ ഇവര് എന്താണിവിടെ കുഴിച്ചെടുക്കാൻ പോകുന്നത്?”

“അതറിഞ്ഞൂടാ. ഇവർക്ക് ഭക്ഷണം ഏർപ്പെടുത്താൻ വന്ന മാനേജറോട് ചോദിച്ചാ പറഞ്ഞുതരുമായിരിക്കും. അയാള് കോൺവെന്റ്കാരുടെ കെട്ടിടത്തില് ഇയ്യട തൊടങ്ങ്യ അവര്ട ഓഫീസിലുണ്ടാവും. അല്ലെങ്കി സർവ്വേ നടക്കണ മലേല് കാണാമ്പറ്റും. ഇന്ന് നിങ്ങള് കുറിഞ്ഞി നോക്കാൻ പോണ ദൗസല്ലേ? എല്ലാ ഞായറാഴ്ച്ചേം കുറിഞ്ഞിച്ചെടികളെ നോക്കാൻ പോണതാണല്ലാ. ഇന്ന് കുറിഞ്ഞി നോക്കാൻ പോണ്ണ്ടങ്കി മലേല് വെച്ച് അയാളെക്കാണുമ്പ ചോദിക്ക്.

ഔസേപ്പ് സുന്ദരിയെക്കുറിച്ച് ചോദിച്ചു: “സുന്ദരി കൂടീൽക്ക് പോയില്ലേ?”

“പോയി. ഇന്ന് കാലത്ത് പറഞ്ഞയച്ചു.”

“ആ പെണ്ണ് ഭയങ്കര രക്ഷപ്പെടലായിരുന്നു. ഡോക്ടറില്ലായിരുന്നങ്കി പാവം പെണ്ണ് ചത്തുപോമായിരുന്നു. ആള്വേള് ഈ കേസിനെക്കുറിച്ച് കേട്ടറിഞ്ഞിട്ട് പ്രസവക്കേസ്വേള് ഇനീം കൊണ്ടരും. തയ്യാറായി ഇരിക്കണം.”

“ഗിരിജയും ഞാനും അതു തന്നെയാണ് പറഞ്ഞുകൊണ്ടിരുന്നത്. ഔസേപ്പ് ചേട്ടനോട് ഒരു സഹായം ചോദിക്കണമെന്ന് തീരുമാനിച്ചാണ് വന്നത്.”

“എന്ത് സഹായം? എന്നക്കൊണ്ടാവണതാണങ്കി റെഡി.”

“പ്രസവക്കേസും അതുപോലെ എമർജൻസിക്കേസുകളും വരുമ്പഴ് പ്രത്യേകം കിടത്തി ചികിത്സിക്കാൻ ഒരു മുറികൂടി വേണം. ശരിക്കും ഒന്നല്ല. രണ്ട് മുറികൾ വേണം. ഒന്ന് കൊറച്ച് വലുതാവണം. ഒരു ചെറിയ ഹാള് പോലെ വേണം. അപ്പുറത്തും ഇപ്പുറത്തുമായിട്ട് അഞ്ച് വീതം, മൊത്തം പത്ത് കട്ടിലുകളിടാൻ പാകത്തിൽ വലിപ്പമുള്ളത്.”

“അപ്പ ജനതാ ഡിസ്പെൻസറി ജനതാ ആസ്പത്രി ആക്കണം.

ഔസേപ്പ് കുറച്ചു നേരം ആലോചനയിൽ മുഴുകി.

“ഡോക്ടർസാറ് പറഞ്ഞ മാതിരി രണ്ട് മുറികള് നമ്മട ഡിസ്പെൻസറിമുറി മാതിര്യത്തത് ഇണ്ടാക്കാൻ ഇന്നത്ത നെലക്ക് ഒരു ലക്ഷം ഉറുപ്യേങ്കിലും വേണം. അതിപ്പ എന്റെ കൈയിലില്ല.”

“ഞാൻ അഡ്വാൻസ് തരാം. വാടകയിൽ അഡ്ജസ്റ്റ് ചെയ്താ മതി.”

“അതിനു നൂറുവട്ടം സമ്മതം. എപ്പത്തൊടങ്ങണം പണി?”

“മൂന്നാറീപ്പോയി എ റ്റി എമ്മിൽ നിന്നെടുക്കണം.”

“എങ്കി എന്റെ കൈയിലൊള്ളതോണ്ട് പണി ഒടനെ തൊടങ്ങാം. നാളേ മറ്റന്നാളോ മൂന്നാറീപ്പോമ്പം എടുത്ത് തന്നാ മതി.”

“എന്ന് തൊടങ്ങാൻ പറ്റും.”

“ഇന്നുതന്നെ ഞാൻ പണിക്കാരെ ഏർപ്പാട് ചെയ്യാം. നാളെയും മറ്റന്നാളുമായി കല്ലും മണ്ണും എത്തിയാല് അതിന്റെ പിറ്റേന്നാള് മൊതല് പണി തൊടങ്ങാം.

ആശുപത്രിയുടെ പണി ത്വരിതഗതിയിൽ നടന്നു. ഒരുലക്ഷം വേണ്ടി വരുമെന്ന് പറഞ്ഞത് ഒന്നര ലക്ഷത്തോളമായി. രണ്ട് മുറികളുള്ള ഡിസ്പെൻസറിയോട് ചേർത്ത് ഒരു ലേബർ റൂമും പത്ത് ചൂടിക്കട്ടിലുകളിട്ട വാർഡും അടങ്ങുന്ന സെമിപെർമനന്റ് ഷെഡ് രൂപപ്പെട്ടപ്പോൾ ഡോക്ടർ നിസാറ് ജനതാ ഡിസ്പെൻസറി എന്ന ബോഡ് മാറ്റി *ജനതാ ആശുപത്രി* എന്ന ബോഡ് വെച്ചു. ആളെ കിടത്തി ചികിത്സിക്കാനും തുടങ്ങി.

മിത്രങ്ങളും ശത്രുക്കളും

ഓപിയിൽ നല്ല തിരക്ക് തന്നെ. ആദിവാസി ഊരുകളിൽ പോക്ക് ആഴ്ചയിൽ ഒരു ദിവസമാക്കി. എല്ലാ ഞായറാഴ്ചയും ഗിരിജയും നിസാറും മലകൾ കയറും. കുറിഞ്ഞിയുടെ വളർച്ച എത്രത്തോളമായെന്ന് നോക്കാൻ. രണ്ടുപേരും കോവിലൂരിൽ തങ്ങിയത് അടുത്ത കുറിഞ്ഞിപ്പൂക്കാലംവരെ എന്ന് തീരുമാനിച്ചുകൊണ്ടാണല്ലോ. കുറിഞ്ഞിയുടെ

വളർച്ച നിരന്തരം വീക്ഷിക്കുന്നത് പതിവാക്കി. മൂന്നാം കൊല്ലത്തെ വളർച്ചയെത്തുമ്പോഴാണ് വനഭൂമി കൈയേറ്റക്കാർ കുറിഞ്ഞിപ്പുൽമേടിനു തീയിടാറ്. കുറിഞ്ഞി വംശനാശം സംഭവിച്ചുകൊണ്ടിരിക്കുന്ന സസ്യമായതിനാൽ കുറിഞ്ഞിപ്പുൽമേടുകൾ സംരക്ഷിത മേഖലകളായി ഗവണ്മന്റ് പ്രഖ്യാപിച്ചിട്ടുണ്ട്. നോട്ടമിട്ട് കൈയേറിയ ഭൂമി കുറിഞ്ഞി വളരാത്തതാണെന്ന് തെളിഞ്ഞാലേ ആ ഭൂമിക്ക് പട്ടയം കൊടുക്കൂ. രണ്ടും മൂന്നും വർഷം കൂടുമ്പോൾ ഒരേ ഭൂഭാഗത്ത് നിൽക്കുന്ന കുറിഞ്ഞി പ്പുൽമേടിനു തീയിട്ടാൽ അവിടെ പിന്നെ കുറിഞ്ഞി പൊട്ടി മുളയ്ക്കാതാകും. അതിനുവേണ്ടി കൈയേറ്റക്കാർ കുറിഞ്ഞിപ്പുൽമേടിനു തീയിടുന്നത്. മൂന്നാം വർഷത്തെ വളർച്ച ആയതോടെ ചിലഭാഗങ്ങളിൽ തീയിടാൻ തുടങ്ങി. അതുമുതലാണ് നിസാറും ഗിരിജയും സമയം കിട്ടുമ്പോഴൊക്കെ കുറിഞ്ഞിപ്പുൽമേടുള്ള കിഴക്കേ മലയിലും പടിഞ്ഞാറെ മലയിലും ഇടയ്ക്കിടയ്ക്ക് പോകുന്നത്. എവിടെയെങ്കിലും തീയിട്ടത് ശ്രദ്ധയിൽപ്പെട്ടാൽ വട്ടവട പോലീസ് സ്റ്റേഷനിലും മറയൂർ ഫോറസ്റ്റ് റെയിഞ്ചാഫീസിലും രേഖാമൂലം നിസാറും ഗിരിജയും ചേർന്ന് പരാതികൊടുക്കും. അതുകൊണ്ട് ഇത്തവണ കുറിഞ്ഞിപ്പുൽമേടിനു തീയിടുന്ന സംഭവം കുറഞ്ഞിട്ടുണ്ടെന്നാണ് ഫോറസ്റ്റ് റെയിഞ്ചർ രാമൻ കർത്താ പറഞ്ഞത്. അതുകൊണ്ട് എല്ലാ ഞായറാഴ്ചയും മലകയറ്റം മുടങ്ങാതെ നടത്താൻ ഗിരിജയും നിസാറും ശ്രദ്ധിച്ചു.

ആശുപത്രിയിൽ തിരക്ക് വർദ്ധിച്ചപ്പോൾ ചില ഞായറാഴ്ചകളിൽ മലകയറാൻ പറ്റാതെ വരാറുണ്ട്. എന്തെങ്കിലും എമർജൻസി കേസ് കൊണ്ടുവരും. ഒന്നുകിൽ പാമ്പ് കടി. അല്ലെങ്കിൽ കാട്ടിൽ വിറക് വെട്ടാനോ തേനെടുക്കാനോ പോയപ്പോൾ മൃഗത്തിന്റെ ആക്രമണ ത്തിനിരയായത്. കുടിയേറ്റക്കാർ മാത്രമേ പാമ്പുകടിയേറ്റും മൃഗങ്ങളുടെ ആക്രമണത്തിനിരയായും ആശുപത്രയിലെത്താറുള്ളൂ. ഇതുവരെ ഒരൊറ്റ ആദിവാസിയും ഇത്തരത്തിൽ ആശുപത്രിയിൽ വന്നിട്ടില്ല. ആദിവാസി ഊരുകളിൽ പോയപ്പോഴും ഇത്തരം പരാതികളൊന്നും കേട്ടില്ല. അവർ പ്രകൃതിയോടു ചേർന്ന് ജീവിക്കുന്നതുകൊണ്ടാകാം അവരെ മൃഗങ്ങൾ ആക്രമിക്കാത്തത്.

ആശുപത്രി തുടങ്ങി കുറച്ച് നാളുകൾക്കുശേഷം ഒരു ദിവസം ഗിരിജ ആശുപത്രിക്ക് ലൈസൻസ് എടുക്കുന്നതിനെക്കുറിച്ച് നിസാറിനോട് ചോദിച്ചു.

അപ്പോഴാണ് നിസാർ ലൈസൻസിനെക്കുറിച്ച് ചിന്തിച്ചത്.

“ലൈസൻസിംഗ് അതോറിറ്റി ആരെന്നറിയാമോ? എനിക്കതിനെ ക്കുറിച്ച് ഒന്നുമറിയില്ല.”

“അച്ഛന്റെ ഹോമിയോ ആസ്പത്രിക്ക് ലൈസൻസ് എടുക്കുന്ന തിനെക്കുറിച്ചും ലൈസൻസ് പുതുക്കുന്നതിനെക്കുറിച്ചും ഒക്കെ അച്ഛൻ പറയുന്നത് കേട്ടിട്ടുണ്ട്.”

"എവടന്നാണ് ലൈസൻസ് എടുത്തതെന്നറിയാമോ?"

"ലോക്കൽ ബോഡീസാണ് ആശുപത്രികൾക്കും ഡിസ്പെൻസറികൾക്കും ലൈസൻസ് കൊടുക്കുന്നത്. സിറ്റിയിൽ ഡിസ്പെൻസറി നടത്തിക്കൊണ്ടിരുന്നപ്പോൾ കോർപ്പറേഷനിൽ നിന്നാണ്. വെള്ളനാട് ആശുപത്രി തുടങ്ങിയപ്പോൾ വെള്ളനാട് പഞ്ചായത്തിന്റെ ലൈസൻസാണ് എടുത്ത്. നമുക്ക് വട്ടവട പഞ്ചായത്താപ്പീസിൽ പോയി ചോദിക്കാം. അവർ പറഞ്ഞു തരും."

വട്ടവട പഞ്ചായത്ത് സെക്രട്ടറി രാമനാഥൻ ബഹുമാനത്തോടെയാണ് ഡോക്ടർ നിസാറിനോടും ഗിരിജയോടും പെരുമാറിയത്. കോവിലൂരിൽ ഒരു ആശുപത്രി തുടങ്ങിയ കാര്യം പഞ്ചായത്ത് കമ്മിറ്റിയിൽ ചർച്ചാവിഷയം ആയത് രാമനാഥൻ പറഞ്ഞു.

"ഡോക്ടർ വന്നത് നന്നായി. കോവിലൂരിൽ ജനതാ ഡിസ്പെൻസറിയും ആശുപത്രിയും ഒക്കെ തുടങ്ങിയത് നല്ലകാര്യമാണെന്നാണ് പ്രസിഡന്റ് പറഞ്ഞത്. ലൈസൻസ് എടുക്കുന്ന കാര്യം ഓർമ്മിപ്പിക്കണമെന്ന് വാർഡ് മെമ്പറോട് പറയുന്നത് കേട്ടു."

വട്ടവട പഞ്ചായത്തിലെ എല്ലാ മെമ്പർമാരും സഖാക്കളാണ്. രാമനാഥൻ ഇളം പച്ച നിറത്തിലുള്ള ഒരു അപേക്ഷാ ഫോറം നിസാറിന്റെ കൈയിൽ കൊടുത്തു.

"ഇത് പൂരിപ്പിച്ചു തരണം. ആശുപത്രിക്ക് എത്ര കിടക്ക?"

"പത്ത്."

"ഫീസ് കെട്ടണം."

രാമനാഥൻ ഫീസിന്റെ തുക പറഞ്ഞു. പക്ഷേ, ഫീസ് പഞ്ചായത്ത് സ്വീകരിക്കണമെങ്കിൽ ഡി എം ഓയുടെ ഫിറ്റ്നസ്സ് സർട്ടിഫിക്കറ്റ് വേണം.

"ഡോക്ടർ ഒരു ദിവസം പൈനാവിൽ പോകുന്നതാണ് നല്ലത്. പിന്നെ ഡ്രഗ് കൺട്രോളറുടെ ഡ്രഗ് ലൈസൻസും എടുത്തുവെക്കണം. അറിഞ്ഞു പിടിച്ച് ഡ്രഗ് ഇൻസ്പെക്റ്ററെങ്ങാൻ വന്നാൽ ആശുപത്രിക്ക് ഡ്രഗ് ലൈസൻസ് ഇല്ലെങ്കിൽ പ്രശ്നമുണ്ടാക്കും."

"ഡ്രഗ് ലൈസൻസിനു തിരുവനന്തപുരത്ത് പോകേണ്ടി വരില്ലേ?"

"പോകുന്നതാണ് നല്ലത്. അതിനുള്ള ഫീസ് ട്രഷറിയിൽ ചെലാൻ അടയ്ക്കണം. തിരുവനന്തപുരത്ത് പോയാൽ ചെല്ലാനടച്ച് അപേക്ഷ കൊടുത്തിട്ട് പോരാം. പിന്നെ ഡ്രഗ് ഇൻസ്പെക്റ്റർ വന്ന് ഇൻസ്പെക്റ്റ് ചെയ്ത് റിപ്പോർട്ട് അയക്കും. ആറുമാസമെങ്കിലുമെടുക്കും ഡ്രഗ് ലൈസൻസ് കിട്ടാൻ. അപേക്ഷ സബ്മിറ്റ് ചെയ്തുകഴിഞ്ഞാൽ പിന്നെ കുറ്റമില്ല. മെഡിക്കൽ സ്റ്റോറുകാരെപ്പോലെ ലൈസൻസ് കിട്ടാൻ കാത്തിരിക്കണ്ട. ആശുപത്രിയിൽ മരുന്നുകൾ സൂക്ഷിക്കാം."

എല്ലാം കേട്ടപ്പോൾ ഡോ. നിസാറിനു തല കറങ്ങുന്നതു പോലെ

തോന്നി. നിസാറിന്റെ വിഷമം മനസ്സിലാക്കിയിട്ട് രാമനാഥൻ ആശ്വസിപ്പിച്ചു.

"ഡോക്ടർ പഞ്ചായത്ത് ലൈസൻസും ഡ്രഗ് ലൈസൻസും കിട്ടാനൊന്നും കാത്ത് നിൽക്കണ്ട. ആശുപത്രി നടത്തിക്കൊള്ളൂ. നാട്ടുകാർക്ക് ഉപകാരമുള്ള കാര്യമല്ലേ."

"ആശുപത്രി തുടങ്ങിക്കഴിഞ്ഞു."

"അത് നടക്കട്ടെ. സൗകര്യം കിട്ടുമ്പോൾ ഒരു ദിവസം പൈനാവിൽ പോയി ആശുപത്രിക്കുള്ള ഫിറ്റ്നസ്സ് സർട്ടിഫിക്കറ്റ് വാങ്ങിത്തന്നാൽ ഞാൻ പഞ്ചായത്തിന്റെ ലൈസൻസ് ഉടനെ ശരിയാക്കിത്തരാം. അത് ഉടനെ കരുതി വെക്കുന്നതാണ് നല്ലത്. ലൈസൻസില്ലാതെയാണ് ആശുപത്രി നടത്തുന്നതെന്ന് ആരെങ്കിലും പരാതി അയച്ചാൽ പ്രശ്നമാകും."

"ആര് പരാതി അയക്കാൻ?"

"അതിനൊക്കെ ആരെങ്കിലും കാണും. ആര് നല്ലത് ചെയ്താലും അതിനെതിരെ നിൽക്കുന്ന ചിലരുണ്ട് നമ്മുടെ നാട്ടിൽ. മാത്രോമല്ല, ആശുപത്രിയല്ലേ? എന്തെങ്കിലും പ്രശ്നമുണ്ടായാൽ പോലീസിന്റെ ആദ്യത്തെ ചോദ്യം ആശുപത്രിക്ക് ലൈസൻസുണ്ടോ, ഡോക്ടർ ക്വാളിഫൈഡ് ആണോ എന്നൊക്കെ ആയിരിക്കും."

പഞ്ചായത്ത് സെക്രട്ടറി രാമനാഥൻ വളരെ ആത്മാർത്ഥതയുള്ള ഒരു സർക്കാരുദ്യോഗസ്ഥനാണെന്ന് നിസാറിനു തോന്നി. പഞ്ചായത്താഫീസിൽ നിന്നും തിരിച്ചു വരുമ്പോൾ ഗിരിജയോട് അക്കാര്യം സൂചിപ്പിച്ചു. ഗിരിജയും സമ്മതിച്ചു.

"ഇങ്ങനെയുള്ളവർ വാങ്ങുമെങ്കിൽ എന്തെങ്കിലും കൈമടക്ക് കൊടുക്കുന്നത് സന്തോഷമുള്ള കാര്യമാണ്. പൈനാവിൽ പോകുന്നത് എന്നാണ്?"

"പൈനാവിൽ പോയി വരാൻ ഒരു ദിവസം മതിയാകുമോ എന്ന് സംശയമാണ്. മൂന്നാറിലെത്താൻ ഒന്നര മണിക്കൂർ. മൂന്നാറീന്ന് എത്ര സമയമെടുക്കുമോ ആവോ. ആദ്യത്തെ ബസ്സിനു മൂന്നാറിനു പോയാൽ രാത്രിക്കു മുമ്പ് തിരിച്ചെത്താനാവുമോന്ന് ഔസേപ്പിനോട് ചോദിച്ചു നോക്കാം."

ഔസേപ്പിനു വഴി കാണാപ്പാഠമായിരുന്നു.

-പൈനാവീപ്പുവ്വാൻ മൂന്നാറീന്ന് നേരിട്ട് ബസ്സുണ്ട്. മൂന്നാറിൽ നിന്ന് പള്ളിവാസൽ വഴി കല്ലാറ്കുറ്റി, ഇടുക്കി, കരിമ്പൻ, പൈനാവ്. അതാണ് റൂട്ട്. മൂന്നാറീന്ന് നേരിട്ടുള്ള ബസ്സ് കിട്ടിയാല് രണ്ട് മണിക്കൂറെടുക്കും. നേരിട്ടുള്ള ബസ്സല്ലെങ്കില് മൂന്ന് മണിക്കൂറീക്കൂടുതലെടുക്കും പൈനാവിലെത്താൻ. ഇവടന്ന് ആദ്യത്തെ ബസ്സിനു പൊറപ്പെട്ടാല് മൂന്നാറീന്ന് നേരിട്ടുള്ള ബസ്സ് കിട്ടും."

നിസാറിന് ഒരാശയം തോന്നി. നെടുങ്കണ്ടത്ത് ജൂബിലി മിഷൻ ആശുപത്രി നടത്തുന്ന ഡോക്ടർ ജോസഫിനെ വിളിച്ചു ചോദിച്ചാൽ പൈനാവിലെ ഡി എം ഓ ഓഫീസിൽ നിന്നും ഫിറ്റ്നസ്സ് സർട്ടിഫിക്കറ്റ് കിട്ടാൻ എന്തൊക്കെ ചെയ്യണമെന്ന് അറിയാൻ കഴിയും.

ചിന്നക്കനാൽ ഡിസ്പെൻസറിയിൽ ജോലി ചെയ്തിരുന്നപ്പോൾ നിസാർ കുടുംബസമേതം ഡോക്ടർ ജോസഫിന്റെ അതിഥിയായി നെടുങ്കണ്ടത്ത് ഒരു ദിവസം തങ്ങിയിട്ടുണ്ട്. ജോസഫ് ചിന്നക്കനാലിൽ വന്ന് നിസാറിന്റെ സഹായം അഭ്യർത്ഥിച്ചു. ഒരു ദിവസം നെടുങ്കണ്ടത്ത് ചെന്ന് സൈക്യാട്രി ഓ പി നടത്തണം. കുറെ മെന്റൽ പേഷ്യന്റ്സ് ജൂബിലി മിഷൻ ആശുപത്രിയിൽ വരാറുണ്ടായിരുന്നു. ജോസ്ഫ് സൈക്യാട്രിയിൽ സ്പെഷ്യലൈസ് ചെയ്തിട്ടില്ലെങ്കിലും ആശുപത്രിയിൽ ചികിത്സ തേടി വരുന്ന മനോരോഗികളെ വെറുതെ മടക്കി അയക്കുകയോ എറണാകുളത്തോ കോട്ടയത്തോ കൊണ്ടുപോകാൻ പറഞ്ഞ് ഒഴിയുകയോ ചെയ്യാറില്ലായിരുന്നു. വരുന്നവർക്കെല്ലാം ക്ലോർപ്രോമസീൻ ഗുളിക കൊടുക്കും. അത് കൊണ്ട് മിക്കവാറും മനോരോഗങ്ങൾക്ക് ശമനംകിട്ടും. കിട്ടാതെ വന്നാൽ മാത്രം കോട്ടയത്തോ എറണാകുളത്തോ കൊണ്ടുപോകാൻ പറയുകയുള്ളൂ. കുറെ മനോരോഗികൾ ജൂബിലി മിഷൻ ആശുപത്രിയിൽ വരാറുണ്ട്. ഒരുദിവം നിസാർ വന്നാൽ അവരെ നോക്കി മരുന്നെഴുതിക്കൊടുക്കാം. തുടർന്നുള്ള ചികിത്സ ജോസഫ് തന്നെ ചെയ്തുകൊള്ളും.

“പറ്റുമെങ്കിൽ മാസത്തിൽ ഒരു ദിവസം നെടുങ്കണ്ടത്ത് ചെല്ലണം. വാഹനം ഏർപ്പാട് ചെയ്യാം. നാട്ടുകാർക്ക് വലിയ സഹായമാകും.”

“മാസംതോറും വരുന്ന കാര്യം പിന്നെ തീരുമാനിക്കാം. തല്ക്കാലം ഒരു ദിവസം വന്ന് സൈക്യാട്രി ഓ പി നടത്താം.”

നിസാർ ചെന്ന ദിവസം ഇരുപത് മനോരോഗികളാണ് ഓപിയിൽ വന്നത്. പിന്നീട് പലപ്പോഴും ജോസഫിന്റെ അതിഥിയായി നിസാറും കുടുംബവും നെടുങ്കണ്ടത്ത് പോയി താമസിച്ചിട്ടുണ്ട്.

വർഷങ്ങൾക്കു ശേഷമാണെങ്കിലും നിസാർ വിളിച്ച് സ്വയം പരിചയപ്പെടുത്തിയ ഉടനെ ജോസഫ് നിസാറിനെക്കുറിച്ചോർമ്മ വന്നു. പരിചയം പുതുക്കലിനുള്ള ചോദ്യങ്ങളുടെ പ്രവാഹമായിരുന്നു.

“ഹല്ലോ നിസാർ... ഇറ്റീസ് എ പ്ലസന്റ് സർപ്രൈസ്. എവടന്നാണ് വിളിക്കുന്നത്? എന്തൊക്കെയുണ്ട് വിശേഷങ്ങൾ? എന്താ ഇത്രയും കാലം ഒന്നു ബന്ധപ്പെടാതിരുന്നത്? നേതാവായപ്പോ വലിയ തിരക്കായിരിക്കും. ഇടയ്ക്കിടയ്ക്ക് പത്രത്തിൽ പ്രസ്താവനകൾ കാണാറുണ്ടായിരുന്നു.”

ഡോക്ടർ ജോസഫിനു ഇത്രയും സൗഹൃദം തന്നോടുണ്ടെന്ന് നിസാറിനു ഇതുവരെ തോന്നിയിട്ടില്ലായിരുന്നു. സ്വന്തം ആശുപത്രിയിൽ വരുന്ന മനോരോഗികളെ കൈവിട്ടു കളയാതിരിക്കാൻ വേണ്ടി തന്റെ

സേവനം ഉപയോഗപ്പെടുത്താനുള്ള അടവായിട്ടാണ് ഡോക്ടർ ജോസഫിന്റെ സൗഹൃദപ്രകടനത്തെ നിസാർ കണ്ടിരുന്നത്. ആളുകളെ മനസ്സിലാക്കുന്നതിൽ താൻ എന്തുകൊണ്ടാണ് പരാജയപ്പെടുന്നത്?

ഡി എം ഓ ഓഫീസിൽ നിന്ന് ഫിറ്റ്നസ്സ് സർട്ടിഫിക്കറ്റ് കിട്ടാൻ യാതൊരു ബുദ്ധിമുട്ടും ഉണ്ടാവുകയില്ലെന്നാണ് ജോസഫ് പറഞ്ഞ്. അവിടത്തെ സെക്ഷൻ ക്ലാർക്കിനും സീനിയർ സൂപ്രണ്ടിനും ഡിഎം ഓയ്ക്കും കൈമടക്കു കൊടുത്താൽ മതി. അതിന്റെ ഇപ്പോഴത്തെ റേറ്റൊക്കെ അവർ തന്നെ പറയുമത്രേ. രണ്ടായിരമോ മൂവ്വായിരമോ കൈയിൽ കരുതി പോകണം. തികയാതെ വന്നാൽ എ റ്റി എംൽ നിന്ന് എടുക്കാമല്ലോ. അന്നു തന്നെ സർട്ടിഫിക്കറ്റുമായി മടങ്ങാം.

പിറ്റേന്ന് ബുധനാഴ്ചയായിരുന്നു. സർക്കാർ ഓഫീസുകളിൽ പോകാൻ നല്ലത് ബുധാഴ്ചകളാണ്. ബുധനാഴ്ചകളിൽ എല്ലാ ഓഫീസർ മാരും ഓഫീസിൽ ഉണ്ടായിരിക്കുമെന്നാണ് സങ്കല്പം. അതുകൊണ്ട് പിറ്റേന്ന് തന്നെ പൈനാവിൽ പോകുന്നതിനെക്കുറിച്ച് ആലോചിച്ചു. ആശുപത്രിയിൽ കിടക്കുന്ന രോഗികളുടെ കാര്യത്തിൽ എന്ത് ചെയ്യും? ഓ പിയിൽ വരുന്നവർ ഡോക്ടർ ഇല്ലെന്ന് അറിയുമ്പോൾ തിരിച്ചു പൊയ്ക്കൊള്ളും. പക്ഷേ വാർഡിൽ കിടക്കുന്നവർക്ക് എന്തെങ്കിലും പ്രശ്നം വന്നാൽ?

നെടുങ്കണ്ടത്തെ ഡോക്ടർ ജോസഫിനെത്തന്നെ വിളിച്ച് നിസാർ ഒരു ദിവസത്തേക്ക് പകരത്തിന് ആരെ കിട്ടുമെന്ന് തിരക്കി.

"മൂന്നാറിൽ ഒരു ഡോക്ടർ ജോഷിയുണ്ട്. അയാൾ ജനറൽ മെഡിസിൻ എം ഡിക്കാരനാണ്. നല്ല ഫിസിഷ്യനാണ്. ടാറ്റാ ഹോസ്പി റ്റലിലാണ് വർക്ക് ചെയ്യുന്നത്. അയാൾ അവിടന്ന് ലീവെടുത്ത് ഒന്നോ രണ്ടോ ദിവസത്തേക്ക് വരും. റ്റന്റിഫോർ അവർ ഡ്യൂട്ടിക്ക് റ്റു തൗസന്റ് കൊടുക്കണം. അയാൾ തനിച്ച് വരില്ല. അയാളുടെ കൂടെ ജോലി ചെയ്യുന്ന മെയിൽ നഴ്സ് സോമനെയും എൻഗേജ് ചെയ്യിക്കണം. സോമന് ഒരു ദിവസത്തേക്ക് തൗസന്റ് കൊടുക്കണം. ത്രീ തൗസന്റ് മുടക്കിയാൽ നിങ്ങൾക്ക് ഒരു ദിവസം മുഴുവൻ കെയർ ഫ്രീയായിട്ട് എവിടെ വേണ മെങ്കിലും പോകാം. ഡോക്ടർ ജോഷിയുടെ മൊബൈൽ നമ്പർ ഞാൻ തരാം. ഇപ്പൊത്തന്നെ വിളിച്ച് ഏർപ്പാട് ചെയ്താൽ നാളെ നിങ്ങൾക്ക് ഡി എം ഓ ഓഫീസിൽ പോകാം."

ഡോക്ടർ ജോഷിയും മെയിൽ നഴ്സ് സോമനും പകരക്കാരായി വരാമെന്ന് സമ്മതിച്ചു.

മൂന്നാറിൽ നിന്നും നേരിട്ടുള്ള ബസ്സ് കിട്ടിയിട്ടും പതിനൊന്ന് മണിക്കാണ് പൈനാവിലെ ഡി എം ഓ ഓഫീസിലെത്തിയത്.

അന്ന് ജില്ലാമെഡിക്കൽ ഓഫീസർ ഓഫീസിൽ വന്നിട്ടുണ്ടായിരുന്നു. വാതിലിനു മുകളിലുള്ള ബോർഡിൽ നോക്കി. മലയാളത്തിലാണ്

എഴുത്ത്. ജില്ലാ മെഡിക്കൽ ഓഫീസർ ഡോക്ടർ ജോണി മറ്റം. എല്ലാം ശുഭലക്ഷണങ്ങൾ. ജില്ലാമെഡിക്കൽ ഓഫീസർക്ക് നിസാർ സ്വയം പരിചയപ്പെടുത്തി.

"ഓ ഗസറ്റഡ് സംഘടനയുടെ നേതാവ്. നേതാവ് പെൻഷനായി അല്ലേ?"

നിസാർ പ്രതികരിച്ചില്ല. തന്നോട് ഡോക്ടർമാർക്ക് ശത്രുതയുണ്ടെന്ന് നിസാറിനറിയാം. ഡോക്ടർമാർക്ക് മാത്രമായുള്ള ഒരു ഡിപാർട്ടുമെന്റിൽ മാത്രം ഒതുങ്ങുന്ന ക്യാറ്റഗറി സംഘടനയിൽ നിന്നും രാജിവെച്ച് എല്ലാ ഗസറ്റഡ് ഓഫീസർമാരുമുള്ള പൊതുസംഘടനയുടെ ചുമതല ഏറ്റെടുത്തതുമുതലാണ് ഡോക്ടർമാർക്ക് നിസാറിനോടുള്ള ശത്രുത തുടങ്ങിയത്.

ഒന്നും മിണ്ടാതെ ആരുമറിയാതെ രാജിവെച്ച് പോന്നിരുന്നെങ്കിൽ ഡോക്ടർമാർക്ക് നിസാറിനോട് ശത്രുത തോന്നുമായിരുന്നില്ല. ഡോക്ടർമാരുടെ സംഘടനയുടെ ഡ്രഗ് പോളിസിയെ പരസ്യമായി വിമർശിച്ചുകൊണ്ട് പത്രപ്രസ്താവന ഇറക്കിയാണ് രാജിവെച്ചത്. അതിനോടുള്ള വിയോജിപ്പ് കാരണമാണ് രാജിവെക്കുന്നത് പരസ്യപ്രസ്താവനയിൽ പറഞ്ഞു. മരുന്നുകളുടെ ബ്രാന്റ് പേരുകൾ നിരോധിക്കരുത്. ജനറിക്ക് പേരുകൾ മാത്രമേ എഴുതാവൂ എന്ന നിബന്ധന കൊണ്ടുവരരുത്. ഡോക്ടർക്ക് ഇഷ്ടമുള്ള കമ്പനിയുടെ ബ്രാന്റ് പേരിലുള്ള മരുന്ന് രോഗിക്ക് എഴുതിക്കൊടുക്കാൻ ഡോക്ടർക്ക് അവകാശമുണ്ടായിരിക്കണം. ഇതൊക്കെയാണ് ഡോക്ടർ സംഘടനയുടെ ഔഷധ നയം. ഇത് ജനവിരുദ്ധമാണെന്നും കമ്പനിക്കാരുടെ സൗജന്യങ്ങൾ സ്വീകരിച്ച് ഇഷ്ടപ്പെട്ട കമ്പനിയുടെ മരുന്നുകൾ ചെലവാക്കാനുള്ള കുടില തന്ത്രമാണെന്നും ആയിരുന്നു നിസാറിന്റെ വിമർശം. ഇത് തുറന്നു പറഞ്ഞുകൊണ്ട് പ്രസ്താവനയിറക്കിയാണ് ഡോക്ടർ സംഘടനയിൽ നിന്നും രാജിവെച്ച് പോന്നതും ഗസറ്റഡ് സംഘടയുടെ ചുമതല പാർട്ടി ഫ്രാക്ഷൻ തീരുമാനിച്ചതനുസരിച്ച് ഏറ്റെടുത്തതും. പിന്നെ ഡോക്ടർമാർക്ക് നിസാറിനോട് ശത്രുത വരാതിരിക്കുമോ?

ഡോക്ടർ ജോണി മറ്റം കണ്ണുകൾ കൊണ്ട് ഗിരിജയുടെ വടിവൊത്ത ശരീരത്തിന്റെ വിവിധ ഭാഗങ്ങളിൽ തഴുകുന്നത് നിസാറിനു കാണാമായിരുന്നു. തീരെ സഹിക്കാൻ വയ്യാതായപ്പോൾ നിസാർ ഗിരിജയെ പരിചയപ്പെടുത്തുന്ന മട്ടിൽ പറഞ്ഞു: "ഇതെന്റെ വൈഫാണ്. ഗിരിജ."

സൂചന മനസ്സിലാക്കിയിട്ടാകണം ജോണിയുടെ കണ്ണുകൾ ഗിരിജയുടെ ശരീരവടിവുകളെ വിട്ട് നിസാറിന്റെ നേരെ നോക്കി ചോദിച്ചു: "ഡോക്ടർക്ക് എന്താണ് ആവശ്യം?"

"ഞങ്ങൾ കോവിലൂരിൽ ഒരു ആശുപത്രി തുടങ്ങാൻ പോകുന്നു. അതിനു പഞ്ചായത്തിന്റെ ലൈസൻസ് കിട്ടാൻ ഡി എം ഒായുടെ നോ ഒബ്ജക്ഷൻ സർട്ടിഫിക്കറ്റ് വേണം."

ജോണി നിസാറിനെ തിരുത്തി: "നോ ഒബ്ജക്ഷൻ സർട്ടിഫിക്കറ്റല്ല. ഫിറ്റ്നസ്സ് സർട്ടിഫിക്കറ്റ്. അതിനു സീനിയർ സൂപ്രണ്ട് കൃഷ്ണദാസിനെ കാണൂ. പേപ്പേഴ്സ് റെഡിയാക്കിക്കൊണ്ട് വന്നാൽ ഞാൻ ഒപ്പിട്ടുതരാം."

ഡോക്ടർ ജോണി മറ്റം മുമ്പിലിരുന്ന ഫയലെടുത്ത് തുറന്നു. കാളിംഗ് ബെല്ലിൽ വിരലമർത്തി. ഡോക്ടർ നിസാർ മുമ്പിലുണ്ടെന്ന ഭാവമേ ഇല്ലാതായി.

സീനിയർ സൂപ്രണ്ടിന്റെ മുറിയുടെ വാതിൽക്കലും മലയാളത്തി ലെഴുതിയ ബോർഡ് തൂക്കിയിട്ടുണ്ട്. വെളുത്ത് മെലിഞ്ഞ ഒരാളാണ് കൃഷ്ണദാസ്. പുകക്കുഴലിൽ നിന്നും വരുന്നതുപോലെ കൃഷ്ണ ദാസിന്റെ വായിൽ നിന്നും സിഗററ്റ് പുക വന്നുകൊണ്ടിരുന്നു. നിസാറിനെ കണ്ട ഉടനെ അയാൾ എഴുന്നേറ്റ് നിന്നുകൊണ്ട് ചോദിച്ചു: "ഡോക്ടർ നിസാർ അഹമ്മദല്ലേ?"

"അതെ. എന്നെ അറിയുമോ?"

"കൊള്ളാം അറിയുമെന്നോ? ഗസറ്റഡ് സംഘത്തിന്റെ ജനറൽ സെക്രട്ടറിയല്ലേ?"

"ജനറൽ സെക്രട്ടറി ആയിരുന്നു. കുറെ വർഷങ്ങൾക്കു മുമ്പ്."

"പത്ത് പതിനാറ് വർഷം സംഘടന കൊണ്ടു നടന്നില്ലേ. ഡോക്ടർ റിട്ടയർ ചെയ്താലും എന്റെ മനസ്സിൽ ഇപ്പോഴും ജനറൽ സെക്രട്ടറി തന്നെ. ഞാൻ ഗസറ്റഡ് ആകുന്നതിനു മുമ്പ് യൂണിയനിലായിരുന്നു. അന്നൊക്കെ ഡോക്ടർ യൂണിന്റെ സമ്മേളനത്തിനു അഭിവാദ്യമർപ്പി ക്കാൻ വരുമായിരുന്നല്ലോ. അന്നുമുതലേ ഡോക്ടറെ കാണാറുണ്ട്. രണ്ടുപേരും ഇരുന്നാട്ടെ. ഇപ്പഴ് വല്ല സംഘടനാ പ്രവർത്തനവും ഉണ്ടോ? പെൻഷനേഴ്സ് യൂണിയനിലോ മറ്റോ?"

"ഇപ്പൊ സംഘടനാ പ്രവർത്തനമൊന്നുമില്ല."

"പ്രാക്റ്റീസ് ചെയ്യുന്നുണ്ടായിരിക്കും. എതെങ്കിലും ഹോസ്പി റ്റലിൽ..."

"ഇതുവരെ ഒന്നും ചെയ്യുന്നില്ലായിരുന്നു."

ഡോക്ടർ നിസാർ അൽപനേരം മൗനത്തിലായി. പാർട്ടി തന്നെ അവഗണിച്ചതും വളണ്ടറിറിട്ടയറർമെന്റ് വാങ്ങിപ്പിരിഞ്ഞതും കൃഷ്ണ ദാസിനോട് പറയണോ എന്നാലോചിക്കുകയായിരുന്നു. ഒടുവിൽ അതൊന്നും പറയേണ്ടെന്ന് തീരുമാനിച്ചു.

"മൂന്നുകൊല്ലം മുമ്പ് ഞങ്ങൾ കുറിഞ്ഞിപ്പുൽമേടുകൾ കാണാനായി വന്നതായിരുന്നു. കോവിലൂരെത്തിയപ്പോൾ ഞങ്ങൾ രണ്ടുപേരും യാത്ര മതിയാക്കി കോവിലൂരിൽ തങ്ങി."

കൃഷ്ണദാസ് അപ്പോൾ ഗിരിജയെ സൂക്ഷിച്ചു നോക്കി. അതാരാ ണെന്ന് അറിയാൻ അയാൾ ആഗ്രഹിക്കുന്നുണ്ടായിരുന്നു. അയാളുടേത്

ആർത്തിപൂണ്ട കണ്ണുകളായിരുന്നില്ല. വെറും ജിജ്ഞാസ നിറഞ്ഞ നോട്ടം.

"ഇത് ഗിരിജ. സൈക്യാട്രിക്ക് സോഷ്യൽ വർക്കറാണ്. കുറിഞ്ഞി എക്സ്പെഡിഷൻ സംഘത്തിൽ വെച്ചാണ് ഞങ്ങൾ കണ്ടു മുട്ടിയത്. കോവിലൂരിൽ വെച്ച് യാത്ര മതിയാക്കിയിട്ട് അവിടത്തെ ആദിവാസികൾക്കായി ഒരു ഡിസ്പെൻസറി തുടങ്ങാമെന്നു കരുതി. ആ പ്രദേശങ്ങളിലെ മുതുവാൻമാരെയും മലപ്പുലയരെയും ഒക്കെ ഉദ്ദേശിച്ചാണ് ഡിസ്പെൻസറി തുടങ്ങിയത്. മൂന്നു കൊല്ലത്തോളമായി ഡിസ്പെൻസറി നടത്താൻ തുടങ്ങിയിട്ട്. പ്രസവക്കേസുകളും അഡ്മിഷൻ ആവശ്യമുള്ള പേഷ്യന്റ്സും വരാൻ തുടങ്ങിയപ്പോൾ ഒരു ഹോസ്പിറ്റൽ തന്നെ വേണമെന്നായി. കോവിലൂരിൽ ഒരു ഹോസ്പിറ്റൽ തുടങ്ങണമെന്നുണ്ട് ഞങ്ങൾക്ക്. സത്യം പറഞ്ഞാൽ അത് തുടങ്ങിയിട്ട് കുറച്ചു നാളായി."

കൃഷ്ണദാസാണ് ബാക്കി പറഞ്ഞത്.

"പഞ്ചായത്ത് ലൈസൻസിനുവേണ്ടിയുള്ള ഫിറ്റ്നസ്സ് സർട്ടിഫിക്കറ്റിനു വന്നതായിരിക്കും. ഞാൻ ആപ്ലിക്കേഷൻ ഫോം തരാം. അത് ഫില്ലപ്പ് ചെയ്ത് തരണം. ഡി എം ഓ പോകുന്നതിനു മുമ്പ് ഫയൽ പ്രോസസ്സിംഗ് കംപ്ലീറ്റ് ചെയ്യാൻ നോക്കാം. ഡി എം ഓക്ക് ഉച്ചയ്ക്ക് കോട്ടയത്തിനു പോണമെന്ന് പറഞ്ഞിരുന്നു."

കൃഷ്ണദാസ് മേശപ്പുറത്തുള്ള കാളിംഗ്ബെല്ലിൽ ബലമായി അടിച്ചു. അത്കേട്ട് പ്യൂൺ വന്നു.

"ജെ എസിനോട് ഒന്നു വരാൻ പറയൂ."

ജൂനിയർ സൂപ്രണ്ട് കാഴ്ചയിൽ കൃഷ്ണദാസിന്റെ നേർ വിപരീതം. ഇരുണ്ട നിറം. പൊക്കം അഞ്ചടിയിലധികമില്ല. കഴുത്തിനു താഴെയുള്ള വീതിയും ഏതാണ്ട് അത്ര തന്നെ വരും.

"രാജേന്ദ്രാ, ഇത് നമ്മടെ ഗസറ്റഡ് സംഘത്തിന്റെ സെക്രട്ടറി ആയിരുന്ന ഡോക്ടർ നിസാർ അഹമ്മദാണ്. ഡോക്ടർക്ക് കോവിലൂരിൽ ഒരു ഹോസ്പിറ്റൽ തുടങ്ങാൻ പഞ്ചായത്ത് ലൈസൻസിനുള്ള ഫിറ്റ്നസ്സ് സർട്ടിഫിക്കറ്റ് കൊടുക്കണം. ഡി എം ഓ പോകുന്നതിനു മുമ്പ് റെഡിയാക്കണം. ഫോം ഫില്ലപ്പ് ചെയ്യാൻ രാജേന്ദ്രൻ ഹെൽപ്പ് ചെയ്യ്. സ്കെച്ചും പ്ലാനും ചോദിക്കുന്ന കോളത്തിൽ വെരിഫൈഡ് എന്ന് എഴുതിക്കോളൂ."

ഉച്ചയ്ക്ക് മുമ്പ് തന്നെ ഫിറ്റ്നസ്സ് സർട്ടിഫിക്കറ്റ് കൈയിൽ കിട്ടി. യാത്ര പറയാൻ ചെന്നപ്പോൾ കൃഷ്ണദാസ് ചോദിച്ചു: "സർട്ടിഫിക്കറ്റ് കിട്ടിയല്ലോ. ഇനിയെന്താ പ്രോഗ്രാം? ഇന്നു തന്നെ മടങ്ങുന്നുണ്ടോ അതോ ഡാം സൈറ്റിലൊക്കെ പോയിട്ടേ പോകുന്നുള്ളോ?"

"ഞങ്ങൾ അടുത്ത ബസ്സിനു സ്ഥലം വിടും. വൈകുന്നേരം കോവിലൂരിലെത്തണം. പേഷ്യൻസ് വരും."

“ഓ കെ രണ്ടരയ്ക്ക് മൂന്നാറിനു ബസ്സുണ്ട്. അതിനു പോകാം. വരൂ, നമുക്ക് ഊണു കഴിക്കാം.”

നിസാർ എന്തെങ്കിലും പറയുന്നതിനു മുമ്പ് തന്നെ കൃഷ്ണദാസ് എഴുന്നേറ്റ് കഴിഞ്ഞു. സംഘടനാ പ്രവർത്തനത്തിന്റെ ഫലം എത്ര മധുരമാണ്. ഊണു കഴിച്ചുകൊണ്ടിരിക്കുമ്പോൾ ഡി എം ഓയുടെയും സീനിയർസൂപ്രണ്ടിന്റെയും പെരുമാറ്റങ്ങൾതമ്മിലുള്ള അന്തരത്തെക്കുറിച്ചാണ് നിസാർ ചിന്തിച്ചത്.

പുതിയ തളിരുകൾ

ഊണു കഴിഞ്ഞു പൈനാവ് ബസ്സ്റ്റാന്റിലെത്തിയപ്പോൾ മൂന്നാർ ബസ്സ് നിൽക്കുന്നു. ബസ്സിലിരിക്കുമ്പോൾ നിസാർ ഗിരിജയുടെ ചെവിയിൽ പറഞ്ഞു: “ഡി എം ഓ ഡോക്ടർ ജോണിയുടെ നോട്ടം സഹിക്കവയ്യാതായപ്പോഴാണ് ഞാൻ പറഞ്ഞു പോയത്.”

നിസാർ എന്താണ് പറയുന്നതെന്ന് ഗിരിജയ്ക്ക് ആദ്യം മനസ്സിലായില്ല. പിന്നെ ഓർമ്മ വന്നു, തന്നെ വൈഫ് എന്നു പറഞ്ഞ് പരിചയപ്പെടുത്തിയതിനെക്കുറിച്ചാണ് പറയുന്നതെന്ന്. ആദ്യം ഗിരിജയും അതിശയിച്ചു, എന്തിനാണ് തന്നെ അങ്ങനെ പറഞ്ഞ് പരിചയപ്പെടുത്തിയതെന്ന്. പുരുഷൻമാർ ചുഴിഞ്ഞു നോക്കുന്നതിലൊന്നും ഗിരിജയ്ക്ക് പരാതിയില്ല. ഏത് പുരുഷനാണ് സ്ത്രീകളെ നോക്കാത്തത്? വിശേഷിച്ച് ശരീരപുഷ്ടിയുള്ള സ്ത്രീകളെ കൊതിയോടെയേ നോക്കൂ. എല്ലാ പുരുഷൻമാരും നോക്കും. തന്നെ പലരും ചുഴിഞ്ഞു നോക്കുന്നത് കണ്ടിട്ടുണ്ട്. തനിക്ക് അതിൽ ഒട്ടും പരിഭവമില്ല. ഒരു സ്ത്രീയുടെ ആകാര സൗഷ്ഠവം ഭൂരിപക്ഷം പുരുഷൻമാരിലും കാമവികാരം ഉണർത്തും. അത് ജൈവപരമായ പ്രതികരണമാണ്. പുരുഷനെ കുറ്റം പറഞ്ഞിട്ട് കാര്യമില്ല. ചില ഫെമിനിസ്റ്റുകൾ സ്ത്രീകളെ കൗതുകത്തോടെ അല്ലെങ്കിൽ കാമത്തോടെ നോക്കുന്ന പുരുഷൻമാരെ കുറ്റപ്പെടുത്തുകയും ഭർത്സിക്കുകയും ചെയ്യാറുണ്ട്. അവരെ ഞരമ്പുരോഗികൾ എന്നു പരിഹസിക്കുകയും ചെയ്യും. അതിൽ യാതൊരു അർത്ഥവുമില്ലെന്നാണ് ഗിരിജയുടെ അഭിപ്രായം. സെക്സ് അപ്പീലുള്ള സ്ത്രീയെ കാണുമ്പോൾ കാമവികാരം ഉണരാത്ത പുരുഷൻ ഷണ്ഡനാണ്. കാമവികാരം ഉണരുന്നതാണ് നോർമലായിട്ടുള്ളത്. വികാരത്തെ അടക്കി നിറുത്താൻ കഴിയാതെ പെണ്ണിനെ കയറിപ്പിടിക്കുകയോ ബലാൽസംഗത്തിനു ശ്രമിക്കുകയോ ചെയ്യുന്നത് മാത്രമാണ് കുറ്റകരം. വളിച്ച കമന്റുകൾ പാസ്സാക്കുന്നത് അസഹ്യം. പൗരുഷവും സൗന്ദര്യവുമുള്ള പുരുഷൻമാരെ സ്ത്രീകളും കൊതിയോടെ നോക്കിപ്പോകും. അല്ലെങ്കിൽ

നോക്കാൻ ആഗ്രഹിക്കും. ഭയം കാരണം നോക്കുകയില്ല. ആകസ്മികമായി കണ്ണിൽപ്പെട്ടാൽ രണ്ടാമതൊന്ന് നോക്കാതെ തലതിരിക്കും. കാരണം പാതിവ്രത്യമൊന്നുമല്ല. മറ്റുള്ളവർ എന്തുവിചാരിക്കും എന്ന ഭയം. തനിക്ക് ഡോക്ടർ നിസാറിനെ കണ്ടപ്പോൾ കൗതുകം തോന്നി വീണ്ടും വീണ്ടും നോക്കിയിട്ടുണ്ടല്ലോ. അതിലെന്താണ് തെറ്റ്? ഡോക്ടർ നിസാറിനെ കണ്ടപ്പോൾ മുമ്പ് വർഗ്ഗീസിനെ കണ്ടപ്പോഴുണ്ടായതുപോലെ തന്നിലെ സ്ത്രീത്വം ഉണർന്നല്ലോ. അതിന് തന്നെ കുറ്റപ്പെടുത്തണോ? ഇറച്ചിക്കറി കണ്ടാൽ ആർക്കാണ് കൊതി തോന്നാത്തത്? അച്ചാർ കണ്ടാൽ ആരുടെ വായിലാണ് വെള്ളമൂറാത്തത്? ഇതെല്ലാം ജൈവപരമായ പ്രതികരണങ്ങൾ മാത്രമാണെന്നാണ് തന്റെ അഭിപ്രായം. വികാരങ്ങളെ നിയന്ത്രിക്കാനാവാത്തതാണ് അപാകം. ഗിരിജ ചിന്തിച്ചു നോക്കി. തന്റെ നേരെയുള്ള ഡി എം ഓയുടെ കാമനോട്ടത്തെ എന്തുകൊണ്ട് നിസാറിന് അവഗണിക്കാൻ കഴിഞ്ഞില്ല? നിസാറിന്റെ ദൗർബ്ബല്യം തന്നെ. ഡോക്ടർ നിസാർ ലൈംഗികാസക്തിയുടെ പൂരണത്തിനുള്ള ഉപകരണമായി മാത്രം തന്നെ കാണുന്നു. കുറച്ചുകൂടി മെച്ചപ്പെടുത്തി പറഞ്ഞാൽ ഡോക്ടർ നിസാറിന് തന്നോട് പൊസ്സസ്സീവ്നെസ്സ് ഉണ്ട് എന്നർത്ഥം. ഇവൾ അല്ലെങ്കിൽ അവൾ എന്റെ ഉപകരണമാണ്; എന്റെ മാത്രം ഉപകരണമാണ്. എന്ന ചിന്തയാണ് യഥാർത്ഥത്തിൽ പൊസ്സസ്സീവ്നെസ്സ്.

“ഗിരിജയ്ക്ക് പരാതി ഇല്ലല്ലോ?”

ഗിരിജ അല്പനേരം മൗനം പാലിച്ചതിനുശേഷം പറഞ്ഞു: “പരാതിയില്ല. പക്ഷേ...”

ഗിരിജ തുടരാതിരുന്നപ്പോൾ നിസാറിനു ആശങ്കയായി. നിസാർ നിർബ്ബന്ധിച്ചു.

“പറയൂ. എന്താണെങ്കിലും തുറന്നു പറയണം.”

“പറയാം... ഡി എം ഓയുടെ നോട്ടം ഡീസൻസി വിട്ടതായിരുന്നുവെന്ന് തന്നെയാണ് എന്റേയും അഭിപ്രായം. പക്ഷേ അതിനോട് പ്രതികരിക്കാനോ പ്രതികരിക്കാതിരിക്കാനോ ഉള്ള റൈറ്റ് എനിക്ക് വിട്ടു തരണമായിരുന്നു. ഡോക്ർ വളരെ പൊസ്സസ്സീവാണ്. അതുകൊണ്ടാണ് എന്നെ നോക്കിയത് ഡോക്ടർക്ക് ടോളറേറ്റ് ചെയ്യാൻ കഴിയാതിരുന്നത്. സ്ത്രീയെ പുരുഷൻ ലസ്റ്റോടെ നോക്കുന്നതും സ്ത്രീ പുരുഷനെ ആഗ്രഹത്തോടെ നോക്കുന്നതും ബയോളജിക്കൽ റെസ്പോൺസസ്സാണെന്നാണ് എന്റെ അഭിപ്രായം. സ്ത്രീ, പുരുഷനെയും പുരുഷൻ, സ്ത്രീയെയും നോക്കുമ്പോൾ ഡീസൻസിയുടെ ബൗണ്ടറി വിട്ടു പോകാതെ നോക്കണം. അത്രേയുള്ളൂ. ബയോളജിക്കൽ അർജ് മാറ്റിവെക്കണം എന്ന് ചില ഫെമിനിനിസ്റ്റുകൾ പറയുന്നതിനോട് എനിക്ക് യോജിപ്പില്ല.”

നിസാറും ഗിരിജയും വളരെ നേരത്തേക്ക് മൗനത്തിലായി. ഗിരിജ പറഞ്ഞത് ശരിയാണെന്ന് നിസാറിനു ബോധ്യപ്പെട്ടു. താൻ വളരെ പൊസ്സസ്സീവാണ്. അസൂയ തന്നെ. ആതുരമായ അസൂയ. സഫിയ തന്നെ വിട്ടുപോകാൻ ഇതുതന്നെ ആയിരുന്നില്ലേ കാരണം? റഷീദുമായുള്ള രഹസ്യബന്ധം തെറ്റുതന്നെ. പക്ഷേ അതിന്റെ പേരിൽ കുടുംബം ശിഥിലമാകാതെ നോക്കേണ്ടിയിരുന്നില്ലേ? അവളോട് ക്ഷമിച്ച് അവളുടെ കൂടെത്തന്നെ കോഴിക്കോട് ജീവിതം തുടരാൻ കഴിയാതിരുന്നത് എന്തുകൊണ്ടായിരുന്നു? വനിതാസംഘടയിൽ പ്രവർത്തിക്കാൻ പോകുന്നതിനെ വിലക്കിയത് എന്തിനായിരുന്നു? ജൻമികുടുംബത്തിൽ ജനിച്ചുവളർന്ന ഒരു സ്ത്രീയെ പാർട്ടിയുടെ നേതൃത്വത്തിലുള്ള വനിതാ സംഘടനയിൽ പ്രവർത്തിക്കാൻ നിർബ്ബന്ധിച്ചത് തന്നെ തെറ്റായിരുന്നു. അവളുടെ മനസ്സ് മാറ്റിയതിനുശേഷം സ്വമേധയാ വനിതാരംഗത്ത് പ്രവർത്തിക്കാൻ പ്രേരിപ്പിക്കണമായിരുന്നു. എല്ലാം അറിഞ്ഞപ്പോൾ റഷീദിന്റെ കൂടെ പോകാൻ നിർബ്ബന്ധപ്രേരണ ചെലുത്തുകയായിരുന്നില്ലേ താൻ? കുറ്റബോധത്താൽ ഉഴലുന്ന ഒരു സ്ത്രീയെ സാന്ത്വനിപ്പിക്കാൻ തനിക്കു കഴിയാതിരുന്നത് എന്തു കൊണ്ട്? ഗിരിജ തന്റെ മനസ്സിൽ നിന്നു വായിച്ചെടുത്ത പൊസ്സസ്സീവ്നെസ്സ് തന്നെ. മോർബിഡ് ജലസി. ദൂഷിതമായ അസൂയ. തെറ്റു പറ്റിയ ഭാര്യയോട് ക്ഷമിക്കാനുള്ള മാനസികാവസ്ഥ ഇല്ലാതെ പോയത് അതുകൊണ്ടു തന്നെ.

ബസ്സിനു വേഗത പോരെന്ന് നിസാറിനു തോന്നി. മൂന്നാറിൽ നിന്നുള്ള അവസാനബസ്സ് വൈകീട്ട് അഞ്ചു മണിക്കാണ്. അതു വിട്ടുപോകുമോ എന്ന ചിന്ത അലട്ടാൻ തുടങ്ങി. കല്ലാർകുറ്റി സിറ്റിയിലെത്തിയപ്പോൾ ഡ്രൈവറും കണ്ടക്ടറും ചായകുടിക്കാനെന്ന് പറഞ്ഞ് ഇറങ്ങിപ്പോയി.

"നമുക്കും ചായ കുടിച്ചു വരാം."

യാത്രക്കാരെല്ലാം ചായ കുടിച്ചെത്തിയിട്ടും കണ്ടക്റും ഡ്രൈവറും വരുന്ന ലക്ഷണമില്ല. നിസാർ ആശങ്കപ്പെട്ടു.

"കോവിലൂർക്കുള്ള ലാസ്റ്റ് ബസ്സ് കിട്ടുമോ ആവോ. അഥവാ കിട്ടിയില്ലെങ്കിൽ എന്തു ചെയ്യും?"

"ഒന്നുകിൽ ടാക്സി എടുത്തു പോകണം. അല്ലെങ്കിൽ ഏതെങ്കിലും ഹോട്ടലിൽ റൂമെടുത്ത് തങ്ങണം."

"ഏതാണ് ചെലവ് കുറഞ്ഞതെന്ന് നോക്കിയിട്ട് തീരുമാനിക്കാം. അതല്ലേ നല്ലത്?"

ഭയപ്പെട്ടതുപോലെ തന്നെ ഇടുക്കി ബസ്സ് മൂന്നാറിലെത്തിയപ്പോൾ കോവിലൂർക്കുള്ള അവസാനത്തെ ബസ്സ് പോയിക്കഴിഞ്ഞു. മൂന്നാർ ടൗണിലാകെ മൂടൽമഞ്ഞ് പരന്നു. തണുപ്പ് വർദ്ധിക്കാൻ തുടങ്ങി. നിസാറും ഗിരിജയും ടാക്സി സ്റ്റാന്റിലെത്തി. ടാക്സിസ്റ്റാന്റ് ശൂന്യം.

നിസാർ ടാക്സി സ്റ്റാന്റിൽനിന്ന് ചുറ്റും നോക്കിയപ്പോൾ വലിയ ഹോട്ടലുകളുടെ ബോർഡുകൾ കണ്ണിൽ പെട്ടു. ഹിൽ വ്യൂ, മൂന്നാർ കാസിൽ, മൂന്നാർ ടൂറിസ്റ്റ് ഹോം... എല്ലാം സ്റ്റാർ ഹോട്ടലുകളാണെന്ന് തോന്നി. അവയിലൊക്കെ മുൻകൂട്ടി ബുക്ക് ചെയ്തെങ്കിലേ അക്കോമഡേഷൻ കിട്ടുകയുള്ളൂ.

"നമുക്ക് മൂന്നാർ ടൂറിസ്റ്റ് ഹോമിൽ മുറി കിട്ടുമോന്ന് നോക്കാം. അത് സ്റ്റാറാണെന്ന് തോന്നുന്നില്ല."

റൂം ഉണ്ടോ എന്ന ചോദ്യത്തിനു എത്ര ദിവസത്തേക്ക് എന്ന മറുചോദ്യമായിരുന്നു ഉത്തരം.

"ഇന്നു മാത്രം. നാളെ രാവിലെയുള്ള ബസ്സിനു കോവിലൂർക്ക് പോകണം."

റിസപ്ഷനിസ്റ്റ് ഒരു ഫോറം നിസാറിന്റെ കൈയിൽ കൊടുത്തു.

"ഇത് ഫില്ലപ്പ് ചെയ്യണം. സാറിന്റെ ഐഡി കാർഡോ പാസ്പോർട്ടോ തരണം."

"പാൻ കാർഡ് പോരേ?"

"മതി."

നിസാർ പാൻകാർഡ് എപ്പോഴും പോക്കറ്റിൽ സൂക്ഷിക്കാറുണ്ട്. ഗെസ്റ്റ് ഫോമിൽ അഡ്വാൻസ് എന്ന കോളം വന്നപ്പോൾ നിസാർ ചോദിച്ചു: "അഡ്വാൻസ് എത്ര വേണം?"

"രണ്ടായിരം."

"താരിഫ് എത്രയാണ്?"

റിസപ്ഷനിസ്റ്റ് പാൻകാർഡിന്റെ ഫോട്ടോ കോപ്പി എടുക്കുന്നതി നിടയിൽ നിസ്സംഗതയോടെ പറഞ്ഞു: "രണ്ടായിരം. ചെക്കൗട്ട് ടൈം ട്വൽവ് നൂൺ."

നിസാറിന്റെ ഉള്ള് ഒന്നു കിടുങ്ങി. എങ്കിലും സ്വയം ആശ്വസിപ്പിച്ചു. സാരമില്ല. വല്ലപ്പോഴും കുറച്ചൊക്കെ ലക്ഷ്വറി ആകാം.

"രാത്രി തണുപ്പ് കൂടുന്നതിനു മുമ്പ് നമുക്കൊന്ന് സരോജാ മെഡിക്കൽസിൽ പോകണം. കുറെ മരുന്നുകൾ വാങ്ങാനുണ്ട്. ഗിരിജ കുളിക്കുന്നുണ്ടോ? അതോ വന്നിട്ട് കുളിച്ചാൽ മതിയോ?"

"കുളിച്ചിട്ട് പോകാം. പുറത്ത് ഏതെങ്കിലും ചെറിയ ഹോട്ടലിൽ നിന്നോ തട്ടുകടയിൽ നിന്നോ ഭക്ഷണവും കഴിക്കാം."

"എന്നാൽ വേഗം കുളിക്കൂ. അത് കഴിഞ്ഞ് ഞാൻ കുളിക്കാം."

ഗിരിജ കുളിക്കാൻ കയറിയപ്പോൾ നിസാർ ഡോകടർ ജോഷിയെ മൊബൈലിൽ വിളിച്ചു.

"ഞങ്ങൾ മൂന്നാറിൽ ഹെൽഡപ്പായിപ്പോയി. നാളെ രാവിലേ കോവിലൂരിലെത്തുകയുള്ളു."

“ഓക്കെ സർ. നിങ്ങൾ വന്നിട്ടേ ഞാനും സോമനും പോകുന്നുള്ളു.”

“എനി പ്രോബ്ലം കേസ്?”

“ഇല്ല. ഒരു സ്നേക്ക് ബൈറ്റ് കൊണ്ടുവന്നു. ഉച്ചയ്ക്കാണ് കൊണ്ടുവന്നത്. നാല് ആംബ്യൂൾ ആന്റിവെനിൻ കൊടുത്തു. ഇപ്പോൾ ഓക്കെയാണ്.”

“വെരിഗുഡ്. ക്യാരി ഓൺ. വെനം ഫ്രീ ആകുന്നതുവരെ ആന്റിവെനിൻ കൊടുക്കണം.”

“ഓക്കെ ബോസ്സ്.”

ഗിരിജ കുളികഴിഞ്ഞ് വന്നപ്പോൾ ചോദിച്ചു: “ഹോസ്പിറ്റലിൽ വിശേഷം വല്ലതുമുണ്ടോ?”

“ഒരു സ്നേക്ക് ബൈറ്റ് കേസ് വന്നു. ഡോക്ടർ ജോഷി നന്നായി മാനേജ് ചെയ്യുന്നുണ്ട്.”

മൂടൽമഞ്ഞ് വീഴുന്ന ദിവസം മൂന്നാർ ടൗൺ വേഗം ഉറങ്ങാൻ പോകും. നിസാറും ഗിരിജയും എത്തിയപ്പോൾ സരോജാ മെഡിക്കൽസ് അടയ്ക്കാനുള്ള ഒരുക്കത്തിലായിരുന്നു. എങ്കിലും രാധാകൃഷ്ണൻ ബഹുമാനത്തോടെ ചോദിച്ചു: “എന്താ ഡോക്ടർ പതിവില്ലാതെ?”

“ഞങ്ങൾ പൈനാവിലെ ഡി എം ഓ ഓഫീസിൽ പോയി വരികയാണ്. ഇവിടെയെത്തിയപ്പോൾ കോവിലൂർക്കുള്ള ലാസ്റ്റ് ബസ്സ് പോയി. ഇനി നാളെ രാവിലെയുള്ള ഫസ്റ്റ് ബസ്സിനു പോകാമെന്നു വെച്ചു. കുറച്ച് മെഡിസിൻസ് വേണമായിരുന്നു.”

മരുന്നുകളുടെയും സിറിഞ്ച്, ഇൻഞ്ചക്ഷൻ നീഡിൽ തുടങ്ങിയ ഉപകരണങ്ങളുടെയും ലിസ്റ്റ് തയ്യാറാക്കി പ്രൈവറ്റ് ബസ്സിന്റെ കിളിയെ ഏല്പിക്കലാണ് പതിവ്. ഒന്നുകിൽ അന്നു തന്നെ അവസാനത്തെ ട്രിപ്പ് അല്ലെങ്കിൽ പിറ്റേന്നത്തെ ഫസ്റ്റ് ട്രിപ്പ് വരുമ്പോൾ ലിസ്റ്റനുസരിച്ചുള്ള മരുന്നുകളും ഉപകരണങ്ങളും അടങ്ങിയ കാർബോഡ് പെട്ടി ഔസേപ്പിന്റെ മെഴ്സി ഹോട്ടലിൽ ഏല്പിച്ചിരിക്കും. ആദ്യമൊക്കെ ബസ്സിന്റെ കിളിയും കണ്ടക്ടറും ചെറിയൊരു കൈമടക്ക് വാങ്ങുമായിരുന്നു. ഇപ്പോൾ അവർ ഒന്നും വാങ്ങാറില്ല. ഡോക്ടർ നിസാറും ഗിരിജയും ചേർന്ന് ജനതാഡിസ്പെൻസറി നടത്തുന്നത് പണം വാരിക്കൂട്ടാനല്ലെന്ന് നാട്ടുകാർ പറഞ്ഞ് അറിഞ്ഞതു മുതലാണ് അവർ കൈമടക്ക് വാങ്ങുന്ന പതിവ് നിറുത്തിയത്.

മരുന്നിന്റെ വില എല്ലാ മാസവും പത്താം തിയതിയാണ് കൊടുക്കാറ്. ആശുപത്രിയിൽ നിന്നുള്ള കളക്ഷനിൽ നിന്നു മരുന്നിന്റെയും ഉപകരണങ്ങളുടെയും വില കൊടുത്ത് ബാക്കി വരുന്നതിൽ നിന്നാണ് ഔസേപ്പിനു വാടകയും ഹോട്ടലിലെ ഭക്ഷണച്ചെലവും കൊടുക്കുന്നത്. ചില മാസങ്ങളിൽ മരുന്നിന്റെ വില കൊടുക്കാൻ കളക്ഷൻ തികയാതെ

വരും. അപ്പോൾ മൂന്നാറിൽ പോയി എ റ്റി എം൦ൽ നിന്നു പണമെടുത്ത് കൊടുക്കും. മാസംതോറും പെൻഷൻ തുക അക്കൗണ്ടിൽ വരുന്നത് മുഴുവൻ ഇതുവരെ എടുക്കേണ്ടി വന്നിട്ടില്ല.

"മരുന്നു ഇപ്പോൾ തന്നെ കയ്യിൽ കൊണ്ടുപോണോ ഡോക്ടർ? നാളത്തെ ഫസ്റ്റ് ട്രപ്പിന് എത്തിച്ചാപ്പോരെ?"

"മതി മതി. ഞങ്ങളും നാളത്തെ ഫസ്റ്റ് ട്രിപ്പിനാണ് തിരിച്ചു പോണത്."

"എന്നാൽ ലിസ്റ്റെഴുതിത്തന്നേക്ക്."

രാധാകൃഷ്ണൻ കൊടുത്ത കടലാസിൽ നിസാർ മരുന്നുകളുടെയും ഉപകരണങ്ങളുടെയും ലിസ്റ്റ് തയ്യാറാക്കിക്കൊടുത്തു. പുറത്തേക്കിറങ്ങുമ്പോൾ രാധാകൃഷ്ണൻ ചോദിച്ചു: "ഡി എം ഓ ആപ്പീസിൽ പോയതെന്താണ് ഡോക്ടർ?"

"ജനതാ ഡിസ്പെൻസറി ജനതാ ആശുപത്രി ആക്കി. പത്ത് ബെഡുള്ള ആശുപത്രി. ഔസേപ്പ് മുതലാളി കെട്ടിടം പണിതു തന്നു."

"അത് ഞാനറിഞ്ഞു. ഇപ്പോൾ ഡി എം ഓ ആപ്പീസിൽ പോയത്?"

"പഞ്ചായത്തിന്റെ ലൈസൻസ് കിട്ടാൻ ഡി എം ഓയുടെ ഫിറ്റ്നസ് സർട്ടിഫിക്കറ്റും നോ ഒബ്ജക്ഷൻ സർട്ടിഫിക്കറ്റും വേണം."

"സർട്ടിഫിക്കറ്റ് കിട്ടിയോ?"

"കിട്ടി."

"അദ്ഭുതം തന്നെ. ഡി എം ഓ ആപ്പീസിൽ പോയാൽ ഒരു കാര്യോം നടക്കൂലാന്നാണ് ആളുകള് പറേന്നത്..."

"സീനിയർ സൂപ്രണ്ട് കൃഷ്ണദാസ് എന്റെ ഒരു പരിചയക്കാരനായിരുന്നു."

"അതോണ്ടാ ഇന്ന് തന്നെ സർട്ടിഫിക്കറ്റുമായി മടങ്ങാനൊത്തത്."

സരോജാ മെഡിക്കൽസിൽ നിന്നുമിറങ്ങുമ്പോൾ മൂന്നാറിനെ മൂടിയ കോടയ്ക്ക് കട്ടി കൂടിയിരുന്നു. ഗിരിജയും നിസാറും തട്ടുകട നോക്കി നടന്നു.

നടക്കുമ്പോൾ നിസാറിന് എന്തെന്നില്ലാത്ത ആഹ്ലാദം തോന്നി. വേരുകളറ്റ് ഇലകൾ കൊഴിഞ്ഞ് ശിഖിരങ്ങൾ ഉണങ്ങി അറ്റുവീണു കൊണ്ടിരുന്ന ഒരു വൃക്ഷം. വീണ്ടും ജീവൻ വെച്ച് തളിരിട്ടു നിൽക്കുന്നു. അതാണ് താൻ. നിസാറിന്റെ മുഖത്തെ പ്രസന്നഭാവം കണ്ടിട്ട് ഗിരിജ ചോദിച്ചു: "എന്താണ് ഒരു സന്തോഷം?"

"ഉണങ്ങിപ്പോയ ഒരു മരം വീണ്ടും തളിരിട്ടത് കണ്ടപ്പോൾ സന്തോഷം തോന്നി."

"വീണ്ടും പ്രാക്റ്റീസ് തുടങ്ങിയതുകൊണ്ടായിരിക്കും. ഇപ്പോൾ ഒരു ആശുപത്രി തന്നെ തുടങ്ങിയില്ലേ. അതിനു ലൈസൻസുമായി..."

“അതുകൊണ്ട് മാത്രമല്ല. ഗിരിജ കൂടെ ഇല്ലാതെ ഞാൻ തനിച്ചാണ് ഇങ്ങനെ തുടങ്ങിയതെങ്കിൽ ഇത്രത്തോളം ആഹ്ലാദം തോന്നുമായിരുന്നില്ല. ഏകാകിതയാണ് മനുഷ്യന്റെ ഏറ്റവും വലിയ ശത്രു.”

“പ്രാക്റ്റീസ് തുടങ്ങുമ്പോൾ ഞാനില്ലായിരുന്നെങ്കിൽ മറ്റാരെങ്കിലും ഡോക്ടറുടെ ജീവിതത്തിലേക്ക് വരുമായിരുന്നു.”

“എന്തോ. എനിക്കങ്ങനെ തോന്നുന്നില്ല.”

സഹജവാസനകൾ

മേലേ ബസ്സ്റ്റാന്റിൽ നിന്നും മാർക്കറ്റിലേക്കു പോകുന്ന റോഡിൽ ആൾക്കൂട്ടവും പെട്രോമാക്സിന്റെ വെളിച്ചവും കണ്ടു. പെട്രോമാക്സ് പാമ്പ് ചീറ്റുന്നതുപോലുള്ളസീൽക്കാരം പുറപ്പെടുവിക്കുന്നുണ്ടായിരുന്നു. തട്ടുകടയിൽ രണ്ട് ഐറ്റം മാത്രമേയുള്ളൂ. ദോശയും ഓംലറ്റും.

“ഡോക്ടർക്ക് ഓംലറ്റ് കഴിക്കാമോ? മുട്ടയിൽ കോളസ്റ്ററോൾ ഒരു പാടില്ലേ?”

“മുട്ടയുടെ മഞ്ഞക്കരുവിൽ കോളസ്റ്ററോൾ കൂടുതലുണ്ട്. അതുകൊണ്ട് ഹാർട്ട് പേഷ്യന്റ് മുട്ട കഴിക്കുന്നത് കുറയ്ക്കണം. ഇത് പെരുപ്പിച്ച് പെരുപ്പിച്ച് കോളസ്റ്ററോളിനോടൊപ്പം മുട്ടയേയും ഒരു വില്ലനാക്കിയിരിക്കുകയാണ്. ആഴ്ചയിൽ മൂന്നോ നാലോ മുട്ട കഴിക്കുന്നതുകൊണ്ട് ഒരു ദോഷവുമില്ല. കോളസ്റ്ററോളിനെ വില്ലനാക്കി മരുന്നുകമ്പനികൾ കോടിക്കണക്കിനു രൂപ സാധാരണക്കാരിൽ നിന്നും തട്ടിയെടുക്കുന്നുണ്ട്.”

“ഡോക്ടർമാരല്ലേ അവരെ സഹായിക്കുന്നത്?”

“അത് പറഞ്ഞതിനാണ് ഡോക്ടർമാരുടെ സംഘടനകൾ എന്നെ ശത്രുവായി പ്രഖ്യാപിച്ചിരിക്കുന്നത്.”

നിസാറും ഗിരിജയും സംസാരിച്ചു നിൽക്കുമ്പോൾ തട്ടുകടക്കാരൻ വിളിച്ചു ചോദിച്ചു: “അവടെ?”

“ദോശയും ഓംലറ്റും.”

“ഡബിളോ സിംഗിളോ?”

“ഡബിൾ.”

മുറിയിൽ തിരിച്ചെത്തിയപ്പോഴാണ് വായിക്കാനൊന്നുമില്ലെന്ന കാര്യം ഗിരിജയ്ക്ക് ഓർമ്മ വന്നത്.

“വായിക്കാനൊന്നുമില്ല.”

“ഇന്നിനി വായിക്കണ്ട...”

നിസാർ പതുപതുത്ത കനമുള്ള കിടക്കയിലേക്ക് വീണുകൊണ്ട് ഗിരിജയെ വിളിച്ചു: വാ. അടുത്ത് വന്ന് കിടക്ക്.

ഗിരിജ ഒരു നവോഢയെപ്പോലെ നാണിച്ച് നിസാറിന്റെ അരികിൽ ചേർന്നു കിടന്നിട്ട് ചെവിയിൽ മന്ത്രിച്ചു: "ഇതിനാണല്ലേ ലക്ഷ്വറി ഹോട്ടലിൽ മുറിയെടുത്തത്. കള്ളൻ.."

"സത്യം പറഞ്ഞാൽ വിശ്വസിക്കുമോ?"

"പറയൂ. കേട്ടിട്ട് പറയാം സത്യമാണോ പറഞ്ഞതെന്ന്."

"കോവിലൂർ ബസ്സ് പോയെന്ന് അറിഞ്ഞതുമുതലേ അങ്ങനെയൊരാശയം തോന്നിയുള്ളു."

"എന്നിട്ടെന്നോട് ഷെയർ ചെയ്യാതിരുന്നത് എന്തുകൊണ്ടാണ്?"

"ഒരുപക്ഷേ ഗിരിജ ഇഷ്ടപ്പെട്ടില്ലെങ്കിലോ എന്ന് ഭയപ്പെട്ടു."

"മനസ്സിനിൽ ഇഷ്ടമുള്ള പുരുഷന്റെ ആഗ്രഹം നിറവേറ്റിക്കൊടുക്കാൻ ഒരു സ്ത്രീയും മടിക്കുകയില്ല. നേരെ മറിച്ച് ആവശ്യമുണ്ടെന്നറിയുമ്പോൾ സന്തോഷം തോന്നുകയേയുള്ളു. പെൺമനസ്സിനെക്കുറിച്ച് ഇനിയും പഠിക്കാനുണ്ട് ഡോക്ടർക്ക്."

നിസാർ ഒന്നും പറയാതെ ഗിരിജയുടെ മുഖം തന്റെ നേരെ തിരിച്ച് കൊതിയോടെ നോക്കിക്കൊണ്ടിരുന്നു. ഗിരിജയുടെ മുഖം നാണം കൊണ്ട് തുടുത്തു. കൈകൾകൊണ്ട് മുഖം പൊത്തിപ്പോയി. നിസാർ ഗിരിജയുടെ ചുണ്ടുകളിൽ സ്വന്തം ചുണ്ടുകൾ ചേർത്തു. അപ്പോൾ ഗിരിജ മുഖം സ്വതന്ത്രമാക്കിയിട്ട് നിസാറിന്റെ ചെവിയിൽ മന്ത്രിച്ചു: ലൈറ്റണയ്ക്കൂ...

നിസാർ അനുസരണയോടെ കട്ടിലിന്റെ തലയ്ക്കലേക്ക് ഏന്തി വലിഞ്ഞ് തിടുക്കത്തിൽ ലൈറ്റണച്ചു...

രതിമൂർച്ഛയുടെ തളർച്ച മാറിയപ്പോൾ ഗിരിജ നിസാറിന്റെ ചെവിയിൽ മന്ത്രിച്ചു.

"എന്റെ ഒരു ആങ്സൈറ്റി ഷെയർ ചെയ്യണമെന്നുണ്ട്."

"ആങ്സൈറ്റിയോ? എന്താണ്? പറയൂ."

"ഞാൻ കൺസീവ് ചെയ്താൽ... എന്തു ചെയ്യണമെന്ന ചിന്തയാണ് മനസ്സിനെ അലട്ടുന്നത്."

നിസാറിന് ഓപ്പറേഷൻ ടേബിളിന്മേൽ നഗ്നനായി കിടന്നതിന്റെ ഓർമ്മ വന്നു. അന്നുതന്നെ ഓപ്പറേഷൻ ചെയ്ത സർജൻ ഡോക്ടർ സണ്ണി പറഞ്ഞു: "യൂ ആർ വെരി ബോൾഡ് ഡോക്ടർ നിസാർ."

സത്യത്തിൽ നേരെ മറിച്ചായിരുന്നു. താൻ ഭീരുവായിരുന്നു. താൻ വാസക്റ്റമിക്ക് വിധേയനാകുന്നതിന്റെ ഉദ്ദേശ്യം സഫിയയിൽ നിന്നും മറച്ചുവെച്ചു. സഫിയ മറ്റൊരു പുരുഷനുമായി ബന്ധത്തിലേർപ്പെടാതിരിക്കുനുള്ള മുൻകരുതലായിരുന്നു അത്. ഗർഭിണിയാകുമെന്ന

ഭയമുണ്ടെങ്കിൽ മറ്റൊരുവനുമായി ബന്ധപ്പെടുന്നതിൽ നിന്നു സഫിയ പിന്തിരിയുമല്ലോ എന്നായിരുന്നു ചിന്ത. ആ ഭയം തരണം ചെയ്ത തെങ്ങനെയെന്ന് സഫിയ തന്നോട് വിവരിക്കുകയുണ്ടായി. ഗർഭിണി യായാൽപ്പിന്നെ ജീവിച്ചിരിക്കില്ലെന്ന് റഷീദിനോട് മുൻകൂറായി പറഞ്ഞു. അപ്പോൾ, പ്രസവം നിറുത്തിക്കാണുമെന്നാണ് താൻ കരുതിയതെന്ന് റഷീദ് അദ്ഭുപ്പെട്ടുകൊണ്ട് പറഞ്ഞത്രേ. അന്നുരാത്രി അവൻ മുൻ കരുതലുമായാണ് വന്നതെന്ന് സഫിയ യാതൊരു സങ്കോചവും ഇല്ലാതെ പറഞ്ഞു. അവൻ മുൻകരുതലില്ലാതെ വന്ന ഒരു ദിവസം അവൾ ചെയ്തതും പറഞ്ഞു. എല്ലാം കഴിഞ്ഞപ്പോൾ അവൾ തിടുക്കത്തിൽ കുളിമുറിയിലേക്ക് ഓടി...

താൻ പറഞ്ഞതുകേട്ട് ഡോക്ടർ നിസാർ ചിന്തയിലാണ്ട് കിടക്കുന്നത് കണ്ടപ്പോൾ ഗിരിജയ്ക്ക് ആശങ്കയായി.

“ഞാൻ പറഞ്ഞത് കേട്ടിട്ട് ഒന്നും പറഞ്ഞില്ലല്ലോ. ഗിരിജയോട് ഇതുവരെ പറയാനുള്ള അവസരം വരാത്തതുകൊണ്ടാണ് പറയാതി രുന്നത്. ഞാൻ വാസക്ടമി ചെയ്തതാണ്. ഗിരിജ ഒന്നും പറഞ്ഞില്ല. ഗിരിജയുടെ മൗനത്തിനു സാന്ദ്രതയുണ്ടെന്ന് നിസാറിനു തോന്നി.”

“എന്താ ഒന്നും മിണ്ടാത്തത്? ഇതു പ്രതീക്ഷിച്ചില്ല, അല്ലേ?”

“ഇല്ല. സാധാരണ പുരുഷൻമാരത് ചെയ്യാറില്ല.”

“സത്യം തുറന്നു പറയാം. ഞാൻ തന്നെ വളണ്ടിയർ ചെയ്ത് വാസക്ടമിക്ക് വിധേയനായതിൽ ഒരു ദുരുദ്ദേശമുണ്ടായിരുന്നു. അവർ ജാഗ്രത പുലർത്തുമല്ലോ എന്നായിരുന്നു എന്റെ കണക്കുകൂട്ടൽ. അവരെ പൂർണ്ണമായി വിശ്വസിക്കാതിരിക്കാൻ കാരണമുണ്ട്. എന്റെ ഉമ്മയായിരുന്നു ആ കാരണം. ബാപ്പ ഗവൺമെന്റ് പ്രസ്സിലെ ജോലിയായിട്ട് എറണാ കുളത്തായിരുന്നു. ഞങ്ങൾ നാട്ടിലും. ആഴ്ചയിലൊരിക്കലേ ബാപ്പ വീട്ടിൽ വരാറുള്ളു. ബാപ്പ വീട്ടിൽ ഇല്ലാത്ത ദിവസങ്ങളിൽ ഉമ്മ അയൽ ക്കാരനുമായി ബന്ധപ്പെടുന്നത് ഞാൻ കണ്ടിട്ടുണ്ട്. അന്നൊക്കെ എന്റെ മനസ്സിൽ തീയായിരുന്നു. പക്ഷേ എന്റെ ബാപ്പ ഇക്കാര്യം ഒരിക്കലും അറിഞ്ഞില്ല. ബാപ്പയോട് പറയണോ വേണ്ടയോ എന്ന് ഞാൻ പലപ്പോഴും ചിന്തിച്ചിട്ടുണ്ട്. പറയാൻ ധൈര്യം കിട്ടിയില്ല. നിർഭാഗ്യവശാൽ സഫിയയും റഷീദുമായുള്ള ബന്ധം ഞാനറിഞ്ഞു...”

നിസാർ മൗനത്തിലാണ്ടു. ബാക്കി പറയുന്നത് കേൾക്കാൻ ഗിരിജ ആകാംക്ഷയോടെ ചെവി വട്ടം പിടിച്ച് കിടന്നു.

“എന്റെ മുൻകരുതൽ എത്ര നിഷ്ഫലമായിരുന്നുവെന്ന് ഞാൻ പലപ്പോഴും ചിന്തിച്ചിട്ടുണ്ട്. എന്റെ മനസ്സ് ഇത്രയും കാലം ഒരു നെരിപ്പോടായിരുന്നു. എല്ലാത്തിനും കാരണം ഇന്നു ഗിരിജ പറഞ്ഞ താണ്.”

“എന്താണ് ഞാൻ പറഞ്ഞത്?”

"എന്റെ പൊസ്സസ്സീവ്നെസ്സ്. വാസ്തവത്തിൽ എന്റേത് പൊസ്സസ്സീവ്നസ്സല്ല. മോർബിഡ് ജലസിയാണ്."

"അവരുടെ ബന്ധം ഡോക്ടർ അറിഞ്ഞെന്ന് പറഞ്ഞല്ലോ. എങ്ങനെയാണ് അറിഞ്ഞത്."

"എന്റെ മോള് പറഞ്ഞാണ് അറിഞ്ഞത്."

നിസാർ ചിന്തിച്ചു. ആ രംഗം വിവരിക്കണോ? ഇന്നുവരെ ആരോടും പറഞ്ഞിട്ടില്ല. ആരോടെങ്കിലും പറയുന്നതാണ് നല്ലത്. വെന്റിലേഷൻ മനസ്സിന്റെ വേദന കുറയ്ക്കും.

നിസാർ പറയുന്നത് കേൾക്കാൻ ഗിരിജ കാത്തു കിടന്നു.

"ഞാൻ സംഘടനാപ്രവർത്തനത്തിൽ മുഴുകിയ കാലമായിരുന്നു അത്. ഒരാഴ്ച കഴിഞ്ഞാണ് വീട്ടിലെത്തിയത്. പിറ്റേന്ന് ഞായറാഴ്ചയായിരുന്നു. റസിയ മടിച്ച് മടിച്ച് പ്രോഗ്രസ്സ് കാർഡ് എന്റെ കൈയിൽ തന്നു. അവളന്ന് പത്താംക്ലാസ് വിദ്യാർത്ഥിനി ആയിരുന്നു. പ്രോഗ്രസ് കാർഡ് കണ്ടപ്പോൾ ഞാൻ ഞെട്ടിപ്പോയി. അവൾ ഇംഗ്ലീഷും മലയാളവും ഉൾപ്പെടെ നാല് വിഷയങ്ങൾക്ക് തോറ്റിരിക്കുന്നു. ശബ്ദമുയർത്തി ഞാൻ അവളോടു ചോദിച്ചു."

"നീ എന്തിനാടീ സ്കൂളിൽ പോകുന്നത്? ഒന്നും പഠിക്കുന്നില്ലേ? നീ വീട്ടിൽ വന്നാൽ വായിക്കാറില്ലേ?"

അടുക്കളയിലായിരുന്ന സഫിയയെ ഞാൻ വിളിച്ചു വരുത്തിയിട്ട് ചോദിച്ചു.

"നീയിത് കണ്ടോ? മോള് നാല് വിഷയത്തിനു തോറ്റിരിക്കുന്നു."

ഞാൻ പറഞ്ഞത് കേട്ടപടി സഫിയ മകളെ കുറ്റപ്പെടുത്തി.

"ഇരുന്നു വായിക്കാൻ പറഞ്ഞാല് കേക്കൂല. പിന്നെ തോക്കൂലെ? "

അപ്പോൾ റസിയ ഉമ്മയെ രൂക്ഷമായി നോക്കി. ആ നോട്ടത്തിൽ സഫിയ ചൂളിപ്പോയി. മകൾ എന്തോ തീരുമാനിച്ചുറച്ചതുപോലെ എന്റെ മുഖത്തേക്ക് തന്നെ നോക്കി നിന്നു.

"ഉപ്പാ, ഞാൻ പഠിക്കാത്തതിന് ഒരു കാരണമുണ്ട്."

പറയുന്നതുകേട്ടപ്പോൾ ഒരു അശനിപാതം എന്റെ നട്ടെല്ലിൽ കൂടെ പാഞ്ഞുപോയതുപോലെ തോന്നി എനിക്ക്. എന്റെ മകൾ ആരുമായോ പ്രേമബന്ധത്തിൽപ്പെട്ടുപോയി എന്നിട്ട് അവളെ ആരോ ചതിച്ചു. ഒരു കൊള്ളിയാൻ പോലെ എന്റെ മനസ്സിലൂടെ പാഞ്ഞുപോയ ചിന്ത. ഞാൻ മകളോട് ശാന്തസ്വരത്തിൽ പറഞ്ഞു, "എന്താണ് റസിയാ നിന്റെ പ്രയാസം? എന്തുണ്ടെങ്കിലും തുറന്നു പറ."

അവൾ പറഞ്ഞു, ഉപ്പാ എന്റെ മനസ്സിന് ഒരു സ്വസ്ഥതയുമില്ലാത്തതുകൊണ്ടാണ് എനിക്ക് പഠിക്കാൻ കഴിയാത്തത്. ഞാൻ കുറേക്കൂടി മയപ്പെടുത്തി പറഞ്ഞു.

"എന്താണ് മോളുടെ പ്രയാസം?"

"ഉപ്പ ഇവിടെ ഇല്ലാത്ത ദിവസങ്ങളിൽ ഇവിടെ ഒരാള് വരാറുണ്ട്..."

ഞാൻ ഇടിവെട്ടേറ്റതുപോലെ അസ്തപ്രജ്ഞനായി നിന്നുപോയി.

എന്റെ കണ്ണിൽ ഇരുട്ടു കയറുന്നതുപോലെ തോന്നി. ഞാൻ വീണുപോകുമോ എന്ന് ഭയപ്പെട്ടു. കട്ടിലിന്റെ തലയ്ക്കൽ പിടിച്ചു. അപ്പോൾ സഫിയ കട്ടിലിൽ ഇരിക്കുന്നുണ്ടായിരുന്നു. ഞാൻ സഫിയയോട് ചോദിച്ചു.

"എന്താണിവൾ പറയുന്നത്?"

അപ്പോൾ സഫിയയുടെ ഭാവം ഫണം വിരിച്ചുനിൽക്കുന്ന മൂർഖന്റേതായിരുന്നു. ഞാൻ വീണ്ടും ചോദിച്ചു.

"ഇവൾ പറഞ്ഞത് കേട്ടില്ലേ?"

"കേട്ടു."

"എന്താണിവൾ പറയുന്നത്?"

"അവളോടുതന്നെ ചോദിക്ക്..."

റസിയ ഇടപെട്ടുകൊണ്ട് പറഞ്ഞു: "അപ്പറത്ത വീട്ടിലെ അയാളാണ് ഉപ്പ ഇല്ലാത്തപ്പള് ഇവിടെ വരാറൊള്ളത്..."

നിസാർ പറഞ്ഞു നിറുത്തി: "പിന്നെ കുറെ ദിവസത്തേക്ക് ഞാൻ ഒരു വ്യതിരിക്ത ബോധാവസ്ഥയിലായിരുന്നു. അൾറ്റേഡ് സ്റ്റേറ്റ് ഓഫ് കോൺഷ്യസ്നെസ്സ്. മനസ്സ് മരവിച്ച ജഡാവസ്ഥ."

വളരെ നേരത്തെ മൗനത്തിനുശേഷം നിസാർ പറഞ്ഞു: "ഇനി ചോദിക്കട്ടെ. സത്യം തുറന്നു പറയണം. ആങ്സൈറ്റി എന്നു പറഞ്ഞല്ലോ. ആങ്സൈറ്റിയാണോ ആഗ്രഹമാണോ? കൺസീവ് ചെയ്യണമെന്ന് ഗിരിജയ്ക്ക് ആഗ്രഹമുണ്ടോ?"

"നമ്മളൊരുമിച്ചു ജീവിക്കാൻ തുടങ്ങിയതുമുതൽ ഒരു കുഞ്ഞിനെ വേണമെന്ന് ആഗ്രഹിക്കാൻ തുടങ്ങി. അത് നാച്ചുറൽ ഇൻസ്റ്റിംഗ്റ്റ് ആണ്."

"ഡെഫനിറ്റ്‌ലി. നാച്ചുറൽ ഇൻസ്റ്റിംഗ്റ്റ് തന്നെ... നമുക്ക് ഒരു കുഞ്ഞിനെ അഡോപ്റ്റ് ചെയ്യാം. സന്ദർഭം വരട്ടെ. ഞാൻ മറ്റൊരു കാര്യമാണ് ആലോചിക്കുന്നത്. ഫാമിലി പെൻഷനുള്ള അവകാശം ഇപ്പോൾ സഫിയയ്ക്കാണ്. അതുമാറ്റി ഗിരിജയുടെ പേരിലാക്കാമെന്ന് ഞാൻ കരുതുന്നു."

ഗിരിജയുടെ പ്രതികരണം പെട്ടെന്നായിരുന്നു.

"വേണ്ട ഡോക്ടർ. ഒരിക്കലും അങ്ങനെ ചെയ്യരുത്."

"എന്തുകൊണ്ട്?"

"എനിക്കതിഷ്ടമില്ല. അതുകൊണ്ട് തന്നെ. കൂടുതൽ വിശദീകരണ മൊന്നും ഡോക്ടർ എന്നോട് ചോദിക്കരുത്."

അവർ രണ്ടുപേരും മൗനത്തിലാണ്ടു. പിന്നെ സുഷുപ്തിയിലേക്ക് വഴുതിയിറങ്ങി.

ഡോക്ടറുടെ ധർമ്മസങ്കടം

പത്ത് ചൂടിക്കട്ടിലുകളിലും രോഗികളെ കിടത്തിയിരിക്കുന്നു. ഇനിയൊ രാളെ കിടത്താൻ കട്ടിലില്ല. കട്ടിലുകൾക്കിടയിൽ ഒരാൾക്ക് നില്ക്കാനുള്ള ഇടമേയുള്ളൂ. നിലത്ത് രോഗികളെ കിടത്താൻ ഇടമില്ല.

അങ്ങനെയുള്ളപ്പോഴാണ് മാങ്ങാപ്പാറ മുതുവാക്കുടിയുടെ മൂപ്പൻ അന്നൈശാമിയെ നാലഞ്ച് പേർ ചേർന്ന് പൊക്കിത്താങ്ങി കൊണ്ടു വന്നിരിക്കുന്നത്. മൂപ്പൻ അവശനിലയിലാണ്. പനിയും ചുമയും വർദ്ധി ച്ചാണ് അവശനിലയിലായത്. പനി നൂറ്റിനാല് ഡിഗ്രിയാണ്. ന്യൂമോണിയ ആണെന്ന് പരിശോധനയിൽ നിസാറിനു മനസ്സിലായി.

പരിശോധനാ മേശപ്പുറത്ത് കിടത്തിക്കൊണ്ട് തന്നെ ഡ്രിപ്പ് സ്റ്റാർട്ട് ചെയ്തു. ക്രിസ്റ്റലൈൻ പെൻസിലിൻ പത്ത് ലക്ഷം യൂണിറ്റ് ഇഞ്ചക്ഷൻ കൊടുക്കാൻ ഗിരിജയോട് പറഞ്ഞു. ഇൻട്രാമസ്കുലാർ ഇഞ്ചക്ഷൻ കൊടുക്കാൻ ഗിരിജ പഠിച്ചുകഴിഞ്ഞു. അത്യാവശ്യം വരുമ്പോൾ ഐവി കൊടുക്കാനും കഴിയും. വെയിൻ കിട്ടാൻ ഒന്നിലധികം പ്രാവശ്യം കുത്തേണ്ടിവരുമെന്നേയുള്ളൂ.

പപ്പുസാമിയുടെ നേതൃത്വത്തിലുള്ള സംഘമാണ് അന്നൈശാമിയെ ഒരു ചൂടിക്കട്ടിലിൽ കിടത്തി പൊക്കിത്താങ്ങി കൊണ്ടുവന്നിരിക്കുന്നത്. ഏതുകുടിയിലുള്ള രോഗിയായാലും ജനതാ ആശുപത്രിയിൽ കൊണ്ടു വരുമ്പോൾ പപ്പുസാമി കൂടെ ഉണ്ടായിരിക്കും. ജനതാ ആശുപത്രി നടത്തുന്ന ഡോക്ടർ നിസാറിന്റെ സ്വന്തം ആളാണ് പപ്പുസാമി. എന്നാണ് എല്ലാ കുടിക്കാരുടെയും വിശ്വാസം. പപ്പുസാമി കൂടെയില്ലെങ്കിൽ ഡോക്ടർ വേണ്ടതുപോലെ നോക്കിയില്ലെങ്കിലോ. അതുകൊണ്ട് ഏതെ ങ്കിലും കുടിയിൽ നിന്ന് ഒരാളെ ആശുപത്രിയിൽ കൊണ്ടുപോകണ മെങ്കിൽ ആദ്യം പപ്പുസാമിയെ പോയി കാണും. മുതുവാക്കുടികളി ലുള്ളവർ മാത്രമല്ല, മലപ്പുലയരുടെയും ഉള്ളാടരുടെയും മന്നാൻ മാരുടെയും ഒക്കെ കുടിക്കാർ അത് തന്നെയാണ് പതിവ്.

അന്നൈശാമിയെ കിടത്തി ചികിത്സിക്കാൻ സ്ഥലമില്ലെന്ന കാര്യം പപ്പുസാമിയെ പറഞ്ഞ് മനസ്സിലാക്കി മൂന്നാറിലേക്കയക്കാൻ നിസാർ ഒരു ശ്രമം നടത്തി. പപ്പുസാമിയെ ഒരരുകിലേക്ക് മാറ്റിനിറുത്തിയിട്ട് പറഞ്ഞു:

“പപ്പുസാമീ അണ്ണൈശാമിക്ക് ന്യൂമോണിയയാണ്. വളരെ സീരിയസാണ്. ഞാൻ ഡ്രിപ്പ് സ്റ്റാർട്ട് ചെയ്തിട്ടുണ്ട്. ഇൻജക്ഷനും കൊടുത്തു. ഈ ഡ്രിപ്പോടുകൂടി അണ്ണൈശാമിയെ മൂന്നാറിലെത്തിക്കുന്നതാണ് നല്ലത്.”

“മാങ്ങാപ്പാറ കുടിക്കാറ് സമ്മതിക്കമൊട്ടേ.”

“പപ്പുസാമി പറഞ്ഞുനോക്ക്.”

“നാൻ ശൊന്നാ ഒട്ടും കേക്കമൊട്ടേ. അവറ്ടെ കാണി ലച്ച്മണനെ കൂപ്പിടലാം. ഡോക്ടറ് ശൊല്ലുങ്കോ.”

പപ്പുസാമി മുറ്റത്തേക്കിറങ്ങി മാങ്ങാപ്പാറക്കുടിയിലെ കാണി ലച്ച്മണനെ വിളിച്ചുകൊണ്ട് വന്നു. ലച്ച്മണൻ ഡോക്ടർ നിസാറിന്റെ മുമ്പിലെത്തിയപ്പോൾ ബഹുമാനം പ്രകടിപ്പിക്കാനായി തലയിലെ വെള്ളത്തുണികൊണ്ടുള്ള കെട്ട് അഴിക്കാനൊരുങ്ങി. മുതുവാൻ ആരുടെ മുമ്പിലും തലയിലെ കെട്ട് അഴിക്കാത്തതാണ്. നിസാർ ലച്ച്മണനെ വിലക്കി.

“വേണ്ട ലച്ച്മണാ. തലേക്കെട്ടഴിക്കേണ്ട.”

ലച്ച്മണനു സന്തോഷമായി. ഡോക്ടർ നിസാർ പറയുന്നത് കേൾക്കാൻ ഒരുങ്ങി നിന്നു.

“നോക്കൂ ലച്മണാ മൂപ്പന് വളരെ സീരിയസാണ്. ന്യൂമോണിയ യാണ്. ഐസിയുവിൽ കിടത്തി ചികിത്സിക്കേണ്ട സ്ഥിതിയാണുള്ളത്. അതുകൊണ്ട് മൂന്നാറിലേക്ക് കൊണ്ടുപോകുന്നതാണ് നല്ലത്.”

ലച്ച്മണൻ എടുത്തടിച്ചതുപോലെ പറഞ്ഞു: “മൂന്നാറീക്കൊണ്ട് പോകമുടിയാത്. യാവരും സമ്മതിക്കമൊട്ടേ. ഇങ്കെത്താൻ പോതും.”

നിസാറിനു വഴങ്ങുകയല്ലാതെ മറ്റൊരു വഴിയുമില്ലായിരുന്നു. ബദൽ മാർഗ്ഗത്തെക്കുറിച്ച് ചിന്തിക്കാൻ തുടങ്ങി. പത്തിൽ ഒരാളെ ഡിസ്ചാർജ്ജ് ചെയ്ത് പറഞ്ഞു വിടണം. അല്ലെങ്കിൽ താഴെ ഇടമുണ്ടാക്കി ഒരാളെ താഴത്തിറക്കി കിടത്തണം.

കട്ടിലിൽ കിടക്കുന്ന രോഗിയെ താഴത്തിറക്കി കിടത്തുന്ന കാര്യം ചിന്തിപ്പോൾ മഞ്ചേരി ആശുപത്രിയിൽ ഉണ്ടായ സംഭവം ഓർമ്മ വരും. താനന്ന് ചീഫ് ഫിസിഷ്യൻ ഡോക്ടർ ഈനാശുവിന്റെ അസിസ്റ്റന്റാ യിരുന്നു. പുതുതായി അഡ്മിറ്റ് ചെയ്ത രോഗിയെ കിടത്താൻ കട്ടിലില്ല. കണ്ടീഷൻ മെച്ചപ്പെട്ട ഒരാളെ താഴെ ഇറക്കിക്കിടത്തിയിട്ട് പുതിയ രോഗിയെ കട്ടിലിൽ കിടത്താൻ നിർദ്ദേശിച്ചു. അസുഖം ഏതാണ്ട് മാറി ഡിസ്ചാർജ്ജ് ചെയ്യാറായ മായൻ ഹാജിയോട് താഴെ ഇറങ്ങിക്കിടക്കാൻ പറഞ്ഞു. കൈക്കൂലി കൊടുത്ത രോഗിയെ കട്ടിലിൽ കിടത്താൻ വേണ്ടി യാണ് തന്നെ താഴെ ഇറക്കിയതെന്ന് മായിൻ ഹാജി സൂപ്രണ്ടിനോട് പരാതി പറഞ്ഞു. സൂപ്രണ്ട് അയാൾ പറഞ്ഞത് വിശ്വസിച്ചു. നിസാറിനെ മെഡിസിൻ യൂണിറ്റിൽ നിന്നും മാറ്റി കുടുംബാസൂത്രണ യൂണിറ്റിലാക്കി. അതിനുശേഷം പല ആശുപത്രികളിലും ജോലി ചെയ്തിട്ടുണ്ട്. ഇന്നേ

വരെ കട്ടിലിൽ കിടക്കുന്ന രോഗിയെ താഴെ ഇറക്കി കിടത്തിയിട്ടില്ല. പുതുതായി അഡ്മിറ്റ് ചെയ്യുന്ന രോഗിയോട് കട്ടിലില്ല, താഴെ കിടക്കണം എന്നു തന്നെ പറഞ്ഞുകൊണ്ട് അഡ്മിറ്റ് ചെയ്യും. താഴെ കിടക്കാൻ തയ്യാറല്ലാത്തവരെ അഡ്മിറ്റ് ചെയ്യുകയില്ല. പുതുതായി വരുന്ന രോഗി വളരെ അവശനാണെങ്കിൽ മറ്റേതെങ്കിലും ആശുപത്രിയിലേയ്ക്ക് റഫർ ചെയ്യും.

മുതുവാക്കുടിയുടെ മൂപ്പനെ താഴെ കിടത്തി ചികിത്സിക്കാൻ പാടില്ല. ഒന്നാമത്, അവരത് സഹിക്കുകയില്ല. അത് ശരിയുമല്ല. രണ്ടാമത് അന്നൈശാമി വളരെ അവശതയിലുമാണ്. അതുകൊണ്ട് മൂപ്പനെ കട്ടിലിൽ തന്നെ കിടത്തണം. ഒരാളെ ഡിസ്ചാർജ്ജ് ചെയ്ത് പറഞ്ഞയക്കണം. ഏറ്റവും ബലംകുറഞ്ഞ കണ്ണിയല്ലേ പൊട്ടിക്കാൻ കഴിയൂ. നിസാർ കട്ടിലുകളിൽ കിടക്കുന്ന ഓരോരുത്തരെയായി നോക്കി. എല്ലാവരും ഒരുപോലത്തെ അവസ്ഥയിലുള്ള രോഗികളാണ്. ഇതിൽ ആരെയാണ് പറഞ്ഞുവിടാൻ കഴിയുക? ആദിവാസി മൂപ്പനുവേണ്ടി ഒരാളെ നിലത്തിറക്കി കിടത്തുന്നത് ആരും സഹിക്കുകയില്ല. ഗിരിജയോട് അഭിപ്രായം ചോദിക്കാം. ഇത്തരം സന്ദർഭങ്ങളിൽ ഗിരിജയുടെ യുക്തിയാണ് കൂടുതൽ കാര്യക്ഷമമായി പ്രവർത്തിക്കാറ്. നിസാർ ഗിരിജയെ ആംഗ്യം കാണിച്ച് അടുത്ത് വിളിച്ചു. എന്നിട്ട് ശബ്ദം താഴ്ത്തി പറഞ്ഞു: ‘‘അന്നൈശാമിയെ അവർ മൂന്നാറിൽ കൊണ്ടു പോകുകയില്ല. ഇവിടത്തന്നെ ചികിത്സിക്കണമെന്നാണ് വാശി. ആരെയെങ്കിലും ഒരാളെ പറഞ്ഞു വിടണം. എന്നിട്ട് മാങ്ങാപ്പാറക്കുടി മൂപ്പനെ കിടത്തണം. ആരെയാണ് ഡിസ്ചാർജ് ചെയ്യാൻ പറ്റിയത്?”

“എല്ലാരുടെയും കണ്ടിഷൻ ഒരുപോലെയാണോ?”

“ഏതാണ്ട് ഒരു പോലെയാണ്.”

“എന്നാൽ ഏറ്റവും അടുത്ത് താമസമുള്ള ആളിനെ ഡിസ്ചാർജ്ജ് ചെയ്യ്. വീട്ടിൽ എത്തിയതിനുശേഷം സ്ഥിതി മോശമായാൽ വീട്ടിൽ പോയി നോക്കാനോ വീണ്ടും ഇങ്ങോട്ട് തന്നെ കൊണ്ടുവരാനോ എളുപ്പമാണല്ലോ.”

“അത് നല്ല ഐഡിയയാണ്. കോൺവെന്റിനടുത്ത് താമസിക്കുന്ന ജോസഫാണ് ഏറ്റവും അടുത്ത്. ഇവിടന്ന് കഷ്ടിച്ച് രണ്ട് കിലോമീറ്ററേ ദൂരമുള്ളൂ. ജോസഫിന് ടൈഫോയിഡാണ്. പനിവിട്ടിട്ടുണ്ട്. ഇഞ്ചക്ഷൻ ആവശ്യമില്ല. ക്ലോറാംഫെനിക്കോൾ ക്യാപ്സ്യൂൾ നാലുമണിക്കൂറിടവിട്ട് കൊടുക്കണം.”

“ജോസഫിന്റെ കൂടെ നിൽക്കുന്നത് ആരാണ്?”

“ഭാര്യ സൂസമ്മയാണ്.”

“എങ്കിൽ അവരെ പതുക്കെ ഇങ്ങോട്ട് വിളിക്ക്.”

സൂസമ്മ അടുത്തു വന്നപ്പോൾ നിസാർ വളരെ മയത്തിൽ ചോദിച്ചു: “സൂസമ്മേ, ജോസഫിന് ഇന്നലെ മുതൽ പനി ഇല്ലല്ലോ.”

സൂസമ്മ വളരെ തൃപ്തിയോടെ പറഞ്ഞു: "ഇന്നലെ മൊതല് പനിച്ചട്ടില്ല. ഇന്ന് ചോറ് ഉണ്ണണോന്നാണ് പറേണത്. വല്ലാണ്ടെ വെശക്കുന്നൂന്ന്."

"ചോറ് കൊടുക്കാറായില്ല. കഞ്ഞി തന്നെ കൊടുത്താമതി. മേഴ്സി ഹോട്ടലീന്ന് കൊറച്ച് ഡാംമീനിന്റെ കറി കിട്ടുമോന്ന് നോക്ക്. മീൻ വേഗം ദഹിക്കും. പിന്നെ ഇനി ഇഞ്ചക്ഷനും ഡ്രിപ്പും ഒന്നും വേണ്ട."

"വേണ്ടായോ?"

"വേണ്ട. ആന്റിബയോട്ടിക്ക് ക്യാപ്സൂൾ ഓരോന്ന് നാല് മണിക്കൂറ് ഇടവിട്ട് കൊടുത്താമതി. അത് വീട്ടീക്കൊണ്ടുപോയി കൊടുത്താമതി."

"അയ്യോ, ഡിച്ചാർജ്ജ് ചെയ്യാറായോ? ടൈഫോയിഡാണെന്നല്ലേ ഡോക്ടറ് പറഞ്ഞത്."

"അതെ. ടൈഫോയഡ് തന്നെ. പനി പൂർണ്ണമായും വിട്ടു കഴിഞ്ഞാ പ്പിന്നെ ആശുപത്രീത്തന്നെ കിടക്കണോന്നില്ല. വീട്ടീപ്പോയി റെസ്റ്റെടുത്ത് മരുന്ന് കഴിച്ചാമതി."

സൂസമ്മയ്ക്ക് വിശ്വാസം വന്നില്ല.

"ഡോക്ടർസാറ് തന്നെ അതിയാനോട് പറഞ്ഞു നോക്ക്."

ജോസഫിനു വീട്ടിൽ പോകാൻ തിടുക്കമായിരുന്നു. വീട്ടിൽ പോയി ഊണു കഴിക്കണം. അതാണ് ജോസഫിന്റെ അതിയായ ആഗ്രഹം.

"ഊണു കഴിക്കാറായില്ല ജോസഫേ. ടൈഫോയിഡ് ഉണ്ടാകുമ്പോൾ ചിലപ്പോൾ കുടലിൽ പുണ്ണുണ്ടാകാൻ സാദ്ധ്യതയുണ്ട്. അതുകൊണ്ട് ടൈഫോയിഡിന്റെ പനി വിട്ട് ഒരാഴ്ച കഴിഞ്ഞേ ഊണു കഴിക്കാവൂ. ഇന്നുച്ചയ്ക്ക് എരു അധികമില്ലാത്ത മീൻ കറിയും കൂട്ടി കഞ്ഞി കുടിക്ക്. എന്നിട്ട് പ്രശ്നമൊന്നുമില്ലെങ്കിൽ വൈകുന്നേരം വീട്ടിലേക്ക് പൊക്കോളൂ. ആറു മണിക്കൂർ ഇടപെട്ട് ക്യാപ്സൂൾ കഴിക്കണം. രണ്ടു ദിവസംകൂടി കഴിഞ്ഞ് ഊണ് കഴിച്ചാമതി."

ജോസഫ് വീട്ടിലേക്ക് പോകാമെന്ന് സമ്മതിച്ചതോടെ മാങ്ങാപ്പാറ മുതുവാക്കുടി മൂപ്പനെ എവിടെ കിടത്തുമെന്നുള്ള പ്രശ്നത്തിനു പരിഹാരമായി. വലിയൊരു ഭാരം തലയിൽ നിന്നും ഒഴിഞ്ഞതു പോലുള്ള ആശ്വാസമായിരുന്നു നിസാറിന്.

അന്ന് ഞായറാഴ്ചയാണെന്നും പടിഞ്ഞാറേ മല കയറി കുറിഞ്ഞി പ്പുൽമേട് ഏത് അവസ്ഥയിലായെന്ന് നോക്കാൻ പോകാമെന്നും തീരുമാനിച്ചിരുന്ന കാര്യം നിസാർ ഓർത്തത് മൂപ്പനെ എവിടെ കിടത്തും എന്ന പ്രശ്നത്തിനു പരിഹാരം കണ്ടതിനുശേഷമാണ്.

മുമ്പൊക്കെ എല്ലാ ഞാറാഴ്ചയും നിസാറും ഗിരിജയും കൂടി മലയിൽ പോകുമായിരുന്നു. ആശുപത്രിയിൽ തിരക്ക് വർദ്ധിച്ചതോടെ അതിനു

കഴിയാതായി. ഞായറാഴ്ചകളിലും പ്രസവക്കേസുകളും എമർജൻസി ക്കേസുകളും വരാൻ തുടങ്ങി. ഇപ്പോൾ മാസത്തിൽ ഒരിക്കലേ മല കയ റാൻ പറ്റുന്നുള്ളു. ഒരിക്കൽ കിഴക്കേമല കയറിയാൽ അടുത്ത തവണ പടിഞ്ഞാറേമല കയറും. രണ്ടു മലകളിലും കുറിഞ്ഞിപ്പുൽമേടുകൾ ഉണ്ട്. പുൽമേടുകൾ കൈയേറ്റക്കാർ തീയിടാതിരിക്കാൻ ഇടയ്ക്കിടക്ക് പോയി നോക്കാനാണ് മല കയറുന്നത്. നീലക്കുറിഞ്ഞിയുടെ വളർച്ചയുടെ ഓരോ ഘട്ടവും ഇപ്പോൾ നിസാറിനും ഗിരിജയ്ക്കും ഹൃദിസ്ഥമാണ്. പദയാത്ര കഴിഞ്ഞ് ഒരു മാസം കഴിഞ്ഞപ്പോൾ കുറിഞ്ഞിയുടെ വിത്തുകൾ പൊട്ടി ച്ചിതറാൻ തുടങ്ങി. അന്നൊക്കെ നിശ്ശബ്ദമായ രാത്രികാലങ്ങളിൽ കുറിഞ്ഞിവിത്തുകൾ പൊട്ടുന്നതിന്റെ ശബ്ദം കേൾക്കാമായിരുന്നു. വിത്തു കൾ പൊട്ടിച്ചിതറിക്കഴിഞ്ഞപ്പോൾ അമ്മച്ചെടികൾ ഉണങ്ങാൻ തുടങ്ങി. പിന്നെ ഉണങ്ങിയ തള്ളച്ചെടികൾ മണ്ണിലേക്ക് ചരിഞ്ഞു വീണു. ജീവ ധർമ്മം നിർവ്വഹിച്ചുകഴിഞ്ഞാൽ പിന്നെ നിർവ്വാണമാണ്. പ്രകൃതിനിയമം ജന്തുക്കൾക്കും സസ്യങ്ങൾക്കും ഒരുപോലെ ബാധകമാണ്.

മൂന്നുമാസക്കാലം കൊണ്ട് ചെടികളെല്ലാം ചരിഞ്ഞ് വീണ് കുറിഞ്ഞി പ്പുൽമേടുകൾ മുഴുവൻ നോക്കെത്താത്ത ദൂരത്തോളം പരന്നു കിടക്കുന്ന കുറിഞ്ഞിശ്മശാനമായി മാറി. വീണുകിടക്കുന്ന കുറിഞ്ഞിച്ചെടികളുടെ പുറത്തുകൂടെ ചവിട്ടി നടക്കുമ്പോൾ വൈക്കോൽ കൂനയുടെ മുകളിൽ ക്കൂടി നടക്കുന്നതുപോലുള്ള അനുഭവമായിരുന്നു. പിന്നെ ജഡങ്ങളെല്ലാം ചീഞ്ഞളിഞ്ഞ് മണ്ണിനോട് ചേർന്ന്. മണ്ണിൽ നിന്നുയർന്ന് മണ്ണിലേക്ക് മടങ്ങി.

“മൂപ്പന്റെ കണ്ടിഷൻ മോശമല്ലേ? ഇന്ന് മലകയറാൻ പറ്റുമോ?” ഗിരിജ ചോദിച്ചു.

“ഉച്ചയ്ക്ക് ഊണുകഴിഞ്ഞ് ഒന്ന് റെസ്റ്റെടുത്തതിനുശേഷം തീരുമാ നിക്കാം. അപ്പോഴേക്ക് മൂപ്പന്റെ കണ്ടീഷൻ ബെറ്ററാകും. ക്രിസ്റ്റലൈൻ പെൻസിലിൻ ആക്റ്റ് ചെയ്തു തുടങ്ങുമ്പോൾ പനിവിടും. പനി വിട്ടാൽ കുഴപ്പമില്ല. നമ്മൾ ദൂരെ പോകുന്നില്ലല്ലോ. പടിഞ്ഞാറേമല കയറാൻ പോകുകയാണെന്ന് പപ്പുസാമിയോട് പറഞ്ഞിട്ടു പോകാം. എന്തെങ്കിലും പ്രശ്നമുണ്ടെങ്കിൽ പപ്പുസാമി വന്ന് അറിയിക്കും.

മലമുകളിലെ ദുശ്ശകുനങ്ങൾ

ഊണു കഴിച്ചുകൊണ്ടിരിക്കുമ്പോൾ നിസാർ ഔസേപ്പിനോട് പറഞ്ഞു: “ഔസേപ്പ് ചേട്ടാ, ഞങ്ങളിന്ന് മലയിലോട്ടൊന്നു പോകും.”

ഔസേപ്പ് ചേട്ടന് അറിയാം മാസത്തിലൊരിക്കലുള്ള കുറിഞ്ഞിനോട്ടം പോക്ക്.

"ഓ... കുറിഞ്ഞി നോക്കാൻ. അത് വളർന്നോളും ഡോക്ടറെ. ഇന്ന് ഏത് മലേൽക്കാണ് പോണത്, കെഴക്കേമലേൽക്കാ പടിഞ്ഞാറേ മലേൽക്കാ? രാവിലെ സർവ്വേപാർട്ടി പടിഞ്ഞറേമലേലോട്ട് പോയിട്ടുണ്ട്.

"എങ്കിൽ ഞങ്ങളും പടിഞ്ഞാറേ മലയിലേക്ക് പോകാം. എന്തിനാണ് സർവ്വേ നടത്തുന്നതെന്ന് അറിയാമല്ലോ."

മുമ്പൊരിക്കൽ സർവ്വേ പാർട്ടിയിൽ പെട്ട നാലഞ്ചുപേർ മേഴ്സി ഹോട്ടലിൽ പ്രഭാതഭക്ഷണം കഴിക്കുന്നത് കണ്ടകാര്യം നിസാർ ഓർമ്മിച്ചു. അന്ന് വിചാരിച്ചതാണ് അവരുടെ മാനേജറെ കണ്ട് എന്തിന്റെ സർവ്വേയാണ് നടത്തുന്നതെന്ന് ചോദിക്കണമെന്ന്. ഇതുവരെ അതിനു കഴിഞ്ഞില്ല. പല ഞായറാഴ്ചകളിലും മലയിൽ പോകാൻ പറ്റിയില്ല. സർവ്വേപാർട്ടി ആഴ്ചയിൽ ഏഴുദിവസവും സർവ്വേ നടത്തുന്നുണ്ടെന്നാണ് എല്ലാവരും പറയുന്നത്. കോൺവെന്റിന്റെ കോമ്പൗണ്ടിനോട് ചേർന്ന സ്ഥലത്തുള്ള കെട്ടിടത്തിൽ തുടങ്ങിയ ലിത്തോസൺ മൈനിംഗ് കമ്പനിയുടെ ഓഫീസിൽ എപ്പോഴും തിരക്കാണ്. ചില മെഷീനുകളൊക്കെ വന്നുതുടങ്ങി. അവർ എന്താണ് ചെയ്യാൻ ഉദ്ദേശിക്കുന്നതെന്ന് ചോദിച്ചു മനസ്സിലാക്കണം. പശ്ചിമഘട്ടത്തിന്റെ പരിസ്ഥിതിക്ക് കോട്ടം തട്ടുന്ന വല്ല പരിപാടിയുമാണെങ്കിൽ ആദിവാസികളെയും നാട്ടുകാരെയും സംഘടിപ്പിച്ച് അതിനെ എതിർക്കണം.

ഊണുകഴിഞ്ഞ് നിസാർ പതിവ് പോലെ ഒരുമണിക്കൂർ ഉറങ്ങി. എഴുന്നേറ്റ് ചായയുണ്ടാക്കി. ഇപ്പോൾ രാവിലെയും വൈകുന്നേരവും ഇടനേരങ്ങളിലും ഗിരിജയും നിസാറും മാറിമാറി ചായയുണ്ടാക്കും. ഭക്ഷണം പാചകം തുടങ്ങാൻ വെപ്പുകാരിയെ കിട്ടിയിട്ടില്ല.

ചായ കുടിച്ചശേഷം ഗിരിജയും നിസാറും പടിഞ്ഞാറെ മല കയറാൻ തുടങ്ങി. അവർ പദയാത്രാസംഘത്തിന്റെ കൂടെ കോവിലൂരിൽ വന്നത് കിഴക്കേ മല ഇറങ്ങിയാണ്. കിഴക്കേ മലയിലുള്ളതുപോലെ തന്നെ കുറിഞ്ഞിപ്പുൽമേടുകൾ പടിഞ്ഞാറെ മലയിലും ഉണ്ട്. കിഴക്കേ മല കയറുന്നതിനേക്കാൾ എളുപ്പം പടിഞ്ഞാറേ മല കയറുന്നതാണ്. കാരണം നഗ്നതപ്രദർശിപ്പിച്ചു നിൽക്കുന്ന പാറക്കെട്ടുകൾ പടിഞ്ഞാറെ മലയിലില്ല. റോഡിൽ നിന്ന് മലയടിവാരത്തേക്കുള്ള നടപ്പാതയിലേക്ക് കയറി. കുറച്ചിട നടന്നപ്പോൾ നിബിഡവനമായി. പിന്നെ കുത്തനെയുള്ള കയറ്റം. നടന്നു തെളിഞ്ഞ വനപാതയുണ്ട്.

"സാവകാശം കയറിയാൽ മതി. ചെസ്റ്റ്പെയിൻ ഉണ്ടാകും."

ഗിരിജ പറഞ്ഞപ്പോൾ നെഞ്ചുവേദന വരുമ്പോൾ നാക്കിനടിയിൽ വെക്കാനുള്ള സോർബിട്രേറ്റ് ഗുളിക എടുത്തിട്ടുണ്ടോ എന്ന് പഴ്സ് തുറന്നു നോക്കി. ഗുളിക പഴ്സിലുണ്ട്. ഒരു മണിക്കൂർ നടന്നപ്പോൾ ചോലവനം അവസാനിച്ചു. കുറിഞ്ഞിപ്പുൽമേടുകളായി.

കുറിഞ്ഞിച്ചെടികൾ പാവാടക്കാരികളായിരിക്കുന്നു. ഇനിയിവർക്ക് എട്ടു വർഷത്തെ വളർച്ചകൂടി വേണം പുഷ്പിണികളാകാൻ...

"നമുക്കിനി കിഴക്കേ മലയിലും പടിഞ്ഞാറെ മലയിലും ഇടയ്ക്കിടയ്ക്ക് വരണം. ഇല്ലെങ്കിൽ ആരെങ്കിലും ഈ കുറിഞ്ഞികളെ തീയിട്ട് നശിപ്പിക്കും."

കുറിഞ്ഞിക്ക് കുറച്ച് പ്രായമാകുമ്പോൾ ചിലർ വന്ന് കുറിഞ്ഞിപ്പുൽമേടിന് തീയിടും. ചില ഭാഗങ്ങളിൽ പൊക്കം കുറഞ്ഞ കുറിഞ്ഞിക്കൂട്ടങ്ങൾ കാണുന്നത് അതുകൊണ്ടാണ്. തീയിട്ടാലും കുറിഞ്ഞിച്ചെടികളുടെ വേരുകളിൽ നിന്ന് പുതുനാമ്പുകൾ പൊട്ടിമുളയ്ക്കും. പന്ത്രണ്ട് വർഷത്തെ വളർച്ചയ്ക്കിടയിൽ മൂന്നു പ്രാവശ്യം തീയിട്ടു നശിപ്പിച്ചാൽപ്പിന്നെ വേരുകളിൽ നിന്നു പുതുനാമ്പുകൾ പൊട്ടിമുളയ്ക്കാതാകും. മൂന്നു തവണ തീയിട്ടാൽപ്പിന്നെ അവിടെ കുറിഞ്ഞി വളരുകയില്ല. ആ സ്ഥലത്ത് കുറിഞ്ഞി ഇല്ലെന്ന് ഫോറസ്റ്റ്കാരെയും വില്ലേജ് ഓഫീസ്കാരെയും ബോധ്യപ്പെടുത്തി പട്ടയം വാങ്ങും. കുറിഞ്ഞിയെ നശിപ്പിച്ചാലും വൻ തുക കോഴ കൊടുക്കണം പട്ടയം കിട്ടാൻ.

എന്തിനാണ് കുറഞ്ഞിച്ചെടികളെ ചുട്ടുനശിപ്പിക്കുന്നതെന്ന് ഗിരിജയ്ക്ക് ആദ്യം പിടികിട്ടിയില്ല. ആ രഹസ്യം പറഞ്ഞത് ജീപ്പോടിക്കുന്ന റപ്പായി ആണ്. കുറിഞ്ഞി പ്രൊട്ടക്റ്റഡ് സ്പീഷീസ് ആണ്. അതുകൊണ്ട് കുറിഞ്ഞിപ്പുൽമേടുകളെ കൃഷിഭൂമിയാക്കി വളച്ചുകെട്ടി പട്ടയം നേടാൻ കഴിയില്ല. കുറിഞ്ഞി വളരാത്ത പ്രദേശമാണെന്ന് റവന്യൂ അധികാരികളെ ബോധ്യപ്പെടുത്തിയാലേ വട്ടവട പഞ്ചായത്തിൽ പട്ടയം കിട്ടുകയുള്ളൂ...

പടിഞ്ഞാറെ പർവ്വതത്തിന്റെ നിറുകയിലെത്തിയപ്പോൾ പടിഞ്ഞാറെ ചരുവിൽ നാലഞ്ചുപേർ നിൽക്കുന്നത് കണ്ടു.

"അതായിരിക്കും സർവ്വേക്കാർ."

അടുത്തെത്തിയപ്പോൾ നിസാറിനുറപ്പായി, അവർ മുമ്പ് മേഴ്സി ഹോട്ടലിൽ കണ്ട ഹിന്ദിക്കാർ തന്നെയെന്ന്. അവർ എന്തൊക്കെയോ വെള്ളക്കടലാസിൽ കുറിക്കുന്നുണ്ടായിരുന്നു. വെളുത്തു നീണ്ട് സായിപ്പിനെപ്പോലെ തോന്നിച്ച ഒരാൾ ഹിന്ദിയിൽ പറയുന്നത് നിസാറിനു വ്യക്തമായി കേൾക്കാൻ കഴിഞ്ഞു.

ഈ മലയിൽ ഒരോ കിലോമീറ്ററിലും ഡ്രില്ലിംഗ് നടത്തണമെന്നാണ് അയാൾ പറഞ്ഞത്. എന്തിനാണ് ഡ്രില്ലിംഗ് നടത്തുന്നത്? നിസാറും ഗിരിജയും അവർ നിന്നിരുന്ന ഭാഗത്തേക്ക് നടന്നു ചെന്നു. അവരാകെ അഞ്ചുപേരാണുണ്ടായിരുന്നത്. അഞ്ചുപേരും പാന്റ്സും ഫുൾസ്ലീവ് ഷർട്ടുമാണ് ധരിച്ചിരുന്നത്. കാട്ടുജാതിക്കാരെ മാത്രം പ്രതീക്ഷിച്ചിരുന്ന ഈ മലമുകളിൽ നഗരവാസികളെപ്പോലെ തോന്നിച്ച ഒരു പുരുഷനും സ്ത്രീയും തങ്ങളുടെ അടുത്തേക്ക് നടന്നുവരുന്നത് കണ്ടപ്പോൾ വരുത്തൻമാർ ഒന്നു പകച്ചു. നിസാറും ഗിരിജയും അടുത്തെത്തിയപ്പോൾ

സായിപ്പിനെ പോലെ നീണ്ടുവെളുത്ത ആൾ ഹെല്ലോ എന്ന് സ്വാഗതം ചെയ്തതിനുശേഷം സ്വയം പരിചയപ്പെടുത്തി.

"അയാം വിനോദ് മിത്തൽ. വീ ആർ ഫ്രം ലിത്തോസൺ മൈനിംഗ് കമ്പനി. അയാം സിഇഓ ഓഫ് ദി എക്സ്പ്ലൊറേഷൻ വിംഗ്."

നിസാർ ചോദിച്ചു: "നിങ്ങൾ എന്താണിവിടെ ചെയ്യുന്നത്?"

"വീ ആർ സർവ്വേയിംഗ് ദീസ് മൗണ്ടൻസ്."

അയാൾ വിശദീകരിച്ചു. ഒരു മൾട്ടിനാഷണൽ മൈനിംഗ് കമ്പനിയാണ് ലിത്തോസൺ മൈനിംഗ് കമ്പനി. അമേരിക്കയാണ് ബേസ്. ഈയ്യിടെ ഒരു സാറ്റലൈറ്റ് ഡേറ്റായിൽ ഇന്ത്യയുടെ വെസ്റ്റേൺ ഗാട്ടിന്റെ ചില ഭാഗങ്ങളിൽ ലിത്തിയത്തിന്റെ വലിയ നിക്ഷേപങ്ങൾ ഉണ്ടെന്ന് കണ്ടെത്തി.

"ലിത്തിയം?"

"യെസ്. ലിത്തിയം. ഇറ്റീസ് എ റെയർ മെറ്റൽ."

ലിത്തിയം എന്താണെന്ന് തനിക്കറിയാമെന്ന് നിസാർ പറഞ്ഞപ്പോൾ അയാൾ അദ്ഭുതപ്പെട്ടു.

"ഓ! യൂ നോ എബൗട്ട് ലിത്തിയം?"

നിസാർ വിശദീകരിച്ചു. ലിത്തിയം മനോരോഗചികിത്സയിൽ ഒരു മരുന്നായിട്ട് ഉപയോഗിക്കുന്നുണ്ട്. ഉന്മാദരോഗികൾക്ക് ലിത്തിയം കൊടുക്കാറുണ്ട്. ഉന്മാദം ശമിക്കാനും ശമിച്ചുകഴിഞ്ഞാൽ വീണ്ടും വരാതിരിക്കാനും ലിത്തിയം ഗുളികരൂപത്തിൽ കൊടുക്കും.

"അപ്പോൾ താങ്കൾ ഒരു സൈക്യാട്രിസ്റ്റാണോ?"

"അതെ. ഞാൻ ഡോക്ടർ നിസാർ അഹമ്മദ്. ഇത് ഗിരിജ. ഞങ്ങൾ കോവിലൂരിൽ ഒരു ആശുപത്രി നടത്തുന്നുണ്ട്."

"മെന്റൽ ഹോസ്പിറ്റലാണോ?"

"അല്ല, ജനറൽ ഹോസ്പിറ്റലാണ്. പക്ഷേ, മെന്റൽ കേസുകളും ചികിത്സിക്കും."

"ലിത്തിയം സാൾട്ട് മെഡിസിൻ ആയി ചില കേസുകളിൽ കൊടുക്കുന്ന കാര്യം ഞാനും കേട്ടിട്ടുണ്ട്. ഞങ്ങൾ പക്ഷേ, ലിത്തിയം ഇൻഡസ്ട്രിയൽ പർപ്പസിനാണ് ഉപയോഗിക്കുന്നത്. ലിത്തിയം ബാറ്ററികൾ ഉണ്ടാക്കാൻ. മൊബൈൽ ഫോണുകളിലും ലാപ്ടോപ്പുകളിലുമൊക്കെ ലിത്തിയം ബാറ്ററികളാണ് ഉപയോഗിക്കുന്നത്.

"ഇവിടെ ലിത്തിയം ഉണ്ടോന്ന് കുഴിച്ചു നോക്കാൻ കാരണമെന്താണ്?"

"ഞങ്ങൾ സാറ്റലൈറ്റ് ഡേറ്റാ അനുസരിച്ചാണ് എക്സ്പൊളേറഷൻ നടത്തുന്നത്."

“സാറ്റലൈറ്റ് ഡേറ്റാ?”

‘’യെസ്, ഇൻഡീഡ്. വെസ്റ്റേൺ ഗാട്ടിന്റെ ഈ ഭാഗത്ത് ധാരാളം ലിത്തിയം ഉണ്ടെന്നാണ് സാറ്റലൈറ്റ് ഡേറ്റാ സൂചിപ്പിക്കുന്നത്. ഞങ്ങൾ തമിഴ്നാട് ഗവണ്മെന്റിന്റെ പെർമിഷനോടുകൂടി ക്ലാവരെ വരെ എക്സ്പ്ലോർ ചെയ്തു. അവിടെ അയൺ ഓർ ആണുള്ളത്. ക്ലാവരക്കിപ്പുറമുള്ള മലകളിലാണ് ലിത്തിയം ഡെപ്പോസിറ്റുള്ളത്. മദ്രാസ് ഗവണ്മെന്റ് വേഗം സാങ്ഷൻ തന്നു. കേരള ഗവണ്മെന്റിന്റെ സാങ്ഷൻ കിട്ടാൻ കുറച്ച് വൈകി. യൂ നോ ദ പ്രോബ്ലം. ഇനി കിഴക്കേ മല മുതൽ എക്സ്പ്ലോർ ചെയ്തു തുടങ്ങണം. ആദ്യം സർവ്വേ. പിന്നെ ഡ്രില്ലിംഗ്. സർവ്വേ മൂന്നുനാലു മാസങ്ങൾ കൊണ്ട് തീരും. അത് കഴിഞ്ഞ് ഡ്രില്ലിംഗ് തുടങ്ങും.”

‘’എവിടെയൊക്കെ ലിത്തിയം ഉണ്ടെന്നാണ് സാറ്റലൈറ്റ് ഡേറ്റാ പറയുന്നത്?”

“ഐ റ്റോൾഡ് യൂ. ക്ലാവര മുതലിങ്ങോട്ടുള്ള മലകളിലാണ് ലിത്തിയം ഉള്ളത്. അത് മൂന്നാർ വരെ എക്സ്റ്റന്റ് ചെയ്യുന്നു. പടിഞ്ഞാറെ മല. കിഴക്കേ മല. പിന്നെ ട്രൈബൽ ബെൽറ്റിലുള്ള മലകൾ. മൂന്നാർ ഹിൽസ് വരെയുള്ള ഭാഗങ്ങളിൽ ധാരാളം ലിത്തിയം ഉണ്ട്. ഇവിടെയെല്ലാം എനോർമസ് ക്വാണ്ടിറ്റി ഓഫ് ലിത്തിയം ഉണ്ട്. ഈ ഭാഗങ്ങളെല്ലാം ആദ്യം സർവ്വേ നടത്തണം. പിന്നെ എക്സ്പ്ലൊറേഷൻ... ഡ്രില്ലിംഗ് നടത്തി നോക്കും. അപ്പോൾ കൃത്യമായി എത്ര ക്വാണ്ടിറ്റി ഉണ്ടെന്ന് അറിയാൻ പറ്റും. അതിനുശേഷം മൈനിംഗ് തുടങ്ങും.”

“ട്രൈബൽ ബെൽറ്റിലുള്ള മലകളിലും ലിത്തിയം ഉണ്ടെന്നാണോ സാറ്റലൈറ്റ് ഡേറ്റാ പറയുന്നത്?” ഗിരിജ ചോദിച്ചു.

‘’യെസ് മാം. ഇൻഫാക്റ്റ് ആ ഭാഗങ്ങളിലാണ് കൂടുതൽ ഡെപ്പോസിറ്റുള്ളത്. എനോർമസ് ക്വാണ്ടിറ്റിയുണ്ട്.”

കുറിഞ്ഞിപ്പുൽമേടുകൾ ഉള്ള മലകളാണ് ഈ പറഞ്ഞതെല്ലാം. ഒപ്പം മുതുവാൻമാരും മറ്റു ആദിവാസികളും കുടിപാർക്കുന്ന മലകളും! നിസാറിന്റെ മനസ്സിൽ വിവരിക്കാൻ കഴിയാത്ത ഒരു ഭീതി പരന്നു. ആകാശത്ത് പെട്ടെന്ന് കറുത്തിരുണ്ട കാർമേഘം മൂടിയതുപോലെ ഒരു അനുഭവം. ഗിരിജയോട് ശബ്ദം താഴ്ത്തി ചോദിച്ചു: “എന്താണ് ഈ മൈനിംഗ് കമ്പനിയുടെ ലക്ഷ്യം?”

“ലക്ഷ്യം ഇനിയും മനസ്സിലായില്ലേ? വെസ്റ്റേൺഗാട്ടിന്റെ ഈ ഭാഗത്ത് ലിത്തിയം ഡെപ്പോസിറ്റുണ്ട്. അത് കുഴിച്ചെടുക്കണം. ലിത്തിയം വളരെ വില പിടിപ്പുള്ള ഒരു ലോഹമാണ്.”

“നമുക്ക് അയാളോടൊന്ന് ചോദിച്ചാലോ?”

“ചോദിച്ചാൽ നമ്മളറിയേണ്ട കാര്യങ്ങൾ മാത്രം പറയും.”

നിസാറും ഗിരിജയും തമ്മിൽ മലയാളത്തിൽ സംസാരിക്കുന്നത് ഇഷ്ടപ്പെടാത്ത വിനോദ് മിത്തൽ ചോദിച്ചു: "യെസ്, ഡോക്ടർ? വാട്ട് ഡു യു വാണ്ട് റ്റു നോ ഫ്രം അസ്?"

"താങ്കൾ ലിത്തോസൺ മൈനിംഗ് കമ്പനിയുടെ എക്സ്പ്ലോറേഷൻ വിംഗിന്റെ സി ഇ ഓ അല്ലേ?"

"യെസ് ഒഫ് കോഴ്സ്. ഐ റ്റോൾഡ് യൂ."

"ഈ മൈനിംഗ് കമ്പനിയുടെ വെസ്റ്റേൺഗാട്ട് പ്രോജക്റ്റ് എന്താണ്?"

അയാൾ കൊച്ചു കുട്ടികൾക്ക് പറഞ്ഞു കൊടക്കുന്നതുപോലെ നിസാറിനും ഗിരിജയ്ക്കും വിശദമാക്കിക്കൊടുത്തു.

"നോക്കണം ഡോക്ടർ, വെറ്റേൺഗാട്ടിന്റെ ഈ ഭാഗത്ത് ലിത്തിയ ത്തിന്റെ ഹ്യൂജ് ഡെപ്പോസിറ്റുണ്ട്. അതാണ് സാറ്റലൈറ്റ് ഡേറ്റാ പറയുന്നത്. അത് ഗ്രൗണ്ട് എക്സ്പ്ലോറേഷനിലൂടെ തെളിയിക്കാൻ കഴിഞ്ഞാൽ നയന്റീൻ തേർട്ടീസില് സൗദി അറേബ്യയില് ഓയിൽ കണ്ടെത്തിയത് പോലെ ഒരു സംഭവമായിരിക്കും."

സി ഇ ഓ വിനോദ് മിത്തൽ വാചാലനായി: "ഡോക്ടർ, എന്റെ കണക്കുകൂട്ടലിൽ സൗദിയിൽ ഓയിൽ കണ്ടെത്തിയതിനേക്കാൾ കൂടുതൽ ഇംപാക്റ്റ് വേൾഡ് എക്കണോമിയിലും ഇൻഡ്യൻ എക്കണോമിയിലും ലിത്തിയത്തിന്റെ ഈ കണ്ടെത്തൽ ഉണ്ടാക്കും. അതാണ് എന്റെ പ്രെഡിക്ഷൻ."

വിനോദ് മിത്തൽ സ്റ്റഡിക്ലാസ്സെടുക്കുന്നതുപോലെ വിശദീകരണം തുടർന്നു. "ഒരു കിലോഗ്രാം ശുദ്ധിചെയ്ത ലിത്തിയത്തിന്റെ ഇപ്പോ ഴത്തെ വില 270 അമേരിക്കൻ ഡോളറാണ്. ഒരു ബാരൽ ക്രൂഡോ യിലിന്റെ വില 92 ഡോളറേയുള്ളൂ. ഇനിയുള്ള കാലം മനുഷ്യനു മൊബൈൽ ഫോണുകളും ലാപ്ടോപ്പുകളും ഇല്ലാതെ ജീവിക്കാൻ പറ്റുമോ? അവിടെയാണ് ലിത്തിയത്തിന്റെ മൂല്യം ഇനിയും വർദ്ധിക്കാൻ പോകുന്നത്."

"ഡോക്ടർ, ഡൂ യൂ നോ വൈ അമേരിക്ക സ്റ്റാർട്ടഡ് അഫ്ഗാൻ വാർ?"

അഫ്ഗാനിസ്ഥാനിൽ ലിത്തിയം കണ്ടെത്തിയതാണ് അഫ്ഗാൻ യുദ്ധം തുടങ്ങാൻ അമേരിക്കയെ പ്രേരിപ്പിച്ചത്. മുല്ലാ ഉമറിന്റെ താലിബാൻ സർക്കാർ ഒസാമാ ബിൻലാദനെ അവിടെ ഒളിപ്പിച്ചതല്ല യഥാർത്ഥ കാരണം.

"ഡോക്ടർക്കറിയാമോ? അഫ്ഗാനിസ്ഥാനിൽ ലിത്തിയം ഡെപ്പോ സിറ്റ് കണ്ടെത്തിയപ്പോൾ പെന്റഗൺ അയച്ച സീക്രട്ട് മെമ്മോയിൽ പറഞ്ഞതെന്താണെന്ന്?"

വിനോദ് മിത്തൽ ചോദ്യം ചോദിച്ചിട്ട് ഗിരിജയെ നോക്കി.

"പെന്റഗൺ അഫ്ഗാനിസ്ഥാനെ വിശേഷിപ്പിച്ചത് ലിത്തിയത്തിന്റെ സൗദി അറേബ്യ എന്നാണ്. പുതിയ സാറ്റലൈറ്റ് ഡേറ്റാ അനുസരിച്ച് അഫ്ഗാനിസ്ഥാനിലെ ലിത്തിയം ഡെപ്പോസിറ്റിന്റെ നൂറിരട്ടിയാണ് നമ്മടെ ഈ വെസ്റ്റേൺ ഗാട്ടിലുള്ളത്."

അയാൾ ചുറ്റും കണ്ണോടിക്കുകയും നാടകീയമായി വലതുകൈ കൊണ്ട് അന്തരീക്ഷത്തിൽ അർദ്ധവൃത്താകൃതി വരയ്ക്കുകയും ചെയ്തുകൊണ്ട് പറഞ്ഞു.

"ഈ വൻ പർവ്വതങ്ങളുടെയെല്ലാം പത്ത് മീറ്റർ താഴെ മുഴുവൻ പ്രിഷ്യസ് മെറ്റലാണ്. ഇതിന്റെ ഒരംശം എടുത്തുവിറ്റാല് നമ്മള് സൗദി യേക്കാൾ സമ്പന്നരാഷ്ട്രമാകും ഡോക്ടർ."

ഗിരിജ മുന്നോട്ടു വന്നിട്ട് മിത്തലിനോട് ചോദിച്ചു: "ഇതുവരെ എവിടെയാണ് സർവ്വേ നടത്തിയത്?"

ഗിരിജയുടെ ചോദ്യം കേട്ടപ്പോൾ വിനോദ് മിത്തലിന്റെ മുഖം താമരപ്പൂവ് പോലെ വിടർന്നു. വളരെ താൽപര്യത്തോടെയാണ് മറുപടി പറഞ്ഞത്.

"മാഡം, ഞങ്ങൾ ക്ലാവര വരെയുള്ള എല്ലാ മലകളിലും സർവ്വേയും തുടർന്നുള്ള എക്സ്പ്ലോറേഷനും കഴിഞ്ഞു. പക്ഷേ അവിടെയൊക്കെ ലിത്തിയം ഡെപ്പോസിറ്റുള്ളത് വളരെ ആഴത്തിലാണ്. മാത്രവുമല്ല വളരെ കുറച്ച് ക്വാണ്ടിറ്റിയേ ഉള്ളൂ. അവിടെ ലിത്തിയം മൈനിംഗ് ഇക്കണോമിക്കലല്ല. വേണമെങ്കിൽ ആ ഡെപ്പോസിറ്റൊക്കെ നമുക്ക് സ്റ്റാൻഡ് ബൈ റിസർവ്വാക്കി നിറുത്താം. ഇന്റർനാഷണൽ മാർക്കറ്റിൽ കോസ്റ്റ് ഇനോർമസ് ആയി കൂടിയാൽ അവിടെയും മൈനിംഗ് പ്രോഫിറ്റബിളാവും. കേരളത്തിന്റെ അതിർത്തിയോട് ചേർന്നു കിടക്കുന്ന കിഴക്കേ മലയിൽ നിന്നു മൈനിംഗ് തുടങ്ങാനേ ഇപ്പോൾ പ്ലാനുള്ളൂ. കിഴക്കേ മലയും പടിഞ്ഞാറെ മലയും അതായത് നമ്മളിപ്പം നിൽക്കുന്ന മലയും ട്രൈബൽ ബെൽറ്റും സർവ്വേ നടത്തിയിട്ട് എക്സ്പ്ലോർ ചെയ്യണം. എക്സ്പ്ലോറേഷൻ കഴിഞ്ഞാലുടനെ മൈനിംഗ് തുടങ്ങാനാണ് കമ്പനിയുടെ പ്രോജക്റ്റ് തയ്യാറാക്കിയിരിക്കുന്നത്. മൂന്നു മാസം കൊണ്ട് സർവ്വേ കഴിയും. തുടർന്ന് ഡ്രില്ലിംഗാണ്. ഡ്രില്ലിംഗിനുള്ള ഞങ്ങളുടെ മെഷിനറിയുടെ ഷിപ്മെന്റ് മൂവ് ചെയ്തുതുടങ്ങി. അടുത്തമാസം വല്ലാർപാടം കണ്ടെയ്നർ ടെർമിനിലിലെത്തും. രണ്ടാഴ്ചകൊണ്ട് എല്ലാം ഈ കോവിലൂരിലെത്തും."

അത്രയും പറഞ്ഞിട്ട് വിനോദ് മിത്തൽ അടുത്തു നിന്നിരുന്ന തടിയന്റെ കൈയിൽ ചുരുട്ടിപ്പിടിച്ചിരുന്ന കടലാസ് വാങ്ങി നിവർത്തിനോക്കി. അയാൾ തുടർന്നു: "ആഫ്റ്റർ ദിസ് വെസ്റ്റ് മൗണ്ടൻ അവർ നെക്സ്റ്റ് സൈറ്റ് ഫോർ സർവ്വേ ഈസ് മാങ്കാപ്പാറ..."

നിസാറ് അയാൾ പറഞ്ഞത് മനസ്സിൽ ആവർത്തിച്ചു. മാങ്ങാപ്പാറ. മാങ്ങാപ്പാറ കുടിയിലെ മൂപ്പനല്ലേ ന്യൂമോണിയ ബാധിച്ച് ആശുപത്രിയിൽ കിടക്കുന്നത്? നിസാറിന്റെ മനസ്സിൽ ഒരു കൊള്ളിയാൻ മിന്നി. പടിഞ്ഞാറെ മലയിലെ സർവ്വേ കഴിഞ്ഞാൽ പിന്നെ മുതുവാക്കുടികൾ സ്ഥിതിചെയ്യുന്ന മലകളിലായിരിക്കും സർവ്വേ. സർവ്വേ പൂർത്തിയായാലുടനെ ഡ്രില്ലിംഗ് തുടങ്ങും... അതും കഴിഞ്ഞാൽ മൈനിംഗ്. മുതുവാൻമാരുടെയും മറ്റു ആദിവാസികളുടെയും കാര്യം?

അയാൾ മാപ്പ് ചുരുട്ടി തടിയന്റെ കൈയിൽ തിരിച്ചേൽപ്പിച്ചു.

"ട്രൈബൽ ബെൽറ്റിൽ മൈനിംഗ് നടത്താൻ ട്രൈബ്സിനെ മുഴുവൻ മാറ്റണ്ടേ?" ഗിരിജ ചോദിച്ചു.

"ഷുവർ. അവരെ വേറെ എവിടേക്കെങ്കിലും മാറ്റും. ലിത്തോസൺ മൈനിംഗ് കമ്പനിയുടെ ചിലവിൽ പുതിയ സെറ്റിൽമെന്റ് ഉണ്ടാക്കും. ഈ വെസ്റ്റേൺ ഗാട്ടിൽ ഒരുപാട് സ്ഥലമുണ്ടല്ലോ... ഓക്കെ ഞങ്ങൾ മലയുടെ മറ്റേ എൻഡിലേക്ക് നീങ്ങുകയാണ്. നാളെ രാവിലെ മുതൽ അവിടെ നിന്നും സർവ്വേ തുടങ്ങാമെന്ന് വിചാരിക്കുന്നു."

നിസാറും ഗിരിജയും മലയിറങ്ങാൻ തുടങ്ങി. രണ്ടുപേരും മൗനത്തിലായിരുന്നു. കുറെ ഇറങ്ങിയതിനുശേഷം മുമ്പിൽ നടന്നിരുന്ന ഗിരിജ തിരിഞ്ഞു നിന്ന് നിസാറിനെ തടഞ്ഞു നിറുത്തി.

"എന്താണ് ഇവിടെ നടക്കാൻ പോകുന്നതെന്ന് മനസ്സിലായോ ഡോക്ടർക്ക്? നമ്മുടെ പശ്ചിമഘട്ടം ഒരു ലിത്തിയം മൈൻ ആകാൻ പോകുന്നു. ഈ മലകൾ ഇല്ലാതാകും. കുറിഞ്ഞിപ്പുൽമേടുകൾ ഇല്ലാതാകും. മുതുവാക്കുടികൾ ഇല്ലാതാകും. ഹിൽപ്പുലയരുടെ കുടികളും ഉള്ളാടരുടെ കുടികളും മന്നാൻമാരുടെ കുടികളും എല്ലാം എല്ലാം പോകും. നമ്മൾ കണ്ടത് ദുഃശകുനമാണ് ഡോക്ടർ. എന്തെങ്കിലും ചെയ്തില്ലെങ്കിൽ..."

"നമുക്കെന്ത് ചെയ്യാൻ കഴിയും?"

അവർ നടന്നു നടന്നു കുറിഞ്ഞിപ്പുൽമേടുകൾ പിന്നിട്ട് ചോല വനത്തിലേയ്ക്ക് കടന്നു. പെട്ടെന്ന് പകൽ അവസാനിച്ച് രാത്രിയുടെ മൂടുപടം വീണു. കാടുകളെ കനത്ത മൂടൽമഞ്ഞ് മൂടി. മഴയൊക്കെ മാറി തെളിഞ്ഞ കാലാവസ്ഥയിൽ മൂടൽമഞ്ഞ് പതിവില്ലാത്തതാണ്.

ഗിരിജയുടെ വാക്കുകൾ നിസാറിന്റെ മനസ്സിൽ മുഴങ്ങി. നമ്മൾ കണ്ടത് ഒരു ദുഃശകുനമാണ്. പക്ഷേ എന്തു ചെയ്യാൻ കഴിയും?

ഗിരിജ പറഞ്ഞു: "നമുക്ക് ലിത്തിയം എക്സ്പ്ലൊറേഷൻ നിറുത്തി വെപ്പിക്കണം."

"എങ്ങനെ?"

“മൈനിംഗ് കമ്പനിക്കാർ മുതുവാക്കുടികൾ ഉള്ള ഭാഗത്ത് സർവ്വേ നടത്താൻ എത്തുമ്പോൾ തടയണം.”

“ആര് തടയും?”

“മുതുവാൻമാരും ഹിൽപ്പുലയരും ഉള്ളാടരും മന്നാൻമാരും ചേർന്ന് തടയും.”

“അവരതിനു തയ്യാറാകുമോ?”

“വരാനിരിക്കുന്ന അപകടത്തെക്കുറിച്ച് പറഞ്ഞു മനസ്സിലാക്കണം. അപ്പോൾ അവർ മൈനിംഗ് കമ്പനിയെ തടയാൻ മുന്നോട്ട് വരും.”

അവരുടെ നടത്തം തിടുക്കത്തിലായി. ചോലവനത്തിലെ ഇടുങ്ങിയ നടപ്പാതയിലൂടെ അവർ വേഗത്തിൽ താഴോട്ടിറങ്ങി. അവർ നടക്കുകയായിരുന്നില്ല. ഓടുകയായിരുന്നു. രാത്രിയുടെ ഇരുട്ടും മൂടൽമഞ്ഞും ചേർന്നുണ്ടായ കട്ടിയുള്ള കരിമ്പടം കോവിലൂരിനെ മൂടിക്കഴിഞ്ഞിരുന്നു.

“നമുക്ക് പപ്പുസാമിയോട് ആദ്യം കാര്യം പറയാം. എന്നിട്ട് എല്ലാ മുതുവാക്കുടി മൂപ്പൻമാരെയും കണ്ട് സംസാരിക്കാൻ അയാളെയും കൂട്ടി കുടികളിൽ പോകാം. വരാനിരിക്കുന്ന ആപത്ത് മൂപ്പൻമാരെ പറഞ്ഞു മനസ്സിലാക്കണം...”

“അതു തന്നെയാണ് ഞാനും ആലോചിച്ചത്. പപ്പുസാമി ഇവിടെ ഉണ്ടോ, അതോ പോയോ? അവർ മാങ്ങാപ്പാറക്കുടി മൂപ്പൻ അന്നൈശാമി കിടന്നിരുന്ന കട്ടിലിനടുത്തേക്ക് ചെന്നു. അവർ വരുന്നത് കണ്ട് കട്ടിലിന്റെ അരികിലും നിലത്തും ഇരുന്നിരുന്ന മുതുവാൻമാർ ചാടിയെഴുന്നേറ്റു.

“മൂപ്പനെങ്ങനുണ്ട്?”

മാങ്ങാപ്പാറ കുടിയിലെ കാണി ലച്ച്മണനാണ് മറുപടി പറഞ്ഞത്.

“പനി കൊറഞ്ചാച്ച്. ഇനി ചാമക്കഞ്ചി കൊടുക്കലാമാ?”

“പനി കുറഞ്ഞെങ്കിൽ കഞ്ഞി കൊടുക്കാം.”

അന്നൈശാമി നല്ല ഉറക്കത്തിലാണ്. നിസാർ മൂപ്പന്റെ നെറ്റിയിൽ തൊട്ടു നോക്കി. ലച്ച്മണൻ പറഞ്ഞത് ശരിയാണ്. പനി തീരെയില്ല.

“കഞ്ഞികൊടുക്കാൻ വേണ്ടി വിളിച്ചുണർത്തണ്ട. ഉണരുമ്പോൾ കൊടുത്താൽ മതി. പപ്പുസാമിയെവിടെ? കുടിയിലേക്ക് തിരിച്ചു പോയോ?”

“മരുന്നു വാങ്ങാൻ മൂന്നാറിനു പോയി.”

അന്നൈശാമിക്ക് ഇഞ്ചക്ഷൻ കൊടുക്കാനുള്ള ക്രിസ്റ്റലൈൻ പെനിസിലിൻ കുറച്ചുകൂടി വാങ്ങണമെന്ന് പറഞ്ഞ ഉടനെ ചീട്ടെഴുതിക്കൊടുത്താൽ താൻ മൂന്നാറിൽ പോയി വാങ്ങാമെന്ന് പപ്പുസാമി ഏറ്റതും താൻ പ്രിസ്ക്രിപ്ഷൻ എഴുതിക്കൊടുത്തതും ലച്ച്മണൻ പറഞ്ഞപ്പോഴാണ് നിസാർ ഓർത്തത്.

"പപ്പുസാമി ഇതുവരെ തിരിച്ചെത്തിയില്ലേ?"

"ലാസ്റ്റ് ബസ്സിന് താൻ വരമുടിയും. എട്ടുമണിയാവും എത്തുമ്പം."

ഗിരിജയും നിസാറും ഔസേപ്പിന്റെ മെഴ്സി ഹോട്ടലിൽ രാത്രി ഭക്ഷണം കഴിച്ചുകൊണ്ടിരിക്കുമ്പോഴാണ് പപ്പുസാമി മരുന്നുമായി വന്നത്.

ഗോത്രജനാധിപത്യം

മൂന്നാറിൽ പോയി വാങ്ങിക്കൊണ്ടുവന്ന മരുന്ന് ഏൽപ്പിച്ചിട്ട് പപ്പുസാമി സാമിയാർക്കുടിയിലേക്ക് പോകാനൊരുങ്ങിയപ്പോൾ നിസാർ പറഞ്ഞു: "പപ്പുസാമിയോട് ഒരു കാര്യം പറയാനുണ്ട്."

പപ്പുസാമിയേയുംകൂട്ടി ഗിരിജയും നിസാറും ഓപിയിലേക്ക് നടക്കുന്നതിനിടയിൽ പറഞ്ഞു: "മാങ്ങാപ്പാറക്കുടിയിലെ കാണി ലച്ച്മണനെയും വിളിക്ക്."

പപ്പുസാമി ഓടിപ്പോയി ലച്ച്മണനെയും കൂട്ടി ഓപിയിലേക്ക് വന്നു. രണ്ടുപേരും ആകാംക്ഷയോടെ നിസാറിന്റെ മുഖത്ത്നോക്കി നിന്നു. മൂപ്പന്റെ രോഗസ്ഥിതി മോശമായെന്ന് പറയാൻ പോവുകയാണെന്ന് അവർ ഭയപ്പെട്ടു.

"ഞങ്ങൾ കുറിഞ്ഞി ഇപ്പോഴെങ്ങനെയുണ്ടെന്ന് നോക്കാനായി പടിഞ്ഞാറെ മലയിൽ പോയി. അപ്പോഴൊരു കാഴ്ചകണ്ടു. ലിത്തോസൺ എന്ന മൈനിംഗ്കമ്പനി മലയിൽ സർവ്വേ നടത്തിക്കൊണ്ടിരിക്കുന്നു. ലിത്തിയം എന്ന വില പിടിപ്പുള്ള ഒരു വസ്തു ഈ മലകളിലൊക്കെ ധാരാളം ഉണ്ടെന്നാണ് അവര് പറയുന്നത്. സർവ്വേ കഴിഞ്ഞാല് മല കളെല്ലാം തുരന്ന് നോക്കി ലിത്തിയം എവിടെയൊക്കെ ഉണ്ടെന്ന് ഉറപ്പാക്കിയതിനുശേഷം വലിയ യന്ത്രങ്ങൾ കൊണ്ടുവന്ന് മലകൾ കുഴിച്ച് ലിത്തിയം എടുക്കും. അതാണ് മൈനിംഗ്. മനസ്സിലായോ?"

മനസ്സിലായെന്ന് പപ്പുസാമിയും ലച്ച്മണനും തലകുലുക്കി സമ്മതിച്ചു. നിസാർ തുടർന്നു:

"കിഴക്കേ മലയിലെയും പടിഞ്ഞാറെ മലയിലെയും സർവ്വേ കഴിഞ്ഞാലുടനെ അവർ മാങ്ങാപ്പാറമല മുതലുള്ള ട്രൈബൽ മലകളിലും സർവ്വേ തുടങ്ങും. മുതുവാക്കുടികളും ഹിൽപ്പുലയരുടെയും ഉള്ളാട രുടെയും മന്നാൻമാരുടെയും ഒക്കെ കുടികളുള്ള മലകളിലും അവർ പരീക്ഷണം നടത്തും. പിന്നെ ലിത്തിയം കണ്ടെത്തിയ മലകളിലൊക്കെ മൈനിംഗ് തുടങ്ങും."

നിസാർ പറയുന്നത് ചെവികൂർപ്പിച്ച് കേട്ടുനിന്ന ലച്ച്മണൻ ഇടയിൽ കടന്നു ചോദിച്ചു: "അപ്പം നാങ്ക കുടി വിട്ട് പോകവേണ്ടിവരുമാ?"

ഗിരിജയാണ് ലച്ച്മണന്റെ ചോദ്യത്തിനു മറുപടി പറഞ്ഞത്.

"പോകേണ്ടി വരും. പോയില്ലെങ്കിൽ അവര് പോലീസിനെയും പട്ടാളത്തെയും കൊണ്ടുവന്ന് ഇറക്കിവിടും. ഇറങ്ങിയില്ലെങ്കിൽ കുടികളൊക്കെ പൊളിക്കും. ആളുകളെ അടിച്ചോടിക്കും."

എന്താണ് പറയേണ്ടതെന്ന് അറിയാതെ പപ്പുസാമിയും ലച്ച്മണനും പരസ്പരം നോക്കി. നിസാർ പറഞ്ഞു: "നോക്കൂ ലച്ച്മണാ, പടിഞ്ഞാറെ മലയിലെ സർവ്വേ കഴിഞ്ഞാല് മാങ്ങാപ്പാറ മലയിൽ സർവ്വേ തുടങ്ങുമെന്നാണ് അവരുടെ സൂപ്പർവൈസർ ഞങ്ങളോട് പറഞ്ഞത്. ആ മലയിൽ സർവ്വേ നടത്താനും പരീക്ഷണം നടത്താനും സമ്മതിക്കരുത്. ഈ ഭാഗത്ത് ആകെ എത്ര മുതുവാക്കുടികളുണ്ട്?"

"ഇരുപത്താറ്."

"നമുക്ക് ഇരുപത്താറ് കുടികളിലും പോയി മൂപ്പൻമാരെ കണ്ട് സംസാരിക്കണം. പിന്നെ മലപ്പുലയരുടെയും ഉള്ളാടരുടെയും മന്നാൻമാരുടെയും കുടികളിൽ പോണം. പപ്പുസാമി ഞങ്ങളുടെ കൂടെ വന്ന് എല്ലാ കുടികളിലും പോകാൻ വഴി കാണിച്ചു തരണം. ലച്ച്മണൻ ഇവിടെത്തന്നെ നിൽക്കട്ടെ. അന്നൈശാമി വയ്യാണ്ട് കിടക്കുകയല്ലേ."

ലച്ച്മണൻ പറഞ്ഞു: "മൂപ്പൻമാരെ കണ്ട് ഇന്തക്കാര്യം ശൊല്ലറുതുക്ക് ഡോക്ടർസാറ് നടക്കണ്ട. തായനംകുടി മൂപ്പനോട് ശൊന്നാപ്പോതും."

"തായനംകുടി മൂപ്പനോട് പറഞ്ഞാൽ എങ്ങനെ മറ്റുള്ളവർ അറിയും?"

"തായനം മൂപ്പൻ എല്ലാ മൂപ്പൻമാരെയും തായനംകുടിക്ക് വരച്ചൊല്ലും. അങ്കെ വെച്ച് അവരോട് നീങ്ക ശൊന്നാപ്പോതും."

"തായനംകുടി മൂപ്പൻ വിളിച്ചാല് എല്ലാ മൂപ്പൻമാരും വരുമോ?" ഗിരിജയ്ക്ക് സംശയം.

ലച്ച്മണൻ തറപ്പിച്ചു പറഞ്ഞു: "കട്ടായമാ വരും. തായനംകുടി മൂപ്പൻ കൂപ്പിട്ടാ എല്ലാ മൂപ്പൻമാരും വരും. തായനൻ മൂപ്പനാണ് എല്ലാരുടെയും ശൊമതലൈ."

"തായനം മൂപ്പനോട് പറയാൻ നാളെ രാവിലെ ലച്ച്മണൻ ഞങ്ങളുടെ കൂടെ വരാമോ?"

"നാൻ മാങ്ങാപ്പാറകുടിയിലെ കാണിയല്ലവാ. തായനം മൂപ്പനോട് യോഗം വിളിക്കശൊല്ലറതുക്ക് വരണത് സരിയല്ലെ."

"ശരി. ശരി. അതവരുടെ ഗോത്രമര്യാദ."

"അതു താൻ. ഗോത്രമരിയാതൈ."

പപ്പുസാമി ഇടപെട്ടുകൊണ്ട് പറഞ്ഞു: "വഴികാട്ടതുക്ക് നാൻ വറലാം. നാളെ എപ്പം പോണോന്ന് ശൊല്ലുങ്കെ."

ഗിരിജ പറഞ്ഞു: "നമുക്ക് വെളുപ്പിനു പോണം. തായനം മൂപ്പനെ കണ്ടിട്ട് രോഗികൾ വരുമ്പോഴേക്ക് തിരിച്ചെത്താമല്ലോ."

ഡോക്ടർ നിസാറും ഗിരിജയും വഴികാട്ടിയായി വന്ന പപ്പുസാമിയോടൊപ്പം തായനം കുടിയിലെത്തിയപ്പോൾ മണി എട്ട് കഴിഞ്ഞു. തായനംകുടി വലിയ പർവ്വതത്തിന്റെ ഉയരത്തിലാണ്. മുകളിലേക്ക് നടന്നപ്പോൾ നിസാറിന് കടുത്ത നെഞ്ചുവേദന അനുഭവപ്പെട്ടു. എങ്കിലും വകവെയ്ക്കാതെ നടന്നു. തായനം മൂപ്പനെ കണ്ട് സംസാരിച്ചതിനുശേഷം രോഗികൾ വരുമ്പോഴേക്ക് ആശുപത്രിയിൽ തിരിച്ചെത്തണമെന്ന ഉദ്ദേശ്യത്തോടെ സൂര്യനുദിക്കുന്നതിനു മുമ്പ് കോട മൂടിക്കിടക്കുമ്പോൾ കോവിലൂരിൽനിന്നും പുറപ്പെട്ടതാണ്. അത്രരാവിലെ മൂടൽമഞ്ഞുള്ളപ്പോൾ പുറപ്പെടുന്നതിൽ പപ്പുസാമിക്ക് ആശങ്കയുണ്ടായിരിന്നു.

"ആനയും കടുവയും കാട്ടിപ്പോത്തും എറങ്കണ നേരമാക്കും."

ഗിരിജ ചോദിച്ചു: "പപ്പുസാമിക്ക് പേടിയുണ്ടോ?"

"ഏയ്. എങ്കള് ഏത് നേരത്തും കാട്ടിലെറങ്കി നടക്കും. എങ്കളുക്ക് പയമില്ലെ."

"പപ്പുസാമി കൂടെയുണ്ടെങ്കിൽ ഞങ്ങൾക്കും പേടിയില്ല."

ഇടയ്ക്കൊരിടത്ത് ഒരു മരത്തിന്റെ ഇലയിനങ്ങുന്ന ശബ്ദം കേട്ടപ്പോൾ പപ്പുസാമി നിന്നു. അല്പനേരം ശ്രദ്ധിച്ചു നിന്നതിനുശേഷം നടത്തം തുടർന്നുകൊണ്ട് പറഞ്ഞു: "മൂങ്കൈയാക്കും. ഇന്ത ഭാഗത്ത് മൂങ്കക്കൂട്ടമിരുക്ക്. യാനൈയായിരുന്താ ശില്ല ഒടിക്കറ ശത്തം കേക്കും." പപ്പുസാമിയുടെ സ്വന്തം കുടിയായ സാമിയാർക്കുടിയിരിക്കുന്ന മല കയറി ഇറങ്ങിയാണ് തായനംകുടിയിലെത്തിയത്. വീണ്ടും മലയുടെ മുകളറ്റത്തുള്ള കുടിയിലെത്താൻ തിടുക്കത്തിൽ നടന്നതുകൊണ്ടാണ് കടുത്ത നെഞ്ചുവേദന തുടങ്ങിയത്. നിസാർ ഒരു മരത്തിൽ പിടിച്ച് നിന്നിട്ട് സോർബിട്രേറ്റ് എടുത്ത് നാക്കിനടിയിൽ വെച്ചു. കുറച്ചുനേരം കഴിഞ്ഞപ്പോൾ നെഞ്ചുവേദന കുറഞ്ഞു. വീണ്ടും മലകയറ്റം തുടങ്ങി.

തായനം മൂപ്പന്റെ കുടിയുടെ വാതിൽക്കൽ ചെന്ന് പപ്പു സാമി തട്ടി വിളിച്ചപ്പോൾ തായനം മൂപ്പൻ പുറത്തേക്കിറങ്ങി വന്നു. മെലിഞ്ഞു നീണ്ട ശരീരം. ഗോതമ്പിന്റെ നിറം. വെള്ളത്തുണികൊണ്ടുള്ള തലേക്കെട്ട്. ആരുടെ മുമ്പിലും അഴിക്കാത്ത തലേക്കെട്ട് മുതുവാന്റെ അടയാളമാണല്ലോ. കാതിലെ കടുക്കനിൽ ഇളംവെയിൽ തട്ടിത്തിളങ്ങി.

തായനം കുടിയുടെ മൂപ്പന്റെ പേരാണ് തായനൻ. മൂപ്പന്റെ പേരുതന്നെ കുടിക്കും. അതിന്റെ അർത്ഥം മൂപ്പന് വലിയ പ്രാധാനമുണ്ടെന്നാണ്. ഇരുപത്താറ് മുതുവാക്കുടികളിൽ ഒരെണ്ണം മാത്രമാണ് മൂപ്പന്റെ പേരു

ചേർത്ത് അറിയപ്പെടുന്നത്. തായനൻ മൂപ്പനായിട്ടുള്ള കുടിയാണ് തായനം കുടി. തായനനാണ് മറ്റ് ഇരുപത്തഞ്ച് മൂപ്പൻമാരുടെയും ചുതലക്കാരൻ.

ഇങ്ങനെ ചുമതലക്കാരനെ ആര് തീരുമാനിക്കുന്നു എന്ന് ചോദിച്ചാൽ അത് മുത്തുമാരിയമ്മ എന്നായിരിക്കും മുതുവാന്റെ മറുപടി. മുത്തു മാരിയമ്മൻ കോവിലിലെ ഉത്സവസമയത്താണ് കുടിമൂപ്പൻമാരുടെ ചുമതലക്കാരനെ നിശ്ചയിക്കുന്നത്. ഒരിക്കൽ ഒരു മൂപ്പനെ ചുമതല ക്കാരനായി നിശ്ചയിച്ചു കഴിഞ്ഞാൽ അയാൾ മരിക്കുന്നതുവരെ ചുമതലക്കാരനായിരിക്കും. ഇടമലക്കുടിയിൽ ഇടമലക്കുടിപ്പഞ്ചായത്ത് വന്നതോടെ ഈ സമ്പ്രദായം മാറി. അവിടെ പഞ്ചായത്ത് പ്രസിഡന്റാണ് കുടിമൂപ്പൻമാരുടെ ചുമതലക്കാരൻ. അഞ്ചുവർഷം കൂടുമ്പോൾ പഞ്ചായത്ത് തിരഞ്ഞെടുപ്പ് നടക്കുമല്ലോ. പഞ്ചായത്ത് തിരഞ്ഞെടുപ്പിൽ പ്രസിഡന്റാകുന്ന മൂപ്പനായിരിക്കും ചുമതലക്കാരൻ.

തായനം വാർദ്ധക്യത്തിലേക്ക് കടന്നെങ്കിലും ചലനങ്ങളിലും സംസാരത്തിലും ചുറുചുറുക്കുണ്ട്. വെളുത്തു തിളങ്ങുന്ന പല്ലുകൾ മുഴുവൻ കാട്ടിയുള്ള ചിരി വെള്ളാമ്പൽ വിരിയുന്നതുപോലെ ആയിരുന്നു. എല്ലാ മൂപ്പൻമാരും തുല്യമായ സ്ഥാനമാനങ്ങളും അധികാരങ്ങളുമുള്ള കുടിത്തലവൻമാരാണ്. അതുകൊണ്ട് ചുമതലക്കാരനായ തായനം മൂപ്പൻ തായനംകുടിയിലെ പൊതുകുമന്തയിലേക്ക് മറ്റു മൂപ്പൻമാരെ വിളിച്ചു വരുത്തണമെങ്കിൽ തക്കതായ കാരണം വേണം. തായനം മൂപ്പൻ പറഞ്ഞു: "നമ്മക്ക് പൊതുകുമന്തേല് പോയിരുന്ന് പേശലാം."

മലയുടെ പള്ളയിൽ ഏതാണ് മദ്ധ്യഭാഗത്തായിട്ടായിരുന്നു തായനം കുടിയുടെ പൊതുകുമന്ത. പൊതുകുമന്തയിലേക്ക് നടക്കുന്നതിനിടിയിൽ തായനം മൂപ്പൻ മറ്റൊരു കുടിയുടെ മുമ്പിൽ നിന്നുകൊണ്ട് വിളിച്ചു: "ചന്ദ്രാ, എറങ്കിവാ. നാങ്കള് പൊതുകുന്തേലോട്ട് പോറത്. എതാവത് കാര്യം പേശറുതുക്ക് ഡോക്കിട്ടർ സാറും നഴ്സും വന്തിറുക്ക്."

അവർ പൊതുകമന്തയിലെത്തിയതിനു പിന്നാലെ തായനംകുടിയുടെ കാണി ചന്ദ്രനും മറ്റു ചിലരും പൊതുകുമന്തയിലെത്തി. തായനം മൂപ്പൻ തന്നെ പൊതുകുമന്തയുടെ പുരയിലേക്ക് കടന്ന് പുൽപ്പായകൾ എടുത്തു കൊണ്ടുവന്നിട്ട് പറഞ്ഞു: "ചന്ദ്ര, എല്ലോരിക്കും ഉക്കാരുതുക്ക് പായ വിരിക്ക്."

വിരിച്ചിട്ട പായയിൽ ഡോക്ടർ നിസാറും ഗിരിജയും അവർക്കഭി മുഖമായി തായനം മൂപ്പനും ഇരുന്നു. കാണി ചന്ദ്രനും കൂടെ വന്ന മറ്റുള്ളവരും അവർക്കു ചുറ്റും നിന്നതേയുള്ളൂ. ഡോക്ടർ നിസാറും ഗിരിജയും പറയുന്നത് എല്ലാവരും ചെവി കൂർപ്പിച്ച് കേട്ടുകൊണ്ട് നിന്നു. മൂപ്പനും അനുയായികളും മാത്രമല്ല തായനം കുടിയുടെ ചുറ്റുമുള്ള മരങ്ങളും ചെടികളും പുല്ലുകളും നിശ്ചലരായി നിന്ന് ചെവികൂർപ്പിച്ച് തങ്ങൾ പറയുന്നത് കേൾക്കുന്നതുപോലെ തോന്നി ഗിരിജയ്ക്ക്.

അത്രയ്ക്ക് നിശ്ശബ്ദതയായിരുന്നു ചുറ്റും. എന്തോ ഭയക്കുന്നത് പോലെയായിരുന്നു ചുറ്റും കേട്ടു നിന്നവരുടെ മുഖഭാവങ്ങൾ.

കാണി ചന്ദ്രൻ മൂപ്പന്റെ മുഖത്തേക്ക് തന്നെ നോക്കിക്കൊണ്ടിരുന്നു. മൂപ്പന്റെ മനസ്സറിഞ്ഞു പ്രവർത്തിക്കുന്ന ആളാണ് കാണി ചന്ദ്രൻ. എല്ലാം കേട്ടതിനുശേഷം തായനം മൂപ്പൻ ചോദിച്ചു:

“നമ്മള് സമ്മതിക്കാമല് അവരിക്കെങ്ങനെ ഇങ്കെ വന്ത് സർവ്വെ നടത്തറുതുക്കും ഇന്ത മല തുരന്തു പാക്കതുക്കും മുടിയും?”

അതുകേട്ടപ്പോൾ ഗിരിജ ഉത്സാഹത്തോടെ പറഞ്ഞു: “അതു തന്നെയാണ് ഞങ്ങൾ പറയുന്നത്. നമ്മൾ സമ്മതിച്ചില്ലെങ്കിൽ അവർക്ക് ഈ മലകൾ തുരന്ന് പരീക്ഷണം നടത്താനോ ഇവിടെ ലിത്തിയം ഉണ്ടെന്ന് കണ്ടാൽ അത് കുഴിച്ചെടുക്കാനുള്ള മൈനിംഗ് നടത്താനോ കഴിയില്ല. നമ്മള് സമ്മതിച്ചില്ലെങ്കിൽ അവർക്കിങ്ങോട്ടെങ്ങും വരാൻ പോലും പറ്റില്ല. അവരിങ്ങോട്ട് വരാതെയും ഈ മലകളിൽ സർവ്വെയും പരീക്ഷണവും നടത്താതെയും നമ്മള് തടയണം.”

അതുകേട്ടപ്പോൾ തായനം മൂപ്പന്റെ മുഖത്ത് പരിഭ്രമം നിഴലിച്ചു. മൂപ്പന്റെ മുഖത്ത് കണ്ട പരിഭ്രമം ഒരു കണ്ണാടിയിലെന്ന പോലെ കാണി ചന്ദ്രന്റെ മുഖത്ത് പ്രതിഫലിച്ചു. അയാൾ മൂപ്പനെ പ്രീതിപ്പെടുത്താൻ വേണ്ടി പറഞ്ഞു: “അത്ക്ക് എല്ലാരും ശേർന്ത് തടഞ്ഞാലല്ലേ പറ്റൂ.”

“അതെ. എല്ലാവരും ഒത്തുചേർന്നു തടയണം. തായനം മൂപ്പൻ മറ്റു മൂപ്പൻമാരെ ഇങ്ങോട്ട് വിളിക്കണം. അവരോട് ഞങ്ങൾ ഇക്കാര്യങ്ങൾ വിശദമായി പറഞ്ഞുകൊടുക്കാം. അപ്പോൾ എല്ലാ കുടികളിലുമുള്ള ആളുകൾ ഒന്നിച്ചു നിന്ന് മൈനിംഗ് കമ്പനിക്കാരെ തടയും.”

തായനം മൂപ്പൻ അർദ്ധസമ്മതത്തിൽ തലകുലുക്കി. നിസാർ ചോദിച്ചു: “മറ്റുള്ള കുടിമൂപ്പൻമാരോട് എപ്പോൾ വരാൻ പറയും?”

“ഇന്നയ്ക്ക് സായംകാലം വരാൻ പറയാം.”

കാണി ചന്ദ്രനോടായി മൂപ്പൻ പറഞ്ഞു: “നീ എല്ലാ കുടീലും പോയി ശൊല്ല്ങ്കെ...”

ചന്ദ്രൻ തലയാട്ടി സമ്മതം പ്രകടിപ്പിച്ചു.

തിരിച്ചു കോവിലൂരിലേക്ക് നടക്കുമ്പോൾ നിസാർ ചോദിച്ചു: “തായനം മൂപ്പൻ വിളിച്ചാൽ എല്ലാ മൂപ്പൻമാരും വരുമോ പപ്പുസാമീ?”

“അയ്യോ, തായനം മൂപ്പൻ കൂപ്പിട്ടാല് വന്നില്ലെങ്കി... ആരും വരാതിരിക്കമാട്ടേ. എല്ലോരും വരുവേൻ.”

വൈകിട്ട് തായനം കുടിയിലെ പൊതുകുമന്തയിൽ വരാമെന്ന് പറഞ്ഞിട്ട് പപ്പുസാമി സ്വന്തം കുടിയിലേക്ക് കയറി. ആദ്യത്തെ ചുവട് വിജയിച്ചു. നടക്കുന്നതിനിടയിൽ നിസാർ പറഞ്ഞു.

“ഒന്നും പറയാറായിട്ടില്ല. മറ്റു മൂപ്പൻമാര് എന്തു നിലപാടെടുക്കുമെന്ന് അറിഞ്ഞുകൂട. എല്ലാ മൂപ്പൻമാരും സമ്മതിച്ചാലെ ഒരുകാര്യം ചെയ്യാൻ കഴിയൂ. ഇവിടെ ഭൂരിപക്ഷ തീരുമാനം എന്നൊന്നില്ല. കമ്യൂണിസ്റ്റ് പാർട്ടി യിലുള്ളതുപോലെ ഡെമോക്രാറ്റിക് സെൻട്രലിസവുമില്ല. ട്രൈബൽ ഡെമോക്രസി എന്നു പറഞ്ഞാൽ അബ്സൊല്യൂട്ട് ഡെമോക്രസിയാണ്. ഓരോ മൂപ്പനും തുല്യപ്രാധാന്യം. വൈകുന്നേരത്തെ യോഗത്തിൽ ഏതെങ്കിലും മൂപ്പൻ വ്യത്യസ്തമായ അഭിപ്രായം പറഞ്ഞാൽ പിന്നെ നമ്മള് അതിനെ എതിർത്തൊന്നും പറയരുത്.”

കൾച്ചുറൽ ആന്ത്രപ്പോളജി പഠിച്ച ഗിരിജ പറഞ്ഞത് നിസാർ സമ്മ തിച്ചു. നിസാറും ഗിരിജയും കോവിലൂരിൽ തിരിച്ചെത്തിയപ്പോഴേക്ക് ജനതാ ആശുപത്രിയുടെ ഓപിക്കു മുമ്പിൽ രോഗികളുടെ ക്യൂ രൂപപ്പെട്ടി രുന്നു. ക്യൂവിൽ അവശതയുള്ളവരാരെങ്കിലുമുണ്ടോ എന്ന് നിസാർ ഒന്ന് ഓടിച്ചു നോക്കി. ഉടനെ ചികിത്സ വേണ്ടവർ ആരുമില്ലെന്ന് ബോധ്യപ്പെട്ട പ്പോൾ നിസാറും ഗിരിജയും മേഴ്സി ഹോട്ടലിൽനിന്നു പ്രഭാതഭക്ഷണം കഴിക്കാൻ പോയി. ഭക്ഷണം കഴിഞ്ഞ് ആശുപത്രിയിൽ കിടക്കുന്ന രോഗി കളെ പരിശോധിച്ചു.മാങ്ങാപ്പാറക്കുടി മൂപ്പന് പനി തീരെയില്ല. എങ്കിലും രണ്ട് ദിവസം കൂടി കഴിഞ്ഞേ കുടിയിലേക്ക് പോകാറാവൂ. മൂപ്പൻ സുഖ മില്ലാതെ ആശുപത്രിയിൽ കിടക്കുമ്പോൾ തായനംകുടി മൂപ്പൻ വിളിക്കുന്ന യോഗത്തിൽ എങ്ങനെ പങ്കെടുക്കും? വെളുപ്പിനു തായനംകുടിയിൽ പ്പോയി മൂപ്പനെ കണ്ട് മൈനിംഗ് കമ്പനി വരുന്ന കാര്യവും അവരെ തടയ ണമെന്ന് പറഞ്ഞതുമെല്ലാം മൂപ്പനോടും ലച്ച്മണനോടും നിസാർ വിവരിച്ചു.

“ഇന്ന് വൈകുന്നേരം തായനംകുടിയിൽ വരാൻ എല്ലാ മൂപ്പൻ മാരെയും തായനം മൂപ്പൻ വിളിക്കുന്നുണ്ട്. മാങ്ങാപ്പാറ കുടീന്ന് ആര് വരും മൂപ്പാ?”

അന്നൈശാമി ചിരിച്ചുകൊണ്ട് പറഞ്ഞു: “തായനം മൂപ്പൻ ശൊല്ലി അയച്ചാല് നാന്താൻ വരുവേൻ.”

“മൂപ്പൻ വരണ്ട. പനി മാറിയെങ്കിലും രണ്ട് ദിവസംകൂടി ആശുപത്രി യിൽ കിടക്കണം. ശരീരം അനങ്ങിയാൽ പനി വീണ്ടും വരാനുള്ള സാദ്ധ്യതയുണ്ട്.”

“അപ്പടിയാനാ ലച്ച്മണൻ വരുവാങ്കെ.”

മരുന്നിന്റെ ടെസ്റ്റ് ഡോസ് കുത്തിവെക്കുന്നതുപോലെ നിസാർ ചോദിച്ചു: “മൈനിംഗ് കമ്പനിക്കാര് ഈ മലകളിൽ മൈനിംഗ് നടത്തുന്നതിനെക്കുറിച്ച് മൂപ്പന്റെ അഭിപ്രായമെന്താണ്?”

“അവര് മല ഇടിക്കപ്പോറ കാരിയം ലച്ച്മണൻ നേത്തക്ക് രാത്തിരി എങ്കിട്ട ശൊല്ലിയാച്ച്. അവരെ ഇങ്കെ കടത്തക്കുടാത്. അവരിങ്ക വന്ത് മലകളൊക്കെ ഇടിച്ചാല് നാങ്ക മുതുവാമ്മാരും മറ്റുള്ള ആദിവാസികളും എങ്കെപ്പോയി ജീവിക്കും?”

വെളുത്ത പൊന്ന്

ഗിരിജ ഓപിയിൽ ഒരുക്കങ്ങൾ ചെയ്തുകൊണ്ടിരുന്നു. ഒരു തേനീച്ചയുടെ ചടുലതയോടെയാണ് ഗിരിജ മരുന്നു കുപ്പികളും ബിപി അപ്പാരട്ടസ് തുടങ്ങിയ ഉപകരണങ്ങളും അതാതിന്റെ സ്ഥാനങ്ങളിൽ ഒരുക്കിവെച്ചു കൊണ്ടിരുന്നത്. പരിചയമുള്ള ഒരു നഴ്സിംഗ് അസിസ്റ്റന്റായി ഗിരിജ മാറിക്കഴിഞ്ഞു. ആവശ്യമുള്ളപ്പോൾ നല്ല നഴ്സാകാനും അറിയാം. ഗിരിജ കൂടെ ഇല്ലായിരുന്നെങ്കിൽ തന്റെ പ്രാക്റ്റീസ് ഏതു രൂപത്തിലാകുമായിരുന്നുവെന്ന് ഊഹിച്ചെടുക്കാൻ നിസാറിനു കഴിയുന്നില്ല. ഡിസ്പെൻസറിയിൽ തിരക്കിട്ട് ഒരുക്കങ്ങൾ ചെയ്യുന്ന ഗിരിജയോട് നിസാർ വിളിച്ചു പറഞ്ഞു: "മാങ്ങാപ്പാറ മൂപ്പൻ വളരെ പോസിറ്റീവാണ്. മൈനിംഗ് കമ്പനിക്കാരെ തടയണമെന്നാണ് പറയുന്നത്." പക്ഷേ ഗിരിജയ്ക്ക് അത്ര വിശ്വാസം പോര: "എല്ലാ മൂപ്പൻമാരുടെയും അഭിപ്രായം അറിഞ്ഞാലേ പറയാൻപറ്റൂ. ഒരാള് എതിർത്താല് പരിപാടി നടപ്പില്ല. ദേർ ഈസ് നോ ഡെമോക്രാറ്റിക്ക് സെൻട്രലിസം. അബ്സൊല്യൂട്ട് ഡെമോക്രസിയാണ്."

ഓപിയിൽ രോഗികളെ പരിശോധിച്ചുകൊണ്ടിരിക്കുമ്പോഴും നിസാറിന്റെ ചിന്ത വൈകുന്നേരം തായനംകുടിയിലെ പൊതുകുമന്തയിൽ നടക്കാൻ പോകുന്ന മൂപ്പൻമാരുടെ യോഗത്തെ കുറിച്ചായിരുന്നു. നിസാർ എപ്പോഴും അങ്ങനെയാണ്. ഒരു കാര്യം തലയിൽ കയറിക്കഴിഞ്ഞാൽ പിന്നെ അതിന്റെ പര്യവസാനം കണ്ടിട്ടേ അതിന്റെ ചിന്തയിൽ നിന്ന് മുക്തനാകുകയുള്ളൂ. സംഘടനാപ്രവർത്തനം നടത്തിയിരുന്നപ്പോൾ സംഘടനാകാര്യങ്ങൾ തന്നെയായിരുന്നു ഉറക്കത്തിലും ഉണർവ്വിലും. വീട്ടുകാര്യങ്ങൾ മറക്കും. വീട്ടുകാരെ മറക്കും. അതല്ലേ സഫിയയുടെ മനസ്സിൽ നിന്നും പുറന്തള്ളപ്പെട്ടത്...

രോഗികളെ പരിശോധിക്കുന്നതിനിടയിൽ നിസാർ ചിന്തിച്ചു. ആരെങ്കിലും മൈനിംഗ് കമ്പനിയെ തടയേണ്ടെന്ന് പറയുമോ? സ്വന്തം കുടികളും കൃഷിസ്ഥലങ്ങളും നഷ്ടപ്പെടുമെന്നു വന്നാൽ ആർക്കാണ് വേദന ഉണ്ടാകാത്തത്? ഏത് മുതുവാനാണ് സ്വന്തം കുടിവിട്ട് പോകാൻ ഇഷ്ടപ്പെടുക? ഏത് മലപ്പുലയനാണ് തങ്ങളുടെ പൂർവ്വികരെ അടക്കം ചെയ്ത ഭൂമിവിട്ട് പോകാൻ തയ്യാറാകുക? അവരോട് വരാനിരിക്കുന്ന ആപത്തിനെക്കുറിച്ച് പറഞ്ഞ് ബോധ്യപ്പെടുത്തണം. കാര്യങ്ങൾ പറഞ്ഞ് ബോധ്യപ്പെടുത്തുന്നതിൽ നിസാറിനു വിരുതുണ്ട്. പറഞ്ഞ് ബോധ്യപ്പെടുത്തിയല്ലേ ദന്തഗോപുരങ്ങളിൽ കഴിഞ്ഞിരുന്ന ഗസറ്റഡ് ഓഫീസർമാരെ തെരുവിലിറക്കിയതും എൻജിഓമാരുടെ പണിമുടക്കിൽ പങ്കെടുപ്പിച്ചതും. ഓപിയിൽ വന്നരോഗികളെയെല്ലാം നോക്കി മരുന്നു കൊടുത്തു കഴിഞ്ഞപ്പോൾ മണി രണ്ടു കഴിഞ്ഞു. മേഴ്സിഹോട്ടലിൽ ഊണു കഴിക്കുമ്പോൾ ഡോക്ടർ നിസാർ ഔസേപ്പിനോട് പറഞ്ഞു:

"ഞങ്ങൾ തായനംകുടി വരെ പോകുകയാണ്. വൈകുന്നേരം ഓപിയിൽ വരുന്നവരോട് പറയണം. തിരിച്ചെത്തുമ്പോൾ രാത്രിയാകും."

"അവട ഇന്ന് മൂപ്പൻമാരുടെ മീറ്റിംഗുണ്ടല്ലേ?"

"ആര് പറഞ്ഞു?"

"ആശ്വത്രീക്കെടക്കെടക്കണ മൂപ്പന്റെ കൂടൊള്ള മുതുവാമ്മാര് പറഞ്ഞതാണ്. മൈനിംഗ് കമ്പനിക്കാർ മല ഇടിക്കണതിനെതിരായിട്ട് സമരം നടത്താമ്പോണെന്നാണ് അവര് പറഞ്ഞത്."

"മലകൾ ഇടിച്ച് മൈനിംഗ് നടത്തുന്നതിനെക്കുറിച്ച് നാട്ടുകാർക്ക് അറിയാമോ?"

"പിന്നില്ലേ. കെഴക്കേ മലേല് സർവ്വേ തൊടങ്ങ്യേത് മൊതല് നാട്ടുകാര് പറച്ചില് തൊടങ്ങി ഏതാണ്ട് വല്ല്യേ കാര്യം വരാമ്പോണെന്ന്."

"വലിയ കാര്യം തന്നെയാണ് നടക്കാൻ പോകുന്നത്. ഇവിടത്തെ മലകൾ ഇടിച്ച് മൈനിംഗ് നടത്തുന്നതിൽ നാട്ടുകാർക്ക് എതിർപ്പൊന്നുമില്ലേ?"

"അവരെന്തിനാണ് എതിർക്കണത്? നാട്ടുകാരല്ലല്ല മലേല് പാർക്കണത്. മുതുവാമ്മാരല്ലേ. മൈനിംഗ് വരണത് നല്ലതാണെന്നാണ് നാട്ടുകാര് പറേണത്."

"എങ്ങനെ അത് നല്ലതാകും?"

"നാട്ടുകാർക്ക് എന്തെങ്കിലുമൊക്കെ ജോലികിട്ടും. പിന്നെ പട്ടയം കിട്ടിയ ഏതെങ്കിലും സ്ഥലം മൈനിംഗ് കമ്പനിക്കാരെടുത്താല് നല്ല വെല കിട്ടൂന്നും ജനസംസാരോണ്ട്."

"അപ്പോ നാട്ടുകാര് മൈനിംഗിനു അനുകൂലമാണ്."

"അനുകൂലമാണെന്ന് മാത്രോല്ല, എല്ലാ ഒത്താശേം ചെയ്തുകൊടുക്കണൂണ്ട്. കോൺവെന്റ് കാരല്ലേ ആപ്പീസ് തൊടങ്ങാൻ കെട്ടിടോം സ്ഥലോം കൊടുത്തത്. മലയില് സർവ്വേക്ക് പോണോർക്ക് വഴികാണിച്ചു കൊടുക്കണതും നാട്ടുകാര് തന്നേണ്."

"ആദിവാസികള് എങ്ങനെ? മൈനിംഗിന് അനുകൂലമോ പ്രതികൂലമോ?"

"അവരെങ്ങനേണെന്ന് അറിഞ്ഞൂടാ. കുടികള് പോവുന്നുണ്ടെങ്കില് മുതുവാമ്മാര് എതിരാവും. ഹിൽപ്പൊലയരുടെ കാര്യം പറയാമ്പറ്റൂല. അവർക്ക് കൊറച്ച് കാശും സെറ്റിൽമെന്റിനു വേറെ സ്ഥലോം കൊടുത്താല് ചെലപ്പ അവര് വഴക്കുണ്ടാക്കാതേ മാറിപ്പൊക്കോളും."

ഒന്നു നിറുത്തിയിട്ട് ഔസേപ്പ് പറഞ്ഞു: "മലേല് മുഴുവൻ സ്വർണ്ണത്തിനെക്കാളും വെലപിടിപ്പൊള്ള ഒരുതരം വെളുത്ത പൊന്നാണെന്നാണ്

അള്ളേള് പറേണത്. മൈനിംഗ്കാര് അങ്ങനേണ് എല്ലാരോടും പറയണത്. അത് കുഴിച്ചെടുക്കാനൊള്ള സർവ്വേല്ലെ നടത്തണത്?"

"സ്വർണ്ണത്തേക്കാളല്ല പ്ലാറ്റിനത്തേക്കാൾ വിലപിടിപ്പുള്ള ലോഹമാണ് ലിത്തിയം. പ്ലാറ്റിനം കൊണ്ട് ആഭരണം ഉണ്ടാക്കാനല്ലേ പറ്റൂ. ലിത്തിയം കൊണ്ടാണ് മൊബൈൽ ഫോണിലെ ബാറ്ററികൾ ഉണ്ടാക്കുന്നത്. ആവശ്യത്തിനു ലിത്തിയം കിട്ടിയില്ലെങ്കിൽ മൊബൈൽ ഫോണുകളും ലാപ്ടോപ്പുകളും പ്രവർത്തിക്കാതാവും. ഇപ്പോ ലോകത്ത് നൂറില് അറുപത് പേർക്കും മൊബൈൽ ഫോണുണ്ട്. ലിത്തിയത്തിന് പെട്രോളിന്റെ പത്തിരട്ടി വിലയാണ് ഇനിയങ്ങോട്ട്. ഈ ഭാഗത്തുള്ള മലകളിലൊക്കെ ലിത്തിയം ഉണ്ടെന്നാണ് അവര് പറയുന്നത്."

"അപ്പ അതൊക്കെ കുഴിച്ചെടക്കണത് നല്ലതല്ലേ?"

"ഈ മലകളൊക്കെ ഇല്ലാതായാല് നമ്മുടെ നാട് മരുഭൂമിയാകും. നമുക്ക് ജീവിക്കാൻ പറ്റാതാകും."

ഡോക്ടർ നിസാർ പറഞ്ഞത് വിശ്വാസം വരാതെ ഔസേപ്പ് മിഴിച്ചു നോക്കിക്കൊണ്ട് നിന്നു. മലകളുടെ ഗർഭത്തിലുള്ള ലിത്തിയം കുഴിച്ചെടുക്കുമ്പോൾ മലകൾ എങ്ങനെ ഇല്ലാതാകുന്നു എന്ന് ഔസേപ്പിനു മനസ്സിലായില്ല. പിന്നെ, മലകൾ ഇല്ലാതായാൽ നാടെങ്ങനെ മരുഭൂമിയാകും എന്ന കാര്യവും മനസ്സിലാകുന്നില്ല. എന്തായാലും മൈനിംഗ് കമ്പനിക്കാരെ തടയുന്നത് നല്ല കാര്യമല്ലെന്ന് തന്നെയാണ് ഔസേപ്പിനു തോന്നിയത്. പക്ഷേ തന്റെ സ്ഥലത്ത് താൻ പണിതുകൊടുത്ത കെട്ടിടത്തിൽ ആശുപത്രി നടത്തുകയും അതിനു മാസംതോറും വാടക തരികയും ചെയ്യുന്ന ഡോക്ടർ. ആശുപത്രിയിൽ ആളുകൾ വരുന്നതുകൊണ്ട് തന്റെ കച്ചവടം അഭിവൃദ്ധിപ്പെടുകയും ചെയ്തു. അങ്ങനെയുള്ള ഡോക്ടർ പറയുന്നതിനെ പരസ്യമായി എതിർക്കാൻ ഔസേപ്പിന് കഴിയുകയില്ല. ഡോക്ടർ പറഞ്ഞതിനെ ശബ്ദമൊന്നും പുറപ്പെടുവിക്കാതെ തലയാട്ടി സമ്മതിക്കുക മാത്രം ചെയ്തു.

നിസാറും ഗിരിജയും തായനംകുടിയിലെത്തിയപ്പോഴേക്കും മാങ്ങാപ്പാറക്കുടി മൂപ്പൻ അന്നൈശാമി ഒഴികെ മറ്റെല്ലാ മൂപ്പൻമാരും എത്തി കുടിയിലെ പൊതുകുമന്തയിൽ പുൽപ്പായകൾ വിരിച്ച് നിരന്നിരിക്കുകയായിരുന്നു. മാങ്ങാപ്പാറ മൂപ്പൻ അന്നൈശാമിക്കു പകരം വന്ന കാണി ലച്ച്മണൻ ഒരു മൂലയിൽ ഒതുങ്ങി നിൽക്കുന്നുണ്ടായിരുന്നു. നിസാറും ഗിരിജയും പുൽപ്പായയിൽ മൂപ്പൻമാരെ അഭിമുഖീകരിച്ച് ഇരുന്നു. തായനം മൂപ്പൻ നിസാറിന്റെ തൊട്ടടുത്തിരുന്നുകൊണ്ട് ഓരോ മൂപ്പനെയായി ചൂണ്ടിക്കാണിച്ച് പേരുപറഞ്ഞ് നിസാറിനും ഗിരിജയ്ക്കും പരിചയപ്പെടുത്താൻ തുടങ്ങി.

"അത് വെള്ളക്കല്ല്കുടി മൂപ്പൻ പഞ്ചലിംഗം, അത് സാമിയാർക്കുടി മൂപ്പൻ പൊന്നുശാമി, അത് ഒലിക്കുടിമൂപ്പൻ ശിവലിംഗം, ഇത് പുതുക്കുടി

മൂപ്പൻ അനീപ്പൻ, അത് ഇരുട്ടലക്കുടി മൂപ്പൻ ചിന്നൻ, ഇത് മാങ്ങാപ്പാറക്കുടി കാണി ലച്ച്മണൻ. അവര്ടെ മൂപ്പനാണ് ആശുപത്രീല് പനിയായിട്ട് കെടക്കണത്."

താനയനം മൂപ്പൻ തുടർന്നു: "അത് ഒള്ളവയൽക്കുടി മൂപ്പൻ ബസുവണ്ണൻ, അത് ശാമിയാർക്കുടിമൂപ്പൻ വെള്ളശാമി, അത് ആർക്കുടി മൂപ്പൻ കണ്ണസാമി, അത് ആട്ടുമലക്കുടിമൂപ്പൻ അങ്കപ്പൻ, ഇത് കുഞ്ചിപ്പാറക്കുടി മൂപ്പൻ ജ്ഞാനമുത്തു, അത് വാരിയം കുടി മൂപ്പൻ അനിചന്ദ്രൻ...."

ഇത്തരം പൊതുയോഗമര്യാദകൾ ആദിവാസികളായ ഇവരെങ്ങനെ സ്വായത്തമാക്കി എന്നായിരുന്നു നിസാറിന്റെ ചിന്ത. മനസ്സിൽ തോന്നിയത് നിസാർ ഗിരിജയുടെ ചെവിയിൽ മന്ത്രിച്ചു. ഗിരിജ ശബ്ദം താഴ്ത്തി പറഞ്ഞു: "ഗോത്രവ്യവസ്ഥയിലാണ് എല്ലാ ജനതകളുടെയും സാമൂഹിക മര്യാദകൾ ഉത്ഭവിച്ചത്."

തായനം മൂപ്പൻ ഒരോ മൂപ്പന്റെയും പേര് പറയുന്നമുറയ്ക്ക് പേരുകൾ നിസാറിന്റെ മനസ്സിൽനിന്നു തൊട്ടുമുമ്പ് പറഞ്ഞ പേരുകൾ മാഞ്ഞുപൊയ്ക്കൊണ്ടിരുന്നു. എങ്കിലും ഓരോ പേരുപറയുമ്പോഴും നിസാർ താല്പര്യത്തോടെ കേൾക്കുകയും തലയാട്ടുകയും ചെയ്തു. പറയുന്നവന് തൃപ്തിയാവണമെങ്കിൽ കേൾക്കുന്നവർ ശ്രദ്ധിക്കുന്നുണ്ടെന്ന് ബോദ്ധ്യപ്പെടുത്തണം. ഒരു ചെവിയിൽക്കൂടി കേട്ട് മറു ചെവിയിലൂടെ പുറത്ത് കളഞ്ഞാലും കുഴപ്പമൊന്നുമില്ല. ശ്രദ്ധിക്കുന്നുണ്ടെന്ന് പറയുന്ന ആളിനെ ബോദ്ധ്യപ്പെടുത്തിയാൽ മതി. എല്ലാ മൂപ്പൻമാരെയും പരിചയപ്പെടുത്തിക്കഴിഞ്ഞു.

"ഇനി ഡാക്കിട്ടര് പറ."

ഡോക്ടർ നിസാർ വിശദീകരണം തുടങ്ങാനുള്ള തയ്യാറെടുപ്പായി തൊണ്ട ശുദ്ധീകരിച്ചു. ഔപചാരികത തെല്ലുമില്ലാതെ കാര്യം പറഞ്ഞു തുടങ്ങിയാലെ കേൾക്കുന്നവരിൽ താല്പര്യം ജനിക്കുകയുള്ളുവെന്ന് നിസാറിനറിയാം. സംഘടനാരംഗത്ത് പ്രവർത്തിച്ചിരുന്നപ്പോൾ പഠിച്ച പാഠമാണത്. അതുകൊണ്ട് പ്രസംഗശൈലി ഉപേക്ഷിച്ച് ഡയലോഗിന്റെ രീതി അവലംബിച്ചു.

"നിങ്ങളിൽ ആർക്കെല്ലാം മൊബൈൽ ഫോണുണ്ട്? മൊബൈൽ ഫോണുള്ളവർ കൈ പൊക്കണം."

എല്ലാവരും കൈപൊക്കി.

"ഇവിടെ റെയിഞ്ചുണ്ടോ?"

എല്ലാവരം ഫോൺ കൈയിലെടുത്ത് പരിശോധിച്ചു. റെയിഞ്ച് ഇല്ല.

"ഏതൊക്കെ കുടികളിൽ റെയിഞ്ചുണ്ട്?"

ആരും കൈ പൊക്കിയില്ല.

“കുടിയിൽ റെയിഞ്ചില്ലെങ്കിലും റെയിഞ്ചുള്ളിടത്തുപോകുമ്പോൾ വിളിക്കാമല്ലോ, അല്ലേ?”

എല്ലാവരും നിസാർ പറഞ്ഞതിനെ അനുകൂലിച്ചു. എല്ലാവരും തന്നെ ശ്രദ്ധിക്കുന്നുണ്ടെന്നു ബോധ്യപ്പെട്ടപ്പോൾ നിസാർ സാവകാശത്തിൽ പറഞ്ഞുതുടങ്ങി.

“നമ്മുടെ നാട്ടിൽ മിക്കവാറും എല്ലാ ആളുകൾക്കും മൊബൈൽ ഫോണുണ്ട്. ഇത് തന്നെയാണ് ലോകത്ത് എല്ലായിടത്തും സ്ഥിതി. നമ്മുടെ ഓരോരുത്തരുടെയും കൈയിലുള്ള ഈ മൊബൈൽ ഫോൺ ബെല്ലടിക്കാനും അതിലെ ലൈറ്റ് കത്താനും ഒക്കെ കറന്റ് വേണമെന്ന കാര്യം എല്ലാവർക്കും അറിയാമല്ലോ?”

അറിയാമെന്ന് എല്ലാവരും സമ്മതിച്ചു. ഈ കറന്റ് എവിടന്ന് കിട്ടുന്നു എന്നറിയോ?”

പലരും ഒരുമിച്ച് പറഞ്ഞു: “അതുക്കുള്ളെ ബാറ്ററി ഇരുക്ക്.”

നിസാർ അതിൻമേൽ പിടിച്ചുകൊണ്ട് സംസാരം തുടർന്നു.

“ശരിയാണ്. മൊബൈൽ ഫോണിൽ ബാറ്ററിയുണ്ട്. ഈ ബാറ്ററി നമ്മുടെ ടോർച്ചിൽ ഇട്ടിട്ടുള്ള ബാറ്ററി പോലെയല്ല. ലിത്തിയം എന്ന ലോഹം കൊണ്ടാണ് ഉണ്ടാക്കിയിട്ടുള്ളത്. ലോകത്ത് എല്ലാവർക്കും മൊബൈൽ ഫോൺ ഉള്ളതുകൊണ്ട് ഒരുപാട് ലിത്തിയം ആവശ്യമുണ്ട്. നമ്മുടെ ഈ മലകളിൽ ലിത്തിയം ഉണ്ടെന്നാണ് കണ്ടെത്തിയിരിക്കുന്നത്. ലിത്തോസൺ എന്ന മൈനിംഗ് കമ്പനി കിഴക്കേ മലയിലും പടിഞ്ഞാറെ മലയിലും സർവ്വേ നടത്തിക്കൊണ്ടിരിക്കുകയാണ്. സർവ്വേ കഴിഞ്ഞാൽ മലകൾ തുരന്ന് പരീക്ഷണങ്ങൾ നടത്തും. അത് കഴിഞ്ഞ് മലകളുടെ ഉള്ള് തുറന്ന് മൈനിംഗ് നടത്തും. കിഴക്കേ മലയിലെയും പടിഞ്ഞാലെ മലയിലെയും സർവ്വേ കഴിഞ്ഞാൽ മുതുവാക്കുടികളും ആദിവാസി ഊരുകളും ഉള്ള മലകളിൽ സർവ്വേയും പരീക്ഷണവും തുടങ്ങും.” മാങ്ങാപ്പാറ മല മുതൽ മുതുവാക്കുടികൾ സ്ഥിതിചെയ്യുന്ന മലകളിൽ സർവ്വേയും പരീക്ഷണവും തുടങ്ങുന്ന കാര്യം അവർ പറഞ്ഞത് അതേപടി ഡോക്ടർ നിസാർ മൂപ്പൻമാരെ അറിയിച്ചു. എല്ലാം വിവരിച്ച തിനുശേഷം വരാനിരിക്കുന്ന ആപത്തിനെക്കുറിച്ച് സൂചിപ്പിച്ചു. “ഇവിടെയൊക്കെ ലിത്തിയം ഉണ്ടെന്ന് തെളിഞ്ഞാൽ മുതുവാക്കുടികൾ എല്ലാം ഒഴിയേണ്ടിവരും. കാരണം ഈ മലകളെല്ലാം വെട്ടിത്തുറന്ന് ലിത്തിയം എടുക്കാനുള്ള മൈനിംഗ് തുടങ്ങും. അതുകൊണ്ട് നമ്മുടെ ഈ മലകളിൽ മൈനിംഗ് കമ്പനിയുടെ സർവ്വേ നടത്താൻ അനുവദി ക്കരുത്.”

നിസാർ പറഞ്ഞു കഴിഞ്ഞപ്പോൾ തികഞ്ഞ നിശ്ശബ്ദതയായി. അകലെയെവിടെയോ കുറുക്കൻമാർ ഓരിയിട്ടു. കാട്ടുനായ്ക്കളുടെ

കുരയും മ്ലാവിന്റെ കരച്ചിലും കേൾക്കാമായിരുന്നു. കാട്ടുനായ്ക്കളും കുറുക്കൻമാരും കൂടി മ്ലാവിനെ കൊന്നു തിന്നുകയാണ്. കോവിലൂരിൽ താമസമാക്കി മൂന്നുവർഷം പിന്നിട്ടതിനിടയിൽ ഈ രംഗം ഒരു പ്രാവശ്യം നേരിൽ കാണുകയും മറ്റൊരിക്കൽ അതിന്റെ ശബ്ദം കേൾക്കുകയും ചെയ്തിട്ടുണ്ട്. മ്ലാവിനോട് സഹാനുഭൂതി തോന്നിയെങ്കിലും നിസാറിന് കാട്ടുനായ്ക്കളോട് തെല്ലും പക തോന്നിയില്ല. മ്ലാവിനെയും മാനിനെയും കൊന്നു തിന്നെങ്കിലേ കാട്ടുനായ്ക്കൾക്കും കുറുക്കൻമാർക്കും കടുവ ഗൾക്കും പുലികൾക്കും ജീവൻ നിലനിറുത്താൻ കഴിയൂ. ഈ പ്രകൃതി നിയമത്തെ മനുഷ്യരെന്തിനാണ് കാട്ടുനീതി എന്ന് പറഞ്ഞ് ആക്ഷേപി ക്കുന്നത്? വനത്തിലെ ജീവികൾ അർഹിക്കാത്ത എന്തെല്ലാം ചീത്ത പ്പേരുകളാണ് അവർക്ക് മനുഷ്യർ ചാർത്തിക്കൊടുത്തിരിക്കുന്നത്. ഹിംസ്ര ജന്തുക്കൾ പോലും. മനുഷ്യനോളം അനാവശ്യഹിംസ ചെയ്യുന്ന ഏതെങ്കിലും ജന്തു ഈ ഭൂമിയിലുണ്ടോ? മൃഗങ്ങൾ ഹിംസ ചെയ്യുന്നത് തിന്നാനും അതുവഴി ജീവൻ നിലനിറുത്താനും മാത്രമാണ്. പരിധികൾ ലംഘിക്കുന്ന അന്യരെയും ഇണകൾക്കു വേണ്ടി മത്സരിക്കുന്നവരെയും മൃഗങ്ങൾ ഒരിക്കലും കൊല്ലാറില്ല. പിന്നെ എന്തുകൊണ്ടാണ് അവരെ ഹിംസ്ര ജന്തുക്കളെന്ന് മനുഷ്യർ വിളിക്കുന്നത്? ഇത് സ്വന്തം ഹിംസാശീലത്തെ മൃഗങ്ങളിലേക്ക് പ്രലംബനം ചെയ്യുന്നതാണ്. ശരിയായ ഫ്രോയിഡിയൻ പ്രൊജക്ഷൻ...

ആരെങ്കിലും പ്രതികരിക്കുന്നതും കാത്ത് നിസാറും ഗിരിജയും ഇരുന്നു. മൂപ്പൻമാർ പരസ്പരം നോക്കി. നീണ്ട നിശ്ശബ്ദത ഭഞ്ജിച്ചു കൊണ്ട് ഏറ്റവും പിന്നിൽ ഇരുന്നിരുന്ന കുഞ്ചിപ്പാറക്കുടി മൂപ്പൻ ജ്ഞാനമുത്തു ചോദിച്ചു: "അവര് പരീക്ഷണം നടത്താൻ വന്താല് നമ്മക്ക് എന്ന ശെയ്യ മുടിയും?"

നിസാർ പറഞ്ഞു: "നമ്മള് തടയണം. എല്ലാവരും ചേർന്ന് തടയണം. നമ്മള് തടയുമ്പോൾ നമ്മളെ പിന്തിരിപ്പിക്കാൻ വേണ്ടി പലതും പറയും. പുതിയ സെറ്റിൽമെന്റ് ഉണ്ടാക്കാൻ വേറെ മല തരാം. പുതിയ കുടിലുകൾ പണിയാനുള്ള പണം തരാം. എന്നൊക്കെ പറയും. എന്ത് തന്നാലും നമ്മടെ അച്ഛനപ്പൂപ്പൻമാരെ ഇവിടെ വിട്ടിട്ട് നമ്മക്ക് മറ്റെവിടെയെങ്കിലും പോകാൻ പറ്റുമോ?"

എല്ലാവരും ഒരേ സ്വരത്തിൽ പറഞ്ഞു: "അത് പറ്റൂല."

"എങ്കിൽ നമ്മള് തടയണം. ഇവിടെ സർവ്വേയും തുരന്നുള്ള പരീക്ഷണവും നടത്തരുത്. പരീക്ഷണം നടത്തി ഇവിടെ ലിത്തിയം ഉണ്ടെന്ന് കണ്ടുപിടിച്ചാൽ നമ്മളെയൊക്കെ ആട്ടിയിറക്കി അവർ മലകൾ സ്വന്തമാക്കും. എന്നിട്ട് മലകൾ വെട്ടിപ്പൊളിച്ച് മൈനിംഗ് നടത്തും."

ആർക്കുടി മൂപ്പൻ കണ്ണസാമി ചോദിച്ചു: "നാങ്ക എപ്പടി തടയും?"

ആർക്കുടിയെപ്പറ്റി മുമ്പ് പപ്പുസാമി പറഞ്ഞത് നിസാർ ഓർത്തു. ആർക്കുടിയിൽ ആറ് കുടികളേയുള്ളൂ. ഒരു മലഞ്ചെരിവ് മുഴുവൻ ആറ് കുടികൾക്കാണ്. ആറ് കുടികൾ മാത്രമുള്ളതുകൊണ്ടാണ് ആർക്കുടി എന്ന പേര് കൊടുത്തത്. വെറും ആറ് കുടിക്കാർ ചേർന്ന് മൈനിംഗ് കമ്പനിക്കാരെ എങ്ങനെ തടയുമെന്നായിരിക്കും കണ്ണസാമി ചിന്തിക്കുന്നത്. സംശയം ചോദിച്ചത് ആർക്കുടി മുപ്പനാണെങ്കിലും ആ സംശയം എല്ലാവരുടെയും മനസ്സിൽ ഉണ്ടായിരിക്കുമെന്ന് നിസാറിനറിയാം.

"അവർ പടിഞ്ഞാറെ മലയിലെ സർവ്വേ പൂർത്തിയാക്കിയാൽ ഉടനെ മാങ്ങാപ്പാറ മലയിൽ സർവ്വേ തുടങ്ങുമെന്നാണ് ഞങ്ങളോട് പറഞ്ഞത്. മാങ്ങാപ്പാറ മലയടിവാരത്തിൽ അവർ വന്നാലുടനെ മാങ്ങാപ്പാറക്കുടിക്കാരും മറ്റു ഇരുപത്താറു കുടിക്കാരും ഒന്നിച്ചു വന്ന് അവരോട് മലയിൽ കയറി സർവ്വേ നടത്തരുതെന്ന് പറയണം. മലപ്പുലയരെയും ഉള്ളാടരെയും മന്നാൻമാരെയും വിവരം അറിയിക്കണം. അവരോടെല്ലാം ഞങ്ങൾ ഇതുപോലെ മൂപ്പൻമാരെയും എല്ലാവരെയും യോഗം വിളിച്ചുകൂട്ടി പറയുന്നുണ്ട്. നിങ്ങൾ എല്ലാവരും കൂടി പറഞ്ഞാലും അവര് മലയിൽ കയറാൻ നോക്കും. അപ്പോൾ എല്ലാവരും ഒന്നിച്ചു നിന്ന് അവരെ തടയണം."

കണ്ണസാമിക്ക് വീണ്ടും സംശയം: "നമ്മള് തടുത്തു നിറുത്തിയാല് അവര് ഫോറസ്റ്റ്കാരെ കൂപ്പിടൂലെ? ഫോറസ്റ്റ്കാര് വന്താല്..."

ഗിരിജയാണ് കണ്ണസാമിയുടെ ചോദ്യത്തിനു മറുപടി പറഞ്ഞത്: "അവര് ഫോറസ്റ്റ്കാരെ മാത്രമല്ല. പോലീസിനെയും പട്ടാളത്തെയുമൊക്കെ ഇറക്കിയേക്കും. എല്ലാ മുതുവാൻമാരും മറ്റുള്ള ആദിവാസികളും ഒന്നിച്ചു നിന്ന് എതിർത്താല് അവർക്ക് ഒന്നും ചെയ്യാൻ പറ്റില്ല."

കണ്ണസാമി തറപ്പിച്ചു പറഞ്ഞു: "കൊഴപ്പത്തിനൊന്നും പോണ്ട. നമ്മട എംപിയോട് ശൊന്നാ പോതും. എംപി അവരോട് ഈ മലേല് സർവ്വേ വേണ്ടാന്ന് പറയും. അവര് പിന്നെ ഇങ്ങോട്ട് വരൂല."

നിസാർ എന്തോ പറയാൻ മുതിർന്നപ്പോൾ ഗിരിജ നിസാറിന്റെ കൈയ് കടന്നു പിടിച്ചു. എന്നിട്ട് ചെവിയിൽ മന്ത്രിച്ചു: "തർക്കിക്കണ്ട. ഈ മൂപ്പൻ പറഞ്ഞതാണ് എല്ലാവർക്കും സ്വീകാര്യമെന്ന് എല്ലാവരുടെയും മുഖഭാവം വ്യക്തമാക്കുന്നുണ്ട്."

നിസാർ എല്ലാവരോടുമായി പറഞ്ഞു: "എംപിയോട് പറഞ്ഞാൽ എംപി മൈനിംഗ് കമ്പനിക്കാരോട് പറഞ്ഞ് മുതുവാക്കുടികൾ ഇരിക്കുന്ന മലകളെ ഒഴിവാക്കുമെന്നുണ്ടെങ്കിൽ എംപിയെ കണ്ട് പറയണം. എംപി അവരോട് പറയുന്നില്ലെങ്കിൽ നമ്മള് ഒന്നിച്ച് നിന്ന് മൈനിംഗ്കാരെ തടയണം."

കണ്ണസാമി തറപ്പിച്ചു പറഞ്ഞു: "എംപി അവരോട് പറയാണ്ടിരിക്കൂല."

കണ്ണസാമി ചിന്തിക്കുന്നതുപോലെ തന്നെ ആയിരിക്കും മറ്റുള്ളവരും ചിന്തിക്കുന്നതെന്ന് നിസാർ ഊഹിച്ചു. അവരുടെ നിഷ്കളങ്കതയിൽ നിസാർ സഹതപിച്ചു. അവർ വിചാരിക്കുന്നതു പോലെ എംപി അവരുടെ രക്ഷയ്ക്കെത്തുകയില്ലെന്ന് അവരെ ബോധ്യപ്പെടുത്തിക്കൊടുത്താലേ അവർ മൈനിംഗ് കമ്പനിയോട് ചെറുത്തുനിൽപ്പിനു തയ്യാറാകുകയുള്ളുവെന്ന് നിസാറിനു തോന്നി.

നിസാർ ചോദിച്ചു: "ശരി. ആര് പോയി എംപിയോട് പറയും?"

എല്ലാവരും ഒരേ സ്വരത്തിൽ പറഞ്ഞു: "തായനം മൂപ്പൻ.."

"ഞാൻ പോയി പറയാം. എന്റെ കൂട്ടത്തിൽ ഡാക്കിട്ടറും വരണം. എംപിയോട് ഇന്ത കാര്യം ശൊല്ലപ്പോറതുക്ക് ഡാക്കിട്ടറും കൂട വന്നാലേ പറ്റൂ."

നിസാർ സമ്മതിച്ചു: "ഞാൻ മാത്രമല്ല ഞങ്ങൾ രണ്ടുപേരും മൂപ്പന്റെ കൂടെ വരാം."

"നമ്മക്ക് നാളെത്തന്നെ പോലാം."

"അതിനു എംപി വീട്ടിലുണ്ടോന്ന് അറിയണ്ടേ?"

"അതിപ്പം താൻ അറിയാം. ഈ മലേന്റെ അപ്പറത്ത് പോയാല് മൊബൈലില് വിളിക്കാമ്പറ്റും. എംപി വീട്ടിലൊണ്ടെങ്കില് ഡാക്കിട്ടറോട് വിളിച്ചു പറയാം. നാള കാലെയിലെ പോലാം. ഫസ്റ്റ് ബസ്സ്ക്ക് മൂന്നാറിനു പോലാം. അങ്കെയിരുന്ത് നെടുങ്കണ്ടം ബസ്സ് കിട്ടും. ഉച്ചക്ക് മുന്നാലെ വീട്ടില് പോനാല് എംപിയെ പാക്കമുടിയും."

"എംപി വീട്ടിലുണ്ടെങ്കിൽ ഞങ്ങളെ വിവരം അറിയിക്കണം. നാളെ പോകുന്നുണ്ടെങ്കിൽ ആശുപത്രിയിൽ പകരക്കാരൻ ഡോക്ടറോടും നഴ്സിനോടും വരാൻ പറയണം."

"എംപിയെ കൂപ്പിട്ട ഒടനെ ഡാക്കിട്ടറെ കൂപ്പടലാം. എംപി നാളെ വീട്ടിലില്ലെങ്കി എന്ന് കാണാമ്പറ്റൂന്ന് വീട്ടിലൊള്ളോര് പറയും. അന്നയ്ക്ക് പോനാപ്പോതും." സ്വന്തം എംപിയുമായി മുതുവാൻമാരുടെ അടുപ്പവും മമതാബന്ധവും ഡോക്ടർ നിസാറിനെ അദ്ഭുതപ്പെടുത്തി. താനൊരിക്കലും എംഎൽഎമാരുമായോ എം പിമാരുമായോ രാഷ്ട്രീയ നേതാക്കളുമായോ അടുപ്പം പുലർത്തിയിട്ടില്ല. സംഘടനാപ്രവർത്തനം ഉണ്ടായിരുന്നപ്പോൾ ഫ്രാക്ഷന്റെ ചുമതലയുള്ള പാർട്ടിസെക്രട്ടറിയേറ്റ് മെമ്പറെ മാത്രമേ കാണാറുണ്ടായിരുന്നുള്ളൂ. മറ്റുള്ള പാർട്ടി നേതാക്കളെ "മുഖം കാണിച്ചു" പ്രീതി സമ്പാദിക്കുന്ന പതിവും നിസാറിന് ഉണ്ടായിരുന്നില്ല. അതുകൊണ്ടാണല്ലോ വളണ്ടറി റിട്ടയർമെന്റ് വാങ്ങി വിരമിക്കുന്നു എന്ന് ഫ്രാക്ഷന്റെ ചുമതലയുണ്ടായിരുന്ന പാർട്ടിസെക്രട്ടറി സഖാവ്

കെഎസിനോട് പറഞ്ഞപ്പോൾ ì ഓ ശരി എന്നാലങ്ങനെയാകട്ടെì എന്ന് പറഞ്ഞ് തന്നെ പെട്ടെന്ന് ഒഴിവാക്കിയത്. പാർട്ടിനേതാക്കൻമാരുടെ വീടുകളിൽ പതിവായി പോയി നേതാക്കളുടെയും കുടുംബാംഗ ങ്ങളുടെയും ആരോഗ്യകാര്യങ്ങൾ അന്വേഷിച്ചിരുന്ന ഡോക്ടർ ബാല ഗോപാലിനെ പ്രസിഡന്റ് സ്ഥാനത്ത് അവരോധിച്ചു. പെൻഷനാകു ന്നതിനു മുമ്പ് തന്നെ പി എസ് സിമെമ്പറാക്കി. പി എസ് സി മെമ്പർ സ്ഥാനത്തിരുന്ന് പെൻഷനായപ്പോൾ വിവരാവകാശക്കമ്മീഷനാക്കി...

സിയാറ്റിൽ മൂപ്പന്റെ പിന്മുറക്കാരൻ

ആദ്യബസ്സിനു തന്നെ മൂന്നാറിനു പോകാൻ പാകത്തിൽ തായനം മൂപ്പൻ കോവിലൂരിലെത്തി. മൂന്നാർ ബസ്സ് ഏഴുമണിക്കുതന്നെ പുറപ്പെടാൻ ഒരുങ്ങി കിടക്കുന്നുണ്ടായിരുന്നു. തായനം മൂപ്പനും നിസാറും ഗിരിജയും അടുത്തടുത്ത സീറ്റുകൾ പിടിച്ച് ഇരിപ്പായി. ബസ്സിലിരുന്നു കൊണ്ട് നിസാർ ജനതാ ആശുപത്രിയിൽ പകരക്കാരനായി വരാമെന്നേറ്റ ഡോക്ടർ ജോഷിയെ ഒന്നുകൂടി മൊബൈലിൽ വിളിച്ചു. മറുപടി ഉടനെ കിട്ടി.

"ഞാൻ വന്നു കൊണ്ടിരിക്കുകയാണ് ഡോക്ടർ. അരമണിക്കൂറിനകം ഹോസ്പിറ്റലിലെത്തും."

"സോമനോ?"

"എന്റെ കൂടെ കാറിലുണ്ട്."

"ഞങ്ങൾ ബസ്സിലിരിക്കുകയാണ്. ഏഴിനു തന്നെ ബസ്സ് പുറപ്പെടും."

"ഓക്കെ. ഞങ്ങൾ അരമണിക്കൂറിനകം അവിടെയെത്തും. പ്രോബ്ലം കേസൊന്നുമില്ലല്ലോ ബോസ്സ്?"

"ഇല്ല. മാങ്ങാപ്പാറക്കുടിയിലെ മൂപ്പൻ അന്നൈശാമി ഇൻപേഷ്യ ന്റാണ്. ന്യൂമോണിയയാണ്. ഇപ്പോ ടെമ്പറേച്ചറൊന്നുമില്ല. ലങ്ങ്സ് കൺസോളിഡേഷൻ റിസോൾവ് ചെയ്തിട്ടുണ്ട്. ഓറൽ ആന്റിബയോ ട്ടിക്സിലേയ്ക്ക് ഇന്നലെ സ്വിച്ച് ചെയ്തു. ഡിസ്ചാർജ്ജ് വേണമെന്ന് പറഞ്ഞ് വാശിപിടിച്ചേക്കും. ആയിട്ടില്ലെന്ന് പറഞ്ഞ് മനസ്സിലാക്കണം."

"ഓക്കെ ഡോക്ടർ."

ഡോക്ടർ ജോഷി കൃത്യനിഷ്ഠ പാലിക്കുന്ന ആളാണ്. മിടുക്കനു മാണ്. ഇപ്പോൾ പുറത്തിറങ്ങുന്ന ജൂനിയർ ഡോക്ടർമാരിൽ ഈ ഗുണങ്ങൾ ഒത്തുവന്നവർ ചുരുക്കമാണ്. തലവരി കൊടുത്ത് ഡോക്ടർ മാരാകുന്നവരാണല്ലോ അധികവും. കൂടെ വരുന്ന മെയിൽനഴ്സ്

സോമനും ഡോക്ടർ നിസാറിന്റെ പ്രതീക്ഷയ്ക്കൊത്ത് പ്രവർത്തിക്കുന്ന ആളാണ്. വാങ്ങുന്ന കാശിനു തൃപ്തികരമായ രീതിയിൽ ജോലി യെടുക്കും. അതുകൊണ്ട് നിസാറിനും ഗിരിജയ്ക്കും എവിടെയെങ്കിലും പോകാൻ ഇപ്പോൾ സ്വാതന്ത്ര്യമുണ്ട്. മനസ്സമാധാനത്തോടെ പോകാം. പകരക്കാരനെ കിട്ടിയില്ലെങ്കിൽ എവിടെയെങ്കിലും പോകുമ്പോൾ രോഗികളെയെല്ലാം ഡിസ്ചാർജ്ജ് ചെയ്യണം. ഡോക്ടർ സ്ഥലത്തില്ല എന്ന ബോർഡ് തൂക്കണം. വരുന്നവരോടെല്ലാം പറയാൻ മെഴ്സി ഹോട്ടലിൽ പറഞ്ഞേൽപ്പിക്കണം...

ഇപ്പോൾ അതൊന്നും വേണ്ട. ഡോക്ടർ ജോഷിയും സോമനും വരാമെന്ന് ഏറ്റാൽ യാതൊരു മനഃക്ലേശവുമില്ലാതെ രണ്ട് പേർക്കും കൂടി എവിടെ വേണമെങ്കിലും പോകാം.

തൊട്ടു മുമ്പിലത്തെ സീറ്റിലിരിക്കുന്ന തായനം മൂപ്പനോട് നിസാർ ചോദിച്ചു: "രാവിലെ എന്ത് കഴിച്ചു മൂപ്പാ?"

"തെനക്കഞ്ഞി കുടിച്ചാച്ച്."

കാണാൻ പോകുന്ന പാർലമെന്റ് മെമ്പർ സിപി തോമസിനെ നിസാറിനും ഗിരിജയ്ക്കും അറിഞ്ഞുകൂടാ. ഇതുവരെ കണ്ടിട്ടുപോലുമില്ല. അയാളുടെ പെരുമാറ്റം എങ്ങനെയെന്നും അറിഞ്ഞുകൂടാ. ഞാൻ എംപിയാണ് എന്ന അഹന്തയോടെ ആയിരിക്കുമോ പെരുമാറ്റം? തായനം മൂപ്പനോട് അങ്ങനെയൊന്നും പെരുമാറുകയില്ലെന്നുറപ്പിക്കാം. കാരണം മുതുവാൻമാരുടെ വോട്ട് വാങ്ങിയല്ലേ അദ്ദേഹം പാർലമെന്റ് മെമ്പറായത്. അവർക്ക് എം പിയോട് നല്ല അടുപ്പമാണ്.

ബസ്സ് ഏഴുമണിക്കുതന്നെ പുറപ്പെട്ടു. ഇപ്പോൾ മൂന്നാറിലേക്കുള്ള ബസ്സ്റൂട്ട് നിസാറിനു കാണാപ്പാഠമാണ്. കോവിലൂരിൽ നിന്നു വിട്ടാലുടനെ അരമണിക്കൂറോളം വനനിബിഡതയാണ്. ചോലവന ത്തിലൂടെ കയറ്റം കയറിയാണ് പോകുന്നത്. ചോലവനം കഴിഞ്ഞാൽ അടിക്കാടില്ലാത്ത, ആത്മാവില്ലാത്ത യൂക്കാലിക്കാട്. കടലാസ് ഫാക്റ്ററി കൾക്കുവേണ്ടി ചോലവനങ്ങൾ നശിപ്പിച്ച് യൂക്കാലി നട്ടു പിടിപ്പിച്ച് വെർച്ചൽ ഫോറസ്റ്റ് സൃഷ്ടിച്ചിരിക്കുന്നു. പ്രതീതിവനം വെർചൽ ഫോറസ്റ്റ് എന്നൊക്കെ പറയുന്നതിനേക്കാൾ നല്ലത് കപടവനം എന്നു പറയുന്നതാണ്. കപടവനങ്ങൾ കഴിഞ്ഞാൽ ടോപ്സ്റ്റേഷൻ കയറ്റം. പശ്ചിമഘട്ടത്തിന്റെ നെറുകയിലേക്ക്. സായിപ്പിട്ട പേര് തന്നെ എന്തിനാണ് നമ്മളും ഉപയോഗിക്കുന്നത്? ടോപ് സ്റ്റേഷൻ പോലും. ശാന്തൻ പാറയേ ക്കാൾ ഉയരത്തിലേക്കാണ് പോകുന്നതെങ്കിലും പാറയുടെ പള്ളയിൽ കൂടി ചെത്തിയുണ്ടാക്കിയ റോഡില്ല ടോപ്സ്റ്റേഷൻ കയറ്റത്തിൽ. എങ്കിലും ഒരിടത്ത് ചെല്ലുമ്പോൾ നിസാർ പുറത്തേക്ക് നോക്കാൻ ഭയപ്പെടും. നോട്ടമെത്താത്ത അത്യഗാധത. ബസ്സ് അവിടെയെത്തു മ്പോൾ നിസാർ കണ്ണടച്ചിരിക്കും. ഫിയർ ഓഫ് ഹൈറ്റ്സ്. തന്റെ

അക്രോഫോബിയ ഒരിക്കലും മാറില്ലേ? വേണമെങ്കിൽ അത് മാറ്റിയെടുക്കാം. എത്രയോതരം ഫോബിയകൾ മാറ്റാനുള്ള കോഗ്നിറ്റീവ് ബിഹേവിയർ തെറാപ്പി ടെക്നിക്കുകൾ രോഗികൾക്ക് പറഞ്ഞു കൊടുത്തിരിക്കുന്നു. പലരും അതെല്ലാം സ്വയംചെയ്ത് സ്വയം മുക്തരായിട്ടുണ്ട്. തന്റെ അനാസ്ഥ കാരണം സ്വന്തം ഫോബിയ മാറ്റിയെടുക്കാൻ കഴിയുന്നില്ല.

ടോപ്സ്റ്റേഷൻ കയറ്റം കയറുമ്പോഴൊക്കെ നിസാറിന്റെ മനസ്സിൽ പല അശുഭചിന്തകളും കടന്നുവരും. ബസ്സ് കൊക്കയിലേക്ക് മറിഞ്ഞാൽ എന്താണ് സംഭവിക്കുക? ഒരു കൂട്ടനിലവിളിയായിരിക്കും ഉയരുക. മുമ്പ് ചിന്നക്കനാൽ ഡിസ്പെൻസറിയിൽ ജോലി ചെയ്യുമ്പോൾ ഉണ്ടായത് ഓർത്തു. ഉച്ചയോടടുത്ത് കാണും. രോഗികളെ പരിശോധിച്ചുകൊണ്ടി രിക്കുകയായിരുന്നു. അകലെ നിന്നും ഒരു കൂട്ടനിലവിളികേട്ടു ഞെട്ടി. ചിന്നക്കനാൽ ഗ്രാമമാകെ ഞെട്ടി. ഓടുന്നതിനിടയിൽ ആരോ വിളിച്ചു പറഞ്ഞു. ആനയിറങ്കൽ കൊക്കയിലേക്ക് ഒരു ബസ്സ് മറിഞ്ഞു. അല്പസമയത്തിനുള്ളിൽ ജഡങ്ങളുടെ വരവ് തുടങ്ങി. പ്രാണൻ പോയവരും അർദ്ധപ്രാണനായവരും. ടോപ്സ്റ്റേഷൻ ബസ്റ്റോപ്പിൽ നിന്നും കുറെ തേയിലത്തോട്ടം തൊഴിലാളികൾ കയറിയതോടെ ബസ്സ് നിറഞ്ഞു. ആളുകൾ കമ്പിയിൽ തൂങ്ങി നില്ക്കാൻ തുടങ്ങി. ചിലർ ഡോക്ടർ നിസാറിനെയും ഗിരിജയെയും തിരിച്ചറിഞ്ഞറിഞ്ഞ് നോട്ടത്തിലൂടെ ബഹുമാനം പ്രകടിപ്പിച്ചു.

ടോപ്സ്റ്റേഷൻ കയറ്റം കഴിഞ്ഞപ്പോൾ മാട്ടുപ്പെട്ടി കയറ്റം. അത് മനംകവരുന്ന കയറ്റമാണ്. ഭയപ്പെടുത്തുന്ന കയറ്റമല്ല. കയറ്റം തീരുന്നതു വരെ നല്ലതണ്ണിയാറ് സഹയാത്രികയാണ്. മാട്ടുപ്പെട്ടി കഴിഞ്ഞാൽ ഇറക്കം. ഇറക്കത്തിൽ നല്ലതണ്ണിയാറ് മറ്റൊരുവഴിക്ക് തിരിയും. ആറ് തിരിഞ്ഞു പോകുന്നത് ബസ്സിലിരുന്നുകാണാം. അപ്പോൾ സഹയാത്രിക യോട് പിന്നെക്കാണാം എന്ന് മനസ്സിൽ പറയും. ഇപ്പോൾ നിസാർ ഉറക്കെത്തന്നെ പറഞ്ഞു. അത് അവ്യക്തമായി കേട്ട ഗിരിജ ചോദിച്ചു. “എന്താ പറഞ്ഞത്?”

“പിന്നെ കാണാമെന്ന്.”

“ആരോട്?”

“നല്ലതണ്ണിയാറിനോട്.”

ഗിരിജ ഊറിച്ചിരിച്ചതല്ലാതെ ഒന്നും പറഞ്ഞില്ല. ഗിരിജയ്ക്കറിയാം നിസാറിനു ഇത്തരം സുഖകേടുകൾ ഉണ്ടെന്ന്. ചിലപ്പോൾ മേഴ്സിഹോട്ടലിൽ തരിപെറുക്കി തിന്നാൻ വരുന്ന പൂച്ചയോടായിരിക്കും സംസാരിക്കുക.

“എന്തെടീ നിനക്കൊരു ക്ഷീണം? നീ എവിടെ ആയിരുന്നു? ഇന്നലെ കണ്ടില്ലല്ലോ.

നിസാർ സംസാരിക്കുമ്പോൾ മുഖത്തിന്റെ ഒരു പകുതി മുഴുവൻ കറുപ്പുനിറമുള്ള സുന്ദരിപ്പൂച്ച "അവളുടെ പേര് സുന്തരി എന്നു തന്നെ!"

"നിസാറിന്റെ മുഖത്തേക്ക് തന്നെ നോക്കിയിരിക്കും. കണ്ടാൽ തോന്നും സംസാരം ശ്രദ്ധിക്കുകയാണെന്ന്. പറയുന്ന ആളിന്റെ വായിൽ നിന്നും തിന്നാൻപറ്റിയ വല്ലതും വീണുകിട്ടുമോന്ന് പ്രതീക്ഷിച്ചായിരിക്കും സുന്തരി മുഖത്തേയ്ക്ക് സൂക്ഷിച്ചുനോക്കിയിരിക്കുന്നത്."

മാട്ടുപ്പെട്ടി കയറ്റം കഴിഞ്ഞാൽ ഇറക്കമാണ്. പിന്നത്തെ കയറ്റം കയറിച്ചെല്ലുന്നതാണ് മൂന്നാർ. ആ കയറ്റത്തിൽ സഹയാത്രിക കുന്തലി പ്പുഴയാണ്. മൂന്നാറിലെത്തുമ്പോൾ കുന്തലിയും സഖിമാരായ നല്ല തണ്ണിയാറും മുതിരപ്പുഴയും കൈകൾകോർത്തു പിടിക്കും. മൂന്ന് ആറുകൾ. മൂന്നാറിന്റെ സഖികൾ.

മൂന്നാറിലേക്കെത്തുന്ന കയറ്റം തുടങ്ങിയപ്പോൾ ഗിരിജ തായനം മൂപ്പനോട് ചോദിച്ചു: "എം പി എങ്ങനെയുള്ള ആളാണ് തായനംമൂപ്പാ? ദേഷ്യക്കാരനാണോ?"

"അല്ല നല്ലാളാക്കും."

മൂന്നാറിൽ ബസ്സിറങ്ങിയ ഉടനെ നെടുങ്കണ്ടം ബസ്സ് കിട്ടി.

"ഇവടന്ന് എത്ര സമയമെടുക്കും മൂപ്പാ?"

"ഒന്നര മണിക്കൂറ്. ബസ്സ് ഒടനെ വിടും. നാങ്ക പന്ത്രണ്ട് മണിക്ക് അങ്കെ എത്തും."

മൂന്നാറിലെ തേയിലത്തോട്ടങ്ങൾ വിട്ട് ഏലത്തോട്ടങ്ങളിലൂടെയായി പ്രയാണം. മൂന്നാറിൽ നിന്നും തേക്കടിക്കുള്ള റൂട്ടിലാണ് നെടുങ്കണ്ടം. ഒരു ബോർഡിൽ തേക്കടി 100 കിലോമീറ്റർ എന്നു കണ്ടു. മറ്റൊന്നിൽ നെടുങ്കണ്ടം 56 കിലോ മീറ്റർ എന്നും. മൂപ്പൻ പറഞ്ഞത് ശരിയായിരിക്കും. മൂന്നാറിൽ നിന്നും ഒന്നര രണ്ട് മണിക്കൂറോളം എടുക്കും. ഏലക്കാടിന്റെ കുളിർമ്മയിൽ ഗിരിജ നിസാറിന്റെ തോളിൽ തല ചായ്ച്ച് മയങ്ങാൻ തുടങ്ങി. തായനം മൂപ്പൻ പറഞ്ഞതുപോലെ പന്ത്രണ്ട് മണിക്ക് മുമ്പ് തന്നെ നെടുങ്കണ്ടത്തെത്തി.

"നമ്മക്ക് ആട്ടോ പുടിച്ച് പോലാം. അല്ലാട്ടെ കൊറെ നടക്കണം എം പീടെ വീട്ടിലെത്താൻ."

ഓട്ടോറിക്ഷ തേക്കടി റോഡിൽക്കൂടിയാണ് പോകുന്നതെന്ന് നിസാറിനു മനസ്സിലായി. നെടുങ്കണ്ടം ടൗണിൽ നിന്നും മൂന്നു കിലോ മീറ്ററിലധികം ചെന്നപ്പോൾ വലിയൊരു ബംഗ്ലാവിന്റെ മുമ്പിൽ ഓട്ടോ നിന്നു. സ്വർണ്ണവർണ്ണത്തിൽ തിളങ്ങുന്ന പിച്ചളത്തകിടാണ് നെയിംപ്ലേറ്റ്.

"സി. പി. തോമസ് പാർലമെന്റ മെമ്പർ"

മലയാളത്തിലാണ് പ്ലേറ്റിലെ എഴുത്ത്.

അതൊരു ശുഭലക്ഷണമാണെന്ന് നിസാർ മനസ്സിൽ പറഞ്ഞു. മലയാളത്തിൽ എഴുതിക്കാൻ സി പി തോമസ് എംപിക്ക് തോന്നിയല്ലോ. ഗേറ്റ് കടന്നപ്പോൾ അവരെ സ്വീകരിച്ചത് മേഘനാദം പോലൊരു നായ്ക്കുരയാണ്. നിസാർ ഞെട്ടി. തായനം മൂപ്പന് ഒരു കുലുക്കവുമില്ല. നിത്യസന്ദർശകനെപ്പോലെ മൂപ്പൻ ഗേറ്റിൽ നിന്നു ബംഗ്ലാവിലേക്കുള്ള നീണ്ട നടപ്പാതയിലൂടെ മുന്നോട്ട് നീങ്ങി. കുര കേട്ട് മദ്ധ്യവയസ്കൻ ബംഗ്ലാവിന്റെ മുൻവശത്തേക്ക് വന്നു. ഖദർ മുണ്ടും ജൂബ്ബയുമാണ് വേഷം. കുടവയറിനു സാമാന്യത്തിലധികം വലിപ്പമുണ്ട്. കട്ടിയുള്ള കറുത്ത മീശ. അത് എം പി തന്നെ. നിസാർ മനസ്സിൽ പറഞ്ഞു. അദ്ദേഹം മലർക്കെ ചിരിച്ചുകൊണ്ട് മസൃണതയോടെ പറഞ്ഞു: “വന്നാട്ടേ, വന്നാട്ടേ.”

നിസാറിന് വളരെ സന്തോഷം തോന്നി. ജീവിതത്തിൽ ആദ്യമായിട്ടാണ് ഒരു എംപിയുടെ വീട്ടിൽ വരുന്നത്. ഇത്രത്തോളം വിടർന്ന സ്നേഹത്തിന്റെ ഭാഷയിൽ സ്വാഗതം പ്രതീക്ഷിച്ചതല്ല. പാർട്ടി നേതാക്കളുടെ രൗദ്രഭാവങ്ങൾ കണ്ടുശീലിച്ചിട്ടേയുള്ളൂ. അതുകൊണ്ടാവാം സ്നിഗ്ദ്ധതയുള്ള സ്വാഗതം നിസാറിനു അതിയായ സന്തോഷം പകർന്നത്. എന്തുകൊണ്ടാണ് ചില പാർട്ടി നേതാക്കൾക്ക് എപ്പോഴും രൗദ്രഭാവം? അതോ അത് തോന്നൽ മാത്രമാണോ? മാധ്യമങ്ങളുടെ പ്രചാരണം അതേപടി ഉൾക്കൊണ്ടതുകൊണ്ടാകും. മാധ്യമങ്ങൾ പാർട്ടിസെക്രട്ടറിയുടെ മുഖഭാവം രൗദ്രമാണെന്ന് ആവർത്തിക്കുന്നു. ശരീരഭാഷ വെല്ലുവിളിയുടേതാണെന്നും പറഞ്ഞുകൊണ്ടേയിരിക്കുന്നു. എന്തായിരിക്കും കാരണം? നിങ്ങൾക്ക് പാർട്ടിയെക്കുറിച്ച് ഒരു ചുക്കും അറിയില്ലെന്ന് ഒരു പത്രസമ്മേളനത്തിൽ പാർട്ടി സെക്രട്ടറി മാധ്യമ പ്രവർത്തകരുടെ മുഖത്തുനോക്കി പറഞ്ഞുകളഞ്ഞു. ത്രികാലജ്ഞാനികളായ മാധ്യമക്കാരോട് അങ്ങനെ പറയാമായിരുന്നോ? ജന്മാന്തപാപം. മഹാപാപം.

നിസാർ ഗിരിജയുടെ മുഖത്തേക്ക് ഒളികണ്ണിട്ടു നോക്കി. ഗിരിജയുടെ മുഖവും പ്രസന്നമാണ്. പെട്ടെന്ന് നിസാറിന്റെ മനസ്സിൽ ഒരു ചീത്ത ചിന്ത കടന്നുകൂടി. കാണാൻ കൊള്ളാവുന്ന മുഖവും ആകർഷണീയമായ ശരീരവടിവുകളുമുള്ള ഒരു സ്ത്രീയെ കണ്ടതുകൊണ്ടാവുമോ എം. പി. ഇത്തരത്തിൽ സൗഹൃദം നടിക്കുന്നത്? ഛെ ഛെ ഒരിക്കലും അങ്ങനെ ചിന്തിക്കരുത്. മോശമാണ്. നിസാർ സ്വയം ശാസിച്ചു.

എംപി മൂന്നുപേരെയും സ്വീകരണമുറിയിലേക്കാണ് കൂട്ടിക്കൊണ്ടുപോയത്. വളരെ വിശാലമായ മുറി. ചെറിയ മീറ്റിംഗ് കൂടാനുള്ള വിശാലതയുണ്ട്. മൂലയിൽ ഉള്ള സോഫാസെറ്റി ചൂണ്ടിക്കാണിച്ചിട്ട് പറഞ്ഞു: “എല്ലാരും അങ്ങോട്ടിരുന്നാട്ടെ.”

എം പി അവർക്കഭിമുഖമായി ഇരുന്നു. “തൊമ്മിച്ചായോ, ഇവർക്ക് കുടിക്കാൻ എന്തെങ്കിലും കൊണ്ടുവായോ.”

തായനം മൂപ്പനോട് പ്രത്യേകമായി ലോഹ്യം പറഞ്ഞു.

"കുടികളില് എന്തൊക്കെയുണ്ട് വിശേഷം മൂപ്പാ?"

മൂപ്പൻ മൗനമായി ചിരിച്ച് തലയാട്ടിയതല്ലാതെ ഒന്നും പറഞ്ഞില്ല. ഇതൊക്കെ പതിവ് ചോദ്യങ്ങളും സുഖാന്വേഷണങ്ങളുമാണെന്ന് മൂപ്പനറിയാം.

കൈത്തണ്ടകളിലും നെഞ്ചിലും പുറത്തും സമൃദ്ധമായ നരച്ച രോമങ്ങളുള്ള ഒരു ഒരു വൃദ്ധൻ വലിയൊരു ട്രേയിൽ സർബ്ബത്ത് നിറച്ച ഗ്ലാസ്സുകളും ആപ്പിൾ നുറുക്കിയതും മുന്തിരിയും നിറച്ച വലിയ പ്ലേറ്റുമായി വന്നു. എംപി വലിയ ടീപ്പോയി ചൂണ്ടിക്കൊണ്ട് അയാളോട് പറഞ്ഞു: "അതങ്ങോട്ട് വെച്ചേരെ."

തൊമ്മിച്ചായന്റെ കഴുത്തിൽ കറുത്ത ചരടിൽ സാമാന്യത്തിലധികം വലിപ്പമുള്ള ഒരു കൊന്ത തൂങ്ങുന്നുണ്ടായിരുന്നു. എംപിയുടെ കഴുത്തിൽ ചെറുവിരലിന്റെ വണ്ണമുള്ള മാല. മാലയുടെ പെൻഡന്റായി സ്വർണ്ണ ക്കുരിശും.

തന്റെ കൂടെ വന്നത് ആരൊക്കെയാണെന്ന് തായനം മൂപ്പൻ എംപിയോട് പറഞ്ഞു.

"ഡോകർ ഗവൺമെന്റ് സർവ്വീസിലായിരുന്നു അല്ലേ?"

"അതെ."

"റിട്ടയർ ചെയ്തിട്ട് എത്ര കാലമായി?"

"ഞാൻ വളണ്ടറി റിട്ടയർമെന്റ് വാങ്ങിയതാണ്."

"ഓ അത് ശരി. വളണ്ടറി റിട്ടയർമെന്റ് വാങ്ങി ആദിവാസി കൾക്കുവേണ്ടി കോവിലൂരിൽ പ്രാക്ടീസ് തുടങ്ങി. വണ്ടർഫുൾ." നിസാർ എം പിയെ തിരുത്താനോ താനെങ്ങനെ കോവിലൂരിലെത്തിയെന്ന് വിശദീകരിക്കാനോ പോയില്ല. വളണ്ടറി റിട്ടയർമെന്റ് വാങ്ങി ആദിവാസി കൾക്കുവേണ്ടി പ്രാക്റ്റീസ് ചെയ്യുന്നുവെന്ന് കരുതിക്കോട്ടെ.

"തായനം മൂപ്പനും മറ്റുള്ളവരും ഡോക്ടറെക്കുറിച്ചും ആശുപത്രിയെ ക്കുറിച്ചും എന്നോട് പറയാറുണ്ട്."

ഗിരിജയുടെ നേരെ തിരിഞ്ഞുകൊണ്ട് ചോദിച്ചു: "ഹസ്ബന്റ് ട്രൈബൽ ഏരിയായിൽ പ്രാക്ടീസ് ചെയ്യുന്നതിനോടൊന്നും എതിർപ്പില്ല. അല്ലേ?"

"എതിർപ്പുണ്ടായിരുന്നെങ്കിൽ കൂടെ കൂടില്ലല്ലോ."

"ഹ ഹ ഹ ഹ കറക്ട്. കറക്ട്."

ടീപ്പോയ്മേലിരുന്ന വിഭവങ്ങൾ ചൂണ്ടിക്കൊണ്ട് പറഞ്ഞു: "കഴിക്കൂ ഡോക്ടർ. മൂപ്പാ കഴിക്ക്."

സ്ഥിരതാമസം പോലുമില്ല. അവർക്ക് കാട്ടിനുള്ളിൽ ചുറ്റിത്തിരിയലാണ്. അങ്ങനെയാണ് ഉള്ളാടർ എന്ന പേര് കിട്ടിയത്. പിന്നെ തലമുറകളായി താമസിക്കുന്ന ഇടങ്ങൾ എന്നു പറയുന്നതിലെന്താണ് അർത്ഥം മാഡം?" എം പി പറഞ്ഞതെല്ലാം ഐതിഹ്യങ്ങളാണെന്നും ഐതിഹ്യങ്ങൾ ചരിത്രയാഥാർത്ഥ്യങ്ങൾ അല്ലെന്നും ഇവർ പാർക്കുന്ന ഇടങ്ങളിൽ മറവ് ചെയ്ത ഇവരുടെ പൂർവ്വികരെ ഇവർ ദൈവങ്ങളായി ആരാധിക്കുന്നുണ്ടെന്നും ഒക്കെയുള്ള വസ്തുതകൾ മൈനിംഗ് കമ്പനിക്കുവേണ്ടി വാദിക്കുന്ന ഈ മനുഷ്യനോട് പറഞ്ഞിട്ട് കാര്യമില്ലെന്ന് ഗിരിജയ്ക്ക് തോന്നിയതുകൊണ്ട് ഗിരിജ ഒന്നും പറഞ്ഞില്ല. എം പി അഹന്ത സ്ഫുരിക്കുന്ന സ്വരത്തിൽ തുടർന്നു.

"തായനം മൂപ്പൻ പറയട്ടെ. കുടി ഒഴിഞ്ഞ് പോകാൻ പറ്റുമോ ഇല്ലയോ എന്ന്. കൈയ് നിറയെ പണം കിട്ടും. തായനംകുടി ഇരിക്കുന്ന മലയിൽ നിന്നു കുഴിച്ചെടുക്കുന്ന ലിത്തിയത്തിന്റെ വില. ആദിവാസികൾക്ക് അർഹമായ വിഹിതം കൊടുക്കാതെ മൈനിംഗ് നടത്താൻ ഞങ്ങൾ സമ്മതിക്കുമോ? തായനം മൂപ്പൻ എന്തു പറയുന്നു?"

"സഭകൂടി തീരുമാനിക്കാതെ എനിക്ക് പറയമുടിയാത്."

മൂപ്പന്റെ മറുപടിയിൽ എം പിക്ക് അടിയറവ് പറയേണ്ടിവന്നു.

"ശരി. നിങ്ങള് സഭ കൂടി തീരുമാനിക്ക്."

എം പി നിസാറിന്റെ നേരെ നോക്കി പറഞ്ഞു: "ഗവൺമെന്റ് സർവ്വീസിൽനിന്നും വളണ്ടറി റിട്ടയർമെന്റ് വാങ്ങി ആദിവാസികളുടെ ഇടയിൽ പ്രവർത്തിക്കാൻ ഡോക്ടർ തയ്യാറായത് വളരെ നല്ല കാര്യമാണ്. ഡോക്ടർ ട്രൈബൽ ഏര്യായിലൊക്കെ വളരെ പോപ്പുലറാണെന്നാണ് ഞാൻ മനസ്സിലാക്കിയത്. ഡോക്റും മാഡവും പറയുന്നത് ആദിവാസികൾ അതേപടി അനുസരിക്കുമെന്നും എനിക്കറിയാം. നമുക്ക് ഇവരുടെ ഡെവലപ്മെന്റിനു വേണ്ടി ഇനിയും ഒരുപാട് കാര്യങ്ങൾ ചെയ്യാനുണ്ട്. ഉദാഹരണമായിട്ട് ഹെൽത്ത് സെക്ടർ തന്നെ എടുക്കാം. ഒരു നല്ല ഹൈലെവൽ മൾട്ടിസ്പെഷ്യാലിറ്റി ഹോസ്പിറ്റൽ വേണ്ടേ ഇവർക്ക്?"

ഒരു ശരാശി രാഷ്ട്രീയക്കാരന്റെ തന്ത്രം. നിസാർ ഒന്നും പറയാതെ എം പി പറയുന്നത് കേട്ടുകൊണ്ടിരുന്നു.

"ഹെൽത്ത്. സാനിട്ടേഷൻ. ഹൗസിംഗ്... അങ്ങനെ എല്ലാ സെക്റ്ററിലും വേണം ഡെവലപ്മെന്റ്. എന്റെ എം പി ഫണ്ടിൽ നിന്നും ഞാൻ നല്ലൊരു പോർഷൻ ഇവർക്കുവേണ്ടിയാണ് അലോക്കേറ്റ് ചെയ്തത്. ഇപ്പോ മിക്കവാറും എല്ലാ കുടികളിലും സോളാർപാനൽ ഇലക്ട്രിസിറ്റിയുണ്ട്. അതുപോലെ ഇവരുടെ കമ്യൂണിക്കേഷൻ ഫെസിലിറ്റിയും ഇംപ്രൂവ് ചെയ്യണം. അതിനു ഗവൺമെന്റ് മാത്രം വിചാരിച്ചാൽ നടക്കൂല.

പ്രൈവറ്റ്സെക്കറ്ററിൽ നിന്നുള്ള കോൺട്രിബ്യൂഷൻ കൂടി വേണം. മൈനിംഗ്കമ്പനിക്ക് ഇവരുടെ ഡെവലപ്മെന്റിനു ഒരുപാട് കോൺട്രിബ്യൂട്ട് ചെയ്യാൻ കഴിയും. അതുകൊണ്ട് ഡോക്ടർ ഇവരെ പറഞ്ഞു മനസ്സിലാക്കണം."

ഉള്ളിൽ തികട്ടിവന്ന നീരസം പ്രകടമാകുന്ന തരത്തിൽ തന്നെ ഡോക്ടർ നിസാർ ചോദിച്ചു: "എന്ത് പറഞ്ഞു മനസ്സിലാക്കണമെന്നാണ് എം പി പറയുന്നത്?"

"ലിത്തിയം മൈനിംഗിനുവേണ്ടി സെറ്റിൽമെന്റ്സ് ഷിഫ്റ്റ് ചെയ്യേണ്ടി വരുമെന്ന്. അത് അവരുടെ തന്നെ ഡെവലപ്മെന്റിനുവേണ്ടിയാണ്."

"ബംഗാളിലും ബീഹാറിലും ഒറീസ്സയിലുമൊക്കെ ഇതൊക്കെപ്പറഞ്ഞാണ് പല മൈനിംഗ് കമ്പനികളും ആദിവാസികളുടെ ഭൂമി കൈവശപ്പെടുത്തി കല്ക്കരിയും മെറ്റൽസുമൊക്കെ ഇന്ത്യയ്ക്ക് സ്വാതന്ത്ര്യം കിട്ടുന്നതിനു മുമ്പ് തന്നെ ഖനനം ചെയ്തു കൊണ്ടു പോകാൻ തുടങ്ങിയത്. മൈനിംഗ് കമ്പനികൾ നന്നായതല്ലാതെ ആദിവാസികളുടെ സ്ഥിതി അന്നത്തേക്കാൾ മോശമായി. അവർക്ക് കിടപ്പാടങ്ങളും കൃഷിസ്ഥലങ്ങളും നഷ്ടപ്പെട്ടതല്ലാതെ ഒന്നും നേടാൻ കഴിഞ്ഞില്ല. അവരുടെ സംസ്കാരവും നഷ്ടപ്പെട്ടു. ഞാൻ റാഞ്ചിയിൽ സൈക്യാട്രി പഠിക്കുന്ന കാലത്ത് ഝാർഘണ്ട് മൈനിംഗ് എരിയായിലൊക്കെ ധാരാളം സഞ്ചരിച്ചിട്ടുണ്ട്. അവിടെയൊക്കെ ഞാൻ കണ്ടത് അതാണ്..."

സി പി തോമസ് ഒട്ടും പ്രകോപിതനായില്ല. കൂടുതൽ സൗമ്യമായ സ്വരത്തിലാണ് പിന്നീട് സംസാരിച്ചത്.

"നോക്കൂ ഡോക്ടർ. യൂറോപ്യൻമാരുടെ കാലത്ത് തുടങ്ങിയ കോൾ മൈനിംഗും അയൺ ഓർ മൈനിംഗും പോലല്ല ലിത്തിയം മൈനിംഗ്. നമ്മുടെ ഈ വെസ്റ്റേൺ ഗാട്ടിൽ ഇത്രയധികം ലിത്തിയം ഉണ്ടെന്ന് കണ്ടെത്തിയത് നമ്മുടെ കേരളത്തിന്റെ മാത്രമല്ല, ഇന്ത്യയുടെ തന്നെ ഭാഗ്യമാണ്. ഒരുകാര്യം എല്ലാവരും മനസ്സിലാക്കണം. നയന്റീൻ തേട്ടീസിൽ സൗദി അറേബ്യയിൽ ഓയിൽ കണ്ടെത്തിയതു പോലെയാണ് ഇവിടെ ലിത്തിയം കണ്ടെത്തിയത്. എണ്ണകൊണ്ട് സൗദി എങ്ങനെ ഒരു വെൽത്തി നേഷനായോ അതുപോലെ ലിത്തിയം കൊണ്ട് ഇന്ത്യ ഒരു വെൽത്തി നേഷനാകാൻ പോകുകയാണ്. അക്കാര്യം ഡോക്ടർ എല്ലാ ആദിവാസികളെയും പറഞ്ഞ് മനസ്സിലാക്കണം. ഡോക്ടർ പറഞ്ഞാൽ അവർ അക്സപ്റ്റ് ചെയ്യുമെന്നാണ് ഞാൻ മനസ്സിലാക്കിയത്. കാരണം ഡോക്ടറെ അവർക്ക് വലിയ വിശ്വാസമാണ്. ഒരു ജനപ്രതിനിധി എന്ന നിലയ്ക്ക് അവരുടെ പൾസ് ഞാൻ മനസ്സിലാക്കിയിട്ടുണ്ട്.

എം പിയുടെ സംസാരം ശ്രദ്ധിച്ചുകൊണ്ടിരുന്നപ്പോൾ ലിത്തോസൺ മൈനിംഗ് കമ്പനിയുടെ സി ഇ ഓ വിനോദ് മിത്തൽ പറഞ്ഞത് നിസാറിന്

ഓർമ്മ വന്നു. നയന്റീൻ തേർട്ടീസിൽ സൗദിയിൽ എണ്ണ കണ്ടെത്തി യതുപോലെ...

മൈനിംഗ് കമ്പനി സി ഇ ഓയുടെയും പാർലമെന്റ് മെമ്പറുടെയും വാക്കുകൾ ഒരുപോലെ! എം പിയുടെ പുകഴ്ത്തലിന്റെ ലക്ഷ്യം നിസാറിനു മനസ്സിലായി. മുതുവാൻമാരെയും മലപ്പുലയരെയും മന്നാൻമാരെയും മലയരയരെയും ഉള്ളാടരെയും പളിയരെയും അവരുടെ കുടികളിൽനിന്നും ഊരുകളിൽ നിന്നും ഒഴിപ്പിക്കാൻ താൻ കൂട്ടുനിൽക്കണമെന്നാണ് എം പി പറയുന്നത്. താൻ നേരെമറിച്ചാണ് ചെയ്യാൻ ഉദ്ദേശിക്കുന്നത് എന്നങ്ങ് തുറന്നു പറഞ്ഞാലോ? മുമ്പായിരുന്നെങ്കിൽ തുറന്നുപറയുക മാത്രമല്ല, കെല്പുണ്ടെങ്കിൽ തന്നെ ഇതിൽ നിന്നും പിന്തിരിപ്പിക്കൂ എന്ന് വെല്ലുവിളിക്കുകയും ചെയ്യുമായിരുന്നു. അങ്ങനെ എം പിയെ പ്രകോപിപ്പിക്കേണ്ടെന്ന് നിസാറിനു തോന്നി. നിസാർ ചോദിച്ചു: മൈനിംഗ് കാരണം നമ്മുടെ വെസ്റ്റേൺഗാട്ടിന്റെ ഈ ഭാഗം ഇല്ലാതായാൽ ഉണ്ടായേക്കാവുന്ന ഇക്കോളജിക്കൽ ഇംപാക്റ്റിനെക്കുറിച്ചു കൂടി നമ്മള് ആലോചിക്കണ്ടേ സർ?

പറഞ്ഞുകഴിഞ്ഞപ്പോൾ അവസാനത്തെ സർ വേണ്ടായിരുന്നുവെന്ന് നിസാറിനു തോന്നി. മൈനിംഗ് കമ്പനിക്കാരിൽ നിന്നും അച്ചാരം വാങ്ങിയ ഇദ്ദേഹം ബഹുമാനം അർഹിക്കുന്നില്ല.

എംപി കരുതലോടെയാണ് നിസാറിന്റെ ചോദ്യത്തിനു മറുപടി പറഞ്ഞത്. “ഡെഫനിറ്റ്‌ലി. നമ്മള് ഇക്കോളിക്ക് ഡ്യൂ ഇംപോർട്ടൻസ് കൊടുക്കണം. അല്ലാതെയുള്ള ഒരു വികസനവും സസ്റ്റെയിനബിളല്ല. ഇവരുടെ സർവ്വേയും എക്സ്പ്ലൊറേഷനും കഴിഞ്ഞാലുടനെ ഇക്കോളജിക്കൽ സ്റ്റഡി നടത്തണമെന്ന് ഞാൻ പാർലമെന്റിൽ നടന്ന ഡിബേറ്റിൽ ആവശ്യപ്പെട്ടിട്ടുണ്ട്.”

പാർലമെന്റിൽ വെസ്റ്റേൺഘാട്ടിനെക്കുറിച്ചോ ലിത്തിയം മൈനിംഗിനെക്കുറിച്ചോ ചർച്ചയൊന്നും നടന്നതായി നിസാറും ഗിരിജയും കേട്ടിട്ടില്ലായിരുന്നു. ഗിരിജ സംശയം ഉന്നയിച്ചു.

“പാർലമെന്റിൽ ഇതിനെക്കുറിച്ച് ഡിബേറ്റ് നടന്നോ?”

എം പി ഒന്നു പരുങ്ങി. എങ്കിലും ഒരു മെയ്യഭ്യാസിയുടെ ചാതുരി കാണിച്ചു.

“പാർലമെന്റിന്റെ അഡ്വൈസറിക്കമ്മിറ്റിയെന്നാണ് ഞാൻ ഉദ്ദേശിച്ചത്. ഫോറസ്റ്റ് കൺസർവേഷൻ ആക്റ്റ് അനുസരിച്ച് ഫോം ചെയ്ത അഡ്വൈസറി കമ്മിറ്റിയിൽ ഞാൻ അംഗമാണെന്നകാര്യം ഡോക്ടർക്കറിയാമല്ലോ. എന്തായാലും മൈനിംഗ് കമ്പനിയുടെ എക്സ്പൊളറേഷൻ പ്രോഗ്രാമിന് തടസ്സമുണ്ടാക്കരുതെന്ന് ഡോക്ടർ അവടത്തെ ആദിവാസികളോട് പറയണം. തീരുമാനമെടുക്കുമ്പോൾ ഇക്കോളജിക്കൽ

ഇംപാക്റ്റും നമ്മുടെ ഫോറസ്റ്റ് കൺസർവേഷൻ ആക്റ്റും എല്ലാം പരിഗണിക്കും. നയന്റീൻ എയ്റ്റിയിലെ ഫോറസ്റ്റ് കൺസർവേഷൻ ആക്റ്റ് വളരെ സ്ട്രോങ്ങാണ്."

നിസാറിനെയും ഗിരിജയെയും തോൽപ്പിക്കാനുള്ള എം പിയുടെ തുറുപ്പ് ചിട്ടായിരുന്നു കൺസർവേഷൻ ആക്റ്റ്. ആക്റ്റും വകുപ്പും പറഞ്ഞാൽ ഒരു ഡോക്ടർക്ക് ഉത്തരം മുട്ടും എന്നായിരുന്നു എം പിയുടെ ധാരണ. എം പി പറഞ്ഞ നിയമത്തെക്കുറിച്ച് പദയാത്രാസംഘത്തിൽ ഉണ്ടായിരുന്ന പക്ഷിനിരീക്ഷകൻ രവികുമാർ ഒരിക്കൽ പറഞ്ഞത് പല്ലി ല്ലാത്ത പടുവൃദ്ധയെപ്പോലുള്ള നിയമം എന്നാണ്. ചീഫ് കൺസർ വേറ്ററുടെ ഓഫീസിൽ ക്ലാർക്കായി ജോലിചെയ്യുന്ന രവികുമാറിന് ആ നിയമം അനുസരിച്ചാണല്ലോ നിയമം ലംഘിക്കുന്ന ഉദ്യോഗസ്ഥർ ക്കെതിരെയുള്ള നടപടികളെക്കുറിച്ച് ഫയലിൽ നോട്ടെഴുതേണ്ടത്. ആക്റ്റനുസരിച്ച് അവർക്കെതിരെ വകുപ്പുതല നടപടികൾ മാത്രം മതി. വകുപ്പിനു പുറത്തുള്ള പൊതുജനങ്ങളിൽ ആരെങ്കിലും നിയമം ലംഘിച്ചാൽ തടവുശിക്ഷയുണ്ട്. പരമാവധി പതിനഞ്ച് ദിവസം! ഇതൊക്കെ പറഞ്ഞ് എംപിയെ ശല്യപ്പെടുത്തേണ്ടെന്നാണ് തോന്നിയത്. എന്തൊക്കെപ്പറഞ്ഞാലും മൈനിംഗ്കമ്പനയിയിൽ നിന്നും അച്ചാരം വാങ്ങിയ കാശ് എം പി മടക്കിക്കൊടുക്കുകയില്ലല്ലോ.

നെടുങ്കണ്ടം ബസ്സ്റ്റാന്റിലേക്ക് നടക്കുമ്പോൾ നിസാർ തായനം മൂപ്പനോട് ചോദിച്ചു: "എം പി നിങ്ങളെ സഹായിക്കുമെന്ന് തോന്നു ന്നുണ്ടോ മൂപ്പാ?"

മൂപ്പന്റെ മറുപടി ഉടനെവന്നു.

"ഇല്ലെ. അന്താള് അവര്ടെ ആളാക്കും. നാങ്കളെ കുടീലെ ഇരുന്ത് മാറ്റിത്തരലാമെന്ന് അവര് വാക്ക് കൊടുത്തിരുക്ക്. അത്ക്ക് അവര് പണം വാങ്കീർക്ക്."

തായനം മൂപ്പന്റെ വാക്കുകൾ കേട്ടപ്പോൾ നിസാറിന് അമേരിക്കയിലെ സുഖ്വാമിഷ് ഗോത്രത്തലവൻ സിയാറ്റിൽ മൂപ്പന്റെ ചരിത്രവും മൂപ്പന്റെ വാക്കുകളും ഓർമ്മവന്നു. ഇന്നത്തെ വാഷിംഗ്ടൺ സംസ്ഥാനം സ്ഥിതിചെയ്യുന്ന പ്രദേശം മുഴുവൻ സുഖ്വാമിഷ് ഗോത്രങ്ങളുടെ വാസ സ്ഥാനങ്ങളായിരുന്നു. വെള്ളക്കാർ ആ പ്രദേശം മുഴുവൻ സുഖ്വാമിഷ് ഗോത്രങ്ങളുടെ കൈയിൽ നിന്നും ചതിയും വഞ്ചനയും പ്രയോഗിച്ച് കൈവശപ്പെടുത്തി. ഗോത്രത്തിന്റെ വാസസ്ഥാനങ്ങൾ വാഷിംഗ്ടൺ സംസ്ഥാനത്തിനു വിട്ടുകൊടുത്താൽ കണ്ണെല്ലാത്തതെല്ലാം പൊന്നാക്കി ത്തരാം എന്നായിരുന്നു വെള്ളക്കാരുടെ വാഗ്ദാനം. വെള്ളക്കാരന്റെ ശക്തിക്കുമുമ്പിൽ പിടിച്ചുനിൽക്കാൻ കഴിയാത്ത ആദിവാസിമൂപ്പന് വെള്ളക്കാർ നീട്ടിയ കരാറിൽ ഒപ്പിടേണ്ടിവന്നു. കരാർ ഒപ്പിടുന്നതിനു മുമ്പായി സിയാറ്റിൽ മൂപ്പൻ പറഞ്ഞവാക്കുകൾക്ക് മരണമില്ല.

"അങ്ങ് മേലെ ആകാശം അനേകനൂറ്റാണ്ടുകളായി എന്റെ ജനതയ്ക്കുമേൽ അനുതാപത്തിന്റെ കണ്ണീർ വർഷിച്ചുകൊണ്ടിരുന്നു. മാറ്റമില്ലെന്നും നിത്യമെന്നും ഞങ്ങൾക്ക് തോന്നിയ ആകാശം നാളെ മാറിയേക്കാം. ഇന്നത് തെളിഞ്ഞതാണ്. നാളത്തെ ആകാശം കാർമേഘങ്ങൾ മൂടിയതായിരിക്കാം. വാഷിംഗ്ടണിലെ വെള്ളക്കാരുടെ വലിയ മൂപ്പൻ ഇന്ന് ഞങ്ങൾക്ക് ആശംസകളും അഭിവാദനങ്ങളും അയക്കുന്നു. നിങ്ങളുടെ വാഗ്ദാനങ്ങൾ ഞങ്ങൾ പരിഗണിക്കാം. പക്ഷേ കരാർ ഒപ്പിടുന്നതിനുമുമ്പ് ഞാൻ ഇവിടെവെച്ച് ഇപ്പോൾ പറയുന്നു, ഞങ്ങളുടെ പൂർവ്വികരുടെ, ഞങ്ങളുടെ ബന്ധുമിത്രാദികളുടെ, അകാലത്തിൽ വേർപിരിഞ്ഞ ഞങ്ങളുടെ കുഞ്ഞുങ്ങളുടെ ശവകുടിരങ്ങൾക്കരികെ വരാനും അവരുടെ ആത്മാക്കളോട് സംവദിക്കാനും ഞങ്ങൾക്ക് അവകാശമുണ്ടായിരിക്കും. രാത്രിയിൽ വാഷിംഗ്ടൺന്റെ തെരുവീഥികൾ വിജനമാകുമ്പോൾ അവർ കൂട്ടം കൂട്ടമായി അവിടെയെത്തും..."

എതെന്ത് പൂവുക്ക് തേനുമളങ്കത്...

നിസാറും ഗിരിജയും തായനം മൂപ്പനും എം പിയെ കണ്ട് കോവിലൂരിൽ തിരിച്ചെത്തിയപ്പോൾ വൈകുന്നേരമായി. സന്ധ്യയാകുന്നതിനുമുമ്പ് തന്നെ കനത്ത മൂടൽമഞ്ഞ് കോവിലൂരിനെയാകെ മൂടി. തായനം മൂപ്പൻ കുടിയിലേക്ക് പോകാൻ തിടുക്കം കൂട്ടി.

മൂപ്പന്റെ തിടുക്കത്തിനിടയിലും നിസാർ ചോദിച്ചു: "ഇനി നമ്മളെന്താണ് മൂപ്പാ ചെയ്യുന്നത്?"

"മൂപ്പൻമാരുടെ മീറ്റിംഗ് വിളിക്കലാം. ആർക്കുടി മൂപ്പനാക്കുമേ എംപിക്ക് കിട്ടെ ശൊന്നാപ്പോതൂണ്ണ് ശൊന്നത്. എം പി ശൊന്നതെല്ലാം എല്ലാ മൂപ്പൻമാരോടും പറയണം. എല്ലോരം ശേന്ത് കമ്പനിക്കാറിനെ തടയലാം."

"മൂപ്പൻമാരുടെ യോഗം എന്നു വിളിക്കും?"

"അടുത്ത വാരം."

"അത്ര നീളണോ മൂപ്പാ? മൈനിംഗ് കമ്പനി പടിഞ്ഞാറെ മലയിലെ സർവ്വേ കഴിഞ്ഞാലുടനെ മുതുവാക്കുടികൾ ഇരിക്കുന്ന മലകളിലേക്ക് വരും."

"ആട്ടുമലക്കുടി കാണി അനിയന്തിരനുക്ക് മോള് കന്നിയമ്മയുടെ തിരുമണത്ത്ക്ക് അപ്പറം യോഗം വിളിക്കലാം."

ഒരു കുടിയിൽ വിവാഹം നിശ്ചയിച്ചു കഴിഞ്ഞാൽ അത് കഴിഞ്ഞിട്ടേ ആ കുടിയിലുള്ളവർ മറ്റെന്തെങ്കിലും പരിപാടിക്ക് പോകുകയുള്ളു.

"എന്നാണ് കന്നിയമ്മയുടെ തിരുമണം? ആരാണ് കല്യാണം കഴിക്കുന്നത്?"

"അവളുടുയ മാമനുക്ക് മോൻ അളകേശൻ താൻ. തിരുമണം നാളെ തൊടങ്ങും. നാളെ പെണ്ണിനെ കാട്ടിലൊളിപ്പിക്കും. പിന്നെ അളകേശന്റെ ആളുകള് അവളെ കണ്ട് പിടിക്കണം. അത്ക്കപ്പെറം താൻ കല്യാണം."

തായനം മൂപ്പൻ കല്യാണത്തിന്റെ രീതികൾ നിസാറിനും ഗിരിജ യ്ക്കും വിവരിച്ചു കൊടുത്തു. മുതുവാൻമാർ മുറപ്പെണ്ണിനെയാണ് സാധാരണയായി വിവാഹം ചെയ്യുക. മുറപ്പെണ്ണോ മുറച്ചെറുക്കനോ ഇല്ലാതെ വന്നാലേ പുറത്തൊരു പെണ്ണിനെ അല്ലെങ്കിൽ പയ്യനെ തേടുക യുള്ളു. വിവാഹത്തിന്റെ ആദ്യത്തെ ചടങ്ങ് പെണ്ണിനെ കാട്ടിലൊളിപ്പി ക്കലാണ്. കാട്ടിലൊളിപ്പിച്ച പെണ്ണിനെ ചെറുക്കന്റെ ബന്ധുക്കൾ കണ്ടെത്തി കുടിയിൽകൊണ്ടുവരുമ്പോഴാണ് വിവാഹം നടക്കുക. ഇപ്പോഴൊക്കെ പിറ്റേന്ന് തന്നെ പെണ്ണിനെ കണ്ടെത്താറുണ്ട്. മുമ്പൊക്കെ രണ്ടോ മൂന്നോ ദിവസം എടുക്കും കാട്ടിലൊളിപ്പിച്ച പെണ്ണിനെ കണ്ടു പിടിക്കാൻ. കാട്ടിൽ പെണ്ണിനെ തിരയുന്നവരെ വഴി തെറ്റിക്കാൻ പെണ്ണിന്റെ ആളുകൾ കാട്ടിലെവിടെയെങ്കിലും നിന്ന് കൂത്ത്പാട്ട് പാടും. ചെറുക്കന്റെ ആളുകൾ പാട്ടുകേട്ട സ്ഥാനത്ത് പെണ്ണുണ്ടെന്ന് കരുതി അവിടെ തിരയും. അങ്ങനെ രണ്ടോമൂന്നോ പ്രാവശ്യം ചെറുക്കന്റെ ആളുകളെ പറ്റിച്ചതിനുശേഷം മാത്രമേ പെണ്ണ് പിടികൊടുക്കുകയുള്ളൂ. പെണ്ണിനെ പിടികിട്ടിയാലുടനെ വിവാഹച്ചടങ്ങുകൾ ആരംഭിക്കും. തായനം മൂപ്പൻ വീണ്ടും തിടുക്കം കൂട്ടി.

"നാൻ പോകട്ടും. നാളെ സായംകാലമാണ് കന്നിയമ്മയെ ഒളിപ്പി ക്കൽ. നാളെ കാലയിലെ അനിയന്തരൻ വരും. ഡോക്ർ സാറിനെയും നഴ്സമ്മേം തിരുമണത്തിനു വിളിക്കാൻ. അനിയന്തിരൻ ഇണ്ണയക്ക് വരാനിരുന്തതാക്കും. അപ്പളല്ലേ നമ്മള് നെടുങ്കണ്ടത്തിനു പോകാൻ നിച്ചയിച്ചത്. തിരുമണത്തിനു നീങ്ക രണ്ടുപേരും കട്ടായമാ വരണം."

"ശരി മൂപ്പാ. കന്നിയമ്മേടെ തിരുമണം കഴിഞ്ഞ ഉടനെ മൂപ്പൻമാരുടെ യോഗം വിളിക്കണം."

"വിളിക്കലാം, എന്നു തിടുക്കത്തിൽ പറഞ്ഞുകൊണ്ട് തായനം മൂപ്പൻ മൂടൽമഞ്ഞിൽ മറഞ്ഞു."

മാങ്ങാപ്പാറക്കുടി മൂപ്പൻ പത്തു ദിവസം കൊണ്ട് പൂർണ്ണസുഖം പ്രാപിച്ചു. ന്യൂമോണിയ വളരെ പെട്ടെന്നാണ് ഭേദമായത്. ആദിവാസികൾ ആന്റിബയോട്ടിക്സ് മുമ്പ് ഉപയോഗിച്ചിട്ടില്ല. അതുകൊണ്ടാണ് കടുത്ത ന്യൂമോണിയ ആയിരുന്നിട്ടും മൂപ്പൻ പത്തുദിവസംകൊണ്ട് സുഖം പ്രാപിച്ചത്. മൂപ്പനെ ഡിസ്ചാർജ്ജ് ചെയ്ത് നിസാർ ഓപിയിലെ രോഗികളെ പരിശോധിച്ചുകൊണ്ടിരുന്നപ്പോൾ ആട്ടുമലക്കുടി കാണി അനിയന്തിരൻ ഓപിയുടെ പുറത്ത് കാത്തുനില്ക്കുന്നതു കണ്ടു.

"മോളുക്ക് തിരുമണം. നാളയക്ക് കാലയിലെ പെണ്ണിനെ ഒളിപ്പിക്കലാക്കും. നഴ്സമ്മ വരണം."

"ഞാൻ മാത്രം വന്നാ മതിയോ?"

"അയ്യോ അതുപോരാത്. നീങ്ക രണ്ടുപേരും വരണം."

"എന്നാൽ അകത്തോട്ട് വന്ന് ഡോക്ടറോട് പറ."

നിസാർ രോഗികളെ പരിശോധിക്കുന്നതിനിടയിൽ പറഞ്ഞു: "ഞങ്ങള് വരാം."

"നാളെ കാലയിലെ പെണ്ണിനെ കാട്ടില് ഒളിപ്പിക്കല്. സായംകാലം കൂത്ത് പാട്ടും കുമ്മിപ്പാട്ടും."

"രാവിലെയുള്ള ഓ പി കഴിഞ്ഞിട്ടേ വരാനൊക്കൂ. വൈകിട്ടായാൽ മിസ്റ്റ് കാണും..."

"വഴികാട്ടതുക്ക് കൂട നാങ്ക വരും."

"ശരി. ഞങ്ങള് വരാം."

സാധാരണയായി മുതുവാൻമാരുടെ ചടങ്ങുകൾക്കൊന്നും നാട്ടുകാരെയോ മറ്റു ആദിവാസികളേയോ ക്ഷണിക്കാറില്ല. നിസാറും ഗിരിജയും അവരുടെ സ്വന്തം ആളുകളായിക്കഴിഞ്ഞു. ഉച്ചയ്ക്ക് ഊണ് കഴിക്കുമ്പോൾ ഗിരിജ ഔസേപ്പിനോട് പറഞ്ഞു: "ഇന്നു ഉച്ചയ്ക്കു ശേഷം ഓപി ഇല്ല. ഞങ്ങൾ ആട്ടുമലക്കുടിയിൽ പോകുകയാണ്. എന്തെങ്കിലും എമർജൻസി വന്നാൽ സപ്ലയർ ചിന്നപ്പനെ സൈക്കിളിൽ അയക്കണം."

വീടും കുടുംബവും ഒന്നുമില്ലാത്ത ഒറ്റത്തടിയായ ചിന്നപ്പൻ മെഴ്സി ഹോട്ടലിലെ സപ്ലയർ കം സ്വീപ്പർ കം ക്ലീനർ ഒക്കെയാണ്. എങ്കിലും കോവലൂരിൽ അറിയപ്പെടുന്നത് സപ്ലയർ ചിന്നപ്പൻ എന്നാണ്. ഔസേപ്പ് സപ്ലയർ ചിന്നപ്പനോട് ചോദിച്ചു: "ചിന്നപ്പാ നിനക്ക് ആട്ടുമലക്കുടീല്ക്ക് വഴി അറിയാമോടാ?"

"ഓഹോ. മുമ്പൊരിക്കൽ ഞാൻ പോയിട്ടുണ്ട്."

നിസാറും ഗിരിജയും ആട്ടുമലക്കുടിയിലേക്കുള്ള കാട്ടുവഴിയിലൂടെ നടക്കുമ്പോൾ ഒരു യുവാവായ മുതുവാൻ എതിരെ വരുന്നത് കണ്ടു. അവരുടെ അടുത്തെത്തിയപ്പോൾ യുവാവ് വിനയത്തോടെ പറഞ്ഞു: "ഡോക്ടറേം നഴ്സമ്മേം കൂട്ടീട്ട് വരാൻ അപ്പ പറഞ്ഞയച്ചു."

നിസാർ ചോദിച്ചു: "ഇയ്യാള് കാണി അനിയന്തിരന്റെ മോനാണോ?"

"തന്നെ."

"പേരെന്താ?"

"മഹേഷ്."

അനുവാദത്തിനു കാത്തു നിൽക്കാതെ തന്നെ സപ്ലയർ ചിന്നപ്പൻ തിരിച്ചു നടക്കാൻ തുടങ്ങി. മഹേഷിനോടൊപ്പം കാട്ടിലൂടെ നടക്കുമ്പോൾ കാട്ടിന്റെ ഉള്ളിൽ നിന്നും കുറച്ചുപേർ ചേർന്ന് പാട്ട് പാടുന്നത് കേട്ടു.

"കല്യാണത്തിന്റെ പാട്ടാണോ കേൾക്കുന്നത്?"

"തന്നെ. കൂത്ത് പാട്ട്."

നാറായുണകരി നാറായുണ
നാമം തിരുത്തവനെ നാറായുണ
എട്ടിയെട്ടി പാക്കറാനെ നാറായുണ കരി
ഏണിവച്ച് കൂന്റു കൂന്റു പാക്കറാനെ നാറായുണ
പല്ലടച്ച് പൽമിനുക്കി നാറായുണ
പളകിച്ചോറ് നവരിവെച്ച് നാറായുണ
നാറായുണ കരി നാറായുണ
അവൻ കുങ്കുമരം വെട്ടുവോർ നാറായുണ
അവൻ ഗുളികമരം വെട്ടുവോർ നാറായുണ[1]

പാട്ടിലെ പദങ്ങളുടെ അർത്ഥം നിസാറും ഗിരിജയും മഹേഷിനോട് ചോദിച്ചുകൊണ്ടിരുന്നു. ഗിരിജ ചോദിച്ചു: "എന്തിനാണ് കാട്ടിൽ നടന്ന് പാട്ട് പാടുന്നത്?"

"പാട്ട്കേട്ടാക്കും ചെറുക്കന്റെ ആളുകള് കന്നിയമ്മയെ ഒളിപ്പിച്ച സ്ഥലത്തുവന്ന് കണ്ടു പിടിക്കറത്."

വനപാതയിലൂടെ ആട്ടുമലക്കുടിയിലേക്ക് നടക്കുന്നതിനിടയിൽ മഹേഷ് വിവാഹച്ചടങ്ങുകൾ വിവരിച്ചു. കാട്ടിലൊളിപ്പിച്ച പെണ്ണിനെ വരന്റെ ആളുകൾ കണ്ടെത്തി മണവാളനെ ഏൽപ്പിക്കും. മണവാളനെ ഒരു രഹസ്യസങ്കേതത്തിലിരുത്തി കൈയിലൊരു കത്തിയും ഈറ്റക്ഷണവും കൊടുത്തിട്ടാണ് കാട്ടിലൊളിപ്പിച്ച പെണ്ണിനെ തിരയാൻ അയാളുടെ ആളുകൾ പോകുന്നത്. ഈറ്റക്ഷണം കൊണ്ട് മണവാളൻ ഒരു ചീപ്പുണ്ടാക്കും. അത് കാട്ടിൽ നിന്നു തേടിപ്പിടിച്ചുകൊണ്ടുവരുന്ന പെണ്ണിന്റെ കൈയിൽ കൊടുത്തിട്ട് താലികെട്ടും.

നിസാറും ഗിരിജയും ആട്ടുമലക്കുടിയിലെത്തിയപ്പോഴേക്കും പെണ്ണിനെ തേടിപ്പിടിക്കാൻ പോയവർ തിരിച്ചെത്തിയിരുന്നു. ഗിരിജയും നിസാറും വരുന്നതു കണ്ടപ്പോൾ കാണി അനിയന്തിരൻ രണ്ടു

1. നാരായണാ ഹരി നാരായണാ/ പേരുമാറ്റി വരുന്നവനേ നാരാണാ/ എത്തിയെത്തി നോക്കുന്നവനെ നാരാണാ ഹരി/ഏണിവെച്ച് കൂനിക്കൂനി നോക്കുന്നവനേ നാരായണ/ എല്ലാ പല്ലുകളും ഒന്നിച്ച് മിനുക്കി നാരായണ/ പല്ലു തേച്ച് പഴഞ്ചോറ് തിന്നവനേ നാരായണ/നാരായണ ഹരി നാരായണ/ അവൻ കുങ്കുമരം വെട്ടുന്നവൻ നാരായണ/ അവൻ ഗുളികമരം വെട്ടുന്നവൻ നാരായണ...

പേർക്കിരിക്കാനുള്ള സ്റ്റൂളുകളുമായി ഓടിയെത്തി. സ്റ്റൂളുകൾ സദസ്സിന്റെ ഒത്ത നടുക്കു തന്നെ ഇട്ടുകൊണ്ട് പറഞ്ഞു: “നീങ്ക ഇങ്കെ ഉക്കാരുങ്ക.”

അവരുടെ അടുത്ത് തന്നെയായിരുന്നു താലികെട്ട് സമയത്ത് പെണ്ണിനും ചെറുക്കനും ഇരിക്കാനുള്ള ഇരിപ്പിടങ്ങൾ. ഗിരിജയും നിസാറും സ്റ്റൂളുകളിൽ ഇരുന്നപ്പോൾ മൂപ്പൻ വെള്ളച്ചാമിയുടെ അനുജൻ ലച്ച്മണൻ അടുത്തുവന്ന് ശബ്ദം താഴ്ത്തിപ്പറഞ്ഞു: “സുന്ദരിയുടെ അപ്പാവാക്കും.” നിസാർ ഗിരിജയോട് പറഞ്ഞു: “ഓ നമ്മുടെ സുന്ദരി. ഡിലേയ്ഡ് ലേബർ കേസ്. ഓർമ്മയില്ലേ നമ്മളെ പേടിപ്പിച്ചുകളഞ്ഞ സുന്ദരിയെ?”

ഗിരിജ ചോദിച്ചു: “സുന്ദരിയും കുഞ്ഞും എവിടെ?”

കുഞ്ഞിനെയും എടുത്തുകൊണ്ട് ആൾക്കൂട്ടത്തിനു പിന്നിൽ നിന്നിരുന്ന സുന്ദരിയെ ലച്ച്മണൻ ഗിരിജയുടെയും നിസാറിന്റെയും അടുത്തേക്ക് നീക്കിനിറുത്തി. ഗിരിജ സുന്ദരിയുടെ കൈയിൽ നിന്നും കുഞ്ഞിനെ വാങ്ങി താലോലിച്ചു. നാലുമാസം പ്രായമായ കുഞ്ഞ് പൂപ്പുഞ്ചിരി തൂകി.

ഗിരിജ നിസാറിനോട് പറഞ്ഞു: “നിറഞ്ഞ ചിരി. സോഷ്യൽ സ്മൈൽ തന്നെയാണ്.”

കുറച്ചുനേരം ലാളിച്ചതിനുശേഷം കുഞ്ഞിനെ സുന്ദരിയുടെ കൈയിൽ തന്നെ തിരികെ കൊടുത്തു. അധികം താമസിയാതെ പെണ്ണും ചെറുക്കനും കുടിയിലെത്തി. വരൻ കൈയിലുണ്ടായിരുന്ന ഈറ്റച്ചീർപ്പ് പെണ്ണിന്റെ കൈയിൽ കൊടുത്തു. കന്നിയമ്മയുടെ മുഖം നാണം കൊണ്ട് ചുവന്നു തുടുത്തു. അനിയന്തിരൻ പെണ്ണിനെയും ചെറുക്കനെയും ഇരിപ്പിടങ്ങളിൽ പിടിച്ചിരുത്തി.

“വെത്തിലപ്പാക്ക് കൊടുങ്ക.”

പെണ്ണും ചെറുക്കനും പരസ്പരം വെറ്റിലയും പാക്ക്നുറുക്കും കൊടുത്തു. രണ്ടുപേരും വെറ്റമുറുക്കാൻ തുടങ്ങി. മുറുക്ക് കഴിഞ്ഞപ്പോൾ ചെറുക്കൻ ഒരു പൊതിയഴിച്ച് പെണ്ണിന്റെ കഴുത്തിലിടാനുള്ള മാല കൂട്ടുകാരുടെ കൈയിൽ കൊടുത്തു. അവരത് പെണ്ണിന്റെ കഴുത്തിലിട്ടു. മണവാട്ടിയുടെ തോഴിമാർ പൊതുകു മന്തയുടെ ഒരുവശത്തേക്ക് കൊണ്ടുപോയി ചെറുക്കൻ കൊണ്ടുവന്ന വസ്ത്രങ്ങൾ ധരിപ്പിക്കുകയും വളകളും മാലകളും അണിയിക്കുകയും ചെയ്തിട്ട് പെണ്ണിനെ സദസ്സിന്റെ നടുവിലേക്ക് കൊണ്ടുവന്നു. അവരെ ഇരിപ്പിടങ്ങളിൽ ഇരുത്തിയപ്പോൾ മൂപ്പൻ വെള്ളച്ചാമി ഉറക്കെ വിളിച്ചു പറഞ്ഞു: “പാട്ട് പാടീങ്ക.”

പെണ്ണിന്റെ ആളുകൾ ഒരു വശത്തും ചെറുക്കന്റെ ആളുകൾ മറുവശത്തുമായി അണിനിരന്നു. താളത്തിൽ ചുവട് വെക്കാനും പാടാനും തുടങ്ങി. പെണ്ണിന്റെ ആളുകൾ ചോദ്യം ചോദിക്കുകയും ചെറുക്കന്റെ ആളുകൾ ഉത്തരം പറയുകയും ചെയ്യുന്ന രീതിയിലാണ് പാട്ട് പാടിയത്.

എതെത് പൂവുക്ക് തേനുമളങ്കത്?
തണ്ണിത്തണ്ടാൻ പൂവുക്ക് തേനുമളങ്കത്
എതെത് പൂവുക്ക് തേനുമളങ്കത്?
ചൊടലിപ്പൂവുക്ക് തേനുമളങ്കത്
എതെത് പൂവുക്ക് തേനുമളങ്കത്?
കോറാമ്പൂ പൂവുക്ക് തേനുമളങ്കത്
എതെത് പൂവുക്ക് തേനുമളങ്കത്?
പൂശണി പൂവുക്ക് തേനുമളങ്കത്[2]

പാട്ട് തുടർന്നുകൊണ്ടിരുന്നപ്പേൾ നിസാർ ഗിരിജയോട് പറഞ്ഞു: “വിവാഹച്ചടങ്ങുകൾ തീർന്ന മട്ടാണ്. നമുക്ക് തിരിച്ചുപോകാം.”

ഗിരിജയും നിസാറും എഴുന്നേൽക്കുന്നത് കണ്ടപ്പോൾ അനിയന്തിരൻ അടുത്തുവന്നു.

“ഒങ്കളുക്ക് ശാപ്പാട് റഡിയായിരുക്ക് ശാപ്പിട്ടിട്ട് പോകലാം.”

ഭക്ഷണം കരുതണമെന്ന് മേഴ്സിഹോട്ടലുടമ ഔസേപ്പിനോട് പറഞ്ഞിട്ടുണ്ടായിരുന്നു. അതുകൊണ്ട് എന്തെങ്കിലും കഴിച്ചുവെന്ന് വരുത്താനായി പഴം മാത്രമെടുത്ത് കഴിച്ചു. കാണി അനിയന്തിരനോട് നിസാർ ചോദിച്ചു: “ഇനി എന്തൊക്കെയാണ് കല്യാണത്തിന്റെ ചടങ്ങുകൾ?”

“തിരുമണം മുടിഞ്ചാച്ച്. പാട്ടെല്ലാം തീരുമ്പോത് പെണ്ണും ചെറുക്കനും കൂടി ആളൊഴിഞ്ഞ കുടിലിൽ പോകും. അതുക്കുള്ളെ അവർ മൂന്നുനാൾ തങ്കും.”

അതിനുശേഷം പെണ്ണും ചെറുക്കനും ചെറുക്കന്റെ വീട്ടിലേക്ക് പോകുന്നു. അപ്പോൾ അവിടെയാണ് കല്യാണസദ്യ. ഗിരിജ പറഞ്ഞു: “ഇവരുടെ വിവാഹം നീണ്ട ഒരു പ്രോസസ്സാണ്. ഒരു കാര്യം ശ്രദ്ധിച്ചോ?”

“എന്താണ്?”

“നീണ്ട പ്രോസസ്സാണെങ്കിലും ഇവരുടെ വിവാഹം പ്യൂവർലി സെക്യുലാർ ഫങ്ഷനാണ്.”

വിവാഹത്തിന്റെ ഒരു ഘട്ടത്തിലും ദൈവങ്ങളെയൊന്നും ആവാഹിക്കാത്തതും പൂജാരിയുടെ അഭാവവും നിസാർ ശ്രദ്ധിച്ചത് അപ്പോഴാണ്. നിസാർ അടുത്ത് നിന്നവരോട് തരിക്കി: “തായനം മൂപ്പൻ എവിടെ?”

ചുറ്റും നിന്നവരിൽ ആരോ ഉറക്കെ വിളിച്ചുചോദിച്ചു: “തായനംമൂപ്പൻ എങ്കെ?”

---

2. ഏതെല്ലാം പൂവിൽ നിന്ന് (തേനീച്ച) തേനെടുക്കുന്നു?/ മഷിത്തണ്ട് ചെടിയുടെ പൂവിൽ നിന്നും തേനെടുക്കുന്നു/ഏതെല്ലാം പൂവിൽ നിന്ന് തേനെടുക്കുന്നു?/ റാഗിപ്പൂവിൽ നിന്നും തേനെടുക്കുന്നു/ഏതെല്ലാം പൂവിൽ നിന്നും തേനെടുക്കുന്നു?/മത്തപ്പൂവിൽനിന്നു തേനെടുക്കുന്നു

തായനം മൂപ്പൻ അടുത്തുവന്നു.

"ഇനി എന്നാണ് മൂപ്പൻമാരുടെ മീറ്റംഗ് വിളിക്കുന്നത്?"

"സദ്യയുടെ അന്ന് മീറ്റിംഗ് വിളിക്കലാം. ഉച്ചക്ക് സദ്യ കഴിഞ്ഞ് എല്ലോരും എങ്ക കുടിയിൽ വരും. അങ്കേ മീറ്റിംഗ് കൂടലാം."

അനിയന്തിരൻ ഇടയിൽ കടന്നു പറഞ്ഞു: "നീങ്ക സദ്യക്ക് വരണം."

"ഓപി കഴിയുമ്പോൾ ഉച്ച കഴിയും അനിയന്തിരാ. ഞങ്ങളെ സദ്യയിൽ നിന്ന് ഒഴിവാക്കണം."

"അയ്യോ അത് കഷ്ടമാക്കും."

"നോക്കട്ടെ. ഓപിയിൽ തിരക്കില്ലെങ്കിൽ ഞങ്ങൾ എത്തും."

അനിയന്തിരന് സന്തോഷമായി. മകനെ വിളിച്ചു. മഹേഷ് പാട്ടുപാടി ഉല്ലസിച്ചുകൊണ്ടിരുന്ന കൂട്ടുകാരെ വിട്ട് അവരുടെ അടുത്തേക്ക് വന്നു.

"ഡോക്റേം നഴ്സമ്മേം കൂട്ടീട്ട് പോ. കോവിലൂരില് വിട്ടിട്ട് വന്താപ്പോതും."

വനപാത കഴിഞ്ഞ് ജീപ്പ്റോഡിലെത്തിയപ്പോൾ മഹേഷിനോട് നിസാർ പറഞ്ഞു: "മഹേഷ് ഇനി പൊക്കോളൂ. ഞങ്ങൾ തനിയേ പൊക്കാളാം."

സ്വാതന്ത്ര്യം തിരിച്ചുകിട്ടിയതിന്റെ ആഹ്ലാദത്തിമിർപ്പിൽ മഹേഷ് തിരച്ചോടാൻ തുടങ്ങി. സന്ധ്യയുടെ ഇരുട്ടിനെ ആനയിച്ചുകൊണ്ട് മൂടൽമഞ്ഞ് പ്രത്യക്ഷപ്പെട്ടപ്പോൾ ഗിരിജ പറഞ്ഞു: "നമുക്ക് കുറച്ച് സ്പീഡിൽ നടക്കാം. സന്ധ്യക്കുള്ള മിസ്റ്റിൽ ആനയിറങ്ങും. ആൻജൈന ശല്യപ്പെടുത്തുകയില്ലല്ലോ?"

"ഇല്ല."

"മൂപ്പൻമാരുടെ യോഗത്തിൽ ഒരു ആക്ഷനുള്ള തീരുമാനം എടുക്കാൻ സാദ്ധ്യതയുണ്ടോ?"

"ഉണ്ടെന്നാണ് തോന്നുന്നത്. എം പിയെ കണ്ട് സംസാരിച്ചതിനു ശേഷം തായനംമൂപ്പൻ പറഞ്ഞ വാക്കുകൾ അതാണ് സൂചിപ്പിക്കുന്നത്. തായനം മൂപ്പനെപ്പോലെ തന്നെ ചിന്തിക്കുന്നവരായിരിക്കുമല്ലോ മറ്റു മൂപ്പൻമാരും."

"പറയാൻ പറ്റില്ല. എന്തായാലും യൂനാനിമസ് തീരുമാനം ഉണ്ടായാലേ ആക്ഷൻ നടക്കൂ. മുതുവാൻമാരുടെ ഡെമോക്രസി ആൾ ഓർ നൺ പ്രിൻസിപ്പിളിലാണ് നടക്കുന്നത്. ഒന്നുകിൽ എല്ലാവരുമുണ്ട് അല്ലെങ്കിൽ ആരുമില്ല. മുതുവാൻമാരുടെ മാത്രമല്ല. എല്ലാ ട്രൈബൽ കൾച്ചറിലും അത് തന്നെയാണ് സ്ഥിതി."

മൈനിംഗ് കമ്പനിയുടെ എക്സ്പ്ലൊറേഷൻ തടയാൻ ആദിവാസികൾ തീരുമാനിച്ചാൽ അത് പൊതുജനശ്രദ്ധയിൽ കൊണ്ടുവരുന്നത്

എങ്ങനെയെന്നായി നിസാറിന്റെ ചിന്ത. രാഷ്ട്രീയപാർട്ടികളും മാധ്യമങ്ങളും വിചാരിച്ചാലേ പൊതുജനശ്രദ്ധയിൽ വരികയുള്ളൂ. രാഷ്ട്രീയപ്പാർട്ടികൾ എന്നു പറയണ്ട. ഒരു പാർട്ടി അവരെ ഉപേക്ഷിച്ചു കഴിഞ്ഞു. ഇനി തന്റെ സ്വന്തം പാർട്ടിയുടെ കാര്യം നോക്കിയാൽ മതി. വികസനത്തിന്റെ കാര്യം പറഞ്ഞ് അവരും മൈനിംഗ് കമ്പനിയുടെ സി ഇ ഓ പറഞ്ഞത് പോലെ സംസാരിക്കാൻ തുടങ്ങുമോ? തന്റെ ചിന്തകൾ നിസാർ ഗിരിജയുമായി പങ്കുവെച്ചു.

"ആക്ഷന് അവർ തീരുമാനമെടുത്താൽ പബ്ലിക്ക് അറ്റെൻഷനിലേക്ക് അത് കൊണ്ടുവരണം. അതിനു പൊളിറ്റിക്കൽ പാർട്ടീസിന്റെയും മീഡിയയുടെയും ഹെൽപ്പ് വേണ്ടിവരും."

ഗിരിജയുടെ പ്രതികരണം പെട്ടെന്നായിരുന്നു: "പൊളിറ്റിക്കൽ പാർട്ടീസിന്റെ ഹെൽപ്പൊന്നും കിട്ടൂലെന്ന് എം പിയെ കണ്ട് സംസാരിച്ചിട്ടും ഡോക്ടർക്ക് മനസ്സിലായില്ലേ?"

"അത് ഭരണകക്ഷിയുടെ എംപി പറഞ്ഞതല്ലേ? ലെഫ്റ്റിനു ഇതിൽ താല്പര്യമുണ്ടാകും."

"ലെഫ്റ്റെന്ന് വെച്ചാൽ ആരാ?"

"ഞങ്ങളുടെ പാർട്ടി."

"ഞാൻ ബെറ്റ് വെയ്ക്കാം. അവർക്കും എംപിയുടെ നിലപാട് തന്നെയായിരിക്കും ഇക്കാര്യത്തിൽ."

"അതൊരു മുൻവിധിയാണ്. ഞങ്ങളുടെ പാർട്ടിയെക്കുറിച്ചുള്ള ഗിരിജയുടെ മിസണ്ടർസ്റ്റാന്റിംഗും പ്രിജുഡിസും ഇതുവരെ മാറിയിട്ടില്ല."

"കാണാനിരിക്കുന്ന കൂത്തെന്തിനാ പറഞ്ഞു കേൾക്കുന്നത്? നമുക്ക് വട്ടവട ലോക്കൽക്കമ്മിറ്റി സെക്രട്ടറിയുമായി സംസാരിച്ചിട്ട് ആർക്കാണ് മിസണ്ടർസ്റ്റാന്റിംഗും പ്രിജുഡീസുമെന്ന് തീരുമാനിക്കാം. എന്താ?"

"ആൾറൈറ്റ്. നാളെത്തന്നെ നമുക്ക് വട്ടവട എൽസിഎസ്സുമായിട്ട് സംസാരിക്കാം."

ഗിരിജയും നിസാറും മേഴ്സിഹോട്ടലിലെത്തിയപ്പോൾ രാത്രിയായിക്കഴിഞ്ഞിരുന്നു. കനത്ത മൂടൽമഞ്ഞിൽ മുമ്പിലുള്ളവരെപ്പോലും കാണാൻ പറ്റാത്ത അവസ്ഥയായിരുന്നു. അവരെ കണ്ടപ്പോൾ ഔസേപ്പ് മുന്നറിയിപ്പെന്നോണം പറഞ്ഞു: "മിസ്റ്റുള്ളപ്പോൾ കാട്ടിൽക്കൂടിയുള്ള നടത്തം അപകടമുണ്ടാക്കും. ആനയിറങ്ങുന്നത് ഇങ്ങനെയുള്ളപ്പോളാണ്."

"കല്യാണത്തിനു പോയതല്ലേ. താലികെട്ട് കഴിയാതെ എങ്ങനെ എറങ്ങും?"

നിസാർ കിടക്കുന്നതിനു മുമ്പായി വായിക്കാൻ പത്രമെടുത്തു. കോവിലൂരിൽ പത്രം വരുന്നത് ഉച്ചയ്ക്കാണ്. ഉച്ചയൂണു കഴിഞ്ഞ്

കിടക്കുമ്പോൾ ഒന്ന് ഓടിച്ച് നോക്കും. തലക്കെട്ടുകൾ മാത്രം വായിക്കും. വിശദമായ വായന രാത്രി ഭക്ഷണം കഴിഞ്ഞാണ്. പത്രവുമായി കസേരയിൽ ഇരിക്കാൻ തുടങ്ങിയപ്പോൾ മൊബൈൽ ഫോൺ ശബ്ദിച്ചു. ഗിരിജയുടെ ഫോണായിരുന്നു ശബ്ദിച്ചത്. ഗിരിജ ഫോണിൽ നോക്കിയിട്ട് ആത്മഗതമായി പറഞ്ഞു: "കനരാജാണല്ലോ..."

ഹലോ എന്ന് പറഞ്ഞതിനുശേഷം ഗിരിജ ഒന്നും പ്രതികരിക്കാതെ ഫോൺ ശ്രവിച്ചുകൊണ്ടിരുന്നു. ഇടയ്ക്ക് ചോദിച്ചു: "എപ്പോഴായിരുന്നു സംഭവം?"

ചോദ്യത്തിനുള്ള മറുപടി കേട്ടതിനുശേഷം ഫോൺ മാറ്റിപ്പിടിച്ചിട്ട് നിസാറിനോട് പറഞ്ഞു:

"ഇസ്രായീൽ സാറ് പോയി. റോഡ് ആക്സിഡന്റ്..."

പിന്നെയും വളരെ നേരം ഫോണിൽ കനകരാജ് പറയുന്നത് കേട്ടുകൊണ്ടിരുന്നു. സംഭാഷണം നിലച്ചപ്പോൾ നെടുവീർപ്പിട്ടുകൊണ്ട് ഗിരിജ പറഞ്ഞു: "ഇസ്രായീൽ സാറ് കോറമാണ്ടൽ മൈനിംഗ് കമ്പനി കൂടായി മലകളിൽ ഇരുമ്പയിര് ഖനനം തുടങ്ങുന്നതിനെതിരെ സമരത്തിലായിരുന്നു. മൂന്നു വർഷമായി തുടർന്നു വരുന്ന നിയമയുദ്ധം പരാജയപ്പെട്ടു. ഹൈക്കോടതി സ്റ്റേ വെക്കേറ്റ് ചെയ്തപ്പോൾ മൈനിംഗ് കമ്പനി ഖനനത്തിനുള്ള ഒരുക്കങ്ങൾ തുടങ്ങി. അപ്പോൾ അവരുടെ ഹെഡ്ക്വാർട്ടേഴ്സ് ഉപരോധിക്കാൻ പ്രകൃതി സംരക്ഷണസമിതി തീരുമാനിച്ചു. കമ്പനി ഹെഡ്ക്വാർട്ടേഴ്സ് ഉപരോധം ഉദ്ഘാടനം ചെയ്യാൻ അങ്ങോട്ടേക്ക് സ്കൂട്ടറിൽ പോകുകയായിരുന്നു. പിന്നിൽ നിന്നു ഓവർസ്പീടിൽ വന്ന ഒരു ജീപ്പ് സ്കൂട്ടറിലിടിച്ച് തെറിപ്പിച്ചു. റോഡിൽ തെറിച്ചു വീണപ്പോൾ തലയിൽക്കൂടി ജീപ്പ് കയറി. ഓൺ ദ സ്പോട്ട്... ജീപ്പ് നിറുത്താതെ ഓടിച്ചു പോയി. ഹിറ്റ് ആൻഡ് റൺ കേസ്. ജീപ്പ് ഇതുവരെ പിടികിട്ടിയിട്ടില്ല. ഫൗൾപ്ലേ ഉണ്ടെന്നും കോറമാണ്ടൽ മൈനിംഗ് കമ്പനിക്കാർ തന്നെ ചെയ്യിച്ചതാണെന്നും സംസാരമുണ്ട്. പരിസ്ഥിതി പ്രവർത്തകർ അവിടെ അജിറ്റേഷനിലാണ്.

ഗിരിജ പറഞ്ഞപ്പോൾ നിസാർ ഒന്നും പറയാൻ കഴിയാതെ അസ്തപ്രജ്ഞനായി ഇരുന്നുപോയി.

വെളുത്തുള്ളി

വട്ടവട ലോക്കൽക്കമ്മിറ്റി സെക്രട്ടറി പ്രസന്നനെ പലപ്രാവശ്യം ശ്രമിച്ചിട്ടാണ് മൊബൈൽ ഫോണിൽ കിട്ടിയത്. ബെല്ലടിച്ചു തുടങ്ങുമ്പോൾ കട്ട് ചെയ്യും. രണ്ടുപ്രാവശ്യം അതാവർത്തിച്ചപ്പോൾ നിസാർ

ശ്രമം ഉപേക്ഷിച്ചു. ഒരു മണിക്കൂർ കഴിഞ്ഞ് വീണ്ടും ശ്രമിച്ചു. അപ്പോഴും അത് തന്നെ കഥ. ആശുപത്രിക്കുള്ള പഞ്ചായത്ത് ലൈസൻസ് എടുക്കുന്ന സമയത്തും ലോക്കൽ കമ്മിറ്റി സെക്രട്ടറിയെ ബന്ധപ്പെടാൻ ശ്രമിച്ചു. പഞ്ചായത്ത് പ്രസിഡന്റ് ചെല്ലപ്പൻ സഖാവിനും കോവിലൂർ വാർഡ് മെമ്പർ ശ്രീനിസഖാവിനും നിർന്ധമായിരുന്നു ലൈസൻസ് തരുന്നതിനു മുമ്പ് ആശുപത്രി ഉടമയെന്ന നിലയിൽ ഡോക്ടർ നിസാർ ലോക്കൽക്കമ്മിറ്റി സെക്രട്ടറിയെ ഫോണിലെങ്കിലും ബന്ധപ്പെട്ട് സംസാരിക്കണമെന്ന്. പലപ്രാവശ്യം ശ്രമിച്ചതിനുശേഷമാണ് മൊബൈൽ ഫോണിൽ ബന്ധപ്പെടാനും മുഖം കാണിക്കാനുള്ള അനുവാദം വാങ്ങാനും കഴിഞ്ഞത്. ഇപ്പോഴും നിസാർ പലപ്രാവശ്യം ശ്രമിച്ചിട്ടും ലോക്കൽക്കമ്മിറ്റി സെക്രട്ടറിയെ കിട്ടുന്നില്ലെന്ന് ഗിരിജയ്ക്ക് മനസ്സിലായി.

"എന്താ കമ്മിസ്സാറിനെ ഫോണിൽ കിട്ടുന്നില്ലേ?"

നിസാറിനു ഗിരിജയുടെ പരിഹാസം ഇഷ്ടപ്പെട്ടില്ല.

"കിട്ടും. അയാൾ വല്ല കമ്മിറ്റിയിലോ യോഗത്തിലോ ആയിരിക്കും. അതാണ് ബെല്ലടിച്ചു തുടങ്ങുമ്പോൾ കട്ട് ചെയ്യുന്നത്."

മൂന്നാമത്തെ തവണ ശ്രമിച്ചപ്പോൾ മൊബൈൽ ഫോൺ കട്ട് ചെയ്തില്ല.

"പ്രസന്നൻ സഖാവല്ലേ? ഇത് കോവിലൂർ ജനതാഹോസ്പിറ്റലിലെ ഡോക്ടർ നിസാറാണ്."

"പറ. എന്ത് വേണം?"

"സഖാവിനെ നേരിട്ടൊന്നു കാണണമായിരുന്നു."

"എന്താണ് കാര്യം?"

"നേരിൽ പറയാം."

"വൈകീട്ട് അഞ്ചുമണിക്ക് ലോക്കൽക്കമ്മെറ്റി ആപ്പീസില് വാ."

പ്രസന്നൻ ഫോൺ കട്ട് ചെയ്തു.

ഗിരിജ പരിഹാസം മറച്ചു വെയ്ക്കാൻ ശ്രമിച്ചുകൊണ്ട് ചോദിച്ചു: "അപ്പോയിന്റ്മെന്റ് കിട്ടിയില്ലേ?"

ഇത്തവണ ജാള്യം മറയ്ക്കാൻ നിസാറിനു കഴിഞ്ഞില്ല.

"കിട്ടി. കിട്ടി. വൈകിട്ട് അഞ്ചിനു ലോക്കൽക്കമെറ്റി ഓഫീസിൽ ചെല്ലാൻ പറഞ്ഞു. ഗിരിജ വരുന്നുണ്ടോ?"

"ഒരാൾക്കല്ലേയുള്ളൂ കാണാനുള്ള പെർമിഷൻ? ഞാൻ പുറത്ത് നിൽക്കേണ്ടിവരില്ലേ?"

"അത്രത്തോളം വേണോ ഗിരിജേ? പാർട്ടിയുമായി ഒരു ഡയലോഗിനു താല്പര്യമുണ്ടെങ്കിൽ വരിക. നിർബ്ബന്ധിക്കുന്നില്ല. വരുന്നില്ലെങ്കിൽ ഞാൻ തിരിച്ചു വന്ന് ഡയലോഗ് മുഴുവൻ റിപ്പോർട്ട് ചെയ്യാം."

“അതുവേണ്ട. ഞാനും വരാം. ഇടതുപക്ഷവുമായി ഒരു ഡയലോഗിനുള്ള അവസരമല്ലേ?”

“ഗിരിജ ഇടതുപക്ഷമല്ലേ?”

“ഡോക്റെന്താണ് മനസ്സിലാക്കിയത്? ഇടതുപക്ഷവുമായി ഇടതുപക്ഷത്തിന്റെ ഡയലോഗ്. അതാണ് ഞാൻ ഉദ്ദേശിച്ചത്. ഇപ്പോൾ ഡയലോഗെന്നു കേട്ടാലുടനെ എല്ലാവരും മനസ്സിലാക്കുന്നത് തർക്കം എന്നാണ്. ഇടതുമായി ഡയലോഗില്ലാത്തതാണ് എല്ലാ കുഴപ്പത്തിനും കാരണം. ഡീവിയേഷനും കാരണം അതുതന്നെ.”

താത്ത്വികകാര്യങ്ങളിലേക്ക് കടന്നാൽ ഗിരിജയ്ക്ക് ആവേശം കൂടും. നിസാറിനാണെങ്കിൽ പ്രത്യയശാസ്ത്രപരമായ കാര്യങ്ങൾ പൂർണ്ണമായി മനസ്സിലാകുകയുമില്ല. നിസാർ സംഭാഷണത്തിന്റെ ചരട് മുറിക്കാൻ ശ്രമിച്ചു.

“വൈകുന്നേരം ഓ പി കേസുകൾ അധികം വരാതിരുന്നാൽ മതിയായിരുന്നു.”

“ഡോക്ടറുണ്ടെന്നറിഞ്ഞാൽ രാത്രിയാകുന്നതുവരെ കേസുകൾ വന്നുകൊണ്ടിരിക്കും. അതുകൊണ്ട് ഊണ്കഴിഞ്ഞുള്ള ഉറക്കത്തിനു ശേഷം ചായയും കുടിച്ച് ഇറങ്ങി നടക്കുന്നതായിരിക്കും നല്ലത്. വട്ടവട ലോക്കൽക്കമ്മിറ്റി ഓഫീസിലേക്ക് മൂന്നു കിലോമീറ്ററോളമില്ലേ ദൂരം? സാവകാശം നടന്നെത്തുമ്പോൾ അപ്പോയിന്റ്മെന്റ് സമയം ആയിട്ടുണ്ടാകും. ഡോക്ടർ ഒരു സ്ഥലംവരെ പോയിരിക്കുകയാണെന്നും തിരിച്ചെത്തുമ്പോൾ രാത്രിയാകുമെന്നും വരുന്നവരോടൊ ക്കെ പറയാൻ ഔസേപ്പിനെ ഏൽപ്പിച്ചിട്ട് പോകാം. അപ്പോൾ അത്യാവശ്യമായി കാണണമെന്നുള്ളവർ കാത്തു നിൽക്കും. അത്യാവശ്യം ഇല്ലാത്തവർ തിരിച്ചു പൊക്കോളും.”

“ഗുഡ് ഐഡിയ.”

നിസാറിനു ഉച്ചയ്ക്ക് ഊണുകഴിഞ്ഞാൽ ഒരു മണിക്കൂർ ഉറക്കമുണ്ട്. കുറിഞ്ഞി കാണാനുള്ള പദയാത്ര തുടങ്ങുന്നതിനുമുമ്പ് അതൊരു നിർബ്ബന്ധമായിരുന്നു. സംഘടനാപ്രവർത്തനത്തിന്റെ തിരക്കുള്ള കാലത്തുപോലും അതിനു വിഘ്നം വന്നിട്ടില്ലായിരുന്നു. സഫിയ കൂടെയുണ്ടായിരുന്നപ്പോൾ സഫിയയ്ക്കും ഉച്ചയുറക്കം പതിവായിരുന്നു. നീലക്കുറിഞ്ഞിപൂത്തത് കാണാനുള്ള പദയാത്ര തുടങ്ങിയതുമുതലാണ് കുറച്ചു നാളത്തേക്ക് നിസാറിന്റെ ഉച്ചയുറക്കം നിന്നുപോയത്. കോവിലൂരിൽ സ്ഥിരതാമസമാക്കി ജനതാഡിസ്പെൻസറി തുടങ്ങിയ കാലത്തും ഉച്ചയുറക്കം പുനരാംഭിക്കാനുള്ള അവസരം ലഭിച്ചില്ല. കാരണം രാവിലെമുതൽ വൈകുന്നേരംവരെ രോഗികൾ വന്നുകൊണ്ടിരുന്നു.

മുതുവാക്കുടികളിലും മലപ്പുലയക്കുടികളിലുമൊക്കെ പോകുന്ന ദിവസങ്ങളിൽ പിന്നെ പറയാനുമില്ല. രാവിലെ പോയാൽ തിരിച്ചെത്തുന്നത്

സന്ധ്യയാകുമ്പോഴായിരുന്നു. ജനതാഡിസ്പെൻസറി ജനതാആശുപത്രി ആയതിനുശേഷമാണ് ആദിവാസി ഊരുകളിൽ പോക്ക് നിന്നത്. മുതുവാൻമാരുടെയും മലപ്പുലയരുടെയും മന്നാൻമാരുടെയുമൊക്കെ മൂപ്പൻമാരുടെ അഭ്യർത്ഥന അനുസരിച്ച് തന്നെയാണ് ഊരുസന്ദർശന ങ്ങൾ നിറുത്തിയത്. രാവിലെ പുറപ്പെട്ടാൽ ഒന്നോ രണ്ടോ ഊരുകൾ സന്ദർശിക്കാനേ സമയം കിട്ടൂ. ആ നേരം മറ്റു കുടികളിൽ ആർക്കെങ്കിലും അല്ലെങ്കിൽ നാട്ടുകാരിൽ ആർക്കെങ്കിലും ഡോക്ടറെ കാണേണ്ട അത്യാവശ്യം വന്നാൽ അവർ നേരെ കോവിലൂരിലെ ആശുപത്രിയി ലെത്തും. അപ്പോൾ ഡോക്ടർ ഉണ്ടായിരിക്കുകയില്ല. അത് ഒഴിവാക്കാ നാണ് ആഴ്ചയിൽ രണ്ടുദിവസം എന്ന കണക്കിന് നടത്തിയ ആദിവാസി ഊരുസന്ദർശനം ഒഴിവാക്കണമെന്ന് പല മൂപ്പൻമാരും നാട്ടുകാരും ആവശ്യപ്പെട്ടത്.

ആഴ്ചയിൽ എല്ലാ ദിവസവും ഇരുപത്തിനാല് മണിക്കൂറും ആശുപത്രിയിൽ തന്നെ എന്ന സ്ഥിതിവന്നപ്പോഴാണ് മുമ്പ് പതിവു ണ്ടായിരുന്ന ഉച്ചയുറക്കം വീണ്ടും തുടങ്ങിയത്. ഉച്ചനേരത്ത് രോഗി കളാരും ഉണ്ടായിരിക്കുകയില്ല. അഥവാ ആരെങ്കിലും വന്നാൽത്തന്നെ ഡോക്ടർ ഉറക്കമുണരുന്നതുവരെ കാത്തിരിക്കും. എമർജൻസിക്കേസ് വന്നാൽ മാത്രം ഗിരിജ നിസാറിറെ വിളിച്ചുണർത്തും. ഗിരിജയ്ക്ക് ഉച്ചയുറക്കം ഇഷ്ടമില്ല.

“ഉച്ചയ്ക്ക് അല്പം റെസ്റ്റെടുത്തുകൂടെ, ഗിരിജയ്ക്ക്?” ഒരു ദിവസം നിസാർ ചോദിച്ചു.

“ഞാൻ റെസ്റ്റെടുക്കുകയാണല്ലോ.”

“ഗിരിജ തനി പ്രോലിറ്റേറിയനാണ്. ഞാൻ പെറ്റി ബൂർഷ്വായും.”

“ഇപ്പോ അങ്ങനെയൊന്നുമില്ല. പാർട്ടിക്കമ്മിറ്റികളുടെ ടൈമിംഗ് ശ്രദ്ധിച്ചിട്ടുണ്ടോ? ഉച്ചയ്ക്ക് ഊണിനു പിരിഞ്ഞാൽ വീണ്ടും ചേരുന്നത് വൈകിട്ട് നാലുമണിക്കാണ്. നേതാക്കളുടെ ഉച്ചയുറക്കിത്തിനു വേണ്ടിയല്ലേ ആ ടൈമിംഗ്? വിഷ്വൽ മീഡിയ വന്നതിനുശേഷമാണ് ഈ ഇൻഫർമേഷനൊക്കെ എല്ലാവർക്കും കിട്ടിത്തുടങ്ങിയത്. ഉച്ചയ്ക്ക് കുറച്ചു നേരം ഉറങ്ങുന്നതിൽ വലിയ തെറ്റൊന്നും ഞാൻ കാണുന്നില്ല. ഉച്ചയ്ക്കു റങ്ങുന്നവർ ബൂർഷ്വാസി ആണെന്നും കരുതേണ്ട.”

നിസാറിന്റെ ഉച്ചയുറക്കം കഴിഞ്ഞപ്പോൾ നിസാറും ഗിരിജയും വട്ടവടയിലേക്ക് പുറപ്പെട്ടു.

കോവിലൂരിൽ നിന്നും വട്ടവടയ്ക്കുള്ള റോഡിന്റെ ഇരുവശങ്ങളിലും പണ്ട് കാലത്ത് പതിനായിരക്കണക്കിനു ഏക്കർ വിസ്താരമുള്ള കുറിഞ്ഞിപ്പുൽമേടുകളായിരുന്നു. ടോപ്സ്റ്റേഷന് ഇപ്പുറത്തുള്ള ചോലവനം വരെ കുറിഞ്ഞിപ്പുൽമേടുകളായിരുന്നു. അതെല്ലാം കുടിയേറ്റക്കാർ കൈവശപ്പെടുത്തി. പുൽമേടുകൾ തീയിട്ടു.

മലഞ്ചെരിവിലെ ഭൂമി വീതി കുറഞ്ഞ തട്ടുകളാക്കി നിരപ്പാക്കിയതിനു ശേഷം വെളുത്തുള്ളി കൃഷി ചെയ്യാൻ തുടങ്ങി. വട്ടവടയിലെ വെളുത്തുള്ളി ലോകപ്രസിദ്ധമാണ്.

ചില വെളുത്തുള്ളിപ്പാടങ്ങളിൽ വിളവെടുപ്പ് നടക്കുന്നുണ്ടായിരുന്നു. കുഞ്ഞുങ്ങളും കുട്ടികളും അടക്കം വീട്ടുകാർ ഒന്നടങ്കം ചേർന്നാണ് വെളുത്തുള്ളി കിളച്ചുപറിക്കുന്നതും മണ്ണ് തട്ടിക്കളഞ്ഞ് വൃത്തിയാക്കുന്നതും. വെളുത്തുള്ളിയുടെ തണ്ട് ഉടനെ മുറിച്ചുകളയുകയില്ല. തണ്ടുകൾ കൂട്ടിക്കെട്ടി ചെറുകെട്ടുകളാക്കുന്നു. എന്നിട്ട് വെളുത്തുള്ളിക്കെട്ടുകളുടെ മാലകൾ ഉണ്ടാക്കുന്നു. ആ മാലകൾ വീട്ടിനകത്ത് ചുമരുകളിൽ തൂക്കിയിടും. പച്ചവെളുത്തുള്ളിയുടെ നീരു വറ്റുന്നതുവരെ മാലകൾ അങ്ങനെ കിടക്കും. നല്ലതുപോലെ ഉണങ്ങിയതിനുശേഷമാണ് തണ്ടുകൾ ഉള്ളിക്കുമേലെ വെച്ച് മുറിച്ചുമാറ്റിയാണ് മാർക്കറ്റിലേക്ക് കൊണ്ടുപോകുന്നത്.

“രണ്ടുപേരും കൂടി എങ്ങോട്ടാ?”

മേലെയുള്ള വെളുത്തുള്ളിക്കണ്ടത്തിൽ നിന്നും ഒരാൾ വിളിച്ചു ചോദിക്കുന്നതുകേട്ടപ്പോൾ നിസാറും ഗിരിജയും നിന്നു. നീണ്ടു മെലിഞ്ഞ മദ്ധ്യവയസ്കനെ കണ്ടുപരിചയമുണ്ട്. ആരാണെന്ന് കൃത്യമായി തിരിച്ചറിയാൻ കഴിയുന്നില്ല.നിസാറും ഗിരിജയും നിന്നപ്പോൾ അയാൾ മേലെക്കണ്ടത്തിൽ നിന്നും റോഡരുകിലേക്ക് ഇറങ്ങിവന്നു.

“ലോനപ്പനാണ്. അന്ന് പാമ്പ് കടിച്ച് കൊണ്ടുവന്നില്ലേ?”

ലോനപ്പൻ എന്നു കേട്ടപ്പോൾ ആറുമാസം മുമ്പ് നടന്ന സംഭവം നിസാറിന് ഓർമ്മവന്നു. ഒരു ഞായറാഴ്ച ഉച്ചയ്ക്കുശേഷം ഗിരിജയും നിസാറും കിഴക്കേമലയിലെ കുറിഞ്ഞിപ്പുൽമേട് കാണാൻ ഇറങ്ങിയതായിരുന്നു. പർവ്വതത്തിന്റെ മുകളിലെത്താറായപ്പോൾ സപ്ലയർ ചിന്നപ്പൻ ഉറക്കെ വിളിച്ചുകൊണ്ട് മലയിലേക്ക് ഓടിക്കയറുന്നു.

“തിരിച്ചുവാങ്കോ. ഡെയിഞ്ചർ കേസ് വന്തിരുക്ക്.”

ചിന്നപ്പന്റെ ഭാഷയിൽ ഡെയിഞ്ചർ കേസെന്നാൽ എമർജൻസി കേസെന്നാണ് അർത്ഥം. നിസാറും ഗിരിജയും ധൃതിയിൽ മലയിറങ്ങാൻ തുടങ്ങി. അടുത്തെത്തിയപ്പോൾ ചിന്നപ്പൻ കിതപ്പ് കാരണം ശ്വാസം കിട്ടാതെ വിഷമിക്കുന്നതിനിടയിൽ പറഞ്ഞു: “ലോനപ്പച്ചേട്ടനെ പാമ്പ് കടിച്ചു. കോബ്രയാണ് കടിച്ചത്.”

നിസാർ താഴോട്ട് ഓടിക്കൊണ്ടിരിക്കുന്നതിനിടയിൽ ചിന്തിച്ചു. സ്നേക്ക് ബൈറ്റ്. ആരാണീ ലോനപ്പച്ചേട്ടൻ? രക്ഷപ്പെടുമോ? വിഷഹാരികളുടെ ഭാഷയിൽ പറഞ്ഞാൽ ദൂതലക്ഷണം എന്താണ്? ആന്റിവെനിൻ സ്റ്റോക്കുണ്ടോ? ഒന്നെങ്കിലും കാണാതിരിക്കില്ല. കാരണം എപ്പോഴും ഒരെണ്ണമെങ്കിലും കരുതിവെയ്ക്കാറുണ്ട്. കൂടുതൽ വേണമെങ്കിൽ

ആരെങ്കിലും മൂന്നാറിൽ പോയി വാങ്ങണം. ഒരെണ്ണം സ്റ്റോക്കുണ്ടെങ്കിൽ സമയം ഒട്ടുംകളയാതെ ആന്റിവെനിൽ ഡ്രിപ്പ് സ്റ്റാർട്ട് ചെയ്യാമല്ലോ. ഒരു മണിക്കൂറെടുക്കും ഒരു ഡ്രിപ്പ് തീരാൻ. ഏറ്റവുംകുറഞ്ഞത് മുക്കാൽ മണിക്കൂർ. അപ്പോഴേക്കും ആരെങ്കിലും ജീപ്പിലോ കാറിലോ മൂന്നാറിൽ പോയി ആന്റിവെനിൻ ആംബ്യൂളുകൾ വാങ്ങിക്കൊണ്ടുവരും.

മഞ്ചേരി ആശുപത്രിയിൽ ജോലിചെയ്യുമ്പോഴാണ് വിഷചികിത്സയിൽ പരിചയം നേടിയത്. അവിടെ ഒരു ദിവസം ഒരു പാമ്പുകടിയെങ്കിലും വരാറുണ്ടായിരുന്നു. ആന്റിവെനിൻ കൊടുക്കുന്നതിന്റെ എല്ലാ വശങ്ങളും പഠിച്ചത് അവിടെ വെച്ചാണ്. മൂർഖൻ കടിച്ച ഒരു പതിനഞ്ചുകാരിക്ക് പതിനൊന്ന് ആംബ്യൂൾ ആന്റിവെനിൻ കൊടുത്തത് ഓർത്തു. പത്ത് ആംബ്യൂൾ കൊടുത്തിട്ടും കുട്ടിയുടെ കണ്ണുകൾ തുറന്നില്ല. ഇനിയും ആന്റിവെനിൽ കൊടുത്താൽ എന്തെങ്കിലും അപകടം ഉണ്ടാകുമോ എന്നായി നിസാറിന്റെ പേടി. സീനിയർ ഫിസിഷ്യൻ ഡോക്ടർ ഈനാശു വിനോട് സംശയം ചോദിച്ചു. ഈനാശു പറഞ്ഞത് ഇപ്പോഴും ഓർമ്മ യുണ്ട്. “സ്നേക്ക് പോയിസൻ കാരണം കുട്ടിയുടെ ജീവൻ അപകടത്തിൽ ത്തന്നെയല്ലേ? ഇതിൽപ്പരം എന്ത് അപകടം ഉണ്ടാകാനാണ് ഡോക്ടറേ? അതുകൊണ്ട് ശരീരത്തിലുള്ള സ്നേക്ക് പോയിസൻ മുഴുവൻ ന്യൂട്രലൈസ് ചെയ്ത് കുട്ടി കണ്ണുകൾ തുറക്കുന്നതുവരെ ആന്റിവെനിൻ ഡ്രിപ്പ് തുടരണം. ഞാൻ പതിനാറ് ആംബ്യൂൾ വരെ കൊടുത്തിട്ടുണ്ട്.”

വിഷചികിത്സയെക്കുറിച്ച് പാഠപുസ്തകങ്ങളിൽ നിന്നും കിട്ടാത്ത പാഠങ്ങളാണ് അന്ന് മഞ്ചേരി ആശുപത്രിയിൽ വെച്ച് തനിക്ക് കിട്ടിയതെന്ന് നിസാർ ഓർത്തു. ഗിരിജയും നിസാറും ചിന്നപ്പനും ഓടുകയായിരുന്നു. ഇറക്കമായതുകൊണ്ട് നിസാറിനു നെഞ്ചുവേദന അനുഭവപ്പെട്ടില്ല. ഗിരിജ മുന്നറിയിപ്പ് നൽകിക്കൊണ്ടിരുന്നു: ‘‘ആൻജൈന ഉണ്ടെങ്കിൽ സ്ലോഡൗൺ ചെയ്യൂ ഡോക്ടർ. ഡോക്ടർക്ക് ഹാർട്ട് അറ്റാക്ക് ആയാൽ രണ്ടുപേരുടെ ജീവനാണ്...”

നിസാർ ഓടുന്നതിനിടയിൽ പറഞ്ഞു: “ഇല്ല. എനിക്ക് പ്രോബ്ലമൊന്നു മില്ല.”

ആറുമാസം മുമ്പ് നടന്ന കാര്യങ്ങളെല്ലാം നിസാർ കൃത്യമായി ഓർത്തു. ആശുപത്രിയിലെത്തി ഓപിമുറിയിലെ പരിശോധനാമേശയിൽ കിടത്തിയിരുന്ന ലോനപ്പനെ കണ്ടപ്പോൾ ആശ്വാസമായി. വിഷം വ്യാപി ച്ചതിന്റെ ലക്ഷണങ്ങളൊന്നുമില്ലായിരുന്നു. ആൾ ഭയചകിതനായതിന്റെ ലക്ഷണം മുഖത്ത് കണ്ടില്ല. വലതുകാലിൽ മുട്ടിനു താഴെ തുണികൊണ്ട് വരിഞ്ഞുകെട്ടിയിട്ടുണ്ടായിരുന്നു. അതിനു താഴെയുള്ള മുറിവായ് പരിശോധിച്ചു. അരയിഞ്ച് അകലത്തിൽ രണ്ട് സൂചിക്കുത്തുകളിലൂടെ രക്തം ഒഴുകിയതിന്റെ അടയാളം. വിഷപ്പാമ്പിന്റെ കടി തന്നെയെന്ന് നിസാറിനു ബോധ്യമായി. മൂർഖന്റേതാവാനാണ് സാദ്ധ്യത. കാരണം

കനമുള്ള സൂചികൊണ്ട് കുത്തിയതുപോലെ ആയിരുന്നു മുറിവ്. അണലിയുടേതാണെങ്കിൽ മുറിവിന് വലിപ്പം കൂടും. കൂടുതൽ അകല ത്തിലുമായിരിക്കും. രക്തം വാർന്നുകൊണ്ടേയിരിക്കും. നിലയ്ക്കാറില്ല. മൂർഖന്റെ കടികൊണ്ടുള്ള മുറിവിൽ നിന്നും രക്തമൊലിപ്പ് അധികം കാണില്ല. ലോനപ്പന്റെ തൊട്ടടുത്ത് നിന്നിരുന്ന വെളുത്ത് തടിച്ച സിന്ധി പ്പശുവിന്റെ ആകാരസൗഷ്ഠവമുള്ള സ്ത്രീ പറഞ്ഞു: "മൂർഖനാണ് സാറേ."

"ലോനപ്പന്റെ ഭാര്യയാണോ?"

അവർ തേങ്ങലോടെ പറഞ്ഞു: "അതേ... അപ്പച്ചന് അപകടമുണ്ടോ സാറെ?

"പാമ്പ് കടിച്ചത് അപകടമല്ലേ? നിങ്ങളുടെ പേരെന്താ?"

"സാറാന്നാണ്."

"സാറ പാമ്പിനെ കണ്ടോ?"

"ഞാൻ കണ്ടു."

"ശരി. പേടിക്കാനില്ലെന്ന് തോന്നുന്നു. നമുക്ക് ആന്റിവെനിൻ ഡ്രിപ്പ് തുടങ്ങാം."

ആദ്യം തന്നെ ലോനപ്പന്റെ സംഭ്രമം കുറയ്ക്കാനായി നിസാർ ഒരു ക്യാമ്പോസ് ഇഞ്ചക്ഷൻ കൊടുത്തു. ഫ്രിഡ്ജിൽ നിന്നും ആന്റി വെനിന്റെ ആംബ്യൂളെത്ത് പൊട്ടിച്ച് അതിൽ ഡിസ്റ്റിൽഡ് വാട്ടർ ചേർത്ത് ഗിരിജയുടെ കൈയിൽ കൊടുത്തിട്ട് പറഞ്ഞു: "നല്ലതുപോലെ ഷേക്ക് ചെയ്യണം. ഡിസ്സോൾവ് ആകുമ്പോൾ സൊല്യൂഷൻ ട്രാൻസ്പേരന്റാകും. അതുവരെ ഷേക്ക് ചെയ്തുകൊണ്ടിരിക്കണം."

ആന്റിവെനിൻ ഡ്രിപ്പ് സ്റ്റാർട്ട് ചെയ്തതിനുശേഷം സാറയോട് പറഞ്ഞു: "നോക്കൂ സാറാ. ഇവിടെ പാമ്പിൻ വിഷത്തിനുള്ള മരുന്ന് ആന്റിവെനിൻ ഇനി ഒരു ആംബ്യൂളും കൂടിയേ ഉള്ളൂ. വിഷം കയറിയതു മുഴുവൻ തീരുന്നതുവരെ ആന്റിവെനിൻ ഡ്രിപ്പ് കൊടുത്തുകൊണ്ടി രിക്കണം. അതിന് ഇനിയും മരുന്ന് മൂന്നാറിൽ പോയി കൊണ്ടുവരണം. ഇവിടെയുള്ളത് രണ്ട് മണിക്കൂറുകൊണ്ട് കൊടുത്തു തീരും. അതിനുമുമ്പ് മരുന്നെത്തിക്കണം. എന്താണ് വഴി?

"എന്റെ അച്ചാച്ചനിവിടെ ഉണ്ട് ഡോക്ടറെ. അച്ചാച്ചൻ ജീപ്പില് പോയി മരുന്നു വാങ്ങിക്കൊണ്ട് വരും. ചീട്ടെഴുതിക്കൊടുത്താ മതി."

"ചേട്ടന്റെ പേരെന്താ?"

"റപ്പായി."

"റപ്പായി ഇപ്പോൾ ഇവിടെ ഉണ്ടോ?"

"ഉണ്ട്. അച്ചാച്ചന്റെ ജീപ്പിലാണ് ഇങ്ങോട്ട് കൊണ്ടന്നത്. മുറ്റത്ത് നിപ്പുണ്ട്. ഞാൻ വിളിക്കാം."

റപ്പായിയോട് ചോദിച്ചു: "ഈ മരുന്ന് എവിടന്ന് കിട്ടുമെന്നറി യാമോ?"

"അറിഞ്ഞുകൂടാ."

"സരോജാമെഡിക്കൽസിൽ കിട്ടും. സരോജാമെഡിക്കൽസ് മൂന്നാറിൽ എവിടെയാണെന്നറിയാമോ? കണ്ണൻദേവൻ ആശുപത്രിയുടെ മുമ്പിലാണ്."

"അത് ഞാൻ കണ്ടുപിടിച്ചോളാം."

"ശരി. മെഡിക്കൽ സ്റ്റോർ അടച്ചിരിക്കുകയാണെങ്കിൽ ഉടമസ്ഥൻ രാധാകൃഷ്ണന്റെ വീട്ടിൽ പോകണം. മെഡിക്കൽസ്റ്റോറിന്റെ പിന്നിൽ തന്നെയാണ് രാധാകൃഷ്ണന്റെ വീട്."

"മരുന്ന് എത്ര ട്യൂബ് വാങ്ങണം?"

"ആറെണ്ണം വാങ്ങണം. ഞാൻ കുറിപ്പിലെഴുതിയിട്ടുണ്ട്. ആറെണ്ണം ഉപയോഗിക്കേണ്ടിവന്നില്ലെങ്കിൽ ബാക്കി ഞാൻ വില തന്ന് വാങ്ങി ക്കൊള്ളാം."

"ഓ അതൊന്നും വേണ്ട."

"ശരി. അത് നമുക്ക് പിന്നെ സംസാരിക്കാം. വേഗം ജീപ്പെടുത്ത് പോയി ആന്റിവെനിൻ വാങ്ങിക്കൊണ്ടുവരൂ. ഓവർ സ്പീഡിൽ പോണ്ട. രണ്ടു മണിക്കൂറിനുള്ളിൽ മരുന്നു കിട്ടിയാൽ മതി."

അന്ന് ലോനപ്പന് നാല് ആംബ്യൂൾ ആന്റിവെനിൻ കൊടുക്കേണ്ടി വന്നു. പാമ്പുകടി എറ്റ് കൊണ്ടുവന്ന ലോനപ്പനെ ചികിത്സിച്ച രംഗങ്ങൾ മനസ്സിന്റെ തിരശ്ശീലയിൽ കണ്ടുകൊണ്ടിരുന്ന നിസാറിനോട് ലോനപ്പൻ ചോദിച്ചു: "ഡോക്ടർ സാറിന് എന്നെ മനസ്സിലായില്ലേ?"

"മനസ്സിലായി. മനസ്സിലായി. അന്ന് നാല് ആംബ്യൂൾ ആന്റിവെനിൻ തന്നു ലോനപ്പന്."

"അതിനുശേഷം പാമ്പുകടിക്കേസ് വല്ലതും വന്നോ ഡോക്റേ?"

"അതിനുശേഷം മൂന്നാല് കേസുകൾവന്നു. എല്ലാം രക്ഷപ്പെട്ടു."

"അന്ന് ഡോക്ടറ് കോവിലൂരില് ഉണ്ടായിരുന്നതോണ്ടാണ് ഞാൻ രക്ഷപ്പെട്ടത്. മൂന്നാറീ കൊണ്ടുപോവണ്ടി വന്നെങ്കി..."

ലോനപ്പന്റെ പിന്നാലെ സാറയും മക്കളും വന്നു.

"ഡോക്റും മാഡോം കൂടി എങ്ങോട്ടാണ് പോണത്?" സാറ ചോദിച്ചു.

"വട്ടവട പാർട്ടി ഓഫീസിലൊന്നു പോണം."

"ആസ്പത്രീടെ എന്തെങ്കിലും കാര്യം സംസാരിക്കാനായിരിക്കും."

"ആശുപത്രിക്കാര്യമല്ല. മലകളിൽ മൈനിംഗ് കമ്പനി സർവ്വേ നടത്തുന്നതിനെക്കുറിച്ച് സംസാരിക്കാനാണ്."

“ങാ... അങ്ങനെ ഒരു കമ്പനി കെഴക്കേ മലേലും പടിഞ്ഞാറെ മലേലും സർവ്വേ നടത്താൻ തൊടങ്ങീട്ട് കൊറേ ദൗസായി.”

ലോനപ്പനെ എങ്ങനെയാണ് കാര്യം പറഞ്ഞു മനസ്സിലാക്കുകയെന്നായി നിസാറിന്റെ ചിന്ത. അധികം വിദ്യാഭ്യാസമൊന്നുമില്ലാത്ത ഈ കുടിയേറ്റക്കാരന് അതൊക്കെ മനസ്സിലാകുമോ? ട്രേഡ്‌യൂ ണിയൻ തത്ത്വങ്ങളും വിപ്ലവരാഷ്ട്രീയവുമൊക്കെ ദന്തഗോപുരങ്ങളിൽ കഴിഞ്ഞിരുന്ന ഗസറ്റഡ് ഓഫീസർമാർക്ക് മനസ്സിലാകുമോ എന്ന് താൻ ഒരു കാലത്ത് സംശയിച്ചിരുന്നു. ഒരു വിവരവും ഇല്ലാത്തവരിലേക്ക് വിവരങ്ങൾ പകർന്നുകൊടുക്കാൻ നിസാറിന് സ്വതസ്സിദ്ധമായ രീതിയുണ്ടായിരുന്നു. തന്റെ മുമ്പിൽ വരുന്ന മനോരോഗികൾക്കും ബന്ധുക്കൾക്കും മനോരോഗത്തെക്കുറിച്ച് പറഞ്ഞുകൊടുത്താണ് ആ കഴിവ് സ്വായത്തമാക്കിയത്. അങ്ങനെയാണ് ജ്ഞാനാത്മക മനഃശാസ്ത്രത്തിൽ പറയുന്ന ജ്ഞാനത്തിന്റെ ശാപം, കഴ്സ് ഓഫ് നോളജ് ഒഴിവാക്കിയത്. അറിവുള്ളവൻ അറിവില്ലാത്തവന്റെ അവസ്ഥ മനസ്സിലാക്കുന്നില്ല. അതാണ് ജ്ഞാനത്തിന്റെ ശാപം. ഈ ശാപമേറ്റയാൾക്ക് മറ്റുള്ളവരെ കാര്യങ്ങൾ പറഞ്ഞ് മനസ്സിലാക്കാനാവുകയില്ല.

നിസാർ ലോനപ്പനോട് മൈനിംഗ് കമ്പനിയുടെ സർവ്വേയേയും സർവ്വേ കഴിഞ്ഞാൽ അവർ നടത്താൻപോകുന്ന ഡ്രില്ലിംഗ് പരീക്ഷണത്തെയും ഖനനം തുടങ്ങുന്നതിനെയും കുറിച്ച് പറഞ്ഞു.

“നമ്മുടെ ഈ മലകളിൽ ലിത്തിയം എന്നു പറയുന്ന സാധനം ധാരാളമുണ്ടെന്ന് അമേരിക്കക്കാരൻ വിട്ട ഉപഗ്രഹം കണ്ടെത്തിയെന്നാണ് അവര് പറയുന്നത്. സാറ്റലൈറ്റ് ബഹിരാകാശത്ത് നിന്ന് കണ്ടത് യഥാർത്ഥത്തിൽ മലയുടെ ഉള്ളിലുണ്ടോ എന്നാണ് അവർ കുഴിച്ചു നോക്കാൻ പോകുന്നത്. കിഴക്കേ മലയിലും പടിഞ്ഞാറെ മലയിലും ഉണ്ടെന്നാണ് അവര് കണ്ടു പിടിച്ചിരിക്കുന്നത്. ഇവിടെയൊക്കെ ലിത്തിയം ഉണ്ടെങ്കിൽ അത് മൈനിംഗ് നടത്തി പുറത്തെടുക്കും. ലിത്തിയം എന്താണെന്നറിയാമോ?”

“ഈ മൊബൈലിലെ ബാറ്ററിയുണ്ടാക്കണതല്ലേ?”

“അതുതന്നെ. ഇനിയുള്ള കാലത്ത് പെട്രോളിനെക്കാളും സ്വർണ്ണത്തേക്കാളൊക്കെ വിലപിടിപ്പുള്ള സാധനം ലിത്തിയമാണ്. അപ്പോ അത് കുഴിച്ചെടുക്കാൻ ഈ മലകളിലൊക്കെ പാർക്കുന്ന ആദിവാസികളേയും കുടിയേറ്റക്കാരെയും ഒക്കെ ഒഴിപ്പിക്കും.”

ലോനപ്പൻ അന്ധാളിച്ചു.

“ഞങ്ങടെ ഭൂമിക്ക് വെല തരൂലേ?”

“വില തരും. പക്ഷേ ഭൂമി ഒഴിഞ്ഞുകൊടുത്തിട്ട് എവിടെപ്പോകും?”

“ങാ. അതും ശരിയാണല്ലാ. നാട്ടീന്ന് എല്ലാം വിറ്റുപെറുക്കീട്ടാണ്

ഹൈറേഞ്ചിലോട്ട് കേറിയത്. ഇവട വന്ന് വെട്ടിപ്പിടിച്ച ഭൂമിക്ക് പട്ടയം കിട്ടാൻ എല്ലാം ചെലവാക്കി."

സംഭാഷണം ശ്രദ്ധിച്ചുകൊണ്ടിരുന്ന ഗിരിജ ചോദിച്ചു: "നല്ല വില കിട്ടിയാല് പട്ടയം കിട്ടിയവർക്ക് നഷ്ടം ഒന്നും വരൂലല്ലാ?"

ലോനപ്പന് ആശയക്കുഴപ്പമായി. അല്പനേരം ചിന്തിച്ചതിനുശേഷം ലോനപ്പൻ ചോദിച്ചു: "കാശ് കയ്യീക്കിട്ടീന്ന് വെച്ച് ഒള്ള വീടും കൂടിം ഭൂമീം പോയാല് എവടപ്പോയി ജീവിക്കും? ഈ ഭൂമി പോയാപ്പിന്നെ വേറെ ഭൂമി ഇനി ഹൈറേഞ്ചില് കിട്ട്വോ?

ഗിരിജയ്ക്ക് ഒരു പിടിവള്ളി കിട്ടി.

"അതാണ് പ്രശ്നം. മുതുവാൻമാര് യോഗം ചേർന്ന് മൈനിംഗ് കമ്പനിയുടെ സർവ്വേയും പരീക്ഷണവും നിറുത്തണമെന്ന് ആവശ്യ പ്പെട്ടിട്ടുണ്ട്."

"അവര് ആരോടാവശ്യപ്പെട്ടു മാഡം?"

"അവര് എംപിയോട് പറഞ്ഞു. പക്ഷേ എം പി ഒന്നും ചെയ്യൂലാന്ന് മനസ്സിലായതുകൊണ്ട് മൈനിംഗ് കമ്പനി പരീക്ഷണത്തിനു വരുമ്പഴ് തടയാനാണ് അവര് തീരുമാനിച്ചിരിക്കുന്നത്. അവര് തടയുമ്പഴ് പാർട്ടി അവരെ സഹായിക്കണമെന്ന് പറയാനാണ് ഞങ്ങള് പാർട്ടി ലോക്കൽ കമ്മിറ്റി സെക്രട്ടറി പ്രസന്നനെ കാണാൻ പോകുന്നത്."

ലോനപ്പന്റെ മുഖത്ത് സംശയം നിഴലിട്ടു. ചുറ്റുപാടും ഒന്നു നിരീക്ഷിച്ചിട്ട് ലോനപ്പൻ ശബ്ദം താഴ്ത്തിപ്പറഞ്ഞു: "പാർട്ടി മുതുവാമ്മാരെ സഹായിക്കണത് കണ്ടറിയണം."

"അതെന്താ?"

"അവരൊക്കെ എംപീടെ ആളുകളല്ലേ? കൂലിയില്ലാത്ത വേലക്ക് പാർട്ടി പോകോ?"

നിസാർ സംഭാഷണത്തിനു വിരാമമിട്ടുകൊണ്ട് പറഞ്ഞു: "ശരി. ഞങ്ങളൊന്നു ലോക്കൽക്കമ്മിറ്റി സെക്രട്ടറിയോട് സംസാരിച്ചു നോക്കട്ടെ."

ഡയലോഗ്

നിസാറും ഗിരിജയും നടക്കാൻ തുടങ്ങിയപ്പോൾ ലോനപ്പനും കുടും ബവും വെളുത്തുള്ളിക്കണ്ടത്തിലേക്ക് തിരിച്ചുപോയി. ലോക്കൽക്കമ്മിറ്റി ഓഫീസിൽ സെക്രട്ടറി പ്രസന്നകുമാറിനെക്കൂടാതെ മൂന്നു പേർ കൂടി ഉണ്ടായിരുന്നു. അതിൽ ഒരാൾ പാർട്ടിക്കാരൻ തന്നെ ആണെന്ന് ഇരിപ്പും

ഭാവവും കണ്ടാൽ മനസ്സിലാകും. അയാൾ ലോക്കൽക്കമ്മിറ്റി സെക്രട്ടറിയുടെ അടുത്തുതന്നെ മറ്റൊരു കസേരയിലാണ് ഇരിക്കുന്നത്. അയാൾ ഒരു ലോക്കൽക്കമ്മിറ്റി അംഗമാകാം. മറ്റു രണ്ടുപേർ എന്തോ കാര്യസാദ്ധ്യത്തിനുവേണ്ടി വന്നവരാണ്. അവർ മേശയ്ക്കു മുമ്പിൽ ഇട്ടിട്ടുള്ള ബെഞ്ചിലാണ് ഇരിക്കുന്നത്. നിസാറും ഗിരിജയും ഓഫീസിലേക്ക് കടന്നു. പ്രസന്നൻ ചോദിച്ചു.

"ഡോക്റല്ലേ?"

"അതെ."

നിസാർ ഗിരിജയെ പരിചയപ്പെടുത്തി.

"ഇത് ഗിരിജ. ഞങ്ങളൊരുമിച്ചാണ് കോവിലൂരിലെ ജനതാ ആശുപത്രി നടത്തുന്നത്."

പ്രസന്നകുമാർ തലകുലുക്കിയതല്ലാതെ ഒന്നും പറഞ്ഞില്ല. വെളുത്ത നിറം. പുരുഷസൗന്ദര്യം തുളുമ്പുന്ന ശരീരം. ആകർഷണീയതയുള്ള മുഖം. ചുരുണ്ട് ഇടതൂർന്ന മുടി. യുവത്വം പിന്നിട്ടിട്ടില്ലാത്ത ലോക്കൽ ക്കമ്മിറ്റി സെക്രട്ടറി പക്വതവന്ന ആളാണെന്ന് മട്ടും മാതിരിയും കണ്ടപ്പോൾ തോന്നി. ഫോണിൽ സംസാരിച്ചപ്പോഴുള്ള രീതിയായിരുന്നില്ല നേരിൽ കണ്ടപ്പോൾ. മാന്യമായ രീതിയിലായിരുന്നു പെരുമാറ്റം. സുന്ദരിയായ ഒരു സ്ത്രീയുടെ സാന്നിദ്ധ്യത്തിൽ മുരടനായ പുരുഷനും മാന്യതയോടെ മാത്രമേ പെരുമാറാറുള്ളൂ അത് ജൈവപ്രകൃതിയാണ്. അതിനെ പുരുഷന്റെ ദൗർബ്ബല്യമായി ചിലർ ചിത്രീകരിക്കുന്നു. ചില ഫെമിനിനിസ്റ്റുകൾ പുരുഷന്റെ ഞെരമ്പ് രോഗമാണെന്ന് പറയും...

"ഇവരെ പറഞ്ഞയച്ചിട്ട് ഡോക്ടർ വന്ന കാര്യം സംസാരിക്കാം..." നിങ്ങള് പട്ടയത്തിനുള്ള അപേക്ഷ എവിടെയാണ് കൊടുത്തത്? വട്ടവട വില്ലേജ് ആപ്പീസിലാണോ ദേവികുളം താലൂക്കാപ്പീസിലാണോ?

രണ്ടുപേരും ഒരുമിച്ചാണ് പറഞ്ഞത്: "ദേവികുളം താലൂക്കാപ്പീസില്."

"താലൂക്കാപ്പീസിലാണെങ്കിൽ വില്ലേജാപ്പീസറുടെ റിപ്പോർട്ട് ആവശ്യപ്പെട്ടുകൊണ്ട് തഹസീൽദാർ ഇങ്ങോട്ടയച്ചു കാണും. നിങ്ങൾ വില്ലേജാപ്പീസില് തെരക്കിയോ?"

കൂട്ടത്തിൽ പ്രായം ചെന്ന ആളാണ് മറുപടി പറഞ്ഞത്: "തെരക്കി. അവടെ വന്നിട്ടില്ലെന്നാണ് വില്ലേജാപ്പീസറ് പറയണത്. താലൂക്കാപ്പീസുകാര് പറയണ് ഇങ്ങോട്ടയച്ചെന്ന്"

"ഇങ്ങോട്ടയച്ചതിന്റെ വല്ല വിവരവും തന്നോ?"

അയാൾ പോക്കറ്റിൽ നിന്നും ഒരു തുണ്ടുകടലാസ് എടുത്ത് ലോക്കൽ ക്കമ്മിറ്റി സെക്രട്ടറിയെ കാണിച്ചു. പ്രസന്നകുമാർ അതിൽ സൂക്ഷിച്ചു നോക്കിയിട്ട് പോക്കറ്റിൽ നിന്നും മൊബൈൽ എടുത്ത് ഒരു നമ്പറിൽ വിളിച്ചു.

വില്ലേജ് ഓഫീസറെയായിരിക്കും വിളിച്ചതെന്ന് നിസാർ ഊഹിച്ചു. മറുതലയ്ക്കൽ നിന്നും എന്തോ പ്രതികരണമുണ്ടായപ്പോൾ പ്രസന്ന കുമാർ കനമുള്ള സ്വരത്തിൽ പറഞ്ഞു: "സാറേ ഇത് പ്രസന്നകുമാറാണ്. ഞാൻ വിളിച്ചത് ഒരു പട്ടയത്തിന്റെ അപേക്ഷ താലൂക്കാപ്പീസീന്ന് അവടെ എത്തിയോന്നറിയാനാണ്. ഒന്നല്ല. രണ്ട് അപേക്ഷകളുണ്ട്... ഉണ്ട്. ഞാൻ പറയാം..."

പ്രസന്നകുമാർ കക്ഷികളിലൊരാൾ കൊടുത്ത തുണ്ടുകടലാസിൽ നോക്കി അതിലുള്ളതെല്ലാം വായിച്ചു കേൾപ്പിച്ചു അപേക്ഷ വില്ലേ ജോഫീസിൽ വന്നിട്ടില്ലെന്നായിരിക്കണം മറുതലയ്ക്കൽ നിന്നുള്ള മറുപടി. പ്രസന്നകുമാർ പറഞ്ഞു: "വരാതിരിക്കാനിടയില്ലല്ലോ. കഴിഞ്ഞ മാസം പത്തിനല്ലേ താലൂക്കാപ്പീസിൽ നിന്നയച്ചത്. അതൊന്നു നോക്കി എടുക്കണം. ഞാൻ നാളെ വിളിക്കും."

ഫോൺസംഭാഷണം കഴിഞ്ഞപ്പോൾ പ്രസന്നകുമാർ കക്ഷികളോട് പറഞ്ഞു: "നിങ്ങൾ നാളെ വില്ലേജ് ആപ്പീസിലോട്ട് ചെല്ല്. ആപ്പീസറോട് ഞാൻ പറഞ്ഞ കാര്യമാണെന്ന് പറ. എന്നിട്ടും പേപ്പർ അവിടെ വന്നില്ലെന്ന് പറഞ്ഞാല് എന്നെ വിളിക്ക്. നാളെ നിങ്ങള് അവടെ ചെല്ലുമ്പം പേപ്പർ തിരഞ്ഞെടുത്തിരിക്കും. ധൈര്യമായി പോണം. പിന്നെ ദൈവത്തി നൊള്ളത് ദൈവത്തിന് സീസർക്കൊള്ളത് സീസർക്ക് എന്ന് പറഞ്ഞത് പോലെ വില്ലേജാപ്പീസർക്കൊള്ളത് വില്ലേജാപ്പീസർക്ക്... മനസ്സിലായല്ലോ."

കക്ഷികൾ ഇറങ്ങിയപ്പോൾ പ്രസന്നകുമാർ സ്വഗതമെന്നപോല പറഞ്ഞു: "നായുടെ വാല് പന്തീരാണ്ട് കാലം കുഴലിലിട്ടാലും വളഞ്ഞ് തന്നെ ഇരിക്കും. ഡോക്ടറ് ഗസറ്റഡ് സംഘത്തിന്റെ സെക്രട്ടറി ആയിരുന്നില്ലേ ഒരുപാട് കാലം."

പാർട്ടിയുടെ എല്ലാ തലങ്ങളിലും താൻ അറിയപ്പെടുന്നു എന്ന കാര്യത്തിൽ നിസാറിന് അഭിമാനം തോന്നി. പുറത്തു നിന്നു വന്ന കക്ഷികൾ പോയതിനു പിന്നാലെ ലോക്കൽ കമ്മിറ്റിമെമ്പറും പുറത്തേ ക്കിറങ്ങി.

"ഡോക്ടർ വന്നത്?"

നിസാറും ഗിരിജയും പടിഞ്ഞാറെ മലയിൽ പോയപ്പോൾ ലിത്തോ സൺ മൈനിംഗ് കമ്പനി സർവ്വേ നടത്തിക്കൊണ്ടിരുന്നതും സി ഇ ഓ വിനോദ് മിത്തൽ പറഞ്ഞതും വിവരിച്ചു. മുതുവാക്കുടികളുടെ മൂപ്പൻ മാരുടെ യോഗം ചേർന്നപ്പോൾ ഒരു മൂപ്പന്റെ അഭിപ്രായം കണക്കി ലെടുത്ത് പാർലമെന്റ് മെമ്പർ സി പി തോമസിനെ കണ്ടതുമെല്ലാം പറഞ്ഞതിനുശേഷം ഒരു അഭ്യർത്ഥന മുന്നോട്ട് വെച്ചു: "പാർട്ടി ആദിവാസികളെ സഹായിക്കണം."

"എങ്ങനെ?"

"അവർ മൈനിംഗ്കമ്പനിയുടെ സർവ്വേ തടയുകയാണെങ്കിൽ പാർട്ടി അവരെ സപ്പോർട്ട് ചെയ്യണം."

ലോക്കൽക്കമ്മിറ്റി സെക്രട്ടറി കുറച്ചുനേരം മൗനമായിരുന്നതിനു ശേഷം പറഞ്ഞു: "സാറ് പറഞ്ഞ വിനോദ് മിത്തൽ സർവ്വേ തുടങ്ങുന്നതിനു മുമ്പ് ഇവിടെ വന്നിരുന്നു. അയാള് പറഞ്ഞത് ശരിയാണെങ്കിൽ നമുക്ക് വലിയ തോതിൽ വരുമാനം ഉണ്ടാകും. അത് നമുക്ക് നല്ലതല്ലേ. ആദിവാസികൾക്ക് പുതിയ സെറ്റിൽമെന്റ് ഉണ്ടാക്കാൻ വേറെ സ്ഥലവും പണവും കൊടുത്താപ്പോരേ?"

ഗിരിജ ചോദിച്ചു: "പരിസ്ഥിതിപ്രശ്നം പാർട്ടി പരിഗണിക്കുന്നില്ലേ? ഇവിടെ മൈനിംഗ് തുടങ്ങിയാൽ വെസ്റ്റേൺഗാട്ടിന്റെ ഒരു ഭാഗം തന്നെ ഇല്ലാതാകും..."

പ്രൈമറിക്ലാസ്സിലെ കുട്ടി കാണാപ്പാഠം പഠിച്ചത് ഉരുവിടുന്നതുപോലെ പ്രസന്നകുമാർ പറഞ്ഞു. "പരിസ്ഥിതിക്ക് കോട്ടം തട്ടാത്ത രീതിയിൽ വേണം വികസനം."

ഗിരിജയുടെ മുഖത്ത് പുച്ഛഭാവം നിഴലിച്ചത് നിസാർ വ്യക്തമായി കണ്ടു. നീരസം പ്രകടമാകാതെ വളരെ പണിപ്പെട്ടാണ് ഗിരിജ സംസാരിച്ചത്.

"പരിസ്ഥിതിക്ക് കോട്ടം തട്ടാതെ ഇവിടെ മൈനിംഗ് നടത്താനാവുമെന്ന് വിചാരിക്കുന്നുണ്ടോ?"

എന്താണ് പറയേണ്ടതെന്നറിയാതെ പ്രസന്നകുമാർ വിഷമിച്ചു.

"കോളണിഭരണകാലത്ത് സായിപ്പൻമാർ വനങ്ങൾ നശിപ്പിച്ച് തോട്ടങ്ങളുണ്ടാക്കി. സ്വാതന്ത്ര്യം കിട്ടിയപ്പോൾ പുതിയ സായിപ്പൻമാർ വരുന്നു നമ്മുടെ ഇക്കോളജിയെ നശിപ്പിക്കാൻ."

പ്രസന്നകുമാറിനു ഒരു വാദമുഖം കിട്ടിയതുപോലെ തോന്നി

"ഇപ്പോൾ സായിപ്പിനു കടത്തിക്കൊണ്ടു പോകാനൊന്നും പറ്റൂലല്ലോ. മൈനിംഗ് നടത്തിയാൽ നമുക്ക് തന്നെയല്ലേ അതിന്റെ നേട്ടം മുഴുവൻ."

"നമുക്കെന്ന് വെച്ചാൽ ആർക്ക്? കുടിയിറക്കിവിട്ട ആദിവാസികൾക്ക് എന്ത് കിട്ടും? അവർക്ക് കിടപ്പാടം. നഷ്ടപ്പെടും. അവരുടെ സംസ്കാരം നഷ്ടപ്പെടും. ബീഹാറിലും ബംഗാളിലും ഒറീസ്സയിലുമൊക്കെ കല്ക്കരിയും ഇരിമ്പും ഖനനം ചെയ്യാൻ അവിടങ്ങളിലെ ആദിവാസികളെ കുടിയിറക്കി. എന്നിട്ട് അവരുടെ സ്ഥിതിമെച്ചപ്പെട്ടോ?

നിസാർ ഗിരിജയുടെ വാക്കുകൾ ഏറ്റുപിടിച്ചുകൊണ്ട് പറഞ്ഞു: "ആദിവാസികളെ പാർട്ടിയോട് അടുപ്പിക്കാൻ കിട്ടുന്ന ഒരവസരമാണിത്. ഇക്കാര്യത്തിൽ എം പിയും എം പിയുടെ പാർട്ടിയും മൈനിംഗ് കമ്പനിയോടൊപ്പമായിരിക്കുമെന്ന് ഉറപ്പാണ്. അവരെ കുറ്റം പറയാൻ

പറ്റില്ല. അതവരുടെ വർഗ്ഗസ്വഭാവമാണ്. അതുകൊണ്ട് നമ്മള് ആദിവാസികളെ സഹായിക്കണം.

പ്രസന്നകുമാർ കുറച്ചുനേരം മൗനമായിരുന്നിട്ട് പറഞ്ഞു: "ഡോക്ടർ തിരുവനന്തപുരത്ത് പോയി പാർട്ടിസെക്രട്ടറിയെ കാണണം. കാരണം ഈ ലിത്തിയം മൈനിംഗ് ദേശീയപ്രാധാന്യമുള്ള ഒരു വിഷയമാണ്. അതുകൊണ്ട് ലോക്കൽക്കമ്മിറ്റിക്ക് മാത്രമായിട്ട് ഒരു തീരുമാനം എടുക്കാൻ പറ്റൂല."

പ്രസന്നകുമാർ പറഞ്ഞത് വളരെ ശരിയാണെന്ന് നിസാറിനും ഗിരിജയ്ക്കും തോന്നി. ഗിരിജ പറഞ്ഞു: "ഞങ്ങൾ പാർട്ടിസെക്രട്ടറിയോട് സംസാരിക്കാം. പക്ഷേ ഇവിടത്തെ ആദിവാസികളുടെ കാര്യത്തിൽ എന്തു നിലപാടെടുക്കണമെന്ന് അഭിപ്രായം പറയേണ്ടത് ലോക്കൽക്കമ്മിറ്റി യല്ലേ?"

"അതെയതെ. അത് ഞങ്ങൾ ലോക്കൽക്കമ്മിറ്റി കൂടി ആലോചിക്കാം. ഡോക്റും മാഡവും വന്ന് പറഞ്ഞ കാര്യങ്ങൾ ഞാൻ ലോക്കൽ കമ്മിറ്റിയിൽ പറയാം."

ഗിരിജ ചോദിച്ചു: "ലോക്കൽക്കമ്മിറ്റിയിൽ ചർച്ച ചെയ്തോളൂ. പക്ഷേ ഞങ്ങൾ പറഞ്ഞതിനോട് സഖാവിന്റെ വ്യക്തിപരമായ അഭിപ്രായ മെന്താണ്?"

പ്രസന്നകുമാർ ചിരിച്ചതല്ലാതെ മറുപടി ഒന്നും പറഞ്ഞില്ല. ഗിരിജ വീണ്ടും ചോദിച്ചു. "സഖാവിന്റെ വ്യക്തിപരമായ അഭിപ്രായം എന്താണെന്ന് പറഞ്ഞുകൂടെ?"

പ്രസന്നകുമാർ തുറന്നു പറഞ്ഞു: സത്യം പറഞ്ഞാൽ നമ്മുടെ നാടിനു വലിയ അഭിവൃദ്ധിയുണ്ടാകാൻ പോകുന്ന ഒരു കാര്യത്തെ എതിർക്കുന്നതെന്തിനാണെന്ന് എനിക്ക് മനസ്സിലാകുന്നില്ല."

ഗിരിജ പരാജയം സമ്മതിക്കുന്നതുപോലെ പറഞ്ഞു: "ശരി സഖാവേ. ഞങ്ങൾ തിരുവനന്തപുരത്ത് പോയി പാർട്ടിസെക്രട്ടറിയെ കണ്ട് സംസാരിച്ചതിനുശേഷം സഖാവിനെവന്ന് കാണാം."

ഗിരിജയും നിസാറും ലോക്കൽക്കമ്മിറ്റി ഓഫീസിൽ നിന്നിറങ്ങുമ്പോൾ മൂടൽമഞ്ഞ് പരക്കാൻ തുടങ്ങിയിരുന്നു. വട്ടമല സിറ്റി വിജനമായിക്കഴിഞ്ഞിരുന്നു. മൂടൽമഞ്ഞിനെ ഛേദിച്ചുകൊണ്ട് ഒരു പ്രകാശധാര അകലെനിന്നു നീളുന്നതു കണ്ടു.

"കോവിലൂരിലേക്കുള്ള ലാസ്റ്റ് ബസ്സായിരിക്കും. ബസ്സാണെങ്കിൽ നമുക്കതിൽ പോകാം."

ബസ്സിലിരിക്കുമ്പോൾ ഗിരിജ ആത്മഗതം പോലെ പറഞ്ഞു: "എം പിക്കും ലോക്കൽക്കമ്മിറ്റി സെക്രട്ടറിക്കുമെല്ലാം ഒരേ ഭാഷ. രണ്ട് പേർക്കും മൈനിംഗ് കമ്പനി സി ഇ ഒയുടെ ഭാഷ തന്നെ."

തലസ്ഥാനത്തേക്ക്

വലപ്രാവശ്യം ശ്രമിച്ചതിനുശേഷമാണ് ഡോക്ടർ ജോഷിയെ മൊബൈൽ ഫോണിൽ കിട്ടിയത്. വിളിക്കുമ്പോഴൊക്കെ പരിധിക്കു പുറത്ത്. ലാൻഡ് ലൈനിൽ വിളിച്ചപ്പോൾ ആരും എടുത്തില്ല. ജോഷിയെ കിട്ടാതെ വരുമോ എന്ന് നിസാർ ഭയപ്പെട്ടു.

ജോഷിയെ കിട്ടിയില്ലെങ്കിൽ തിരുവനന്തപുരം പോക്ക് മാറ്റി വെക്കേണ്ടിവരും. പരിധിക്കു പുറത്തെന്ന സന്ദേശം കിട്ടാൻ കാരണമുണ്ടായിരുന്നു. ജോഷി ഭാര്യയേയും കൂട്ടി രാജമലയിൽ വരയാടിനെ കാണാനുള്ള പിക്ക്നിക്കിനു പോയിരിക്കുകയായിരുന്നു. നാട്ടിൽ നിന്ന് ആരെങ്കിലും വരുമ്പോഴൊക്കെ അവരുടെ കൂടെ ജോഷിയും ഭാര്യയും മകളും രാജമലയിൽ വരയാടുകളെ കാണാൻ പിക്ക്നിക്കിനു പോകുക പതിവാണ്. രാത്രിയായി ഡോക്ടർ ജോഷിയെ കിട്ടിയപ്പോൾ.

''മറ്റന്നാൾ ഞങ്ങൾക്കൊന്നു തിരുവനന്തപുരത്ത് പോകണമായിരുന്നു. ഡോക്ടറും സോമനും കൂടി ഹോസ്പിറ്റലിൽ വരാമോ? രണ്ടു ദിവസം ഡോക്റുടെ പ്രസൻസ് വേണം."

"രണ്ടുദിവസം വേണോ?"

"രണ്ടുദിവസത്തെ പ്രോഗ്രാമിട്ടാണ് ഞങ്ങൾ പോകുന്നത്. ഞങ്ങൾ വരാൻ വൈകുമെങ്കിൽ ഞാൻ വിളിക്കാം."

"സോമനോട് ഡോക്ടർ തന്നെ പറയണം."

"ശരി. ഞാൻ ഇപ്പോൾത്തന്നെ സോമനെ വിളിക്കാം."

രണ്ടോ മൂന്നോ ദിവസത്തേക്ക് പകരക്കാരനായി വരാമെന്ന് മെയിൽനഴ്സ് സോമനും സമ്മതിച്ചതോടെ നിസാറിന്റെയും ഗിരിജയുടെയും തിരുവനന്തപുരം യാത്ര ഉറപ്പായി. മുതുവാൻമാരോ മറ്റേതെങ്കിലും ആദിവാസികളോ ആവശ്യപ്പെട്ടിട്ടൊന്നുമല്ല അവരുടെ ചെറുത്തുനിൽപിനു പാർട്ടിയുടെ പിന്തുണ തേടിക്കൊണ്ട് നിസാറും ഗിരിജയും പാർട്ടിസെക്രട്ടറിയെ കാണാൻ തിരുവനന്തപുരത്ത് പോകുന്നത്. ലോക്കൽക്കമ്മിറ്റി സെക്രട്ടറിയുടെ നിലപാട് ശരിയാണെന്ന് നിസാറിനും ഗിരിജയ്ക്കും തോന്നി. മൈനിംഗ് കമ്പനിയെ തടയുന്ന കാര്യത്തിൽ പാർട്ടിയുടെ സംസ്ഥാനതലത്തിൽ തന്നെ നിലപാടെടുക്കേണ്ടതുണ്ട്. കാരണം ലിത്തിയം മൈനിംഗിലൂടെ സംസ്ഥാനത്തിന് വമ്പിച്ച സമ്പത്ത് കൈവരാൻ പോകുയാണെന്നാണ് മൈനിംഗ് കമ്പനിയുടെ അവകാശവാദം. ആ നിലയ്ക്ക് അവരെ പരീക്ഷണം നടത്തുന്നതിൽ നിന്നു തടയുന്ന ആദിവാസികളെ സഹായിക്കണോ വേണ്ടയോ എന്ന് ലോക്കൽക്കമ്മിറ്റിയിൽ തീരുമാനമെടുത്താൽ പോര.

മാങ്ങാപ്പാറക്കുടി കാണി ലച്ച്മണന്റെ മകൾ കന്നിയമ്മയുടെ വിവാഹത്തിന്റെ അവസാന ദിവസത്തെ വിവാഹസദ്യ കഴിഞ്ഞ ഉടനെ

തായനം കുടിയിലെ പൊതുകുമന്തയിൽ തായനം മൂപ്പൻ എല്ലാ കുടിമൂപ്പൻമാരുടെയും യോഗം വിളിച്ചു. ഡോക്ടർ നിസാറും ഗിരിജയും തായനം മൂപ്പനും ചേർന്ന് പാർലമെന്റ് മെമ്പറെ കാണാൻ പോയ കാര്യം മൂപ്പൻ തന്നെ വിവരിച്ചു. എല്ലാം വിശദമായി പറഞ്ഞതിനുശേഷം മൂപ്പൻ പറഞ്ഞുനിറുത്തിയത് ഇങ്ങനെയാണ്: "അവറ് നമക്ക് തുണയാകാത്. അവറ് കമ്പനിക്ക് വേണ്ടിത്താൻ പേശറത്."

എല്ലാ മൂപ്പൻമാരും എം പിയുടെ നിലപാടിൽ ശക്തിയായി പ്രതിഷേധിച്ചു. എല്ലാവരുടെയും രോഷപ്രകടനം ഒരേപോലെ ആയിരുന്നു.

"നമ്മ വോട്ട് വാങ്കിത്താനെ അവര് എം പി ആയത്."

"നമ്മ കൂടെ നിക്കാമല് കമ്പനി കൂട എപ്പടി നിക്കമുടിയും?"

എംപിയെ കണ്ട് പറഞ്ഞാൽ മൈനിംഗ് കമ്പനിയുടെ പരീക്ഷണങ്ങൾ നിറുത്തിവെയ്ക്കുമെന്ന് ഉറപ്പ് പറഞ്ഞ ആർക്കുടി മൂപ്പൻ കണ്ണശാമിക്കായിരുന്നു ഏറ്റവും കൂടുതൽ പ്രതിഷേധം.

"ഇനി അവര് ഇങ്കെ വോട്ട് കേക്കതുക്ക് വന്താ നമ്മള് യാരും പേശക്കുടാത്. വോട്ട് പോടതുക്കും അവറുടെ മീറ്റിംഗുക്കും പോകക്കൂടാത്."

എല്ലാവരുടെയും രോഷപ്രകടനം കഴിഞ്ഞപ്പോൾ നിസാർ ചോദിച്ചു: "നമ്മള് എന്ത് ചെയ്യണമെ ന്നാണ് കുടിമൂപ്പൻമാര് പറയുന്നത്? കമ്പനിക്കാർ ഇവിടെ സർവ്വേക്ക് വന്നാൽ എന്തു ചെയ്യണം?"

"തടയണം. തടയണം." എല്ലാവരും ആവേശത്തോടെ പറഞ്ഞു.

തങ്ങളുടെ ദൗത്യം വിജയിച്ചതായി നിസാറിനും ഗിരിജയ്ക്കും തോന്നി. മൈനിംഗ് കമ്പനിക്കാരെ തടയുമ്പോൾ എന്തെല്ലാം അനന്തര ഫലങ്ങൾ ഉണ്ടാകുമെന്ന് ഓർത്തപ്പോൾ നിസാറിനു ഉൾക്കിടിലമുണ്ടായി. പോലീസിന്റെ വൻപട തന്നെ രംഗത്തുവരും. പിന്നെ എന്തൊക്കെയാണുണ്ടാകുക എന്ന് പറയാൻ കഴിയില്ല. അപ്പോൾ മുതുവാൻമാർ സമരരംഗത്ത് ഉറച്ച് നിൽക്കുമോ? അതോ ഭയപ്പെട്ട് പിന്തിരിയുമോ? അവർ ഭയപ്പെട്ട് പിന്തിരിഞ്ഞാൽ മുതുവാൻമാരെ ഇളക്കിവിട്ട് കുഴപ്പമുണ്ടാക്കാൻ ശ്രമിച്ചതിന്റെ കുറ്റം മുഴുവർ തന്റെയും ഗിരിജയുടെയും മേൽ ചാരും. സർക്കാരിന്റെ കുറ്റാരോപണം മാധ്യമങ്ങളും പൊതുജനങ്ങളും ഏറ്റുപിടിക്കും. രാഷ്ട്രത്തിനും സംസ്ഥാനത്തിനും വമ്പിച്ച സമ്പത്ത് കൈവരാനിരുന്ന പദ്ധതി നടപ്പിലാക്കാൻ സമ്മതിക്കാതിരിക്കാൻ നിഷ്കളങ്കരായ ആദിവാസികളെ ഇളക്കിവട്ട രാജ്യദ്രോഹികൾ... പിന്നെ നാട്ടിലിറങ്ങി നടക്കാൻ കഴിയാതാവും. സമൂഹം ഒറ്റപ്പെടുത്തും.

ഗിരിജയും ചിന്തിച്ചത് അങ്ങനെയൊക്കെത്തന്നെയാണ്. പക്ഷേ മുതുവാൻമാർ എന്തുവന്നാലും പിന്തിരിയുകയില്ലെന്ന് തന്നെ ഗിരിജ ഉറച്ചു വിശ്വസിച്ചു. വയനാട്ടിലെ ആദിവാസികളെ സംഘടിപ്പിച്ചതിന്റെ

അനുഭവം ഗിരിജയ്ക്കുണ്ട്. അവർ നിഷ്കളങ്കരും നിർഭയരുമാണ്. ഒരിക്കലും ഭീരുക്കളാവുകയില്ല.

നിസാർ മൂപ്പൻമാരോടു പറഞ്ഞു: "നിങ്ങൾ മൈനിംഗ് കമ്പനിക്കാരെ തടയണം എന്നു പറഞ്ഞത് നല്ല കാര്യം തന്നെ. പക്ഷേ അതത്ര എളുപ്പമുള്ള കാര്യമല്ല. നിങ്ങൾ തടയുമ്പോൾ മൈനിംഗ് കമ്പനി എന്തു ചെയ്യുമെന്നറിയാമോ?"

"അവറ് ഫോറസ്റ്റ്കാറെ കൂപ്പിടും."

ആർക്കുടി മൂപ്പന് ഫോറസ്റ്റുകാർക്കപ്പുറം ഒരു മർദനോപകരണമില്ല. നിസാർ വിശദീകരിച്ചു.

"ഫോറസ്റ്റ്കാരെ മാത്രമല്ല വിളിക്കുക. പോലീസിന്റെ സഹായം ചോദിക്കും. സർക്കാരും എം പിയുമൊക്കെ കമ്പനിക്ക് അനുകൂലമായതിനാൽ പോലീസ് നിങ്ങളെ കുടിയിറക്കാൻ നോക്കും. ഇറങ്ങിയില്ലെങ്കിൽ അടിക്കും. വെടിവെയ്ക്കും. അതൊക്കെ ചെറുത്തുനിൽക്കാൻ കഴിയുമോ?"

തായനം മൂപ്പനാണ് മറുപടി പറഞ്ഞത്. അതിനൊക്കെ കഴിയും.

ഗിരിജയാണ് തുടർന്നുള്ള വിശദീകരണം നൽകിയത്.

"നിങ്ങളുടെ സമരം വിജയിക്കണമെങ്കിൽ രാഷ്ട്രീയക്കാരുടെയും മാധ്യമങ്ങളുടെയുമൊക്കെ പിന്തുണ വേണം. മാധ്യമങ്ങൾ വിചാരിച്ചാലേ നിങ്ങളുടെ ഈ സമരത്തെക്കുറിച്ച് ജനങ്ങളറിയൂ. ജനങ്ങളറിഞ്ഞാലെ നിങ്ങളുടെ സമരത്തിനു ജനപിന്തുണ കിട്ടൂ. ജനപിന്തുണ ഇല്ലെങ്കിൽ പോലീസിനെക്കൊണ്ട് സർക്കാർ നിങ്ങളുടെ സമരം പരാജയപ്പെടുത്തി കുടിയിറക്കും."

ഒലിക്കുടി മൂപ്പൻ ശിവലിംഗം ചോദിച്ചു: "രാഷ്ട്രീയക്കാറുക്കു തൊണ നാങ്കളുക്ക് കെടയ്ക്കാതെന്നല്ലേ ശൊന്നത്?"

എംപിയുടെ പാർട്ടിക്കാരല്ലാതെ മറ്റു രാഷ്ട്രീയക്കാരൊന്നും ഇല്ലെന്നായിരുന്നു ശിവലിംഗത്തിന്റെ ധാരണ. നിസാർ ക്ഷമയോടെ പറഞ്ഞു: "നോക്കണം ശിവലിംഗം. എം പിയുടെയും അയാളുടെ പാർട്ടിക്കാരുടെയും തുണ നിങ്ങൾക്ക് കിട്ടില്ല. നിങ്ങൾക്ക് ഇടതുപക്ഷക്കാരുടെ പിന്തുണ കിട്ടും. ഞങ്ങൾ പാർട്ടിക്കാരോട് സഹായം അഭ്യർത്ഥിച്ചു നോക്കാം."

പാർട്ടിയുടെ ലോക്കൽക്കമ്മിറ്റി സെക്രട്ടറിയെ കണ്ട് സംസാരിച്ച കാര്യം നിസാർ വിശദീകരിച്ചു: "ലോക്കൽ സെക്രട്ടറി പറഞ്ഞതുപോലെ ഞങ്ങൾ തിരുവനന്തപുരത്ത് പോയി പാർട്ടിസെക്രട്ടറിയെ കണ്ട് സംസാരിക്കാം. അതിനുശേഷം പത്രങ്ങളുടെയും ചാനലുകളുടെയും ഓഫീസുകളിൽ പോയി എഡിറ്റർമാരുമായും സംസാരിക്കാം. പത്രക്കാരും ചാനലുകാരും ഒക്കെ ഇവിടെ വന്ന് നിങ്ങള് മൈനിംഗ് കമ്പനിക്കാരുടെ

സർവ്വേയും ഡ്രില്ലിംഗും തടയുന്നത് നേരിട്ടു കാണട്ടെ. ആദിവാസികൾ മൈനിംഗ് കമ്പനിയുടെ പരീക്ഷണം തടയുന്ന കാര്യം നാട്ടുകാർ അറിയട്ടെ."

തായനം മൂപ്പൻ ചോദിച്ചു: "ഡാക്ടറും നഴ്സമ്മയും തിരുവനന്തപുരം പോകുമ്പോത് നാങ്ക വറണ്ടാമാ?"

ഗിരിജ നിസാറിന്റെ ചെവിയിൽ മന്ത്രിച്ചു: "മൂപ്പന് നമ്മുടെ കൂടെ വരണമെന്നുണ്ട്."

നിസാർ ചിന്തിച്ചു. എന്തുകൊണ്ട് തായനം മൂപ്പനെക്കൂടി തിരുവനന്ത പുരത്ത് കൊണ്ടുപോയിക്കൂടാ? മൂപ്പന്റെ സാന്നിദ്ധ്യത്തിൽ കാര്യങ്ങൾ അവതരിപ്പിച്ചാൽ കൂടുതൽ ഫലപ്രദമാവില്ലേ?

തിരുവനന്തപുരത്ത് പോകുന്നിടത്തൊക്കെ മൂപ്പനെയും കൊണ്ടു പോകേണ്ടിവരും. പത്രം ഓഫീസുകളിലും ചാനൽ ഓഫീസുകളി ലുമെല്ലാം. അത് നല്ലതല്ലേ? മാധ്യമങ്ങൾ ആദിവാസി മൂപ്പൻ തലസ്ഥാന ത്തെത്തിയകാര്യം പൊടിപ്പും തൊങ്ങലും വെച്ച സ്റ്റോറികളാക്കി കൊടുക്കും. നിസാർ ഗിരിജയോട് രഹസ്യമായി പറഞ്ഞു: "മൂപ്പനെക്കൂടി കൊണ്ടുപോകുന്നത് ഗുണം ചെയ്യുമെന്നാണ് എനിക്ക് തോന്നുന്നത്? ഗിരിജ എന്തുപറയുന്നു?"

"മൂപ്പന്റെ സാന്നിദ്ധ്യത്തിൽ കാര്യങ്ങൾ അവതരിപ്പിക്കുന്നത് കൂടുൽ ഇഫക്റ്റീവാകുമെന്ന് എനിക്കും തോന്നുന്നു."

നിസാർ എല്ലാ മൂപ്പൻമാരും കേൾക്കേ പറഞ്ഞു: "തായനം മൂപ്പൻ ഞങ്ങളുടെ കൂടെ തിരുവനന്തപുരത്ത് വരണമെന്നാണ് ഞങ്ങൾക്ക് തോന്നുന്നത്. എല്ലാവർക്കും സമ്മതമല്ലേ?"

എല്ലാവരും സമ്മതം അറിയിച്ചു.

നിസാർ ചിന്തിച്ചു. ഒരുപക്ഷേ ഒരു ആദിവാസി മൂപ്പൻ തലസ്ഥാ നത്ത് എത്തിയതു തന്നെ ജനശ്രദ്ധ ആകർഷിക്കുന്ന ഒരു വാർത്ത ആയേക്കാം. സാദ്ധ്യതയുള്ള ശീർഷകം നിസാർ ഭാവനയിൽ കണ്ടു: "ആദിവാസിമൂപ്പൻ തലസ്ഥാനത്ത്!"

പുതിയവീട്ടിൽ

ഡോക്ടർ നിസാറും ഗിരിജയും മൂപ്പനുമടങ്ങുന്ന മൂവർസംഘം തിരുവനന്തപുരത്തെിയപ്പോൾ രാത്രി എട്ടുമണി കഴിഞ്ഞു.

"നമുക്ക് ഭക്ഷണം കഴിച്ചിട്ട് എന്റെ വീട്ടിലേയ്ക്ക് പോകാം. നിസാർ പറഞ്ഞു."

"ഡോക്ടർക്ക് തിരുവനന്തപുരത്ത് വീടുണ്ടോ?"

സഫിയ റഷീദിന്റെ കൂടെ പോയതിനുശേഷം ഓർമ്മകളിൽ നിന്നു മോചനം നേടാൻ നിസാർ താമസം തിരുവനന്തപുരത്തേക്ക് മാറ്റി. ഡിപ്പാർട്ട്മെന്റ് ലോണെടുത്ത് വീടുവെച്ചു. അക്കാര്യം ഗിരിജയോട് പറഞ്ഞിരുന്നില്ല.

"എവിടെയാണ് വീട്?"

"ശാസ്തമംഗലം കഴിഞ്ഞ്. മരുതംകുഴി. ഗിരിജയുടെ വീടെവിടെ യാണ്?"

"കണ്ണമ്മൂല."

"രാത്രി ഭക്ഷണം പോകുന്നവഴിക്ക് വെള്ളയമ്പലത്തെ സാൽവ ഡൈനിൽ നിന്നാകാം."

ഓട്ടോറിക്ഷയിൽ വലത്തേ അറ്റത്തിരുന്ന തായനം മൂപ്പൻ നിശ്ശബ്ദനായിരുന്നു.

"ഗിരിജയ്ക്ക് വീട്ടിൽ പോകണ്ടെ? അച്ഛനെ കാണണ്ടേ?"

"വേണ്ട."

"എന്തുകൊണ്ട്?"

"ഞാൻ ജീവിച്ചിരിക്കുന്നതായി അച്ഛൻ കരുതുന്നില്ല."

"കാരണം?"

"കാരണം ഞാൻ ഡോക്ടറുടെ കൂടെ കഴിയുന്നതുകൊണ്ട്. ഒരു മുസ്ലിം ഡോക്ടറുടെകൂടെ കഴിയുന്ന മകൾ ഉണ്ടെന്ന് കരുതുന്ന തിനേക്കാൾ നല്ലത് ചത്തുപോയെന്ന് വിചാരിക്കുന്നതാണ് നല്ലത് എന്നാണച്ഛൻ പറഞ്ഞത്. ഇനിയങ്ങോട്ട് ചെല്ലരുതെന്നും പറഞ്ഞിട്ടുണ്ട്."

"അച്ഛൻ പറഞ്ഞത് ഒരു വൈകാരികപ്രതികരണമായി കണക്കാക്കി ഒന്നുപോയി കാണരുതോ?"

"ഇല്ല."

"വീട്ടിലേക്ക് വിളിച്ച് തിരുവനന്തപുരത്ത് വന്നിട്ടുണ്ടെന്ന് അച്ഛനെ അറിയിക്കരുതോ? മകളെ കാണാൻ അച്ഛന് ആഗ്രഹം തോന്നിയെങ്കിൽ ഒന്നു പോകുകയും ചെയ്യാമല്ലോ. എല്ലാം മാറ്റത്തിനു വിധേയമാണെന്നല്ലേ നമ്മള് പഠിച്ചിട്ടുള്ളത്. മനുഷ്യന്റെ മനസ്സും മാറുമെന്ന് ഗിരിജയ്ക്കറിഞ്ഞു കൂടെ?

"മനുഷ്യമനസ്സും മാറ്റത്തിനു വിധേമാണെന്ന് ഞാൻ സമ്മതിക്കുന്നു. പക്ഷേ, അച്ഛന്റെ മനസ്സ് ഇതിനകം മാറിയിരിക്കാനിടയില്ലെന്ന് എന്റെ മനസ്സ് പറയുന്നു. നമ്മൾ വെറുതേ ഇക്കാര്യം പറഞ്ഞ് സമയം കളയണ്ട ഡോക്ടർ."

നിസാർ പിന്നെ ഗിരിജയുടെ വീട്ടുകാര്യത്തെക്കുറിച്ച് മിണ്ടിയില്ല. സാൽവഡൈനിൽ ഭക്ഷണം കഴിച്ചുകൊണ്ടിരിക്കുമ്പോൾ നിസാർ പറഞ്ഞു: "നമുക്ക് ബ്രേക്ക്ഫാസ്റ്റിനുള്ളതും കരുതണം. വീട്ടിൽ കട്ടൻ ചായ ഉണ്ടാക്കാനുള്ള സ്കോപ്പേ ഉള്ളൂ."

"ബ്രേക്ക്ഫാസ്റ്റും പുറത്തുനിന്ന് കഴിക്കാം. പാർട്ടിസെക്രട്ടറിയെ കാണാൻ പോകുമ്പോൾ കഴിക്കാമല്ലോ. എനിക്ക് വെളുപ്പാൻ കാലത്ത് തന്നെ ബ്രേക്ഫാസ്റ്റ് കഴിക്കണമെന്നില്ല. മൂപ്പനും കാണില്ല. അല്ലേ മൂപ്പാ?"

"ഇല്ലെ."

നിസാറിന്റെ വീട് കണ്ടപ്പോൾ ഗിരിജ അദ്ഭുപ്പെട്ടു.

"ഇത് ബേക്കർ ടൈപ്പ് ലോ കോസ്റ്റ് വീടാണല്ലോ. ഡോക്ടർമാർ ഇത്തരം വീടുകളിൽ താമസിക്കുമോ?"

"ഞാൻ വ്യത്യസ്തനായ ഡോക്ടറാണെന്ന് ഗിരിജയ്ക്ക് ഇതുവരെ മനസ്സിലായില്ലേ? സർവ്വീസിലുണ്ടായിരുന്ന കാലം മുഴുവൻ സംഘടനാ പ്രവർത്തനത്തിലായിരുന്നു. ഡിപ്പാർട്ടുമെന്റ് ലോൺ കൊണ്ടാണ് വീട് പണിയിച്ചത്. ലോകോസ്റ്റ് വീട് പണിയാനുള്ള തുകയേ ഉണ്ടായിരുന്നുള്ളൂ. കൂടുതൽ പണം ഉണ്ടായിരുന്നാലും ഇത്തരത്തിലുള്ള ചെറിയ വീടേ ഞാൻ പണിയിക്കൂ. മനുഷ്യന് കുടിപാർക്കാനായി വലിയ ബംഗ്ലാവുകൾ പണിയുന്നത് പ്രകൃതിവിരുദ്ധമല്ലേ?"

ഇത്രയും നേരം ഒന്നും മിണ്ടാതെ ഗിരിജയും നിസാറും സംസാരിക്കുന്നത് കേട്ടുകൊണ്ടിരുന്ന തായനം മൂപ്പനോട് നിസാർ ചോദിച്ചു: "മൂപ്പന് വീട് ഇഷ്ടപ്പെട്ടോ?"

ഇഷ്ടപ്പെട്ടെന്ന് തലകുലുക്കിയതല്ലാതെ ഒന്നും പറഞ്ഞില്ല. തലസ്ഥാനനഗരത്തിൽ വന്നതിന്റെ അന്ധാളിപ്പ് മാറിയിട്ടില്ല ആദിവാസി മൂപ്പന്. മൂപ്പന് കിടക്കാൻ മുൻവശത്തെ മുറിയിൽ കിടക്ക വിരിച്ചു കൊടുത്തിട്ട് നിസാർ ഗിരിജയെ ബെഡ്റൂമിലേക്ക് വിളിച്ചു.

ഗിരിജ കട്ടിലിൽ വന്നിരുന്നിട്ട് ചോദിച്ചു: "ഇവിടെ കിടന്നാൽ പഴയ ഓർമ്മകൾ വരില്ലേ?"

"ഓർമ്മ വരാൻ അവരുമായി ഇവിടെ താമസിച്ചിട്ടില്ലല്ലോ. എല്ലാം സംഭവിച്ചത് കോഴിക്കോട് വെച്ചാണ്. അവരിപ്പോഴും കോഴിക്കോട് തന്നെയാണ്. അവർക്ക് റഷീദിന്റെ കൂടെത്തന്നെ ജീവിക്കണമെന്ന് പറഞ്ഞപ്പോൾ ഞങ്ങൾ ഇരുകൂട്ടരും ചേർന്ന് മുതൽമുടക്കി വാങ്ങിയ വീട് അവർക്ക് പൂർണ്ണമായും വിട്ടുകൊടുത്തിട്ട് ഞാൻ തിരുവനന്തപുരത്തേക്ക് സ്ഥലംമാറ്റം വാങ്ങിപ്പോന്നതാണ്. ഇവിടെ വന്നതിനുശേഷം എനിക്ക് സ്വന്തമായി ഒരു വീടു വേണമെന്നു തോന്നിയപ്പോൾ ഡിപ്പാർട്ടുമെന്റ് ലോണെടുത്ത് ബേക്കർസായിപ്പിന്റെ ശിഷ്യനായ ആർക്കിടെക്റ്റ്

ശങ്കറെക്കൊണ്ട് പണിയിച്ചതാണ് ഈ വീട്. അതുകൊണ്ട് ഇവിടെ പഴയ ഓർമ്മകൾ ശല്യപ്പെടുത്തുമെന്ന ഭയമില്ല.

നിസാർ ഗിരിജയുടെ മുഖം തന്നിലേക്ക് തിരിച്ച് ചുണ്ടുകളിൽ ചുംബിച്ചു. ചുംബനത്തിന്റെ നിർവൃതിയിൽ നിസാർ ഗിരിജയുടെ ചെവിയിൽ മന്ത്രിച്ചു: "ഈ വീട്ടിലെ നമ്മുടെ ആദ്യരാത്രി..."

രതിമൂർച്ഛയുടെ ആലസ്യത്തിൽനിന്നുണർന്നപ്പോൾ ഗിരിജ നഗ്നത മറയ്ക്കാതെ തന്നെ നിസാറിനെ കരവലയത്തിലൊതുക്കി ഗാഢമായി ആശ്ലേഷിച്ചു.

അപ്പോൾ നിസാറിന് സഫിയ പറഞ്ഞത് ഓർമ്മ വന്നു. സഫിയയും റഷീദും സുരതത്തിനു ശേഷം വളരെ നേരം നഗ്നരായിക്കിടന്ന് പലതും സംസാരിക്കുമായിരുന്നു. ഒരു ദിവസം അവൻ ചോദിച്ചത്രേ, "ഡോക്ടർ ഈ സ്ഥിതിയിൽ നമ്മളെ കണ്ടാൽ എന്താണുണ്ടാവുകയെന്ന്." അപ്പോൾ നീയെന്ത് പറഞ്ഞുവെന്ന് നിസാർ ചോദിച്ചു. "നമ്മളെ രണ്ടുപേരെയും കൊല്ലുമെന്ന്" സഫിയ പറഞ്ഞു. "നിനക്കങ്ങനെ സത്യത്തിൽ തോന്നുന്നുണ്ടോ" എന്ന് നിസാർ ചോദിച്ചു. സഫിയ കരയാൻ തുടങ്ങി. "നിനക്കങ്ങനെ തോന്നുന്നുണ്ടോ, നിങ്ങൾ രണ്ടുപേരും കൂടി നഗ്നരായിക്കിടക്കുന്നത് കണ്ടുകൊണ്ട് വന്നാൽ രണ്ടുപേരെയും കൊല്ലുന്ന മനോഭാവക്കാരനാണ് ഞാനെന്ന് നിനക്ക് തോന്നുന്നുണ്ടോ സഫിയാ" എന്ന് നിസാർ വീണ്ടും ചോദിച്ചു "നിസാർക്കാക്ക് ഞങ്ങളെ കൊല്ലാൻ കഴിയൂല എന്നും ഞാൻ വെറുതെ പറഞ്ഞതാണെന്നും" സഫിയ തേങ്ങലുകൾക്കിടയിലൂടെ പറഞ്ഞു.

നിസാർ മൗനമായി കിടക്കുന്നത് കണ്ട് ഗിരിജ ചോദിച്ചു: "എന്താണ് ചിന്തിക്കുന്നത്?"

"ഏയ്. ഒന്നുമില്ല."

ഗിരിജ നിസാറിന്റെ മേലുള്ള പിടി അയച്ചുകൊണ്ട് നിസാറിന്റെ ചെവിയിൽ മന്ത്രിച്ചു: "എന്റെ ജീവിതത്തിന് ഒരു അർത്ഥം വന്നതിപ്പോഴാണ്."

നിസാർ പ്രതികരണമായി ഗിരിജയെ കരവലയത്തിലൊതുക്കി കഴുത്തിലും മുഖത്തും ചുംബിച്ചു. വളരെനേരം നിർവൃതിയിൽ ലയിച്ചു കിടന്നതിനുശേഷം ഗിരിജ ബെഡ്ഷീറ്റ് വലിച്ച് ദേഹത്തിട്ടുകൊണ്ട് നഗ്നത മറച്ചു. നിസാറും ബെഡ്ഷീറ്റെടുത്ത് പുതച്ചു. ഗിരിജ ചോദിച്ചു: "നാളത്തെ നമ്മുടെ പ്രോഗ്രാം എങ്ങനെയാണ്?"

"നാളെ രാവിലെ പത്ത് പത്തരയോടെ പാർട്ടിസെന്ററിൽ പോകാം. പാർട്ടിസെക്രട്ടറിയെ കണ്ട് സംസാരിക്കാം. പാർട്ടിസെക്രട്ടറിയും എം പിയുടെ നിലപാട് തന്നെ എടുക്കുമെന്നാണ് എന്റെ കണക്കു കൂട്ടൽ."

"അങ്ങനെ വരില്ല. ഹൈറേഞ്ചിലെ ആദിവാസികളുടെ പ്രശ്നം പരിഗണിക്കാതിരിക്കാൻ പാർട്ടിക്ക് കഴിയുമോ?"

"പാർട്ടിക്ക് ഇക്കാര്യത്തിൽ ഇടപെടാൻ പറ്റില്ലെന്ന് പറഞ്ഞാൽ?"

"പാർട്ടിസെക്രട്ടറി സപ്പോർട്ട് ചെയ്യുന്നില്ലെങ്കിൽ എന്തുവേണമെന്ന് ആലോചിക്കണം. മൂപ്പന്റെ അഭിപ്രായം ചോദിക്കാം."

"മൂപ്പന്റെ അഭിപ്രായം അനുസരിച്ച് നീങ്ങിയാൽ മതി. അവരുടെ കാര്യമാണല്ലോ. എനിക്ക് തോന്നുന്നത് പൊളിറ്റിക്കൽ സപ്പോർട്ട് ഒന്നുമില്ലാതെ മുന്നോട്ട് പോകാൻ കഴിയില്ലെന്നാണ്..."

കുറച്ച് നേരത്തെ മൗനത്തിനുശേഷം ഗിരിജ ചോദിച്ചു: "പാർട്ടി സെക്രട്ടറി അനുകൂലമായ നിലപാടെടുക്കുന്നില്ലെങ്കിൽ നമുക്ക് പ്രതിപക്ഷനേതാവിനെ സമീപിച്ചാലെന്താ?"

പുതിയൊരാശയം കിട്ടിയ ആഹ്ലാദത്തോടെ നിസാർ പറഞ്ഞു: "പാർട്ടി സെക്രട്ടറി അനുകൂലിച്ചാലും പ്രതിപക്ഷനേതാവിനെ കാണണമെന്നാണ് എനിക്ക് തോന്നുന്നത്. പ്രതിപക്ഷനേതാവിനെ ഇതിൽ ഇൻവോൾവ് ചെയ്യിക്കാൻ കഴിഞ്ഞാൽ നല്ല പബ്ലിസിറ്റിയും മാസ്സ് സപ്പോർട്ടും കിട്ടും. കേരളത്തിൽ ഏറ്റവും കൂടുതൽ മാസ്സ് സപ്പോർട്ടുള്ള പൊളിറ്റിക്കൽ ലീഡറാണ് പ്രതിപക്ഷനേതാവ്. പക്ഷേ ഒരു പ്രശ്നം."

"എന്താ?"

"ഞാൻ ഈ പ്രശ്നം പറഞ്ഞാൽ പ്രതിപക്ഷനേതാവ് എങ്ങനെ എടുക്കുമെന്നറിഞ്ഞുകൂട."

"അതെന്താ?"

"ഞാൻ ഗസറ്റഡ് സംഘടനയിൽ പ്രവർത്തിക്കുന്ന കാലത്ത് മൂപ്പരുമായി ചില കൺഫ്രണ്ടേഷൻസ് ഉണ്ടായിട്ടുണ്ട്. ഞാൻ മാറി നിന്നിട്ട് ഗിരിജയും മൂപ്പനും മാത്രം പോയി കാണുന്നതാണ് നല്ലത്."

"അതെന്തായാലും വേണ്ട. അതു ശരിയുമല്ല. ഇക്കാര്യം പറയു മ്പോൾ പ്രതിപക്ഷനേതാവ് പണ്ടത്തെ കാര്യങ്ങളൊക്കെ മറക്കും. നോക്കിക്കോളൂ..."

അവർ സംസാരം നിറുത്തി അവരവരുടെ ചിന്തകളിൽ മുഴുകിക്കിടന്നു. ക്രമേണ ഉറക്കത്തിലേക്ക് തെന്നി നീങ്ങി.

പാർട്ടിസെന്ററിൽ

രാവിലെ തായനം മൂപ്പൻ ആരോടോ സംസാരിക്കുന്നത് കേട്ടാണ് ഗിരിജയും നിസാറും ഉണർന്നത്. നിസാർ വാതിൽ തുറന്ന് പുറത്തേക്ക് വന്നപ്പോൾ അയൽക്കാരൻ സുകുമാരൻ നായർ ക്ഷമാപണസ്വരത്തിൽ പറഞ്ഞു: "ഇന്നലെ രാത്രി ഡാക്ടർ വന്നെന്ന് മനസ്സിലായി. രാത്രി

ബുദ്ധിമുട്ടിക്കേണ്ടെന്ന് വിചാരിച്ചാ ഇങ്ങോട്ട് വരാതിരുന്നത്. ഡാക്ടർ മൂന്നാറില് ആശുപത്രി തുടങ്ങി. അല്ലേ?"

"തായനം മൂപ്പൻ പറഞ്ഞതായിരിക്കും?"

"ഓ തന്നെ."

"മൂന്നാറിലല്ല. മൂന്നാറീന്ന് അമ്പത് കിലോമീറ്റർ അകലെ കോവിലൂർ എന്ന സ്ഥലത്താണ്. അവിടത്തെ ആദിവാസികളെ ഉദ്ദേശിച്ചാണ് തുടങ്ങിയത്. ഞാൻ ചിന്നക്കനാലിലെ ഗവണ്മെന്റ് ഡിസ്പെൻസറിയിൽ ജോലി ചെയ്തിരുന്നപ്പം മുതലാണ് ഇവരുമായി പരിചയത്തിലായത്. അവരെ വീണ്ടും കണ്ടപ്പോൾ കുറച്ച് കാലം അവടെക്കൂടാമെന്ന് തോന്നി."

"തന്നെ തന്നെ. ആദിവാസികള് നല്ല സ്നേഹമൊള്ളോരാണ്. ഞാൻ റാഞ്ചിലായിരുന്നപ്പേം അവിടത്തെ ഗോണ്ട് വർഗ്ഗത്തീപ്പെട്ട ആദിവാസികളുമായി ഒരുപാട് എടപഴകീട്ടുണ്ട്."

കൈരളി നഗർ ഹൗസിംഗ് കോളണിയിലെ താമസക്കാരിൽ എല്ലാവരോടും അടുപ്പം കാണിക്കുകയും എപ്പോൾ കണ്ടാലും സൗഹൃദ സംഭാഷണം നടത്തുകയും ചെയ്യുന്ന ഒരേ ഒരാൾ സുകുമാരൻ നായരാണ്. മിലിട്ടറിയിൽ നിന്നു പെൻഷനായ ആളാണെന്ന് മട്ടും മാതിരിയും കണ്ടാൽ തോന്നുകയില്ല. നാട്ടുമ്പറത്തെ ഒരു കൃഷിക്കാരൻ കാരണവരാണെന്നേ തോന്നൂ. സുകുമാരൻ നായരും ഭാര്യ തുളസിയമ്മയും മാത്രമേയുള്ളൂ വീട്ടിൽ. മകനും മകളും വേറെയാണ് താമസം. കഴക്കൂട്ടത്തുള്ള വീടും അഞ്ച് സെന്റ് സ്ഥലവും വിറ്റാണ് കൈരളിനഗറിലെ വീട് വാങ്ങിയത്. വയസ്സുകാലത്ത് സിറ്റിയിൽ താമസിക്കണമെന്ന് ഒരാഗ്രഹം തോന്നിയപ്പോൾ ചെയ്തതാണ്.

ഗിരിജ മുൻവശത്തേക്ക് വന്നപ്പോൾ സുകുമാരൻ നായർ ചോദിച്ചു: "മിസ്സിസ്സായിരിക്കും."

സുകുമാരൻ നായരുടെ ചോദ്യത്തിന് എന്തു മറുപടി പറയും എന്നറിയാതെ നിസാർ വിഷമിച്ചു. കൈരളി നഗറിൽ വീട് വെച്ച് താമസമാക്കിയതുമുതൽ പുതിയ വീട്ടിലോട്ട് ഫാമിലിയെ കൊണ്ടുവരാത്തതെന്തെന്ന് സുകുമാരൻ നായർ ഇടയ്ക്കിടെ ചോദിക്കാറുണ്ടായിരുന്നു. എപ്പോൾ ചോദിക്കുമ്പോഴും എന്തെങ്കിലും ഒഴിവുകഴിവ് പറയും. മോള് അവിടെ പഠിക്കുകയാണ്. ഭാര്യയ്ക്ക് അവിടെയാണ് ജോലി. അങ്ങനെ പല നുണകളും...

ഗിരിജയെ ഉദ്ദേശിച്ച് മിസ്സിസ്സാണോ എന്ന ചോദിച്ചതിന് അതെ എന്ന ഒറ്റവാക്കിൽ മറുപടി പറഞ്ഞ് അവസാനിപ്പിക്കാമായിരുന്നു. ഗിരിജയ്ക്കും അതിൽ എതിർപ്പൊന്നും തോന്നുകയില്ലായിരിക്കും. എങ്കിലും അങ്ങനെ പറയാൻ നിസാറിനു തോന്നിയില്ല. സുകുമാരൻ നായരുടെ ചോദ്യത്തിനു മറുപടി പറയാതെ ഗിരിജയ്ക്ക് സുകുമാരൻ നായരെ പരിചയപ്പെടുത്തി: "അടുത്ത വീട്ടിലെ താസക്കാരനാണ്. സുകുമാരൻ നായർ."

ഗിരിജ സുകുമാരൻ നായരെ നോക്കി ചിരിച്ചു. സുകുമാരൻ നായർ ഗിരിജയെ നോക്കി തൊഴുതു. നിസാർ പറഞ്ഞു: "ഗിരിജയും തിരുവന്തപുരത്തുകാരിയാണ്."

സുകുമാരൻ നായരുടെ ഭാവം മാറി. നിസാർ പറഞ്ഞു: "ഞാനും ഗിരിജയും ചേർന്നാണ് കോവിലൂരിൽ ആശുപത്രി നടത്തുന്നത്."

ഒരുമിച്ച് ആശുപത്രി നടത്തുന്ന ഒരു സ്ത്രീയുമായി ഒരു വീട്ടിൽ തനിച്ച്, ഭാര്യയുടെ സാന്നിദ്ധ്യമില്ലാതെ അന്തിയുറങ്ങുന്നു... സുകുമാരൻ നായർ ഒന്നും മിണ്ടാതെ ഗിരിജയെ അടിമുടി ഒന്ന് നോക്കിയതിനുശേഷം പറഞ്ഞു: "ശരി അപ്പം ഞാനങ്ങോട്ട് ചെല്ലട്ട്."

സുകുമാരൻ നായരുടെ പെട്ടെന്നുള്ള ഭാവമാറ്റം ഗിരിജ ശ്രദ്ധിച്ചു.

"അമ്മാവൻ പെട്ടെന്നാണല്ലോ സ്ഥലം വിട്ടത്."

"നമ്മുടെ ബന്ധത്തെപ്പറ്റി ആഢ്യനായ സുകുമാരൻ നായർക്ക് സംശയം തോന്നിയിരിക്കാം."

നിസാർ മൂപ്പനോട് പറഞ്ഞു: "നമുക്ക് പത്ത് മണിക്ക് പാർട്ടി സെന്ററിലേക്ക് പോണം."

തായനൻ മൂപ്പൻ മലർക്കെ ചിരിച്ചു...

റോഡിൽ നിന്ന് പാർട്ടിസെന്ററിലേക്കുള്ള പടികൾ കയറുമ്പോൾ താൻ യുഗങ്ങങ്ങൾക്കു ശേഷമാണ് ഇവിടെ വരുന്നതെന്ന് നിസാറിനു തോന്നി. വളണ്ടറി റിട്ടയർമെന്റ് വാങ്ങിയതിനു ശേഷമാണ് അന്നത്തെ പാർട്ടിസെക്രട്ടറി സഖാവ് സി. പിയെ കാണാൻ വന്നത്. അതിനു മുമ്പ് ഒരു ദിവസം സഖാവ് സി. പി. നിസാറിനെ ഓഫീസിലേക്ക് വിളിപ്പിച്ചു.

"ഡോക്ടർക്ക് പെൻഷനാകാൻ ഇനി എത്ര കൊല്ലമുണ്ട്?"

"അഞ്ച് കൊല്ലമുണ്ട്."

"ആലപ്പുഴയിൽ കെ എസ് ഡി പി എൽ ഉണ്ടല്ലോ. കേരളാ സ്റ്റേറ്റ് ഡ്രഗ്സ് ആന്റ് ഫാർമസ്യൂട്ടിക്കൽസ് ലിമിറ്റഡ് എന്ന കമ്പനി."

നിസാർ ഒന്നും പറഞ്ഞില്ല. പാർട്ടിസെക്രട്ടറി ഉദ്ദേശിക്കുന്നത് എന്താണെന്ന് മനസ്സിലായി. സഖാവ് സി. പിക്ക് നിസാറിന്റെ റിട്ടയർ മെന്റിനുശേഷം എന്ത് എന്ന കാര്യത്തിൽ ആകാംക്ഷയുള്ള ആളായിരുന്നു. പത്തു പതിനാറുകൊല്ലം കുടുംബം പോലും നോക്കാതെ പാർട്ടിക്കുവേണ്ടി സംഘടനാരംഗത്ത് പ്രവർത്തിച്ച ഡോക്ടർ നിസാർ അവഗണിക്കപ്പെടരുതെന്ന് നിർബ്ബന്ധമുണ്ടായിരുന്നു. അതുകൊണ്ടാണ് ഡോക്ടർ നിസാറിന് എന്തെങ്കിലും സ്ഥാനം കൊടുക്കണമെന്ന് പാർട്ടിക്കമ്മിറ്റിയിൽ തീരുമാനമെടുപ്പിച്ചത്. പക്ഷേ കിട്ടിയത് രോഗാവസ്ഥയിലുള്ള വ്യവസായ സ്ഥാപനത്തിന്റെ എം. ഡി. സ്ഥാനം മാത്രം. പാർട്ടിക്കമ്മിറ്റിയിൽ തീരുമാനമായ ഉടനെ വ്യവസായവകുപ്പ്

മന്ത്രിയുടെ ഓഫീസിൽ നിന്ന് പ്രൈവറ്റ് സെക്രട്ടറി മോഹനൻ വിളിച്ച് ഡോക്ടർ നിസാറിന്റെ ബയോഡേറ്റ ആവശ്യപ്പെട്ടു.

"എന്തിനാ മോഹനൻ സഖാവേ എന്റെ ബയോഡേറ്റ?"

"കെ എസ് ഡി പി എൽന്റെ എംഡിയാക്കാനാണെന്ന് തോന്നുന്നു."

നിസാർ ഒന്നും പറഞ്ഞില്ല. ബയോഡേറ്റ കൊടുത്തതുമില്ല. കാരണം സർവ്വീസിൽ നിന്നും വളണ്ടറി റിട്ടയർമെന്റ് വാങ്ങിപ്പിരിയാൻ നിസാർ തീരുമാനമെടുത്തിരുന്നു. ജീവിതത്തിൽ നേരിട്ട തിരിച്ചടിയുടെ ആഘാതത്തിൽ നിന്നു മുക്തനാകുന്നതിനു മുമ്പ് മറ്റൊരു അടി ഏറ്റു. സഫിയയും റഷീദുമായുള്ള ബന്ധത്തെക്കുറിച്ചറിഞ്ഞ് എല്ലാം ഉപേക്ഷിച്ച് കോഴിക്കോട് വിട്ട് തിരുവനന്തപുരത്തേക്ക് പോന്ന സമയത്താണ് ഗസറ്റഡ് സംഘടനയുടെ വൈസ്പ്രസിഡന്റായിരുന്ന ഡോക്ടർ ബാലഗോപാലിനെ പി എസ് സി മെമ്പറായി നിയമിച്ചുകൊണ്ടുള്ള വിജ്ഞാപനം വന്നത്. സംഘടനയോട് ആലോചിക്കാതെയാണ് പാർട്ടി തീരുമാനമെടുത്തത്. സംഘടനാരംഗത്ത് ഒന്നും ചെയ്യാതെ ഒരു വ്യാഴവട്ടക്കാലം വൈസ്പ്രസിഡന്റ് സ്ഥാനം അലങ്കരിച്ച് നടന്ന ആളാണ് ഡോക്ടർ ബാലഗോപാൽ. വൈസ്പ്രസിഡന്റായ തനിക്ക് വേണ്ടത്ര ബഹുമാനവും പരിഗണനയും നൽകാത്തതിന്റെ പേരിൽ കമ്മിറ്റികളിൽ സെക്രട്ടറി നിസാറിനെ നിരന്തരം കുറ്റപ്പെടുത്തുക മാത്രമാണ് ബാലഗോപാലിന്റെ സംഘടനാ പ്രവർത്തനം. സംഘടനാരംഗത്ത് ഒന്നും ചെയ്തില്ലെങ്കിലും പാർട്ടി നേതാക്കളുടെ വീടുകളിൽ പോകുകയും അവരുടെയൊക്കെ ബ്ലഡ് പ്രഷർ എല്ലാ ദിവസവും നോക്കുകയും ചെയ്തുകൊണ്ടിരുന്ന ബാലഗോപാൽ നിസാറിനേക്കാൾ പാർട്ടിക്ക് വേണ്ടപ്പെട്ടവൻ ആയിരുന്നു. പോളിറ്റ് ബ്യൂറോ മെമ്പർക്ക് ബൈപ്പാസ് ഓപ്പറേഷന് ഇംഗ്ലണ്ടിൽ കൂടെപ്പോയതും ബാലഗോപാലാണ്. അങ്ങനെ പാർട്ടിക്ക് വലിയ സേവനങ്ങളല്ലേ അദ്ദേഹം ചെയ്തിട്ടുള്ളത്. ഇംഗ്ലണ്ടിൽ നിന്നു വന്ന ഉടനെയാണ് പി എസ് സി മെമ്പർ സ്ഥാനത്തേക്കുള്ള നിയമനത്തിന്റെ വിജ്ഞാപനം ഇറങ്ങിയത്. അതറിഞ്ഞ അന്നു തന്നെ നിസാർ വളണ്ടറി റിട്ടറർമെന്റിനുള്ള അപേക്ഷ കൊടുത്തു. ഉടനെ തന്നെ റിലീവ് ചെയ്യണമെന്ന് ഡയറക്ടർ രാമകൃഷ്ണനെ നേരിട്ട് കണ്ട് അപേക്ഷിക്കുകയും ചെയ്തു. ഡയറക്ടർ അദ്ഭുതത്തോടെ ചോദിച്ചു: "വൈ ഡോക്ടർ നിസാർ അഹമ്മദ്? പൊളിറ്റിക്സിൽ ഇറങ്ങാൻ? ലോക്സഭയിലേക്ക് മത്സരിക്കാനായിരിക്കും?"

"നോ സർ. മടുപ്പ് തോന്നുന്നു. എല്ലാം മതിയാക്കാൻ തീരുമാനിച്ചു."

"ഡോക്ടർ നിസാർ അഹമ്മദ്, യൂ മേ റിട്ടയർ ഫ്രം സർവ്വീസ് വളണ്ടറിലി. പക്ഷേ പ്രൊഫഷനിൽ നിന്ന് റിട്ടയർ ചെയ്യരുത്. നമ്മുടേത് ഒരു നോബിൾ പ്രൊഫഷനാണ്. യൂ ആർ എ ഗുഡ് സൈക്യാട്രിസ്റ്റ്. ഐ നോ. ഡോക്ടർ ഇത്രയും കാലം സംഘടനാപ്രവർത്തനമെന്നൊക്കെ

പ്പറഞ്ഞ് നമ്മുടെ പ്രൊഫഷനെ നെഗ്ലക്റ്റ് ചെയ്തു. യൂ കണ്ടിന്യൂ പ്രാക്റ്റീസ് ഇൻ പ്രൈവറ്റ് സെക്റ്റർ. സൈക്യാട്രിക്ക് നല്ല സ്കോപ്പുണ്ട്."

ഹെൽത്ത് ഡയറക്ടർ ഡോക്ടർ രാമകൃഷ്ണയ്യർക്ക് ഡോക്ടർ നിസാറിനോട് കടപ്പാടുണ്ട്. അഴിമതിക്കേസ് വിജിലൻസിൽ വന്നപ്പോൾ പിരിച്ചുവിടൽ ഒഴിവാക്കി ഒരു കൊല്ലക്കാലത്തേക്ക് തരം താഴ്ത്തൽ മാത്രമാക്കിയത് നിസാറിന്റെ ഇടപെടൽ കാരണമാണ്. അതിന്റെ നന്ദി പ്രകടിപ്പിക്കാനാണ് ഡയറക്ടർ ഇങ്ങനെയൊക്കെ പറയുന്നത്.

"സർ, എന്നെ വേഗം റിലീവ് ചെയ്യണം."

"ഓക്കെ. വിത്തിൻ വൺ വീക്ക്."

ഡയറക്ടർക്ക് അപേക്ഷ കൊടുത്ത ഉടനെയാണ് പാർട്ടിസെക്രട്ടറി വിളിപ്പിച്ചത്.

"ഡോക്ടർ നിസാർ അഹമ്മദ് ആലപ്പുഴ പോണം. വ്യവസായ വകുപ്പിന്റെ ഉത്തരവ്..."

പാർട്ടിസെക്രട്ടറി പറഞ്ഞുതീരും മുമ്പ് നിസാർ പറഞ്ഞു: "എന്നെ ഒഴിവാക്കണം സഖാവെ."

സഖാവ് സി. പി. സ്തംഭിച്ചിരുന്നുപോയി. അപ്രതീക്ഷിതമായിരുന്നു നിസാറിന്റെ തിരസ്കരണം. അന്നുവരെ ആരും പാർട്ടിസെക്രട്ടറിയോട് അങ്ങനെ പറഞ്ഞിട്ടില്ല. മാത്രവുമല്ല, സർവ്വീസ് സംഘടനാരംഗത്ത് പ്രവർത്തിക്കുന്നവരിൽ നല്ലൊരുശതമാനം പേർ പുറമേയ്ക്കുള്ള എന്തെങ്കിലും നിയമനമോ ഡെപ്യൂട്ടേഷനോ കിട്ടാൻ ഏതെങ്കിലുമൊരു നേതാവിന്റെ ചെരിപ്പ് നക്കി നടക്കലാണ് പതിവ്. പെൻഷനുശേഷവും എന്തെങ്കിലും വരുമാനമാർഗ്ഗം ഉറപ്പിക്കാനാണ് നോട്ടം. ഈ ഡോക്ടർക്ക് എന്തു പറ്റി? വൈസ്പ്രസിഡന്റ് സ്ഥാനം അലങ്കരിച്ച് നടന്ന ആൾക്ക് പി എസ് സി മെമ്പർസ്ഥാനവും കുടുംബവും പ്രാക്റ്റീസും ഒന്നും നോക്കാതെ പത്ത് പതിനാറുകൊല്ലം പാർട്ടിക്കുവേണ്ടി സംഘടനാ പ്രവർത്തനം നടത്തിയ ആൾക്ക് രോഗാതുരമായ പൊതുമേഖലാ സ്ഥാപനത്തിന്റെ എം ഡി പോസ്റ്റും. ഒട്ടും ന്യായമല്ല. പക്ഷേ എന്തു ചെയ്യും? പാവം സി. പി. പാർട്ടിസെക്രട്ടറിസ്ഥാനം അലങ്കരിക്കുന്നു എന്നേയുള്ളു. എങ്കിലും... "പാർട്ടി തീരുമാനമാണ് ഞാൻ പറഞ്ഞത്. ഡോക്ടർ ബാലഗോപാലിനെ പിഎസ്സി മെമ്പറാക്കിയപ്പോൾ ഞാൻ സെക്രട്ടറിയേറ്റ് യോഗത്തിൽ പറഞ്ഞാണ് ഡോക്ടർക്കു വേണ്ടി ഈ നിയമനത്തിനു തീരുമാനം എടുപ്പിച്ചത്."

"വേണ്ട സഖാവേ. എനിക്കിതു വേണ്ട." അന്ന് പാർട്ടിസെന്ററിൽ നിന്നിറങ്ങിയതാണ്. അധികകാലമൊന്നുമായിട്ടില്ല. എട്ട് വർഷം! അന്നത്തെ പാർട്ടി സെക്രട്ടറിയല്ല ഇപ്പോൾ. സഖാവ് കെ. വി എന്ന ചുരുക്കപ്പേരലറിയപ്പെടുന്ന ഇപ്പോഴത്തെ സെക്രട്ടറി കാവുമ്പായി

വിജയന് ഡോക്ടർ നിസാർ അഹമ്മദിനെ നന്നായി അറിയാം. ഗസറ്റഡ് സംഘടനയുടെ സംസ്ഥാനക്കമ്മിറ്റി അംഗം ബാലകൃഷ്ണൻ കെ. വിയുടെ നാട്ടുകാരനും അടുപ്പക്കാരനുമാണ്. ബാലകൃഷ്ണനും സതീശനും രമേശനും ചേർന്ന് പുതിയ പാർട്ടിസെക്രട്ടറിയെ കണ്ട് ഡോക്ടർ നിസാർ അഹമ്മദിന്റെ കാര്യം സംസാരിച്ചു. ഡോക്ടറെ ഒരു സ്ഥാനത്ത്...

സഖാവ് കെ. വി. ഗസറ്റഡ് സംഘത്തിന്റെ സംസ്ഥാനക്കമിറ്റിക്കാർ പറയുന്നത് മൗനമായി കേട്ടുകൊണ്ടിരുന്നു. എല്ലാം പറഞ്ഞു കഴിഞ്ഞപ്പോൾ അറുത്തു മുറിച്ചു പറഞ്ഞു: "ഡോക്ടർ നിസാർ അഹമ്മദ് പാർട്ടി തീരുമാനം അനുസരിക്കാത്ത ആളാണ്."

പിന്നെ ഒരക്ഷരം പാർട്ടിസെക്രട്ടറി പറഞ്ഞില്ലെന്നാണ് ബാലകൃഷ്ണനും സതീശനും രമേശനും ഡോക്ടർ നിസാറിന്റെ അടുക്കൽ തിരികെ വന്ന് പറഞ്ഞത്. ഈ പാർട്ടിസെക്രട്ടറി സഖാവ് കെ.വി. അങ്ങനെയാണ്. വെട്ടൊന്ന് മുറി രണ്ട്. പാർട്ടി സംസ്ഥാനക്കമ്മിറ്റി പുറത്താക്കിയവരെ സെൻട്രൽ കൺട്രോൾക്കമ്മിഷൻ തിരിച്ചെടുക്കാൻ പറഞ്ഞു. അന്ന് സഖാവ് കെ.വി. പറഞ്ഞത് നിസാർ ഇപ്പോഴും ഓർക്കുന്നു: "പുറത്താക്കിയവർ പുറത്ത് തന്നെ."

പെൻഷനു തൊട്ടുമുമ്പാണ് താൻ ഈ പടികൾ ഇറങ്ങിയതെങ്കിലും ഒരു യുഗത്തിനു മുമ്പാണ് താനിവിടെ വന്നതെന്ന് നിസാറിനു തോന്നി. പക്ഷേ, ഒന്നിനും മാറ്റമില്ല. കടന്നു ചെല്ലുന്ന വിശാലമായ മുൻമുറിയിൽ ഇടതുവശത്തായി സന്ദർശകർക്കിരിക്കാനുള്ള കസേരകൾ. ടീപ്പോയിൽ പത്രങ്ങൾ. പടിഞ്ഞാറേ ചുമരിനോട് ചേർന്ന് മദ്ധ്യഭാഗത്തായി ഫോൺ ബൂത്ത്. ഫോൺ അറ്റൻഡർ പുതിയ ആളാണ്. നിസാർ ഫോൺ അറ്റൻഡറോഡ് ചോദിച്ചു: "പാർട്ടി സെക്രട്ടറി സ്ഥലത്തുണ്ടോ?"

ഫോണിൽ സംസാരിക്കുന്നതിനിടയിൽ ഉണ്ട് എന്ന അർത്ഥത്തിൽ തലകുലുക്കി. നിസാർ ഗിരിജയെയും തായനം മൂപ്പനെയും കൂട്ടി ഒന്നാം നിലയിലേക്ക് കയറി. ഓഫീസ് സെക്രട്ടറിയുടെ മുറിയിൽ ഒരുപാട് മാറ്റങ്ങൾ. പ്ലൈവുഡ് കൊണ്ട് അരച്ചുമരുണ്ടാക്കി മുറി രണ്ടായി ഭാഗിച്ചിരിക്കുന്നു. പുതിയ ഇടത്തിൽ കമ്പ്യൂട്ടർ സ്ഥാപിച്ചിരിക്കുന്നു. കമ്പ്യൂട്ടറിന്റെ മുമ്പിലിരുന്ന് ഒരാൾ ടൈപ്പ് ചെയ്യുന്നത് അരച്ചുമരിനു മുകളിലൂടെ കാണാം. സന്ദർശകരുടെ കാൽപ്പെരുമാറ്റം കേട്ടപ്പോൾ ഓഫീസ് സെക്രട്ടറി തലയുയുർത്തിനോക്കി. നിസാറിനു പരിചയമില്ലാത്ത ആളാണ്.

"ഞാൻ ഡോക്ടർ നിസാർ അഹമ്മദ്. ഇത് തായനം മൂപ്പൻ. ഇത് ഗിരിജ. ഞങ്ങൾ മൂന്നാറിൽ നിന്നു വരികയാണ്. ഞങ്ങൾക്ക് പാർട്ടി സെക്രട്ടറിയെ ഒന്നു കാണണം."

മുമ്പിലുള്ള കസേരകൾ ചൂണ്ടിക്കാണിച്ചുകൊണ്ട് ഓഫീസ് സെക്രട്ടറി ക്ഷണിച്ചു: "ഇരിക്കൂ. ഞാൻ പോയി പറയാം. എന്താണ് പ്രശ്നമെന്ന് ചോദിച്ചാൽ എന്തു പറയണം?"

"ഹൈറേഞ്ചിലെ ആദിവാസികളുടെ ഒരു പ്രശ്നം സംസാരിക്കാനാണ്."

ഓഫീസ് സെക്രട്ടറി നോക്കിക്കൊണ്ടിരുന്ന ഫയൽ കെട്ടിവെച്ചിട്ട് ഇടതുവശത്തുള്ള ഇടനാഴികയിലൂടെ അകത്തേക്കു പോയി. അല്പനേരം കഴിഞ്ഞ് തിരിച്ചുവന്നിട്ട് പറഞ്ഞു: "ചെന്നോളൂ. ഇടുതുവശത്ത് മൂന്നാമത്തെ മുറയിലാണ്."

പാർട്ടിസെക്രട്ടറി കെ. വിയുമായി നിസാർ നേരിട്ട് ഇടപെട്ടിട്ടില്ലെങ്കിലും ആളിനെ അറിയാം. കെ. വിക്ക് നിസാറിനെയും അറിയാം. മുമ്പൊക്കെ പാർട്ടിസെന്ററിൽ വരുമ്പോൾ കണ്ടിട്ടുണ്ട്. അന്ന് പാർട്ടിയുടെ സംസ്ഥാന സെക്രട്ടറിയേറ്റ് മെമ്പറായിരുന്നു കെ. വി. സന്ദർശകർ അകത്തേക്ക് കടന്നപ്പോൾ സഖാവ് കെ. വി. വായിച്ചുകൊണ്ടിരുന്ന കടലാസ് മടക്കി മേശപ്പുറച്ച് വെച്ചു. മുമ്പിലുള്ള കസേര ചൂണ്ടി മസൃണമായ സ്വരത്തിൽ പറഞ്ഞു: "ഇരിക്ക്."

പിന്നെ ഒന്നും മിണ്ടാതെ സന്ദർശകർ പറയുന്നത് കേൾക്കാൻ കാതോർത്തിരുന്നു. നിസാർ സ്വയം പരിചയപ്പെടുത്തിയപ്പോൾ മുഖത്ത് വെളുപ്പാൻകാലത്തെ നിലാവ് പോലെ മങ്ങിയ ഒരു ചിരി പടർന്നു. മന്ത്രിക്കുന്നത് പോലെ പറഞ്ഞു: "അറിയാം."

വന്ന കാര്യം നിസാർ സാവകാശം വിവരിക്കുന്നത് ക്ഷമയോടെ കേട്ടിരുന്നു. നിസാർ വിവരിച്ചു കഴിഞ്ഞപ്പോൾ ഗിരിജ കൂട്ടിച്ചേർത്തു: "ഇതിൽ രണ്ട് പ്രശ്നങ്ങളുണ്ട്. ആദിവാസികളെ കുടിയൊഴിപ്പിക്കുന്നു. അതാണ് ഇവർ മൈനിംഗ് കമ്പനിയുടെ സർവ്വേയും എക്സ്പ്ലൊറേഷനും തടയാനുള്ള കാരണം. മൈനിംഗ് നടന്നാൽ വെസ്റ്റേൺ ഗാട്ടിന്റെ ഒരു ഭാഗം തന്നെ ഇല്ലാതാകും."

രണ്ടുപേരും പറഞ്ഞത് ശരി എന്ന മട്ടിൽ പാർട്ടിസെക്രട്ടറി തല കുലുക്കിയതല്ലാതെ ഒന്നും പറഞ്ഞില്ല. സെക്രട്ടറി തായനം മൂപ്പനോട് ചോദിച്ചു: "നിങ്ങൾ മുതുവാൻ വിഭാഗത്തിൽ ഉള്ളവരല്ലേ?"

വായ് തുറക്കാൻ അവസരം കിട്ടിയതിന്റെ സന്തോഷത്തോടെ മൂപ്പൻ പറഞ്ഞു: "ആമാങ്കെ."

"മറ്റുള്ള ആദിവാസികളൊന്നും നിങ്ങളുടെ കൂടെ സമരത്തിനില്ലേ?"

"നാങ്കടെ അങ്കെ കൊഞ്ചം ഹിൽപ്പൊലയരിരുക്ക്. അവാറ് കമ്പനിയെ തടയറുതുക്ക് വരും."

നിസാർ ഇടപെട്ടുകൊണ്ട് പറഞ്ഞു: "വെസ്റ്റേൺഗാട്ടിന്റെ ആനമുടി ഭാഗത്ത് അധികവും മുതുവാൻമാരാണ്. മലപ്പുലയരും ഉള്ളാടരും കുറച്ചുണ്ട്. അവരുടെ കുടികളിലും ഞങ്ങൾ പോയിരുന്നു. അവരും കുടികൾ ഒഴിഞ്ഞുപോകുകയില്ലെന്നാണ് പറഞ്ഞത്. മന്നാൻമാര് കൂടുതലുള്ളത് അടിമാലിയിലെ ചിന്നപ്പാറ ഭാഗത്താണ്."

അത്രയുമായപ്പോൾ കെ. വി. താല്പര്യത്തോടെ നിസാറിനോട് ചോദിച്ചു: “അവിടെയൊക്കെ പോയിരുന്നോ?”

ഗിരിജയാണ് ആ ചോദ്യത്തിനു മറുപടി പറഞ്ഞത്: “പോയിരുന്നു. ഞങ്ങൾ ഹൈറേഞ്ചിലെ എല്ലാ ട്രൈബ്സുമായും ബന്ധപ്പെട്ടു. അവരാരും തന്നെ കുടികൾ ഒഴിയുകയില്ലെന്നാണ് ഞങ്ങളോട് പറഞ്ഞത്. ഇപ്പോഴുള്ള കുടികൾ ഒഴിഞ്ഞ് പുതിയ സെറ്റിൽമെന്റുകൾ ഉണ്ടാക്കാൻ ഒരു ആദിവാസി ട്രൈബും ഇഷ്ടപ്പെടുന്നില്ല. കാരണം അവരുടെ പൂർവ്വികരെ അടക്കം ചെയ്തിരിക്കുന്നത് ഇപ്പോഴത്തെ കുടികളിലാണ്.”

പാർട്ടിസെക്രട്ടറി ചിരി ചുണ്ടിന്റെ ഒരു കോണിലൊതുക്കിക്കൊണ്ട് ചോദിച്ചു: “പാർട്ടി ഈ സന്ദർഭത്തിൽ എന്തുവേണമെന്നാണ് നിങ്ങളുടെ അഭിപ്രായം?”

ഗിരിജയാണ് മറുപടി പറഞ്ഞത്: “മുതുവാൻമാര് മൈനിംഗ് കമ്പനിയെ തടയാൻ തീരുമാനിച്ചിരിക്കുകയാണ്. അവരുടെ കുടികളിരിക്കുന്ന ഭാഗത്ത് സർവ്വേ നടത്താൻ വന്നാൽ തടയും. പാർട്ടി അവരുടെ ആക്ഷന് സപ്പോർട്ട് കൊടുക്കണം.”

“മൈനിംഗ് കമ്പനി ഇപ്പോൾ സർവ്വേയല്ലേ നടത്തുന്നുള്ളു. മൈനിംഗ് തുടങ്ങിയിട്ടില്ലല്ലോ. സർവ്വേ നടത്തുന്നതിനെ തടയുന്നതെന്തിനാണ്?”

“സർവ്വേ നടത്തുന്നത് മൈനിംഗ് നടത്താനാണ്. പരീക്ഷണം നടത്തി ഇവരുടെ കുടികളിരിക്കുന്ന മലകളിൽ ലിത്തിയം ഉണ്ടെന്ന് കണ്ടാൽ പിന്നെ ഇവരെ കുടിയിറക്കി മൈനിംഗ് തുടങ്ങും.”

സഖാവ് കെ. വി. ഇരുത്തി മൂളിയതല്ലാതെ ഒന്നും ചോദിക്കുകയോ പറയുകയോ ചെയ്തില്ല.

നിസാർ പാർട്ടിസെക്രട്ടറിയോട് അപേക്ഷയുടെ സ്വരത്തിൽ പറഞ്ഞു: “പാർട്ടി ഇവരുടെ ആക്ഷന് പിന്തുണകൊടുക്കണം.”

“ഞങ്ങളൊന്ന് ആലോചിക്കട്ടെ. പി ബിയുമായും ആലോചിക്കണം. ദേശീയപ്രാധാന്യമുള്ള വിഷയമല്ലേ. പരിസ്ഥിതിക്ക് കോട്ടം തട്ടാത്തവിധത്തിൽ പ്രകൃതിവിഭവങ്ങൾ ഉപയോഗിക്കണം. അതാണ് പാർട്ടിയുടെ നയം.”

“പാർട്ടിയുടെ തീരുമാനം അറിയാൻ...”

“വട്ടവട ലോക്കൽക്കമ്മിറ്റിയെത്തന്നെ ബന്ധപ്പെട്ടാൽ മതി.”

പാർട്ടിസെന്ററിൽ നിന്നിറങ്ങുമ്പോൾ നിസാറിനു വലിയ നൈരാശ്യം തോന്നി. ഗിരിജയുടെ മുഖത്ത് ഒരു പരിഹാസച്ചിരിയാണ് തങ്ങി നിന്നിരുന്നത്.

“മൂപ്പനു എന്തു തോന്നുന്നു, മൂപ്പാ?”

“പാർട്ടിസെക്രട്ടറീം എം പി ശൊന്നത്താൻ ശൊന്നാച്ച്.”

തന്റെ പാർട്ടിയുടെ സെക്രട്ടറിയും മൈനിംഗ് കമ്പനിയുടെ ആളുതന്നെയെന്ന് മൂപ്പൻ വെട്ടിത്തുറന്ന് പറയാഞ്ഞതിനു മൂപ്പനോട് നന്ദി തോന്നി നിസാറിന്.

നിസാർ നടത്തം നിറുത്തിയിട്ട് രണ്ടുപേരോടുമായി ചോദിച്ചു: "ഇനിയെന്തുവേണം?"

ഗിരിജ പറഞ്ഞു: "നമുക്ക് പ്രതിപക്ഷനേതാവിനെ കാണാം."

അവർ നേരെ കണ്ടോൺമെന്റ് ഹൗസിലേക്കാണ് നടന്നത്.

പ്രതിപക്ഷനേതാവിനോടൊപ്പം

ഗേറ്റിലെ പാറാവുകാരൻ ആര് എന്ന് അർത്ഥം കല്പിക്കാവുന്ന ആംഗ്യം കാണിച്ചു. നിസാർ എല്ലാവരെയും പരിചയപ്പെടുത്തിയിട്ട് പറഞ്ഞു:

"ഞങ്ങൾ മൂന്നാറിൽ നിന്നു വരികയാണ്. പ്രതിപക്ഷനേതാവിനെ കാണാൻ."

അകത്തേക്ക് പോകാൻ പാറാവുകാരൻ സമ്മതിച്ചു. പ്രതിപക്ഷ നേതാവിന്റെ ഔദ്യോഗിക വസതി അന്യം നിന്നുപോയ അമ്പലം പോലെ ആളും അനക്കവുമില്ലാതെ മയക്കത്തിലായിരുന്നു. വീതിയേറിയ വരാന്തയുടെ ഇടത്തേ അറ്റത്തെ ചെറിയ മുറിയിൽ ഒരു ചെറുപ്പക്കാരൻ ഇരുന്നു എന്തോ എഴുതുന്നുണ്ടായിരുന്നു. സന്ദർശകരെ കണ്ടപ്പോൾ അയാൾ വരാന്തയിലേക്ക് വന്നു. നിസാർ സ്വയം പരിചയപ്പെടുത്തിയിട്ട് പറഞ്ഞു: "സഖാവിന് എന്നെ അറിയാം. എന്റെ പേര് പറഞ്ഞാൽ മതി. ഞങ്ങളിപ്പോൾ മൂന്നാറിൽ നിന്നു വരികയാണ്. ആദിവാസികളുടെ ഒരു പ്രശ്നം പറയാനാണ്."

ചെറുപ്പക്കാരൻ ഒന്നും പറയാതെ അകത്തേക്ക് പോയി. സഖാവ് ടി. എസ്. പ്രതിപക്ഷനേതാവ് ആകുന്നതിനുമുമ്പ് പാർട്ടിസെക്രട്ടറി ആയിരുന്ന സമയത്ത് കണ്ടതിന്റെ ഓർമ്മച്ചിത്രങ്ങൾ നിസാറിന്റെ മനസ്സിൽ തെളിഞ്ഞു. സംസ്ഥാനജീവന ക്കാർക്ക് കേന്ദ്രജീവനക്കാരുമായി ശമ്പളതുല്യത കൊടുക്കാൻ അഞ്ചുകൊല്ലത്തേക്കാവശ്യമായ തുക കേന്ദ്ര ധനക്കമ്മീഷൻ അതിന്റെ ശുപാർശയിൽ കൊള്ളിച്ചിട്ടുണ്ടെന്നും അതുകൊണ്ട് ശമ്പളതുല്യത കൊടുക്കണമെന്നും ആവശ്യപ്പെട്ടുകൊണ്ട് വലതു പക്ഷസംഘടനകൾ സമരത്തിനൊരുങ്ങുന്ന സന്ദർഭമായിരുന്നു. ധനക്കമ്മീഷന്റെ റിപ്പോർട്ടിൽ വകയൊന്നും കൊള്ളിച്ചിട്ടില്ലെന്നായിരുന്നു പാർട്ടിയുടെ നിലപാട്. ഡോക്ടർ നിസാർ സെക്രട്ടറിയേറ്റിലെ ഒരു അണ്ടർസെക്രട്ടറിയുടെ സഹായത്തോടെ ധനക്കമ്മീഷന്റെ റിപ്പോർട്ടിന്റെ ഒരു കോപ്പി കൈക്കലാക്കി. സത്യത്തിൽ അഞ്ചുകൊല്ലത്തേക്ക് തുക

കൊള്ളിച്ചിട്ടുണ്ടായിരുന്നു. റിപ്പോർട്ടിന്റെ കോപ്പി എൻ ജി ഓ സംഘടന യുടെയും അദ്ധ്യാപകസംഘടനയുടെയും നേതാക്കളെ കാണിച്ചു. അവർക്ക് ആവേശമായി. റിപ്പോർട്ടിന്റെ കോപ്പിയുമായി ഉടനെ പാർട്ടിസെക്രട്ടറി ടി. എസിനെ കാണണമെന്നായി. റിപ്പോർട്ട് കാണിച്ച പ്പോൾ ടി. എസ്. കുപിതനായി.

"എവിടന്ന് കിട്ടീ ഈ ഇണ്ടാസ്? ധനക്കമ്മീഷണർ നിങ്ങക്ക് നേരിട്ടയച്ച് തന്നാ?"

നിസാർ ധൈര്യം അവലംബിച്ച് പറഞ്ഞു: "സെക്രട്ടറിയേറ്റിലെ ഒരു അണ്ടർസെക്രട്ടറി..."

വാചകം മുഴുമിപ്പിക്കുന്നതിനു മുമ്പ് പാർട്ടിസെക്രട്ടറി ടി. എസ്. പൊട്ടിത്തെറിച്ചു: "അണ്ടർ സെക്രട്ടറിയോടും അതിനുമോളിലൊള്ള അപ്പർസെക്രട്ടറിയോടും പോയി പറ ആ വെള്ളം അങ്ങ് വാങ്ങിവെച്ചേ ക്കാൻ.. ഖജനാവിലൊള്ള പണം മുഴുവൻ സർക്കാരുദ്യോഗസ്ഥൻമാർക്ക് വീതിച്ചു കൊടുക്കാനുള്ളതല്ല. നാട്ടിലെ പട്ടിണിപ്പാവങ്ങക്ക് കൊടു ക്കാനൊള്ളത് കൊടുക്കണം. സംസ്ഥാന ജീവനക്കാർക്ക് കേന്ദ്രപാരിറ്റി തരാൻ പ്രൊവിഷനില്ലെന്ന് പാർട്ടി പറഞ്ഞാൽ വിശ്വാസം വരാത്ത സംഘടനാനേതാക്കളെ മാറ്റി വിശ്വാസം വരുന്നവരെ ആസ്ഥാനങ്ങളിൽ വെക്കേണ്ടിവരും."

ധനക്കമീഷൻ റിപ്പോർട്ടുമായി പോയ മൂന്നുപേരും ഇളിഭ്യരായി തിരിച്ചു പോന്നു. പിന്നെ കുറെക്കാലത്തേക്ക് ടി. എസിന്റെ മുമ്പിൽ പോകാൻ നിസാറിനു ഭയമായിരുന്നു. പുതിയ പാർട്ടിസെക്രട്ടറി വന്നതിനുശേഷമാണ് ഭയം കൂടാതെ പാർട്ടിസെന്ററിൽ പോകാൻ കഴിഞ്ഞത്.

അകത്ത് പോയ ചെറുപ്പക്കാരൻ തിരിച്ചുവന്നിട്ട് പറഞ്ഞു: "അക ത്തേക്ക് ചെല്ലാൻ പറഞ്ഞു."

കൈലിമുണ്ടും സാന്റോ ബനിയനും മാത്രം ധരിച്ച് ഒരു മല്ലയുദ്ധ ത്തിനു തയ്യാറായി വരുന്ന ഗുസ്തിക്കാരനെപ്പോലെ ഇടത്തോട്ടും വലത്തോട്ടും ചെറുതായി ആടിയാടി പ്രതിപക്ഷ നേതാവ് അകത്തെ മുറിയിൽ നിന്നും വിശാലമായ സ്വീകരണ മുറിയിലേക്ക് വന്നു. വന്നപടി സോഫകൾക്കു മുമ്പിൽ ഇട്ടിരുന്ന ചാരുകസേരയിൽ കിടന്നിട്ട് ചോദിച്ചു: "ഡാക്ടറിപ്പം എവിടാ ജോലി ചെയ്യുന്നത്?"

പ്രതിപക്ഷനേതാവ് ക്ഷണിക്കാതെ തന്നെ നിസാർ സോഫയിൽ ഇരുന്നു. ക്ഷണിക്കാതെ അടുത്തുള്ള ഇരിപ്പിടത്തിൽ ഇരുന്നാൽ കോപിക്കാത്ത നേതാവാണ് ടി. എസ്. എന്ന് നിസാറിന് അറിയാം. നിസാർ ഇരുന്നതിനു ശേഷം ഗിരിജയോടും തായനം മൂപ്പനോടും പ്രതിപക്ഷ നേതാവ് പറഞ്ഞു: "നിങ്ങളും ഇരുന്നാട്ട്. ങാ... ഡാക്ടർ എവിടെയാണ്?"

"മൂന്നാറിനടുത്ത് കോവിലൂരിൽ."

"അവടെ എന്തു ചെയ്യുന്നു?"

"ഒരു ആശുപത്രി നടത്തുന്നു."

"ങാ... അത് കൊള്ളാം. ഇവരെല്ലാം അവിടന്ന് വന്നവരാണോ?"

നിസാർ ഗിരിജയെയും തായനം മൂപ്പനെയും പരിചയപ്പെടുത്തി.

"ഉം. ശരി. എന്തിനാണിപ്പം നിങ്ങള് എല്ലാരും കൂടി വന്നത്?

നിസാർ പാർട്ടിസെക്രട്ടറിയോട് വിവരിച്ച കാര്യങ്ങൾ പറയാൻ തുടങ്ങി. പറഞ്ഞു മുഴുമിപ്പിക്കുന്നതിനു മുമ്പ് പ്രതിപക്ഷനേതാവ് ടി. എസ്. പറഞ്ഞു: "ആദിവാസികളെ കുടിയൊഴിപ്പിക്കാൻ സമ്മതിക്കരുത്. ഒരുത്തനേയും സമ്മതിക്കരുത്. നമ്മടെ മലകളിൽ നിന്ന് എന്തോന്ന് കുഴിച്ചെടുക്കാനാണ് അവമ്മാര് വരണത്?"

"ലിത്തിയം."

"അതെന്തിനൊള്ളതാണ്?"

"മൊബൈൽ ഫോൺ ബാറ്ററി ഉണ്ടാക്കാനുള്ളതാണ്."

"മൊബൈൽ ഫോണിന് ബാറ്ററി അവമ്മാര് വേറെ എന്തെങ്കിലും സാമാനം കൊണ്ട് ഒണ്ടാക്കട്ടേ. ആദിവാസികളുടെ കുടികളിരിക്കണ മലകള് തൊരന്ന് കുഴിച്ചെടുത്ത സാധനംകൊണ്ട് വേണ്ട."

മൂപ്പന്റെ മുഖം സന്തോഷത്താൽ വെള്ളാമ്പൽ പോലെ വിടർന്നു. ഗിരിജ ആവേശത്തോടെ പറഞ്ഞു: "മൈനിംഗ് കമ്പനിയുടെ സർവ്വേയും ഡ്രില്ലിംഗും തടയാനാണ് ആദിവാസികൾ കൂട്ടായി തീരുമാനിച്ചിരിക്കുന്നത്."

ടി. എസിന് ആവേശം വന്നു: "തടയണം. തടയണം. അമേരിക്കൻ കമ്പനിക്കാരെ അങ്ങോട്ടെങ്ങും അടുപ്പിക്കരുത്. നിങ്ങടെ പൊരയെടത്തീക്കേറിയാ കാല്വെട്ടൂന്ന് തന്നെ പറയണം. പറയല്മാത്രല്ല. അവമ്മാര് അവടെങ്ങാനും വന്നാല് കാല് തല്ലി ഒടിക്കേം വേണം."

നിസാർ പാർലമെന്റ് മെമ്പർ സി പി തോമസിനെ കണ്ട കാര്യം പറഞ്ഞു തുടങ്ങിയപ്പോൾ പുച്ഛത്തോടെ ചോദിച്ചു: "അയാള് എന്തോന്ന് പറഞ്ഞ്? ആദിവാസികളെ സഹായിക്കാമെന്ന് പറഞ്ഞാ?"

"ഇല്ല."

"അയാള് അവമ്മാര്ടേന്ന് തുട്ട് വാങ്ങിക്കാണും. അയാള് മാത്രമല്ല അയാള്ടെ പാർട്ടീം ശരിക്ക് വാങ്ങി പോക്കറ്റിലിട്ട് കാണും. അമേരിക്കേലും ഇവിടേം ഒള്ള കുത്തകക്കമ്പനികൾക്ക് വേണ്ടിയല്ലേ അവമ്മാര് ഭരണം നടത്തണത് തന്നെ."

നിസാർ ഭവ്യത അഭിനയിച്ചുകൊണ്ട് പറഞ്ഞു: "ആദിവാസികളുടെ സമരത്തിന് സഖാവിന്റെ സഹായം അഭ്യർത്ഥിക്കാനാണ് ഞങ്ങൾ വന്നത് പ്രതിപക്ഷനേതാവ് ടി. എസിന്റെ മുഖത്ത് ഒരു പൊൻപുലരി വിടർന്നു."

"ആദിവാസികളുടെ സമരത്തിനു എന്റെ എല്ലാ പിന്തുണയും ഉണ്ടായിരിക്കും."

"ഞങ്ങള് ഇങ്ങോട്ട് വരുന്നതിനുമുമ്പ് പാർട്ടിസെന്ററിൽ കയറി പാർട്ടിയെ സെക്രട്ടറിയെ കണ്ടു."

പ്രതിപക്ഷനേതാവിന്റെ മുഖപേശികൾ പെട്ടെന്നു വരിഞ്ഞു മുറുകുന്നതും വെള്ളാമ്പൽ വിരിഞ്ഞതുപോലുള്ള മുഖം ചെന്താമരപോലെ ചുവക്കുന്നതും കണ്ടപ്പോൾ നിസാറിന്റെ ഉള്ള് കിടുങ്ങി. മുമ്പിൽ വിളമ്പി വെച്ച പായസത്തിൽ ഒരു പിടി മണ്ണ് വാരിയിട്ടതിന്റെ ജാള്യം തോന്നി. പാർട്ടിസെന്ററിൽ പോയ കാര്യം ഇവിടെ പറയേണ്ടിയിരുന്നില്ല. ഇനിയെന്താണ് ഒരു രക്ഷാമാർഗ്ഗം? നിസാറിനു ഒരു ബുദ്ധിതോന്നി.

"ഇങ്ങോട്ട് വരുന്നതിനുമുമ്പ് ഞങ്ങള് വട്ടവട ലോക്കൽക്കമ്മിറ്റി സെക്രട്ടറി പ്രസന്നനെ കണ്ടിരുന്നു. പ്രസന്നൻ പറഞ്ഞതനുസരിച്ചാണ് ഞങ്ങൾ പാർട്ടിസെന്ററിൽ പോയതും സെക്രട്ടറിയെ കണ്ടതും."

മുഖപേശികൾക്ക് അല്പം അയവ് വന്നു. ഒന്ന് ഇരുത്തി മൂളി.

അല്പനേരം മൗനമായിരുന്നിട്ടു ചോദിച്ചു: "എന്നിട്ട് പാർട്ടിസെക്രട്ടറി എന്ത് പറഞ്ഞു?"

നിസാറിന്റെ ശ്വാസം നേരെ വീണു.

"പിബിയുമായി ആലോചിച്ചതിനുശേഷം സെക്രട്ടറിയേറ്റ് കൂടി തീരുമാനിക്കാമെന്ന് പറഞ്ഞു."

"പിബിയും സെക്രട്ടറിയേറ്റുമൊക്കെ കൂടി തീരുമാനമെടുക്കുമ്പഴയ്ക്ക് മൈനിംഗ് കമ്പനിക്കാര് ആദിവാസികളെ മുഴുവൻ അടിച്ചെറക്കി പുണ്യാഹോം തളിച്ച് മലകളെല്ലാം ബുൾഡോസറ് വെച്ച് ഇടിച്ച് നെരത്തിയിരിക്കും."

നിസാറിന് പിടിവള്ളി കിട്ടി.

"ഞങ്ങൾ കോവിലൂരിൽ വെസ്റ്റേൺ ഗാട്ടിലെ ലിത്തിയം മൈനിംഗിനെതിരായി ആദിവാസികളുടെയും നാട്ടുകാരുടെയും സംയുക്തമായ പ്രതിഷേധയോഗം സംഘടിപ്പിക്കാം. സഖാവ് ആ യോഗത്തിൽ പങ്കെടുക്കണം."

ടി. എസിന്റെ മുഖം വീണ്ടും പ്രസന്നമായി.

"ങാ... അത് കൊള്ളാം. ഞാൻ വന്ന് അവമ്മാർക്കെതിരായി പ്രസംഗിക്കാം. മൈനിംഗ്കാരെ ഒടനെ അവടന്ന് തുരത്തണം."

പ്രതിപക്ഷനേതാവ് എന്തോ ഓർത്തിട്ടെന്നപോലെ പറഞ്ഞു: "എന്റെ പിഎ രമേശനെ ഇങ്ങോട്ട് വിളിക്ക്. ഇന്ന് തന്നെ ഒരു പ്രസ്താവന കൊടുക്കാം."

നിസാർ രമേശനെ വിളിച്ചുകൊണ്ടുവന്നപ്പോൾ പ്രതിപക്ഷനേതാവ് ഉത്സാഹത്തോടെ പറഞ്ഞു: "രമേശാ, ഇവര് പറയുന്ന കാര്യങ്ങളൊക്കെ

ശ്രദ്ധിച്ച് കേട്ടിട്ട് നല്ലൊരു സ്റ്റേറ്റ്മെന്റ് എഴുത്. ഇന്ന് തന്നെ പത്രങ്ങൾക്ക് കൊടുക്കണം. അടുത്താഴ്ച ഇടുക്കിയിൽ... ഇടുക്കിയിലല്ലല്ല്. എവിടെ യാണ് സ്ഥലം?"

"കോവിലൂർ."

"ങാ... കോവിലാറിൽ നടക്കുന്ന പ്രതിഷേധയോഗത്തിൽ ഞാൻ പ്രസംഗിക്കുന്ന കാര്യം കൂടി സ്റ്റേറ്റ്മെന്റില് വരണം. എന്നാ നിങ്ങള് ചെന്ന് കാര്യങ്ങൾ രമേശനോട് വിശദമായി പറ."

എന്തോ ഓർത്തിട്ടെന്നപോലെ ടി. എസ്. പറഞ്ഞു: "ങാ, നിങ്ങള് തിരിച്ചു ചെന്ന ഒടനെ കോവിലാറിലെ പൊതുയോഗത്തിന് നല്ല പബ്ലിസിറ്റി കൊടുക്കണം. ഫ്ളക്സ് ബോഡുകളും ബാനറുകളുമൊക്കെ എല്ലാവരും കാണത്തക്കവിധത്തിൽ പല സ്ഥലത്തും വെക്കണം. പബ്ലിസിറ്റിയുടെ രീതിയൊക്കെ ഡാക്ടർക്ക് നല്ലപോലെ അറിയാമല്ല്. പണ്ട് ഗസറ്റഡ് സംഘടനയിലായിരുന്നപ്പഴ് ചെയ്തിട്ടുള്ളതല്ലേ?"

"നല്ല പബ്ലിസിറ്റി കൊടുക്കാം സഖാവേ."

"ഇപ്പം പണ്ടത്തത് പോലല്ല. പബ്ലിസിറ്റിക്ക് നല്ല ചെലവുണ്ട്. ഡാക്ടർ കയ്യീന്നൊന്നും എടുക്കണ്ട. അവടെ ഏത് ലോക്കലാണെന്നാണ് പറഞ്ഞത്?"

"വട്ടവട ലോക്കൽക്കമ്മിറ്റി."

"വട്ടവട ലോക്കൽക്കമ്മിറ്റി സെക്രട്ടറി പ്രസന്നനല്ലേ?"

"അതേ."

"അവനോട് പറഞ്ഞിട്ട് കാര്യമില്ല. അവടത്തെ കമ്മറ്റീല് കൊച്ചൗസേപ്പെന്ന് പേരായ ഒരു സഖാവുണ്ട്. അയാള് അവടത്തെ സെറ്റ്ലേഴ്സിന്റെ എടയില് നല്ല പോപ്പുലറാണ്. അയാളെക്കണ്ട് ഞാൻ പറഞ്ഞതാണെന്ന് പറയണം. നല്ല പബ്ലിസിറ്റി വേണമെന്ന് ഞാൻ പറഞ്ഞെന്ന് പറ."

പ്രതിപക്ഷനേതാവ് എഴുന്നേറ്റപ്പോൾ രമേശൻ ചോദിച്ചു: "അവിടത്തെ പ്രതിഷേധയോഗം എന്നത്തേക്ക് വേണം?"

"മുല്ലപ്പെരിയാറ് പ്രശ്നത്തിൽ പ്രസംഗിക്കാൻ പോകാൻ തീരുമാനിച്ചിരിക്കുന്നത് എന്നാണ്? അടുത്ത ബുധനാഴ്ചയല്ലേ?"

"ബുധനാഴ്ച്ച വൈകുന്നേരം."

"അന്ന് തന്നെ ഇവരുടെ സ്ഥലത്ത് എത്താനൊക്കുമോ?"

"പ്രയാസമായിരിക്കും. ചപ്പാത്തിലാണ് മുല്ലപ്പെരിയാർ യോഗം. അവിടന്ന് മൂന്നാറിലെത്താൻ രണ്ട് മണിക്കൂറ് വേണം."

നിസാർ പറഞ്ഞു: "മൂന്നാറിലല്ല, കോവിലൂരിലാണ് യോഗം നടത്താനുദ്ദേശിക്കുന്നത്. മൂന്നാറീന്ന് ഒരു മണിക്കൂറെങ്കിലും വേണം കോവിലൂരിലെത്താൻ."

ടി. എസ്. പറഞ്ഞു: “എന്നാപ്പിന്നെ പിറ്റേന്ന് മതി. അപ്പം അടുത്ത വ്യാഴാഴ്ച.”

നിസാർ ടി. എസിനോട് ചോദിച്ചു: “സഖാവേ, പ്രസ്താവന ഞങ്ങള് പത്രമാപ്പീസുകളില് എത്തിക്കണ്ടേ?”

“നിങ്ങള് പത്രമാപ്പീസുകളിലൊന്നും പോണ്ട. അതിനൊക്കെ ഇവടെ ആളുണ്ട്. രമേശാ, എല്ലാ പത്രങ്ങൾക്കും ചാനലുകൾക്കും എത്തിക്കാൻ എന്റെ പ്രസ്സെക്രട്ടറിയോട് പറ.”

പ്രതിപക്ഷ നേതാവ് ഔപചാരികതയൊന്നുമില്ലാതെ അകത്തെ മുറിയിലേക്ക് നടന്നു. പ്രതിപക്ഷ നേതാവായ ടി. എസ്. തന്നോട് എങ്ങനെ പെരുമാറുമെന്നുള്ള നിസാറിന്റെ എല്ലാ ഭയാശങ്കകളും മാറി. മനസ്സ് മകരമാസത്തിലെ നീലാകാശം പോലെ തെളിഞ്ഞു. സഖാവ് ടി. എസിനെക്കുറിച്ച് മോശമായി ചിന്തിച്ചുപോയതിന് സ്വയം കുറ്റപ്പെടുത്തി. രമേശനോടൊപ്പം സൈഡ്റൂമിലേയ്ക്ക് നടക്കുന്നതിനിടയിൽ നിസാർ ഗിരിജയുടെ കൈയ്പ്പത്തിയിൽ പിടിച്ച് അമർത്തി. സന്തോഷം അറിയിക്കാനായി തായനം മൂപ്പന്റെ തോളിൽ കൈയിട്ടു. മൂപ്പന്റെ ചെവിയിൽ പറഞ്ഞു: “നിങ്ങളുടെ സമരം വിജയിക്കും തായനം മൂപ്പാ.”

വെള്ളാമ്പൽ വിരിയുന്നതുപോലെ തായനം മൂപ്പൻ മലർക്കെ ചിരിച്ചു.

കുറിഞ്ഞി സംരക്ഷണസമിതി

പ്രതിപക്ഷനേതാവിനെ കണ്ടതിനുശേഷം കണ്ടോൺമെന്റ് ഹൗസിൽ നിന്നുമിറങ്ങി മാസ്ക്കറ്റ് ഹോട്ടലിനു മുമ്പിലെത്തിയപ്പോഴാണ് നിസാറിന് കുറിഞ്ഞിസംരക്ഷണസമിതിക്കാരുടെ കാര്യം ഓർമ്മ വന്നത്.

“നമുക്ക് കുറിഞ്ഞി സംരക്ഷണസമിതിക്കാരെ കാണണ്ടേ?”

കുറച്ച് മുമ്പ് ഗിരിജയും അക്കാര്യം ആലോചിച്ചിരുന്നെങ്കിലും അവരെക്കണ്ടിട്ട് കാര്യമില്ലെന്ന നിഗമനത്തിലെത്തിയതുകൊണ്ടാണ് നിസാറിനോട് പറയാതിരുന്നത്.

“കനകരാജിനെ കാണുന്ന കാര്യമാണോ ചോദിച്ചത്?”

“കനകരാജിനെക്കാണണം. പിന്നെ സെയ്തുമുനിസാറിനെയും കാണണം.”

‘‘കനകരാജിനെ കണ്ടിട്ട് കാര്യമൊന്നുമില്ല. അയാള് ഒരു ഷോമാനാണ്. കുറിഞ്ഞിയുടെ പേരും പറഞ്ഞ് ഇറങ്ങുമായിരിക്കും. പക്ഷേ ആദിവാസികൾക്കുവേണ്ടി വരുമെന്ന് എനിക്ക് തോന്നുന്നില്ല.”

ഗിരിജയുടെയും നിസാറിന്റെയും സംഭാഷണം ശ്രദ്ധിച്ചുകൊണ്ട് നിന്നിരുന്ന തായനം മൂപ്പൻ പറഞ്ഞു "നമ്മള് എല്ലോരേം പാക്കവേണ്ടും. അവര് ഇങ്കെ താനേ ഇരുക്ക്?"

നിസാർ പറഞ്ഞു: "അതെയതെ. തിരുവനന്തപുരത്ത് തന്നെയാണ്. മൂപ്പൻ പറഞ്ഞതാണ് ശരി. നമ്മള് തിരുവനന്തപുരത്ത് വന്ന സ്ഥിതിക്ക് കനകരാജിനെ കാണാതെ പോകരുത്. അഥവാ കനകരാജ് സഹകരിച്ചില്ലെങ്കിലും സെയ്തുമുനിസാറ് സഹകരിക്കും. സാറിന് ആളുകളെ സംഘടിപ്പിക്കാനൊന്നും കഴിഞ്ഞില്ലെങ്കിലും സ്വന്തം നിലയ്ക്ക് സഹകരിക്കും. കനകരാജ് ഇപ്പോൾ എസ്ബിറ്റിയുടെ ഏത് ബ്രാഞ്ചിലാണെന്നറിയാമോ? ഗിരിജയുടെ ഫോണിൽ കനകരാജിന്റെ നമ്പറില്ലേ? വിളിക്കൂ."

"അയാളിപ്പോൾ എസ്ബിറ്റിയുടെ വെള്ളയമ്പലം ബ്രാഞ്ച് മാനേജറാണ്. കഴിഞ്ഞ ആഴ്ച്ച ചെന്നൈയിൽനിന്ന് ഇസ്രായീൽ സാറിന്റെ മരണത്തെക്കുറിച്ച് പറയാൻ വിളിച്ചപ്പോൾ പറഞ്ഞതങ്ങനെയാണ്."

ഗിരിജ മൊബൈലിൽ കനകരാജിന്റെ നമ്പർ പരതി ഡയൽ ചെയ്തു. നിസാർ സെയ്തുമുനിയുടെ മൊബൈലിൽ വിളിച്ചു. സ്വിച്ച് ഓഫ് ചെയ്തിരിക്കുന്നു. ലാൻഡ് ലൈനിൽ വിളിച്ചു. ഒരു സ്ത്രീയാണ് ഫോണെടുത്ത്. ശാരദയായിരിക്കുമെന്ന് നിസാർ ഊഹിച്ചു.

"ഇത് ഡോക്ടർ നിസാർ അഹമ്മദാണ്. സെയ്തുമുനിസാറിനെ ഒന്നു കിട്ടണമായിരുന്നു."

"സാറിവിടെയില്ല."

ഫോൺ വെച്ചു.

ഗിരിജ കനകരാജിനോട് പറഞ്ഞു: "ഞാനിപ്പോൾ തിരുവനന്തപുരത്തു നിന്നാണ് വിളിക്കുന്നത്. എന്റെ കൂടെ ഡോക്ടറുമുണ്ട്. പിന്നെ മുതുവാൻമാരുടെ മൂപ്പനുമുണ്ട്... വന്ന കാര്യം നേരിൽപ്പറയാം. ഇപ്പോൾ വന്നാൽ കാണാൻ പറ്റുമോ? തിരക്കൊന്നുമില്ലല്ലോ? ശരി. ഉടനെ വരാം."

ഗിരിജ ഫോൺ സംഭാഷണത്തിനുശേഷം നിസാറിനോട് പറഞ്ഞു: "കനകരാജ് നമ്മളെ കാണാൻ കാത്തിരിക്കുന്നു."

ബ്രാഞ്ച് മാനേജറുടെ ശീതീകരിച്ച മുറിയിലേക്ക് മൂവരും കടന്നു ചെന്നപ്പോൾ കനകരാജ് വരണം വരണം എന്നു പറഞ്ഞ് ആഗതർക്ക് സ്വാഗതമരുളി. മാനേജറുടെ മുറിയിലെ ശബ്ദകോലാഹലം കേട്ട് മറ്റു ജീവനക്കാർ കൗതുകത്തോടെ മാനേജറുടെ മുറിയിൽ നടക്കുന്നത് നോക്കിയിരുന്നു. ഒരു വൻ തുകയുടെ നിക്ഷേപകനെ തടഞ്ഞതായിരിക്കുമെന്ന് അവർ ചിന്തിച്ചിരിക്കും.

കനകരാജിനെ കണ്ടപ്പോൾ നിസാറിന് ഇസ്രായീലിന്റെ മരണത്തെക്കുറിച്ച് ഓർമ്മ വന്നു.

"ഇസ്രായീൽ സാറിന്റെ മരണത്തെക്കുറിച്ച് പിന്നെ വല്ലതും അറിഞ്ഞോ?"

"ഏയ്. ഏത് വണ്ടിയാണ് ഇടിച്ചിട്ടതെന്ന് ഇതുവരെയും ഒരു പിടിയും കിട്ടിയില്ല. എന്റെ ബലമായ സംശയം കോറമാണ്ടൽ കമ്പനിയുടെ പണിയായിരിക്കണം എന്നാണ്. സാറ് അവരുടെ ഓഫീസ് ഉപരോധ സമരം സംഘടിപ്പിക്കാൻ അങ്ങോട്ട് പോകുകയായിരുന്നല്ലോ. കോറമാണ്ടൽ മൾട്ടിനാഷനൽ കമ്പനിയാണ്. അവർ പോലീസിനെ ബ്രൈബ് ചെയ്തിരിക്കണം. അതാണ് കൾപ്രിറ്റ് വെഹിക്കിൾ കണ്ടുപിടിക്കാൻ കഴിയാത്തത്."

ഒരു നെടുവിർപ്പോടെയാണ് കനകരാജ് പറഞ്ഞു നിറുത്തിയത്.

"വലിയ ട്രാജഡിയായിപ്പോയി."

വളരെ നേരത്തെ മൗനത്തിനുശേഷം കനകരാജ് മൂപ്പനെ നോക്കി പ്പറഞ്ഞു: "ഇദ്ദേഹത്തെ പരിചയപ്പെടുത്തിയില്ല."

തായനം മൂപ്പനെ പരിചയപ്പെടുത്തിയതിനുശേഷം നിസാറും ഗിരിജയും കൂടി കനകരാജുമായി പിരിഞ്ഞതിനുശേഷമുള്ള സംഭവങ്ങൾ ചുരുക്കിപ്പറഞ്ഞു.

"മുതുവാൻമാരുടെയും ആദിവാസികളുടെയും സമരത്തിന് കുറിഞ്ഞിസംരക്ഷണസമിതിയുടെ സഹായം വേണം."

"ഡെഫനിറ്റ്‌ലി. ഞങ്ങൾ ഉടനെ തന്നെ ഒരു മീറ്റിംഗ് വിളിച്ചുകൂട്ടി അങ്ങോട്ടൊരു എക്സ്പെഡിഷന് തീരുമാനമെടുക്കാം. വെസ്റ്റേൺഗാട്ടിൽ മൈനിംഗ് തുടങ്ങിയാൽ ബാക്കിയുള്ള കുറിഞ്ഞികൂടി നശിക്കും. ശരിക്കും എക്സ്റ്റിംഗ്ഷൻ തന്നെ ആകും."

അടുത്ത വ്യാഴാഴ്ച്ച കോവിലൂരിൽ മൈനിംഗ് കമ്പനിക്കെതിരെ പ്രതിഷേധയോഗം നടക്കുമെന്നന്നും പ്രതിപക്ഷനേതാവ് യോഗത്തിനെ ത്തുമെന്നും പറഞ്ഞപ്പോൾ കനകരാജ് ആവേശത്തോടെ പറഞ്ഞു: "ഞങ്ങൾ കുറച്ച് പേര് യോഗത്തിൽ പങ്കെടുക്കാൻ വരും."

അതുകേട്ടപ്പോൾ നിസാറും ഗിരിജയും ആദ്ഭുതത്തോടെ പരസ്പരം നോക്കിപ്പോയി. നിസാർ കനകരാജിന്റെ കൈകൾ പിടിച്ചു കുലുക്കി ക്കൊണ്ട് പറഞ്ഞു: "വെൽക്കം. വാം വെൽക്കം."

നിസാർ അപ്പോഴാണ് സെയ്തുമുനിസാറിനെ വിളിക്കാൻ നോക്കിയിട്ട് കിട്ടാത്ത കാര്യം ഓർത്തത്.

"സെയ്തുമുനിസാറ് സ്ഥലത്തില്ലേ? മൊബൈൽ സ്വിച്ച് ഓഫ് ആണ്. വൈഫ് ഫോണെടുത്തിട്ട് സാറിവിടെയില്ലെന്ന് മാത്രം പറഞ്ഞ് വെച്ചു കളഞ്ഞു."

കനകരാജിന്റെ മുഖം മ്ലാനമായി.

"സാറിന്റെ കാര്യം അറിഞ്ഞില്ലേ?"

"സാറിനെന്തു പറ്റി?"

"സൈക്യാട്രിസ്റ്റ് എം കെ പി മേനോൻ നടത്തുന്ന പ്രൈവറ്റ് മെന്റൽ ഹോസ്പിറ്റലിൽ അഡ്മിറ്റാണ്."

മുഴുവൻ വിവരവും അറിയാനുള്ള ആകാംക്ഷയോടെ നിസാറും ഗിരിജയും കനകരാജിന്റെ മുഖത്തേക്ക് തന്നെ നോക്കിയിരുന്നു. കനകരാജ് സെയ്തുമുനിയുടെ കഥ വിവരിച്ചു.

കഴിഞ്ഞകൊല്ലം വേനലവധിക്കാലത്ത് ഇംഗ്ലണ്ടിൽ നിന്നും മകൻ ഡോക്ടർ സുധീർ നാട്ടിൽ വന്നു. വന്ന ഉടനെ അമ്മയേയും ഭാര്യയേയും കൊച്ചു മകളെയും കൂട്ടി മൂകാംബികയിലും രാമേശ്വരത്തുമൊക്കെ തീർത്ഥയാത്ര പോകാനുള്ള ഒരു ഒരു നീണ്ട പരിപാടിയിട്ടു. അച്ഛൻ കൂടെ വരുന്നുണ്ടോ എന്നു ചോദിച്ചു. ഇതിനു മുമ്പ് പലപ്പോഴും ശാരദ ക്ഷേത്രങ്ങൾ സന്ദർശിക്കാനുള്ള പരിപാടി ഇട്ടപ്പോൾ സെയ്തുമുനി എതിർക്കുകയാണ് ചെയ്തത്. താനൊരു യുക്തിവാദിയാണ്. തന്റെ കുടുംബം ക്ഷേത്രങ്ങളിൽ പോകാൻ പാടില്ലെന്നായിരുന്നു സെയ്തു മുനിയുടെ പിടിവാശി. ഇത്തവണ അച്ഛനെ ധിക്കരിക്കാൻ ഒരുങ്ങി ത്തന്നെയാണ് മകൻ ഇംഗ്ലണ്ടിൽ നിന്നു വന്നത്. പ്രതീക്ഷിച്ചതുപോലെ ക്ഷേത്രദർശനയാത്രയ്ക്ക് ശാരദ പോകാൻ പാടില്ലെന്ന് സെയ്തുമുനി പറഞ്ഞു. എങ്കിലും വകവെയ്ക്കാതെ അവർ പോയി. ഒരാഴ്ച കഴിഞ്ഞ് തിരിച്ചെത്തിയപ്പോൾ സെയ്തുമുനി ആരോടും മിണ്ടാതെ മൗനത്തി ലായിരുന്നു. ഭക്ഷണവും കഴിക്കുന്നില്ല. പ്രതിഷേധമായിരിക്കുമെന്നാണ് കരുതിയത്. മകന്റെ അവധി കഴിയാറായി. അച്ഛന്റെ ശരീരം വല്ലാതെ ശോഷിക്കുന്നത് കണ്ടപ്പോൾ എന്തോ പന്തികേടുണ്ടെന്ന് മകന് തോന്നി. ഒരു ഫിസിഷ്യനെ കാണിച്ചു. ഡോക്ടറാണെങ്കിലും സ്വന്തം അച്ഛനെ ചികിത്സിക്കുന്നത് ശരിയല്ലല്ലോ എന്നു കരുതിയാണ് പരിചയമുള്ള ഡോക്ടർ ജയരാജിനെ കാണിച്ചത്. ഫിസിക്കൽ പ്രോബ്ലമൊന്നു മില്ലെന്നും ഒരു സൈക്യാട്രിസ്റ്റിനെ കൺസൽട്ട് ചെയ്യണമെന്നും പറഞ്ഞു. സൈക്യാട്രിസ്റ്റ് ഡോക്ടർ എം കെ പി മേനോനെ കാണിച്ചു. സൈക്കോ ട്ടിക്ക് ഡിപ്രഷനാണെന്ന് പറഞ്ഞ് മരുന്നു കൊടുത്തു. ഒരാഴ്ച കഴി ഞ്ഞിട്ടും സ്ഥിതി മെച്ചപ്പെടാതായപ്പോൾ ശാരദയുടെ നിർബ്ബന്ധത്തിനു വഴങ്ങി സായികരുണ എന്ന പ്രൈവറ്റ് മെന്റൽ ഹോസ്പിറ്റലിൽ അഡ്മിറ്റ് ചെയ്തിട്ട് ഒരു കൊല്ലത്തോളമായി. ആളിനെ ഡിസ്ചാർജ്ജ് ചെയ്ത് വീട്ടിൽ കൊണ്ടുവരുന്നത് ശാരദയ്ക്കിഷ്ടമില്ല. തനിക്ക് അമ്പലത്തിൽ പോകാനോ ദൈവത്തെ ആരാധിക്കാനോ സമ്മതിക്കുകയില്ലത്രേ. ആശുപത്രിയിൽ നിന്നും ഡിസ്ചാർജ്ജ് ചെയ്യിക്കുവാൻ പലരും ശ്രമിച്ചു. ഭാര്യയും മകനും ശക്തമായി എതിർക്കുന്നത് കാരണം ആർക്കും ഒന്നും ചെയ്യാൻ സാധിക്കുന്നില്ല. ഇപ്പോൾ ആശുപത്രിയിലേക്ക് സന്ദർശകരെ

ക്കൂടി കയറ്റരുതെന്ന് മകനും ഭാര്യയും കർശനമായ നിർദ്ദേശം കൊടുത്തിരിക്കുകയാണ്."

നിസാർ ചോദിച്ചു: "ഞങ്ങളൊന്ന് കാണാൻ ശ്രമിച്ചാലോ?"

"ഹോസ്പിറ്റൽ മാനേജ്മെന്റ് സമ്മതിക്കുകയില്ല. ഹി ഈസ് എ സോളിറ്ററി പ്രിസ്ണർ ദേർ."

സെയ്തുമുനിയുടെ കഥ കേട്ടതിന്റെ ദുഃഖഭാരത്തോടെ ശീതീകരിച്ച മുറിയിൽ നിന്നിറങ്ങാൻ ഭാവിക്കുമ്പോൾ കനകരാജ് പറഞ്ഞു: "നിങ്ങൾ കവി നന്ദാവനത്തിനെ ഒന്നു കാണുന്നതാണ് നല്ലത്. അദ്ദേഹം ആദിവാസി സമരത്തെ സഹായിക്കാതിരിക്കില്ല."

ബാങ്കിൽ നിന്നിറങ്ങിയപ്പോൾ നിസാർ പറഞ്ഞു: "പ്രതിപക്ഷനേതാവിന്റെ കാര്യത്തിൽ എന്റെ കണക്ക് തെറ്റയതുപോലെ കനകരാജിന്റെ കാര്യത്തിൽ ഗിരിജയുടെ കണക്കും തെറ്റിയില്ലേ?"

ഗിരിജ തെറ്റു സമ്മതിക്കുന്ന സ്വരത്തിൽ പറഞ്ഞു: "ഞാനൊരിക്കലും പ്രതീക്ഷിച്ചില്ല അയാളിങ്ങനെ പെരുമാറുമെന്ന്. ആ രീതിയിലല്ലേ ഞാനന്ന് പദയാത്രാസംഘത്തിൽ നിന്നും പിരിഞ്ഞുപോന്നത്."

"അതിലിപ്പോൾ ദുഃഖം തോന്നുന്നുണ്ടോ?"

"എന്തിന്? അന്നയാൾ ചെയ്തത് തെറ്റു തന്നെ. ടീ എസ്റ്റേറ്റ് മുതലാളിയുടെ സ്വീകരണത്തിൽ പങ്കെടുക്കാൻ പദയാത്ര ഇടയ്ക്ക് വെച്ച് അവസാനിപ്പിച്ചത് തെറ്റു തന്നെ. കാലം ചെല്ലുമ്പോൾ തെറ്റ് ശരിയാകുകയില്ല. ആദിവാസികളുടെ കുടികൾ നഷ്ടപ്പെടാതിരിക്കാനുള്ള സമരം കണ്ടില്ലെന്ന് നടിക്കുന്നത് പ്രകൃതിസ്നേഹം പറഞ്ഞു നടക്കുന്നവർക്ക് ചേരുന്നതല്ലെന്ന് അയാൾക്ക് തോന്നിയിരിക്കും. അയാള് പറഞ്ഞത് പോലെ നമുക്ക് കവി നന്ദാവനത്തെ കാണണ്ടേ?"

മൂപ്പനാണ് അതിനു മറുപടി പറഞ്ഞത്: "കാണണം. എല്ലാരേം കാണണം."

ഗിരിജ നിസാറിനോട് ചോദിച്ചു: "നന്ദാവനം എവിടെയാണുള്ളതെന്ന് അറിയാമോ? ഓട്ടോ പിടിക്കാം..."

"കവിയുടെ വീട് ഇവിടെ അടുത്താണ്. നടക്കാനേ ഉള്ളു. നമുക്ക് ഊണുകഴിച്ചിട്ട് കവിയുടെ വീട്ടിലേക്ക് നടക്കാം."

കവിയുടെ വീട്ടിലേക്ക് നടക്കുമ്പോൾ കവി എന്തു പറയുമെന്നുള്ളതിനെക്കുറിച്ചായിരുന്നു നിസാറിന്റെ ആശങ്ക. കവി സഹകരിച്ചില്ലെങ്കിലും പ്രശ്നമൊന്നുമില്ല. പക്ഷേ ഗിരിജയുടെയും മൂപ്പന്റെയും സാന്നിദ്ധ്യത്തിൽ തന്നോടുള്ള പെരുമാറ്റം എങ്ങനെ ആയിരിക്കുമെന്നായിരുന്നു നിസാറിന്റെ ഭയം. മുമ്പൊരിക്കൽ ഗസറ്റഡ് സംഘടനയുടെ സാംസ്കാരിക സമ്മേളനത്തിൽ പങ്കെടുത്ത് സംസാരിക്കണമെന്ന് അഭ്യർത്ഥിക്കാൻ

കവിയുടെ വീട്ടിൽ പോയത് ഓർമ്മ വന്നു. എടുത്തടിച്ചതുപോലെ ആയിരുന്നു മറുപടി.

“നിങ്ങളൊക്കെ വലിയ ആളുകളല്ലേ. എനിക്ക് നിങ്ങളുടെയൊക്കെ സംഘടനയുടെ യോഗത്തിൽ പങ്കെടുക്കാനുള്ള യോഗ്യതയൊന്നുമില്ല. ഞാൻ പുണ്യം കിട്ടാനും മോക്ഷം കിട്ടാനും പേരെടുക്കാനും മാത്രമായി എന്തെങ്കിലുമൊക്കെ കാട്ടിക്കൂട്ടുന്ന ആളല്ലേ?”

ഗസറ്റഡ് സംഘടനയുടെ വൈസ്പ്രസിഡന്റ് ഡോക്ടർ ബാല ഗോപാലും വനിതാ കൺവീനർ സുജാതാ പണിക്കരുമാണ് നിസാറിന്റെ കൂടെയുണ്ടായിരുന്നത്. കവി ഇത്ര ക്ഷോഭിക്കാൻ കാരണമെന്തെന്ന് അവർക്ക് മനസ്സിലായില്ല. കോപിക്കാൻ കാരണമുണ്ടായിരിന്നു. കുറച്ച് നാൾ മുമ്പ് മാനസികരോഗാശുപത്രിയിലെ രോഗികൾക്കുവേണ്ടി കവി ഒരു വായനശാല തുടങ്ങി. വായനശാല തുടങ്ങാൻ ഗവൺമെന്റിന്റെ അനുവാദം വാങ്ങിയാണ് കവി ആശുപത്രിയിലെത്തിയത്.

വായനശാല ഉത്ഘാടനം റിപ്പോർട്ട് ചെയ്യാനായി വലിയൊരു മാദ്ധ്യമപ്പട ആശുപത്രിയിലെത്തി.

അദ്ധ്യക്ഷനായിരുന്ന സൂപ്രണ്ട് ഡോക്ടർ രവീന്ദ്രൻ ഗസറ്റഡ് സംഘടനയുടെ സെക്രട്ടറി എന്ന നിലയിൽ ഡോക്ടർ നിസാറിനെ ആശംസാപ്രസംഗത്തിനു ക്ഷണിച്ചു. ആശംസാപ്രസംഗത്തിൽ മാനസിക രോഗാശുപത്രിയിൽ വലിയൊരു മാധ്യമപ്പടയുമായി വന്ന് വായനശാല തുടങ്ങുന്ന കവിയുടെ ഉദ്ദേശശുദ്ധിയെ പരസ്യമായി വിമർശിച്ചു. അന്ന് പറഞ്ഞത് കുറച്ച് കൂടുതലായിപ്പോയെന്ന് പിന്നീട് നിസാറിനു തന്നെ തോന്നി. പറഞ്ഞ വാക്കുകൾ നിസാറിനു ഇപ്പോഴും ഓർമ്മയുണ്ട്. “കവിക്ക് വേണ്ടത്ര പ്രശസ്തി ഇപ്പോൾ തന്നെയുണ്ട്. പിന്നെ മനോ രോഗികളെ എന്തിന് കരുവാക്കുന്നു? ഒരു പക്ഷേ പ്രശസ്തിക്കു പുറമേ പുണ്യം കൂടി ലക്ഷ്യമിട്ടായിരിക്കാം. കവി പറയുന്നത് മനോരോഗികളുടെ ആത്മാവിൽ ഇരുട്ടാണെന്നാണ്. വായിച്ച് വായിച്ച് ആ ഇരുട്ടകറ്റാനാണത്രേ വായനശാല തുടങ്ങുന്നത്. മനോരോഗികളുടെ രോഗം മാറിയാലല്ലേ വായിക്കാനും ആത്മാവിലെ ഇരുട്ടകറ്റാനും ഉള്ള ശേഷി അവർക്കു ണ്ടാകുകയുള്ളൂ. ഇക്കാര്യം കവിക്കറിഞ്ഞുകൂടെ? കവിയെ പോലുള്ളവർ ചെയ്യേണ്ടിയിരുന്നത് ഇതനികത്ത് അടച്ചുപൂട്ടിക്കിടക്കുന്നവർക്ക് മാനസികോല്ലാസം കിട്ടാനായി വായനയും പഠനവും ഒഴിച്ചു മറ്റെ ന്തെങ്കിലും മാർഗ്ഗം കണ്ടെത്തുകയായിരുന്നു. ഇതിനകത്ത് കളിക്കാനും കലാപ്രകടനത്തിനും ഉള്ള സൗകര്യങ്ങൾ ഒരുക്കിക്കൊടുത്തിരുന്നെങ്കിൽ കവിക്ക് പുണ്യം കിട്ടുമായിരുന്നു...”

ഇതൊക്കെ മനസ്സിൽ വെച്ചുകൊണ്ടാണ് കവി നന്ദാവനം അന്ന് തന്നോട് പെരുമാറിയത് എന്നോർത്തപ്പോൾ നിസാറിന് കവിയെക്കാണാൻ പോണോ എന്നുപോലും തോന്നിപ്പോയി. ഒരു ആദിവാസി മൂപ്പന്റെ

സാന്നിദ്ധ്യം ഒരു പക്ഷേ മാറി ചിന്തിക്കാൻ കവിയെ നിർബ്ബന്ധിച്ചേക്കും. പെരുമാറ്റം പരുഷമായാലും സമരത്തിനു പിന്തുണ നൽകിയേക്കും. നിസാറിന്റെ ചിന്തകൾ ടെലിപ്പതിയിലൂടെ വായിച്ചെടുത്തിട്ടെന്നപോലെ ഗിരിജ പറഞ്ഞു: "ഈ കവിക്ക് എല്ലാത്തിനോടും ഒരു നിഷേധഭാവമാണ്."

"ഓരോ കവിക്കും ഒരോ സ്ഥായീഭാവം ഉണ്ടായിരിക്കും. കവികൾക്ക് മാത്രമല്ല. ഓരോ മനുഷ്യനുമില്ലേ സ്ഥായിയായ ഭാവം. അത് തന്നെയാണ് ആ മനുഷ്യന്റെ സ്വന്തമായ ഭാവം. അതിനെയല്ലേ നമ്മള് സ്വഭാവം സ്വഭാവം എന്നു പറയുന്നത്."

കവിയുടെ വീട്ടിനു ചുറ്റുമുള്ള വിശാലമായ വളപ്പിൽ മാവുകളും പ്ലാവുളും സപ്പോട്ടയുമൊക്കെ പന്തലിട്ട് ശീതളച്ഛായ പരത്തുന്നു. ഈ നഗരത്തിൽ ഇത്ര വിശാലമായ വളപ്പുള്ള വീട് ഒരു അദ്ഭുതം തന്നെയെന്ന് ഇതിന്റെ മുമ്പിൽക്കൂടി പോയപ്പോഴൊക്കെ നിസാറിനു തോന്നിയിട്ടുണ്ട്.

മൂവർ സംഘമെത്തിയപ്പോൾ കവി വിശാലമായ വരാന്തയുടെ പടവിന്റെ പുറത്ത് ഒരു തൂണും ചാരി ഇരിക്കുന്നുണ്ടായിരുന്നു. കവിക്ക് ഉച്ചയുറക്കം ഇല്ലാത്തത് ഭാഗ്യമായി. മൂവർസംഘത്തിൽ നിസാറിനെ കണ്ടപ്പോൾ കവിയുടെ മുഖം അല്പം ഇരുണ്ടു. എങ്കിലും മുമ്പ് കണ്ട രൗദ്രഭാവമില്ല.

കാലം ശമനം വരുത്താത്ത എന്ത് രൗദ്രഭാവമാണുള്ളത്?

നിസാർ സ്വയം പരിചയപ്പെടുത്തിയപ്പോൾ അറിയാമെന്ന ഭാവത്തിൽ തലക്കുലുക്കി. ഗിരിജയെ പരിചയപ്പെടുത്തിയപ്പോൾ ഒന്നു പുഞ്ചിരിച്ചു. തായനംമൂപ്പനെ പരിചയപ്പെടുത്തിയപ്പോൾ മുഖത്ത് അദ്ഭുതം വിടർന്നു. കവിയുടെ മുഖത്ത് ഒരു സൗഹൃദഭാവം തന്നെ വിരിഞ്ഞു. തന്റെ മുമ്പിലുള്ള മിനുത്ത് തിളങ്ങുന്ന പടവ് ചൂണ്ടിക്കാണിച്ചുകൊണ്ട് ക്ഷണിച്ചു: "എല്ലാവരും ഇരിക്കൂ."

നിസാറിനെ നോക്കി ചോദിച്ചു: "ഡോക്ടർ പെൻഷനായോ?"

"ഞാൻ വളണ്ടറി റിട്ടയർമെന്റ് വാങ്ങി."

"ഇപ്പഴെവിടെയാണ്?"

"മൂന്നാറിനടുത്ത് കോവിലൂരിൽ."

"അവിടെയെങ്ങനെയെത്തി?"

നിസാർ അവിടെയെത്തിച്ചേർന്ന കഥ പറഞ്ഞു. കവി അത് താല്പര്യത്തോടെ കേട്ടിരുന്നു. മൈനിംഗ് കമ്പനിയുടെ കാര്യം പറഞ്ഞു തുടങ്ങിയപ്പോൾ കവിയുടെ താല്പര്യം വർദ്ധിച്ചു. പ്രതിപക്ഷനേതാവ് അടുത്ത വ്യാഴാഴ്ച്ച പ്രതിഷേധയോഗത്തിൽ പ്രസംഗിക്കാൻ വരുന്ന കാര്യം പറഞ്ഞ് നിസാർ കഥനം അവസാനിപ്പിച്ചു. എല്ലാം കേട്ടിട്ട് കവി സ്വഗതമെന്നപോലെ പറഞ്ഞു: "ഇതൊന്നും ഇതുവരെ ആരും

അറിഞ്ഞില്ലല്ലോ. കഷ്ടമായിപ്പോയി. മൈനിംഗ് കമ്പനിയെ നമ്മുടെ മലകളിലേക്ക് വരാൻ തന്നെ അനുവദിക്കാൻ പാടില്ലായിരുന്നു."

എല്ലാവരും പറയുന്നത് കേട്ടുകൊണ്ടിരുന്ന തായനം മൂപ്പൻ പറഞ്ഞു: "നാങ്കളും അറിഞ്ഞില്ല. ഡാക്ടറും നഴ്സമ്മയും വന്ത് പറഞ്ഞപ്പളാണ് അറിഞ്ഞത്."

നിസാർ കവിയോട് അഭ്യർത്ഥിച്ചു: "ഇവരുടെ ചെറുത്തുനിൽപ്പ് സമരത്തിനു ഇവിടത്തെ സഹായമുണ്ടാകണം."

കവി പറഞ്ഞു: "കൊള്ളാം ഇക്കാര്യത്തെയല്ലാതെ പിന്നെയെന്തിനെയാണ് സഹായിക്കുക? ഈ നാടിന്റെ മുഴുവനും സഹായമുണ്ടാകും."

ഗിരിജ ചോദിച്ചു: "വ്യാഴാഴ്ച നടക്കുന്ന യോഗത്തിൽ..."

"അന്ന് ഞാൻ വേറൊരു പരിപാടിക്ക് വരാമെന്നേറ്റുപോയി. നിങ്ങളുടെ അവിടെ ഞാൻ പിന്നൊരിക്കൽ വരാം."

കവിയുടെ വീട്ടിൽ നിന്ന് റോഡിലേക്ക് നടക്കുന്നതിനിടയിൽ ഗിരിജ പറഞ്ഞു: "പ്രതിപക്ഷനേതാവ് വരുന്ന ദിവസം വേറൊരു പരിപാടിക്ക് ഏറ്റുപോയി എന്നു പറഞ്ഞത് വെറുതെയാണെന്ന് എനിക്ക് തോന്നുന്നു. പ്രതിപക്ഷനേതാവിനോടൊപ്പം ഒരു പരിപാടിയിൽ പങ്കെടുത്താൽ കവിക്ക് വേണ്ടത്ര പരിഗണന മാധ്യമങ്ങൾ കൊടുക്കുകയില്ലെന്ന് തോന്നിയിട്ടായിരിക്കണം മറ്റൊരവസരത്തിൽ വരാമെന്ന് പറഞ്ഞത്. കവിക്കു വേണ്ടി ഒരു പരിപാടി സംഘടിപ്പിക്കേണ്ട അധികച്ചുമതലയായി നമുക്ക്."

കവിയുടെ പെരുമാറ്റത്തിൽ കണ്ട മാറ്റമാണ് നിസാറിനെ അദ്ഭുതപ്പെടുത്തിയത്.

"ഞാൻ ഭയപ്പെട്ടതുപോലെ എന്നോട് പരുഷമായി പെരുമാറിയില്ല."

"കവി ഡോക്ടറോട് പരുഷമായി പെരുമാറുമെന്ന് ഭയപ്പെട്ടിരുന്നോ? എന്താ കാരണം?"

നിസാർ മനോരോഗാശുപത്രിയിൽ വെച്ചുണ്ടായതും പിന്നീട് ഗസറ്റഡ് സംഘടനയുടെ സാംസ്കാരിക സമ്മേളനത്തിനു ക്ഷണിക്കാൻ പോയപ്പോഴുണ്ടായ പെരുമാറ്റവും വിവരിച്ചു. "നമ്മുടെ തിരുവനന്തപുരം ദൗത്യം വമ്പിച്ച വിജയമായി. നിസാർ പറഞ്ഞു."

"പാർട്ടിസെക്രട്ടറി കൂടി ഒരു പോസിറ്റീവായ മറുപടി തന്നിരുന്നെങ്കിൽ നൂറു ശതമാനം വിജയം എന്നു പറയാമായിരുന്നു."

"പാർട്ടിസെക്രട്ടറി നെഗറ്റീവായിട്ടല്ലല്ലോ പ്രതികരിച്ചത്. പി ബിയുമായി ആലോചിച്ച് തീരുമാനിക്കാമെന്നല്ലേ പറഞ്ഞത്."

"രാഷ്ട്രത്തിനു വമ്പിച്ച സമ്പത്ത് കൈവരാൻ പോകുന്ന ലിത്തിയം

മൈനിംഗ് ഉപേക്ഷിക്കണമെന്ന് പി ബി പറയുമെന്ന് എനിക്ക് തോന്നുന്നില്ല."

"പാർട്ടിയെക്കുറിച്ചുള്ള മുൻവിധി കാരണമാണ് ഗിരിജ അങ്ങനെ പറയുന്നത്. ഹൈറേഞ്ചിലെ മുഴുവൻ ആദിവാസികളേയും ബാധിക്കുന്ന പ്രശ്നത്തിൽ പാർട്ടി നെഗറ്റീവായ സമീപനം സ്വീകരിക്കുകയില്ലെന്ന് എനിക്കുറപ്പുണ്ട്."

വിഷയം മാറ്റാനായി നിസാർ ചോദിച്ചു: "ഇനി നമുക്ക് ഇവിടെ പരിപാടിയൊന്നുമില്ല. മടക്കയാത്ര ഇപ്പോൾത്തന്നെ ആരംഭിച്ചാലോ?"

"ഇനി പുറപ്പെട്ടാൽ അർദ്ധരാത്രിയാകും മൂന്നാറിലെത്തുമ്പോൾ. നാളെ വെളുപ്പിനുള്ള വേണാടിനു പുറപ്പെട്ടാൽ മതി. ആലുവവരെയും വേണാടിനു പോയിട്ട് അവിടന്ന് ബസ്സിനു പോകാം."

മൂപ്പനും ഗിരിജയുടെ അഭിപ്രായത്തെ പിന്താങ്ങി.

"മൂന്നാറിലിരുന്ന് ബസ്സ് കെടയ്ക്കാത്. നാളെ കാലയിലെ പോകലാം."

പബ്ലിസിറ്റി

നിസാറും ഗിരിജയും മെഴ്സി ഹോട്ടലിൽ പ്രഭാത ഭക്ഷണം കഴിച്ചുകൊണ്ടിരിക്കുമ്പോൾ ഔസേപ്പിനോട് ചോദിച്ചു: "കൊച്ചൗസേപ്പ് എന്നൊരാളെ അറിയുമോ?"

"അത് നുമ്പടെ സഖാവല്ലേ."

"എവിടെയാണ് താമസം?"

"വട്ടവട കോൺവെന്റും കഴിഞ്ഞ് പോണം. വട്ടവട സിറ്റീച്ചെന്ന് ആരോട് ചോദിച്ചാലും കൂടെവന്ന് കൊച്ചൗസേപ്പ് സഖാവിന്റെ വീട് കാട്ടിത്തരും."

"കൊച്ചൗസേപ്പിന്റെ ഫോൺനമ്പർ അറിയാമോ?"

"അയ്യോ അതറിഞ്ഞൂടാ."

പ്രതിപക്ഷനേതാവിന്റെ പി എ രമേശനോട് ചോദിച്ച് കൊച്ചൗസേപ്പിന്റെ ഫോൺ നമ്പർ വാങ്ങാതിരുന്നത് അബദ്ധമായിപ്പോയെന്ന് നിസാറിനു തോന്നി. ഉച്ചയുറക്കം ഉപേക്ഷിച്ച് വട്ടവട പോയി കൊച്ചൗസേപ്പിനെ കാണാമെന്ന് നിസാറും ഗിരിജയും തീരുമാനിച്ചു. പബ്ലിസിറ്റിക്ക് കൈയിൽ നിന്നും പണമൊന്നും ചെലവാക്കണ്ടെന്ന് പ്രതിപക്ഷനേതാവ് പറഞ്ഞെങ്കിലും തിരുവനന്തപുരത്ത് നിന്നും മൂന്നാറിൽ വന്നിറങ്ങിയപ്പോൾ എ റ്റി എംൽ നിന്നും രൂപ പിൻവലിച്ച് നിസാർ കൈയിൽ കരുതിയിട്ടുണ്ട്. നിസാർ ഒരു കാര്യത്തിനിറങ്ങിയാൽ അങ്ങനെയാണ്.

കൊച്ചൗസേപ്പിനെ കണ്ട് പ്രചാരണം തുടങ്ങാനുള്ള ഏർപ്പാട് ചെയ്യണം എന്നു കരുതിയാണ് തുക പിൻവലിച്ച് കൈയിൽ കരുതിയത്. കൊച്ചൗസേപ്പ് പബ്ലിസിറ്റിക്കുള്ള തുക പിരിച്ചുണ്ടാക്കുന്നത്വരെ ഒന്നും ചെയ്യാതിരിക്കാനാവില്ലല്ലോ. തുടങ്ങിവെക്കാനുള്ള തുക കൊച്ചൗസേപ്പിനു കൊടുക്കേണ്ടിവരും.

പ്രതിപക്ഷനേതാവ് പറഞ്ഞെന്നു കരുതി ഫ്ളക്സ് ബോഡുകൾക്കും ബാനറുകൾക്കും ഒരു പാട് പണം ചെലവഴിക്കുന്നതിനോട് ഗിരിജയ്ക്ക് യോജിപ്പില്ല. പുതുക്കുടിയിലും ഇടമലക്കുടിയിലും ഉള്ള മുതുവക്കുടികളിലും മലപ്പുലയുരുടെയും മന്നാൻമാരുടെയും കുടികളിലും പോയി അവരോട് നേരിട്ട് പറഞ്ഞാൽ അരെല്ലാം പ്രതിപക്ഷനേതാവ് പ്രസംഗിക്കുന്ന യോഗത്തിനു കോവിലൂരിൽ വന്നുകൊള്ളുമെന്നാണ് ഗിരിജയുടെ അഭിപ്രായം.

ആദിവാസികൾക്ക് ഫ്ളക്സ് ബോർഡുകളുടെയും ബാനറുകളുടെയും ആവശ്യമില്ല. അവരെ കാര്യം പറഞ്ഞു മനസ്സിലാക്കിയാൽ മതിയകും. നിസാറിനു മറിച്ചായിരുന്നു അഭിപ്രായം. പബ്ലിറ്റിവേണം. എങ്കിലല്ലേ ജനങ്ങളറിയൂ. ആദിവാസികൾ മാത്രമറിഞ്ഞാൽപ്പോരല്ലോ.

ഓപിയിൽ വന്ന രോഗികളെയെല്ലാം പരിശോധിച്ചു കഴിഞ്ഞപ്പോൾ രണ്ടു മണി ആകാറായി. ഊണ് കഴിക്കാൻ മെഴ്സി ഹോട്ടലിലേക്ക് പോകാനായി ഗിരിജയും നിസാറും ഇറങ്ങുമ്പോൾ ഓപിയുടെ മുമ്പിൽ റപ്പായിയുടെ ജീപ്പ് വന്നു നിൽക്കുന്നത് കണ്ടപ്പോൾ പാമ്പ് കടിയേറ്റ ആരെയെങ്കിലും കൊണ്ടുവന്നതായിരിക്കുമെന്നാണ് നിസാറിനു തോന്നിയത്. എങ്കിൽ ഇന്ന് ഉച്ചയ്ക്ക് കൊച്ചൗസേപ്പിനെ കാണാൻ പോക്ക് നടക്കില്ല. റപ്പായിയും കൂടെ ഇരുന്നിരുന്ന, കുടവയറും കപ്പടാമീശയുമുള്ള മദ്ധ്യവയസ്കനും ജീപ്പിൽ നിന്നിറങ്ങി ഓപിയിലേക്ക് വന്നു. സ്നേക്ക് ബൈറ്റല്ലെന്ന് ഉറപ്പായി.

അപരിചിതൻ റപ്പായിയുടെ മുന്നിലാണ് നടന്നിരുന്നത്. കൈയിൽ മടക്കിപ്പിടിച്ച പത്രവുമുണ്ട്. കോവിലൂരിൽ പത്രം വരാറാകുന്നതേയുള്ളൂ. ഉച്ചയ്ക്കുള്ള ബസ്സ് വരുമ്പോൾ അതിലാണ് പത്രമെത്തുക. റപ്പായിയും അപരിചിതനും ഓപിയിലേക്ക് കടന്നു.

"പ്രതിപക്ഷ നേതാവ് പറഞ്ഞതനുസരിച്ചാണ് ഞാൻ വരുന്നത്."

അപ്പോൾ ഇതാണ് സഖാവ് കൊച്ചൗസേപ്പ്. കൊച്ചൗസേപ്പ് പത്രം നിവർത്തി നിസാറിനെക്കാണിച്ചു. ഒന്നാം പേജിൽ തന്നെ പ്രതിപക്ഷ നേതാവിന്റെ പ്രസ്താവന. അഞ്ച് കോളം വലിപ്പമുള്ള പ്രധാന ശീർഷകം: *"പശ്ചിമഘട്ടത്തിലെ മലകളിൽ ഖനനം പാടില്ല"*

അതിനു താഴെ അതേ നീളത്തിൽ അല്പം വലിപ്പം കുറഞ്ഞ അക്ഷരങ്ങളിൽ ഉപശീർഷർകം: *ഖനനത്തിനുവേണ്ടി ആദിവാസികളെ കുടിയൊഴിപ്പിച്ചാൽ മുത്തങ്ങ ആവർത്തിക്കും"*

നിസാറും ഗിരിജയും കൂടി പ്രതിപക്ഷനേതാവിന്റെ പി എ രമേശ നോട് പറഞ്ഞ കാര്യങ്ങൾ അതേപടി ആവർത്തിച്ചുകൊണ്ടുള്ള പ്രസ്താവന. ഗിരിജ ഡിസ്പെൻസറിയിൽ മരുന്നുകൾ അടുക്കുകയായിരുന്നു. രാവിലത്തെ ഓ പി കഴിഞ്ഞാലുടനെ മരുന്നകൾ അടുക്കിവെച്ചില്ലെങ്കിൽ വൈകുന്നേരത്തെ ഓ പിയിൽ വരുന്നവർക്ക് മരുന്നെടുത്ത് കൊടുക്കാൻ പ്രയാസമാകും.

നിസാർ ഗിരിജയോട് വിളിച്ചു പറഞ്ഞു: "ഗിരിജാ പ്രതിപക്ഷ നേതാവിന്റെ സ്റ്റേറ്റ്മെന്റുണ്ട് ഇന്നത്തെ പേപ്പറിൽ."

"ഇന്നത്തെ പേപ്പർ വന്നോ?"

"നമ്മുടെ പേപ്പർ എത്തിയില്ല. പ്രതിപക്ഷനേതാവ് പറഞ്ഞില്ലേ, കൊച്ചൗസേപ്പ്. ആ സഖാവ് പത്രവുമായി വന്നിരിക്കുന്നു."

ഗിരിജ ഡിസ്പെൻസറിയിൽ നിന്നും പുറത്തേക്ക് വന്നു. ഗിരിജയെ കണ്ടപ്പോൾ കൊച്ചൗസേപ്പിന്റെ മുഖം വിടർന്നു.

"ഞാൻ പ്രതിപക്ഷനേതാവ് പറഞ്ഞതനുസരിച്ച് വന്നതാണ്. ഇന്ന് കാലത്ത് പ്രതിപക്ഷനേതാവ് വിളിച്ചിരുന്നു. ഇവടെ വന്ന് ഡോക്ടറേം സഖാവിനേം കാണണോന്ന് പറഞ്ഞു."

നിസാർ പത്രം ഗിരിജയുടെ നേരെ നീട്ടി. ഗിരിജ കൗതുകത്തോട പ്രതിപക്ഷനേതാവിന്റെ പ്രസ്താവന വായിച്ചു.

"നമ്മള് പറഞ്ഞ കാര്യങ്ങളെല്ലാം അതേപടി വന്നിട്ടുണ്ട്. നല്ല സ്റ്റേറ്റ്മെന്റാണ്."

"പ്രതിപക്ഷനേതാവ് സ്റ്റേറ്റ്മെന്റ് കൊടുത്താല് പത്രങ്ങള് കാര്യമായിട്ട് കൊടുക്കും. ഏഷ്യാനെറ്റിലെ വാർത്തയിലും പറഞ്ഞിട്ടുണ്ടായിരുന്നു. നല്ല പബ്ലിസിറ്റി കൊടുക്കാനാണ് പ്രതിപക്ഷനേതാവ് പറഞ്ഞിരിക്കുന്നത്. അക്കാര്യം ആലോചിക്കാനാണ് ഞാനിങ്ങോട്ട് വന്നത്."

നിസാർ ചോദിച്ചു: "എവിടെയൊക്കെയാണ് ഫ്ളക്സ് ബോഡുകൾ വെക്കേണ്ടത്."

"ഹൈറേഞ്ചിന്റെ എല്ലാ ഭാഗത്തും വേണം. ആദിവാസിക്കുടികളിലും വേണം. ഹൈറേഞ്ചിലെ കൈയേറ്റഭൂമി പിടിച്ചെടുത്ത പരിപാടിയേക്കാൾ ഗംഭീരമാക്കണമെന്നാണ് പ്രതിപക്ഷനേതാവ് പറഞ്ഞിരിക്കുന്നത്."

ഗിരിജ സംശയം ഉന്നയിച്ചു: "പബ്ലിസിറ്റി അധികം വേണോ? നമുക്ക് ആദിവാസികളെ പങ്കെടുപ്പിക്കലല്ലേ പ്രധാനം."

"പ്രതിപക്ഷ നേതാവ് പങ്കെടുക്കുന്ന പരിപാടിക്ക് പബ്ലിസിറ്റി കൊറയാൻ പാടില്ല."

"വലിയ പണച്ചെലവ് വരില്ലേ?"

"അത് സാരമില്ല. പ്രതിപക്ഷനേതാവിന്റെ പരിപാടിക്കുള്ള പബ്ലിറ്റിക്കാണെന്ന് പറഞ്ഞാല് എല്ലാ തോട്ടമുടകളും തരും."

നിസാർ ചോദിച്ചു: "അപ്പോൾ ഞങ്ങൾ ഒന്നും എടുക്കണ്ടല്ലോ."

"ഒന്നും വേണ്ട. ഫ്ളക്സ് ബോർഡുകളിലും ബാനറുകളിലും എഴുതേണ്ട മുദ്രാവാക്യങ്ങൾ ഇങ്ങോട്ടെഴുതിത്തന്നാ മതി. ഞങ്ങള് വന്നത് അതിനാണ്."

നിസാർ പറഞ്ഞു: "ഗിരിജ മുദ്രാവാക്യങ്ങൾ എഴുതിക്കൊടുക്ക്."

ഗിരിജ ഡിസ്പെൻസറിയിൽ പോയിരുന്ന് മുദ്രാവാക്യങ്ങൾ എഴുതാൻ തുടങ്ങി. കുറെ കഴിഞ്ഞപ്പോൾ ഒരു ഷീറ്റ് നിറയെ മുദ്രാവാക്യങ്ങൾ എഴുതിക്കൊണ്ട് വന്ന് നിസാറിന്റെ കൈയിൽ കൊടുത്തിട്ട് പറഞ്ഞു: "ഡോക്ടർ ഒന്ന് നോക്ക്."

പശ്ചിമ ഘട്ടത്തിലെ ഖനനം നിറുത്തിവെയ്ക്കുക

സ്റ്റോപ്പ് മൈനനിംഗ് ഇൻ വെസ്റ്റേൺ ഘാട്ട്സ്

പരിസ്ഥിതി സംരക്ഷിക്കുക

ആദിവാസികളെ കുടിയൊഴിപ്പിക്കരുത്

മുത്തങ്ങ ആവർത്തിക്കരുത്.

പ്രതിപക്ഷനേതാവ് പങ്കെടുക്കുന്ന പ്രതിഷേധയോഗം വിജയിപ്പിക്കുക

ഡൗൺ വിത്ത് ഇക്കോളജിക്കൽ ഇംപീരിയലിസം

വനം പരിസ്ഥിതി മന്ത്രാലയം ജാഗ്രത പുലർത്തുക

സാമ്രാജ്യത്വം നശിക്കട്ടെ

എല്ലാം ഒന്ന് ഓടിച്ചു നോക്കിയതിനുശേഷം നിസാർ കടലാസ് കൊച്ചൗസേപ്പിന്റെ കൈയിൽ കൊടുത്തു. എഴുതിയ പേപ്പർ കൈയിൽ കിട്ടിയപ്പോൾ കൊച്ചൗസേപ്പ് പറഞ്ഞു: "വാ റപ്പായീ. നമുക്ക് മൂന്നാറിനു പോകാം. നാളെയും മറ്റന്നാളുമായി ഹൈറേഞ്ചിലാകെ ഫ്ളക്സ് ബോഡുകൾ നിറയും. ഡോക്ടറും മാഡവും കൂടി മുതുവാക്കുടികളിൽ നേരിട്ടു പോയി പറയണം. എന്നാലേ അവര് യോഗത്തിനു വരൂ. മുതുവാന്മാർക്ക് എല്ലാ കുടികളീന്നും യോഗത്തിനു വരാനായി ജീപ്പുകൾ ഞങ്ങളേർപ്പെടുത്തിക്കൊടുത്തോളാം. പ്രതിപക്ഷനേതാവ് വരുന്നെന്ന് പറഞ്ഞാ എല്ലാം തോട്ടം മുതലാളിമാര് ചെയ്തോളും. പ്രതിപക്ഷനേതാവ് അടുത്ത വ്യാഴാഴ്ച്ച കോവിലൂരില് യോഗത്തിൽ പ്രസംഗിക്കാൻ വരുന്നതിനുമുമ്പായി മൂന്നാർ ടൗണിലും അവിടന്നിങ്ങോട്ട് കോവിലൂർ വരെയുള്ള എല്ലാ തോട്ടം മേഖലേലും ഡാം സൈറ്റുകളിലും ഫ്ളക്സ് ബോഡുകളും ബാനറുകളും കൊണ്ട് നെറയും. പ്രതിപക്ഷനേതാവ് വരുന്നേന്റന്ന് രാവിലെ ഡോക്ടറും മാഡോം കൂടി റപ്പായീടെ ജീപ്പില്

അവടെയൊക്കെ ഒന്ന് കറങ്ങിനോക്കണം. കറങ്ങി നോക്ക്യേതിനുശേഷം പ്രതിപക്ഷനേതാ വിന് അകമ്പടിയായിട്ട് ഇങ്ങോട്ട് വന്നാമതി. റപ്പായിച്ചേട്ടൻ ജീപ്പ് നല്ല കണ്ടീഷനാക്കിവെക്കണം. പ്രതിപക്ഷനേതാവ് വരണ അന്ന് രാവിലെ മൊതല് ഡോക്ടർക്കും മാഡത്തിനും എല്ലാടത്തും ഒന്നു കറങ്ങാനുണ്ട്. കേട്ടാ റപ്പായിച്ചേട്ടാ. പിന്നെ ആദിവാസി ഊരുകളിൽ പോവാനും ജീപ്പ് കൊടുക്കണം."

റപ്പായി സമ്മതിച്ചു.

ഊരുചുറ്റൽ

ഡോക്ടർ ജോഷിയും മെയിൽ നഴ്സ് സോമനും പറഞ്ഞ സമയത്ത് തന്നെയെത്തി. രണ്ടുപേരോടും ഒരാഴ്ച എസ്റ്റേറ്റ് ആശുപത്രിയിൽനിന്ന് അവധിയെടുത്ത് ജനതാ ആശുപത്രിയിൽ പകരത്തിനു വരണമെന്നാണ് നിസാർ ആവശ്യപ്പെട്ടത്. ഡോക്ടർ ജോഷി ആദ്യം മടി പറഞ്ഞു. ലീവ് കിട്ടാത്തതു കൊണ്ടല്ല. അത്രയും ദിവസം സ്വന്തം ജോലിസ്ഥാപനത്തിൽ നിന്ന് വിട്ടുനിൽക്കുകയും മറ്റൊരു ആശുപത്രിയിൽ പകരക്കാരനായി ജോലിചെയ്ത് ഫീസ്വാങ്ങുകയും ചെയ്യുന്നത് മെഡിക്കൽ എതിക്സിനു നിരക്കുന്നതല്ലെന്ന് ഒരു തോന്നലുണ്ടായി ഡോക്ടർ ജോഷിക്ക്.

ഡോക്ടർ നിസാർ ജോഷിയുടെ സംശയം തീർത്തുകൊടുത്തു. വൈദ്യശാസ്ത്രത്തിനു നിരക്കാത്തതോ അധാർമ്മികമായതോ ഒന്നുമല്ല ജോഷി ചെയ്യുന്നത്. അങ്ങനെയൊക്കെ ചെയ്യുന്നതാണ് ചികിത്സയിലെ അധാർമ്മികത. സ്ഥിരമായി ജോലി ചെയ്യുന്ന സ്ഥാപനത്തിൽ നിന്നും നിയമപ്രകാരം അനുവദിക്കപ്പെട്ട അവധി മാത്രമേ എടുക്കുന്നുള്ളൂ. പകരക്കാരനായി പോകുന്ന ആശുപ്രതിയും നിയമപ്രകാരം നടത്തുന്നത് തന്നെയാണ്. ലൈസൻസില്ലാത്ത വ്യാജസ്ഥാപനമായിരുന്നെങ്കിൽ അവിടെ പോകുകയും അധാർമ്മികമായ ചികിത്സകൊടുക്കുകയും ചെയ്യുന്നത് മെഡിക്കൽ എതിക്സിനു നിരക്കാത്തതാണെന്ന് പറയാ മായിരുന്നു. ജനതാ ആശുപത്രിയിൽ വരുന്നതാകട്ടെ പാവപ്പെട്ടവരും ആദിവാസികളും മാത്രമാണ്. അവരെ സ്ഥിരമായി ചികിത്സിക്കുന്ന ഡോക്ടർ ഇല്ലാത്ത അവസരത്തിൽ ചികിത്സിക്കുന്നത് എങ്ങനെ ചികിത്സാധർമ്മത്തിനു നിരക്കാത്തതാകും?

നിസാറിനും ഗിരിജയ്ക്കും ആദിവാസി ഊരുകളിലൊക്കെ ചുറ്റിനടന്ന് വ്യാഴാഴ്ച്ച പ്രതിപക്ഷ നേതാവ് വന്ന് ആദിവാസികളുടെ സമരത്തിന് നേതൃത്വം കൊടുക്കുന്ന കാര്യം അറിയിക്കാൻ പോകണം. ഹൈറേഞ്ചിൽ സിറ്റികൾ എന്ന് വിളിക്കുന്ന സ്ഥലങ്ങളിലും തോട്ടം തൊഴിലാളികളുടെ

പാടികളിലും നഗരങ്ങളിലും ഫ്ളക്സ് ബോഡുകളും ബാനറുകളും വെച്ചതുകൊണ്ട് യഥാർത്ഥത്തിൽ മൈനിംഗ് കമ്പനിക്കെതിരെ സമരം ചെയ്യേണ്ട ആദിവാസകിൾ യോഗത്തിന് എത്തണമെന്നില്ല.

ഊരുകളിൽ നേരിട്ട് പോയി പറയുകയും അവർക്ക് എത്തിച്ചേരാൻ വാഹനങ്ങൾ ഏർപ്പാടാക്കുകയും വേണം. എല്ലാ തോട്ടമുടകളും അവരുടെ വാഹനങ്ങൾ ആദിവാസികളെ എത്തിക്കാൻ കൊടുക്കാമെന്ന് സമ്മതിച്ചെന്നാണ് ഇന്നലെ കണ്ടപ്പോൾ കൊച്ചൗസേപ്പ് പറഞ്ഞത്. വാഹനങ്ങൾ എത്തുമ്പോൾ ആദിവാസികൾ അതിൽ കയറി വരണ്ടേ? അതിനു അവരെ നേരിട്ടുകണ്ട പറഞ്ഞാലേ അവരറിയൂ.

ആദിവാസി ഊരുകളെല്ലാം വനാന്തരങ്ങളിലാണ്. എല്ലായിടത്തും എത്തുവാനായി ഗിരിജയും നിസാറും നിത്യവും രാവിലെ ഇറങ്ങി നടക്കുവാൻ തന്നെ തീരുമാനിച്ചു.എല്ലാ ഊരുകളിലും സന്ദേശമെത്തിക്കുവാൻ ആറേഴു ദിവസമെങ്കിലും എടുക്കും. ചുരുക്കിപ്പറഞ്ഞാൽ പ്രതിപക്ഷ നേതാവ് പ്രതിഷേധയോഗത്തിൽ പങ്കെടുത്ത് തിരിച്ചുപോകുന്നതുവരെ ഡോക്ടർ നിസാറിനും ഗിരിജയ്ക്കും ജനതാ ആശുപത്രിയിൽ നിന്നു വിട്ടുനിൽക്കേണ്ടിവരും. ആ ദിവസങ്ങളിൽ ജനതാ ആശുപത്രിയിൽ കിടക്കുന്ന രോഗികളെയും ഓപിയിൽ വരുന്നവരേയും ചികിത്സിക്കുന്നതാര്? അതിനാണ് ഡോക്ടർ ജോഷിയോടും മെയിൽ നഴ്സ് സോമനോടും ഒരാഴ്ച അവധിയെടുത്ത് വരാൻ പറഞ്ഞത്. രാത്രി അവർ നിൽക്കണ്ട. രാത്രിയാകുമ്പോഴേക്ക് ഗിരിജയും നിസാറും ആദിവാസി ഊരുകളിൽപോയി മടങ്ങിയെത്തുമല്ലോ.

ആറേഴുദിവസം തുടർച്ചയായി ആദിവാസി ഊരുകളിൽ പോയി മൈനിംഗ് കമ്പനിക്കെതിരെ നടത്തുന്ന സമരത്തെക്കുറിച്ച് പ്രചാരണം നടത്തുന്ന കാര്യം ഗിരിജയുമായി ചർച്ച ചെയ്ത സമയത്ത് മുമ്പ് പണിമുടക്കാൻ തീരുമാനമെടുത്തതിനുശേഷം പതിന്നാലു ജില്ലകളിലും പോയി ഗസറ്റഡ് ഓഫീസർമാരുടെ യോഗങ്ങൾ വിളിച്ചുകൂട്ടി പണിമുടക്ക് സമരപ്രചാരണം നടത്തിയതാണ് നിസാറിനു ഓർമ്മ വന്നത്. അന്ന് വീട്ടിൽ നടന്നതിനെക്കുറിച്ച് സഫിയ പിന്നീട് തുറന്നു പറഞ്ഞത് ഓർത്തുപോയി... സഫിയയെക്കൊണ്ട് നിർബ്ബന്ധിച്ച് എല്ലാം പറയിപ്പിച്ചതായിരുന്നു. എന്തിനാണങ്ങനെ ചെയ്തത്? അവളെക്കൊണ്ട് എല്ലാം പറയിച്ചത് അബദ്ധമായിപ്പോയി. ഇന്ന് അവൾ പറഞ്ഞതിന്റെ ഓർമ്മകൾ ഒഴിയാബാധയായി തന്നെ പിന്തുടരുന്നു. അവ മരണംവരെ പിന്തുടരുകയും ചെയ്യും.

ഒരുദിവസം റസിയ സ്കൂളിൽ പോയപ്പോൾ സഫിയ വീട്ടിൽ തനിച്ചായി. വീട്ടുവേലക്ക് വന്നിരുന്ന രാധ പണിയെല്ലാം നേരത്തേ തീർത്ത് പത്ത് മണിയോടെ പോയി. അപ്പോഴാണ് റഷീദ് മൊബൈലിൽ വിളിച്ചത്.

"രാധ നേരത്തെ പോയോ?"

വേലക്കാരി പോകുന്നത് കണ്ടിട്ടായിരിക്കണം റഷീദ് ഫോൺചെയ്ത്. സഫിയ ഊഹിച്ചു.

"ങാ പോയി."

"എന്തേ?"

"അവരുടെ മകളെ പ്രസവാശുപത്രിയിൽ അഡ്മിറ്റ് ചെയ്തിരിക്കേണ്. അങ്ങോട്ട് പോയതാണ്."

"അപ്പ ഇനി വരൂലേ?"

"ഇല്ല."

"തനിച്ചിരുന്ന് ബോറടിക്കണുണ്ടോ?"

മൗനം...

"ഞാനങ്ങോട്ട് വരട്ടെ."

"എന്തിന്?"

"ബോറടി മാറ്റാൻ മിണ്ടീം പറഞ്ഞും ഇരിക്കാലോ."

"ബോറടി മാറ്റാൻ ഫോണിൽ സംസാരിച്ചാപ്പോരെ?" റഷീദ് പെട്ടെന്ന് ഫോൺ കട്ട് ചെയ്തു. സഫിയ പ്രതീക്ഷിച്ചതുപോലെ റഷീദ് മുൻവശത്തെ മുറിയിലേക്ക് കടന്നു വന്നു. റസിയ അകത്തേമുറിയിലേക്ക് പോയി. റഷീദ് പിന്നാലെ ചെന്നു. സഫിയയുടെ വാക്കുകൾ നിസാർ ഓർത്തു: "എന്റെ പിന്നിൽ വരുന്നുണ്ടെന്ന് എനിക്കറിയാമായിരുന്നു."

"എങ്ങനെ? കാലൊച്ച കേട്ടോ?"

"ഇല്ല. വരുന്നുണ്ടെന്ന് എനിക്കറിയാമായിരുന്നു."

"നീ പ്രതീക്ഷിച്ചു. അല്ലേ?"

"അതെ."

"എന്നിട്ട്?"

"ഞാൻ തിരിഞ്ഞു നോക്കിയപ്പോൾ എന്റെ പിന്നിൽ നില്ക്കുന്നുണ്ടായിരുന്നു."

"എന്നിട്ട്..."

"എന്നെ ചേർത്ത് പിടിച്ചു..."

"എന്നിട്ട്?"

"എന്നിട്ട്... "

"പറയൂ. എനിക്കത് കേൾക്കണം. ധൈര്യമായിപ്പറയൂ സഫിയാ."

"എന്നെ ഉമ്മ വെച്ചു."

"എന്നിട്ട്?"

"ഞാനങ്ങ് ലയിച്ചുപോയി."

"എന്നിട്ട്? "

"അയാളുടെ കൈകൾ എന്റെ മാറിൽ..."

"പറയൂ സഫിയാ."

"അപ്പോൾ ഞാൻ പിടിയിൽ നിന്നും കുതറി മാറി."

"എന്നിട്ട്?"

"ഞാൻ പറഞ്ഞു, ഇപ്പ പറ്റില്ല."

നിസാർ മൗനം പാലിച്ചു. സഫിയ ബാക്കി പറയുമെന്ന് നിസാറിന് ഉറപ്പുണ്ടായിരുന്നു.

"അപ്പോൾ അയാള് എപ്പ വരണമെന്ന് ചോദിച്ചു, ഞാൻ പറഞ്ഞു രാത്രിയെന്ന്. അന്ന് രാത്രി റസിയ ഉറങ്ങിയതിനുശേഷം അയാള് വന്നു... എല്ലാം കഴിഞ്ഞപ്പോൾ ഞാൻ നിയന്ത്രണം വിട്ട് കരഞ്ഞുപോയി."

നിസാർ ചോദിച്ചു: "എന്തിനാണ് നീ കരഞ്ഞത്?"

"അറിയില്ല നിസാർക്കാ... എന്റെ എല്ലാം നശിച്ചുവെന്ന് ഒരു തോന്നലായിരുന്നു. എന്റെ നിയന്ത്രണം വിട്ടുപോയി. അപ്പോൾ അയാളെന്റെ തലയിലും പുറത്തും തലോടിയിട്ട് പേടിക്കണ്ട, നിന്നെ ഞാൻ സംരക്ഷിച്ചോളാം, നമുക്കൊരുമിച്ച് ജീവിക്കാം എന്ന് പറഞ്ഞു. അപ്പോൾ എനിക്ക് കൂടുതൽ സങ്കടം വന്നെങ്കിലും കരച്ചിൽ നിയന്ത്രിച്ചു."

"എന്തിനാണ് കൂടുതൽ സങ്കടം വന്നത്?"

"എനിക്ക് നിസാർക്കയോടും മോളോടുമൊത്തുള്ള ജീവിതം നഷ്ടപ്പെട്ടല്ലോ എന്നോർത്തിട്ട്..."

"പകൽ അവൻ അതിനു തയ്യാറായപ്പോൾ എന്തുകൊണ്ടാ ഇപ്പ പറ്റില്ലെന്ന് പറഞ്ഞ് ഒഴിഞ്ഞത്?"

സഫിയ ഉത്തരം പറയാൻ ബുദ്ധിമുട്ടുന്നതുപോലെ തോന്നി.

"പറയൂ. എന്തുകൊണ്ടാണ് ഇപ്പ പറ്റില്ലെന്ന് പറഞ്ഞത്?"

ലജ്ജാവിവശയായാണ് റസിയ മറുപടി പറഞ്ഞത്: "എനിക്കത് അപ്പോൾ പറ്റില്ലായിരുന്നു..."

നിസാർ പിന്നെ ഒന്നും പറഞ്ഞില്ല. ആ രാത്രി എന്നായിരുന്നുവെന്ന് നിസാർ കൃത്യമായി കണക്കാക്കിനോക്കി. താൻ അന്ന് കൊല്ലത്തെ യോഗത്തിൽ സംസാരിക്കുകയായിരുന്നു. പിറ്റേന്ന് തിരുവനന്തപുരത്തായിരുന്നു യോഗം. രാത്രി വൈകിയതുകാരണം തിരുവനന്തപുരത്തേക്ക് പോകാതെ കൊല്ലത്തെ ഹോട്ടലിൽ തങ്ങുകയാണ് ചെയ്തത്.

നിസാർ മൗനമായിരുന്ന് ആലോചിക്കുന്നത് കണ്ടപ്പോൾ ഗിരിജ ചോദിച്ചു: "എന്താണ് ആലോചിക്കുന്നത്?"

“പഴയ കാര്യങ്ങൾ.”

“പറയാൻ പറ്റുമോ?”

“പിന്നെന്ത്? നമ്മള് നാളെ മുതല് തുടർച്ചയായി ആദിവാസികളുടെ ഇടയിൽ മൈനിംഗ് കമ്പനിക്കെതിരായ സമരത്തെക്കുറിച്ച് ക്യാമ്പെയിൻ നടത്താൻ പോകുകയല്ലേ. ഗസറ്റഡ് ഓഫീസർമാർക്കിടയിൽ പതിന്നാല് ദിവസങ്ങൾ തുടർച്ചയായി നടത്തിയ ക്യാമ്പെയിനെക്കുറിച്ച് ഓർക്കുക യായിരുന്നു.”

“എന്നിട്ട് പണിമുടക്ക് വിജയിച്ചില്ലേ?”

“വിജയിച്ചു. പക്ഷേ...”

“എന്താ പക്ഷേ?”

‘‘പണിമുടക്കാൻ തീരുമാനിച്ച നേതാക്കളിൽ ചിലർ തന്നെ കരിങ്കാലിപ്പണിക്ക് കയറി.”

“അതുകൊള്ളാം. എന്താണവർ പറഞ്ഞ ന്യായം?”

“ഡോക്ടറെ പിരിച്ചു വിട്ടാൽ ഒരു ബോഡെഴുതിവെച്ച് എവിടെ യെങ്കിലും ഇരുന്നാൽത്തന്നെ ജീവിക്കാനുള്ള വരുമാനം ഉണ്ടാക്കാം. ഞങ്ങളെയെങ്ങാനും പിരിച്ചുവിട്ടാൽ കുടുംബം പട്ടിണിയാകും.”

മൈനിംഗ് കമ്പനിക്കെതിരായ സമരത്തിനു പ്രതിപക്ഷ നേതാവ് വരുന്നകാര്യം പറയാൻ ആദിവാസി ഊരുകളിൽ ചെന്ന നിസാറിനും ഗിരിജയ്ക്ക് നല്ല സ്വീകരണമാണ് ലഭിച്ചത്.

അവർ ആദ്യം പോയത് സാമിയാർക്കുടിയിലേക്കാണ്. കോവിലൂരിൽ ത്തന്നെ ജീവിതം തുടരാ നും ആശുപത്രി തുടങ്ങാനും ഇടയാക്കിയത് പപ്പുസാമിയെ കാണാനായി സാമിയാർക്കുടിയിലേക്കു ള്ള ആദ്യത്തെ പോക്കായിരുന്നല്ലോ. പൂശാരി ഡോക്ടറും നഴ്സമ്മയും സാമിയാർ ക്കുടിയുടെ പൊതുകുമന്തയിലേക്ക് വരുന്നത് കണ്ടപ്പോൾ മൂപ്പൻ വെള്ളച്ചാമി കാണി ചെലുമ്പനെ ഉറക്കെ വിളിച്ചു.

“ചെലുമ്പാ ശീഘ്രം വാ. പപ്പുസാമിയെ കൂപ്പിട്. നമ്മ പൂശാരി ഡാക്കിട്ടരും നേഴ്സമ്മേം വന്തിരിക്ക്.”

പപ്പുസാമി ഓടിക്കിതച്ച് വന്ന് ചോദിച്ചു: “എന്നാങ്കേ ഡോക്ടർ നീങ്ക രണ്ടുപേരുമാ വന്തത്?”

“പപ്പുസാമീ അടുത്ത വ്യാഴാഴ്ച്ചയാണ് മൈനിംഗ് കമ്പനിക്കെതിരായ നിങ്ങളുടെ സമരം ഉദ്ഘാടനം ചെയ്യാൻ പ്രതിപക്ഷനേതാവ് കോവിലൂരിൽ വരുന്നത്. മുതുവാക്കുടികളിലുള്ളവരെല്ലാം യോഗത്തിനു വരണം. അത് ഞങ്ങള് എല്ലാ മുതുവാക്കുടികളിലും മറ്റുള്ള ആദിവാസി ഊരുകളിലും പോയി പറയാൻ ഇറങ്ങിയതാണ്.

പപ്പുസാമി പറഞ്ഞു: “പുതുക്കുടി ഊരിലുള്ള എല്ലാ മുതുവാക്കുടി കളിലും ഡോക്ടറും അമ്മാവും പോകവേണ്ടാം.”

"പിന്നെങ്ങനെ അവരറിയും?"

"തായനം മൂപ്പനുക്കു ചൊന്നാപ്പോതും. മൂപ്പൻ എല്ലോരേം കൂപ്പിട്ട് ചൊല്ലുവേൻ."

"ശരി. മറ്റുള്ള ഊരുകളിൽ പോകണ്ടേ?"

"പുതുക്കുടി ഊരുക്ക് അപ്പറം ഇടമലക്കുടി. അന്ത കുടി പഞ്ചായത്താക്കും. പഞ്ചായത്ത് പ്രസിഡന്റ് താൻ ഇടമലക്കുടി മൂപ്പൻമാരുക്ക് ശൊമതലൈ."

"ഇടമലക്കുടി പഞ്ചായത്തിൽ എത്ര കുടികളുണ്ട്?"

"അങ്കെ ഇരുപത്തെട്ട് കുടികളിരുക്ക്. ഇന്ത പുതുക്കുടി മാതിരി ത്താൻ."

"ഇടമലക്കൂടി ഊരിലെ എല്ലാ ഊരിലും പോകൻ പപ്പുസാമിക്ക് വഴി അറിയാമോ?"

"തെരിയും. ഇടമലക്കൂടിക്ക് മൂന്നാറിലെ ഇരുന്ത് പെട്ടിമുടിക്ക് പോണം. പെട്ടിമുടിവരെ ജീപ്പിലെ പോലാം. അങ്കെയിരുന്ത് നടക്കണം."

"മുതുവാക്കുടികൾ കഴിഞ്ഞാൽ നമുക്ക് മലപ്പുലയരുടെ ഊരുകളിൽ പോണം."

"പോലാം."

നിസാറും ഗിരിജയും മൂപ്പനും പപ്പുസാമിയുമായി സംസാരിച്ചു നിൽക്കുന്നതിനിടയിൽ കാണി ചെലുമ്പൻ സാമിയാർക്കുടിയിലുള്ളവരെയെല്ലാം പൊതുകമന്തയിലേക്ക് വിളിച്ചു വരുത്തി. നിസാർ എല്ലാവരോടുമായി പറഞ്ഞു: "അടുത്ത വ്യാഴാഴ്ച്ച പ്രതിപക്ഷനേതാവ് നിങ്ങളുടെ സമരം ഉൽഘാടനം ചെയ്യാൻ കോവിലൂരിൽ വരും. നിങ്ങളെല്ലാം കോവിലൂരിലെത്തണം. എല്ലാവരെയും കൊണ്ടുപോകാൻ ജീപ്പ് വരും."

നിസാർ പറഞ്ഞു കഴിഞ്ഞപ്പോൾ മങ്കലസാമി ചോദിച്ചു: "എല്ലോരും വരണമാ?"

"എല്ലാവരും വരണം."

"പെൺകളും വരണമാ?"

"പെണ്ണുങ്ങളും കുട്ടികളും വരണം. എന്താ, വന്നുകൂടെ?"

"പ്രതിപക്ഷ നേതാവ് വരണ മീറ്റിംഗ്ക്ക് വരലാം. അന്ത എം പി വരണ മീറ്റിംഗ്ക്ക് നാങ്ക വരാത്."

ആദിവാസികൾക്ക് ശത്രുക്കളെയും മിത്രങ്ങളെയും പെട്ടെന്ന് തിരിച്ചറിയാൻ കഴിഞ്ഞല്ലോ.

ഗിരിജയും നിസാറും സാമിയാർക്കുടിയിൽ നിന്നും നേരെ പോയത് തായനംകുടിയിലേക്കാ ണ്. പപ്പുസാമിയും കാണി ചെലുമ്പനും അവരുടെ കൂടെ തായനം കുടിയിലേക്ക് നടന്നു. പ്രതീക്ഷിച്ചതുപോലെ തായനം

മൂപ്പൻ മറ്റെല്ലാ കുടിമൂപ്പൻമാരോടും പറയുന്ന ചുമതല സന്തോഷ ത്തോടെ ഏറ്റു. മൂപ്പനും കൂടിയാണല്ലോ തിരുവനന്തപുരത്ത് പോയി പ്രതിപക്ഷ നേതാവിനെക്കണ്ട് സംസാരിച്ചത്. പുതുക്കുടി ഊരിൽ ബാക്കിയുള്ള ഇരുപത്താറ് കുടികളിലും പോയി പറയുന്ന കാര്യം തായനം മൂപ്പൻ ഏറ്റു. ഒന്നുകിൽ കുടികളിൽ പോയി പറയും. അല്ലെങ്കിൽ എല്ലാ മൂപ്പൻമാരെയും തായനം കുടിയിലെ പൊതുകമന്തയിൽ വിളിച്ചു വരുത്തി തായനം മൂപ്പൻ തന്നെ പറയും. നിസാറിനോടും ഗിരിജയോടും അന്നത്തെ ഊരുചുറ്റൽ മതിയാക്കി കോവിലൂരിലേക്ക് പൊക്കോളാൻ തായനം മൂപ്പൻ നിർബ്ബന്ധിച്ചു.

പ്രലോഭനം

ഇരുട്ടുന്നതിനു മുമ്പ് തന്നെ ഗിരിജയും നിസാറും തിരിച്ചെത്തിയത് കണ്ടപ്പോൾ ഡോക്ടർ ജോഷിയും സോമനും അദ്ഭുതപ്പെട്ടു.

സോമൻ പറഞ്ഞു: "ഡോക്ടറും മാഡവും ഇത്രവേഗം തിരിച്ചെത്തു മെന്ന് ഞങ്ങൾ കരുതിയില്ല. രണ്ട് വിസിറ്റേഴ്സുണ്ടായിരുന്നു. അവരോട് രാത്രിയാകും വരാൻ എന്നു പറഞ്ഞുവിട്ടു. അവർ കോൺവെന്റി നടു ത്തുള്ള മൈനിംഗ് കമ്പനി ഓഫീസിലേക്ക് പോയി."

നിസാർ ചോദിച്ചു: "ആരാണെന്ന് പറഞ്ഞോ?"

"സൺറൈസ് ഫാർമാ കമ്പനിയിൽ നിന്നാണെന്ന് പറഞ്ഞു."

"ഫാർമാക്കമ്പനിയിൽ നിന്നാണെങ്കിൽ ഡോക്ടർ ജോഷിയെ കണ്ടില്ലേ?"

"അവര് പ്രോഡക്റ്റൊന്നും പ്രൊമോട്ട് ചെയ്യാൻ വന്നതല്ല. മറ്റെന്തോ കാര്യം പറയാൻ വന്നതാണ്."

സൺറൈസ് ഫാർമാ കമ്പനിയുമായി തനിക്കെന്ത് കാര്യം? നിസാർ ചിന്തിച്ചു നോക്കി. എന്നും ഫാർമാ കമ്പനികളുടെ റെപ്രസന്റേറ്റീവുകൾ വരുമ്പോൾ വലിയ താല്പര്യം കാണിക്കാതിരുന്നിട്ടേയുള്ളൂ. മരുന്നു കളെക്കുറിച്ച് പറഞ്ഞുതുടങ്ങുമ്പോൾത്തന്നെ നിസാർ നിരുത്സാഹ പ്പെടുത്തും. "ഓക്കെ. ഓക്കെ. എനിക്ക് നിങ്ങളുടെ പ്രോഡക്റ്റ്സിനെ ക്കുറിച്ചറിയാം. എന്നെ ഇതൊന്നും പഠിപ്പിക്കണ്ട. ലിറ്ററേച്ചർ ഉണ്ടെങ്കിൽ മേശപ്പുറത്ത് വെച്ചേക്കൂ."

പാവം റെപ്പ് ഇളിഭ്യനായി കുറെ കടലാസുകൾ എടുത്ത് മേശപ്പുറത്ത് വെച്ചിട്ട് തലയും കുനിച്ച് പുറത്തേക്ക് പോകും. പിന്നെപ്പിന്നെ ഒരു റെപ്പും നിസാറിനെ കാണാൻ വരാതായി.

"ഇന്ന് എന്തെങ്കിലും പ്രോബ്ലം കേസ് വന്നോ?"

"ഇല്ല."

ഡോക്ടർ ജോഷിയും സോമനും പോയി അഞ്ച് മിനിട്ട് കഴിഞ്ഞപ്പോൾ റോഡിൽ ഒരു ഇന്നോവാ കാർ വന്നു നിന്നു. കുളിച്ചുകൊണ്ടിരുന്ന ഗിരിജയോട് നിസാർ വിളിച്ചു പറഞ്ഞു: "ഗിരിജാ, സൺറൈസ് ഫാർമക്കാര് വന്നു. എന്താണാവോ കാര്യം. ഗിരിജ വേഗം കുളിച്ചു വാ." ഫുൾ സ്യൂട്ടിട്ട രണ്ടു പേർ വീട്ടിന്റെ മുൻവശത്തേക്ക് വന്നു. നിസാറിനെ കണ്ടപ്പോൾ മുമ്പിൽ നടന്നിരുന്ന ആൾ തിരിഞ്ഞ് പിന്നിലുള്ള ആളോട് പറഞ്ഞു: "ഡോക്ടർ എത്തി."

അയാൾ ഡോക്ടറെ അഭിവാദ്യം ചെയ്തു: "ഗുഡ് ഈവിനിംഗ് ഡോക്ടർ."

"ഗുഡ് ഈവിനിംഗ്. നിങ്ങൾ മുമ്പ് ഇവിടെ വന്നിരുന്നു?"

"യെസ് ഡോക്ടർ."

അപ്പോഴേയ്ക്കും ഗിരിജയും മുൻവശത്തെ മുറിയിലേക്ക് വന്ന്. ഗിരിജ വന്നപ്പോൾ രണ്ടുപേരും എഴുന്നേറ്റ് ഗിരിജയെ അഭിവാദ്യം ചെയ്തു: "ഗുഡ് ഈവിനിംഗ് മാഡം."

രണ്ടുപേർക്കും കൊഴുത്ത് തടിച്ച ശരീരമാണ്. രണ്ടുപേരും ഫുൾ സൂട്ടിലുമാണ്. കൂട്ടത്തിൽ പ്രായക്കൂടുതൽ തോന്നിച്ച ആൾ പറഞ്ഞു: "അയാം മാത്യൂ റോയി. ഹി ഈസ് മിസ്റ്റർ പ്രഭാകര വർമ്മ. വീ ആർ ഫീൽഡ് എക്സിക്യൂട്ടീവ്സ് ഫ്രം സൺറൈസ് ഫാർമാ. ഡോക്ടർ... യൂ മൈറ്റ് ഹാവ് ഹേഡ് ഓഫ് അവർ കമ്പനി. ഞങ്ങളുടെ റെപ്രസന്റേറ്റിവ്സ് മുമ്പ് പ്രാക്റ്റീസ് ചെയ്തിരുന്ന സ്ഥലങ്ങളിൽ വന്ന് കണ്ടിരിക്കും."

ഡോക്ടർ നിസാർ ഒന്നും പറഞ്ഞില്ല.

"ഞങ്ങളിപ്പോൾ വന്നത് പ്രോഡക്റ്റിനെക്കുറിച്ച് സംസാരിക്കാനല്ല. അമേരിക്കയിലെ മേയോ ക്ലിനിക്കുമായി ഞങ്ങൾക്ക് കൊളാബറേഷനുണ്ട്. മേയോ ക്ലിനിക്കുമായി ചേർന്ന് വെസ്റ്റേൺഗാട്ടിൽ ഒരു സൂപ്പർ സ്പെഷ്യാലിറ്റി ഹോസ്പിറ്റൽ കം റിസർച്ച് ഇൻസ്റ്റിറ്റ്യൂട്ട് തുടങ്ങാനുള്ള ഒരു പ്രോജക്റ്റുണ്ട് ഞങ്ങൾക്ക്. വെസ്റ്റേൺഗാട്ടിന്റെ ആനമുടി സെക്റ്ററിൽ അതായത് മൂന്നാർ ഭാഗത്ത് കുറച്ച് സ്ഥലം അലോട്ട് ചെയ്യണമെന്ന് സ്റ്റേറ്റ് ഗവണ്മെന്റിനോട് ആവശ്യപ്പെട്ടിട്ട് ഫയൽ നീങ്ങാതെ കിടക്കുകയാണ്. അതേ സമയം ഞങ്ങളുടെ റിക്വസ്റ്റ് ഗവണ്മെന്റ് ഡിക്ലയിൻ ചെയ്തിട്ടുമില്ല. അതങ്ങനെ കിടക്കുമ്പോഴാണ് ഞങ്ങളും ലിത്തോസൺ മൈനിംഗ് കമ്പനിയും കൊളാബറേറ്റ് ചെയ്തുകൊണ്ട് മേയോ ക്ലിനിക്ക് മോഡലിൽ ഒരു സൂപ്പർ സ്പെഷ്യാലിറ്റി ഹോസ്പിറ്റൽ തുടങ്ങാനുള്ള പ്രോജക്റ്റിനു രൂപം കൊടുത്തത്. ഇൻഫാക്റ്റ് ലിത്തോസൺ മൈനിംഗ് കമ്പനിയും

സൺറൈസ് ഫാർമാ കമ്പനിയും സിസ്റ്റർ ഓർഗനൈസേഷൻസാണ്. രണ്ടിന്റേയും ബെയിസ് സ്റ്റേറ്റ്സാണ്.

പാർല്യമെന്റ് മെമ്പർ സി. പി. തോമസുമായി സംസാരിച്ചപ്പോൾ ആദിവാസികൾക്കുവേണ്ടി ഒരു സൂപ്പർ സ്പെഷ്യാലിറ്റി ഹോസ്പിറ്റൽ തുടങ്ങുന്ന കാര്യം പറഞ്ഞത് നിസാർ ഇപ്പോൾ ഓർത്തു. എന്തിനാണ് ആദിവാസികൾക്കുവേണ്ടി സൂപ്പർസ്പെഷ്യാലിറ്റി ആശുപത്രി തുടങ്ങുന്നത്? തന്നെ പ്രലോഭിപ്പിക്കാനുള്ള പറച്ചിലുകളാണിതെല്ലാം എന്ന് നിസാർ മനസ്സിൽ പറഞ്ഞു.

“ഇപ്പോൾ ഞങ്ങൾ വന്നത് ഡോക്ടറുടെ കോഓപറേഷൻ റിക്വസ്റ്റ് ചെയ്യാനാണ്.”

നിസാറിന് കാര്യം മനസ്സിലായി. യാതൊരു വളച്ചുകെട്ടുമില്ലാതെ നിസാർ ചോദിച്ചു: “ആദിവാസികൾ ലിത്തോസൺ മൈനിംഗ് കമ്പനിക്കെതിരായി നടത്താൻ പോകുന്ന സമരം നിറുത്തി വെപ്പിക്കണം അല്ലേ? അങ്ങനെ അവരുടെ സമരം നിറുത്തിവെപ്പിച്ചാൽ മേയോക്ലിനിക്ക് മോഡലിൽ മൂന്നാർ ഭാഗത്ത് തുടങ്ങാൻ പോകുന്ന സൂപ്പർസ്പെഷ്യാലിറ്റി റിസർച്ച് ഹോസ്പിറ്റലിൽ എനിക്ക് നല്ലൊരു ജോലി തരും. അതല്ലേ നിങ്ങളുടെ ഓഫർ?”

പ്രഭാകര വർമ്മ ജാള്യം മറച്ചു വെക്കാൻ ശ്രമിച്ചുകൊണ്ട് പറഞ്ഞു: “റ്റു ബി ഫ്രാങ്ക് ഡോക്ടർ പറഞ്ഞതു തന്നെയാണ് ഞങ്ങളുടെ ലക്ഷ്യം. പക്ഷേ ഡോക്ടർക്കുള്ള ഓഫർ അതല്ല.”

“പിന്നെന്താ, ക്യാഷ് തരാമോ?”

“ഡോക്ടർക്ക് എത്രവേണം?”

“ഒരു പത്ത് കോടി തരാമോ?”

“അത്രയും വലിയ തുകയ്ക്ക് നെഗോഷ്യേറ്റ് ചെയ്യാൻ ഞങ്ങൾക്ക് പവ്വേഴ്സില്ല.”

“നിങ്ങളുടെ നെഗോഷ്യേറ്റിംഗ് ലിമിറ്റ് എത്രയാണ്?”

“വൺ മില്യൺ യുഎസ് ഡോളർ വരെയാണ്. ഇൻഡ്യൻ റുപ്പിയായി കൺവെർട്ട് ചെയ്താൽ ഫൈവ് ആന്റ് ഹാഫ് ക്രോർഴ് വൺലി. അത്രയും ഇപ്പോൾ തന്നെ ലിക്വിഡ് ക്യാഷായിട്ട് തരാൻ കഴിയും.”

നിസാർ മനസ്സിൽ കണക്കു കൂട്ടിനോക്കി. ഇപ്പോൾ തന്റെ കൈവശമുള്ളത് ആകെ പന്ത്രണ്ട് ലക്ഷം. ബാപ്പ മരിച്ചപ്പോൾ അഴിക്കോട് തറവാടിരുന്ന പതിനാറ് സെന്റ് സ്ഥലം നാല് ലക്ഷം രൂപയ്ക്ക് അനുജൻ തന്നെ എടുത്തപ്പോഴാണ് തന്റെ സമ്പാദ്യം പന്ത്രണ്ട് ലക്ഷമായി ഉയർന്നത്. തനിക്ക് സ്വപ്നത്തിൽ പോലും കാണാൻ കഴിയാത്തത്ര വലിയ തുക, അഞ്ചര കോടി രൂപയുമായാണ് മാത്യൂറോയിയും പ്രഭാകര വർമ്മയും വന്നിരിക്കുന്നത്. പുറമേയ്ക്ക് താൻ ആദിവാസികളെ വഞ്ചിച്ചു എന്ന്

വരുത്താതെ തന്നെ ഇവരുമായി ഒത്തു തീപ്പിലെത്താം. പ്രതിപക്ഷ നേതാവിന്റെ വരവും പ്രതിഷേധയോഗവുമൊക്കെ നിശ്ചയിച്ചതുപോലെ നടക്കും. പക്ഷേ തുടർന്ന് തന്റെ ഭാഗത്തുനിന്നും പിന്നെ ഒരു നീക്കവും നടത്തില്ല. താൻ ജനതാ ആശുപത്രിയുമായി രോഗികളെ ചികിത്സിച്ച് ഒതുങ്ങി കഴിഞ്ഞുകൊള്ളാം. മൈനിംഗ് കമ്പനിക്ക് യഥേഷ്ടം അവരുടെ പരിപാടികളുമായി മുന്നോട്ട് പോകാം. ഇത് സമ്മതിച്ചാൽ മതി.

നിസാർ ചിന്തയിൽ മുഴുകി ഇരിക്കുന്നത് കണ്ടപ്പോൾ ഗിരിജയുടെ മുഖത്ത് ആശങ്ക നിഴലിട്ടു. മാത്യൂറോയിയുടെയും പ്രഭാകര വർമ്മ യുടെയും മുഖങ്ങൾ ശുഭപ്രതീക്ഷയാൽ തിളങ്ങി.

ഏറെ നേരത്തെ മൗനത്തിനുശേഷം നിസാർ സൗമ്യമായ സ്വരത്തിൽ പറഞ്ഞുതുടങ്ങി.

"സോറി മിസ്റ്റർ വർമ്മാ. സോറി മിസ്റ്റർ മാത്യൂറോയി. നിങ്ങൾക്ക് തെറ്റിപ്പോയി. നിങ്ങൾ ഞങ്ങൾക്ക് കൈക്കൂലി തരാൻ വന്നതാണ്. എന്തിന്? ഞങ്ങളുടെ ഈ പർവ്വതനിരകളെ ബലാൽസംഗം ചെയ്തു കൊല്ലാൻ നിങ്ങളെ ഞങ്ങൾ അനുവദിക്കണം. അല്ലേ?"

നിസാറിന്റെ ശബ്ദം ഉയർന്നു.

"സാദ്ധ്യമല്ല മിസ്റ്റർ മാത്യൂ റോയി. മിസ്റ്റർ പ്രഭാകര വർമ്മ. യൂ മേ ഗെറ്റൗട്ട്!"

അതൊരലർച്ചയായിരുന്നു. ഡോക്ടറിന്റെ അലർച്ച കേട്ട് മേഴ്സി ഹോട്ടലിലെ ഔസേപ്പും മേഴ്സിയും ആശുപത്രിയിൽ കിടന്നിരുന്ന രോഗികളുടെ ബന്ധുക്കളും വന്ന് എത്തി നോക്കി. മാത്യൂ റോയിയും പ്രഭാകര വർമ്മയും സ്തബ്ധരായിപ്പോയി. അവർ സാവകാശം എഴുന്നേറ്റു. പുറത്തേക്ക് നടക്കുന്നതിനിടയിൽ പ്രഭാകരവർമ്മ ശപിക്കുന്നതുപോലെ മുറുമുറുത്തു.

"യൂ വിൽ ബി സോറി ഡോക്ടർ. യൂ വിൽ ബി സോറി."

മുതുവാക്കുടിയിൽ

രാവിലെ തന്നെ ഡോക്ടർ നിസാറും ഗിരിജയും കോവിലൂർ മുതൽ വട്ടവടയിലെ കോൺവെന്റ് വരെയുള്ള മൂന്ന് കിലോമീറ്റർ ദൂരം നടന്നു. കൊടിതോരണങ്ങളും ബാനറുകളും ഫ്ളക്സ് ബോഡുകളും കൊണ്ട് പ്രതിപക്ഷനേതാവിന്റെ വരവും ആദിവാസികൾ മൈനിംഗ് കമ്പനിക്കെതിരെ നടത്താൻ പോകുന്ന സമരവും ഉദ്ഘോഷിച്ചിരിക്കുന്നത് കാണാൻ വേണ്ടിയായിരുന്നു രാവിലെയുള്ള നടത്തം. നടത്തത്തിനിടയിൽ

ഫ്ളക്സ് ബോഡുകളിലും ബാനറുകളിലും കണ്ട മുദ്രാവാക്യങ്ങളെല്ലാം വായിച്ചുകൊണ്ടാണ് അവർ മുന്നോട്ട് നീങ്ങിയത്.

മൈനിംഗ് കമ്പനിയെ കെട്ടുകെട്ടിക്കും
സാമ്രാജ്യത്വം തുലയട്ടെ
പരിസ്ഥിതി സംരക്ഷിക്കുക
ആയിരമായിരം അഭിവാദ്യങ്ങൾ
വിപ്ലവനേതാവിനഭിവാദ്യങ്ങൾ
പ്രതിപക്ഷ നേതാവിനഭിവാദ്യങ്ങൾ
ജനനായകനഭിവാദ്യങ്ങൾ
കുറിഞ്ഞിപ്പൂൽമേടുകൾ സംരക്ഷിക്കുക
ചോലവനങ്ങൾ സംരക്ഷിക്കുക
പശ്ചിമഘട്ടത്തിൽ ഖനനം പാടില്ല
മൈനിംഗ് കമ്പനി തുലയട്ടെ
സാമ്രാജ്യത്വം തുലയട്ടെ

മൂന്നാറിലും പരിസരങ്ങളിലും ദേവികുളം പഞ്ചായത്തിന്റെ മിക്കവാറും എല്ലാ ഭാഗങ്ങളിലും ഇങ്ങനെ ഫ്ളക്സ്ബോഡുകളും ബാനറുകളും കൊണ്ട് പൂരിതമായിക്കഴിഞ്ഞുവെന്ന് ആശുപത്രിയിൽ വന്നവരെല്ലാം നിസാറിനോട് പറഞ്ഞു. രക്ഷകനായ യേശു നിൽക്കുന്നതുപോലെ പ്രതിപക്ഷനേതാവ് രണ്ടു കൈകളും ഉയർത്തി നിന്നുകൊണ്ടുള്ള പൂർണ്ണരൂപമായിരുന്ന ഒട്ടുമിക്ക ഫ്ളക്സ് ബോഡുകളിലും. കൊച്ചൗസേപ്പിന്റെ മിടുക്ക് ഗിരിജയ്ക്കും നിസാറും പൂർണ്ണമായി ബോധ്യപ്പെട്ടു.

ദേവികുളം പഞ്ചായത്തിന്റെ എല്ലാ ഭാഗങ്ങളിലും വെച്ചിരിക്കുന്ന ഫ്ളക്സ് ബോഡുകളും ബാനറുകളും പോയി കാണുന്നതിനു രാവിലെ ജീപ്പുമായി വരാമെന്ന് പറഞ്ഞ റപ്പായി എത്തിയപ്പോൾ ഉച്ച കഴിഞ്ഞു. രാവിലെ ജീപ്പ് സ്റ്റാർട്ട് ചെയ്തപ്പോൾ സ്റ്റാർട്ടാകുന്നില്ല. ബാറ്ററി വീക്ക്. പോരാത്തതിന് റേഡിയേറ്റർ ലീക്കും. മാട്ടുപ്പെട്ടി വർക്ക്ഷോപ്പിൽ പോയി ആളെ വിളിച്ചുകൊണ്ട് വന്ന് ജീപ്പിന്റെ ബാറ്ററി മാറ്റിവെക്കേണ്ടിവന്നു സ്റ്റാർട്ടാകാൻ. വർക്ക്ഷോപ്പിൽ കൊണ്ടുപോയി റേഡിയേറ്ററിന്റെ ലീക്ക് മാറ്റി. എല്ലാം കഴിഞ്ഞാണ് റപ്പായി വരുന്നത്.

പ്രതിപക്ഷനേതാവ് മൂന്നാറിലെത്തി ഐ റ്റി ഡി സി ഫൈവ് സ്റ്റാർ ഹോട്ടലിന്റെ വി ഐ പി സ്വീറ്റിൽ വിശ്രമിക്കുന്നുവെന്ന് പ്രൈവറ്റ് സെക്രട്ടറി രമേശൻ പറഞ്ഞിട്ട് രണ്ട് മണിക്കൂർ കഴിഞ്ഞു. കോവിലൂരിലെ പ്രസംഗത്തിൽ പറയേണ്ട കാര്യങ്ങളെക്കുറിച്ച് വിശദമായി പറഞ്ഞുകൊടുക്കാൻ ഡോക്ടർ നിസാറും ഗിരിജയും ഹോട്ടലിലെത്തി പ്രതിപക്ഷനേതാവിനെ കാണണമെന്ന് രമേശൻ ആവശ്യപ്പെട്ടിരുന്നു.

പ്രതിപക്ഷനേതാവ് എത്തുമ്പോൾ തന്നെ ഡോക്ടർ നിസാറും മാധവും ഐ റ്റി ഡി സി ഹോട്ടലിലെത്തി പ്രതിപക്ഷനേതാവിന്റെ കാര്യങ്ങൾ നോക്കണമെന്ന് കൊച്ചൗസേപ്പ് ഡോക്ടർ നിസാറിനോട് പ്രത്യേകം പറഞ്ഞിരുന്നതാണ്. കൊച്ചൗസേപ്പ് തോട്ടം മുതലാളിമാർ ആദിവാസി ഊരുകളിൽ വാഹനങ്ങൾ എത്തിക്കാമെന്ന് ഏറ്റപ്രകാരം വാഹനങ്ങൾ എത്തുന്നുണ്ടോ എന്ന് അന്വേഷിച്ചുകൊണ്ട് കറക്കത്തിലായിരുന്നു. അതുകൊണ്ടാണ് ഡോക്ടറോടും ഗിരിജയോടും നേരത്തേ തന്നെ ഹോട്ടലിൽ എത്തി പ്രതിപക്ഷനേതാവിന്റെ കാര്യങ്ങൾ അന്വേഷിക്കണമെന്ന് പറഞ്ഞത്.

കൊച്ചൗസേപ്പ് പലവട്ടം പറഞ്ഞു: "മൂന്നാറിലെ ഹോട്ടലിലെത്താൻ വൈകല്ലേ ഡോക്ടറേ. ഞാനിങ്ങനെ ആദിവാസി ഊരുകളിലേക്ക് വാഹനങ്ങൾ അയക്കുന്ന തിരക്കിലായതുകൊണ്ടാണ് മൂന്നാറീവന്ന് സഖാവ് ടി. എസിനെ കാണാഞ്ഞതെന്ന് പ്രത്യേം പറയണേ. പ്രതിപക്ഷ നേതാവ് മൂന്നാറിലെത്തീട്ട് ചെന്ന് കണ്ടില്ലല്ലോന്ന് മനസ്സീക്കൊണ്ടു നടക്കും."

"ഞങ്ങൾ രാവിലെ മുതൽ ഒരുങ്ങി നിൽക്കാം സഖാവേ. റപ്പായി ജീപ്പുമായെത്തിയാലുടനെ പുറപ്പെട്ടുകൊള്ളാം."

ഡോക്ടർ കൊച്ചൗസേപ്പിനു വാക്കു കൊടുത്തു. പക്ഷേ റപ്പായി എത്തിയത് ഉച്ചയോടടുത്താണ്. ഡോക്ടർ തിരക്കു കൂട്ടി: "റപ്പായി നമുക്ക് ഉടനെ പുറപ്പെടാം. വേഗത്തിൽ വിട്. സഖാവ് ടി. എസ്. കാത്തിരിക്കുന്നു."

റപ്പായി കത്തിച്ചു വിടുകയാണ്. ഡോക്ടർ നിസാർ മുമ്പിലെ സീറ്റിലും ഗിരിജ പിന്നിലെ സീറ്റിലുമാണിരിക്കുന്നത്. ടോപ്സ്റ്റേഷനിലേക്കുള്ള കയറ്റം. ഇടതുവശത്ത് അത്യഗാധമായ കൊക്ക. വലതുവശത്ത് ഗിരിശൃംഗത്തിന്റെ നോക്കെത്താത്ത ഉത്തുംഗത. റപ്പായി കയറ്റത്തിലും കത്തിച്ചു വിടുകയാണ്.

താഴെ നിന്നും മൂടൽമഞ്ഞ് മുകളലേക്ക് വേഗത്തിലാണ് കയറി വന്നത്. കനത്ത മൂടൽമഞ്ഞ്. എന്നിട്ടും റപ്പായി ജീപ്പിന്റെ വേഗം കുറച്ചില്ല. റപ്പായിക്കറിയാം സഖാവ് ടി. എസ്. കാത്തിരിക്കുന്ന കാര്യം.

മുന്നിലെ സീറ്റിലിരുന്നിരുന്ന ഡോക്ടർ നിസാർ മൂടൽമഞ്ഞിൽക്കൂടി വ്യക്തമായി കണ്ടു. ഒരു ടിപ്പർ ലോറി താഴോട്ട് ജീപ്പിനു നേരെ പാഞ്ഞു വരുന്നു. ജീപ്പിന്റെ എതിർവശത്തുകൂടി വന്നുകൊണ്ടിരുന്ന ടിപ്പർ പെട്ടെന്ന് വെട്ടിത്തിരിക്കുന്നതും ജീപ്പിനുനേരെ വരുന്നതും നിസാർ വ്യക്തമായിക്കണ്ടു.

"റപ്പായീ അപകടം..."

നിസാറിന്റെ വിളി ഒരു രോദനം പോലെ ഉയർന്നു. ഡോക്ടർ നിസാർ വാക്കുകൾ പൂർത്തിയാക്കുന്നതിനു മുമ്പ് ടിപ്പർലോറി ജീപ്പിലിടിച്ചു. ജീപ്പ്

ഇടുതവശത്തെ അത്യഗാധതമായ കൊക്കയിലേക്ക് നിപതിച്ചു. മൂന്നു രോദനങ്ങൾ ഗിരിശൃംഗങ്ങളിൽ തട്ടി പ്രതിധ്വനിച്ചു...

ഒന്നും സംഭവിക്കാത്ത മട്ടിൽ ടിപ്പർ ലോറി ടോപ്സ്റ്റേഷൻ ഇറക്കത്തിൽ ഓടിച്ചുപോയി.

രണ്ട് വാർത്തകൾ

പത്രത്തിന്റെ ചരമപ്പേജിലെ ചെറിയ വാർത്ത: "വാഹനാപകടത്തിൽ മൂന്നുപേർ മരിച്ചു"

മൂന്നാർ:

"മൂന്നാറിനടുത്ത് കോവിലൂരിൽ ജനതാ ആശുപത്രി നടത്തുന്ന ഡോക്ടർ നിസാർ അഹമ്മദും ഭാര്യ ഗിരിജാദേവിയും വാഹനാപകടത്തിൽ മരിച്ചു. കോവിലൂരിൽ നിന്നും മൂന്നാറിലേക്ക് പോകുന്ന വഴിക്ക് ടോപ്സ്റ്റേൻ കയറ്റം കയറുമ്പോൾ ജീപ്പ് കൊക്കയിലേക്ക് മറിഞ്ഞാണ് അപകടമുണ്ടായത്. ജീപ്പ് ഡ്രൈവർ റപ്പായി എന്നയാളും അപകടത്തിൽ മരിച്ചു."

പത്രത്തിന്റെ ഒന്നാം പേജിലെ ലീഡ് വാർത്ത:"പശ്ചിമഘട്ടത്തിലെ ഖനനം നിറുത്തിവെക്കണം - പ്രതിപക്ഷ നേതാവ്"

ആദിവാസികൾ മൈനിംഗ് കമ്പനിയുടെ ഓഫീസ് തകർത്തു

മൂന്നാർ:

പശ്ചിമഘട്ടത്തിലെ മലകളിൽ നിന്ന് അപൂർവ്വലോഹം ഖനനം ചെയ്തെടുക്കുന്നത് പശ്ചിമഘട്ടത്തിന്റെ പരിസ്ഥിതിക്ക് കോട്ടം തട്ടുമെന്നും ആദിവാസികളുടെ സെറ്റിൽമെന്റുകൾ മാറ്റേണ്ടിവരുമെന്നും ഉള്ള കാരണത്താൽ മൈനിംഗ് പ്രവർത്തനങ്ങൾ നിറുത്തിവയ്ക്കണമെന്ന് പ്രതിപക്ഷ നേതാവ് ആവശ്യപ്പെട്ടു. ആദിവാസി സമരത്തിനു പിന്തുണ പ്രഖ്യാപിക്കുവാൻ കോവിലൂരിൽ ചേർന്ന വമ്പിച്ച പൊതുയോഗത്തിൽ പ്രസംഗിക്കുകയായിരുന്നു അദ്ദേഹം.

പശ്ചിമട്ടത്തിലെ ആനമുടി സെക്റ്ററിൽ ലിത്തിയം എന്ന അപൂർവ്വ ലോഹം കണ്ടെത്തിയതിനെ തുടർന്ന് ഖനനം തുടങ്ങാനുള്ള പ്രാരംഭ നടപടികൾ ലിത്തോസൺ എന്ന ബഹുരാഷ്ട്ര മൈനിംഗ് കമ്പനി ആരംഭിച്ചിരുന്നു. ഖനനത്തിനുള്ള സർവ്വേ നടന്നു വരികയായിരുന്നു.

പ്രതിപക്ഷ നേതാവിന്റെ പ്രസംഗത്തിനുശേഷം ആദിവാസികൾ മൈനിംഗ് കമ്പനിയുടെ ഓഫീസ് ഉപരോധം ആരംഭിച്ചു. ഉപരോധ

ത്തിനിടയിൽ ചില അക്രമികൾ മൈനിംഗ് കമ്പനിയുടെ ഓഫീസും വാഹനങ്ങളും തകർത്തു.

ഗവൺമെന്റ് സർവ്വീസിൽ നിന്നു വിരമിച്ചതിനുശേഷം ആദിവാസി മേഖലയിൽ പ്രവർത്തിച്ചുവന്ന ഡോക്ടർ നിസാർ അഹമ്മദിന്റെയും ഭാര്യയുടെയും മരണത്തിനിടയാക്കിയ വാഹനാപകടത്തിനു പിന്നിൽ മൈനിംഗ് കമ്പനിയുടെ കൈയുണ്ടെന്ന് ആദിവാസികൾ ആരോപിക്കുന്നു.

ഉപരോധസമരക്കാരുടെ അക്രമത്തെത്തുടർന്ന് മൈനിംഗ് കമ്പനിയുടെ പ്രവർത്തനങ്ങൾ നിറുത്തിവെയ്ക്കുകയാണെന്ന് കമ്പനിയുടെ ചീഫ് എക്സിക്യൂട്ടീവ് ഓഫീസർ വിനോദ് മിത്തൽ മാധ്യമങ്ങളോട് പറഞ്ഞു. ■

www.ingramcontent.com/pod-product-compliance
Lightning Source LLC
LaVergne TN
LVHW090301051026
849518LV00005B/1595
* 9 7 8 8 1 8 4 2 3 3 1 4 8 *